लेखकाविषयी

ब्रॅड स्टोन यांनी *न्यूज वीक आणि न्यू यॉर्क टाइम्स* या वृत्तपत्रांसारख्या प्रसार माध्यमांसाठी ॲमेझान आणि सिलिकॉन व्हॅलीमधील विविध प्रकारचे तंत्रज्ञान या संबंधी वृत्तसंकलन, लेखन केलेलं आहे. ते ब्लूमबर्ग बिझनेस वीकचेही एक ज्येष्ठ लेखक आहेत. ते सॅन फ्रॅन्सिस्को येथे राहतात. www.brad-stone.com या त्यांच्या साइटला भेट द्या.

ॲमेझॉनची यशोगाथा

जेफ बेझोसच्या उद्योगविश्वाचा प्रेरक प्रवास

ब्रॅड स्टोन

अनुवाद : सुदर्शन आठवले

मंजुल पब्लिशिंग हाउस

First published in India by

Manjul Publishing House

Corporate and Editorial Office
· 2nd Floor, Usha Preet Complex, 42 Malviya Nagar,
Bhopal 462 003 – India
Sales and Marketing Office
·C-16, Sector 3, Noida, Uttar Pradesh 201301, India
Website: www.manjulindia.com
Distribution Centres
Ahmedabad, Bengaluru, Bhopal, Kolkata, Chennai,
Hyderabad, Mumbai, New Delhi, Pune

Marathi translation of *The Everything Store* by Brad Stone

English edition first published in the USA by Little,
Brown and Company.

Marathi edition first published in 2023 by
Manjul Publishing House Pvt Ltd.

ISBN: 978-93-5543-010-6

Marathi translation: Sudarshan Athavale

Printed and bound in India by Saurabh Printers Pvt. Ltd.

इझाबेला आणि कॅलिटा स्टोन यांना समर्पित...

''वयाच्या ऐंशीव्या वर्षी, एका शांत क्षणी, स्वत:च्या आयुष्याकडे मागे वळून पाहताना, त्यातल्या अगदी वैयक्तिक, खासगी अशा गोष्टींचा अगदी थोडक्यात मागोवा घ्यायचा झाला तर त्यासाठीचा सर्वांत अर्थपूर्ण आणि आटोपशीर मार्ग कोणता आहे सांगू? तुम्ही वेळोवेळी घेतलेल्या निर्णयांचा, निवडलेल्या पर्यायांचा आढावा घेणे! कारण शेवटी आपल्याला घडवतात ते आपण घेतलेले निर्णय, आपण निवडलेले पर्यायच! नाही का?''

– जेफ बेझोस

प्रिन्स्टन युनिव्हर्सिटी येथे शैक्षणिक सत्राच्या
उद्‌घाटनाच्या वेळी केलेल्या भाषणामधून.
३० मे, २०१०.

अनुक्रमणिका

उपोद्घात xiii

भाग १ : निष्ठा

१ आर्थिक तज्ज्ञांचे माहेरघर ३

२ बेझोसचे पुस्तक २३

३ स्वप्नांचा ज्वर ७७

४ मिलिरवी १३३

भाग २ : साहित्यिक प्रभाव

५ रॉकेट बॉय १८९

६ गोंधळाचा सिद्धान्त २२१

७ ॲमेझॉन – विक्रीकेंद्र नव्हे, तंत्रज्ञानकेंद्र २७२

८ फियोना ३१८

भाग ३ : परमार्थी की स्वार्थी ?

९ उत्तुंग भरारी ३७१

१० लाभदायक विश्वास ४०८

११ प्रश्नचिन्हांचे राज्य ४५८

उपसंहार ४९२

ऋणनिर्देश ५१२

परिशिष्ट : जेफ बेझोस यांची ग्रंथसूची ५१६

ॲमेझॉनची यशोगाथा

उपोद्घात

१९७० सालचा पूर्वार्ध. टेक्सास प्रांतातील ह्युस्टन येथे राहणाऱ्या, जाहिरातींच्या जगात काम करणाऱ्या एका व्यासंगी, डोळस अधिकारी ज्युली रे यांचे लक्ष त्यांच्या मुलाच्या शाळेत सुरू केल्या गेलेल्या एका अभिनव उपक्रमाने वेधून घेतले. पुढे 'व्हॅनगार्ड प्रोग्रॅम' या नावाने प्रसारित झालेल्या व प्रसिद्धी पावलेल्या या उपक्रमात ज्या विद्यार्थ्यांमध्ये काही उपजत गुण असतात; त्यांना वाव व आकार देण्यासाठी, त्यांच्यातील निर्मितिक्षमतेला खतपाणी घालण्यासाठी, त्यांच्या स्वतंत्र, कधीकधी अपारंपरिक, क्वचित क्रांतिकारक वाटणाऱ्या, मुक्त विचारांना इंधन पुरवण्यासाठी खास अभ्यासक्रमाचा समावेश केलेला होता. ज्युली रे यांच्या मुलाची त्या तशा पहिल्याच उपक्रमासाठी निवड झाली होती. त्यात भाग घेणारे विद्यार्थी, त्यांचे पालक आणि शिक्षक या सर्वांच्याच सळसळत्या उत्साहाने, त्याला मिळालेल्या प्रोत्साहनाने आणि घवघवीत यशाने ज्युली रे इतक्या मोहून गेल्या, उत्तेजित झाल्या की, त्यांनी टेक्सासमधील गुणवंत विद्यार्थ्यांच्या प्रतिभेला उभारी देणाऱ्या तशा शालेय उपक्रमांवर आधारित एक पुस्तक लिहिण्याचे ठरवले आणि त्यासाठी तसे उपक्रम प्रांतातील कोणकोणत्या शाळांत चालतात, या संबंधी संशोधन करायला सुरुवात केली.

काही वर्षांतच त्यांचा मुलगा ज्युनियर हायमध्ये गेला. त्यानंतर ज्युली रे त्यांच्या पुस्तक लिखाणासाठीच्या संशोधन दौऱ्यात ह्युस्टन शहराच्या मध्यवर्ती भागाच्या पश्चिमेकडे असलेल्या रिव्हर ओक्स एलेमेंटरी स्कूल येथे गेल्या. शाळेच्या प्रिन्सिपॉलनी शाळेतील एका मुलाला त्यांच्या सोबत दिले. सहावीत असलेल्या, भुऱ्या रंगाच्या केसांच्या त्या मुलाचे वैशिष्ट्य म्हणजे

तो त्याची मते अतिशय स्पष्ट शब्दांत मांडत असे. त्याच्या खऱ्या नावाचा उल्लेख ज्युली रे यांनी त्यांच्या लिखाणात करू नये, असे त्या मुलाच्या पालकांचे म्हणणे पडल्यामुळे ज्युली रे यांनी त्याला 'टिम' हे नाव दिले.

ज्युली रे यांनी त्यांच्या *'टर्निंग ऑन ब्राइट माइंड्स : ए पेरेंट लुक्स ॲट गिफ्टेड एज्युकेशन इन टेक्सास'* या पुस्तकात त्या टिम नावाच्या मुलाचे वर्णन 'सर्वसाधारण बुद्धिमत्तेचा, किरकोळ देहयष्टीचा, मिळून मिसळून वागणारा; पण जरा गंभीर वृत्तीचा' असे केले आहे; त्याच्या शिक्षकांचे मतही त्याच्यात नेतृत्त्वाचे विशेष गुण नव्हते असेच होते. परंतु तो त्याच्या वर्गमित्रांच्यात पूर्ण आत्मविश्वासाने वावरत असे, तो त्या वेळी वाचत असलेल्या जे. आर. आर. टॉलकीन या लेखकाच्या 'द हॉबिट' या पुस्तकाच्या नायकाच्या गुणांचे तोंड भरून गुणगान करीत असे.

बारा वर्षांचा टिम नेहमीच इतरांशी स्पर्धा करायला उत्सुक असे. त्याच्या शाळेत विविध आणि जास्तीतजास्त वाचन करणाऱ्याला एक खास प्रमाणपत्र दिले जात असे. ते मिळवण्यासाठी तोही हिरीरीने भरपूर वाचन करीत असल्याचे त्याने ज्युली रे यांना सांगितले होते. परंतु 'आठवड्याला एक डझन पुस्तके वाचते,' असा असंभवनीयच वाटणारा, दावा करणाऱ्या त्याच्या वर्गातील एका मुलीशी मात्र तो बरोबरी करू शकत नसल्याबद्दलची खंतही त्याने त्यांच्याजवळ बोलून दाखवली होती. टिमने स्वत: केलेला एक वैज्ञानिक प्रयोगही ज्युली रे यांना दाखवला होता. त्याचे नाव त्याने सांगितले होते–'इन्फिनिटी क्यूब'. गोल फिरवता येणारे आरसे, बॅटरीच्या साहाय्याने पडणारा प्रकाश असे ते एक बरेच गुंतागुंतीचे चौकोनी जुगाड होते आणि त्यातून अंतच नसलेला, इन्फिनिटीपर्यंत पोहोचलेला एक बोगदा दिसत होता. ''एका दुकानात मी हा असलाच 'इन्फिनिटी क्यूब' बघितला होता; पण त्याची किमत वीस डॉलर्स होती,'' असे सांगून टिम ज्युली रे यांना म्हणाला, ''मी हा अगदी तसलाच क्यूब बनवला आहे; पण तो खूपच स्वस्तात झाला आहे.'' शिक्षकांनी ज्युली रे यांना अशीही माहिती दिली की, टिमने बनवलेली तशाच प्रकारची तीन इतर शास्त्रीय उपकरणे शाळेतर्फे तेथील आंतरशालेय वैज्ञानिक शोधस्पर्धेतही पाठवलेली होती.

शाळेतील शिक्षक टिमची तोंड भरून स्तूती तर करीत होते; पण त्याच्याविषयी बोलताना ते जरा सावध असल्यासारखे वाटत होते. त्याचे कारण त्याचा अतिउद्योगीपणा असावा, असे लक्षात आले. ज्युली रे यांच्या

बरोबर काम करीत असताना गणिताच्या अभ्यासक्रमातील 'टॅब्युलेशन स्टॅटिस्टिक्स' या विषयाच्या सरावासाठी त्या टिमने शाळेतील सहाव्या इयत्तेच्या वर्गांना शिकवणाऱ्या सर्व शिक्षकांच्या अध्यापन कौशल्याचा तक्ता बनवण्याचाच 'प्रॉजेक्ट' घेतला होता. ''या तक्त्याचा उद्देश त्यांच्या लोकप्रियतेचे नाही तर ते शिकवतात कसे याचे मूल्यमापन करणे हा आहे,'' असे त्याने सांगितले. त्या वेळी तो त्याच्या वर्गातील मुलामुलींची शिक्षकांच्या शिकवण्याबद्दलची मते गोळा करीत होता आणि प्रत्येक शिक्षकाच्या तुलनात्मक कौशल्याची एका आलेखाच्या स्वरूपात नोंद करीत होता.

त्याचा रोजचा दिनक्रमही प्रदीर्घ आणि धावपळीचा होता. तो सकाळी लवकर उठून, सातची बस पकडून वीस मैलांचा पल्ला पार करून शाळेत पोहोचत असे. गणित, वाचन, शारीरिक शिक्षण, विज्ञान, स्पॅनिश भाषा आणि कला हे त्याचे विषय होते. शाळेच्या वेळापत्रकात काही वेळ विद्यार्थ्यांचे वैयक्तिक उपक्रम आणि काही वेळ त्यांच्यातील सामूहिक चर्चेसाठी राखून ठेवलेला होता. ज्युली रे यांनी त्यांच्या पुस्तकात तशा एका सामूहिक कार्यक्रमाचे वर्णन केले आहे. 'शाळेच्या मुख्याध्यापकांच्या ऑफिसमध्ये टिमसह सात मुले दाटीवाटीने बसलेली आहेत. 'प्रॉडक्टिव्ह थिंकिग' – फलदायी विचार करण्याची पद्धत – हा विषय शिकवला जाणार आहे. प्रत्येक विद्यार्थ्याला काही छोट्या कथा वाचायला दिल्या होत्या. त्या त्यांनी मनात वाचल्या आहेत आणि त्यावर त्या वेळी तेथे चर्चा केली जात आहे. पहिल्या कथेत काही पुरातत्त्ववेत्ते काही अवशेषांचा अभ्यास करून परतले आहेत. त्यांना प्राचीन कलेचा एक मोठा साठा गवसला आहे असे ते जाहीर करतात; परंतु नंतर त्यांचा तो दावा खोटा असल्याचे उघडकीला येते.' विद्यार्थ्यांमध्ये या कथेवर जी चर्चा झाली तिचे वर्णन ज्युली रे यांनी असे केले आहे :

एक विद्यार्थी : ''त्यांना बहुधा प्रसिद्धी मिळवायची होती, म्हणून त्यांनी मिळालेले अपयश सरळ लपवून ठेवले.''

दुसरा विद्यार्थी : ''काही लोक त्यांना जे हवे ते आयुष्यात मिळेलच असे गृहीत धरूनच जगत असतात.''

तिसरा : ''माणसाने धीराने, सबुरीने वागून आयुष्याशी जुळवून घेतले पाहिजे.''

या अशा प्रकारचे उपक्रम त्याला फारच आवडत असल्याचेही टिमने ज्युली रे यांना सांगितले. तो असेही म्हणाला, ''हल्ली हे जग म्हणजे असे झाले आहे की, कोणीही तुम्हांला एखादे बटण दाबायला सांगेल. ते कधी दाबायचे, दाबायचे की नाही हे निर्णय तुमचे तुम्ही, विचार करून, तुम्हांला काय हवे आहे, हे लक्षात घेऊन घ्यावे लागतात. तसे ते घेण्याची पात्रता, सामर्थ्य तुमच्यामध्ये असावे लागते.''

ज्युली रे यांनी *टर्निंग ऑन ब्राइट माइंड्स* हे पुस्तक पूर्ण केले; पण ते प्रकाशित करायला त्या कोणत्याच प्रकाशकाला राजी करू शकल्या नाहीत. प्रकाशकांना तो विषय फारच मर्यादित वाटत होता. ज्युली रे यांनी ख्रिसमससाठीच्या खास वस्तूंच्या यादीच्या जाहिरातीचे एक मोठे काम केले होते. त्याचा जो मोबदला त्यांना मिळाला होता ते पैसे वापरून त्यांनी स्वतःच त्या पुस्तकाच्या, पातळ कव्हर असलेल्याच, एक हजार प्रती छापून घेतल्या आणि त्यांचे स्वतःच वाटप केले. ते साल होते १९७७.

त्यानंतर तीस वर्षांनी मला त्या पुस्तकाची प्रत 'ह्युस्टन पब्लिक लायब्ररी'मध्ये मिळाली. मग मी ज्युली रे यांचा ठावठिकाणाही शोधून काढला. त्या सेंट्रल टेक्सासमध्ये राहतात. पर्यावरण आणि संस्कृती या दोन क्षेत्रांतील योजनांची आखणी, संवाद आणि संपर्कवृद्धी यांसाठी काम करतात. त्या म्हणाल्या, ''शाळेत भेटलेल्या टिमची गेल्या दोन दशकांतील प्रगती व प्रसिद्धीची वाटचाल, त्याने प्राप्त केलेले ऐश्वर्य मी मोठ्या कौतुकाने पाहत आहे. त्याचा मला विस्मय निश्चित वाटतो आहे; पण आश्चर्य वाटत नाही, कारण ते माझ्या दृष्टीने अनपेक्षित नाहीच. मी तो लहान असताना त्याला भेटले होते त्याच वेळी त्याच्यातील शक्ती आणि सामर्थ्य दोन्ही अगदी सहजपणे जाणवणारेच होते आणि त्या वेळच्या त्या नव्या उपक्रमामधून ते जोपासले जात होते, त्याला उत्तेजन मिळत होते. त्याचा शिकण्याचा, नवनव्या गोष्टी आत्मसात करण्याचा उत्साह त्या उपक्रमालाही फायदेशीर ठरत होता. त्या उपक्रमामागच्या कल्पनेला त्याच्यासारख्यांच्या प्रतिसादामुळे बळकटी येत होती, तिची वैधता सिद्ध होत होती.''

त्या वेळी ज्युली रे यांनी टिमच्या एका शिक्षकांना त्याच्या गुणवत्तेचे मूल्यमापन करायला सांगितले होते तेव्हा ते म्हणाले होते, ''खरंच मी नाही जोखू शकत त्याची खरी पात्रता. मी एवढेच म्हणेन की जराशा मार्गदर्शनाने तो कुठल्या उंचीवर पोचू शकेल त्याला खरोखरच मर्यादाच नाहीत!''

२०११ सालच्या उत्तरार्धात मी त्याच टिम या विद्यार्थ्याला - म्हणजे जेफ बोझेस यांना त्यांच्या 'ॲमेझॉनडॉटकॉम' या कंपनीच्या सिॲटल येथील मुख्य कार्यालयात भेटायला गेलो. त्यांची ती कंपनी म्हणजे इंटरनेटचे अमर्याद सामर्थ्य ओळखून, त्याचा अचूक वापर करून एक अतिशय नावीन्यपूर्ण, तोवर मुरलेल्या पद्धतींना धक्का देणारे, परस्परविरोधी वाटणारे तंत्रज्ञान विकसित करून त्याचे सबळ असे शक्तिकेंद्र बनली होती. त्या कंपनीने कोणत्याही वस्तूंच्या, पुस्तकांच्यासुद्धा, खरेदीच्या पद्धतीत आमूलाग्र, क्रांतिकारक असा बदल घडवून आणला होता. माझी ती भेट म्हणजे त्या कंपनीच्या नेत्रदीपक प्रगतीची वाटचाल पुस्तकरूपाने शब्दबद्ध करण्याच्या माझ्या प्रयत्नांत त्या कंपनीचे सर्वेसर्वा, अर्ध्वयू जेफ बोझेस यांचे सहकार्य, मदत मिळवण्याचा माझा एक प्रयत्न होता.

'ॲमेझॉन' आधुनिक जीवनाचा अविभाज्य, अनिवार्य भाग, एक अत्यावश्यक, रोजचीच गरज बनले आहे आणि 'ॲमेझॉन'चा लोकांच्या जीवनातील सहभाग दिवसेंदिवस वाढतच चालला आहे. जगभरातील कोट्यवधी लोकांचे 'वेब ब्राउझर्स' नियमितपणे ॲमेझॉनच्या स्वत:च्या किंवा त्याच्यातर्फे काम करणाऱ्या 'झॅपोजडॉटकॉम' अथवा 'डायपर्सडॉटकॉम' अशा संकेतस्थळांवर पोहोचत असतात. कशासाठी? कोणत्याही भांडवलशाही प्रवृत्तीच्या समाजाची 'उपभोगा'ची साहजिक ऊर्मी भागवण्यासाठी-काही ना काहीतरी खरेदी करण्यासाठी! हल्ली समारंभांमधील जेवणात कसे सर्व खाद्यपदार्थ समोर मांडून ठेवलेले असतात- बुफे - तशा या ॲमेझॉनच्या संकेतस्थळावर नानाविध गोष्टी तुमच्या समोर ठेवलेल्या असतात. निवड तुम्ही करायची. अन्नपदार्थही असतातच, शिवाय पुस्तके, चित्रपटही असतात, तसेच बागकामाची साधने, फर्निचर अशाही गोष्टी असतात. एवढेच नव्हे तर एका बाजूला हजार पौंड वजनाची इलेक्ट्रॉनिक कुलूप असलेली, हत्यारेसुद्धा ठेवता येतील अशी भरभक्कम, हजार डॉलर्स किमतीची तिजोरीही असते आणि दुसऱ्या बाजूला तुमच्या लाडक्या मांजराच्या डोक्याला अडकवता येईल, हवा भरून फुगवता येईल असा दहा डॉलर्सचा युनिकॉर्न-शिंग - बनणारा फुगाही असतो. आणि यातले काहीही केवळ तीन ते पाच दिवसांत तुमच्यापर्यंत पोहोचवले जाण्याचीही सोय असते. या संकेतस्थळावर तुम्हांला हव्या असलेल्या गोष्टीची प्रतिमा काही सेकंदांत तुमच्या समोर सादर होते आणि ती प्रत्यक्ष स्वरूपात काही दिवसांत

तुमच्या दारी येते, हाती पडते. अ‍ॅमेझॉनने ग्राहकाला तत्काळ समाधान बहाल करण्याची कला पूर्णत्वाला नेली आहे. ''अहो, मी मागवलेली वस्तू कबूल केलेल्या वेळेच्याही आधी, अपेक्षेपेक्षा कितीतरी लवकर माझ्या हातात पडली!'' असे संतोषाचे, कौतुकाचे बोल ग्राहकांच्या तोंडून निघणे हेही अ‍ॅमेझॉनच्या बाबतीत अपवादात्मक राहिलेले नाही.

अ‍ॅमेझॉन या कंपनीने स्थापनेपासून फक्त सतरा वर्षांत एकसष्ट हजार कोटी डॉलर्सच्या विक्रीचा आकडा पार केला आहे आणि ती कंपनी 'कमीतकमी काळात शंभर कोटी डॉलर्सची सीमा ओलांडणारी कंपनी' ठरण्याच्या मार्गावर आहे. ही अशी कंपनी आहे- जिच्याविषयी ग्राहकांच्या मनात अमाप प्रीती आणि स्पर्धक कंपन्यांच्या मनात अफाट भीती आहे. औद्योगिक क्षेत्रात वापरल्या जाणाऱ्या खासगी, अनौपचारिक भाषेत या कंपनीच्या नावावरून काही खास अर्थाचे वाक्प्रचारही तयार झाले आहेत. सिअ‍ॅटलमध्ये एखाद्या नव्याने सुरू झालेल्या कंपनीने जर अल्पावधीत ग्राहकांचे खिसे यशस्वीपणे रिकामे करायला आणि त्या क्षेत्रातील मातब्बर कंपन्यांच्या फायद्यांचे डोंगर खणायला सुरुवात केली असेल तर त्या कंपनीच्या झंझावाती प्रगतीकडे हतबद्ध होऊन पाहण्याची वेळ आलेल्या, त्या हरत चाललेल्या मातब्बर कंपन्यांचे वर्णन 'टु बी अ‍ॅमेझॉन्ड' असे केले जाते.

'अ‍ॅमेझॉनडॉटकॉम' या कंपनीचा जगाला माहीत असलेला इतिहास म्हणजे इंटरनेटचा नवलपूर्ण; पण अत्यंत परिणामकारक वापर करणाऱ्या उद्योगाची यशोगाथा, एक अनोखी सत्य कथा आहे. इंटरनेटच्या माध्यमातून पुस्तकांची विक्री करणारी एक छोटीशी कंपनी म्हणून अ‍ॅमेझॉनने या क्षेत्रात चंचुप्रवेश केला. १९९०च्या दशकाच्या अखेरच्या वर्षात 'डॉटकॉम'ची जोशपूर्ण लाट आली. त्यावर स्वार होऊन अ‍ॅमेझॉनने संगीत, चित्रपट, इलेक्ट्रॉनिक्सची साधने व उपकरणे आणि खेळणी यांचीही विक्री सुरू केली. परंतु या नव्या प्रकारच्या विक्रीपद्धतीच्या यशाविषयी तज्ज्ञांकडून, अभ्यासकांकडून शंका व्यक्त केली जाऊ लागली. त्यातच ते दशक आणि विसावे शतक संपताना स्टॉक मार्केटमध्ये प्रचंड उलथापालथ झाली, डॉटकॉम कंपन्यांचा बुडबुडा फुटलाच; पण अ‍ॅमेझॉनने कसेबसे ते अरिष्ट टाळले, जीव वाचवला आणि पुन्हा प्रगतीची वाटचाल सुरू केली. कंपनीने वितरण व्यवस्थेवर विशेष लक्ष दिले, तिचे गुंतागुंतीचे जाळे

अतिशय पद्धतशीरपणे आणि घट्ट बांधून त्यावर कंपनीने पूर्ण नियंत्रण आणले, त्यावर प्रभुत्व मिळवले. अशा पूर्ण तयारीनिशी कंपनीने विक्रीचे क्षेत्र वाढवत नेले. तंत्रज्ञानाच्या चाहत्यांना अगणित सॉफ्टवेअर्स उपलब्ध करून दिली आणि त्याबरोबरच आम ग्राहकाला हव्या असणाऱ्या दागदागिने, कपडेलत्ते, वेशभूषेचे सर्व प्रकार, खेळांसाठीचे पोशाख आणि त्यासाठी लागणारी विविध साधने, वाहनांशी संबंधित वस्तू, सुटे भाग अशा गोष्टींचीही विक्री सुरू केली. कंपनीने आवाका इतका वाढवला की, जे तुम्हांला हवे ते, जे तुम्ही मागाल ते मिळेल- असा दावा करण्याच्या स्थितीला पोहोचली. ॲमेझॉनने 'इंटरनेटवरून वस्तूंची विक्री करणारी जगभरातील सर्वांत मोठी कंपनी' हे स्थान मिळवले. ॲमेझॉनमुळे अन्य कितीतरी उत्पादकांची त्यांची उत्पादने विकण्याची, खपवण्याची उत्तम सोय झाली. अशा रीतीने आपले स्थान बळकट करून ॲमेझॉन थांबली नाही. तिने 'ॲमेझॉन वेब सर्व्हिसेस' या नावाने क्लाउड कॉम्प्युटिंग इन्फ्रास्ट्रक्चरही ग्राहकांना पुरवण्यास आणि किंडल इलेक्ट्रॉनिक रीडर, किंडल फायर टॅब्लेट यांसारखी माफक किमतीतील; पण अत्यंत व्यवहार्य अशी साधनेही विकण्यास सुरुवात केली.

ॲमेझॉनशी उघडपणे स्पर्धा करणाऱ्या 'गुगल' या कंपनीचे चेअरमन एरिक श्मीड हे स्वतः 'ॲमेझॉन प्राइम' या दोन दिवसांत त्याने मागवलेल्या वस्तू ग्राहकांपर्यंत पोहोचवणाऱ्या, इतर अनेक सोयी उपलब्ध करून देणाऱ्या ॲमेझॉनच्या खास शीघ्र सेवाशाखेचे सदस्य आहेत. त्यांनी म्हटले आहे, ''माझ्या मते ॲमेझॉन ही एका अतिशय हुशार, स्वतः पाहिलेले स्वप्न प्रयत्नपूर्वक, चिकाटीने साकार करणाऱ्या एका संस्थापकाची जीवनकथाच आहे. त्याच्यासारखी दुसरी उदाहरणे सापडणेच कठीण आहे. 'ॲपल' हे एक आहे; परंतु एक वेळ अशी होती जेव्हा बहुसंख्य लोक ॲमेझॉन व्यवहार्य दरात कबूल केलेली सेवा पुरवूच शकणार नाही आणि त्यामुळे ती अपयशीच ठरणार अशाच निष्कर्षाला येऊन पोहोचले होते. कंपनीचा तोटा फुगत चालला होता, कोट्यवधी डॉलर्सचे नुकसान होत होते; पण जेफ कमालीचा व्यवहारचतुर आहे, गप्प बसणारा नाही. स्वतःच्या धंद्यातल्या बारीकसारीक गोष्टी, खाचाखोचा माहीत असणारा, त्या सर्वांची कोणापेक्षाही जास्त कसून काळजी घेणारा एक जाणकार, आदर्श असा संस्थापक आहे.''

आज ॲमेझॉन स्टॉक मार्केटमध्ये अत्युच्च स्थानावर आहे; पण तरीही कंपनीने तिचे वैशिष्ट्य राखले आहे आणि तेच लोकांना कोड्यात टाकणारे आहे. एकीकडे रोख्यांची किंमत गगनाला भिडत असताना कंपनीच्या बॅलन्स शीटमध्ये तिचे निव्वळ उत्पन्न मात्र अगदी खुरटलेले दिसते आहे. एकीकडे कंपनी पुरवणाऱ्या वस्तूंच्या यादीत रोज अनेक नवनव्या वस्तूंची भर पडत असताना, कंपनीच्या कार्यक्षेत्राचा विस्तार अचंबित करीत असताना २०१२ साली कंपनीने तोटा सहन केलेला दिसला आहे. परंतु हे सगळे चढउतार, धक्के या सगळ्याकडे 'वॉल स्ट्रीट' मात्र तटस्थपणे पाहत राहिला आहे. ''माझ्या भागधारकांनो, हे लक्षात ठेवा की मी या कंपनीची बांधणी ती प्रदीर्घ काळ टिकेल हे धोरण ठेवूनच करतो आहे,'' या जेफ बेझोस यांच्या सततच्या आश्वासनाने कंपनीने भागधारकांचा विश्वास जिंकला आहे. कंपनीत पैसे गुंतवलेले हे भागधारक कंपनीचा हा विश्वासार्ह संस्थापक तिचा विस्तार आटोक्यात आणण्याचे ठरवून घसघशीत फायदा मिळवण्याकडे कधी वळतो याची सोशीकपणे वाट पाहायला राजी आहेत.

जेफ बेझोस यांनी इतरांच्या मतांची कधी फारशी पर्वा केलेली नाही, असेच दिसून आले आहे. कोणत्याही समस्येची पूर्ण उकल करण्याचे कौशल्य त्यांना पूर्ण अवगत आहे. स्पर्धात्मक बाजारपेठेत ते बुद्धिबळाच्या खेळातील 'ग्रॅन्ड मास्टर'च्या चाणाक्ष, विश्लेषणात्मक दृष्टिकोनातून शह, प्रतिशहाचे तंत्र वापरतात. 'ग्राहकाचे पूर्ण समाधान' या ध्येयाने ते कायम झपाटलेले, पछाडलेले असतात. त्यासाठी मोफत सेवा पुरवण्याचे तंत्रही ते वापरतात. त्यांच्या महत्त्वाकांक्षा फारच जबरदस्त आहेत. त्या केवळ त्यांच्या उद्योगाच्या, ॲमेझॉनच्या विस्तारापुरत्याच मर्यादित नाहीत, एकंदरीतच विज्ञानाच्या कक्षा रुंदावणे, त्याचा आवाका वाढवणे, प्रसार माध्यमांचे रंगरूप बदलून टाकणे यासाठीही ते जोमाने काम करतात. रॉकेट्स तयार करणाऱ्या त्यांच्याच 'ब्ल्यू ओरिजिन' या कंपनीला तर ते भरघोस भांडवल पुरवतातच, शिवाय आर्थिक अडचणीत सापडलेली 'वॉशिंग्टन पोस्ट' हे वृत्तपत्र प्रकाशित करणारी कंपनीही त्यांनी २०१३ सालच्या ऑगस्ट महिन्यात २५ कोटी डॉलर्स इतकी किंमत देऊन विकत घेऊन प्रसार माध्यमांच्या क्षेत्रात प्रचंड खळबळही उडवून देतात.

अशा या जेफ बेझोस यांच्या हाताखाली काम करणे हे अतिशय अवघड काम आहे, याची साक्ष कंपनीचे अनेक कर्मचारी देतात. खरे तर

त्यांचे मनमोकळे हास्य, आनंदी, चैतन्यदायी व्यक्तिमत्त्व प्रसिद्ध आहे; परंतु लिफ्टमध्ये बरोबर असणाऱ्या कर्मचाऱ्यांवरही आदरयुक्त दबाव आणणाऱ्या 'ॲपल'च्या संस्थापक स्टीव्ह जॉब्ज यांच्यासारखीच जेफ बेझोस यांचीही मते जरा जास्तच परखड आणि ठाम आहेत. ते लहानातल्या लहान तपशिलातही बारकाईने लक्ष घालणारे मॅनेजर आहेत. त्यांच्याकडे नव्या कल्पनांचा अमर्याद साठा आहे; पण त्यांच्या काटेकोर गुणवत्तेच्या निकषाला न उतरणाऱ्या कामाविषयीच्या त्यांच्या प्रतिक्रिया ते फार कठोर शब्दांत ऐकवतात, असाही त्यांचा लौकिक आहे.

स्टीव्ह जॉब्जसारखेच जेफही त्यांची स्वतःची असाधारण बुद्धी, दुसऱ्यालाही आपल्यासारखेच सर्वस्व झोकून काम करायला लावण्याचे कौशल्य, चिकाटी, निष्ठा या सर्व गोष्टींचा त्यांच्या बरोबरीने काम करणाऱ्यांवर विलक्षण प्रभाव पाडून त्यांनाही तितक्याच परिणामकारक पद्धतीने काम करायला प्रोत्साहित करतात. तसेच परिणामांविषयी मात्र ते नेहमीच असमाधानी असतात. ''ग्राहक हा केंद्रस्थानी ठेवण्यासाठी आपल्या कंपनीच्या, कंपनीबरोबर काम करणाऱ्या अन्य सर्व उद्योगांच्या आणि त्यातून संपूर्ण जगाच्याच गुणवत्तेची पातळी वाढवणे हे ॲमेझॉनचे सांघिक ध्येय आहे,'' असे जेफ नेहमीच म्हणतात. ते आणि त्यांचे कर्मचारी हे खरोखरच सतत ग्राहकाला समाधान पोहोचवण्याच्या कामात व्यग्र असतात; पण त्यांच्या स्पर्धकांनाच नव्हे तर त्यांच्या उद्योगातील भागीदारांनाही मागे टाकताना मात्र ते जराही दयामाया दाखवीत नाहीत. ''ॲमेझॉन ज्या स्पर्धात्मक क्षेत्रात काम करीत आहे, त्याचा विस्तार अमर्याद आहे आणि त्यामुळेच त्यात बऱ्याच यशस्वी स्पर्धकांना जागा आहे,'' असे बेझोस यांचे म्हणणे आहे. ते खरे असू शकते, पण वस्तुस्थिती मात्र असे स्पष्टपणे दाखवते की ॲमेझॉनने जगभरात नाव कमावलेल्या, यश कमावलेल्या, प्रसिद्धी पावलेल्या सर्किट सिटी, बॉर्डर्स, बेस्ट बाय,बार्न्स ॲन्ड नोबल यांसारख्या कंपन्यांना गाशा गुंडाळायला लावला आहे.

अमेरिकन लोकांचा सर्वसाधारण स्वभाव असा असतो की, जेव्हा एखाद्या प्रचंड उद्योगसमूहाचा भाग असलेल्या मोठमोठ्या कंपन्या लांबलांबच्या शहरात असतात आणि तो उद्योगसमूह अधिकाधिक बलाढ्य होत असतो, त्याच्या त्या कंपन्यांचे यश वा अपयश सभोवतालच्या समाजाचे रंगरूप बदलून टाकत असते; तेव्हा ते अस्वस्थ होतात, सचिंत

होतात, सावध होतात. वॉलमार्ट, सीअर्स, वुलवर्थ इत्यादी उद्योगसमूहांना अशा सामाजिक अविश्वासाला तोंड द्यावे लागले आहे. या आधीही त्या त्या काळातील काही आघाडीच्या उद्योगसमूहांनाही समाजाची साशंकता सहन करावी लागली आहे. अगदी पूर्वी, म्हणजे १९४० सालीसुद्धा, 'ए ॲन्ड पी' या अन्नधान्य व अन्य गृहोपयोगी वस्तूंची विक्री करणाऱ्या अशाच साखळी उद्योगालाही लोकांनी दाखल केलेल्या एका गंभीर अविश्वास ठरावाला न्यायालयात तोंड द्यावे लागले होते. अमेरिकन लोक अधिक सोयी, किमतीमध्ये घट अशा कारणांसाठी अनेक मोठमोठ्या उद्योगसमूहांविरुद्ध एकत्र येऊन लढतात. पण काही उद्योगसमूह इतके मोठे होतात, समाजाची एक अविभाज्य गरज बनून जातात की, मग त्यांच्या संबंधी समाजात दोन विरुद्ध मनोवृत्ती असल्याचे दृष्टोत्पत्तीस येते. एका बाजूला समाजाला अशा विस्तृत उद्योगांकडून मिळणारा स्वस्ताईचा लाभ तर हवा असतो; पण त्याच वेळी तशा बऱ्याच शाखा असलेल्या उद्योगांमुळे बरीच वर्षे धंदा कमी झालेले कोपऱ्यावरील एखाद्या कुटुंबाने चालवलेले रोजच्या गरजेच्या वस्तू मिळणारे दुकान डबघाईला यायला नको असते किंवा जागोजागी दुकानांची रेलचेल असलेल्या 'बार्न्स ॲन्ड नोबल'सारख्या उद्योगसमूहाकडून किंवा आता रोजच्या जीवनाचा भाग बनलेल्या ॲमेझॉनसारख्या कंपनीकडून गावातल्याच कोणाचेतरी तसेच जुने पुस्तकाचे दुकान मात्र बंद व्हायला नको असते.

बेझोस स्वत:च्या कंपनीविषयी अत्यंत काळजीपूर्वक बोलतात. ते कंपनीच्या भावी योजनांविषयी बोलतात त्या वेळी ते कळायला कठीण असते, त्यात ते फार तपशील देत नाहीत. त्यांच्या कृतींमागचे उद्देश, त्या संबंधीचे त्यांचे विचार यांत ते संदिग्धता राखतात. ते सिॲटलमधील उद्योगजगतातले, एकंदरीतच तांत्रिक उद्योगजगतातलेही एक गूढ, अनाकलनीय असेच व्यक्तिमत्त्व आहेत. सभा-संमेलनांमधून ते क्वचितच बोलतात, प्रसार माध्यमांना मुलाखतीही फारच कमी वेळा देतात. त्यांच्याविषयी आदर असणारे, ॲमेझॉन कंपनीच्या प्रगतीवर अगदी जवळून, बारकाईने लक्ष ठेवणारेसुद्धा त्यांच्या आडनावाचा उच्चार चुकीचा करतात. (तो 'बेझोस' असा आहे, 'बीझोज' नाही).

ॲमेझॉनच्या प्रारंभीच्या काळात तिला भरभक्कम पाठिंबा देणारे, ॲमेझॉनच्या डायरेक्टर बोर्डावर दीर्घ काळ असणारे एक फार मोठे

आर्थिक गुंतवणूकदार जॉन डोअर हे कंपनीच्या जनसंपर्काच्या बाबतीतील कंजुषीला 'बेझोस थिअरी ऑफ कम्युनिकेटिंग'- 'बेझोस संपर्कपद्धती'- असे म्हणतात. ते म्हणतात, ''बेझोससमोर वृत्तपत्राला देण्याचा मजकूर, कंपनीच्या सेवेचे अथवा उत्पादनाचे वर्णन, भागधारकांना लिहायची पत्रे, एखादे भाषण यांपैकी कशाचाही मसुदा मंजुरीला ठेवला की तो हातात लाल शाईचे पेन घेऊनच बसतो आणि त्यातील जे जे ग्राहकांसाठी साधे, सरळ, सोपे नसेल, सकारात्मक नसेल त्यावर काट मारतो.''

ॲमेझॉनची कथा आपल्याला चांगली माहीत आहे असे आपल्याला फक्त वाटत असते; पण खरे तर आपल्याला बेझोस यांच्या लाल शाईच्या काटांमधून वाचलेल्या वृत्तपत्रांतील मजकूर, भाषणे, मुलाखती यांच्यामधून आपल्यापर्यंत पोहोचलेली पुराणकथाच तेवढी ज्ञात असते.

सिॲटल या शहरात पश्चिमेकडे प्युजेट साउंडला आणि पूर्वेकडे लेक वॉशिंग्टनला कॅनाल्सने जोडले गेलेले एक लहानसे, वितळलेल्या बर्फाच्या पाण्याने बनलेले 'लेक युनियन' नावाचे सरोवर आहे. त्या सरोवराच्या दक्षिणेला ॲमेझॉन कंपनीच्या, फारसा झगमगाट नसलेल्या, साध्यासुध्या बारा इमारती उभ्या आहेत. या जागेत फार पूर्वी 'नेटिव्ह अमेरिकन एनकॅम्पमेंट्स'- घरदार नसलेल्या मूळ अमेरिकन रहिवाशांसाठी उभारलेल्या वसाहती होत्या आणि त्यानंतर एकोणिसाव्या शतकात एक भला मोठा लाकडे कापण्याचा कारखाना होता. त्या भागात असलेले एके काळचे चराऊ, गवताळ कुरण आता इतिहासजमा झाले आहे. आता तेथे काही बायोमेडिकल क्षेत्रातील नव्या कंपन्या, एक कॅन्सर रिसर्च सेंटर आणि युनिव्हर्सिटी ऑफ वॉशिंग्टन स्कूल ऑफ मेडिसिन यांच्या इमारतींची गर्दी आहे, तो परिसर आता गजबजून गेला आहे.

ॲमेझॉनची ऑफिसेस अत्याधुनिक आहेत; परंतु त्यावर झगमगती नावे झळकताना दिसत नाहीत, डोळ्यांत भरेल अशा सजावटी दिसत नाहीत. इमारतीही टोलेजंग नाहीत, उलट त्यांची उंची लक्षात येण्याइतकी कमी आहे. पण टेरी ॲव्हेन्यू आणि रिपब्लिकन स्ट्रीट यांच्या कोपऱ्यावरील ॲमेझॉनच्या उच्च अधिकाऱ्यांची ऑफिसेस असलेल्या कंपनीच्या 'डे वन नॉर्थ' नावाच्या इमारतीत शिरताच समोरच्या भिंतीवरील ॲमेझॉनचे प्रसन्न परिचयचिन्ह तुमचे स्वागत करते. भिंतीपुढे सर्वच स्वागतिकांमध्ये असते तसे एक लांबच लांब आयताकृती टेबल आहे. परंतु त्यातही एक अनोखी गोष्ट

लक्ष वेधून घेणारी आहे. टेबलाच्या एका कोपऱ्यात एक मोठी बरणी आहे आणि त्यात कुत्र्यांना आवडणारी बिस्किटे भरून ठेवलेली आहेत. कामावर येताना बरोबर आपली लाडकी कुत्री घेऊन येणाऱ्या कर्मचाऱ्यांसाठी ही खास सुविधा आहे. (कर्मचाऱ्यांकडून वाहनांचे पार्किंग आणि नाश्ता, जेवण यांचेही वेगळे पैसे घेणाऱ्या या कंपनीतील ही 'सुविधा' खरोखरच अपवादात्मक म्हणावी अशीच आहे.) एलेव्हेटर्सजवळ एक काळा फलक आहे, ज्यावर पांढऱ्या अक्षरात एक असा संदेश लिहिलेला आहे. जो तेथे येणाऱ्यांना याची जाणीव करून देतो की, ते कंपनीच्या तत्त्वज्ञानी अध्वर्यूच्या 'राज्या'त प्रवेश करीत आहेत. संदेश असा आहे :

'अजून शोधायचे कितीतरी राहिले आहे.
अजून नवे कितीतरी घडायचे आहे.
इंटरनेट किती प्रभावी बनणार आहे याची कोणाला अजून पूर्ण कल्पनाच नाही.
आजचा दिवस तर त्या प्रगतीच्या वाटचालीतला केवळ 'पहिला दिवस' आहे!'

– जेफ बेझोस

ॲमेझॉनच्या अंतर्गत पद्धती, रीती-भाती विचित्र व विक्षिप्त आहेत. मीटिंग्जमध्ये पॉवर पॉइंट किवा स्लाइड्सचा उपयोग कधीच केला जात नाही. जे सांगायचे, मांडायचे, सादर करायचे असेल ते मुद्देसूदपणे पाच-सहा पानांच्या निबंधवजा अहवालात लिहून द्यावे लागते. अशा वर्णनात्मक पद्धतीने लिहून काढण्याने तुम्ही केलेला सखोल, महत्त्वाचा विचार नीट जोपासला जातो आणि व्यवस्थितपणे व्यक्त होतो, असे जेफ बोझेस यांचे मत आहे. कुठलीही नवी सेवा, नवे उत्पादन, नवी कल्पना व्यवस्थापनासमोर मांडताना तिच्या निर्मात्याला ती वर्तमानपत्राद्वारे प्रसिद्धीस देण्यासाठी तो ती ज्या पद्धतीने, ज्या व जेवढ्या शब्दांत लिहून देईल अगदी तशीच लिहून काढून सादर करावी लागते. यामागील हेतू हा आहे की, थेट अंतिम ग्राहकाला, उपभोक्त्याला त्याविषयी प्रथमच कशा स्वरूपात, कोणत्या शब्दांत, कशा प्रकारे माहिती मिळणार आहे ते तसेच्या तसे व्यवस्थापनाला

कळावे, व्यवस्थापनासमोरही ती कल्पना तशीच्या तशीच यावी. अशा मीटिंगच्या सुरुवातीला सर्व उपस्थितांना तसा लिखित अहवाल वाचायला दिला जातो. सर्व जण तो मनात काळजीपूर्वक वाचतात आणि मग चर्चेला प्रारंभ होतो- अगदी 'रिव्हर ओक्स एलेमेंटरी स्कूल'च्या मुख्याध्यापकांच्या ऑफिसमधल्या चर्चेसारखेच सगळे घडते! ॲमेझॉनचा हा रिवाज मला माहीत असल्याने जेफ बेझोस यांच्या बरोबर या पुस्तकाच्या संबंधात त्यांचे सहकार्य मिळावे, असा विनंतीप्रस्ताव घेऊन मी जेव्हा त्यांना प्रथम भेटायला गेलो, तेव्हा मी त्यांना अभिप्रेत असलेला 'ॲमेझॉन स्टाइल'- वर्तमानपत्रात माझ्या प्रस्तावित पुस्तकाविषयीचा पहिला लेख जसा लिहून येईल, ज्या शब्दांत वाचक तो वाचतील, अगदी तसाच- लेखी प्रस्ताव बरोबर घेऊन गेलो होतो.

आमची पहिली मीटिंग 'एक्झिक्युटिव्ह कॉन्फरन्स रूम'मध्ये झाली. मोठे, लांब-रुंद टेबल, त्याला सहाएक डोअर-डेस्क्स. वीस वर्षांपूर्वी जेफ बेझोस यांनी ॲमेझॉनची सुरुवात एका लहानशा गॅरेजमध्ये केली. त्या गॅरेजमधले त्यांचे पहिले टेबल... ज्या पिवळसर तपकिरी रंगाचे आणि ज्या प्रकारच्या लाकडाचे होते, त्या कॉन्फरन्स रूममधले टेबलही त्याच रंगाचे आणि त्याच प्रकारच्या लाकडाचे होते. टेबलांची डोअर डेस्क्स ही खास ॲमेझॉनच्या काटकसरी धोरणाचे प्रतीकच आहेत. रूममध्ये आलेले बेझोस ताजेतवाने, सडसडीत, तंदुरुस्त दिसत होते. माझ्या त्या भेटीच्या अकरा वर्षे आधी, सन २००० मध्ये मी पहिल्यांदा बेझोस यांची मुलाखत घेतली होती. त्या दिवशी ते एक मोठा परदेशदौरा करून नुकतेच परत आले होते आणि त्यांच्याकडे पाहताना प्रदीर्घ प्रवासाचा परिणाम झालेला जाणवत होता. ते आजारी आहेत असेच वाटण्याइतपत निस्तेज, फिकट दिसत होते. परंतु अकरा वर्षांनंतरच्या भेटीत, जशी त्यांनी त्यांची कंपनी अकरा वर्षांत 'आकारा'त आणली होती, तशी त्यांची शरीरयष्टी, त्यांचे आरोग्यही सुधारलेले, काळजीपूर्वक चांगले राखलेले लक्षात येत होते. त्यांना टक्कल होतेच. आता त्यांनी डोक्यावरील सर्वच केस काढून टाकून ते पूर्ण गुळगुळीत करून टाकले होते. त्यामुळे ते त्यांच्या लहानपणाच्या आवडत्या 'स्टार ट्रेक : द नेक्स्ट जनरेशन' या काल्पनिक विज्ञानकथेचा नायक कॅप्टन पिकार्ड याच्यासारखे दिसत होते.

आम्ही समोरासमोर बसलो. मी लिहून आणलेला पुस्तकाचा 'ॲमेझॉन स्टाइल' लेखी प्रस्ताव मी त्यांच्या समोर ठेवला. त्यांनी तो बघितला,

चाळला आणि जेव्हा माझ्याकडे पाहिले तेव्हा माझी चलाखी त्यांच्या लक्षात आली आहे, हे माझ्याही लक्षात आले. त्यांची प्रतिक्रिया काय होते याचे मला दडपण आले होते; पण ते जोरात हसले, इतके खदखदून की हसता हसता त्यांना खिशातून रुमाल काढून त्यांच्या ओठांवर आलेली लाळ टिपून घ्यावी लागली.

–तेच खास हास्य आणि तीच विशिष्ट शैली, जी गेली काही वर्षे सर्वत्रच चर्चेचा विषय झाली होती. ज्याला बरीच प्रसिद्धीही मिळाली होती – मान मागे टाकली जाते, डोळे मिटतात, पार घशातून जोरदार- हत्तीची गर्जना किवा एखाद्या यंत्राची घरघर वाटावी असे- हास्य फुटते, तेही अगदी अचानक, अगदी अनपेक्षित असताना, इतरांना काहीच हसण्यासारखे, गमतीचे वाटत नसताना. बेझोस यांचे हास्य हे कोणालाच न सुटलेले कोडे आहे. अशी भावनेची एकाग्रता, तीव्रता आणि तिची अशा दणाणत्या दहा मजली हास्यातून होणारी अभिव्यक्ती ही अपवादात्मक आहे. हे असाधारण हास्य त्यांच्या कुटुंबीयात, नातेवाइकांमध्येही कोणाचेच नाही, म्हणजे ते 'रक्तातून आलेले' नाही.

ॲमेझॉनमधील कर्मचारी सुरुवातीला संभाषण कापत जाणाऱ्या बेझोस यांच्या तशा गडगडाटी हास्याने हबकूनच जायचे, गोंधळून जायचे. त्यांचे काही सहकारी असे सांगतात की हे त्यांचे हास्य सहेतुक असते, ते विविध प्रकारच्या परिस्थितींत त्याचा वापर एखाद्या शस्त्रासारखा करतात. ॲमेझॉनचे माजी माहिती अधिकारी रिक डाल्झेल म्हणतात, ''त्यांच्या हास्याचा अर्थ तुम्हांला बरोबर समजतो. कधी ते तुम्हांला नि:शस्त्र करण्यासाठी असते तर कधी नमवण्यासाठी. ते त्या हास्यातून शिक्षाही देतात.''

मी त्यांच्या समोर ठेवलेला लिखित प्रस्ताव त्यांनी दोन मिनिटे वाचला आणि आम्ही या पुस्तकाच्या बाबतीतल्या माझ्या महत्त्वाकांक्षी उद्दिष्टांविषयी बोललो. ''१९९० सालच्या प्रारंभी वॉलस्ट्रीटवर ॲमेझॉनने उपस्थिती नोंदवली, तेव्हापासून आजपर्यंतच्या प्रवासाची अगदी तपशीलवार, सांगोपांग कथा सांगणे,'' हे माझे उद्दिष्ट असल्याचे मी त्यांना सांगितले. आमचे संभाषण जवळजवळ तासभर सुरू होते. या अशा एखाद्या यशस्वी कंपनीच्या वाटचालीची, तिच्या अध्वर्यूची कथा सांगणाऱ्या माझ्या लिखाणाला मार्गदर्शक ठरू शकतील, अशा काही पुस्तकांविषयीही आम्ही बोललो. 'ॲपल'चे सीईओ स्टीव्ह जॉब्ज यांच्या अकाली निधनानंतर

प्रकाशित झालेल्या वॉल्टर आयझॅकसन यांनी लिहिलेल्या चरित्राचाही आमच्या संभाषणात प्रामुख्याने उल्लेख आला.

ॲमेझॉनबद्दल लिहिलेले असे पुस्तक लिहिण्याची व ते प्रकाशित करण्याची ती वेळ किती आणि कशी अवघड, चुकीचीच आहे याबद्दलही आम्ही चर्चा केली. 'द एव्हरीथिंग स्टोअर' या पुस्तकाच्या सर्वच – ऑनलाइन आणि ऑफलाइन, दोन्ही प्रकारच्या विक्रेत्यांची त्या पुस्तकाबद्दलही फारच ठाम आणि टोकाची मते होती. हे पुस्तक प्रकाशित करणाऱ्या 'लिट्ल, ब्राऊन अ‍ॅन्ड कंपनी' या प्रकाशन संस्थेचे मालक, फ्रेंच प्रसार माध्यमातील एक फार मोठे व्यक्तिमत्त्व हॅशेट लिव्ह यांनी नुकतेच त्यांची कंपनी आणि ॲमेझॉन यांच्यामधील इलेक्ट्रॉनिक पुस्तकांच्या किमतींच्या बाबतीतल्या वादासंबंधीच्या दीर्घकालीन अविश्वासदर्शक ठरावावर यूएस डिपार्टमेंट ऑफ जस्टिस आणि युरोपिअन युनियनमधील नियामक अधिकारी यांच्याशी समझोता केला होता. किरकोळ विक्री करणाऱ्या आणि प्रसार माध्यमात कामे करणाऱ्या अनेक कंपन्या ॲमेझॉनकडे अत्यंत सक्षम असा भागीदार तसेच एक धोकादायक स्पर्धक या दृष्टिकोनातून बघायचे. हॅशेट लिव्ह यांनाही तसाच दृष्टिकोन स्वीकारावा लागला. पुस्तकांच्या विक्रीच्या व्यवसायाबाबत बेझोस यांचा एक अगदी निराळा, व्यावसायिकांना विचारात पाडणारा विचार होता. ते लेखकांना आणि वार्ताहारांना सांगत की, ॲमेझॉन पुस्तक व्यवसायाला कुठेच नेत नाही, तो व्यवसाय त्याच्या अटळ भविष्याकडेच वाटचाल करतो आहे.

गेल्या दहा वर्षांत मी बेझोस यांच्याशी दहा–बारा वेळातरी बोललो असेन. दर वेळच्या आमच्या संभाषणात उत्साह असे, उल्हास असे, जिवंतपणा असे, तशीच गंमत, विनोदही असे आणि अर्थातच मधून मधून त्यांच्या गडगडाटी हास्याने त्यात खंडही पडत असे. ते नेहमीच विचारात गढलेले असत, त्यांच्यातील ऊर्जा प्रकर्षाने जाणवत असे, उत्कटता मनाला भिडत असे. (ते जर कधी हॉलवेमध्ये भेटले तर ते ऑफिसमधील लिफ्ट कधीच वापरत नाहीत, जिन्यानेच वर–खाली करतात याचा आवर्जून उल्लेख करीत.) संभाषण सुरू असताना त्यांचे लक्ष संभाषणातील विषयावरच केंद्रित झालेले असे. साधारणपणे उच्च अधिकारी जसे नेहमीच घाईगडबडीत असल्याचे, दुसरे महत्त्वाचे काम असल्यासारखे दाखवतात तसे ते कधीच जाणवू देत नसत. संभाषण ठरीव साचाच्या, औपचारिक विषयाला सोडून

अशा अर्थशून्य बोलण्याकडे वळत नाही ना- याविषयी ते कमालीचे दक्ष असत. तशा बोलण्याविषयीची त्यांची तीव्र नावड, ते टाळूनच बोलणे यांसारख्या त्यांच्या अनेक बोलण्या-वागण्याच्या पद्धती, नेहमी वर्णन करण्यात येणारे प्रसंग, बोलण्यात हमखास येणारी वाक्ये हे सर्व 'जेफिझम'- जेफवाद - या नावाने कंपनीत ओळखले जाऊ लागले होते. काही वाक्ये तर दशकाहून अधिक काळापासून प्रचलित आहेत.

''माझ्या कंपनीचे वेगळेपण खरे कशात आहे हे जर तुम्हांला जाणून घ्यायचे असेल तर ते ग्राहकाला केंद्रस्थानी ठेवणे, नेहमी दीर्घकालीन विचार करणे आणि सतत नव्याचा शोध घेत राहणे, या आमच्या त्रिसूत्री धोरणात आहे,'' असे ते 'जेफवादी' भाषेत म्हणतात, ''इतर बहुतेक कंपन्या अशा नसतात. त्या ग्राहकापेक्षा त्यांच्या स्पर्धक कंपन्यांच्या कृतींकडे लक्ष केंद्रित करून असतात. त्वरित, अगदी दोन-तीन वर्षांत, लाभ मिळवून देणाऱ्या गोष्टी करण्याकडे त्यांचा अधिक कल असतो. धरसोडीची वृत्ती असते. त्यांना हवा तसा दोन-तीन वर्षांत फायदा झाला नाही तर ते त्या गोष्टी सोडून देऊन नव्या निराळ्या मार्गांकडे वळतात. ते नवे काहीतरी शोधण्यापेक्षा, त्यातील धोके पत्करण्यापेक्षा, सुरक्षित चाकोरी चोखाळणे पसंत करतात. तेव्हा ॲमेझॉनविषयीचे सत्य जाणून घ्यायचे असेल तर ते 'आम्ही वरील कारणांमुळे निराळे आहोत' हे आहे. फारच कमी कंपन्या आमची त्रिसूत्री पाळणाऱ्या असतात.''

माझ्या पुस्तकाविषयीची आमची चर्चा सुमारे एक तास चालली होती. ती संपता संपता बेझोस यांनी टेबलावर कोपरे टेकून, पुढे झुकून मला विचारले, ''तुम्ही 'नॅरेटिव्ह फॉलसी'चं काय करणार आहात?''

'नॅरेटिव्ह फॉलसी'! तो शब्द आणि त्यांचा तो प्रश्न ऐकल्यावर माझी स्थिती गेली वीस वर्षे कंपनीच्या त्या बुद्धिमान सर्वोच्च अधिकाऱ्याकडून अनपेक्षित आणि अवघड प्रश्न झेलणाऱ्या 'ॲमेझॉन'मधील कर्मचाऱ्यांसारखीच झाली!! बेझोस यांनीच त्या निराळ्या, अवघड शब्दाचा अर्थ, संदर्भ समजावून सांगितला. हा शब्द नसीम निकोलस तालेब या लेखकाची निर्मिती आहे. त्याने त्याच्या २००७ साली प्रसिद्ध झालेल्या 'द ब्लॅक स्वान' या पुस्तकात तो वापरला आहे. मानवी आयुष्यातील अनेक अवघड सत्ये, गुंतागुतीचे प्रसंग, तोंड द्याव्या लागलेल्या निरनिराळ्या परिस्थिती

यांतून त्यातील क्लिष्टता, प्रतिकूलता यांकडे सोईस्कररीत्या दुर्लक्ष करून, त्यातून आपल्याला हवा तसाच अर्थ काढत, एका अगदी साध्या-सरळ, सर्व बोचरी टोके घासलेल्या, मनाला दिलासा देणाऱ्या, जशी आपल्याला घडायला हवी असते तशा सुरस कथेची गुंफण करून ती तशीच कथन करणे याकडे माणसाचा स्वाभाविक कल असतो. या माणसाच्या नैसर्गिक प्रवृत्तीला- त्याला दोषच म्हणावे लागेल. त्या दोषाला- तालेब यांनी 'नॅरेटिव्ह फॉलसी' असा शब्द तयार करून वापरला आहे. तालेब यांचे म्हणणे असे की, वास्तवात असंबंधित असलेली परिस्थिती, घडलेले बरेवाईट प्रसंगसुद्धा एका 'कारण व परिणाम' यांच्या पूर्वनियोजित, सुसंबंधित अशा साखळीत अडकवून त्यांची एक सहज समजेल, पटेल अशी कथा आपण ठरवलेल्या सूत्रात बांधून ती कथन करतो. हे मानवी मेंदूच्या ज्या काही नैसर्गिक मर्यादा असतात त्यामुळे घडते. तो म्हणतो, ''हे विश्व यदृच्छेने चालत असते आणि या अशा 'कारण व परिणाम' या चौकटीत बसवलेल्या कथा यदृच्छेने चालणाऱ्या या विश्वाच्या अनियंत्रित कारभारापासून, त्या कारभाराच्या मानवाला गोंधळात टाकणाऱ्या अनुभवांच्या परिणामांपासून आणि काही प्रमाणात सर्व यश-अपयशात महत्त्वाची भूमिका बजावणाऱ्या नशिबाच्या, प्राकृताच्या प्रभावापासून मानवाचे रक्षण करतात.''

बेझोस यांना असे सुचवायचे होते की, ॲमेझॉनच्या उत्कर्षाच्या कथाकथनालाही तालेबने नाव दिलेला 'नॅरेटिव्ह फॉलसी'चा दोष जडू शकतो, कारण ॲमेझॉनने सुरू केलेल्या ॲमेझॉन वेब, क्लाउड यांसारख्या, आता अनेक इंटरनेट कंपन्यासुद्धा ज्यांचा सर्रास वापर करीत आहेत, अशा सर्वस्वी नव्या, आता जगभरात लोकप्रिय झालेल्या सेवांचा शोध कसा लागला याचे स्पष्टीकरण 'कारण व परिणाम' या सूत्रात देणे अशक्यच होते. ''एखादी नवी कल्पना आम्ही घेऊन येतो त्याची प्रक्रिया प्रचंड गोंधळाची, बरीचशी अतार्किक असते, सयुक्तिक मुळीच नसते. त्या कल्पनेच्या जन्माचा नेमका एक क्षण पकडता येत नाही. त्यामुळे तो सांगताही येत नाही,'' असे बेझोस यांचे म्हणणे होते. ॲमेझॉनचा इतिहास सांगताना जर 'नॅरेटिव्ह फॉलसी' हा दोष टाळला नाही तर सगळे सहज, नि:संदिग्धपणे घडले असे मत तयार होईल. लढली गेलेली तुंबळ युद्धस्थिती जगापुढे येणार नाही, अशी सार्थ चिंता बेझोस यांना वाटत होती.

ॲमेझॉनच्या सर्व उच्च पदस्थ अधिकाऱ्यांना वाचणे सक्तीचे केलेल्या तालेब यांच्या पुस्तकात त्यांनी 'नॅरेटिव्ह फॉलसी' हा दोष कसा टाळायचा हेही सांगितले आहे. तो आहे- उद्दिष्टापर्यंत पोहोचण्यासाठी केलेल्या अगणित प्रयोगांना, प्रयत्नांना महत्त्व देणे, वैद्यकीय ज्ञानात अंगीभूत असलेले बारीक निरीक्षण, परीक्षण, लक्षणांचे विश्लेषण करून काढलेले निष्कर्ष यांवर भर देणे. निदान या अशा शास्त्रशुद्ध निरीक्षण, परीक्षणाच्या प्रभावाची लिहिताना जाणीव ठेवणे आणि मग जाणीवपूर्वक पुढे जात राहणे हा उत्तम लिहिण्याची महत्त्वाकांक्षा बाळगणाऱ्या लेखकांसाठी व्यवहार्य मार्ग आहे.

म्हणून मी याची सुरुवात खंडनाने करत आहे. ॲमेझॉनच्या कल्पनेचा जन्म १९९४ साली न्यू यॉर्क शहराच्या मध्यवर्ती भागातील एका गगनचुंबी इमारतीच्या चाळिसाव्या मजल्यावर झाला. त्या वेळी जन्माला आलेल्या कंपनीत सुमारे वीस वर्षांनंतर नव्वद हजारांहून अधिक कर्मचारी काम करीत होते. ती कंपनी जगभरात प्रसिद्धीप्राप्त कंपन्यांपैकी एक कंपनी बनली होती. निवडीला अपरिमित पर्याय, कमी किमती, अत्युच्च दर्जाची ग्राहकसेवा अशा गुणांनी ग्राहकाला कमालीचा संतोष व समाधान देत होती. त्या बरोबरच अनेक उद्योगधंद्यांचे पुनरुत्थान करीत होती आणि प्रदीर्घ इतिहास असलेल्या, सतत चर्चेत असलेल्या जगातील काही प्रस्थापित उद्योगांच्या नेत्यांच्या आत्मविश्वासाला सुरुंगही लावीत होती. काय घडले हे वर्णन करण्याचा हा एक प्रयत्न होता. वर्णन ॲमेझॉनमधील तीनशेहून अधिक कर्मचारी, अधिकारी- त्यांतले काही कंपनीचे माजी कर्मचारी वा अधिकारीही होते- यांच्या मी घेतलेल्या मुलाखतींवर आधारलेले होते. शिवाय त्यात बेझोस यांच्याशी माझ्या झालेल्या अनेक भेटींमधील संभाषणांचाही समावेश होता. 'ॲमेझॉनचे असे अभ्यासू सिंहावलोकन करण्याची फार घाई होते आहे,' असे बेझोस यांचे मत होते; पण शेवटी त्यांनी माझ्या या प्रकल्पाला सर्वथा मदत केली, पूर्ण पाठिंबा दिला. कंपनीचे उच्च पदाधिकारी, बेझोस यांचे कुटुंबीय, त्यांचा मित्रपरिवारांच्या मी घेतलेल्या मुलाखती वाचून बेझोस यांनी त्यांना मान्यताही दिली. त्यासाठी मी त्यांचा खरोखरच आभारी आहे. मी या पुस्तकासाठी पंधरा वर्षांच्या काळात 'न्यूज वीक', 'द न्यू यॉर्क टाइम्स' 'ब्लूमबर्ग बिझनेस वीक' या वृत्तपत्रांतून 'ॲमेझॉन'विषयी जे विविध लेख छापून आले होते, त्यांतूनही माहिती घेतली.

फक्त दोन जण बसू शकणाऱ्या टर्बोप्रॉप विमानात बसून सॅम वॉल्टन यांनी त्यांच्या ज्या 'वॉलमार्ट' या स्टोअर्सच्या शाखांसाठी दक्षिण अमेरिकेत योग्य जागा शोधण्याचा विक्रम केला, त्या वॉलमार्टच्या यशानंतरच्या तशाच उज्ज्वल अशा औद्योगिक यशामागची कथाकथन करणे हे या पुस्तक लिहिण्यामागचे उद्दिष्ट आहे. अनेक सद्गुणांची दैवी देणगी लाभलेला एक मुलगा मोठा होऊन असाधारण धडाडीचा सीईओ कसा बनतो; तो, त्याचे कुटुंबीय आणि त्याचे सहाध्यायी, सहकारी इंटरनेट या क्रांतिकारक नेटवर्कच्या सामर्थ्यावर कसा विश्वास टाकतात आणि जगातील सर्व गोष्टी एकाच छपराखाली मिळणाऱ्या दुकानाचे असाधारण असे भव्य स्वप्न कसे पाहतात, याची ही कथा आहे.

भाग १

निष्ठा

१

आर्थिक तज्ज्ञांचे माहेरघर

जगभरातील सर्वांत मोठे पुस्तकाचे दुकान किंवा वर्ल्ड वाइड वेबवरील सर्वश्रेष्ठ भांडार अशी गणना होण्याच्या स्थितीला पोहोचायच्या आधी 'ॲमेझॉनडॉटकॉम' ही वॉल स्ट्रीटवरील अगदी असाधारण अशा 'डी.ई.शॉ ॲन्ड को.' या कंपनीच्या न्यू यॉर्क सिटी ऑफिसेसमध्ये तरंगणारी केवळ एक कल्पना होती.

डी.ई.शॉ ॲन्ड को., जिला त्यात काम करणारे 'डेस्को' म्हणत, ही आर्थिक गुंतवणूक करणारी– हेज फंड कंपनी डेव्हिड ई. शॉ या कोलंबिया युनिव्हर्सिटीमधील कॉम्प्युटर सायन्सच्या माजी प्राध्यापकांनी १९८८ साली सुरू केली. रेनेसाँ टेक्नॉलॉजीज, ट्युडर इन्व्हेस्टमेंट कॉर्पोरेशन यांसारख्या त्या वेळी अस्तित्वात असणाऱ्या कंपन्यांपेक्षा अगदी निराळ्या, नव्या कल्पना आणि आधुनिक ज्ञान, तंत्रज्ञान यांचा वापर करणाऱ्या कंपन्यांच्या संस्थापकांसारख्याच डेव्हिड शॉ यांनीही संख्यात्मक विश्लेषण, संगणकीय ज्ञान, अभ्यासू दृष्टी यांचा वापर करून जागतिक आर्थिक क्षेत्रातील चाकोरीबाहेरच्या पद्धती आत्मसात केल्या. उदाहरणार्थ, युरोपच्या स्टॉक मार्केटमध्ये एखाद्या रोख्याची किमत त्याच रोख्याच्या अमेरिकेतील स्टॉक मार्केटमधील किमतीपेक्षा काही अंशांनी वाढलेली दिसली की, 'डेस्को'मधील 'वॉल स्ट्रीट'वरील किमतीचे युद्ध लढवण्याचे कौशल्य आत्मसात केलेले संगणकतज्ज्ञ त्या फरकाचा पुरेपूर फायदा घेता येईल, अशा रीतीने रोख्यांची खरेदी–विक्री करण्याचे सॉफ्टवेअर लिहून तयार करीत.

आर्थिक क्षेत्रात डी.ई.शॉ या नावाचा काही फारसा बोलबाला नव्हता. त्या क्षेत्रातील लोकांना त्यांच्याविषयी फारच थोडी माहिती होती आणि त्यांना ती स्थिती तशीच राहायला हवी होती. म्हणून त्यांनी प्रसिद्धीच्या झोतात न येताच डोनाल्ड ससमॅन, टिश्च घराणे यांसारख्या धनवंत, कोट्यधीश गुंतवणूकदारांकडून भांडवल गोळा करून, त्याच्या विनिमयाची प्रक्रिया पूर्णत: कंपनीच्याच हाती ठेवून ती स्पर्धकांपासून दूर ठेवली होती. आपली कंपनी जर गुंतवणुकीच्या क्षेत्रात नव्या पद्धतींची प्रणेती ठरायला हवी असेल, तिने अग्रेसर बनायला हवे असेल तर आपण शोधलेल्या, वापरत असलेल्या खास पद्धती, धोरणे ही गुप्त राखणे, आपण संगणकीय क्षेत्रात प्रावीण्य मिळवले आहे आणि त्याच्या मार्गदर्शनाचा आपण वापर करतो हे स्पर्धकांपासून लपवून ठेवणे, त्यांना ते न शिकवणे हाच परिणामकारक मार्ग आहे, अशी डेव्हिड शॉ यांची पक्की धारणा होती.

नव्याने वापरात आलेल्या सुपर कॉम्प्युटर्सच्या युगात डेव्हिड शॉ यांना मानाचे स्थान प्राप्त झाले होते. त्यांनी १९८० साली कॉम्प्युटर सायन्स या विषयात स्टॅन्फोर्ड युनिव्हर्सिटीची डॉक्टरेट मिळवली होती. तेथून ते कोलंबिया युनिव्हर्सिटीतील कॉम्प्युटर विभागात प्राध्यापक म्हणून काम करायला न्यू यॉर्क येथे स्थलांतरीत झाले. त्या दशकात उच्च तंत्रज्ञानाचा वापर करणाऱ्या अनेक खासगी क्षेत्रातील कंपन्यांनी त्यांना मोठमोठी प्रलोभने दाखवून कंपनीत मानाच्या जागा देऊ केल्या. सुपर कॉम्प्युटरचे संशोधक, त्यांची निर्मिती करणाऱ्या 'थिंकिग मशिन्स कॉर्पोरेशन' या कंपनीचे संस्थापक – जे पुढे जेफ बेझोस यांचे घनिष्ट मित्र झाले– डॅनी हिल्स यांनी डेव्हिड शॉ यांना त्यांच्या कंपनीत कॉम्प्युटर डिझाइन करण्याच्या कामासाठी यायला मनवले होते. शॉ यांनीही त्यांचा प्रस्ताव मान्यही केला होता; पण त्यांनी त्यांचा तो इरादा बदलला, "मला दुसरे, अधिक पैसे मिळणारे असे काहीतरी करायचे आहे. पुरेशी संपत्ती मिळवल्यानंतर कदाचित मी तुमच्याकडे काम करीनही..." असे त्यांनी डॅनी हिल्स यांना सांगितले. हिल्स यांना त्यांची ती सबब काही पटली नाही. "हे गृहस्थ श्रीमंत होणे फारच असंभवनीय आहे आणि यदाकदाचित ते धनवान झाले तरीही या संगणक क्षेत्राकडे वळणे दुरापास्त आहे," असे मत हिल्स यांनी व्यक्त केले. पुढे "दोन्ही बाबतींत माझे मत साफ चुकीचे ठरले," अशी प्रांजल कबुलीही त्यांनी दिली. (कारण डेव्हिड शॉ कोट्यधीशही बनले आणि त्या नंतर डी.ई.शॉ कंपनीची सूत्रे इतरांच्या हाती सोपवून ते संगणक क्षेत्राकडेही वळले!)

डेव्हिड शॉ यांना शैक्षणिक क्षेत्रापासून दूर करून 'ऑटोमेटेड ट्रेडिंग' – संगणकाच्या साहाय्याने खरेदी–विक्री करण्याचे तंत्र– या नव्याने आलेल्या अत्याधुनिक तंत्रज्ञानाच्या लाटेवर स्वार होण्यासाठी 'स्टॅटिस्टिकल आर्बिट्रेज सॉफ्टवेअर'ची निर्मिती करणाऱ्या तंत्रज्ञांच्या गटात सामील करून घेण्यात, अखेर मॉर्गन स्टॅन्ले हे १९८६ साली यशस्वी झाले. परंतु डेव्हिड शॉ यांना स्वत:चे काहीतरी सुरू करण्याची ऊर्मी काही ते काम करू देईना. दोनच वर्षांत १९८८ साली त्यांनी मॉर्गन स्टॅन्ले सोडली आणि डोनाल्ड ससमॅन यांच्याकडून २८ दशलक्ष डॉलर्सचे भांडवल घेऊन त्यांनी मॅनहाटन वेस्ट व्हिलेजमधील कम्युनिस्ट बुक स्टोअरच्या वरच्या मजल्यावर त्यांचे पहिले ऑफिस थाटले.

डी.ई.शॉ या कंपनीची रचना ही अन्य 'वॉल स्ट्रीट फर्म्स'पेक्षा (आर्थिक गुंतवणूक, रोख्यांची खरेदी–विक्री अशा आर्थिक क्षेत्रात काम करणाऱ्या कंपनीला 'वॉल स्ट्रीट फर्म' असे म्हटले जाई.) अगदी निराळ्या पद्धतीने केलेली होती. शॉ यांनी त्यांच्या कंपनीत अर्थव्यवस्थेचे तज्ज्ञच नाही, तर विज्ञान व गणित या विषयांतील जाणकार नेमले होते. ते सर्व उच्च शिक्षित, अतिशय बुद्धिमान, उत्तम शैक्षणिक योग्यता असलेले, असामान्य पार्श्वभूमी असलेले आणि समाजात फारसे न मिसळण्याच्या, आपण बरे आपले काम बरे– अशा स्वभावाचे होते. काही काळानंतर ऑफिस पार्क ॲव्हेन्यू साउथमधील एका माळ्यावर हलले. त्या वेळी कंपनीत नव्याने लागलेले बॉब जेलफॉन्ड यांनी म्हटले आहे, ''डेव्हिड यांना तंत्रविज्ञान, संगणक यांच्या सामर्थ्याचा वापर शास्त्रशुद्ध पद्धतीने आर्थिक क्षेत्रात, अर्थव्यवस्थेत करायचा होता. त्यांना गोल्डमन सॅक्स या कंपनीविषयी कमालीचा आदर होता आणि त्यांना त्यांची कंपनी एक आदर्श, सुविख्यात 'वॉल स्ट्रीट फर्म' म्हणून गणली जायला हवी होती.''

अशा प्रकारचे विविध उपाय योजून डेव्हिड शॉ यांनी त्यांच्या कंपनीतील कर्मचाऱ्यांच्या कौशल्याचा जास्तीतजास्त उपयोग करून व्यवस्थापन अतिशय जबाबदार, समजूतदार आणि संवेदनशील बनवले. ते सतत कर्मचाऱ्यांना कंपनीचे नाव बिनचूक लिहायच्या– नावामधल्या 'डी' आणि 'ई' यांमध्ये अंतर ठेवण्याच्या– अधिकृत, लेखी सूचना पाठवीत. त्यांनी कंपनीचे 'मिशन'ही– ध्येयवाक्य– लिहून काढले होते : 'स्टॉक्स– रोखे, बॉन्ड्स– कर्जरोखे, फ्युचर्स– रोखे वा अन्य वस्तूंच्या खरेदी–विक्रीच्या

किमती आणि पैसे देण्याच्या भविष्यातील तारखा या बाबतचे करार, ऑप्शन्स आणि फायनान्शिअल इन्स्ट्रुमेंट्स- अन्य अनेक आर्थिक साधनांची खरेदी-विक्री करणे.' ते ध्येयवाक्य ते सर्वांना धर्मनियमासारखे वापरायला लावीत. त्यातील गोष्टींचा क्रमही तोच राहिला पाहिजे अशी त्यांची सक्त ताकीद असे. शॉ यांचा काटेकोरपणा आणखीही अनेक महत्त्वाच्या गोष्टींमध्येही दिसून येत असे. कंपनीतील कोणत्याही संगणकतज्ज्ञाला खरेदी-विक्रीच्या बाबतीत कोणतीही नवी, निराळी कल्पना सुचवायला, सूचना करायला पूर्ण परवानगी असे, उत्तेजनच मिळत असे. पण ती प्रत्येक कल्पना वा सूचना अतिशय कडक अशा शास्त्रीय तपासणीतून तावून सुलाखून बाहेर पडावी लागत असे, संख्याशास्त्राच्या कसोटीला पुरती उतरावी लागत असे.

१९९१ साली कंपनीचा विकास, प्रगती वेगाने होत असताना कंपनीने मॅनहाटनमधील 'टाइम्स स्क्वेअर'च्या ऑफिसच्या जवळच्या एका गगनचुंबी इमारतीच्या सर्वांत वरच्या मजल्यावर स्थलांतर केले. स्टीव्हर हॉल या आर्किटेक्टने अंतर्गत रचना केली होती. ऑफिसेसची सजावट साधीच; पण सुंदर होती. त्यात एक दोन मजली लॉबी होती, संपूर्ण भिंत पांढऱ्या रंगाने रंगवली होती आणि त्यात खोबणी पाडून त्यांना चमकदार रंग दिले होते. त्याच वर्षी शॉ यांनी अमेरिकेच्या प्रेसिडेंटच्या निवडणुकीतील उमेदवार बिल क्लिंटन यांच्या निवडणुकीसाठी निधी गोळा करण्यासाठी एक हजार डॉलर्स किमतीची तिकिटे विकण्याचा एक कार्यक्रम ऑफिसमध्ये आयोजित केला होता. ती तिकिटे घेणाऱ्या अनेक मान्यवरांमध्ये जॅकलीन ली केनेडी-ओनॅसिस याही होत्या. त्या दिवशी कंपनीत काम करणाऱ्या सर्वांना संध्याकाळी कार्यक्रमाच्या वेळेआधी काही वेळ ऑफिस सोडायला सांगण्यात आले होते. त्या वेळी कंपनीच्या व्हाईस प्रेसिडेंट्समध्ये सर्वांत तरुण व्हाईस प्रेसिडेन्ट होते जेफ बेझोस. ते बाहेर पडून व्हॉलीबॉल खेळायला गेले, पण ऑफिस सोडण्याआधी भावी अमेरिकन प्रेसिडेंटबरोबर फोटो काढून घ्यायला ते विसरले नाहीत.

त्या वेळी बेझोस पंचविशीत होते. पाच फूट आठ इंच उंचीच्या या तरुणाला त्याच वेळी टक्कल पडलेले होते. सारा वेळ कामातच बुडलेला असल्याचा ताण चेहऱ्यावर, हालचालीत, वागण्यात प्रतीत होत होता. त्या वेळी वॉल स्ट्रीटवर काम करायला लागून त्यांना पाच वर्षे झाली होती. तेवढ्या कालावधीत त्यांनी ज्यांच्या बरोबर कामे केली, ते ज्यांच्या संपर्कात

आले त्या सर्वांना त्यांच्या बुद्धिमत्तेने, हुशारीने, अमर्याद अशा निग्रही स्वभावाने प्रभावीत करून टाकले होते. प्रिन्स्टन युनिव्हर्सिटीमधून १९८६ साली पदवी प्राप्त केल्यानंतर त्यांनी कोलंबियाच्या एका प्राध्यापकांच्या जोडीबरोबर 'फाइटेल' नावाच्या कंपनीत काम करायला सुरुवात केली. ती कंपनी अमेरिका, ब्रिटन व युरोप या तीनही खंडांमधील रोख्यांच्या खरेदी-विक्रीचा व्यवसाय करणाऱ्यांना वापरता येईल, असे एक खासगी नेटवर्क निर्माण करण्याचे काम करीत होती. त्या कंपनीच्या दोन प्राध्यापक संस्थापकांपैकी गेसिएला चिचिलनिस्की यांच्या हाताखाली बेझोस काम करीत होते. त्यांच्या आठवणींत 'बेझोस हा एक अत्यंत सक्षम, कायम सकारात्मक विचार करणारा, समस्यांचा तोडगा शोधणारा, उत्साही तरुण' होता. त्यांनी म्हटले आहे, ''तो जराही न कंटाळता काम करायचा, वेळोवेळी कंपनीची लंडन आणि टोकियो येथील ऑफिसेससुद्धा उत्तम सांभाळायचा. लोक काय म्हणतात याची त्याने कधीच काळजी केली नाही. त्याच्या बुद्धीला आव्हान देणारा एखादा प्रश्न त्याला दिला की, तो त्याचा कसून पाठपुरावा करायचा आणि तो पूर्णपणे सोडवूनच थांबायचा.''

१९८८ साली बेझोस यांनी 'बँकर्स ट्रस्ट' या वित्तीय कंपनीत नोकरी धरली. परंतु अशा कंपन्यांमध्ये दिसून आलेले काही नवे, धाडसी, आव्हानात्मक बदल करण्याविषयीची प्रस्थापित उदासीनता बेझोसना खुपत होती, नाउमेद करीत होती आणि त्यामुळे स्वत:चे काहीतरी सुरू करण्याचा विचार त्यांच्या मनात जोम धरू लागला होता. तशी संधी ते शोधत होते. १९८९ आणि १९९० या दोन वर्षांत त्यांनी त्यांच्या मोकळ्या वेळात 'मेरील लिंच' या कंपनीतील एक तरुण हाल्सी मायनॉर याच्या बरोबर एक नवी कंपनी सुरू करण्याच्या दृष्टीने बरेच काम केले. या हाल्सी मायनॉर यांनी पुढे 'सीएनईटी' या नावाचे एक ऑनलाइन न्यूज नेटवर्क सुरू केले. लोकांच्या गरजांनुसार तयार केलेली खास वार्तापत्रे त्यांच्या फॅक्स मशिन्सवर पाठवण्याच्या योजनेवर बेझोस आणि मायनॉर दोघे मिळून काम करीत होते. परंतु मेरील लिंच या कंपनीने आधी मान्य केलेले भांडवल देण्यास नकार दिल्याने, उडण्यापूर्वीच त्या योजनेचे पंख कापले गेले. परंतु त्या अल्पावधीतही बेझोस यांनी त्यांच्या कामाने मायनॉर यांना चांगलेच प्रभावीत केले. बेझोस यांनी अनेक धनवान व्यावसायिकांना नेमके काय हवे असते याचा कसा आणि किती तपशीलवार अभ्यास करून त्यांच्या

गरजा जाणून घेतल्या होत्या, हे मायनॉर यांच्या कायम आठवणीत राहिले आहे. या योजनेची तयारी करीत असताना व्हर्जिनिया येथील एक उद्योजक, 'डोमिनोज पिझ्झा' या यशस्वी व्यवसायाचे मालक फ्रँक मीक्स यांच्याविषयी बेझोस यांना आदर वाटू लागला होता, तसाच संगणक क्षेत्राचे एक आद्य प्रणेते ॲलन के यांच्याविषयीही. ॲलन के यांचा संदर्भ देऊन बेझोस 'कोणत्याही गोष्टीकडे नव्या, निराळ्या दृष्टिकोनातून पाहण्याने आपले ज्ञान, आकलनशक्ती वाढते,' याची आठवण करून देत असत आणि ॲलन के यांचे ''माणसाच्या 'इंटेलिजन्स कोशंट'च्या- 'बौद्धिक पातळी'च्या - शंभर गुणांपैकी ऐंशी गुण हे त्याच्या दृष्टिकोनाला असतात,'' हे वाक्य नेहमी उद्धृत करीत असत. मायनॉर यांनी म्हटले आहे, ''बेझोस त्यांच्या संपर्कात आलेल्या प्रत्येक माणसाकडून काहीतरी शिकत असत. असा एकही माणूस नसेल की ज्याच्याकडून बेझोस शक्य ते नवे, चांगले, उपयुक्त असे काहीतरी शिकले नसतील.''

एक वेळ अशीही आली होती की बेझोस वॉल स्ट्रीट सोडूनच जायला निघाले होते. परंतु कंपन्यांसाठी नवी माणसे शोधणाऱ्या एकाने त्यांना ''या कंपनीची जातकुळीच निराळी आहे,'' असे सांगून आणखी एका वित्तीय कंपनीच्या अधिकाऱ्यांना भेटायला राजी केले. ते अधिकारी म्हणजे डेव्हिड शॉ होते. त्यांच्या भेटीनंतर बेझोस यांनी असे उद्गार काढले, ''त्यांच्या रूपाने मी एका अत्यंत जिवाभावाच्या अशा सोबत्याला भेटलो, ज्याच्या मेंदूचा डावा भागही पूर्ण विकसित झालेला होता आणि उजवा भागही!''

पुढे 'ॲमेझॉन'मध्ये काम करणाऱ्या कर्मचाऱ्यांना त्यांच्यामध्ये ज्या विचित्र, विक्षिप्त आणि वैशिष्ट्यपूर्ण अशा गोष्टी, असाधारण गुण नेहमीच अनुभवास येत असत त्या बेझोस यांच्या बोलण्या-चालण्यात, काम करण्याच्या पद्धतीत डेव्हिड शॉ यांच्या डेस्को या कंपनीतले काम करतानाच दिसू लागल्या होत्या. टोकाचा शिस्तशीरपणा, काटेकोरपणा, सुचणारी प्रत्येक नवी कल्पना धरून ठेवली नाही तर हवेत विरून जाईल, अशा धास्तीने तिची नोंद तत्परतेने कायम बरोबर बाळगत असलेल्या एका डायरीत करण्याची सवय, जेव्हा जेव्हा काही अधिक चांगले समोर आले आहे याची खात्री पटेल तेव्हा जुन्यामध्ये अडकून न पडता त्या नव्याचा स्वीकार करण्याची तत्परता, तसेच लहान मुलांना लाजवणारा उत्साह, औत्सुक्य, उत्तेजना आणि पुढे सर्वांनाच माहीत झालेले, संभाषणात खंड पाडणारे त्यांचे गडगडाटी हास्य.

बेझोस प्रत्येक गोष्टीचा, अगदी सामाजिक परिस्थितीचासुद्धा, विश्लेषक वृत्तीने विचार करीत. त्या वेळी ते अजून अविवाहित होते. या कलेने काही खास – ज्यांना ते 'एन प्लस वुमेन' म्हणत – स्त्रियांच्या नजरेत भरणे, त्यांच्यावर प्रभाव पाडणे सोपे होईल असा हिशेब करून, त्या उद्देशाने त्यांनी बॉल डान्स शिकायला सुरुवात केली. वॉल स्ट्रीटवर खरेदी-विक्रीच्या, गुंतवणुकींच्या प्रस्तावांच्या वेगाला 'डील फ्लो' असा एक शब्द वापरला जातो. स्त्रियांच्या प्रस्तावांच्या वेगाला त्यालाच समांतर असा 'वुमेन फ्लो' हा शब्द बेझोस वापरीत. "'वुमेन फ्लो' वाढवण्याच्या मार्गांचा आपण विचार करीत असू," अशी कबुली त्यांनीच खुलेपणाने, जाहीरपणे दिली आहे. बेझोस यांच्या बरोबर आधी 'डी.ई.शॉ ॲन्ड कंपनी'त आणि नंतर 'ॲमेझॉन'मध्ये काम करणारे जेफ होल्डन यांनी म्हटले आहे, "बेझोस हे मला भेटलेल्या व्यक्तींमधले सर्वांत जास्त आणि सखोल आत्मपरीक्षण करणारी, अंतर्मुख वृत्तीची व्यक्ती होते. ते त्यांच्या जीवनातील प्रत्येक, बारीकसारीक गोष्ट अगदी पद्धतशीरपणे करीत, ते कमालीचे शिस्तप्रिय होते."

वॉल स्ट्रीटवरील कंपन्यांमध्ये दिसणारा निर्हेतुक, अवाजवी दिखाऊपणा, औपचारिकता, शिष्टाचार पालन या गोष्टी डेव्हिड शॉ कंपनीमध्ये, निदान बाह्यत: तरी, अभावानेच दिसायच्या. ती कंपनी 'वॉल स्ट्रीट फर्म्स'पेक्षा 'सिलिकॉन व्हॅली'मधील कंपन्यांशी जास्त मिळतीजुळती होती. लोक कामावर येताना सूट, टाय घालत नसत. जीन्स, सुती कपड्यांच्या पॅन्ट्स अशा अनौपचारिक पोशाखात येत. कंपनीत अधिकाऱ्यांचा पदक्रम असा काही पाळला जात नसे. (फक्त काही धंद्यातील रहस्ये तेवढी गुप्त ठेवली जात.) कामाचे तास बांधील नव्हते. काम पूर्ण दिवस, रात्रीसुद्धा करता येत असे आणि ती गोष्ट बेझोस यांना मनापासून आवडत असे. रात्री काम करता करता तेथेच झोपायची वेळ आली तर असावी म्हणून त्यांनी एक स्लीपिंग बॅगच त्यांच्या ऑफिसमध्ये आणून ठेवली होती आणि खिडकीला एगक्रेट फोम लावून घेतला होता. त्या कंपनीत बेझोस यांच्या बरोबर काम करणारे, जे पुढे त्यांच्या बरोबर ॲमेझॉनमधे गेले, निकोलस लव्हजॉय यांच्या मते ती स्लीपिंग बॅग कधीच वापरली गेली नाही. ऑफिसमधून बाहेर पडले की ते आणि बेझोस कंपनीतील इतर लोकांबरोबर एकत्र जमून पहाटेपर्यंत ब्रिज किवा बॅकगॅमन खेळत असत. तेही पैसे लावून. कारण त्यातून आर्थिक कमाई करण्याचा हेतू असे.

जसजशी कंपनीची वाढ होऊ लागली, तसतशी डेव्हिड शॉ कंपनीत अधिकाधिक गुणवत्ता, बुद्धिमत्ता, प्रज्ञा असलेली माणसे कशी वाढतील याचा विचार करू लागले. केवळ गणित आणि विज्ञान या विषयांच्या पलीकडे जाऊन ते ज्यांना 'जनरॅलिस्ट' म्हणत अशा अन्य विषयांत गुणवत्ता यादीत अत्युच्च स्थानावर राहून नुकतीच पदवी प्राप्त केलेल्या, त्यांच्या विषयात विशेष सक्षमता दाखवलेल्या पदवीधरांकडे त्यांनी लक्ष द्यायला सुरुवात केली. उत्तम दर्जाच्या कॉलेजमधील 'फुलब्राइट स्कॉलर्स', 'डीन्स लिस्ट'मधील विद्यार्थी यांच्या याद्या तपासल्या. योग्य वाटलेल्या शेकडो विद्यार्थ्यांना कंपनीतर्फे पत्रे पाठवून कंपनीविषयीची माहिती पाठवली आणि असे कळवले की, आमची कंपनी तुमच्यासारख्या विशेष क्षमतेच्या मोजक्या व्यक्तींना काम देण्याचे धोरण पाळते.

ज्यांनी पत्राला सकारात्मक प्रतिसाद दिला, कंपनीत काम करण्यात रस दाखवला अशांपैकी जे असाधारण क्षमतेचे होते, ज्यांनी चाचणीतही उत्तम गुण मिळवले, अशांना कंपनीच्या खर्चाने विमानमार्गाने न्यू यॉर्कला आणण्यात आले. त्यांना अतिशय अवघड, दमछाक करणाऱ्या मुलाखतींना तोंड देण्यात दिवस घालवावा लागला. अवघड प्रश्न उमेदवार कसे सोडवतात याची परीक्षा घेण्यासाठी कंपनीतील अधिकाऱ्यांनी 'संपूर्ण अमरिकेत एकूण फॅक्स मशिन्स किती आहेत?' असे असंबद्ध प्रश्नही विचारण्याचा आनंद उपभोगला. मुलाखती संपल्यानंतर त्या प्रक्रियेत सहभागी झालेले सर्व अधिकारी एकत्र जमले आणि त्यांनी प्रत्येक उमेदवाराविषयी चारपैकी एक मत नोंदवले– 'कामावर मुळीच घेऊ नये,' 'कामावर न घेणे बरे,' 'कामावर घेतले तर चालेल,' 'कामावर जरूर घ्यावे.' एक विरुद्ध मतही उमेदवाराला खाली ठेवायला पुरेसे होते.

बेझोस जेव्हा पुढे ती कंपनी सोडून सिॲटलला गेले तेव्हा त्यांनी शॉ यांच्या व्यवस्थापन पद्धतीतील अनेक तंत्रे बरोबर नेली आणि 'अॅमेझॉन'च्या व्यवस्थापन पद्धतीत त्यांचा अवलंब केला. त्यात मुलाखतीनंतर उमेदवारांविषयी चार प्रकारची मते देण्याची वरील पद्धतही समाविष्ट होती.

'डेस्को'मधील ही अशा मोठ्या प्रमाणावर नवीन कर्मचारी भरती करण्याची पद्धत, त्यांच्या निवडीची प्रक्रिया या बेझोस यांच्या विचारसरणीशी मिळत्या–जुळत्या होत्या. त्यांनी आणखी एका व्यक्तीला आकर्षित केले आणि ती व्यक्ती पुढे बेझोस यांची जन्मभराची सोबतीण, सहचरी, पत्नी

बनली. तिचे नाव मॅकेन्झी टटूल. प्रिन्स्टन युनिव्हर्सिटीमधून १९९२ मध्ये इंग्लिश या विषयात पदवी प्राप्त केलेल्या मॅकेन्झी यांनी 'डेस्को' कंपनीमध्ये उपव्यवस्थापक म्हणून नोकरी मिळवली. अल्प काळात त्या बेझोस यांच्या मदतनीस म्हणून काम करू लागल्या. बेझोस यांचे सहकारी लव्हजॉय हे अशी आठवण सांगतात की, एक दिवस बेझोस यांनी एक लिमोझिन भाड्याने मागवून त्यांच्या बऱ्याच सहकारी, मदतनीस यांना रात्री एका हॉटेलच्या जलतरण तलावावर पार्टी दिली, पण त्या गर्दीत त्यांचे सगळे लक्ष मात्र मॅकेन्झी यांच्यावरच केंद्रित झालेले होते.

मॅकेन्झी यांनी मात्र पुढे अशी कबुली दिली की, प्रथम बेझोस यांनी त्यांना नाही तर त्यांनी बेझोस यांना हेरले, लक्ष्य केले. 'व्होग' या नियतकालिकाला २०१२ साली दिलेल्या मुलाखतीत त्या म्हणतात, ''माझे ऑफिस त्यांच्या ऑफिसच्या अगदी शेजारीच होते. त्यामुळे दिवसभर मला त्यांचे हसणे ऐकू यायचे. मला सांगा कोण त्या मनमोकळ्या, खळाळत्या हास्याच्या प्रेमात पडणार नाही?'' त्यांच्या प्रेमकथेची सुरुवात मॅकेन्झी यांच्या ''कुठेतरी जेवायला जाऊ या का,'' या विचारणेने झाली. भेटींना प्रारंभ झाला आणि केवळ तीन महिन्यांनंतर दोघे एकमेकांशी वचनबद्ध झाली आणि आणखी तीन महिन्यांनी विवाहबद्धही झाली. १९९३ साली वेस्ट पाम बीचवरील 'ब्रेकर्स' नावाच्या रिसॉर्टमध्ये त्यांच्या लग्नाचा समारंभ पार पडला. उपस्थितांमधील प्रौढांसाठी खेळांचा कार्यक्रम आयोजित करण्यात आला होता आणि सर्वांसाठी रात्री उशिरापर्यंत जलतरण तलावावर पार्टी चालली होती. लग्नसमारंभाला डी.ई.शॉ कंपनीतील बॉब जेलफॉन्ड आणि आणखी एक संगणक अभियंता हजर होते.

या सर्व घटना घडत असताना 'डेस्को'ची प्रचंड वेगाने भरभराट होत होती, पसारा वाढत होता आणि त्यामुळे तिचे व्यवस्थापन दिवसेंदिवस अवघड होत चालले होते. त्या वेळी कंपनीत काम करीत असलेल्या अनेक जणांना डी.ई.शॉ यांनी त्यावरचा उपाय म्हणून एका सल्लागाराची नेमणूक केल्याचेही आठवते. त्या काळात कॅथरीन कुक्स ब्रिग्ज आणि इझाबेल ब्रिग्ज मायर्स या अमेरिकन आई-मुलीच्या जोडीने मिळून, जगप्रसिद्ध मानसशास्त्रज्ञ कार्ल यंग याच्या सिद्धांतावर आधारित तयार केलेली 'मायर्स अॅन्ड ब्रिग्ज' या नावाने ओळखली जाणारी 'व्यक्तिमत्त्वाचे मूल्यमापन करणारी' एक प्रश्नपत्रिका अतिशय गाजत होती, मोठ्या प्रमाणावर वापरली जात होती.

शॉ यांनी नेमलेल्या सल्लागाराने त्याच प्रश्नपत्रिकेचा उपयोग करून कंपनीच्या अधिकारी वर्गाचे परीक्षण केले. सर्वच जण 'अंतराभिमुख' असल्याचे निष्पन्न झाले. त्यातल्या त्यात कमी अंतर्मुख होते जेफ बेझोस. १९९० च्या पूर्वार्धाच्या त्या काळात तेच कंपनीतील अपवादात्मक असे बहिर्मुख व्यक्तिमत्त्वाचे अधिकारी होते.

'डेस्को' कंपनीचे नेतृत्व सहजपणे बेझोस यांच्याकडे आले होते. १९९३ साली तर कंपनीच्या शिकागो येथून काम करणाऱ्या 'ऑप्शन्स'च्या खरेदी-विक्रीच्या विभागावर त्यांचेच 'दूरनियंत्रण' होते. शिवाय कंपनीने इक्विटीजच्या खरेदी-विक्रीच्या 'थर्ड मार्केट' या नावाच्या एका नव्या प्रकाराच्या उद्योगात मोठ्या लक्षवेधकपणे, बराच गाजावाजा करीत प्रवेश केला होता तोही त्यांच्याच नेतृत्वाखाली. त्या उद्योगात अगदी किरकोळ खरेदी-विक्री करणाऱ्या गुंतवणूकदारालाही कमिशनसाठी न्यू यॉर्क स्टॉक एक्सचेंजला मध्ये न आणता परस्पर खरेदी-विक्री करता येत असे. त्या वेळी कंपनीत प्रोग्रॅमर म्हणून काम करणारे आणि पुढे 'ॲमेझॉन'मध्येही काम केलेले ब्रायन मार्श यांनी बेझोस यांच्याविषयी या शब्दात त्यांचे मत नोंदवले आहे : "'थर्ड मार्केट' हा नवा प्रकार बेझोस फार परिणामकारकपणे लोकांच्या गळी उतरवीत असत आणि त्यासाठी काम करणाऱ्या कंपनीतील लोकांमध्ये ते उत्साह निर्माण करीत असत. त्या काळात ते कंपनीतले एक स्फूर्तिदायक, चैतन्यदायक नेते होते हे अगदी उघडपणे दिसत असे." ते खरेच होते कारण बेझोस यांच्या विभागाला सतत नव्या नव्या, कठीण आव्हानांचा सामना करायला लागत असे. ज्या कंपनीने 'थर्ड मार्केट'ची सुरुवात केली आणि त्यात कायम अत्युच्च स्थान राखले त्या कंपनीतील त्या विभागाचे नेते बर्नार्ड मॅडॉफ हे त्या क्षेत्राच्या अवकाशातील चमकता तारा होते. (२००८ साली ज्यामधील फसवणूक उघडकीला आली त्या 'पाँझी' गुंतवणूक योजनेचे प्रणेतेही तेच होते.) त्यांचे ऑफिस पूर्वेकडच्या लिपस्टिक बिल्डिंगमध्ये होते. प्रचंड उंचीमुळे आजूबाजूच्या इमारतींच्या वर उठून दिसणाऱ्या मॅडॉफ यांच्या विभागाच्या खिडक्या डेस्को कंपनीच्या ऑफिसमधून स्पष्ट दिसायच्या आणि त्या बेझोस आणि त्यांचे मदतनीस यांचे कायम लक्ष वेधून घ्यायच्या.

संपूर्ण वॉलस्ट्रीट डी.ई.शॉ कंपनीकडे 'आपल्या कार्यपद्धती गुप्त ठेवणारा हेज फंड' म्हणून पाहायचा. परंतु कंपनी मात्र स्वत:ला तसे समजत

नव्हती. डेव्हिड शॉ यांच्या मते त्यांची कंपनी हा 'हेज फंड' नव्हताच. 'अनेक नवविचारी, चाकोरीबाहेरचा विचार करणारे बुद्धिमान, कुशल अभियंते जेथे गहन प्रश्नांची उत्तरे शोधण्यासाठी संगणकाच्या तंत्राचा वापर करतात अशी ती एक प्रयोगशाळा होती.' त्यांच्या संशोधनातील कौशल्याचा वापर ते प्रामुख्याने 'आर्थिक गुंतवणूक' या क्षेत्रात करीत होते, त्या क्षेत्राला अग्रक्रम दिला जात होता एवढेच.

म्हणूनच १९९४ साली भोवताली होणाऱ्या वैज्ञानिक, तांत्रिक बदलांकडे बारीक लक्ष ठेवणाऱ्यांना 'इंटरनेट'चा उदय होऊन त्याचा प्रकाश पसरत असल्याचे, प्रभाव वाढत असल्याचे दिसले तेव्हा शॉ यांना असा विश्वास वाटला की, त्यांची कंपनी तिच्या कार्यक्षेत्रात त्या नव्या क्रांतिकारक तंत्राचा विशिष्ट पद्धतीने परिणामकारक वापर करू शकेल. कंपनीच्या या नव्या प्रयत्नांची धुरा त्यांनी जेफ बेझोस यांच्या खांद्यावर दिली.

या नव्या तंत्रज्ञानाचा लाभ करून घेण्यासाठी कंपनी आधीच जय्यत तयार होती. बहुतेक सर्व कर्मचारी रोख्यांच्या खरेदी-विक्रीचे काम सामान्यपणे तसल्या कंपन्यांमध्ये वापरल्या जाणाऱ्या 'टर्मिनल्स'वर करीतच नव्हते. तोवर ते सर्व जण इंटरनेटवर उपलब्ध झालेल्या गॉफेट, युजनेट, ई-मेल अशा साधनांशी आणि मोझेइक या पहिल्यावहिल्या 'वेब ब्राउझर'शी जोडल्या जाऊ शकणाऱ्या 'सन स्टेशन्स'चा सर्रास वापर करू लागले होते. बेझोस यांचे वैयक्तिक मत मात्र 'ते खूपच गुंतागुंतीचे साधन आहे,' असे होते आणि म्हणून ते स्वत: त्याला हातही लावीत नसत. इतर सर्व जण कोणताही 'डॉक्युमेंट' बनवायचा झाला की 'लाटेक्स' नावाच्या शैक्षणिक क्षेत्रातील लेखनातील नियम, व्याकरण वगैरेंची काळजी घेणाऱ्या साधनाचाच उपयोग करीत. कंपनीच्या 'यूआरएल'ची म्हणजे 'वेब ॲड्रेस'ची नोंद करणाऱ्यांच्यात आघाडीवर असलेल्या वॉल स्ट्रीटवरच्या ज्या कंपन्या होत्या, त्यात डी.ई.शॉ ही कंपनी होती. 'डीईशॉडॉटकॉम' हे संकेतस्थळ १९९२ साली नोंदवले गेले, असा उल्लेख इंटरनेटच्या इतिहासात सापडतो. गोल्डमन सॅक्स या कंपनीने तिचे संकेतस्थळ १९९५ साली आणि मॉर्गन स्टॅन्लेने १९९६ साली नोंदवले.

संगणक विषयाचे प्राध्यापक असतानाच डेव्हिड शॉ यांनी इंटरनेट आणि त्याआधी उपलब्ध असणाऱ्या अर्पानेट यांचा भरपूर वापर केला होता. त्याचमुळे 'वैश्विक' स्वरूपाचे, जगभरात कोठूनही प्रवेश करता येईल

असे नेटवर्क सामाजिक आणि व्यावसायिकदृष्ट्या किती परिणामकारक ठरू शकेल याची त्यांना कल्पना होती आणि म्हणूनच ते त्याविषयी कमालीचे उत्सुक होते, ते मिळण्याची वाटच पाहत होते. १९८५ साली प्रिन्स्टन युनिव्हर्सिटीमध्ये ॲस्ट्रोफिजिक्स - खगोलशास्त्र - या विषयाच्या वर्गात असताना बेझोस यांची इंटरनेटशी ओळख झाली होती; पण त्याचे खरेदी-विक्रीच्या क्षेत्रातील महत्त्व त्यांना त्या वेळी तर समजले नव्हतेच पण डेस्कोमध्ये काम करू लागेपर्यंतही कधी प्रतीत झाले नव्हते. कंपनीत आठवड्यातून एकदा डेव्हिड शॉ आणि बेझोस हे दोघे काही तास एकत्र बसून या नव्या क्रांतिकारक तंत्रज्ञानाच्या येणाऱ्या लाटेविषयी चर्चा करीत असत, सर्व प्रकारच्या शक्यता पडताळून पाहत असत, कंपनीच्या दृष्टीने लाभदायक अशा कल्पना, योजना मांडीत असत. त्या चर्चेत ठरलेल्या गोष्टींवर मग बेझोस आठवडाभर काम करीत असत, नवनव्या सोयींची सुसाध्यता, उपयुक्तता तपासून पाहत असत.

शॉ आणि बेझोस यांच्या साप्ताहिक भेटी आणि कंपनीतील इतरांबरोबरच्या चर्चा यांतून १९९४ सालच्या पूर्वार्धातच कंपनीत अनेक आगामी योजना आकार घेऊ लागल्या. त्यातील एक होती कंपनीच्या ग्राहकांसाठी मोफत ई-मेल सेवा. तिचा खर्च जाहिरातदारांकडून मिळणाऱ्या मोबदल्यातून चालवला जाणार होता. 'याहू मेल' आणि 'जी मेल' यांच्यामागे हीच कल्पना होती. या सेवेसाठी 'ज्युनो' या नावाने नवी कंपनी सुरू करण्यात आली. १९९९ मध्ये ती 'पब्लिक कंपनी' बनली. त्यानंतर अल्प काळात ती 'नेटझिरो' या तिच्या स्पर्धक कंपनीमध्ये विलीन झाली.

वित्तीय सेवाक्षेत्रातील दुसरी योजना होती इंटरनेट वापरणाऱ्या ग्राहकांना रोख्यांची 'ऑनलाइन' खरेदी-विक्री करण्याची सोय उपलब्ध करून देणे. डेव्हिड शॉ यांनी १९९५ मध्ये या सेवेचे व्यवस्थापन करण्यासाठी 'फारसाइट फिनान्शिअल सर्व्हिसेस' या नावाची एक उपकंपनी स्थापन केली. ई-ट्रेडसारख्या कंपन्यांची ती सुरुवात होती. शॉ यांनी ती कंपनी काही काळानंतर मेरील लिंच या कंपनीला विकून टाकली.

शॉ आणि बेझोस यांनी आणखी एका कल्पनेवरही चर्चा केली होती ती होती-'एव्हरीथिंग स्टोअर'ची!

'जगभरातील ग्राहक आणि विविध उत्पादक या दोघांमधील दुवा म्हणून काम करून इंटरनेटच्या माध्यमातून ग्राहकांना जे हवे ते उत्पादकांकडून घेऊन

ते ग्राहकांपर्यंत पोहोचवणारी कंपनी' अशा साध्यासोप्या शब्दांत त्या वेळी 'डेस्को'मध्ये काम करणारे अधिकारी त्या कल्पनेचे वर्णन करीत. त्या काळी सन १८७२ मध्ये सुरू झालेली 'माँटगोमेरी वॉर्ड' नावाची कंपनी अशीच सेवा पुरवीत असे. ती कंपनी उपलब्ध वस्तू, त्यांचे उत्पादकांतर्फे पुरवलेले तपशीलवार वर्णन व त्यांच्या किमती यांची यादी असलेला 'कॅटलॉग' प्रकाशित करीत असे. शॉ व बेझोस यांच्या कल्पनेतील योजनेत त्या कॅटलॉगला समान हक्कांचे तत्त्व लावून, त्याची विश्वासार्हताही वाढवण्यासाठी ग्राहकांनाही त्यांनी खरेदी केलेल्या वस्तूंच्या, पर्यायाने त्यांच्या उत्पादकांच्या गुणवत्तेचे मूल्यमापन करणारे संदेश कंपनीला पाठवण्याची संधी दिलेली होती. १९९९ साली डेव्हिड शॉ यांनी 'न्यू यॉर्क टाइम्स मॅगझिन'ला एक मुलाखत दिली होती. त्यात त्यांनी म्हटले होते, ''या बाबतीत कोणालातरी या खरेदी-विक्रीत मध्यस्थ म्हणून फायदा कमावू देणे हीच कल्पना राहिलेली आहे. कळीचा प्रश्न हा आहे की हा मध्यस्थ कोणाला होऊ दिले जाईल?'' यातूनच त्यांनी 'इंटरनेट स्टोअर'च्या कल्पनेवर शिक्कामोर्तब केले होते.

शॉ यांचा इंटरनेट या संकल्पनेच्या महत्त्वावरील दृढ विश्वास पाहून बेझोस यांचे कुतूहल चांगलेच वाढले आणि त्यांनी इंटरनेटच्या होणाऱ्या वेगवान वाढीसंबंधी खोलात शिरून संशोधनच सुरू केले. त्याच वेळी टेक्सास प्रांतातील जॉन क्वार्टरमन नावाच्या एका लेखक व प्रकाशकाने इंटरनेटची वाखाणणी करणारे, त्याच्या व्यवसाय क्षेत्रातील प्रभावशाली उपयुक्ततेचे वर्णन करणारे 'मॅट्रिक्स न्यूज' या नावाचे एक मासिक वार्तापत्र प्रकाशित करायला सुरुवात केली होती. त्याच्या फेब्रुवारी १९९४च्या वार्तापत्रात त्याने दिलेली आकडेवारी धक्कादायक होती. त्यात त्याने एका वर्षापूर्वी जगाला ओळख झालेल्या 'वर्ल्ड वाइड वेब'च्या वाढीची पद्धतशीर फोड करून दाखवली होती. त्याने लिहिले होते, ''इंटरनेटच्या अन्य कोणत्याही तंत्रविज्ञानापेक्षा वर्ल्ड वाइड वेब हे अधिक साधे, सहजी वापरता येणारे माध्यम असल्यामुळे त्याचा प्रसार फार विस्तृत प्रमाणात होत असून ते जास्तीतजास्त लोकांचे लक्ष वेधून घेते आहे.'' त्याने एका तक्त्यात वर्ल्ड वाइड वेबवरून प्रक्षेपित झालेल्या बाइट्सच्या संख्येत झालेली धक्कादायक वाढ दाखवली होती. जानेवारी १९९३ मध्ये प्रक्षेपित झालेल्या बाइट्सची संख्या जानेवारी १९९४ मध्ये - एका वर्षाच्या कालावधीत - २०५७ पटींनी वाढली होती. दुसऱ्या एका आलेखातून हे स्पष्ट होत होते की

त्याच कालावधीत वेबवरून पाठवल्या गेलेल्या माहितीच्या पॅकेट्सच्या (पाठवलेल्या माहितीचा एक संच 'पॅकेट' या परिमाणात मोजला जातो.) संख्येत २५०० पॅकेट्सची वाढ झालेली होती.

यावरून बेझोस यांनी असा निष्कर्ष काढला की, त्या वर्षात वेबचा एकंदर वापर सुमारे २३०० पटींनी– म्हणजे २३०,००० टक्के वाढला होता. पुढे त्याविषयी बोलताना ते म्हणाले होते, ''गोष्टी अशा प्रमाणात नाही वाढत. हा वाढीचा वेग काही असाधारणच होता. आणि त्यामुळेच माझ्या विचारांचा वेगही वाढला. मी विचार करू लागलो, ही वाढ विचारात घेता कोणत्या प्रकारची उद्योग योजना फलदायी ठरेल?'' (ॲमेझॉनच्या सुरुवातीच्या काळात ते जी भाषणे द्यायचे त्यात ते ''या वेबच्या वापराच्या २३०,००० टक्क्यांची अविश्वसनीय वार्षिक वाढ मला स्वस्थ बसू देईना, तिने मला अंतर्बाह्य हलवले,'' अशी कबुली बऱ्याच वेळा द्यायचे.) यातूनच ॲमेझॉनच्या बाबतीतील एक ऐतिहासिक अशी तळटीप तयार झाली होती – 'ॲमेझॉनची सुरुवात एका चुकीच्या वाटणाऱ्या आकडेवारीने झाली!'

बेझोस सुरुवातीला 'एव्हरीथिंग स्टोअर' ही संकल्पना – निदान सुरुवातीला तरी – 'अव्यवहार्य आहे' अशा निष्कर्षालाही आले होते. त्यांनी त्यांना शक्य वाटत असलेल्या वीस प्रकारांच्या उत्पादनांची यादी केली होती. त्यात संगणकाची सॉफ्टवेअर्स, ऑफिससाठी लागणाऱ्या गोष्टी, कपडे–पोशाख, संगीत या प्रकारांचा समावेश होता. यातच नंतर एका अशा प्रकाराची भर पडली जो सर्वांत उत्तम प्रकार सिद्ध झाला. तो प्रकार होता – पुस्तके. ग्राहकाने निवडलेले एक विशिष्ट पुस्तक कुठूनही, कोणत्याही दुकानातून विकत घेतले तरी ते सारखेच असणार होते. म्हणजे ग्राहकाने एकदा पुस्तक निवडले की कोठूनही त्याच्याकडे आले तरी काय येणार, त्याच्या हातात काय पडणार हे त्याला माहीतच असणार होते. त्या काळात पुस्तकांचे दोन प्रमुख वितरक होते : इनग्रॅम आणि बेकर ॲन्ड टेलर. म्हणजे त्या क्षेत्रात नव्याने प्रवेश करणाऱ्याला हजारो पुस्तक प्रकाशकांपैकी प्रत्येकाकडे स्वतंत्रपणे जावे लागणार नव्हते. सर्वांत महत्त्वाची गोष्ट ही होती की, त्या काळात जगभरात सरासरी तीस लाख पुस्तकांची छपाई एकाच वेळी सुरू असायची. म्हणजेच 'बार्न्स ॲन्ड नोबल' किंवा 'बॉर्डर्स' ही पुस्तकविक्री करणारी प्रचंड मोठी दुकानेही एवढ्या सगळ्या पुस्तकांचा साठा करून ती एकाच वेळी विक्रीसाठी ठेवू शकत नव्हती.

या पार्श्वभूमीवर जरी सुरुवातीलाच खऱ्या अर्थाने 'एव्हरीथिंग' मिळणारे स्टोअर सुरू करता येणे शक्य नसले तरी एका महत्त्वाच्या प्रकारातील 'एव्हरीथिंग' ग्राहकाला उपलब्ध करून देणे, निवडीला त्याला भरपूर वाव देणे शक्य होते. परंतु या बाबतीत त्या वेळी बेझोस यांनी असेही म्हटले होते की, ग्राहकाला हव्या असलेल्या गोष्टीतील अमर्याद विविधता, विभिन्नता पाहता अन्य कोणत्याही पद्धतीचे विक्रीस्थळ निर्माण करणे शक्यच नव्हते - 'ऑनलाइन स्टोअर' हा एकमेव पर्याय होता. त्यात ग्राहकाला निवडीला परिपूर्ण वाव देणे शक्य होते. आणि ग्राहकासाठी तीच सोय सर्वांत जास्त महत्त्वाची, मौल्यवान म्हणता येईल अशी असते.

या विचारात असताना १२०, वेस्ट फॉर्टीफिफ्थ स्ट्रीट या ठिकाणी चाळिसाव्या मजल्यावर असलेल्या त्यांच्या ऑफिसच्या चार भिंतींत त्यांचा उत्साह मावूच शकत नव्हता! 'डेस्को'च्या नवी माणसे भरती करण्याच्या विभागाचे प्रमुख चार्ल्स अरडई यांच्या मदतीने बेझोस यांनी त्या वेळी अस्तित्वात असलेल्या ओहायओ प्रांतातील क्लीव्हलन्ड येथील 'बुक स्टॅक्स अनलिमिटेड', मॅसॅच्युसेट्समधील केम्ब्रिज येथील 'वर्डस्वर्थ' यांसारख्या 'ऑनलाइन बुक स्टोअर्स'चा शोध लावला. हा 'तपास' सुरू असताना चाचणी म्हणून त्यांनी एका तशा स्टोअरमधून केलेल्या एका खरेदीची नोंद चार्ल्स अरडई यांच्याजवळ अजूनही आहे. कॅलिफोर्नियातील पालो अल्टो येथील 'फ्युचर फॅन्टसी बुकस्टोअर'मधून त्यांनी आयझॅक असिमोव्ह लिखित 'सायबर ड्रीम्स' हे पुस्तक मागवले होते. त्याची किमत ६.०४ डॉलर्स इतकी होती. ते पुस्तक मागणी नोंदवल्यापासून दोन आठवड्यांनी हातात आले होते. अरडई यांनी खोके फोडले आणि बेझोस यांना दाखवले. आतील पुस्तक फाटले होते, खराब झाले होते. म्हणजे अशा रीतीने इंटरनेटच्या माध्यमातून पुस्तके विकण्याचे तंत्र तोवर कोणाला चांगले जमले नव्हते. त्याचा अर्थ बेझोस यांच्या चांगला लक्षात आला- त्या क्षेत्रात भरपूर वाव होता, काहीतरी उत्तम करून दाखवायची संधी होती.

पण त्या बरोबरच त्यांना हीही जाणीव झाली की, त्यांनी हे नव्या धंद्याचे साहस जर डी.ई.शॉ कंपनीत राहूनच केले तर ती नवी कंपनी त्यांची असणार नाही. त्याआधी सुरू केलेल्या ज्युनो आणि फारसाइट या दोन्ही कंपन्यांची संपूर्ण मालकी डेस्कोकडेच होती आणि डेव्हिड शॉ त्या कंपन्यांचे चेअरमन होते. आपल्याला जर 'कंपनीचा मालक' हे पद, 'नवा स्वतंत्र

उद्योजक' हे स्थान हवे असेल, आपण निर्माण केलेल्या कंपनीत भरीव इक्विटी हवी असेल, पिझ्झा व्यवसायातील बडे उद्योगपती फ्रँक मीक यांनी मिळवले तसे उज्ज्वल व्यावसायिक व आर्थिक यश मिळवायचे असेल तर वॉल स्ट्रीटच्या सुरक्षित, आरामदायी घरट्याचा त्याग करावा लागेल हे त्यांना पूर्णतया कळून चुकले.

त्यानंतर जे घडले ते एखादी पौराणिक दंतकथा वाटावी असे अद्भुत, अलौकिक असेच होते. त्या वर्षी झाडांना नवी पालवी फुटू लागली, त्याच वेळी बेझोस डेव्हिड शॉ यांच्याकडे गेले आणि त्यांच्या मनात उगवलेली, मुळे धरलेली नवी कल्पना शॉ यांना सांगितली. त्यांची कंपनी सोडून एक 'ऑनलाइन' बुक स्टोअर सुरू करण्याचा मानस जाहीर केला. ते ऐकल्यावर शॉ त्यांना म्हणाले, ''चला, जरा फिरून येऊ या.'' ते दोघे 'सेन्ट्रल पार्क'मध्ये गेले. मनात उसळलेल्या नवा व्यवसाय, नवे साहस यांच्या अनावर ऊर्मीविषयी बागेतील मोकळ्या वातावरणात झालेली चर्चा दोन तास चालली होती. त्याविषयी शॉ यांनी म्हटले आहे, ''मी बेझोसच्या मनातील आवेग समजू शकत होतो, कारण मीही तशाच प्रकारच्या स्वतंत्र नवनिर्मितीच्या आवेगातच मॉर्गन स्टॅनले सोडली होती.'' दुसऱ्या बाजूला त्यांना हेही जाणवत होते की, त्यांच्या कंपनीचा पसाराही वेगाने वाढत होता आणि त्या प्रयत्नांमध्ये बेझोस मौलिक भर घालू शकणार होते. शिवाय अशा प्रकारच्या वाढीमुळे त्यांची कंपनी बेझोस यांच्या नव्याने सुरू होणाऱ्या व्यवसायाची स्पर्धकही ठरू शकणार होती. चर्चेच्या अखेरीस दोघांचे या बाबतीत एकमत झाले की, बेझोस यांनी त्यांच्या या योजनेवर आणखी काही काळ विचार करावा.

त्या वेळी बेझोस यांचे नुकतेच लग्न झाले होते, अपर वेस्ट साइडच्या परिसरात एक चांगली सदनिका होती, हातात उत्तम पगाराची नोकरी होती. त्यांची पत्नी मॅकेन्झी हिने त्यांच्या नव्या निर्णयाला पूर्ण पाठिंबा व्यक्त केला होता; पण तरीही निर्णय अवघड होता. त्या काळातील त्यांच्या मनात चाललेल्या विचारांच्या वादळाचे वर्णन बेझोस एका जरा विचित्र वाटणाऱ्या उक्तीद्वारे करतात. ''मी माझ्या कारकिर्दीतील असा निर्णय घेत होतो जो भविष्यातील पश्चात्तापाची भावना कमी करण्यास आधारभूत ठरणारा होता.''

काही वर्षांनंतर बेझोस यांनी या काळासंबंधी असे भाष्य केले आहे: ''जेव्हा तुम्ही विचारांच्या वावटळीत सापडलेले असता, गुंतागुंतीच्या परिस्थितीला तोंड देत असता तेव्हा अगदी लहानसहान, क्षुल्लक वाटणाऱ्या

गोष्टीही तुम्हांला गोंधळात टाकू शकतात, संभ्रमात पाडू शकतात. मी त्या वेळी असा विचार केला की, जेव्हा ऐंशी वर्षांचा होईन त्या वेळी मला बऱ्याच गोष्टींचे, उदाहरणार्थ- १९९४ सालचा माझा वॉल स्ट्रीटवरचा अगदी आरामातला, सुखा-समाधानातला मुक्काम मी वर्षाच्या मध्येच, सर्वांत वाईट वेळेला का हलवला याचेही विस्मरण झालेले असेल. आयुष्याच्या त्या, ऐंशीव्या वर्षीच्या, उतरत्या काळात ज्यांची काळजी, चिंता वाटते त्यामध्ये या असल्या गोष्टी नसतातच. पण हे निश्चित की आत्ता जर मी इंटरनेट नावाच्या क्रांतिकारी माध्यमाचा उपयोग करून घेतला नाही, तर मला त्याचा आयुष्यभर पश्चात्ताप वाटत राहील. मी जेव्हा या पद्धतीने विचार केला तेव्हा मग... तो निर्णय घेणे अविश्वसनीय वाटावे इतके सोपे गेले.''

आपला निर्णय बेझोस यांनी जेव्हा त्यांच्या आईवडिलांना फोनवरून सांगितला त्या वेळी त्यांचे वडील माइक आणि आई जॅकी हे दोघे जण कोलंबियामधील बोगोटा येथे राहत होते. त्यांचा तेथील तीन वर्षांच्या वास्तव्याचा काळ संपत आला होता. त्याचे वडील 'एक्झॉन' या कंपनीत पेट्रोलियम इंजिनिअर म्हणून काम करीत होते. माइक बेझोस यांच्या सांगण्यानुसार फोनवर मुलाचे बोलणे ऐकताच ''काय? इंटरनेटवर पुस्तके विकणार आहेस तू? म्हणजे काय करणार आहेस?'' ही त्यांची पहिली प्रतिक्रिया होती. अर्थात त्यांना इंटरनेट ही संकल्पना अपरिचित नव्हती. ते कुटुंबीयांमध्ये संवाद राखण्यासाठी 'प्रॉडिजी' या ऑनलाइन सर्व्हिसचा वापर करीतच होते. जेफ आणि मॅकेन्झी यांच्या एंगेजमेंटच्या पार्टीच्या वेळीही त्यांनी तीच सेवा वापरली होती. त्यामुळे इंटरनेटचा वापर या कल्पनेने काही त्यांचा धीर खचला नव्हता. परंतु इंटरनेटवर पुस्तके विकणे- आणि तेही तोवर उत्तम यश, नोकरीत मानाची जागा मिळवलेल्या त्यांच्या गुणी मुलाने हातातली ती चांगली, भरपूर पैसे देणारी वॉल स्ट्रीटवरची नोकरी सोडून - हा त्यांना शुद्ध वेडेपणा वाटत होता. बेझोस यांच्या आईने त्यांना ही नवी कंपनी हातातील नोकरी न सोडता, रोज रात्री आणि शनिवारी-रविवारी चालवायचा सल्ला दिला. परंतु त्यांच्या मुलाने त्याला नकार देत म्हटले, ''नाही, नाही. परिस्थिती फार झपाट्याने बदलते आहे, मला उशीर करून चालणार नाही, मला ताबडतोब हालचाल केली पाहिजे.''

...आणि जेफ बेझोस यांनी लगेचच त्यांच्या नव्या वाटचालीची तयारी सुरू केली. 'स्टार ट्रेक - द नेक्स्ट जनरेशन' या मालिकेचा शेवटचा

भाग प्रसारित झाला ते निमित्त साधून त्या रात्री त्यांनी त्यांच्या अपर वेस्ट साइड अपार्टमेंटमध्ये एक पार्टी आयोजित केली. डेव्हिड शॉ यांचे सर्वांत पहिले कर्मचारी पीटर लॅव्हेन्थॉल यांनी बेझोस यांची दोन अतिशय अनुभवी अशा प्रोग्रॅमर्सशी ओळख करून दिली होती. त्या दोघांना भेटायला बेझोस कॅलिफोर्नियातील सांताक्रुझ येथे गेले. तेथील ओल्ट सॅश मिल कॅफे या हॉटेलमध्ये त्यांची भेट झाली. ब्ल्यूबेरी पॅनकेक्सचा आस्वाद घेत बोलणी झाली. त्या दोघांपैकी नव्या उद्योगाचा बळकट पाया रचण्याचा दीर्घानुभव असलेल्या शेल कॅफन यांना त्यांच्या योजनेकडे आकर्षित करण्यात बेझोस यशस्वी झाले. त्यांच्याविषयी बोलताना कॅफन यांनी म्हटले आहे- ''इंटरनेटचा वेगाने पसरत जाणारा वणवा बेझोस यांच्या मनातही पेटला होता.'' त्या दोघांनी मिळून लगेचच हालचाली सुरू केल्या. त्यांनी सांताक्रुझमध्येच एक जागाही पाहिली; परंतु दरम्यान बेझोस यांना सुप्रीम कोर्टाने उचलून धरलेल्या, १९९२ सालच्या कोर्टाच्या एका जुन्या निर्णयाविषयी माहिती समजली. त्या निर्णयानुसार विक्रेत्यांना जेथे त्यांची प्रत्यक्ष उपस्थिती नसेल त्या प्रांतात विक्रीकर घेण्याची परवानगी नव्हती. त्यामुळे इंटरनेटच्या माध्यमातून विक्री करणारे उद्योग कॅलिफोर्निया किंवा न्यू यॉर्क या जास्त लोकसंख्येच्या प्रांतांतून त्यांचा विक्रीव्यवसाय चालवीत नसत. बेझोस यांनीही तसेच करायचे ठरवले.

न्यू यॉर्कला परत आल्यावर त्यांनी त्यांच्या सहकाऱ्यांना त्यांचा डी. ई.शॉ कंपनीतील नोकरी सोडण्याचा निर्णय जाहीर केला. त्यांनी 'थर्ड मार्केट' नावाच्या उपक्रमावर काम केले होते. त्यात अर्बाना शॅम्पेन येथील युनिव्हर्सिटी ऑफ इलियॉनिसमधून नुकतीच पदवी मिळवलेला जेफ होल्डन नावाचा तरुण काम करीत होता. त्याचे आणि बेझोस यांचे सूर चांगले जुळले होते. तो मिचिगनमधील रॉचेस्टर हिल्स येथे राहणारा होता. वयाची विशी गाठायच्या आधीच त्याने 'द नोवा' या नावाने हॅकिंग करून एखाद्या सॉफ्टवेअरचे प्रोटेक्शन राइट्स क्रॅक करण्याचे कसब मिळवले होते. तो स्केटिंग उत्तम करायचा आणि अतिशय वेगाने बोलायचा. त्यावरून बेझोस नेहमी विनोदाने म्हणायचे, ''याने त्याच्या बोलण्याच्या वेगाने मलाही वेगाने ऐकायला शिकवले!'' बेझोस कंपनी सोडणार हे समजल्यानंतर एका रात्री ते दोघेच जेवायला बाहेर गेले.

फॉर्टीफोर्थ स्ट्रीटवरील 'व्हर्जिल' नावाच्या बार्बेक्यूसाठी प्रसिद्ध असलेल्या हॉटेलमध्ये ते टेबलावर समोरासमोर बसले होते. बेझोस यांनी

त्यांच्या कंपनीचे नाव 'कॅडेब्रा इनकॉर्पोरेशन' असे ठेवावे असा विचार केला होता; पण अजून त्यांचा पक्का निर्णय झालेला नव्हता. होल्डनने एका वहीचे पान भरून निरनिराळ्या नावांची यादीच केली. बेझोस यांच्या आवडत्या 'स्टार ट्रेक'मधील कॅप्टन पिकार्ड ''मेक इट सो...'' असे वारंवार म्हणायचा, त्यामुळे होल्डनच्या यादीतील 'मेकइटसोडॉटकॉम' हे नाव बेझोस यांना खूपच आवडले होते.

बिअरचे घोट घेत असताना होल्डनने त्याचा नोकरी सोडून बेझोस यांच्या बरोबरच राहण्याचा निर्णय जाहीर केला. परंतु त्याला काम देण्यात एक अडचण होती. बेझोस यांनी डेव्हिड शॉ यांच्याशी सामंजस्याने जो करार केला होता, त्यात एक अट अशी होती की बेझोस यांनी निदान दोन वर्षे तरी 'डेस्को'मधील कोणालाही 'पळवून नेऊन' त्यांच्याकडे नोकरी द्यायची नाही आणि बेझोस यांना शॉ यांचा शब्द डावलायचा नव्हता. म्हणून त्यांनी होल्डनला सल्ला देण्याच्या आविर्भावात असे सांगितले की, तुझे शिक्षण नुकतेच पूर्ण झाले आहे. तुला कर्जही आहे. अशा परिस्थितीत अशा नव्या उद्योगाचा धोका पत्करणे योग्य नाही. इथे काम करून कर्ज चुकव, जरा पुंजी जमव... मी सतत तुझ्या संपर्कात राहीनच.

नंतर, त्याच महिन्यात बेझोस आणि मॅकेन्झी यांनी त्यांचे घर आवरले आणि सामान हलवणाऱ्या कंपनीला ते घेऊन जायला सांगितले आणि ''कुठे पोहोचवायचे ते आम्ही तुम्हांला उद्या फोन करून निश्चित सांगू,'' असेही सांगितले. ते दोघे प्रथम विमानाने टेक्सासमधील फोर्ट वर्थला गेले, बेझोस यांच्या वडिलांकडून १९८८ सालची शेवी ब्लेझर ही गाडी उसनी घेतली आणि पत्नी ड्रायव्हरच्या सीटवर आणि पती शेजारच्या, असे ते जोडपे वायव्य दिशेला प्रवास करू लागले. बेझोस गाडीत बसलेले असतानाही त्यांच्या कॉम्प्युटरवर एक्सेल स्प्रेडशीटवर त्यांना त्यांच्या नव्या उद्योगातून मिळणाऱ्या उत्पन्नाच्या अंदाजांचा – जे त्यांचे अंदाज प्रत्यक्षात पूर्णपणे चुकीचे सिद्ध होणार होते, त्यांचा – तक्ता करण्यात मग्न झालेले होते. टेक्सासधील शॅमरॉक येथील मॉटेल ६ येथे त्यांनी खोली मिळवायचा प्रयत्न केला, पण ते मॉटेल पूर्ण भरलेले होते. त्यामुळे त्यांनी वाटेवरच्या 'रॅम्बलर' नावाच्या मॉटेलमधल्या खोलीत मुक्काम केला. त्या खोलीची अवस्था पाहून मॅकेन्झीने पायांतले बूटही काढून ठेवायला नकार दिला. दुसऱ्या दिवशी ते ग्रॅन्ड कॅननला पोहोचले आणि तेथून दिसणाऱ्या सूर्योदयाचे अलौकिक सौंदर्य

त्या जोडीने अनुभवले. तीस वर्षांचे बेझोस आणि चोवीस वर्षांची मॅकेन्झी हे दोघे मिळून अशी एक कथा लिहीत होते, जी लाखो इंटरनेटचे उपभोक्ते आणि यशाची आशा, उमेद मनी बाळगून नवा उद्योग स्थापन करण्याचे साहस करणारे नवउद्योजक यांच्या मनांवर कायमचा ठसा उमटवणार होती.

बेझोस यांच्याकडून संपर्क साधला जाण्यासाठी जेफ होल्डन यांना एक वर्ष वाट पाहावी लागली. तो बेझोस यांनी सिॲटलहून एका ई-मेलद्वारे साधला होता. त्यात त्यांनी एका संकेतस्थळाची लिंक पाठवली होती – 'ॲमेझॉनडॉटकॉम'. संकेतस्थळ अगदीच सामान्य, आदीकालीन वाटावे असे, बाळबोध होते. नुसताच मजकूर होता. त्याचा काहीच प्रभाव पडत नव्हता. तरीही होल्डनने त्या संकेतस्थळावरून काही पुस्तके खरेदी केली आणि त्याचा परखड अभिप्राय नोदवला. पुन्हा संपर्क साधला जायला आणखी एक वर्ष जावे लागले. डेव्हिड शॉ आणि बेझोस यांच्यामध्ये जो 'कर्मचाऱ्यांच्या पळवापळवी'बद्दलचा करार झाला होता, त्याची मुदत संपल्यावर एक दिवस होल्डन यांचा फोन वाजला.

''वेळ झाली!'' बेझोस होल्डनना म्हणाले, ''आपल्याला हवे ते घडणार आहे!!''

२

बेझोसचे पुस्तक

'युजनेट बुलेटिन-बोर्ड'वरील संदेश - २१ ऑगस्ट १९९४

''एका नुकत्याच सुरू झालेल्या, भांडवलाची कमी नसलेल्या उद्योगाला इंटरनेटवरून वस्तूंची खरेदी-विक्री करण्याची प्रक्रिया निर्दोष आणि सोपी करण्यासाठी सीसी प्लस प्लस/युनिक्स विकसित करण्यात प्रवीण असलेले, प्रतिभावान लोक हवे आहेत. त्यांना अतिशय मोठ्या, गुंतागुंतीच्या (पण तरीही व्यवस्थित चालतील, टिकतील अशा) यंत्रणांची योजना व रचना करण्याचा अनुभव असणे आवश्यक आहे आणि तशा कामांना तंत्रज्ञ सामान्यत: जेवढा वेळ घेतात त्याच्या एक तृतीयांश वेळात ते काम करण्याची क्षमता असणेही गरजेचे आहे. त्यांनी कॉम्प्युटर सायन्स अथवा त्याच्याशी समतुल्य विषयात बीएस, एमएस किंवा पीएच.डी पदवी प्राप्त केलेली असली पाहिजे. स्वत:चे म्हणणे उत्तम रीतीने व्यक्त करण्याचे, इतरांशी सुसंवाद साधण्याचे अत्यंत उच्च दर्जाचे कौशल्य त्यांच्या अंगी असले पाहिजे. वेबसर्व्हर्स आणि एचटीएमएल यांची माहिती असली तर फारच चांगले; परंतु ती असलीच पाहिजे असे नाही.

''निवड झालेल्या लोकांना त्यांच्याइतक्याच कुशल, प्रतिभाशाली, कामाविषयी प्रेरित असलेल्या, कामावर पूर्ण लक्ष केंद्रित केलेल्या, कामाला पूर्णपणे वाहून घेतलेल्या आणि तरीही अतिशय मित्रत्वाने वागणाऱ्या, ज्यांचा सहवास हवासा वाटेल अशा सहकाऱ्यांबरोबर काम करण्याची संधी मिळेल. मात्र त्यांना सिॲटलमधेच स्थायिक व्हावे लागेल. (स्थलांतरासाठीच्या खर्चात आम्ही मदत करू.)

''मिळणाऱ्या मोबदल्याखेरीज इक्विटी ओनरशिपही मिळेल.

''संपूर्ण माहिती आणि अर्ज जेफ बेझोस यांना पाठवा. अमेरिकेतील पत्ता : कॅडेब्रा इनकॉर्पोरेशन, १०७०४, एन.ई. २८ वा रस्ता, बेलव्ह्यू, डब्ल्यू.ए., ९८००४.

''सर्वांना समान संधी – हे आमचे धोरण आहे.

''भविष्याविषयी अंदाज व्यक्त करीत बसण्यापेक्षा त्याचा शोध घेणे जास्त सोपे असते.

– ॲलन के.''

सुरुवातीपासूनच बेझोस यांना हे जाणवत होते की, त्यांनी ठेवलेल्या नावापेक्षा कंपनीला जास्त चांगले नाव असायला हवे होते. 'कॅडेब्रा इनकॉर्पोरेशन' या नावाची नोंदणी बेझोस यांचे पहिले वकील टॉड टार्बर्ट यांनी जुलै १९९४ मध्ये वॉशिंग्टन प्रांताच्या सरकारी दप्तरात केली. त्यांनी असे निरीक्षण नोंदवले आहे की, त्या कंपनीचे नाव एक तर जादूगार लोक त्यांच्या जादूच्या प्रयोगात ज्याचा वापर करीत त्या 'ॲडाकॅडेब्रा'ला जवळ होते आणि तसेही सामान्यांना त्याचा अर्थ समजायलाही फारच अवघड होता. शिवाय फोनवर बऱ्याच वेळा लोकांना ते 'कॅडाव्हर'– म्हणजे 'प्रेत'– असे ऐकू जायचे. म्हणूनच बेलव्ह्यूच्या ईस्ट सिॲटल या उपनगरात एक प्रशस्त, तीन बेडरुम्सचा, कौलारू, एकमजली बंगला भाड्याने घेऊन तेथे राहायला गेल्यानंतर बेझोस आणि मॅकेन्झी या दोघांनी 'नामकरण' यावर विचारमंथन सुरू केले. त्या वेळच्या इंटरनेटवरील नोंदीअनुसार त्यांनी अवेकडॉटकॉम, ब्राऊझडॉटकॉम आणि बुकमॉलडॉटकॉम या तीन नावांची डोमेन्स नोंदवली होती. बेझोस काही काळ 'आर्डडॉटकॉम' या नावाचा विचार करीत होते. ('आर्ड' हा डच भाषेतील शब्द आहे आणि त्याचा अर्थ गुणवत्ता, व्यक्तिमत्त्व असा आहे). त्याच्या अर्थापेक्षा त्या वेळी संकेतस्थळांची यादी अक्षरानुक्रमाने केली जात असे. तेव्हा यादीमध्ये आपले संकेतस्थळ सर्वांत वर असावे हाही त्या नावाच्या निवडीमागील बेझोस यांचा उद्देश होता.

बेझोस पती–पत्नींना आणखी एक नाव खूप आवडले होते– 'रिलेंटलेसडॉटकॉम'. परंतु ('रिलेंटलेस' याचा अर्थ अथक, अखंड या

बरोबरच निर्दय, कठोर असाही होतो, म्हणून बहुधा) त्यांच्या स्नेहीमंडळींनी ते नाव अशुभ असल्याचे मत दिले. तरीही बेझोस यांना त्या नावाचा विलक्षण मोह पडला असावा, कारण सप्टेंबर १९४४ मध्ये त्यांनी त्या नावाने यूआरएल नोंदवले आणि ते तसेच ठेवले. आजही जर तुम्ही ते नाव टाइप केलेत तर ते तुम्हांला ॲमेझॉनडॉटकॉमकडे घेऊन जाते.

त्यांची कंपनी सिॲटलमध्ये सुरू करण्याच्या कारणांमध्ये ते शहर तंत्रज्ञानाचे केंद्र समजले जात होते हे एक होते. शिवाय वॉशिंग्टन प्रांताची लोकसंख्या (कॅलिफोनिया, न्यू यॉर्क, टेक्सास यांच्या तुलनेत) खूपच कमी होती, त्यामुळे ॲमेझॉनला प्रांतिक विक्रीकर फार थोड्या ग्राहकांकडून घ्यावा लागणार होता, हेही होते. तसे पाहायला गेले तर तो भाग उद्योगधंद्यांचे केंद्र नव्हताच, परंतु त्या वेळी मायक्रोसॉफ्टने तेथून जवळच्या रेडमन्ड येथे पाय रोवले होते, जम बसवला होता आणि युनिव्हर्सिटी ऑफ वॉशिंग्टनमधून कॉम्प्युटर सायन्स या विषयाचे तरुण पदवीधरही मोठ्या संख्येने बाहेर पडत होते. शिवाय त्या वेळच्या पुस्तकांच्या दोन सर्वांत मोठ्या व प्रसिद्ध वितरकांपैकी 'इनग्रॅम' या वितरकांचे फार मोठे भांडार तेथून जवळ–ओरेगॉनमधील रोझबर्ग येथे होते. गाडीने सहा तासांत तेथे पोहोचता येत असे. बेझोस यांच्या एका मित्रामार्फत त्यांची तेथील एका उद्योजकाशी ओळख झाली होती, त्यांच्या भेटी झाल्या होत्या. तेथेच स्थायिक झालेल्या त्या निक हॅनॉर या उद्योजकानेही बेझोस यांना सिॲटल निवडायचाच सल्ला दिला, आग्रहच केला. पुढे बेझोस यांची संभाव्य गुंतवणूकदारांशी ओळख करून देण्यात, त्यांच्या भेटी घडवून आणण्यात निक हॅनॉर यांनी फार महत्त्वाची भूमिका बजावली.

त्या वर्षीच्या हिवाळ्यात डेव्हिड शॉ कंपनीतील सर्वांत पहिले कर्मचारी पीटर लॅव्हेन्थॉल यांनी बेझोस यांची ज्या दोन अतिशय अनुभवी अशा प्रोग्रॅमर्सची ओळख करून दिली होती, ज्यांना भेटायला बेझोस कॅलिफोर्नियातील सांताक्रुझ येथे गेले होते त्या दोघांपैकी ज्यांना नव्या उद्योगाचा बळकट पाया रचण्याचा दीर्घानुभव होता आणि ज्यांना त्यांच्या योजनेकडे आकर्षित करण्यात बेझोस यशस्वी झाले होते, ते शेल कॅफन त्यांच्या सामानाने भरलेली एक छोटी ट्रक चालवीत सिॲटलला आले आणि त्यांनी बेझोस व मॅकेन्झी यांच्या बरोबरीने 'ॲमेझॉनच्या संस्थापनेला हातभार लावणारे एक सदस्य' म्हणून कंपनीची जबाबदारी उचलली. ते सॅन

फ्रान्सिस्को बे एरियामध्ये लहानाचे मोठे झाले होते. त्यांना पहिल्यापासूनच संगणकाची आवड होती. त्यांनी अमेरिकेच्या संरक्षण मंत्रालयाने विकसित केलेल्या, 'इंटरनेटचा पूर्वसुरी' म्हणून ओळखल्या जाणाऱ्या 'अर्पानेट'चा भरपूर अभ्यास व वापर केला होता. ते हायस्कूलमध्ये असताना त्यांची भेट स्टुअर्ट ब्रॅन्ड या लेखकांशी झाली होती. ब्रॅन्ड हे काउंटरकल्चर ऑर्गनायझर होते. त्यांनी नव्या, प्रबोधक माहिती युगातील साधने, त्याविषयीची पुस्तके यांची माहिती देणारा अत्यंत प्रभावशाली असा 'होल अर्थ कॅटलॉग' तयार केला होता. पदवी प्राप्त केल्यानंतरच्या उन्हाळ्यात शेल कॅफन यांनी त्या कॅटलॉगच्या प्रकल्पातही काम केले होते. हिप्पी लोकांसारखे लांब केस आणि मोठी दाढी ठेवणाऱ्या शेल कॅफन यांनी ब्रॅन्ड यांच्या मेन्लो पार्क येथील 'होल अर्थ ट्रक स्टोअर' या 'फिरत्या ग्रंथालया'त आणि 'फिरत्या विद्यालया'त काम केले होते. ते तेथे जमाखर्चाचे रजिस्टर सांभाळत, वर्गणी गोळा करीत आणि पुस्तके व पुस्तकांचे कॅटलॉग्ज ग्राहकांकडे पाठवण्यासाठी वेष्टनात गुंडाळण्याचेही काम करीत.

सांताक्रुझ येथील युनिव्हर्सिटी ऑफ कॅलिफोर्नियात त्यांच्या शिक्षणात मधूनमधून खंड पडत होता. त्यामुळे गणित विषयात पदवी मिळवायला त्यांना दहा वर्षे लागली. त्यानंतर कॅफन यांनी बे एरियातील बऱ्याच कंपन्यांमध्ये कामे केली. त्यात व्यक्तिगत संगणकांवर व्हिडिओ, ऑडिओ आणि ॲनिमेशन फाइल्स दाखवणारे सॉफ्टवेअर तयार करणाऱ्या ॲपल व आयबीएम यांनी एकत्र येऊन सुरू केलेल्या 'कॅलिडा लॅब्ज' या कंपनीचाही समावेश होता. पण तीही कंपनी अल्प काळातच बंद पडली. त्यांच्या मित्रांना त्यांच्या चेहऱ्यावर सदैव दिसणाऱ्या उदासीचे कारण त्यांना आलेले तसे निराशाजनक अनुभव हे होते. त्यामुळेच ते बेझोस यांच्या बरोबर काम करायचे म्हणून सिॲटलला आले. तरीही त्यांच्या मनात त्या नव्या साहसाच्या यशाविषयी संदेहच होता. त्यांना पहिली चिंता वाटू लागली ती कंपनीच्या नावाची. त्यांनी असे म्हटले आहे, "मी 'सिमेट्री ग्रुप' नावाच्या कंपनीत काम करीत होतो. सिमेट्री या नावाचा अर्थ सम प्रमाण असा न घेता लोक तो 'कबरस्तान' असा घेत. तेथे कबरस्तान आणि इथे प्रेत – कॅडाव्हर! मी म्हटले, बाप रे! पुन्हा नको बाबा तसलाच प्रकार!!" त्या वेळेपर्यंत, म्हणजे वयाची चाळिशी जवळ आलेली असताना, आधीचे त्यांचे रूप पालटले होते. केसांची लांबी नुसती कमी नव्हती झाली, ते गळून जाऊन टक्कल दिसू लागले होते आणि दाढीही गेली

होती. ॲमेझॉनच्या माध्यमातून वेबचा वापर करून 'होल अर्थ कॅटलॉग'चे ध्येय खऱ्या अर्थाने पूर्ण करता येईल आणि माहिती, साधने व अन्य अनेक गोष्टी जगभरातील लोकांना उपलब्ध करून देता येतील याबद्दलच्या खात्रीने ते प्रेरित झाले, प्रोत्साहित झाले आणि त्यात त्यांची कंपनीच्या नावाविषयीची चिंता मागे पडली.

सुरुवातीला त्यांचा विचार असा होता की, काही काळ तेथे राहून आवश्यक तो कोड तयार करून सांताक्रुझला परत जावे आणि तेथे राहूनच पुढील काम करावे. म्हणून ते भाड्याची जागाच पाहू लागले आणि ती मिळेपर्यंत बेझोस व मॅकेन्झी यांच्या बरोबरच बेलव्ह्यूमध्ये राहू लागले. बेझोस यांच्या घराचे गॅरेज ही त्यांनी त्यांची कामाची जागा बनवून टाकली. ते गॅरेज वातानुकूलित नव्हते. मध्यभागी एक भला मोठा स्टोव्ह होता. बेझोस यांनी होम डेपोमधून दोन पिवळसर तपकिरी रंगाच्या लाकडाची साठ डॉलर्स किमतीची दोन दारे विकत आणली आणि त्यातून स्वतःच सुतारकाम करून दोन टेबल्स तयार केली. बेझोस यांच्या या निर्मितीला ॲमेझॉनच्या इतिहासात बायबलमधील नोहने बांधलेल्या आर्कचे महत्त्व प्राप्त झाले. सप्टेंबर महिन्याच्या अखेरीस बेझोस ओरेगॉनमधील पोर्टलॅन्ड येथे जाऊन 'अमेरिकन बुकसेलर्स असोसिएशन' या स्वतंत्रपणे पुस्तकविक्री करणाऱ्या दुकानदारांच्या मंडळाने प्रायोजित केलेल्या 'पुस्तकविक्री' या विषयाच्या चार दिवसांच्या शिक्षणवर्गाला उपस्थित राहिले. त्यात 'पुस्तकांच्या प्राथमिक साठ्याची निवड,' 'पुस्तकांच्या साठ्याचे नियोजन व व्यवस्थापन,' यांसारखे विषय शिकवले गेले. त्याच वेळी कॅफन यांनी संगणक, डेटाबेस यांच्या उपलब्धतेची चौकशी सुरू केली, तसेच ते कोड बनवण्याचे शिक्षण कुठे मिळेल ते शोधू लागले. त्या काळी इंटरनेटवर सर्व गोष्टी सर्वांसाठी उपलब्ध नसत, त्या ज्याच्या त्याच्या गरजेअनुसार तयार कराव्या लागत.

या सगळ्या गोष्टी करताना सतत खर्च कमीतकमी ठेवण्याकडे लक्ष पुरवावे लागे. बेझोस यांनी सुरुवातीला कंपनीच्या खर्चासाठी पदरचे १०,००० डॉलर्स रोख बाजूला काढून ठेवले होते. नंतरच्या सोळा महिन्यांत त्यांनी कंपनीला आणखी ८४,००० डॉलर्स इतके अतिरिक्त व्याजरहित कर्ज दिले. कॅफन यांचा कंपनीबरोबर जो करार झालेला होता त्यानुसार त्यांना ५,००० डॉलर्सचे रोखे खरेदी करणे बंधनकारक होते. त्यांनी शेअर्समध्ये अतिरिक्त २०,००० डॉलर्स लावण्याचा निर्णय घेतला.कारण, नवा उद्योग म्हणून ते

बेझोस यांच्यासारखेच निम्माच पगार घेऊन वर्षाला फक्त ६४,००० डॉलर्स मिळवीत होते. कॅफन यांच्या या प्रथमपासूनच्या पूर्ण सहभागामुळे त्यांना काही लोक ॲमेझॉनचे सहसंस्थापकच मानत. त्या वेळच्या परिस्थितीविषयी त्यांनी म्हटले आहे, ''सगळेच अनिश्चित होते. घडत काहीच नव्हते. बस, तो गडगडाटी हास्य हसणारा जेफ लाकडी दारे विकत आणून त्याची त्याच्या घराच्या गॅरेजमधे थाटलेल्या ऑफिससाठी, अगदी माझ्या सांताक्रुझच्या ऑफिसमध्ये पाहिलेल्या टेबलांसारखीच टेबले बनवीत होता. मीही इतका कमी मोबदला घेऊन काम करण्यात धोकाच पत्करत होतो. पदरात थोडेफार वाचवलेले पैसे होते; पण करत होतो त्याहून जास्त काही करण्याचे धाडस होत नव्हते.''

१९९५ साल उगवले. बेझोस यांचे आईवडील माईक आणि जॅकी यांनी मुलाच्या नव्या उद्योगासाठी १००,००० डॉलर्स देऊ केले. माईक जेव्हा कोलंबियातील नॉर्वे येथे आणि व्हेनेझुएला येथे काम करीत होते, त्या वेळी त्यांची एक्झॉन कंपनी त्यांचा राहण्या-खाण्याचा सर्व खर्च देत असे. त्यामुळे त्यांनी बऱ्यापैकी गंगाजळी साठवली होती आणि ती ते त्यांच्या मोठ्या मुलावर खर्च करायला तयार होते. खरे तर माईक यांच्या मते त्यांच्या मुलाची धंद्याची योजना त्यांच्या डोक्यावरूनच गेली होती, त्यात त्यांना काही फारसा दम वाटला नव्हता, पण तरीही त्यांनी त्यांच्या मुलाच्या धंद्यात पैसे घालायचे ठरवले. मुलगाही त्यांच्याशी प्रामाणिकपणे बोलला, ''तुमचे पैसे बुडण्याची शक्यता एवढी तेवढी नाही, चांगली सत्तर टक्के आहे. मी आधीच स्पष्टपणे धोक्याची कल्पना तुम्हांला देतो आहे, कारण धंदा बुडला तरी मला माझे घर, माझ्या पालकांचा विश्वास गमवायचा नाही, मला थँक्सगिव्हिंगला घरी यायचे आहे!''

आईवडिलांनी भांडवल घातले होते. बायको, जी तोवर साहित्यक्षेत्रात प्रवेश करण्याची महत्त्वाकांक्षा बाळगून लेखणी चालवू लागली होती, कंपनीची पहिली अधिकृत हिशेबनीस बनली होती. पैशाचे सर्व व्यवहार सांभाळत होती, चेक्स लिहीत होती, नव्या लोकांची भरती करण्याच्या कामात मदत करीत होती. पुस्तकविक्रीच्या धंद्यात पडू पाहणाऱ्या या कंपनीतले कर्मचारी सुरुवातीला कामाच्या मधला चहा कुठे जाऊन घ्यायचे? - जवळच्या'बार्न्स ॲन्ड नोबल' या पुस्तकाच्याच दुकानातील कॉफी शॉपमध्ये जाऊन! बऱ्याच वेळा तेथेच टेबलाभोवती जमून त्यांच्या

चर्चाही चालायच्या. या मजेशीर उपरोधाचा उल्लेख बेझोस पुढे त्यांच्या मुलाखतीत, भाषणात आवर्जून करायचे.

सुरुवातीला कामाच्या हालचालींना फारशी गती नसायची, विशिष्ट काम करण्यासाठीची, ते विशिष्ट काळात संपविण्यासाठीची धावपळही नसायची. कॅफन तर एक अशी आठवण सांगतात की, ऑक्टोबर महिन्यातल्या एका सकाळी ते बेलव्ह्यूमध्ये कामाला आले तर बेझोस यांनी त्या दिवशी सुटी जाहीर केली होती आणि सहलीचा कार्यक्रम ठरवला होता. ''त्या वेळी हवेत छान बदल होत होता, दिवस लहान होऊ लागले होते. जवळजवळ सगळेच जण त्या भागात नवीनच होते, परिसर कोणीच पाहिलेला नव्हता.'' बेझोस, मॅकेन्झी आणि कॅफन सत्तर मैलांचा प्रवास करून माउंट रेनीयर या ज्वालामुखी असलेल्या पर्वतावर गेले. बर्फातून मनसोक्त हिंडले, एरवी वातावरण स्वच्छ असले की सिॲटलचे क्षितिज व्यापणाऱ्या ज्वालामुखीचे त्यांनी जवळून दर्शन घेतले.

त्याच हिवाळ्याच्या शेवटी शेवटी कंपनीने युनिव्हर्सिटी ऑफ वॉशिंग्टनच्या कॉम्प्युटर सायन्स आणि इंजिनिअरिंग विभागात प्राध्यापक म्हणून काम करणारा, मूळचा इंग्लंडचा पॉल डेव्हिस नावाचा एक कुशल प्रोग्रॅमर मिळवला. हातातले उत्तम काम, प्रतिष्ठित नोकरी सोडून, एका अजून सुरूही न झालेल्या ऑनलाइन पुस्तकविक्रीच्या दुकानात काम करायला निघालेल्या पॉल डेव्हिस यांच्या मित्रमंडळींना त्यांची इतकी काळजी वाटत होती की, योजना बारगळली तर हाताशी असावेत म्हणून त्या सर्वांनी वर्गणी जमवून काही रक्कम पॉल यांना दिली! पॉल डेव्हिस बेझोस आणि कॅफन यांच्या बरोबर गॅरेजमध्ये बसून प्रथम सन मायक्रोसिस्टिम्सच्या स्पार्क स्टेशन सर्व्हर्सवर काम करू लागले. पिझ्झाच्या बॉक्सेससारख्या दिसणाऱ्या त्या सर्व्हर्सना इतकी वीज लागायची की घरातले फ्यूज वारंवार उडायचे. शेवटी कॉम्प्युटर्स निराळ्या विद्युतप्रवाहांवर चालवावे लागले आणि त्यासाठी इतर खोल्यांमधून, उघड्यावरून नेण्याच्या 'ऑरेंज वायर्स' गॅरेजमध्ये आणाव्या लागल्या आणि त्यामुळे मग घरात हेअर ड्रायर, व्हॅक्युम क्लीनर यांसारखी साधने वापरता येईनाशी झाली.

पॉल डेव्हिस रोज पँटची पायांकडली टोके जाड आणि पाणी पायांना न लागू देणाऱ्या कापडाच्या लांबच लांब पायमोज्यांमध्ये खुपसून, सायकल चालवीत बेलव्ह्यूपर्यंत यायचे. त्यांनी त्या दिवसांबद्दल म्हटले आहे, ''नवा

उद्योग म्हटला की त्यात जरा जास्तच- अतिच म्हणावी अशी- ऊर्जा दिसून येते, ती आमच्या इथे नसायची. मी म्हणेन की ती गाडीची किल्ली फिरवण्यापूर्वीच्या तयारीची स्थिती होती. शेल (कॅफन), मी आणि जेफ, तिघे जण गॅरेज उर्फ ऑफिसमध्ये टेबलाभोवती बसून एक पांढरा बोर्ड घेऊन त्यावर प्रोग्रॅमिंगच्या कामाची आखणी, विभागणी, तपासणी करायचो.''

त्या वेळी पुस्तकविक्री करणाऱ्यांच्या ज्या वेबसाइट्स होत्या, ज्यांत क्लीव्हलॅन्ड येथील 'बुक स्टॅक्स अनलिमिटेड' या दुकानाचीही साइट होती, त्यांच्यापेक्षा जास्त चांगली, प्रभावी, आकर्षक वेबसाइट करायची हे त्या तिघांचे ध्येय होते. डेव्हिस यांनी त्याविषयी म्हटले आहे, ''पहा म्हणजे जरा वेडेपणाचेच वाटेल, पण आम्ही स्वीकारलेले पहिलेच आव्हान आमच्या भावी स्पर्धकांपेक्षा काहीतरी वरचढ करण्याचे होते. म्हणजे आम्ही ज्यात उडी घेत होतो तो जेफच्या मनातला उद्योग काही पूर्णपणे नवा नव्हता. त्यात आधीच स्पर्धा होतीच.''

त्या वेळेपर्यंत, कसेही असले तरी, 'कॅडेब्रा' हेच नाव स्वीकारले गेले होते. १९९४ सालच्या ऑक्टोबर महिन्यात जेफ पुन्हा एकदा नावाच्या शोधात डिक्शनरी उघडून बसले असताना 'ए'ने सुरू होणारे शब्द वाचत चालले होते. ते 'ॲमेझॉन' या शब्दापाशी आले, तो शब्द वाचला आणि ते थांबले. त्यांनी तो पुन्हा आणि पुन:पुन्हा वाचला. ॲमेझॉन- पृथ्वीवरील सर्वांत जास्त पाणी असणारी, सर्वांत जास्त लांबीची, सर्वांत मोठी नदी. ॲमेझॉन- त्या नदीसारखेच जगातील सर्वांत मोठे पुस्तकाचे भांडार! तोच साक्षात्कारी क्षण ठरला. नाव सापडले, नक्की झाले. सकाळी ते गॅरेजमध्ये शिरले आणि त्यांनी नवे नाव जाहीर करून टाकले. त्यावर त्यांनी कोणाचे मतही विचारले नाही. १ नोव्हेंबर १९९४ या दिवशी नव्याने 'ॲमेझॉन' या नावाचे यूआरएल रजिस्टर झाले. त्या नावाबद्दल बेझोस यांनी असे सांगितले, ''ॲमेझॉन ही केवळ जगातील सर्वांत मोठी नदी नाही, तिच्या खालोखाल, दुसऱ्या स्थानावर जी नदी आहे तिच्यापेक्षाही ॲमेझॉन कितीतरी पटींनी मोठी आहे. ती सर्वश्रेष्ठच आहे, तिच्यापुढे इतर सर्वच नद्या क:पदार्थ आहेत.''

पुढे जगभरात फोफावलेल्या उद्योगाची सुरुवात एका लहानशा, गैरसोयीच्या गॅरेजमध्ये झाली होती- ही रम्यकथा ॲपल, हेलवेट पॅकार्ड यांसारख्या सुप्रसिद्ध, बेजोड असा इतिहास घडवलेल्या आणखीही कितीतरी

कंपन्यांच्या बाबतीत घडलेली होती. ॲमेझॉनही त्याला अपवाद नव्हती. तीही बेलव्ह्यूमधील बेझोस यांच्या घराच्या गॅरेजमध्येच सुरू झाली; पण तिची ती रम्यकथा 'लघु'कथाच होती. कंपनी त्या गॅरेजमध्ये काही महिनेच राहिली. कॅफन आणि डेव्हिस या दोघांनी जसे पहिल्या, प्राथमिक स्वरूपाच्या बीटा वेबसाइटचे काम पूर्ण करत आणले तसे बेझोस 'स्टाफ' वाढवायचा विचार करू लागले आणि त्यासाठी साहजिकच मोठी आणि ऑफिसला योग्य अशी जागा शोधण्याचाही. त्या उन्हाळ्यात ती मिळाली आणि कंपनीचे ऑफिस सिॲटलच्या मध्यवर्ती भागात, सोडो ('साउथ ऑफ किंगडम'चे संक्षिप्त रूप) या औद्योगिक वसाहतीतील 'कलर टाइल' नावाच्या दुकानाच्या वरच्या मजल्यावरील – तशा लहान आकाराच्याच – जागेत हलले. त्याच इमारतीच्या खालच्या बिनखिडक्यांच्या तळघरातील दोनशे चौरस फूट क्षेत्रफळाच्या खोलीत ॲमेझॉनचे पहिले 'वेअरहाउस' थाटले गेले. आधी त्या जागेत एक वाद्यवृंद सराव करायचा. त्याचे 'सॉनिक जंगल' हे विचित्र नाव खोलीच्या काळ्या रंगाच्या दारावर रंगवलेलेही तसेच होते. त्यानंतर लवकरच बेझोस आणि मॅकेन्झी यांनीही बेलव्ह्यूमधून मुक्काम हलवला आणि तो न्यू यॉर्कच्या शहरी वातावरणातील ऊर्जा अनुभवण्याच्या प्रयत्नांत सिॲटलमधील 'फॅशनेबल' म्हणून ओळखल्या जाणाऱ्या बेलटाउन या भागातील वाइन स्ट्रीटवरील एका नऊशे चौरस फूट क्षेत्रफळाच्या प्रशस्त सदनिकेमध्ये थाटला.

१९९५ सालच्या उन्हाळ्यात बेझोस व मॅकेन्झी या दोघांनी बीटा वेबसाइटच्या लिंक्स त्यांच्या बऱ्याच मित्रमंडळींना, कुटुंबीयांना, जुन्या सहकाऱ्यांना पाठवल्या. साइटवर मजकुराखेरीज बाकी काहीच नव्हते. ती वेबसाइट त्या वेळच्या संथपणे चालणाऱ्या इंटरकनेक्शन्स व काही ठरीव ब्राउझर्सशी जोडलेली होती. मुख्य पानावर निळ्या रंगाने अधोरेखित केलेली घोषणा होती : 'दहा लाखांवर पुस्तके, कायम कमीतकमी किमतीत'. त्याच्या जवळच निळ्या रंगाच्या चौकोनी, संगमरवरी पार्श्वभूमीवर मोठे 'ए' हे इंग्लिश अक्षर काढलेले होते, पण दोन तिरक्या जाड रेघांमध्ये आडवी रेघ काढलेली नव्हती– तर डाव्या रेघेच्या जरा वरपासून सुरू होणारा, वर अरुंद आणि खाली रुंद होत गेलेला, दोन्ही तिरक्या रेघांच्या मधोमध संपणारा, वळणदार असा नदीचा प्रवाह काढला होता – ॲमेझॉन नदीचा! तो ॲमेझॉनचा 'लोगो' होता. तसा हौशी चित्रकारानेच काढलेला वाटत

होता. साइट काही कमालीची आकर्षक नव्हती. पुस्तकांच्या दुकानांमधील आणि ग्रंथालयांमधील पुस्तकांनी भरलेले रॅक्स नेहमी पाहणाऱ्या सुशिक्षित वाचकांना तर मुळीच खिळवणारी नव्हती. कॅफन यांचा एक जुना सहकारी होता- एरिक बेन्सन. तो व त्याची पत्नी सुझन पुढे ॲमेझॉनमध्ये काम करू लागले. त्या सुझनने म्हटले आहे, ''मला अजून आठवते आहे, मी ती साइट पाहिल्यावर म्हणाले होते की, मला नाही वाटत ही साइट पाहून कोणी काही विकत घेईल!''

कॅफन यांनी त्यांच्या एका जुन्या सहकाऱ्याला ॲमेझॉनच्या सेवेची चाचणी घेण्याची गळ घातली आणि जॉन वेनराईट हा त्यांचा तो सहकारी ॲमेझॉनचा सर्वांत पहिला ग्राहक ठरला. त्याने 'फ्लुइड कन्सेप्ट्स ॲन्ड क्रिएटिव्ह ॲनॉलॉजीज' या नावाचे डग्लस हॉफस्टॅडर या लेखकाचे शास्त्रीय विषयावरील पुस्तक विकत घेतले. ॲमेझॉनच्या नोंदीअनुसार कंपनीच्या दुकानाचे उद्घाटन करणाऱ्या त्या पहिल्या विक्रीची तारीख ३ एप्रिल १९९५ ही आहे. सिॲटलमधील ॲमेझॉनच्या परिसरातील एका इमारतीला आजही 'वेनराईट' या प्रथम ग्राहकाचेच नाव दिलेले आहे.

साइट तशी काही प्रेक्षणीय नव्हतीच, पण काही महिन्यांतच कॅफन आणि डेव्हिस या दोघांनी भरपूर कष्ट घेऊन त्यात अनेक गोष्टींचा समावेश करून तिची उपयुक्तता मात्र भरपूर वाढवली. त्यात एक 'शॉपिंग बास्केट' होती, ज्यात ग्राहकांना त्यांचा क्रेडिट कार्ड नंबर पुरेशा सुरक्षितपणे वेब ब्राउझरवर घालता येण्याची सोय होती. एक अगदी प्राथमिक स्वरूपाचे सर्च इंजीनही होते. त्याच्या साहाय्याने ग्राहकांना पुस्तकांची यादी पाहता येत असे. अमेरिकेतील प्रकाशित पुस्तकांना एक क्रमांक दिला जायचा, तो पुस्तकाचा 'आयएसबीएन' म्हणून ओळखला जायचा. आर. आर. बौकर यांनी एक कॅटलॉग तयार केला होता. त्यात आयएसबीएन, त्या नंबरचे पुस्तक - छपाई सुरू असलेले पुस्तकसुद्धा - आणि सीडीरॉम यांचे तपशील देणारी यादी होती. ॲमेझॉनच्या साइटवर ती यादी - तो कॅटलॉग - उपलब्ध करून दिला गेला होता. कॅफन व डेव्हिस यांनी अशाही योजनेची आखणी केली होती, ज्यायोगे ग्राहक प्रॉडिजी आणि एओएल यांसारख्या पुस्तकांविषयी माहिती देणाऱ्या सर्व्हिसेसचाही वापर करू शकत होते आणि फक्त ई-मेलद्वारे त्यांची मागणी नोंदवू शकत होते, ती योजना कधी प्रत्यक्षात मात्र आली नाही.

ज्या सुरुवातीच्या काळात वेबचे तंत्रज्ञान विकासाच्या खडतर वाटेवरून पण मोठ्या हिमतीने प्रवास करीत होते, सर्व साधने प्राथमिक अवस्थेत होती, तंत्रांमध्ये सतत सुधारणा होत होत्या; त्या काळात या सगळ्या गोष्टी घडत होत्या. वेबवर सर्व बहुभाषिकांना वापरता येईल अशा एकाच भाषेचा – एचटीएमएलचा – हायपर टेक्स्ट मार्कअप लँग्वेजचा – शोध लागून अवघी पाचच वर्षे झाली होती आणि नंतर रूढ झालेल्या जावा स्क्रिप्ट किंवा एजेएएक्स या आधुनिक वेबभाषांचा शोध लागलेलाही नव्हता. तो त्यानंतर कित्येक वर्षांनी लागला. ॲमेझॉनमधील पहिल्या इंजिनिअर्सच्या गटाने 'सी' या नावाने ओळखल्या जाणाऱ्या भाषेचा आणि त्या वेळी सहज उपलब्ध असलेल्या, त्या नंतर लवकरच प्रसिद्धी पावलेल्या; परंतु त्या वेळी मात्र फारसा वापरात नसलेल्या 'बर्कले डीबी' या नावाच्या डेटा बेसचा उपयोग केला.

त्या 'बालपणा'च्या काळात साइटवर ग्राहकांची 'ऑर्डर' दिसली रे दिसली की सर्वच कर्मचारी लहान मुलांसारखे उल्हसित, उत्तेजित होत. साइटवर खरेदी झाली की, ॲमेझॉनमधील संगणकांवर एक घंटा वाजे! ती वाजली की खूश होऊन सर्व जण संगणकासमोर जमत आणि खरेदी करणारा ग्राहक कोणाच्या परिचयातला आहे का हे उत्सुकतेने पाहत. (परंतु ती घंटा सतत वाजल्यामुळे तिचा त्रास व्हायला लागून ती बंद करायची वेळ काही आठवड्यांतच आली!) ग्राहकांच्या मागणीअनुसार मग ते पुस्तक ॲमेझॉनतर्फे दोन बड्या वितरकांपैकी एकाकडून खरेदी केले जाई. घाऊक खरेदीदाराला पुस्तकावर छापलेल्या किमतीच्या निम्म्या किमतीत पुस्तक मिळत असे. ती सवलत ॲमेझॉनलाही मिळत असे.

ॲमेझॉनने सुरुवातीच्या वितरण पद्धतीत थोडे 'शास्त्र' वापरले होते. कंपनीत पुस्तकांचा काहीही साठा ठेवलेला नसे. ग्राहकाची मागणी आली की ॲमेझॉन वितरकाकडे मागणी नोंदवीत असे. वितरकांकडून हवे ते पुस्तक काही दिवसांत येई आणि ते तळघरातील साठ्यात जाई. तेथून मग ते ग्राहकाकडे पाठवले जाई. त्याने मागणी केल्यापासून साधारण एका आठवड्याने पुस्तक ग्राहकाच्या हाती पडे. काही दुर्मिळ पुस्तकांना मात्र काही आठवडे लागत, क्वचित महिनाही उलटून जाई.

त्या सुरुवातीच्या काळातही ॲमेझॉन या खरेदी-विक्रीमधून फारच थोडा फायदा कमावीत असे. साइटवर लोकप्रिय पुस्तकांची एक यादी

प्रसिद्ध केली जात असे. तिला 'स्पॉट लाइट' असे नाव दिले होते. त्या यादीत रोज भर पडायची. ॲमेझॉन ग्राहकाला त्या यादीतील पुस्तकांच्या छापील किमतीत ४० टक्के सवलत देत असे आणि बाकीच्या पुस्तकांवर १० टक्के. एकच पुस्तक मागवले असेल तर ते पाठवण्याचा खर्च ग्राहकाकडून घेतला जायचा. तो कमीतकमी ३.४५ डॉलर्स इतका असायचा.

या उलाढालीत त्या काळात आणखी एक त्रासदायक गोष्ट होती ती म्हणजे वितरकाकडून एका वेळी कमीतकमी दहा पुस्तके मागवणे अनिवार्य असे आणि ॲमेझॉनकडे काही तितक्या प्रमाणात मागण्या नसायच्या! यावर ॲमेझॉनने मात कशी केली याची कथा सांगण्यात बेझोस यांना पुढे खूप मजा येत असे. ''वितरकांच्या नियमात एक पळवाट होती, तिचाच आम्ही फायदा घेत असू. दहा पुस्तके मागवायला लागत; पण सगळी पुस्तके एका वेळीच घ्यायला लागत नसत. जमीन, खडक, झाडांची खोडे, पाने, कुपणांचे खांब, अगदी कासवाची पाठसुद्धा, अशा अनेक ठिकाणी ज्या शेवाळ्यासारख्या वनस्पती उगवतात त्यांना इंग्रजीत 'लिकेन' म्हणतात, मराठीत 'दगडफूल' म्हणतात. त्या नैसर्गिक वाढीविषयीचे एक पुस्तक वितरकांच्या यादीत असायचे, पण ते नेहमीच 'आउट ऑफ स्टॉक' दाखवले जायचे. आम्ही ग्राहकाने मागणी केलेले एक पुस्तक आणि या 'आउट ऑफ स्टॉक' पुस्तकाच्या नऊ प्रती मागवून एका वेळी दहा पुस्तके मागवण्याची अट पूर्ण करायचो. हवे ते पुस्तक लगेच यायचे आणि त्याबरोबर 'क्षमस्व, ते लिकेनवरील पुस्तक उपलब्ध नाही,' अशी टीप.'

जून महिन्यातील एका शनिवारी आणि रविवारी काम करून कॅफन यांनी एक कोड बनवला आणि साइटवर वाचकांना पुस्तक वाचून झाल्यावर त्यांचे त्या विषयीचे मत नोंदवण्याची, त्याचे परीक्षण लिहिण्याची सोय करून दिली. बेझोस यांचा असा दृढ विश्वास होता की 'ॲमेझॉनडॉटकॉम'वर अन्य कोणत्याही पुस्तक विक्रेत्यांच्या साइट्सपेक्षा ग्राहकांनी स्वत: होऊन नोंदवलेली मते, लिहिलेले अभिप्राय, दिलेले प्रतिसाद जास्त प्रमाणावर दिसू लागले तर ते अतिशय लाभदायक ठरेल, ग्राहकांचा कल इतर ऑनलाइन पुस्तकांच्या दुकानांकडे जायचा राहणारच नाही. या अनुकूल परिणामाबरोबरच अशा एकतर्फी, कोणतेही निकष न लावता सर्वांसमोर येणाऱ्या प्रतिक्रियांचा कंपनीवर काही प्रतिकूल परिणाम होणार नाही ना, याविषयीपण बेझोस यांनी योग्य लोकांबरोबर चर्चा केली. असे अभिप्राय साइटवर प्रसारित होण्यापूर्वी

वाचण्यापेक्षा त्यात काही आक्षेपार्ह, अपमानकारक, प्रक्षोभक असे काही नसण्यावर काळजीपूर्वक लक्ष ठेवायचे असे त्यांनी ठरवले.

ॲमेझॉनमधील सुरुवातीचे कर्मचारी, त्यांचे परिचित, त्यांचे मित्र यांनी त्यांनी वाचलेल्या अनेक पुस्तकांविषयीची त्यांची मते, अभिप्राय साइटवर प्रसारित केले. अशा प्रकारचा सर्वांत पहिला अभिप्राय स्वत: कॅफन यांनीच एका ग्राहकासाठी आलेले चीनमधील प्रिझन कॅम्प्समधील कटू अनुभवांवर आधारित 'बिटर विन्ड्स : अ मेमॉयर ऑफ माय इयर्स इन चायनाज गुलाग' हे पुस्तक पूर्ण वाचून त्या पुस्तकावर लिहून साइटवर प्रसारित केला होता.

साहजिकच काही पुस्तकांवरील अभिप्राय पुस्तक न आवडल्याचे सांगणारे, नकारात्मकही होते. अशा अभिप्रायांच्या परिणामांविषयी बेझोस यांनी एक आठवण अशी सांगितली की, असेच एका ग्राहकाचे टीकात्मक मत साइटवर वाचून त्यांना एका प्रकाशन संस्थेतील आधिकाऱ्याचे पत्र आले. त्यात त्या अधिकाऱ्याने बेझोस यांना या गोष्टीची आठवण करून दिली होती की- त्यांचे काम पुस्तके विकण्याचे आहे, त्यांना कचरापेटी दाखवण्याचे नाही. बेझोस यांनी त्या बाबतीतील त्यांचा दृष्टिकोन या शब्दांत प्रदर्शित केला : ''ते पत्र वाचल्यावर माझ्या मनात विचार आला, आम्ही अशा अभिप्रायांकडे निराळ्या पद्धतीने पाहतो, आम्ही नुसती पुस्तके विकून पैसे मिळवीत नाही, ग्राहकाला पुस्तकांची निवड करायला मदत करून आम्ही ते मिळवतो.''

ॲमेझॉनची साइट सर्व वेब वापरणाऱ्यांना पाहायला मिळू लागली तो दिवस होता १६ जुलै १९९५. जसा साइटचा बोलबाला वाढू लागला तसे त्या वेळच्या ॲमेझॉनच्या टीमला हे जाणवले की, त्यांनी त्या साइटद्वारे माणसाच्या स्वाभाविक वागणुकीच्या अभिव्यक्तीला एक खिडकी खुली करून दिली आहे. इंटरनेटशी नव्याने मैत्री करू पाहणाऱ्यांनी वेबसाइटवरून कॉम्प्युटर मॅन्युअल्स मागवली, काहींनी डिलबर्ट या विनोदवीराच्या करामतींच्या पुस्तकांचे संग्रह मागवले, काहींनी जुनी वाद्ये दुरुस्त करण्याच्या पद्धतींवरील पुस्तके मागितली, तर काहींनी शृंगारिक साहित्याची, कामचेष्टा व संभोग यांविषयी मार्गदर्शन करणाऱ्या पुस्तकांचीही मागणी केली. (पहिल्या वर्षी ॲमेझॉनडॉटकॉमवरून सर्वांत जास्त विकले गेलेले पुस्तक होते : 'हाउ टु सेट अप ॲन्ड मेन्टेन अ वर्ल्ड वाइड वेब साइट : द गाइड फॉर इन्फर्मेशन प्रोव्हायडर्स'. लेखक : लिंकन डी. स्टाईन.)

परदेशांत पाठवलेल्या अमेरिकेच्या लष्करातील सैनिकांकडूनदेखील पुस्तकांची मागणी येई. ओहायओमधील एका माणसाने लिहिले की, तो अशा ठिकाणी राहतो जेथून सर्वांत जवळचे पुस्तकाचे दुकान पन्नास मैल दूर आहे. त्यामुळे घरबसल्या पुस्तके देणारे 'ॲमेझॉन' ही त्याला परमेश्वराची कृपाच वाटते! एक मागणी तर दक्षिण अमेरिकेच्या पश्चिम किनाऱ्यावरील चिली देशातील युरोपिअन सदर्न ऑब्झर्व्हेटरीमधील एका माणसाकडून आली. त्याने कार्ल सेगन या सुप्रसिद्ध खगोलशास्त्रज्ञाचे एक पुस्तक मागवले होते. तो बहुधा ॲमेझॉनच्या सेवेच्या गुणवत्तेची, कार्यक्षमतेची परीक्षा घेत होता. कारण ती मागणी ॲमेझॉनने त्वरित, उत्तम रीतीने पूर्ण केल्यावर त्याच्याकडून कार्ल सेगनच्या त्याच पुस्तकाच्या ढीगभर प्रतींची मागणी आली! ॲमेझॉनला, इंग्रजीत ज्याला 'लाँग टेल' म्हणतात तशा, काही थोड्याच ग्राहकांच्या पसंतीस उतरणाऱ्या अगम्य अशा पुस्तकांच्या वाढत्या मागणीचा अनुभव येत होता. पॉल डेव्हिस एकदा त्यांच्या तळघरातल्या भांडारातील फळ्यांवर ओळीने मांडून ठेवलेल्या पुस्तकांचे निरीक्षण करीत होते. अखेरीस एक खोल निःश्वास टाकून ते म्हणाले, ''जगातील सर्वांत लहान; पण सर्वांत निवडक आणि वैविध्यपूर्ण पुस्तकांचे भांडार आहे हे!''

तोवर पुस्तके व्यवस्थित वेष्टनात बांधून ती पाठवण्याच्या कामासाठी निराळी माणसे घेतलेली नव्हती. त्यामुळे पुस्तके पाठवायला विलंब होतो आहे असे लक्षात आले की बेझोस, कॅफन हे इतर जणांबरोबर रात्री तळघरात जायचे, ते काम करायचे आणि दुसऱ्या दिवशी सकाळी ती पुस्तके गाडीत घालून युनायटेड पार्सल सर्व्हिसकडे किंवा पोस्टात घेऊन जाऊन ती रवाना करण्याचे काम बेझोस आणि मॅकेन्झी दोघे बरोबरीने करायचे.

हे काम बरेच कष्टाचे, जिकिरीचे होते. रात्री बऱ्याच उशिरापर्यंत चालायचे. मागणीअनुसार पुस्तके काढून ती मांडायची आणि मग एका विशिष्ट प्रकारच्या कार्डबोर्डमध्ये पॅक करून ठेवायची. त्याच सुमारास डी. ई.शॉ कंपनीत काम करणारे निकोलस लव्हजॉय तेथील नोकरी सोडून देऊन हायस्कूलमध्ये गणित शिकवायला सिॲटलला येऊन राहिले होते. दिवसातील काही वेळ ते ॲमेझॉनमध्येही काम करू लागले. त्यांनी तळघरातील भांडारात पुस्तके पॅक करण्याच्या कामासाठी टेबल्स मांडण्याची सूचना केली. लव्हजॉय यांची ती परिणामकारक सूचना, ती 'पॅकिग टेबल्स' बेझोस यांना इतकी पटली, आवडली, त्यांच्यावर प्रभाव पाडून गेली की

तो प्रसंग, ती सूचना यांना सरळ 'जेफिझम'मध्ये जागा मिळाली! वीस वर्षांनंतरही एका भाषणात त्यांनी, ''मला वाटते- माझ्या आयुष्यात मला सुचवली गेलेली ती सर्वांत चमकदार आणि उत्तम कल्पना होती,'' असे कौतुकाचे उद्‌गार काढले आणि जणू त्या घटनेचा सुखद अनुभव ते त्या वेळीही घेत असल्यासारखे तो आनंद त्यांच्या सुपरिचित, सुप्रसिद्ध गडगडाटी हास्यामधूनही व्यक्त केला.

लव्हजॉय यांचा राबता वाढला तसे बेझोस यांनी त्यांना ॲमेझॉनसाठी त्यांच्या माहितीतले चांगले, हुशार लोक शोधून, निवडून आणायचा प्रेमळ आग्रह केला. डेव्हिड शॉ यांच्यासारखेच बेझोस यांनापण त्यांचे सर्व कर्मचारी उच्च आयक्यूचे - इंटेलिजंट कोशंटचे - गुणवत्तेचे हवे होते. लव्हजॉय यांनी ते ज्या रीड कॉलेजमध्ये जात होते तिथल्या त्यांच्या चार मित्रांना आणले. त्यात पुन्हा कॉलेजमध्ये जाऊन चॉसर स्कॉलर बनण्याचा विचार असलेला लॉरेल कॅनन नावाचा एक चोवीस वर्षांचा तरुण होता. (तो त्याचा विचार कधी प्रत्यक्षात आलाच नाही.) त्याला सुतारकाम फार छान अवगत होते. त्या कौशल्याचा वापर करून त्याने पुस्तकांच्या पॅकिंगसाठीची टेबले तयार करण्यात मदत केली. नंतर त्याने अधिकृतरीत्या ॲमेझॉनमध्येच नोकरी धरली आणि तो त्याच पॅकिंग विभागाचे काम सांभाळू लागला. (पुस्तकांचा साठा ठेवण्यासाठीची खोली- 'सॉनिक जंगल'- ज्या इमारतीतील तळघरात होती तिच्या मालकाने शेवटी ते सबंध तळघर वापरायला कंपनीला परवानगी दिली.) ती जबाबदारी स्वीकारल्यावर कॅननने पहिली गोष्ट कोणती केली असेल तर त्याने कॉफी पिणे सोडले! - तो म्हणाला, ''ते कामच असे होते ज्याला शरीरात उत्तेजना आणणारे कॅफेन जाऊन चालणार नव्हते, त्यासाठी ऊर्जादायी कार्बची आवश्यकता होती!''

त्या काळात मिळेल तेथून नवनव्या कल्पना, कार्यपद्धती शोधणारी, शिकणारी, त्या वापरून पाहणारी ॲमेझॉनची उत्साही टीम एका असाधारण, आव्हानात्मक परिस्थितीत काम करीत होती. त्यांनी सर्वांनी मिळून 'इंटरनेट' नावाच्या अनोळखी नदीच्या प्रवाहात उडी घेतली होती. त्या वेळी सर्वांच्याच मनात संदेह होता; परंतु ते प्रवाहाबरोबर छान पोहत जाऊ लागले. लय उत्तम जुळली. कंपनीची साइट अधिकृतरीत्या इंटरनेट नदीच्या प्रवाहात सोडल्यानंतर केवळ एका आठवड्यात १२,००० डॉलर्स किमतीच्या मागण्या नोंदवल्या गेल्या, पण त्यातील फक्त ८४६ डॉलर्स किमतीचीच पुस्तके ग्राहकांकडे

रवाना होऊ शकली, अशी नोंद ॲमेझॉनच्या पहिल्या काही गुंतवणूकदारांपैकी एरिक डिल्लन यांनी केलेली सापडते. दुसऱ्या आठवड्यात हे आकडे अनुक्रमे १४,००० डॉलर्स आणि ७,००० डॉलर्सवर पोहोचले.मागण्यांची आवक जबरदस्त होती; पण त्यांची पूर्तता तेवढ्या वेगाने होत नव्हती. आणि टीम ती करायला धडपडत होती, प्रयत्नांची शर्थ करीत होती.

एका आठवड्याने त्यांना जेरी यंग आणि डेव्हिड फिलो या दोघा स्टॅनफोर्ड युनिव्हर्सिटीच्या पदवीधरांकडून एक ई-मेल आली. त्यात त्यांनी विचारले होते की, ॲमेझॉनची ओळख 'याहू' नावाच्या वेबवरील नावीन्यपूर्ण, चकित करणाऱ्या गोष्टींचा परिचय जगाला करून देणाऱ्या साइटवर करून दिलेली आवडेल का? त्या वेळी 'याहू' ही इंटरनेट वापरणाऱ्यांची सर्वांत आवडती साइट होती. सर्वांत जास्त गर्दीची साईट होती. ते कित्येकांचे एकमेव 'होम पेज' होते. बेझोस आणि त्यांचे सहकारी हेही 'याहू'ची कीर्ती ऐकून होतेच. ती मेल आली, त्या दिवशी सर्व जण एकत्र जमले आणि चिनी अन्नपदार्थांचा आस्वाद घेता घेता आधीच हातातल्या मागण्या पुरवता पुरवता दमछाक होत असताना, पुस्तके पाठवायला अक्षम्य उशीर होत असताना याहूच्या अफाट लोकप्रियतेमुळे अपेक्षित असलेल्या प्रचंड वाढत्या मागण्यांचा ते पुरवठा करू शकतील का, या प्रश्नावर चर्चा करू लागले. ''होकार देणे म्हणजे आधीच तोंड भाजलेले असताना आणखी गरम सूपची चव घेणे आहे!'' या शब्दांत कॅफनने त्याचे मत नोंदवले.पण तरीसुद्धा त्यांनी त्या मेलला होकारार्थी उत्तर पाठवले आणि पहिल्याच महिन्यात त्यांनी अमेरिकेतील सर्वच्या सर्व पन्नास प्रांतांत आणि जगातील अन्य पंचेचाळीस देशांत पुस्तके विकली!!

प्रत्येक दिवशी मागण्या वाढतच होत्या. मागणी व वेळेवर पुरवठा यांच्या व्यस्त प्रमाणाने उडणारा गोंधळ, वाढणारा ताण नंतरची कित्येक वर्षे, खालच्या वरच्या पट्टीतील सुरांच्या विचित्र- पण सुरेल संकरासारखा, त्या संपूर्ण टीमचा कायमचा; पण हवाहवासा वाटणारा प्रतिस्पर्धी बनला होता. बेझोस यांची अशीही इच्छा होती की ॲमेझॉनने ग्राहकाला पाठवलेले पुस्तक तीस दिवसांत परत करण्याचीही मुभा द्यावी, ही कल्पना उत्तम होती; पण परत आलेली पुस्तके सांभाळण्याची कोणतीही प्रक्रिया नव्हती. त्यात ओव्हरड्राफ्ट सुविधेची मर्यादा ओलांडली जायची आणि मग मॅकेन्झीला बँकेत जाऊन ते परत सुरू होण्यासाठी एक चेक लिहून द्यायला लागायचा.

त्या वर्षीच्या उन्हाळ्यात कंपनीत लागलेले टॉम स्कॉनहॉफ हे युनिव्हर्सिटी ऑफ वॉशिंग्टनच्या कॉम्प्युटर सायन्स या विषयाचे पदवीधर अशी आठवण सांगतात की, रोज सकाळी हातात एक दुधाळ कॉफीचा कप घेऊन बेझोस ऑफिसमध्ये येत आणि त्यांच्या अस्ताव्यस्त टेबलाशी बसत असत. एका सकाळी काहीतरी गोंधळ झाला. ताज्या वाफाळलेल्या कॉफीच्या कपाच्या ऐवजी चुकीने ते कुठलातरी आठवडाभराच्या शिळ्या कॉफीचा कप घेऊन आले होते. त्याच नासून दाट झालेल्या कॉफीचा एक घोट अनावधानाने प्यायले होते आणि मग नंतर दिवसभर ते हैराण होते. ''मला हॉस्पिटलमध्ये न्यावे लागणार,'' असे म्हणत काम करीत होते. त्या काळात सगळेच जण दिवसरात्र काम करीत होते, पुरेशी झोपही घेत नव्हते.

वेब ब्राउझरचा प्रणेता मोझेक वेब ब्राउझरची वंशज नेटस्केप कम्युनिकेशन्स ९ ऑगस्ट १९९५ या दिवशी पब्लिक कंपनी झाली. पहिल्याच दिवशी त्या कंपनीच्या रोख्यांच्या किमतीने २८ डॉलर्सवरून ७५ डॉलर्सवर उडी घेतली आणि संपूर्ण जगाला जवळ आणणारे 'वर्ल्ड वाइड वेब' हे आश्चर्य जगभरातील लोकांसाठी खुले झाले.

आपल्या कर्मचाऱ्यांच्या बरोबरीने दिवसरात्र काम करणाऱ्या बेझोस यांच्या डोक्याला पैसे उभे करण्याची चिंता सतत खात असे. बेझोस यांच्या आईच्या - जॅकीच्या- माहेरच्या 'गाइस' या नावाने एक फॅमिली ट्रस्ट होता. त्या वर्षीच्या उन्हाळ्यात बेझोस यांच्या कुटुंबाने त्या ट्रस्टच्या माध्यमातून १,४५,००० डॉलर्स ॲमेझॉनमध्ये गुंतवले. परंतु झपाट्याने वाढणाऱ्या, अधिकाधिक कर्मचाऱ्यांची गरज असणाऱ्या कंपनीला तेवढे भांडवलही पुरे पडत नव्हते. सिॲटलमधील उद्योजकांमध्ये निक हॅनॉर नावाचे बोलघेवडे म्हणून प्रसिद्ध असलेले एक उद्योजक होते. त्यांच्या वडिलांनी सुरू केलेला उशा तयार करण्याचा कारखाना ते यशस्वीपणे चालवीत होते. त्यांनी ॲमेझॉनच्या प्रचाराचा धमाका उडवला, साठहून अधिक लोकांना गुंतवणूक करायला राजी करण्याचा प्रयत्न केला आणि प्रत्येकी ५०,००० डॉलर्स दिलेल्या गुंतणूकदारांकडून दहा लाख डॉलर्सचे भांडवल ॲमेझॉनला मिळवून दिले.

या प्रयत्नांत ज्या भेटीगाठी, चर्चा व्हायच्या त्यात बेझोस ॲमेझॉनच्या भावी योजना आणि कंपनीचे अपेक्षित आर्थिक भविष्य लोकांसमोर

मांडायचे. त्या वेळी कंपनीजवळ एकूण १,३९,००० डॉलर्स किमतीचे अ‍ॅसेट्स होते, त्यापैकी ६९,००० रोख रकमेच्या स्वरूपात होते. कंपनीला १९९४ साली ५२,००० डॉलर्सचा तोटा झाला होता आणि तो आकडा त्या वर्षी ३,००,००० डॉलर्सवर पोहोचणार होता.

'अशी जरी फारशी चांगली सुरुवात नसली तरी सर्वसाधारण परिस्थितीतही कंपनी २००० सालापर्यंत ७४ दशलक्ष डॉलर्सची विक्री करेल आणि जर गोष्टी अपेक्षेपेक्षाही जास्त अनुकूल घडत गेल्या तर तो आकडा ११४ दशलक्षापर्यंत पोहोचेल,' असे चित्र बेझोस मोठ्या आत्मविश्वासाने गुंतवणूकदारांसमोर उभे करीत. (२००० सालातील विक्रीचा आकडा १६४ दशलक्ष इतका होता!) ते त्यांना हेही सांगत की, तोवर कंपनीला थोडाफार फायदाही व्हायला लागेल. (२००० साली कंपनीला १४ दशलक्ष डॉलर्सचा तोटा झाला!) नुकतेच पंख पसरून आकाशात भरारी घेतलेल्या त्यांच्या कंपनीचे मूल्यांकन बेझोस ६ दशलक्ष डॉलर्स इतके करीत. या धडाडीच्या मूल्यांकनाला तसा काही आधार नव्हता, ते उत्स्फूर्त होते; परंतु त्यांनी गुंतवणूकदारांनाही तेच सांगितले– जे त्यांनी त्यांच्या आईवडिलांना सांगितले होते : ''कंपनी बुडण्याची शक्यता सत्तर टक्के आहे.''

त्या वेळी त्या गुंतवणूकदारांना कल्पना येणे शक्य नव्हते; पण ते आयुष्यात एकदाच मिळणाऱ्या सुवर्णसंधीचे धनी होत होते. फार मोठ्या महत्त्वाकांक्षेने प्रेरित झालेला, आपली मते सुस्पष्टपणे मांडणारा एक तरुण त्यांच्या समोर 'खरेदीसाठी सर्वांत सोयीचे, ग्राहकाला सुखद अनुभव देणारे माध्यम इंटरनेट हेच आहे' हे दृढ विश्वासाने सांगत होता. पुस्तकांच्या भल्या मोठ्या दुकानात जाऊन, पुस्तके आणि माणसे यांच्या गर्दीत, ग्राहकांकडे दुर्लक्ष करणाऱ्या कर्मचाऱ्यांच्या मागे लागून हवे ते पुस्तक खरेदी करण्यापेक्षा हा मार्ग किती सुकर, सोईस्कर आहे हे दाखवून देत होता. याही पुढे जाऊन, ग्राहकांच्या खरेदीची पद्धतशीर नोंद ठेवून, त्यावरून त्याची आवड लक्षात घेऊन त्याला साइटवर गेल्यावर त्याच्या व्यक्तिगत पसंतीची पुस्तके आधी त्याच्या समोर येतील, अशीही सोय करण्याची क्षमताही कंपनी लवकरच विकसित करेल, असेही दाखवून देत होता. त्याहीपुढे जाऊन तो भविष्यातील इंटरनेटमध्ये होणाऱ्या आमूलाग्र बदलाचे चित्रही रेखाटत होता : इंटरनेटच्या वापराचा वेग कल्पनातीत वाढणार आहे, स्पेस तर इतकी वाढणार आहे की, इंटरनेटच्या माध्यमातून केवळ पुस्तकेच नाही तर

इतर अनेक, अगणित वस्तू खरेदी करता येणार आहेत आणि 'एव्हरीथिंग स्टोअर' हे स्वप्न साकार होणार आहे. हवे ते, हवे तितके आणि निवडीचे अमर्याद स्वातंत्र्य!

ॲमेझॉनसाठी असे प्रचंड भांडवल उभे करून देणाऱ्या निक हॅनॉर यांचा एक जिवलग मित्र एरिक डिल्लन मर्सर आयलॅन्ड येथे राहत होता. उंच, सोनेरी केसांचा एरिक स्टॉक ब्रोकर होता. बेझोस यांनी गुंतवणूकदारांच्या भेटीचा त्यांचा दौरा एरिक यांच्या मदतीने मर्सर आयलन्ड इथूनच सुरू केला. त्या वेळच्या बेझोस यांच्या कामगिरीचे वर्णन करताना एरिक यांनी म्हटले आहे : "बाप रे! मी त्याच्या प्रेमातच पडलो! चकितच होऊन गेलो!! हे काम देवाचे आहे आणि त्यासाठी पैसा गोळा होणारच – असा काहीसा दुर्दम्य असा विश्वास त्याच्या बोलण्यातून प्रकर्षाने दिसत होता. प्रश्न होता – तो विश्वास सार्थ ठरेल का? त्याचा उद्योग तो म्हणतो तितक्या उंचीवर तो घेऊन जाईल का? ते काम म्हणजे काही लहान मुलांचा खेळ नव्हता. अर्थात दोनच वर्षांनी मीच असे म्हणणार होतो की, अरे यार, आपण योग्य घोड्यावर पैसे लावले!!"

बेझोस यांनी डेव्हिड शॉ कंपनीतील त्यांचे सहकारी बॉब जेलफॉन्ड यांच्या समोरही ॲमेझॉनमध्ये गुंतवणूक करण्याचा प्रस्ताव ठेवला. बॉब यांचे वडील दीर्घ काळ पुस्तक विक्रीच्याच व्यवसायात होते. संगणकाचे माध्यम किती क्लेशकारक असते याचा त्यांना अनुभव होता. त्यामुळे मुलाने विचारताच त्यांनी गुंतवणूक न करण्याचाच सल्ला दिला; परंतु जेलफॉन्ड यांनी बेझोस यांचे हेज फंड हाताळण्यातील कौशल्य पाहिलेले होते, त्यामुळे स्वत:च्या अनुभवावर विसंबून त्यांनी त्यांच्या मित्राच्या कंपनीत पैसे गुंतवले. योजना वा कल्पना चांगली, व्यवहार्य असणे ही एक गोष्ट, पण एखाद्या व्यक्तीविषयी पूर्ण खात्री असणे हे काही निराळेच असते!

अर्थात बेझोस यांच्याकडे पाठ फिरवणारे, नकार देणारेही काही कमी नव्हते. हॅनॉर आणि त्यांची आई या दोघांनी गुंतवणूक केली; पण त्यांचे भाऊ आणि वडील यांनी नकार दिला. मॅकॉ सेल्युलर या कंपनीत काम केलेले एक अधिकारी टॉम अल्बर्ग बेझोस यांना भेटले; पण त्यांना शेल्फमधील पुस्तके पाहून, हाताळून, क्वचित चाळून पाहण्याची इतकी आवड होती की दुरून, संगणकाच्या पडद्यावरून पुस्तके खरेदी करण्याची कल्पना त्यांना रुचली नाही. परंतु काही दिवसांनी ते त्यांच्या मुलासाठी

एक 'बिझनेस बुक' पाहत होते आणि ते काही केल्या त्यांना पुस्तकाच्या दुकानात मिळेना. तेव्हा त्यांचे मन पालटले आणि त्यांनी गुंतवणूक करायचे ठरवले. खास करून सिॲटलमधील श्रीमंत, प्रतिष्ठित लोक ज्या क्लबचे सदस्य होते त्या रेलियर क्लबमध्ये गुंतवणूकदारांचा एक गट नियमितपणे भेटून चर्चा करीत असे. अल्बर्ग यांना गुंतवणुकीविषयी सल्ला देणारे त्यांचे वकील त्या गटाचे सदस्य होते. त्यांनी बेझोस यांना त्या गटाच्या मीटिंगमध्ये बोलण्यासाठी निमंत्रित केले. पण त्या गटाने मुळीच गुंतवणूक केली नाही. कारण कंपनीचे मूल्य अति आहे, असे त्यांना वाटले.

वार्टन स्कूलच्या संगणकावरून एक वार्तापत्र प्रसारित करीत असे. त्याच्याशी बोलताना बेझोस यांनी त्या रेलियर क्लबमधील मीटिंगबद्दल सांगितले– ''ते लोक आमचे शुभ चिंतणारेच आहेत; पण त्यांना आमची उद्योगयोजना नाही पटली, व्यवहार्य नाही वाटली, अविश्वसनीय वाटली. त्यांनी त्यांच्या शंका बोलून दाखवल्या. एकांनी हाही धोका नजरेस आणून दिला की, आमच्या योजनेअनुसार जर धंदा वाढला तर आम्हांला लिबर्टी ऑफ कॉंग्रेसइतक्या प्रचंड आकाराचे वेअरहाउस लागेल!''

ॲमेझॉनचे पहिले वकील टॉड टार्बर्ट यांनी कंपनीला वैयक्तिक पाठिंबा देण्याचा आणि कंपनीचे वकीलपत्रही घेण्याचा निर्णय त्यांनी कसा घेतला याबद्दल बोलताना, सुरुवातच एक खोल निःश्वास टाकून केली. ते इतके प्रभावीत झाले होते की, वकिली सुरू केल्यापासून प्रथमच त्यांनी त्यांच्या अशील असलेल्या कंपनीत आर्थिक गुंतवणूक करण्याचा निर्णय घेतला होता. त्यासाठी त्यांनी वॉशिंग्टन स्टेट बार असोसिएशनची लेखी परवानगीही घेतली होती. ते आणि त्यांचे वडील यांच्या संयुक्त मालकीचे एक फार्म हाउस होते. त्यावर कर्ज काढून ते पैसे ॲमेझॉनमध्ये गुंतवण्याचे त्यांनी त्यांच्या वडिलांशी चर्चा करून ठरवले होते. परंतु त्याच वेळी त्यांच्या पत्नीला दिवस पूर्ण भरण्याआधीच मूल झाले. त्यांचा जवळजवळ एक महिना त्यातच गेला आणि ५०,००० डॉलर्सचा चेक लिहिणे लांबणीवरच पडले. ते पुन्हा कामावर आले तोवर बेझोस यांनी दहा लाख डॉलर्सचे भांडवल जमा केलेले होते; जे पाच मिलियन डॉलर्सच्या तुलनेत थोडे कमी होते.

१९९७ सालच्या शेवटी शेवटी, ॲमेझॉनच्या इनिशिअल पब्लिक ऑफरिंगनंतर एक दिवस टार्बर्ट त्यांच्या वडिलांबरोबर गोल्फ खेळत होते. त्यांच्या वडिलांनी त्यांना विचारले, ''अरे, ती ॲमेझॉन पब्लिक कंपनी

झाली, माहीत आहे ना तुला? त्याच कंपनीत गुंतवणूक करण्याबद्दल तू बोलत होतास ना? काय झाले त्याचे?''

''तुम्हांला न कळलेलेच बरे!'' टार्बर्ट म्हणाले.

''ठीक आहे, आता किती किंमत झाली असती आपल्या पैशांची?''

''कित्येक दशलक्ष!'' टार्बर्ट म्हणाले.

त्या वर्षीचा उन्हाळा संपता संपता निकोलस लव्हजॉय यांनी बेझोस यांना पूर्ण वेळ काम करण्याची त्यांची इच्छा बोलून दाखवली. पण त्यांच्या डी.ई.शॉ कंपनीतील जुन्या सहकाऱ्याने - बेझोस यांनी - त्यांची ती इच्छा डावलून त्यांना आश्चर्याचा धक्का दिला. त्या वेळी लव्हजॉय आठवड्यात साधारण पस्तीस तास काम करायचे. त्यांचा उरलेला वेळ ते अल्टिमेट फ्रिस्बी खेळण्यात, नौकायन करण्यात आणि त्यांच्या प्रेयसीबरोबर मजा करण्यात घालवायचे. बेझोस यांना ॲमेझॉनमध्ये तसले वातावरण नको होते. आपल्या कंपनीतील कर्मचाऱ्याने कायम कामाचा विचार केला पाहिजे, अथक काम केले पाहिजे, कंपनीचा पाया मजबूत करण्यासाठी जीवतोड मेहनत केली पाहिजे, त्यांच्या कंपनीतल्या मालकीची किंमत सतत वाढत राहील याकडे लक्ष पुरवले पाहिजे, अशी बेझोस यांची धारणा होती. लव्हजॉय यांनी बेझोस यांना पटवण्याचा खूप प्रयत्न केला, 'इतर लोकांसारखे आठवड्यात साठ तास काम करेन,' अशी ग्वाहीही दिली; पण त्यांना बेझोस यांचा नकार होकारात बदलता आला नाही. उलट ''तुमच्या जागेवर नेमण्यासाठी कोणीतरी पूर्ण वेळ काम करणारा माणूस तुम्हीच शोधून द्या,'' अशी काहीशी निष्ठुर मागणी त्यांनी केली. लव्हजॉय यांनी लायक उमेदवारांच्या अर्जाचा एक गठ्ठा बेझोस यांच्या समोर ठेवला, पण त्यात सर्वांत वर ते त्यांचा स्वत:चा अर्ज ठेवायला विसरले नाहीत. त्यांनी कॅफन, डेव्हिस, इतकेच नव्हे तर मॅकेन्झीलाही बेझोस यांचे मन वळवण्याची गळ घातली. त्याला यश आले. लव्हजॉय यांनी पुढील कित्येक वर्षे ॲमेझॉनमध्ये अशी विविध प्रकारची कामे केली - कोड लिहिणे, पुस्तकांची परीक्षणे लिहिणे, रात्री पुस्तकांच्या पेट्या पोस्टात नेऊन पोहोचवणे इ. आणि शेवटी ते अर्थखाते सांभाळू लागले.

बेझोस यांच्या मते ॲमेझॉनच्या यशाची गुरूकिल्ली होती अतिशय बुद्धिमान, हुशार, मन:पूर्वक काम करणारे कर्मचारी. कित्येक वर्षे प्रत्येक नवीन उमेदवारांची मुलाखत ते स्वत: जातीने घ्यायचे. त्यात त्यांना ते त्यांच्या

'सॅट' परीक्षेतील गुण आवर्जून विचारायचे. या बाबतीतले त्यांचे ''प्रत्येक वेळी निवडलेल्या उमेदवाराने त्या नंतरच्या उमेदवारीच्या निवडीच्या निकषांची पातळी उंचावर नेऊन ठेवली पाहिजे म्हणजे कंपनीतील कर्मचाऱ्यांच्या सामूहिक गुणवत्तेत सतत सुधारणा होत जाते,'' हे वाक्य 'जेफिझम'मध्ये समाविष्ट झाले होते. या अशा काटेकोर धोरणामुळे बऱ्याच वेळा विसंवाद वाढत असे, मतभेद होत असत, कटुताही येत असे. ॲमेझॉनच्या वाढीबरोबर कर्मचाऱ्यांची गरजही वाढत गेली. आधीच्या कर्मचाऱ्यांनी त्यांचे स्नेही-मित्र-नातेवाईक यांची शिफारस केली. त्यांतले बरेच त्यांच्याइतकेच गुणवान होते. बेझोस यांनी प्रश्नांची सरबत्ती केली. त्यात डी.ई.शॉ कंपनीत विचारीत तसे 'अमेरिकेत एकूण गॅस स्टेशन्स किती आहेत?' यासारखे विचित्र, असंभवनीय अशा प्रश्नांचेही फटकारेही मारले. उमेदवाराच्या कल्पनाशक्तीची, विचारशक्तीची ती परीक्षा होती. बेझोस यांना त्या प्रश्नाच्या अचूक उत्तराची अपेक्षा नव्हतीच. पण ते उत्तर शोधण्यासाठी उमेदवार विचार कसा करतो, तर्क कोणते व कसे लढवतो हे पाहणे, त्याची सर्जनशीलता जोखणे हा त्यांचा उद्देश होता. जे उमेदवार 'काम आणि घर यांच्यातील समतोला'बद्दल बोलायची चूक करीत त्यांना बेझोस हमखास नापास करीत.

त्या काळात ॲमेझॉन कर्मचाऱ्यांना वर्षाला ६०,००० डॉलर्स इतका पगार देत असे. कंपनीचे शेअर्स मिळत असत; पण त्यांची किंमत ही कायमचीच समस्या असे. आरोग्ययोजना होती; पण त्यातून मिळणारे पैसे नंतर पगारातून कापले जात. काम तर अफाट, अगदी वेड्यासारखे असे. अशा परिस्थितीतसुद्धा बेझोस यांचे उमेदवारांच्या निवडीबद्दल इतके चोखंदळ-हटवादीच राहण्याचे धोरण पॉल डेव्हिस यांना मुळीच पटत नसे. ''आपण बेझोस यांच्या नजरेला नजर भिडवून त्यांना विचारले पाहिजे की ज्या कंपनीला काहीही उत्पन्न नाही, पुढेही ते होईल अशी कोणतीही चिन्हे नाहीत, तिच्याकडे तुम्ही अपेक्षा करता तशी माणसे आकर्षित होतील, असा तुम्ही विचार तरी कसा करू शकता? तुमच्या कंपनीकडे तसा कोणताही मुद्दा नाही,'' असे ते म्हणत.

गडगडाटी; पण भेदक हास्य, डोळ्यांत भरू लागलेले टक्कल, चेहऱ्यावर, बोलण्या-चालण्यात बोचणारी अस्वस्थता यामागे दडलेले कंपनीच्या सीईओचे खरे रूप हळूहळू कर्मचाऱ्यांना उमगू लागले होते. अंगावर येणारा आत्मविश्वास, सुरुवातीला वाटले होते त्यापेक्षाही हट्टी

स्वभाव आणि प्रत्येक जण सतत, जराही न कंटाळता काम करेल, वारंवार काही ना काही तरी डोळ्यांत भरेल असे नाट्यपूर्ण करून दाखवेल असे गृहीतच धरलेले. स्वत:च्या योजना, महत्त्वाकांक्षा स्वत:पाशी घट्ट धरून ठेवणार, अगदी कॅफन यांच्या जवळसुद्धा उघड करणार नाही.

जर कधी त्यांची उद्दिष्टे चुकून प्रकट झालीच तर ती भव्य दिव्य, आकाशाला गवसणी घालणारीच असणार हे निश्चित होते. सुरुवातीला जरी पुस्तके या एकाच गोष्टीवर लक्ष केंद्रित केलेले होते तरी बेझोस यांनी एकदा चुकून व्यक्त केलेली त्यांची महत्त्वाकांक्षा डेव्हिस यांच्या चांगलीच लक्षात आहे- ''मला दुसरे 'सीअर्स' निर्माण करायचे आहे!' ('सीअर्स' या शंभर वर्षांहून अधिक जुन्या, प्रथम मेलवरूनच मागण्या नोंदवून सुरुवात झालेल्या कंपनीची अमेरिकेत सर्व काही मिळणारी अगणित दुकाने आहेत.) नौकायन करण्याचे वेड असणाऱ्या लव्हजॉय यांना हे आठवते आहे की बेझोस त्यांना म्हणाले होते, ''मला तो दिवस दिसतो आहे ज्या दिवशी आपण नौकायनसंबंधीची पुस्तकेच फक्त विकत नसू- तर नौकायनविषयीच्या नियतकालिकांची वर्गणी घेत असू, कायाकिंगच्या प्रवासाचे आरक्षण करीत असू, इतकेच नव्हे तर नौकाही विकत असू, क्रीडा क्षेत्रातील सर्व काही करीत असू!''

त्यांच्या या स्वप्नरंजनावर लव्हजॉय यांची प्रतिक्रिया तर अशी होती, ''मला तर ते वेडेच वाटले! त्या वेळी एकीकडे आम्ही साइटवर बेकर अॅन्ड टेलर यांची पुस्तकांची यादी तशीच्या तशी दिली होती. ती पंधरा लाख पुस्तकांची होती; पण आम्ही त्यातली बारा लाख पुस्तकेच पुरवू शकत होतो आणि आमच्या वेअर हाउसमध्ये त्या क्षणी प्रत्यक्षात फक्त चाळीस पुस्तके होती!''

बेझोस कधीकधी दुसऱ्यांच्या आनंदावर विरजण घालणाऱ्या गोष्टी करायचे. त्या वर्षी कंपनीतील इंजिनियर्सनी एक 'रिवरिच' नावाची कमांड शोधून काढली होती. जी रोज एकूण किती पुस्तकांची मागणी नोंदवली गेली ते आणि कंपनी सुरू झाल्यापासून आलेल्या एकूण मागण्यांचा आकडा पडद्यावर दाखवायची. ते सगळे जण ते आकडे रोज पाहायचे आणि कामाने वेड्या होणाऱ्या त्यांच्या मनाला जरा सुख द्यायचे. बेझोस यांनी ती कमांड वापरायला बंदी केली! 'सर्व्हरवर फार लोड येतो' असे लंगडे कारण दिले! नंतर एका दिवसाच्या अखेरीस असे लक्षात आले की, त्या एका दिवसात

ॲमेझॉनने पाच हजार डॉलर्सच्या ऑर्डर्स मिळवल्या होत्या. सगळेच खूश झाले होते. लव्हजॉय यांनी तो आनंदाचा दिवस संध्याकाळी पार्टी करून साजरा करायचा घाट घातला. पण बेझोस यांनी मोडता घातला. ''असे मैलाचे दगड येतच राहतील. मला नाही कंपनी अशा पद्धतीने चालवायची!'' असे म्हणून त्यांनी पार्टी थांबवली.

१९९६ सालच्या सुरुवातीलाच, बाल्यावस्थेतील कंपनीलाही खेळायला अंगण लहान पडू लागले! 'कलर टाइल' या इमारतीतील जागा अपुरी पडू लागली. तीन लहान खोल्या, प्रत्येक खोलीत चार डोअर डेस्क्स आणि तळघरातील वेअर हाउस तर पुस्तकांनी भरून वाहत होते. एक दिवस बेझोस, कॅफन आणि डेव्हिस, तिघे जण गाडीत बसले आणि लेक वॉशिंग्टनभोवतीच्या औद्योगिक वसाहतीत मोठी जागा शोधायच्या मोहिमेवर निघाले. डेव्हिस यांना आठवतो तो बेझोस यांचा प्रत्येक जागा पाहून बाहेर पडताना ''छे:! ही जागा फारच लहान आहे'' हाच शेरा. ते म्हणाले, ''त्यांना बहुधा अखेरपर्यंतची कंपनीची वाढ सामावून घेईल एवढी मोठी जागा त्याच वेळी हवी होती.''

अखेर त्या वर्षी मार्च महिन्यात कंपनी एका मोठ्या जागेत हलली. ऑफिसपासून वेअर हाउसही जवळ होते, चांगले लांब-रुंद होते. वेअरहाउसला लागून 'पेकोज पिट' नावाचा एक प्रसिद्ध बार्बेक्यू स्टॅन्ड होता. सकाळी दहा वाजले की वेअर हाउस त्या बार्बेक्यू स्टॅन्डमधून येणाऱ्या खमंग, जिभेला पाणी सुटेल अशा वासाने दरवळून जायचे.

कंपनी स्थलांतरित झाली; पण कंपनीत अगदी पहिल्यापासून असलेले पॉल डेव्हिस मात्र बरोबर गेले नाहीत. पुढे ओपन सोअर्स सॉफ्टवेअरचे पुरस्कर्ते आणि ॲमेझॉनच्या 'आय-क्लिक'चे पेटंट लोकांवर लादण्याच्या हट्टाचे विरोधक बनलेले पॉल डेव्हिस यांनी बेझोस यांना मात्र ''मला माझ्या मुलीबरोबर जास्तीतजास्त वेळ घालवायचा आहे,'' हे कारण दिले. इतक्या लवकर ॲमेझॉन सोडली; पण अनक्लेम्ड स्टॉक ऑप्शन्सच्या रूपाने फार मोठे ऐश्वर्य त्यांच्या बरोबर गेले. कंपनी अशी लवकर सोडण्याच्या चुकीच्या शिक्षेला त्यांना लवकरच सामोरे जावे लागले. त्यांचे घर विकायला काढताना ते दुरुस्तीचे काही काम करीत असताना करवतीने त्यांच्या अंगठ्याचे टोक कापले गेले. बेझोस आणि टॉम स्कॉनहॉफ हे दोघे जण तातडीने त्यांना पाहायला हॉस्पिटलमध्ये गेले.

काहीही असो, मूळचे लंडनचे असलेले पॉल डेव्हिस बेझोस यांचा उपदेश कधीच पचनी पाडून घेऊ शकले नाहीत. कामाला आयुष्यात अग्रस्थान देण्याच्या तत्त्वावर बेझोस जो भर देत त्याकडे ते जरा संशयित नजरेनेच पाहत. बेझोस कामाचे तीन मार्ग दाखवून त्यातील एक निवडायला सांगत- दीर्घ वेळ काम, भरपूर काम आणि चोख, परिणामकारक काम. सुरुवातीला बेलव्ह्यूमध्ये असताना ते हे तीन प्रकार सांगून असे म्हणत की, 'ॲमेझॉनडॉटकॉम'मध्ये तुम्ही या तिनांतले दोन मार्ग निवडू शकता. कंपनीचे सीईओ झाल्यानंतर मात्र त्यांनी त्यांचे तत्त्व बदलले. ते म्हणू लागले, ''तुम्ही दीर्घ वेळ काम करू शकता, भरपूर काम करू शकता; चोख, परिणामकारक काम करू शकता. 'ॲमेझॉनडॉटकॉम'मध्ये तुम्ही या तीन मार्गांतले दोनच नाही निवडू शकत!''

पॉल डेव्हिस यांनी त्यांच्या होंडा सिव्हिक गाडीच्या बंपरवर 'किल युअर टीव्ही' असा एक स्टिकर लावलेला होता. त्यांच्या कंपनीतून सोडून जाण्याच्या प्रीत्यर्थ बेझोस यांनी एक अकल्पित असा कार्यक्रम केला. गाड्या ऑफिसच्या इमारतीतून बाहेर जाण्याच्या रस्त्यावर त्यांनी एक निळे गोणपाट अंथरले, त्यावर एक जुना कॉम्प्युटर आणि की बोर्ड ठेवला. डेव्हिस यांच्या हातात एक जड हातोडा सोपवला आणि ते तो कॉम्प्युटर त्या हातोड्याने फोडून टाकत असताना त्या प्रसंगाचे चित्रीकरण केले. कार्यक्रम पार पडला. अखेरीस डेव्हिस यांनी बाहेर पडण्यापूर्वी की बोर्डातील 'एस्केप' ही की उचलून खिशात घातली!

* * *

१९९६ सालच्या सुरुवातीच्या आठवड्यापासूनच कंपनीचे सरासरी मासिक उत्पन्न दर महिन्याला ३० ते ४० टक्क्यांनी वाढू लागले. त्या अनपेक्षित आणि वेगवान वाढीने संयोजन, व्यवस्थापन, पुस्तकांची आवक आणि जावक या सर्वच बाबतींत कर्मचाऱ्यांचे प्रयत्न कमी पडू लागले. अशी अनुकूल पण गोंधळाची, डोके गरगरवून टाकणारी परिस्थिती कशी हाताळायची हे कोणालाच कळत नव्हते. सर्वांनी मिळून तिचा यशस्वीपणे सामना केला. खरोखरच गोंधळ इतका होता की त्या संबंधीच्या आठवणीही लोकांना नंतर सुसंबद्धपणे सांगता येत नव्हत्या.

त्या वर्षीच्या उन्हाळ्यात 'अमेरिकन असोसिएशन ऑफ पब्लिशर्स'चे वार्षिक अधिवेशन भरले होते. त्यात रॅन्डम हाउसचे चेअरमन अल्बर्टो

विटाल यांनी 'वॉल स्ट्रीट जर्नल'च्या वार्ताहराला सांगितले की, पॅसिफिक महासागराच्या वायव्येकडील भागात 'ऑनलाइन पुस्तक खरेदी-विक्री'ने खळबळ उडवून दिली आहे. काही आठवड्यांनंतर वॉल स्ट्रीट जर्नलच्याच पहिल्या पानावर ॲमेझॉनचे नाव झळकले. 'वॉल स्ट्रीटवरील एका कुशल, अनुभवी तज्ज्ञाला इंटरनेटवर पुस्तकांच्या विक्रीची युक्ती कशी सापडली?' या मथळ्याच्या लेखासोबत त्या देशाच्या आर्थिक क्षेत्रातील सर्वांत ख्यातनाम वृत्तपत्रात बेझोस यांचे एक ठिपके ठिपके पडलेले, नीट न ओळखू येणारे छायाचित्रही छापलेले होते. दुसऱ्याच दिवशीपासून पुस्तकांच्या मागण्या दुप्पट झाल्या. जगभरात 'ॲमेझॉनडॉटकॉम'चे नाव झाले, लोकांना जशी अमेझॉनची माहिती झाली तशी बार्न्स ॲन्ड नोबल आणि बॉर्डर्स या अमेरिकेतील दोन आघाडीच्या पुस्तक-विक्रेत्यांनाही त्यांना एक स्पर्धक निर्माण झाल्याची जाणीवही झाली.

नव्याने मिळालेल्या दहा लाख डॉलर्सच्या भांडवलातून कंपनीने सर्व्हर्स आणि सॉफ्टवेअर्स यांचा दर्जा वाढवला आणि मुख्य म्हणजे कर्मचाऱ्यांच्या संख्येत भर घातली. बेझोस यांनी ग्राहकसेवा विभाग सुरू केला, वेअर हाउसमधील कर्मचाऱ्यांची संख्या आणि कॅफन यांच्या नेतृत्वाखाली काम करणाऱ्या तंत्रज्ञांचीही संख्या प्रचंड वाढवली. त्यांनी एक 'संपादन विभाग'ही सुरू केला. त्यात असे लेखक आणि संपादक घेतले जे ॲमेझॉनच्या साइटची साहित्यिक गुणवत्ता अशी वाढवतील की ग्राहकांना साइटला वारंवार भेट द्यावीशी वाटेल. त्यांनी त्या विभागाला हे ध्येय दिले की, ॲमेझॉनची साइट पुस्तकांच्या माहितीच्या बाबतीत सर्वांत विश्वासार्ह ठरली पाहिजे. साइट पाहताना वाचकांना सुसंस्कृत साहित्याचे दर्शन घडवणाऱ्या, नवनव्या प्रकारच्या, अगदी अनपेक्षित, विशेष विषयांवरील पुस्तकांनी भरलेल्या पुस्तकाच्या दुकानात हिंडून पुस्तके प्रत्यक्ष पाहिल्याचा अनुभव आला पाहिजे. पुढे त्या विभागाच्या प्रमुख - एडिटर इन चीफ - झालेल्या सूझन बेन्सन यांनी म्हटले आहे, ''उत्तम खरेदीचा अनुभव तर आम्हांला ग्राहकांना द्यायचाच होता; पण त्यांना संगणकाच्या पडद्यामागे आपल्यासारखेच, ज्यांच्यावर पूर्ण विश्वास टाकावा असे पुस्तकप्रेमी आहेत असे वाटायला लावायचे होते. आम्ही त्या काळी पूर्ण अप्रचलित असलेली एक पद्धत सुरू केली होती. आम्ही ग्राहकांना त्यांचे क्रेडिट कार्ड कॉम्प्युटरमध्ये घालायला सांगत होतो.''

त्या वर्षीच्या उन्हाळ्यात ॲमेझॉनने, जिला कंपनीने ऑनलाइन खरेदी-विक्रीच्या क्षेत्रात सुरू केलेली पहिली नावीन्यपूर्ण कल्पना म्हणता येईल, अशी एक पद्धत सुरू केली. ॲमेझॉनखेरीजच्या एखाद्या वेबसाइटने जर त्यांच्या साइटवरून पुस्तक खरेदी करू इच्छिणाऱ्या ग्राहकाला त्यासाठी थेट ॲमेझॉनकडे पाठवले तर त्यासाठी त्या वेबसाइटला अमेझॉनकडून फी घेण्याचा अधिकार ॲमेझॉनने दिला. तशा काही वेबसाइट्सना ॲमेझॉनने तिचे प्रतिनिधित्व करण्याचा अधिकार दिला आणि वाचक ग्राहकांना ॲमेझॉनचा संदर्भ देणाऱ्या, ॲमेझॉनचे नाव सुचवणाऱ्या, ॲमेझॉनकडे पाठवणाऱ्या तशा वेबसाइट्सना पुस्तकाच्या किमतीच्या आठ टक्के कमिशन देऊ केले. असे 'असोसिएट्स'- सहकारी भागीदार - नेमणे ही काही त्यापूर्वी कधीही न वापरात आलेली कल्पना नव्हती; पण ती अत्यंत महत्त्वाची, उपयुक्त आणि परिणामकारक ठरली. त्यातूनच वर्षाला कित्येक कोटी डॉलर्सचा धंदा देणाऱ्या 'ॲफिलिएट मार्केटिंग'-'संलग्न खरेदी-विक्री'- या संकल्पनेचा प्रसार होऊ लागला. तिचा वापर करून ॲमेझॉनला फार आधीपासून वेबच्या माध्यमातून इतर वेबसाइट्सपर्यंत पोहोचता आले आणि वेगाने वाढणाऱ्या स्पर्धेमध्ये स्वत:चे स्थान बळकट करता आले.

त्या वर्षीच्या उन्हाळ्यापर्यंत कंपनी निरनिराळी साधनसामग्री, सर्व्हर स्पेस यांसाठी रोख पैसे खर्च करीत होती. म्हणून बेझोस यांनी व्हेंचर कॅपिटल उभे करण्याचा निर्णय घेतला. त्या उद्देशाने त्यांनी बोस्टन येथील 'जनरल ॲटलांटिक'शी बोलणी सुरू केली. त्या कंपनीच्या भागीदारांनी ॲमेझॉनची किमत एक कोटी डॉलर्स ठरवली. त्या वेळी ॲमेझॉनची वार्षिक विक्री १.५७ कोटी डॉलर्सची होत होती आणि कंपनीला ५.८ दशलक्ष डॉलर्सचा तोटा होत होता. ॲमेझॉनची 'कीर्ती' ऐकून 'नेटस्केप,' इंट्युइट' यांसारख्या जगज्जेत्या कंपन्यांना आर्थिक आधार देणाऱ्या, सिलिकॉन व्हॅलीस्थित 'क्लाइनर पर्किन्स कॉफिल्ड ॲन्ड बायर्स' या अत्यंत नावाजलेल्या व्हेंचर कॅपिटल फर्मचे एक मुख्य भागीदार जॉन डोअर ॲमेझॉनला प्रत्यक्ष भेट देण्यासाठी विमानाने सिॲटलला आले.

त्या भेटीविषयी डोअर म्हणतात, ''मी दरवाजातून आत शिरलो आणि आपल्या मनमोकळ्या गडगडाटी हास्यातून ऊर्जा पसरवणारा कंपनीचा सीईओ वेगाने जिन्याच्या पायऱ्या उतरत समोर आला. त्याच क्षणी माझा निर्णय झाला की मला जेफशी नाते जोडायचे आहे.'' बेझोस यांनी डोअर

यांची मॅकेन्झी, कॅफन यांच्याशी ओळख करून दिली आणि त्यांना घेऊन ते वेअर हाउसमध्ये गेले. तेथे बाहेर पाठवण्यासाठी तयार असलेल्या पुस्तकांचे गठ्ठे डोअर डेस्क्सवर पद्धतशीर ठेवलेले होते. जेव्हा डोअर यांनी विचारले की, रोज किती किमतीचा व्यवहार होतो? तेव्हा बेझोस जवळच्या कॉम्प्युटरसमोर उभे राहिले आणि त्यांनी युनिक्स प्रॉम्प्टवर 'जीआरईपी' असे टाइप केले आणि पडद्यावर हवी ती माहिती क्षणात दिसू लागली. ही तांत्रिक कार्यक्षमता पाहून डोअर थक्क झाले, प्रभावीत झाले.

अॅमेझॉनमध्ये भांडवल गुंतवण्याच्या विषयावरून पुढले काही आठवडे 'क्लाइनर' आणि 'जनरल अॅटलांटिक' या दोन कंपन्यांमध्ये झटापट, चढाओढ, शर्यत सुरू राहिली. त्या वार्तेने अॅमेझॉनची बाजारातील किंमत अशा उंचीवर पोहोचली ज्याची बेझोस यांनी स्वप्नातसुद्धा कल्पना केली नव्हती. त्यांनी दोघा गुंतवणूकदारांपैकी तंत्रज्ञानाच्या क्षेत्रात नाव असलेल्या क्लाइनर पर्किन्स कॉफिल्ड अॅन्ड बायर्सची निवड केली. त्या कंपनीने अॅमेझॉनमध्ये ऐंशी लाख डॉलर्स गुंतवले, १३ टक्के भागी घेतली, ज्याची किमत त्यांनी सहा कोटी केली. कंपनीचा एक कनिष्ठ अधिकारी अॅमेझॉनच्या डायरेक्टर बोर्डावरही नेमण्याचा क्लाइनर कंपनीचा विचार होता, परंतु बेझोस यांनी करारातील अटीवर बोट ठेवून स्वत: डोअर यांनाच डायरेक्टर बोर्डाचे सदस्यत्व स्वीकारायचा आग्रह केला. अर्थातच डोअर यांच्यासारख्यांचा कंपनीच्या व्यवहारात असा थेट सहभाग असणे ही अॅमेझॉनसारख्या नव्या उद्योगाविषयी लोकांचा विश्वास वाढवणारी गोष्ट होती.

या घटनेने बेझोस यांच्या मेंदूत एक स्फुलिंग पेटला. सिलिकॉन व्हॅलीमध्ये उगवलेला इंटरनेटविषयीचा आशावाद गुंतवणूकदारांच्या मनात इंटरनेटच्या पायावर उभ्या राहणाऱ्या उद्योगांमध्ये अतिशय कमी मोबदल्यात ऐतिहासिक ठरावी इतकी प्रचंड गुंतवणूक करण्याच्या विचाराला उत्तेजन देऊ लागला होता. बेझोस यांच्या मनातल्या पेटत्या आत्मविश्वासात डोअर यांच्या दुर्दम्य आशावादाचे तेल ओतले गेले आणि महत्त्वाकांक्षेचा वणवा चांगलाच भडकला. कंपनीचा विस्तार करण्याच्या योजना उफाळून वर आल्या. आता अॅमेझॉन फक्त ऑनलाइन पुस्तके विकणारी कंपनी राहणार नव्हती, बेझोस तिला एक कायम टिकणारी इंटरनेट कंपनी बनवणार होते. डोअर यांच्या शब्दांत सांगायचे तर ''जेफ नेहमीच विस्तारवादी विचार करायचा. भांडवल मिळताच त्याच्या त्या विचारांच्या पंखांना बळ लाभले,

त्याच्या विस्तारयोजनांना मूर्त स्वरूप मिळाले.'' या बदलाकडे ॲमेझॉनच्या संपादक विभागातील जेम्स मार्कस यांचेही लक्ष होते. २००४ साली त्यांनी लिहिलेल्या 'ॲमेझोनिया' नावाच्या स्मरणिकेत लिहिले आहे, ''क्लाइनर पर्किन्सकडून मिळालेल्या भांडवलाने शरीरात उत्तेजना निर्माण करणाऱ्या गोळ्यांचे काम केले आणि जेफच्या निर्धाराला अभूतपूर्व बळ लाभले.''

लवकरच ॲमेझॉनमधील कर्मचाऱ्यांना कंपनीचे नवे ध्येयवाक्य कळवले गेले : 'वेगाने मोठे व्हा.' बेझोस यांनी त्या बोधवाक्याचे स्पष्टीकरण देताना सांगितले, ''कंपनी जितकी आणि जितक्या लवकर मोठी होईल तेवढी आणि तेवढ्या लवकर ती इनग्राम आणि बेकर ॲन्ड टेलर या पुस्तकाच्या घाऊक विक्रेत्यांना कमी किमतीची मागणी करू शकेल, पुस्तकांच्या वितरणाची क्षमता आणि कक्षाही वाढवणे तिला परवडेल. कंपनी जितक्या लवकर आणि जितकी मोठी होईल तितक्या लवकर आणि तितक्या मोठ्या प्रमाणावर तिला तिचे कार्यक्षेत्र वाढवता येईल, आजच्या डिजिटलच्या युगात स्वत:च्या कंपनीच्या नावाला कायमचे आणि उच्च स्थान मिळवायची जी स्पर्धा सुरू आहे त्यात तिला आघाडी गाठता येईल आणि या सगळ्यांचा उपयोग करून ती तिच्या ग्राहकांना कितीतरी चांगली, त्यांना पूर्ण समाधान देईल अशी सेवा पुरवू शकेल.''

या सगळ्यांचा सारांश असा होता की, कर्मचाऱ्यांना अजून जास्त काम करावे-कष्ट उपसावे लागणार होते. असे गृहीतच धरले गेले होते की ती आवश्यकता ओळखून कोणी आठवडाअखेरची सुटीही घेणार नाही. सूझन बेन्सन म्हणाल्या, ''म्हणजे तुम्ही सुटी घेऊ शकणारच नाही असे कोणी कोणाला सांगितले नव्हते; पण कोणी सुटी घेईल असे कोणाला वाटतही नव्हते. ते गृहीतच होते!'' एरिक बेन्सन यांनी त्यात अशी भर घातली, 'प्रत्येक गोष्टीची अखेरची तारीख आधीच ठरवली जाई आणि ती पूर्ण करण्यासाठी सगळेच जीव ओतून काम करीत.'

वेअर हाउसमधील कर्मचाऱ्यांची संख्या अत्यंत काळजीपूर्वक निवडलेल्या नव्या कर्मचाऱ्यांमुळे सतत वाढत होती आणि ते सर्व जण भरती आलेल्या ग्राहकांच्या मागण्या पूर्ण करण्याची शर्थ करीत होते. ॲमेझॉनच्या प्रतिनिधीने अर्ध वेळ काम करणारे कर्मचारी पुरवणाऱ्या एका कंपनीशी संपर्क साधला. त्या कंपनीतर्फे आलेले केस रंगवलेले, अंगभर टॅटू काढलेले, दागिने घातलेले लोक पेकोज पिटच्या शेजारच्या वेअर

हाउसमध्ये, आळीपाळीने एकेकाच्या आवडीचे संगीत, गाणी बूम बॉक्सवर लावून ठेवून रात्रंदिवस काम करू लागले. त्यात एक तीनशे पौंड वजनाचा गायक होता, तो 'रशियन एरिया' या वाद्यवृंदाच्या गाण्यांपैकी एखादे गाणे म्हणत सगळीकडे हुंदडतच काम करायचा.

त्या लोकांमध्ये दोन्ही हातांवर चिनी अक्षरे, आकृत्या यांचे टॅटू काढलेला ख्रिस्तोफर स्मिथ नावाचा एक तेवीस वर्षांचा तरुणही होता. काही काळानंतर त्याने ॲमेझॉनमध्ये पूर्ण वेळ काम करायला सुरुवात केली आणि तो पुढे चौदा वर्षे कंपनीत निरनिराळी कामे करीत राहिला. त्याचे वैशिष्ट्य असे की, तो रोज पहाटे साडेचार वाजता सायकलवरून कामावर यायचा, इनग्रामचा प्रतिनिधी पुस्तके पोहोचवायला साडेसहा वाजता यायचा, त्याच्या स्वागताला हजर असायचा आणि त्याचा दिवस दिवसा नाही, संध्याकाळीही नाही, रात्रीही नाही तर मध्यरात्रीनंतर संपायचा. तो सारा वेळ पुस्तकांचे पॅकिंग तर करायचाच, पण शेवटी जाण्याआधी, बिअरचे घुटके घेत ग्राहकांच्या ई-मेल्सना उत्तरेही द्यायचा आणि मगच सायकलवरून घरी जायचा. तो म्हणायचा, ''माझ्या मनात सतत एका पळणाऱ्या माणसाची प्रतिमा असायची आणि मला पुस्तके पॅक करायला वापरतो ते कार्डबोर्ड आणि इतर सामान सगळीकडे उडताना दिसायचे!''

या स्मिथने आठ महिन्यांचा काळ असे अखंड काम केले. सायकलवरून येण्या-जाण्यामुळे त्याला सिॲटलच्या कॅपिटल हिलच्या भागात असलेल्या त्याच्या सदनिकेजवळ उभ्या करून ठेवलेल्या फिकट निळ्या रंगाच्या प्युजो स्टेशन वॅगन या त्याच्या गाडीचा विसरच पडला होता. इतकेच काय, त्याने त्याला आलेले टपालही त्या काळात बघितलेले नव्हते. त्याचा एक गठ्ठाच सदनिकेच्या दाराजवळ पडलेला होता. एक दिवस त्याच्या लक्षात आले की, त्याची गाडी गायब झालेली आहे! तिचा पत्ता त्याला त्याने त्याचे साचलेले टपाल एक दिवस पाहिले त्यात मिळाला. त्यात बंदी असलेल्या जागी गाडी उभी केल्याबद्दलची अनेक पार्किंग टिकेट्स होती, त्याला काही उत्तर न दिल्याने गाडी तेथून हलवली गेल्याची सूचना होती. गाडी हलवणाऱ्या कंपनीने त्याला पाठवलेल्या अनेक नोटिसा होत्या. त्याही अनुत्तरीत राहिल्याने गाडी लिलावात ७०० डॉलर्सना विकली असल्याची सूचना देणारे पत्रही होते! खरे तर ती गाडी खरेदी करताना त्याने घेतलेल्या कर्जापैकी १८०० डॉलर्स त्याला अजून भरायचे होते. त्या सगळ्या प्रकाराने त्याच्या इभ्रतीला धक्का

पोहोचला, त्याची कर्ज मिळण्याची पात्रता कमी झाली. पण त्या वेळी त्याला त्या प्रकाराविषयी फार चिंता वाटली, त्याने तो मनाला लावून घेतला, असे काही स्मिथला आठवत नाही.

तो एवढेच म्हणाला, ''आयुष्य एकदम थांबल्यासारखे झाले! ॲमेझॉनमध्ये तुम्ही अडकला होता; पण आतल्या वादळी प्रक्रिया अन्य कोणीच पाहू शकणार नव्हता.''

एरिक आणि सूझन बेन्सन कामावर येताना रोज त्यांच्या रूफस नावाच्या वेल्श कॉर्गी जातीच्या कुत्र्याला बरोबर आणीत असत. ते दोघे इतका वेळ कंपनीत काम करीत थांबत की त्यांच्या लाडक्या कुत्र्याला एकट्याला तितका वेळ घरी ठेवणे त्यांना रुचत नव्हते. बेझोस यांनीही त्यांना तशी मुभा दिली होती. जोवर ऑफिस सोडो इमारतीत होते तोवर काही अडचण आली नाही; पण १९९६च्या उन्हाळ्यात जेव्हा ॲमेझॉन पुन्हा स्थलांतरीत झाली, त्या वेळी मात्र नव्या जागामालकाशी झालेल्या भाडेकरारात 'पेट पॉलिसी' अनुसार रूफसचाही उल्लेख करावा लागला. त्याची ऑफिसमधील उपस्थिती अतिशय प्रसन्न अशी असायची. तो मीटिंग्जमध्येही जाऊन बसायचा. सगळ्यांच्याच लाडक्या झालेल्या रूफसला लोक प्रेमाने खायला घालायचे – इतके की त्याचे रूफसला कधी कधी अजीर्णदेखील व्हायचे! तो कुत्रा कंपनीचे शुभ चिन्हच बनला होता. ऑफिसमधल्या लोकांची अशीही एक श्रद्धा – अंधश्रद्धाच म्हटली पाहिजे – बसली होती की कोणतीही नवी गोष्ट यशस्वी व्हायला हवी असेल तर ती सुरू करताना कॉम्प्युटरच्या की-बोर्डवरील पहिली की रूफसच्या पंजाने दाबली गेली पाहिजे! आज रूफस या जगात नाही, पण ॲमेझॉनच्या परिसरातील एका इमारतीला त्याचे नाव दिले गेले आहे. (बेझोस यांना भूतकाळातील काही गोष्टींची स्मृती कायमची जपून ठेवण्याची आवड असावी. ॲमेझॉन परिसरातील इमारतींची नावे तसे दर्शवितात : 'फियोना'–ॲमेझॉनच्या 'किंडल' या पुस्तक वाचनाच्या ऑनलाइन साधनाच्या प्रथम आवृत्तीचे मूळ नाव. 'ऑबिडॉस' – ब्राझीलमधील ज्या गावात ॲमेझॉन नदीला तिच्या उपनद्या येऊन मिळतात त्याचे नाव. तेच नाव शेल कॅफन यांनी ॲमेझॉनमधील कॉम्प्युटर्सच्या अगदी पहिल्या संरचनेलाही दिलेले होते.)

एव्हाना ॲमेझॉनमधील पूर्ण वेळ काम करणाऱ्यांची संख्या दीडशेच्या आसपास पोहोचली होती. त्यातले पन्नासहून जास्त कर्मचारी वेअर हाउसमध्ये

काम करायचे. काही महिन्यांतच वेअर हाउस आणखी मोठ्या जागेत हलले. ९३,००० चौरस फूट क्षेत्रफळ असलेली ती विस्तीर्ण जागा दक्षिण सिॲटलमधील डॉसन स्ट्रीटवर होती. (ॲमेझॉनच्या परिसरातील एका इमारतीला तेच 'डॉसन' हे नाव दिलेले आहे.) शहराच्या मध्यवर्ती भागातील ती जागा काही उच्च दर्जाची नव्हती. तो भाग प्रवाशांच्या आवडत्या पाईक प्लेस मार्केटपासून अगदी जवळच होता, बकाल होता, नाइट क्लब्जसारख्या निषिद्ध जागांनी भरलेला असल्यामुळे कुप्रसिद्धच होता. ॲमेझॉनने सेकंड ॲव्हेन्यूवरील कोलंबिया बिल्डिंग ताब्यात घेतली होती. ज्या दिवशी कंपनी नव्या जागेत हलली त्या पहिल्याच दिवशी त्या बिल्डिंगच्या दारात रोज रात्री पथारी पसरून झोपणाऱ्या एका बेघर, कंगाल माणसाने ॲमेझॉनच्या कर्मचाऱ्यांना त्यांची नवी की कार्ड्स वापरून दरवाजा कसा उघडायचा ते दाखवले होते!

त्या बिल्डिंगच्या समोर गरजू लोकांना इंजेक्शनच्या सुया पुरवणारे केंद्र, मादक द्रव्यांच्या आहारी गेलेल्यांसाठी व्यसनमुक्ती केंद्र आणि एक केसांचे विग्ज विकणारे दुकान होते. त्यामुळे विरुद्धलिंगी व्यक्तीचे कपडे अंगावर घालण्याची विकृत इच्छा असणाऱ्या लोकांची- पुरुष वेषातील स्त्रिया आणि स्त्री वेषातील पुरुष यांची- त्या भागात मोठ्या प्रमाणावर वर्दळ असायची. ॲमेझॉनमध्ये येण्याच्या आधी वार्ताहर म्हणून आणि जाहिरात विभागात अधिकारी म्हणून काम केलेल्या, मूळच्या न्यूझीलंडच्या, के. डॅनगार्ड या पहिल्या प्रसिद्धी अधिकारी म्हणून कंपनीत आल्या होत्या. त्या त्यांच्या नव्या इमारतीतील ऑफिसच्या खिडकीत उभ्या राहिल्या की, रस्त्यापलीकडच्या इमारतीतील एका सदनिकेची खिडकी बरोबर समोर येत असे. त्या खिडकीतून त्यांना रोज संध्याकाळी मंद प्रकाशात एका स्त्रीचा वेश्याव्यवसाय चाललेला दिसायचा.

तेथे गाड्यांच्या पार्किंगला फारच कमी जागा होती आणि त्यासाठी पैसेही जास्त लागत. म्हणून निकोलस लव्हजॉय यांनी बेझोस यांना अशी सूचना केली की कंपनीतर्फे कर्मचाऱ्यांना बसचे पासेस काढून द्यावेत. पण बेझोस यांनी ती धुडकावून लावली, ते म्हणाले, ''मला माझ्या कर्मचाऱ्यांनी बस गाठायची म्हणून काम सोडून जायला नको आहे.'' लव्हजॉय म्हणाले, ''त्यांना कर्मचाऱ्यांच्या स्वत:च्या गाड्या असायला हव्या होत्या, कारण त्यांना 'घरी कसे जायचे' ही चिंता कर्मचाऱ्यांच्या कामाच्या आड यायला नको होती!''

बेझोस यांनी कंपनीच्या पहिल्या गुंतवणूकदारांना असे कबूल केले होते की, ते कंपनीची साइट अशी बनवतील की ती वापरणाऱ्या प्रत्येकाची वैयक्तिक आवड आणि गरज पुरवू शकेल. ते काम त्यांनी त्या वर्षीच्या हिवाळ्यापासून सुरू केले. त्यासाठीचा पहिला प्रयत्न एमआयटी लॅबची उपकंपनी फायरफ्लाय नेटवर्क यांनी तयार केलेल्या सॉफ्टवेअरवर अवलंबून होता. त्यात वाचकाने तीस–चाळीस पुस्तकांवरील अभिप्राय लिहिले की, त्यावरून ते सॉफ्टवेअर त्याची आवड–नावड लक्षात घेऊन त्याला पुढील पुस्तकांची शिफारस करेल, अशी व्यवस्था होती. त्याला ॲमेझॉनने 'बुकमॅच' असे नाव दिले होते. पण ही व्यवस्था फारच संथ होती, 'मॅचिंग'ला फार वेळ लागत असे आणि ती बऱ्याच वेळा बंदही पडत असे. त्यामुळे वाचक तिचा वापर करायला, पर्यायाने त्यांनी वाचलेल्या पुस्तकांवर अभिप्राय लिहायला राजी नसतात, असे ॲमेझॉनच्या लक्षात आले होते.

या कामासाठी ॲमेझॉनची जी टीम काम करीत होती तिला बेझोस यांनी ती व्यवस्था जरा सोपी करायला सांगितली आणि त्यासाठी अशी सूचना केली की, वाचकाच्या त्याने खरेदी केलेल्या पुस्तकांवरील अभिप्रायांवर अवलंबून न राहता, केवळ त्या पुस्तकांच्या नावावरून, त्यांच्या प्रकारावरून त्याची आवड सॉफ्टवेअरने लक्षात घ्यावी आणि त्यावरून त्याला नव्या पुस्तकांची शिफारस करावी. त्यावरून एरिक बेन्सन यांनी दोन आठवड्यांत सॉफ्टवेअरमध्ये बदल करून एक प्राथमिक आवृत्ती तयार केली. त्यात त्यांनी प्रत्येक वाचकाने तोवर खरेदी केलेल्या पुस्तकांची यादी बनवली, त्यावरून समान आवड असणाऱ्या वाचकांचा एकेक गट तयार केला आणि त्या गटाची आवड लक्षात घेऊन त्या गटातील सर्व वाचकांना साइटवर त्यांच्या आवडीशी मिळतीजुळती पुस्तके प्रथम दिसतील अशी व्यवस्था केली. या बदललेल्या रूपाला त्यांनी 'सिमिलॅरिटीज' असे सार्थ नाव दिले. या बदलाचा उचित परिणाम लगेच दिसून आला, विक्रीमध्ये लक्षणीय वाढ झाली. ॲमेझॉनला ग्राहकांच्या निश्चित आवडीची, पण त्यांना साइटवर सहजी सापडू न शकणारी पुस्तके त्यांच्या समोर आणण्यात यश मिळाले. या कामाने बेझोस बेहद्द खूश झाले. त्यांनी त्यांचा आनंद आणि टीमबद्दलचे कौतुक कसे व्यक्त केले ते त्या टीममध्ये काम करणारे इंजिनिअर ग्रेग लिंडेन या शब्दांत सांगतात, ''आमची टीम ज्या खोलीत काम करायची त्या खोलीत ते आले, त्यांनी

जवळजवळ साष्टांग नमस्कारच घातला आणि म्हणाले की, मी काही एवढा हुशार नाही! हे मला कधीच जमले नसते!''

लवकरच साइटवरून 'बुकमॅच' गेले आणि 'सिमिलॅरिटीज' आले! या सॉफ्टवेअरने साइट जास्तीतजास्त 'वैयक्तिक' बनवण्याच्या ॲमेझॉनच्या त्यानंतरच्या सततच्या प्रयत्नांचे बीजच पेरले. बेझोस यांचा असा अगदी दृढ विश्वास होता की हे 'वैयक्तिकीकरण', ग्राहकाला त्याच्यासाठीच सजवलेले खरेदीस्थान वाटावे अशा साइट्सची रचना ही 'ई-कॉमर्स'ला - इंटरनेटच्या माध्यमातून केल्या जाणाऱ्या व्यापाराला - परंपरागत दगडविटांच्या दुकानांमधून होणाऱ्या खरेदीप्रक्रियेच्या तुलनेत प्रचंड लाभदायक, सोईस्कर, ग्राहकाला आनंद व समाधान देणारी फार महत्त्वाची गोष्ट सिद्ध करणार होती. ते म्हणाले होते, ''मोठमोठ्या दुकानदारांना त्यांच्या ग्राहकांना खऱ्या अर्थाने, वैयक्तिक पातळीवर जाणून घेण्याची संधी मिळत नाही. ती 'ई-कॉमर्स' मिळवून देणार आहे.''

अशा रीतीने कंपनी आणि ती वापरीत असलेले तंत्रज्ञान योग्य दिशेने विकसित होण्याची प्रक्रिया एका माणसाला आनंदाने वेडा करून टाकीत होती. ते होते शेल कॅफन! 'वाचकांना उपलब्ध असलेल्या पुस्तकांच्या संख्येला मर्यादा नसणारे आणि त्यातले मौलिक ज्ञान जगाच्या सर्व कानाकोपऱ्यांत पोहोचवू शकेल असे पुस्तकभांडार' हे बेझोस यांचे स्वप्न होते. त्रेचाळीस वर्षांची शेल कॅफन नावाची उत्साहमूर्ती बेझोस यांचे ते स्वप्न साकार करण्यासाठी भगीरथ प्रयत्न करीत होती. शेल कॅफन हेच ॲमेझॉनमधील तंत्रज्ञानाचे पितामहही होते आणि त्या संबंधातील सर्व लहानसहान गोष्टींची मायेने; पण कर्तव्यदक्षतेच्या करडेपणाने काळजी वाहणारी माताही! ॲमेझॉनचे ऑफिस जेव्हा पेकोज पिटच्या शेजारच्या जागेत हलले तेव्हा ते स्वत:च प्रेमाने 'बर्ट' आणि 'अर्नी' असे नामकरण केलेले दोन सर्व्हर्स स्वत:च्या ॲक्युरा इंटिग्रामध्ये ठेवून नव्या जागेत घेऊन गेले होते.

शेल कॅफन यांच्या पर्सनल कॉम्प्युटरवर त्यांना 'फॉर्च्युन कुकी'मध्ये मिळालेला एक 'मेसेज' चिकटवून ठेवलेला आहे- 'तुला तुझा कोड बदलायला लागेल असे काहीही घडू नये.'

दोघांना व्यवसायासंबंधी काही चर्चा करायची असली की बेझोस आणि कॅफन शहरातील रस्त्यांवर फिरत फिरत बोलत असत.कॅफन तांत्रिक बाबी, त्यातील अडचणी सांगत असत, बेझोस भविष्यातील योजनांविषयी

बोलत असत. असेच एकदा ते दोघे चालत होते. कॅफन यांनी बेझोस यांना विचारले की, त्यांनी ठरवलेल्या उद्दिष्टांपैकी बरीचशी पूर्ण झाली आहेत, काही होत आहेत, असे असताना ते व्यवसायाचा विस्तार अत्यंत वेगाने करण्याविषयी का एवढे आग्रही आहेत? त्यावर बेझोस म्हणाले, ''आपण लहान असलो ना तर दुसरे, जे आपल्यापेक्षा खूप मोठे असतात ते, आपल्या जवळचे जे काही आहे ते घेऊन जाऊ शकतात. आपण आपली पुस्तकखरेदीची क्षमता आत्ता जे धंद्यात पाय रावून उभे असलेले पुस्तकविक्रेते आहेत त्यांच्याइतकीच, किंबहुना त्यांच्यापेक्षाही वाढवली पाहिजे. सामना खेळायचा तर प्रतिस्पर्धी बरोबरीचा हवा, नाही का?''

जेव्हा व्हेंचर कॅपिटॅलिस्ट कंपनीत प्रवेश करतात तेव्हा सर्वसाधारणपणे त्यांच्या बरोबरीने उच्चाधिकारप्राप्त नव्या पदाधिकाऱ्यांचाही कंपनीत प्रवेश होतो, कधीकधी ते जुन्यांची जागाही घेतात. नव्याने उद्योग उभारलेल्या कंपन्यांचा भरपूर अनुभव असलेल्या कॅफन यांना ही गोष्ट पूर्णपणे माहीत होती आणि त्याविषयी त्यांना फार चिंताही वाटत होती. म्हणूनच एक दिवस ते बेझोस यांच्या ऑफिसमध्ये गेले आणि त्यांना म्हणाले, ''आपण इतक्या वेगाने मोठे होतो आहोत, तुम्ही माझ्या जागीही नवीन माणूस आणणार आहात का?''

बेझोस जराही न डगमगता म्हणाले, ''कॅफन, तुमची जागा तुम्हांला हवी तेवढा वेळ तुमचीच राहील.''

असेच कॅफन यांच्या अपेक्षेअनुसार नव्याने कंपनीत येऊन मार्केटिंग व्हाईस प्रेसिडेंट ही जागा घेतलेले, आधी सिनबॉन या कंपनीत अधिकारपदावर असलेले मार्क ब्रायर यांनी एक दिवस त्यांच्या खात्याची मीटिंग त्यांच्या बेलव्ह्यू येथील निवासस्थानी बोलावली. तेथे त्यांनी मीटिंगला आलेल्या सर्वांना 'ब्रूमबॉल' नावाचा खेळ खेळायला शिकवला. त्यांचे वडील आयबीएम कंपनीच्या बेथेस्डा येथील शाखेत इंजिनिअर म्हणून काम करीत असताना त्यांनी आयबीएमच्या कॅनडामधील ऑफिसेसना भेट दिली होती आणि त्या भेटीत तेथे बर्फावर तो खेळ खेळला गेलेला त्यांनी पाहिला होता. पण ब्रायर यांच्या बेलव्ह्यूच्या घरात मात्र तो खेळ हिरवळीवर खेळला गेला. तेथे बेसबॉल किंवा सॉकर खेळताना जो चेंडू वापरला जातो तसलाच चेंडू खेळाडूंनी झाडू आणि ब्रायर यांच्या गॅरेजमध्ये सापडलेल्या अन्य साधनांनी जोरजोराने मारत तो खेळ खेळला.

वरवर पाहता ती मजा वाटत होती; पण खेळात हिरीरीची स्पर्धा दिसत होती. जेफ बेझोस यांना व्यवसायात अपेक्षित असलेली चढाओढीची वृत्ती त्या खेळात प्रकर्षाने दिसत होती. म्हणूनच मीटिंग कशी चालली आहे हे पाहायला आलेले बेझोस हेही त्या ॲमेझॉनमधील नव्या चांगले गुण अंगी बाणवणाऱ्या उपक्रमात – ब्रूमबॉलच्या खेळात – पूर्ण उत्साहाने सहभागी झाले. खेळता खेळता कंपनीत हार्वर्डमधून नव्यानेच आलेल्या ॲन्डी जॅसी याने एका निराळ्याच पद्धतीने कंपनीत त्याचा ठसा उमटवला. त्याच्या हातातील कायाकच्या वल्ह्याचा तडाखा अगदी अनावधानाने जेफ बेझोस यांच्या डोक्यावर बसला. जखम झाली नाही. नंतर ते स्वत:ही बॉलमागे धावता धावता एका काटेरी झुडपात घुसले आणि त्यांनी त्यांचा निळा ऑक्सफर्डचा शर्ट फाडून घेतला.

माइक ब्रायर यांची ॲमेझॉनमधील कारकिर्द अल्प काळाची आणि खळबळजनक ठरली. बेझोस यांना मार्केटिंगमधल्या प्रत्येक गोष्टीचा नव्याने वेध घ्यायचा होता. उदाहरणार्थ, त्यांनी अशी सूचना केली होती की जाहिरात एजन्सीजमध्ये सतत ॲमेझॉनच्या जाहिराती मिळवण्यासाठी स्पर्धा लागली पाहिजे या दृष्टीने दरवर्षी त्यांचा आढावा घेतला जावा. ब्रायर यांनी त्यांना समजावले की जाहिरात एजन्सीज अशा पद्धतीने काम करीत नाहीत. ते एकच वर्ष कंपनीमध्ये टिकले. ॲमेझॉनच्या पहिल्या दहा वर्षांत जे मार्केटिंग विभागाचे व्हीपी होते ते सर्वच जण 'स्पायनल टॅप' या उपहासगर्भ बॅन्डमधील अभागी ड्रमर्ससारखे सतत बदलले जात राहिले. मार्केटिंगच्या ज्या ठरीव साचाच्या, सगळीकडेच वापरल्या जाणाऱ्या पद्धती होत्या त्या बेझोस यांना मुळीच पसंत नव्हत्या. ते नव्याच्या, अपरंपरागत पद्धतींच्या शोधात होते. त्यांना मार्केटिंग विभागाचा प्रमुखही त्यांच्यासारखाच वेगळा विचार करणारा हवा होता. तशाच माणसाच्या शोधात ते प्रत्येक नव्या माणसाला जोखत आणि त्याचे विचार पुरेसे क्रांतिकारक नाही, असे दिसले तर त्याला बदलून टाकत. ब्रायर गेले, पण त्यांनी सुरू केलेला ब्रूमबॉलचा खेळ ॲमेझॉनच्या कर्मचाऱ्यांमध्ये लोकप्रिय झाला. पिकनिक्स, ऑफिसबाहेरच्या मोकळ्या निराळ्या वातावरणात होणाऱ्या मीटिंग्ज यांसारखे प्रसंग त्या खेळाशिवाय पूर्णच होईनासे झाले. कधी कधी कर्मचारी चेहरे भडक रंगवूनही खेळत आणि बेझोस स्वत:ही खेळात सहभागी होत.

शेल कॅफन यांच्या अपेक्षेप्रमाणे ब्रायर यांचे ॲमेझॉनमधील आगमन तशा अन्य कंपन्यांमधील अनुभवी पदाधिकाऱ्यांच्या ॲमेझॉनमध्ये घुसणाऱ्या लोंढ्याची सुरुवातच होती. एकदा व्हेंचर कॅपिटल बँकेत पडल्यावर बेझोस यांनी 'आयपीओ'च्या- इनिशियल पब्लिक ऑफरिंग' – च्या मार्गाने कंपनी पब्लिक करण्यावर लक्ष केंद्रित केले आणि नवीन भरती करण्याचा धडाकाच लावला. त्या वेळी त्यांनी डी.ई.शॉ यांच्याशी 'माणसे न पळवण्याचा' जो करार केला होता त्याची मुदतही संपली होती. त्यामुळे त्यांनी जेफ होल्डन यांना गाशा गुंडाळून ॲमेझॉनमध्ये यायला सांगितले. होल्डन डी. ई.शॉ कंपनीतील आणखी काही जणांनाही बरोबर घेऊन आले. त्यांत पॉल कोटास नावाचाही एक जण होता. त्याने होल्डन यांच्या सामानाच्या ट्रकमध्ये त्याचे सामानही ठेवले होते, पण आयत्या वेळी त्याने त्याचा निर्णय बदलला. (हाच पॉल कोटास दोन वर्षांनंतर वॉशिंग्टन येथे स्थलांतरीत झाला आणि पुढील कित्येक वर्षे ॲमेझॉनमध्ये अधिकारपदावर राहिला; पण त्याने स्वत:च आधी हाती आलेली सुसंधी चुकवल्यामुळे त्याचे रोख्यांच्या स्वरूपात कोट्यवधी डॉलर्सचे नुकसान झाले.)

होल्डन यांच्या पाठोपाठ बेझोस यांनी उरलेल्या उच्च श्रेणीच्या अधिकारपदावरही माणसे नेमण्यास सुरुवात केली. त्या सर्व अधिकाऱ्यांची टीम ही 'जे. टीम' म्हणून ओळखली जाऊ लागली.बार्न्स ॲन्ड नोबल, सिमॅन्टेक यांतले काही अधिकारी आणि मायक्रोसॉफ्टमधलेही दोघे जण ॲमेझॉनमध्ये आले. त्यातले जोएल स्पीगल व्हाईस प्रेसिडेंट इंजिनिअरिंग झाले आणि डेव्हिड रिशर यांनी सार्वजनिक वितरण विभागाचे प्रमुखपद भूषविले. डेव्हिड रिशर हे बेझोस यांच्या आक्रमक महत्त्वाकांक्षेने प्रभावीत आणि आकर्षित झाले. बेझोस यांनी त्यांना खात्रीपूर्वक सांगितले की, २००० सालापर्यंत ॲमेझॉन १०० कोटी डॉलर्सची कंपनी बनेल! रिशर यांनी मायक्रोसॉफ्टचे सहसंस्थापक बिल गेट्स यांची व्यक्तिश: भेट घेऊन त्यांना ते मायक्रोसॉफ्टसमोरच्या सरोवराच्या पलीकडच्या काठावरील ॲमेझॉन या पुस्तक विकणाऱ्या कंपनीत जात असल्याचे सांगितले. त्यांच्यासारख्या ज्येष्ठ अधिकाऱ्याचा तो निर्णय ऐकून त्या वेळेपर्यंतही इंटरनेटच्या प्रभावाला कमी लेखणाऱ्या बिल गेट्स यांना धक्काच बसला. रिशर म्हणाले, ''ते खरोखर दिङ्मूढच झाले! काही प्रमाणात त्यांचेही बरोबर होते. त्यात तोवर तरी तसा काही अर्थ दिसत नव्हताच!''

रिशर यांच्यावर सोपवलेले पहिलेच काम होते- 'स्टारबक्स' या कॉफीशी नाव जोडल्या गेलेल्या आणि प्रत्येक शहरगावात बस्तान बसवलेल्या कंपनीशी एका प्रस्तावाविषयी चर्चा करणे. प्रस्ताव होता, स्टारबक्सने त्यांच्या कॅश रजिस्टरजवळ अॅमेझॉन विकत असलेल्या गोष्टी एका रॅकवर ठेवून प्रदर्शित करायच्या, बदल्यात अॅमेझॉन स्टारबक्सला कंपनीच्या मालकीत हिस्सा देईल. स्टारबक्सचे मुख्य ऑफिस सोडोमध्ये, पीकोज पिटच्या समोरच होते. रिशर आणि बेझोस, दोघे जण स्टारबक्सचे सीईओ हॉवर्ड शुल्झ यांना भेटायला तेथेच गेले. त्या चाणाक्ष सीईओने त्यांना आधीच सांगितले की, अॅमेझॉनसमोर एक फार मोठा प्रश्न उभा आहे आणि स्टारबक्सकडे त्याचे उत्तर आहे. ''तुमच्या ग्राहकांना तुमचे प्रत्यक्ष दर्शन घडतच नाही, तुम्ही त्यांच्या नजरेसमोर येत नाही...'' पाहुण्यांना त्यांची जगप्रसिद्ध कॉफी देऊन शुल्झ म्हणाले, ''आणि त्यामुळे तुम्ही मागे राहणार आहात.''

त्यांच्या शेवटच्या विधानाला आक्षेप घेत बेझोस यांनी त्यांना सांगितले, ''नाही, आम्ही मागे राहणार नाही, आम्ही थेट आकाशाला गवसणी घालू!'' अॅमेझॉनचा प्रस्ताव मान्य झाला... पण काही आठवड्यांतच करार मोडला, कारण शुल्झच्या अधिकाऱ्यांनी स्टारबक्सला अॅमेझॉनमध्ये मालकी मागितली आणि अॅमेझॉनच्या डायरेक्टर बोर्डावर जागाही. बेझोस एक टक्का मालकीचा विचार करायला तयार होते. आजही अॅमेझॉन तशा प्रकारे ग्राहकांसमोर येण्याच्या, त्यांना अॅमेझॉनची उपस्थिती प्रत्यक्ष जाणवून देण्याच्या शक्यतेचा विचार करीत आहे. रिशर म्हणतात, ''आम्ही अशा संधीचा विचार करायला नेहमीच तयार आहोत.''

अॅमेझॉनमध्ये आणखी एक नवा चेहरा होता- जॉय कवी यांचा. त्या चीफ फायनान्शिअल ऑफिसर होत्या. त्या स्वयंप्रेरित, ध्येयपूर्तीच्या भावनेने झपाटलेल्या खातेप्रमुखाचा विभागातील सर्वच कर्मचाऱ्यांना धाक वाटत असे. त्यांनी बेझोस यांच्या उत्तेजित महत्त्वाकांक्षेला बुद्धिमत्तेची, हुशारीची जोड दिली. अॅमेझॉनच्या विस्तारात त्यांचा फार महत्त्वाचा वाटा होता. त्यांची पार्श्वभूमी फारच असाधारण अशी होती. कॅलिफोर्नियातील सॅन मार्को या गावातील कमालीची बुद्धिमान असलेली एक मुलगी लहानपणीच एकटी पडली, हायस्कूलच्या पहिल्याच वर्षी घरातून पळून गेली आणि फ्रेस्नो येथील एका ग्रोसरी स्टोअरमध्ये क्लार्क म्हणून नोकरी करू लागली.

वयाच्या सतराव्या वर्षी तिने फ्रेस्नो येथील कॅलिफोर्निया स्टेट युनिव्हर्सिटीत प्रवेश घेतला आणि दोन वर्षांत पदवी मिळवली. त्या नंतर ती 'सर्टिफाइड पब्लिक अकाउंटंट' ही परीक्षाही, फारसा अभ्यास न करताही, देशातील सर्वांत जास्त गुण मिळवणाऱ्यांच्या यादीत दुसरे स्थान मिळवून उत्तीर्ण झाली. त्यानंतर तिने हार्वर्डची 'बिझनेस अॅन्ड लॉ' डिग्रीही प्राप्त केली. ती मुलगी म्हणजेच जॉय कवी. बेझोस यांचे लक्ष जेव्हा त्यांच्याकडे वेधले गेले तेव्हा त्या तेहतीस वर्षांच्या होत्या आणि सिलिकॉन व्हॅलीमधील 'डिजिडिझाइन' नावाच्या डिजिटल-ऑडिओ कंपनीत चीफ फायनान्शिअल ऑफिसर म्हणून काम करीत होत्या.

ॲमेझॉनमध्ये आल्यावर पहिली पाच वर्षे त्या बेझोस यांच्या 'वेगाने मोठे व्हा,' या ध्येयाची पूर्ती करण्यासाठी झपाटल्यासारख्या काम करीत होत्या. त्यांचे बाकी सगळे आयुष्य मागेच पडले होते. डोक्यात फक्त त्याच गोष्टीचा विचार असायचा. एक दिवस सकाळी त्या ऑफिसला आल्या, गाडीतून उतरून ऑफिसमध्ये गेल्या त्या गाडीचे इंजीन बंद न करताच, अर्थातच किल्ली गाडीत तशीच ठेवून! गाडी पूर्ण दिवसभर सुरूच होती! पछाडलेपण तेथेच संपले नाही. संध्याकाळी घरी जायला निघाल्या-तर गाडीच्या किल्ल्या सापडेनात! 'हरवल्या बहुतेक' असे समजून, त्या संबंधी फारसा विचार न करता त्या गाडी तेथेच, तशीच ठेवून घरी गेल्या. रात्रीही पार्किंगमध्ये उभी असलेली गाडी पाहून आणि इंजीनची घरघर ऐकून रखवालदाराने जॉय कवी यांना फोन केला आणि ऑफिसमध्ये परत येऊन "गाडी घेऊन जायची आहे का?" असे विचारले.

ॲमेझॉनमध्ये आल्यावर एका महिन्याने कवी यांनी 'आयपीओ'वर काम करायला सुरुवात केली. ॲमेझॉनला पब्लिक ऑफरिंगमधून मिळणाऱ्या भांडवलाची तातडीने गरज नव्हती. कंपनीने अजून पुस्तकांखेरीज अन्य कोणत्याच उत्पादनांची विक्री करायला प्रारंभ केला नव्हता आणि दक्षिण सिॲटलमधील कंपनीचे ९३,००० चौरस फुटांचे वेअर हाउस कंपनीच्या सर्व गरजांना व्यवस्थित पुरे पडत होते. परंतु बेझोस यांचा त्या मागचा उद्देश हा होता की, पब्लिक ऑफरिंगमुळे कंपनीचे नाव संपूर्ण जगभरात पोहोचेल आणि ॲमेझॉनचे नाव ग्राहकांच्या मनात ठसेल, ठोस अशी जागा मिळवेल. त्या काळात बेझोस जनतेसमोर जाण्याची, 'ॲमेझॉनडॉटकॉम'ची कथा सांगण्याची कोणतीही संधी गमावीत नसत. (ते कंपनीचा उल्लेख कधीच

नुसता ‘अ‍ॅमेझॉन’ असा करीत नसत, निरपवादपणे ‘अ‍ॅमेझॉनडॉटकॉम’ असाच करीत असत. त्यांच्या आधीच्या कंपनीच्या नावातील ‘डी’ आणि ‘ई’ या दोन अक्षरांच्या मध्ये जागा सोडण्याच्या डेव्हिड शॉ यांच्या हट्टाची आठवण करून देत असत.) बेझोस यांना जगासमोर जाणे गरजेचेच होऊन बसण्याला आणखी एक तसेच मोठे कारण होते. पुस्तक विक्रीच्या क्षेत्रातील अग्रणी ‘बार्न्स अ‍ॅन्ड नोबल’ ही कंपनीही इंटरनेटचे माध्यम वापरण्याच्या, त्यांचीही एक वेबसाइट लोकांसमोर आणण्याच्या योजनेवर काम करू लागली होती.

बार्न्स अ‍ॅन्ड नोबल हे एक ‘चेन स्टोअर’ होते. ठिकठिकाणी त्यांची दुकाने होती. त्याचे अध्वर्यू होते लेन रिजिओ. हाडाचे ‘बिझनेसमन’ – कणखर, संकटांनी जराही न डगमगणारे धडाडीचे उद्योजक. पण कलेचीही जाण व आवड असणारे, उत्तम कपड्यांचा शौक बाळगणारे, सदैव महागडे सूट्स परिधान करणारे. त्यांच्या मॅनहाटन येथील ऑफिसमध्येही तसे काही त्यांच्या आवडीचे सूट्स टांगलेले असत. दोन दशकांमध्ये ‘बार्न्स अ‍ॅन्ड नोबल’ने पुस्तक विक्रीच्या क्षेत्रात क्रांती घडवली होती. त्यांनी आणि ‘बॉर्डर्स’ या आणखी एका पुस्तक विक्रीत इतिहास घडवणाऱ्या कंपनीने ‘सुपर स्टोअर्स’ – फक्त पुस्तके विकणारी जंगी, राजेशाही दुकाने – देशभरात जागोजागी सुरू करून मॉलमधील इतर गोष्टींबरोबर पुस्तकेही विक्रीला ठेवणारी दुकाने आणि स्वतंत्रपणे चालवली जाणारी शहरा-गावांतील पुस्तकांची दुकाने यांचा धंदा बसवला होता. त्यांनी नव्याने प्रकाशित झालेल्या पुस्तकांच्या किमतीत सवलत देण्याची पद्धत सुरू केली होती. परिणामी अमेरिकन बुकसेलर्स असोसिएशनने घेतलेल्या आढाव्यानुसार १९९१ ते १९९७ या काळात स्वतंत्रपणे चालवल्या जाणाऱ्या पुस्तकांच्या दुकानांच्या विक्रीची देशातील एकूण पुस्तक विक्रीशी असलेली टक्केवारी ३३ टक्क्यांवरून १७ टक्क्यांवर आली होती आणि असोसिएशनच्या सदस्य विक्रेत्यांची संख्याही ४५०० वरून ३३०० वर पोहोचली होती.

अशाबार्न्स अ‍ॅन्ड नोबलसारख्या पट्टीच्या पहिलवानाला एका नवशिक्या, होतकरू कुस्तीगिराची दखल घ्यावी लागली होती. १९९६ या एका वर्षात २०० कोटी डॉलर्सची उलाढाल करणारे ‘बार्न्स अ‍ॅन्ड नोबल’ आणि केवळ एक कोटी साठ लाख डॉलर्सची विक्री केलेले अ‍ॅमेझॉन; परंतु त्याच वर्षी ‘वॉल स्ट्रीट जर्नल’मध्ये आलेला, बेझोस यांच्या छायाचित्रासकट

छापलेला ॲमेझॉनसंबंधीचा लेख रिजिओ यांच्या वाचनात आला आणि त्यांनी लगेच बेझोस यांना फोन केला. ते म्हणाले की, ते आणि त्यांचा भाऊ स्टीफन बेझोस यांना भेटायला येत आहेत आणि त्यांना ॲमेझॉनबरोबर काही व्यवहार करण्याबद्दल चर्चा करायची आहे. अशा चर्चांचा तोवर फारसा अनुभव नसलेल्या बेझोस यांनी अनुभवी गुंतवणूकदार आणि ॲमेझॉनच्या डायरेक्टर बोर्डावर असलेल्या टॉम अल्बर्ग यांची मदत मागितली. रिजिओ बंधूंची भेट घेण्याआधी बेझोस आणि अल्बर्ग या दोघांनी आपापसांत चर्चा करून साधारण धोरण ठरवले.

जेवण सिॲटलमधील फोर्थ ॲव्हेन्यूवरील कोलंबिया बिल्डिंगच्या जवळच्या सुप्रसिद्ध 'डालिया लाउंज'मध्ये ठरले होते. त्या हॉटेलचे लक्षवेधी वैशिष्ट्य होते, त्याच्या प्रवेशद्वारावर हातात गळात अडकवलेला मासा धरलेल्या शेफची निऑन साइन्सनी सजलेली आकर्षक आकृती. दोन्हीही पाहुणे झकपक सुटात आले होते. त्यांच्या वागण्या-बोलण्यात वर्चस्व दिसत होते, आक्रमकता होती. रिजिओ यांनी बेझोस आणि अल्बर्ग यांना ते लवकरच त्यांची वेबसाइट सुरू करणार असल्याचे सांगितले आणि त्यामुळे ॲमेझॉन नेस्तनाबूत होण्याची शक्यताही बोलून दाखवली. पण त्याबरोबरच त्यांनी बेझोस यांनी आजवर केलेल्या कामाची तोंड भरून प्रशंसा केली आणि ही परिस्थिती टाळण्याचे दोन्ही कंपन्यांनी एकत्र काम करणे, दोन कंपन्यांची मिळून एकच वेबसाइट प्रसारित करणे, ॲमेझॉनने तिचे तंत्रज्ञान वापरण्याची परवानगी बार्न्स ॲन्ड नोबलला देणे, असे अनेक पर्यायही सुचवले. ''त्यांनी आडून आडून दिलेल्या धमक्या सोडल्या तर जेवण मैत्रीपूर्ण होते. त्यांनी सरळ सरळ ॲमेझॉन विकतच घ्यायचा प्रस्ताव समोर ठेवला नाही एवढेच!'' या शब्दांत अल्बर्ग यांनी त्या भेटीचे वर्णन केले.

त्या भेटीनंतर बेझोस आणि अल्बर्ग यांनी रिजिओ बंधूंना असे कळवले की, ते दोन कंपन्यांमधील भागीदारीच्या प्रस्तावावर विचार करतील. परंतु त्यांच्यामधील फोनवरून झालेल्या चर्चेतून ते या निष्कर्षाप्रत येऊन पोहोचले की, तसे एकत्र येणे काही जमण्यासारखे नाही. ''मोठ्या कंपन्यांना अडथळा वाटणाऱ्या लहान कंपन्या नक्कीच मोठे यश मिळवू शकतात यावर जेफचा अतिशय दृढविश्वास होताच,'' असे सांगून अल्बर्ग म्हणाले, ''त्यांच्या बोलण्याने आमचे काहीच बिघडणार नव्हते; पण ते आमच्यासाठी एक आव्हान मात्र होते!''

सुचवलेले पर्याय डावलले गेल्यावर रिजिओ बंधूंनी त्यांच्या वेबसाइटवर काम सुरू केले. त्या काळात बार्न्स ॲन्ड नोबलमध्ये काम करणाऱ्या एका माणसाने असे सांगितले की, त्या साइटला 'बुक प्रेडेटर'– पुस्तक क्षेत्रातील भक्षक – असे नाव देण्याचे लेन रिजिओ यांच्या मनात होते; पण सर्वांनीच त्यांना त्यापासून परावृत्त केले. त्यांना त्यांची वेबसाइट तयार करायला आणि ती प्रसारित करायला, ती कार्यान्वित करायला कित्येक महिने लागले. तेवढ्या कालावधीत बेझोस आणि त्यांच्या टीमने अनेक नवनवे मार्ग, पद्धती शोधून काढून ते वापरात आणले, कार्यक्षेत्राचा प्रचंड विस्तार केला.

ॲमेझॉन आयपीओचे प्रमुख अंडररायटर– हमीदार – म्हणून मॉर्गन स्टॅन्ले आणि गोल्डमन सॅक्स या दोन नावांचा जॉय कवी विचार करीत होत्या. परंतु ती दोन्ही नावे बाजूला सारून त्यांनी डॉइश बँकेकडे, पर्यायाने बँकेच्या तंत्रज्ञान विभागाचे प्रमुख, मोठ्या मिशा ठेवणारे फ्रँक क्वाट्रोन यांच्याकडे जायचे ठरवले. क्वाट्रोन यांचे प्रमुख ॲनालिस्ट बिल गर्ले– जे पुढे स्वतंत्र व्हेंचर कॅपिटॅलिस्ट बनले– यांनी एक वर्षभर ॲमेझॉनच्या कार्यपद्धती, प्रगती, धोरणे या सर्वांचा अभ्यास, निरीक्षण केले आणि कंपनीच्या उज्ज्वल भविष्याची खात्री दिली. त्यांच्या अहवालात त्यांनी लिहिले होते– ''ही कंपनी इंटरनेटच्या उसळत्या लाटेवर स्वार होऊन अधिकाधिक उंची गाठणारी कंपनी ठरणार आहे.''

त्या वर्षीच्या उन्हाळ्यात बेझोस आणि जॉय कवी या दोघांनी संपूर्ण अमेरिका आणि युरोपचाही दौरा केला. कंपनीसाठी संभाव्य गुंतवणूकदार शोधून गुंतवणुकीसाठी त्यांचे मन वळवणे हा दौऱ्याचा उद्देश होता. तीन वर्षांत कंपनीने साधलेली विक्रीतील वाढ नक्कीच लक्षवेधक, वैशिष्ट्यपूर्ण होती, असे त्यांना वाटत होते. सर्वसाधारण विक्रेते जे धोरण पाळत नाहीत, ज्याला 'निगेटिव्ह ऑपरेटिंग सायकल' म्हणतात, ते ॲमेझॉनने स्वीकारले होते. त्या कार्यपद्धतीअनुसार ग्राहक त्यांनी मागवलेली पुस्तके ॲमेझॉनने त्यांच्याकडे पाठवली की क्रेडिट कार्डने पैसे देत होते; पण ॲमेझॉन पुस्तकांच्या वितरकांना मात्र काही महिन्यांच्या मुदतीनंतरच पैसे देत होती. प्रत्येक विक्रीतून बँकेमध्ये अधिक रोख रक्कम भरली जात होती, ज्या योगे कंपनीला तिच्या दररोजच्या कामकाजासाठी आणि विस्ताराच्या योजनांसाठीही लागणाऱ्या भांडवलाचा ओघ अखंड सुरू राहत होता. कंपनी तिने इतरत्र गुंतवलेल्या भांडवलावरही विशिष्ट पद्धतीने जास्त दराने व्याज

मागू शकत होती. ज्या पुस्तकांच्या दुकानांची देशभरात पसरलेल्या दुकानांची एक साखळी असते त्यांना पुस्तकांचा साठाही तसाच देशभर पसरलेला ठेवावा लागत होता; पण ॲमेझॉनची एकच साइट होती, एकच वेअर हाउस होते, पुस्तकांचा साठा एकाच ठिकाणी होता. कंपनीला काही ऑनलाइन विक्री करणाऱ्यांशीही स्पर्धा करावी लागत होती, पण कंपनीच्या 'फिक्स्ड कॉस्ट्स' आणि तिचे उत्पन्न यांचे प्रमाण त्यांच्या त्या स्पर्धकांपेक्षा जास्त अनुकूल होते. या सर्व गोष्टींवरून बेझोस आणि कवी हे दोघे जण त्यांच्या दौऱ्यामध्ये संभाव्य गुंतवणूकदारांना, त्यांनी ॲमेझॉनमध्ये गुंतवलेल्या प्रत्येक डॉलरमागे त्यांना जो परतावा मिळेल, फायदा होईल तो अन्य कोणत्याही पुस्तक विक्रेत्यांकडच्या गुंतवणुकीतून मिळणाऱ्या फायद्यापेक्षा कितीतरी पटींनी जास्त असेल हे सप्रमाण सिद्ध करून दाखवू शकत होते.

दौऱ्यातील प्रत्येक मुक्कामात त्या जोडीला एक प्रश्न हमखास विचारला जाऊ लागला, ''तुम्ही पुस्तकांबरोबरच इतर गोष्टींच्या विक्रीमध्ये कधी प्रवेश करणार?'' बेझोस यांची प्रतिक्रिया काहीशी नाखुशीची असे. ''आम्ही सध्या तरी पुस्तकांवरच लक्ष केंद्रित करणार आहोत,'' असेच ते सांगत. त्यांची बाजू मांडताना ते 'डेल' या त्या काळातील नावाजलेल्या कंपनीच्या फक्त पर्सनल कॉम्प्युटर्सच तयार करण्याच्या धोरणाचा दाखला देत. बेझोस मुळातून आतल्या गाठीचे होते हे त्यांच्या गुंतवणूकदारांबरोबरच्या बोलण्यातूनही दिसायचे. ते गुंतवणुकीसाठी कायद्याच्या दृष्टीने कमीतकमी जे आवश्यक होते तेवढेच बोलायचे. ॲमेझॉनकडूनच फक्त पुस्तके विकत घेणारे, ॲमेझॉनशी एकनिष्ठ असलेले ग्राहक सरासरी किती पैसे खर्च करतात, नवा ग्राहक कंपनीकडे आकर्षित करायला कंपनीला किती खर्च येतो यांसारखे मुद्दे ते टाळायचे. त्यांना आयपीओतून भांडवल हवे होते; पण त्यांना त्यांच्या स्पर्धकांना त्यांनी निवडलेली दिशा, चोखाळलेली वाट दाखवायची नव्हती, त्यांची धंद्यातील रहस्ये उघड करायची नव्हती. जॉय कवी या दौऱ्याबद्दल बोलताना म्हणाल्या, ''आमच्या दौऱ्यात लोकांचा शंकेखोरपणाही दिसत होता आणि त्यांच्या मनातील संशयही. बरेच लोक तर 'तुम्ही अयशस्वी होणार, 'बार्न्स ॲन्ड नोबल' तुम्हांला संपवणार' असे स्पष्टच सांगून टाकायलाही कचरत नसत. बेझोस काही गोष्टी सांगायच्या टाळत होते, त्याविषयीही लोक 'या गोष्टी न सांगणारे तुम्ही असे कोण लागून गेला आहात?' असा प्रश्नही विचारत असत.''

आयपीओची प्रक्रिया आणखी एका कारणामुळे क्लेशकारक ठरली. 'एसईसी'च्या – 'सिक्युरिटीज ॲन्ड एक्स्चेंज कमिशन'च्या – नियमानुसार सात आठवड्यांचा 'क्वाएट पिरीएड' पाळावा लागतो. त्या काळात काही गोष्टी जाहीरपणे बोलायच्या, उघड करायच्या नसतात. प्रसार माध्यमांशी बोलायलाही परवानगी नसते. बेझोस यांना ते मौन, तो एकांतवास जाचक वाटत होता. ते सात आठवड्यांच्या काळाला सात वर्षांचा काळ म्हणायचे. ''इंटरनेटच्या विकासाचा, प्रसाराचा वेग आणि आवाका इतका आहे की एक आठवडा म्हणजे एक वर्ष अशी परिस्थिती आहे,'' असे ते म्हणायचे.

त्याच वेळी आणखी एक असे कारण घडले की, ते मौन व एकांतवास अधिकच अवघड ठरला. आयपीओच्या तीनच दिवस आधी बार्न्स ॲन्ड नोबलने ॲमेझॉनच्या विरुद्ध फेडरल कोर्टात खटला दाखल केला. '' 'जगातील सर्वांत मोठे पुस्तकभांडार' अशी जी जाहिरात ॲमेझॉन करीत आहे त्या जाहिरातीतील तो दावा खोटा आहे,'' असा आरोप त्यांनी केला होता. रिजिओ यांना ॲमेझॉनच्या रूपात एक भावी स्पर्धक तर दिसत होता, पण तो खटला दाखल करून त्यांनी बहुसंख्य लोकांचे लक्ष ॲमेझॉनकडे वळवून त्या स्पर्धकाच्या बळामध्ये भरच घातली आणि तो धोका अधिकच वाढवला. त्याच महिन्याच्या शेवटी रिजिओ यांनी कंपनीची साइट अखेर प्रसारित केली. त्यामुळे मात्र बरेच लोक ॲमेझॉन 'चिरडली' जाण्याची वाट पाहू लागले. 'फॉरेस्टर रिसर्च' या नावाची तंत्रज्ञानात संशोधन करणारी एक कंपनी त्या काळात फार चर्चेत होती. त्या कंपनीच्या सीईओंनी त्याच वेळी प्रसिद्ध केलेल्या एका वृत्तात ॲमेझॉनला 'ॲमेझॉनडॉटटोस्ट' असे म्हटले होते.

गप्प राहण्याच्या नियमाने ताणाखाली असलेले बेझोस भलतेच विचार करू लागले होते. रिजिओ यांच्या एका जेवणाच्या समारंभात 'ॲमेझॉन'चे नाव व चिन्ह असलेले टी शर्ट्स घातलेले काही सोंगाडे पाठवण्याचा त्यांचा विचार चालला होता. कंपनीची हमीदार असलेल्या डॉइश बँकेचे फ्रँक क्वाट्रोन यांनी त्यांच्या या अविचारी योजनेला वेळीच आळा घातला.

बार्न्स ॲन्ड नोबल कंपनीने जेव्हा ॲमेझॉनविरुद्ध खटला दाखल केला त्या वेळी बेझोस यांनी कंपनीच्या सर्व कर्मचाऱ्यांची एक सभा घेऊन त्यांना त्या खटल्याविषयी सतर्क केले होते. त्या सभेची आठवण सांगताना ते म्हणाले, ''मी सर्वांना सांगितले की तुम्ही सर्वांनी रोज सकाळी मनात काळजी करीत उठले पाहिजे, तुमच्या मनात भीती असली पाहिजे, पण ती

काळजी किंवा भीती आपल्या कुठल्याही स्पर्धकाविषयी नसली पाहिजे. ते काही आपल्याला पैसे मिळवून देत नाहीत. आपल्याला पैसे देतात आपले ग्राहक. तेव्हा ग्राहकांची काळजी करा, त्यांच्या असंतोषाची भीती बाळगा, त्यांच्यावर सगळे लक्ष केंद्रित करा.''

पुढील संपूर्ण वर्ष 'ॲमेझॉनडॉटकॉम' आणि 'बार्न्सअॅन्डनोबलडॉटकॉम' यांच्यामधील स्पर्धा मोठ्या ईर्षेने सुरू राहिली. दोन्ही साइट्स ग्राहकांना खात्री देत होत्या की, त्यांच्याकडे पुस्तकांची निवड करायला सर्वांत जास्त वाव आहे आणि त्यांच्याकडे पुस्तकांच्या किमती सर्वांत कमी आहेत. 'बार्न्स ॲन्ड नोबल'ची पुस्तकांची यादी अधिकाधिक लांब होत चालली होती, तर ॲमेझॉनने त्या त्या काळात लोकप्रियता संपादन केलेल्या खूप जुन्या जुन्या, आवृत्त्या संपलेल्या, दुर्मिळ पुस्तकांचा शोध घेण्यासाठी लोकांना निरनिराळ्या पुस्तकांच्या दुकानात, जुनी पुस्तके विकणाऱ्यांकडे पाठवले आणि ती पुस्तके मिळवून साइटवर झळकवली. १९९८ साली बार्न्स ॲन्ड नोबलने त्यांची 'डॉटकॉम' कंपनी मुख्य कंपनीच्या नियंत्रणाखालील उपकंपनी म्हणून वेगळी काढली, बर्टेल्समॅन नावाच्या प्रसार माध्यमातील बलाढ्य जर्मन कंपनीला वीस कोटी डॉलर्सची गुंतवणूक करायला लावली आणि काही काळानंतर ती कंपनी 'पब्लिक कंपनी'ही करून टाकली. ॲमेझॉनने पुस्तकांबरोबरच संगीत आणि डीव्हीडीज या दोन क्षेत्रांत आपले हात पसरून बार्न्स ॲन्ड नोबलला शह दिला.

'देशभरात दुकानांची साखळी पसरवलेल्या या बड्या पुस्तक विक्रेत्याला 'ऑनलाइन' पुस्तकविक्रीत आपल्याशी कितीही कसोशीने स्पर्धा केली तरी आपली बरोबरी करता येणारच नाही,' हे भविष्य बेझोस यांनी आधीच वर्तवले होते आणि ते खरे ठरले. एकूण उद्योगाचा प्रमुख भाग असलेल्या, उत्तम चालणाऱ्या आणि भरपूर फायदा मिळवून देणाऱ्या दुकानांमधून होणारा खप कमी करून, तेथील मनुष्यबळ, साधनसंपत्ती त्यांच्या मानाने सर्वच बाबतीत – आकार, खप, लाभ – कनिष्ठ असलेल्या 'ऑनलाइन' विक्रीसाठी वापरायला रिजिओ बंधू पहिल्यापासूनच हात आखडताच घेत होते. एवढेच नव्हे तर त्यांच्या कंपनीची वितरण व्यवस्थाही जागोजागी असलेल्या त्यांच्या अनेक दुकानांना एका वेळी प्रचंड मोठ्या प्रमाणात पुस्तके पाठवण्याच्या दृष्टीने तयार केलेली होती आणि ती परिपूर्ण योजना त्यांच्या एकूण यंत्रणेत पक्की रुजलेलीही होती. त्याऐवजी एकेका

ग्राहकाच्या मागणीअनुसार मोजकी पुस्तके त्याच्या त्याच्या देशभर, नव्हे जगभर, पसरलेल्या पत्त्यांवर पाठवणे हे त्यांना खरोखरच अवघड पडत होते, कटकटीचे होत होते. त्यात उशीर, चुका होण्याची शक्यता खूपच जास्त होती. ॲमेझॉनची यंत्रणा पहिल्यापासून वैयक्तिक ग्राहकाची सेवा हाच उद्देश समोर ठेवून तयार केलेली होती आणि ती बिनबोभाट काम करीत होती.

१५ मे १९९७ - ॲमेझॉन पब्लिक कंपनी झाली. सर्व प्रक्रिया यशस्वीरीत्या पार पडली. अर्थात भविष्यातील 'डॉटकॉम' कंपन्यांच्या गाजलेल्या 'भानगडीं'सारखा काही त्याचा गवगवा झाला नाही. शेअरची किमत १८ डॉलर्स ठेवण्यासाठी बेझोस यांनी त्यांच्या बँकर्सशी अक्षरशः झुंज दिली. त्यानंतर एक महिन्याहूनही अधिक काळ स्टॉकची किंमत त्याच्या आयपीओ किमतीच्याही खाली राहिली. आयपीओमुळे ५.४ कोटी डॉलर्स गोळा झाले, बहुसंख्य लोकांचे लक्ष वेधून घेतले आणि कंपनीने वार्षिक उत्पन्नात एका वर्षात नेत्रदीपक अशी ९०० टक्के वाढीची भरारी घेतली. (कंपनीचे प्रत्येकी दहा हजार डॉलर्स किमतीचे रोखे विकत घेतलेले) स्वत: बेझोस, त्यांचे आईवडील आणि बहीण अधिकृतरीत्या कोट्यधीश झाले. ॲमेझॉनमध्ये गुंतवणूक करून कंपनीला सर्वांत प्रथम आर्थिक आधार देणाऱ्या क्लाइनर पर्किन्सलाही त्यांच्या गुंतवणुकीवर भरघोस फायदा मिळाला; पण लवकरच ॲमेझॉनच्या शेअर्सच्या किमतीमध्ये कित्येक पटींनी वाढ होऊन सर्व गुंतवणूकदारांना जे घबाड मिळणार होते त्या मानाने तो फायदा म्हणजे नगण्य होता.

ज्या दिवशी ॲमेझॉन पब्लिक कंपनी झाली, त्या दिवशी बेझोस न्यू यॉर्कमध्ये होते. त्यांनी तेथून कंपनीमध्ये फोन केला आणि तो प्रसंग साजरा करण्यात कोणताही प्रकारचा अतिरेक होता कामा नये, अशी ताकीद दिली आणि शेअरच्या किमतीवरही फार विचार करू नका, असा सल्लाही दिला. सिॲटलच्या सर्व ऑफिसेसमध्ये फक्त थोडी थोडी बिअर पिऊन लोक पुन्हा कामाला लागले. तरीही बऱ्याच जणांचे शेअर्सच्या किमतीवर चोरटे लक्ष होतेच!

या आयपीओच्या प्रक्रियेमध्ये कंपनीमधील ज्या ज्या लोकांनी योगदान दिले होते, त्या सर्वांच्या टेबलावर काही दिवसांनी एक बॉक्स आली. त्यात टकीला या मद्याची एक बाटली होती आणि त्या बाटलीला आठवड्याच्या अखेरची सुटी मेक्सिकोमधील लोस कॅबॉस या समुद्रकिनाऱ्यावरील सुंदर ठिकाणच्या पालमिल्ला रिसॉर्टमध्ये घालवण्यासाठी आयोजित केलेल्या

सहलीचे आमंत्रण अडकवलेले होते आणि ते डॉइट्श बँकेच्या तंत्रज्ञान विभागाचे प्रमुख फ्रँक क्वाट्रोन आणि त्या विभागातर्फे दिलेले होते!

बेझोस, मॅकेन्झी, जॉय कवी, शेल कॅफन, निकोलस लव्हजॉय हे सर्व जण सहलीत सामील झाले. शिवाय डार्टमाउथ कॉलेजच्या फुटबॉल टीममध्ये पिछाडीला खेळणारे डॉइट्श बँकेतील एक भागीदार जेफ ब्लॅकबर्न यांनीही हजेरी लावली. ब्लॅकबर्न त्यानंतर लवकरच ॲमेझॉनमध्ये आले आणि बिझनेस डेव्हलपमेंट विभागाचे प्रमुख बनले. त्या सहलीत नौकानयन तर होतेच. त्या वेळीच क्वाट्रोन यांनी बेझोस यांना मॅकेराना हे सुप्रसिद्ध स्पॅनिश नृत्यगीत शिकवले. उंचीमध्ये लक्षणीय फरक असूनही त्या दोघांनी मिळून जहाजाच्या डेकवर त्या गीतावरील गाजलेले नृत्यही केले. रात्री समुद्रकिनाऱ्यावर मोठ्या थाटामाटात जेवणाचा कार्यक्रमही झाला. त्या वेळी कार्यक्रमाची मौज वाढवण्यासाठी डॉइश बँकेचे सर्व जण जुन्या काळातील जहाजे लुटणाऱ्या 'समुद्री चाचे' या नावाने लोकप्रिय असलेल्या लुटारूंच्या विशिष्ट वेशात आले होते. रात्री मेजवानी संपता संपता वारे वादळी होऊ लागले, समुद्र खवळू लागला, एक लाट किनाऱ्यावर पोहोचली आणि तिने विजेच्या तारा, स्टीरिओ प्लेयर्स धुवून नेले. जेवणाच्या शेवटी टेबलावर आलेल्या गोड पदार्थांच्या डिशेसही खाली वाळूत पाडून टाकल्या. सर्वांनी धावत-पळत जाऊन सुरक्षित जागा गाठल्या. बेझोस ते सगळे दृश्य बघत, झाल्या प्रकाराचा आनंद घेत किनाऱ्यावर उभे होते. मेक्सिकोमधील त्या रात्री वादळाच्या, लाटांच्या आवाजातही त्यांचे मनमोकळे गडगडाटी हास्य ऐकू येत होते.

१९९७ सालच्या पूर्वार्धात, जेव्हा ॲमेझॉन जगातील सर्वांत मोठ्या पुस्तक भाडारांच्या साखळीबरोबरच्या स्पर्धेत स्वत:चे स्थान टिकवण्यासाठी झगडत होती, त्याच सुमारास बेझोस आणि कवी हे दोघे जण रिक डॅलझेल नावाच्या अमेरिकन लष्करातील माजी रेंजरला ॲमेझॉनमध्ये आणण्याचा प्रयत्न करीत होते. केंचुकी येथील जॉर्ज टाउनचे रहिवासी असलेले डॅलझेल १९८०च्या दशकात फोर्ट गॅम्बल येथे सिग्नल इंजिनिअर म्हणून काम करीत होते. त्यानंतर त्यांची नेमणूक पश्चिम जर्मनीमध्ये कम्युनिकेशन्स ऑफिसर म्हणून झाली होती. लष्करातून निवृत्ती घेतल्यानंतर ते आधुनिक, उच्च प्रतीच्या तंत्रज्ञानाचा भरपूर वापर करणाऱ्या, कोट्यवधी डॉलर्सची उलाढाल

करणाऱ्या, अमेरिकाभर डिपार्टमेंट स्टोअर्स चालवणाऱ्या 'वॉलमार्ट'मध्ये इन्फर्मेशन सिस्टिम्स विभागात काम करीत होते.

बेझोस आणि कवी यांचे प्रयत्न यशस्वी झाल्यानंतर चेतनादायक व्यक्तिमत्त्व, दाक्षिणात्य शैलीचे शब्दोच्चार, जरा हेल काढून बोलण्याची पद्धत आणि कोणत्याही ऋतूत अर्धी पँटच घालायचा सोस अशा अनेक वैशिष्ट्यांमुळे डॅलझेल अ‍ॅमेझॉनमध्ये लोकांच्या प्रेमाचे व आदराचे स्थान बनले होते. पण त्यांची सुरुवात नकारानेच झाली होती. त्यांची त्या उन्हाळ्यातील अ‍ॅमेझॉनची पहिली भेटही अशाच कारणांमुळे संस्मरणीय ठरली होती. विमानप्रवासात त्यांचे सामान हरवले. अ‍ॅमेझॉनच्या ऑफिसमध्ये येताना घालण्यासाठी त्यांनी ते ज्या हॉटेलमध्ये उतरले होते, तेथील बेलबॉयकडून एक सूट उसना घेतला होता. वॉलमार्टमधील सवयीअनुसार ते सकाळी खूप लवकर अ‍ॅमेझॉनच्या ऑफिसमध्ये पोहोचले तेव्हा त्यांचे स्वागत जवळजवळ रिकाम्याच असलेल्या ऑफिसने केले. अ‍ॅमेझॉनची कामाची पद्धत वॉलमार्टसारखी नव्हती. तेथे लोक रात्री खूप उशिरापर्यंत काम करायचे, मग उशिरा झोपायचे आणि कामावर उशिराच यायचे. बेझोस आणि त्यांची ऑफिसमध्ये समोरासमोर बसून चर्चा सुरू असताना बेझोस यांच्या हातून त्यांच्या त्या उसन्या आणलेल्या कोटावर कॉफी सांडली!

या सगळ्या गोंधळाच्या भेटीनंतर डॅलझेल यांनी जेव्हा संध्याकाळी सिअ‍ॅटल सोडले तेव्हा मात्र ते बेझोस यांच्या दिसायला अनाकर्षक; पण ज्ञानाच्या, दूरदृष्टीच्या तेजाने तळपणाऱ्या व्यक्तिमत्त्वाने प्रभावीत झाले होते. परंतु ते अर्कान्सासमधील बेंटनव्हील येथे परत गेले तेव्हा वॉलमार्टमधील त्यांच्या सहकाऱ्यांनी त्यांना समजावले, त्यांचे मनपरिवर्तन केले. त्या वेळी वितरण विभागाचे प्रमुख असलेल्या आणि पुढे वॉलमार्टचे सीईओ झालेल्या ली स्कॉट यांनी तेथील वितरण केंद्राबाहेरच्या गोल्फच्या विस्तीर्ण मैदानावर गोल्फकार्टमधून त्यांच्या बरोबर फिरताना त्यांना हे पटवून दिले की, अ‍ॅमेझॉनमध्ये जाणे ही तशी नावीन्यपूर्ण कल्पना वाटली तरीपण त्या कंपनीत त्यांच्या क्षमतेला आणि कंपनीच्या व पर्यायाने त्यांच्या प्रगतीला फारच मर्यादित वाव आहे. वॉलमार्टचे त्या वेळचे सीईओ डॉन सॉडरक्विस्ट यांनी डॅलझेल यांना सांगितले की, अ‍ॅमेझॉनची सध्याची जी कार्यपद्धती आहे; वितरकांना ग्राहकांची मागणी कळवून त्यांच्याकडून ग्राहकांना जे हवे ते मागवायचे आणि ते ग्राहकांकडे पाठवून द्यायचे, जवळ साठा असा फारसा

ठेवायचाच नाही– ती एकदा का कंपनीचे वार्षिक उत्पन्न दहा कोटींना पोहोचले की कोलमडून पडेल. त्यांनी डॅलझेल यांची स्तुतीही केली. ''आमची ज्या दहा–बारा लोकांवर भिस्त आहे त्यात तुम्ही आहात. तुम्ही जर वॉलमार्ट सोडायचे ठरवलेत तर आमच्या कुटुंबातला एक सदस्य आम्ही गमावू!''

डॅलझेल यांनी त्यांच्या सहकाऱ्यांचा, वरिष्ठांचा सल्ला मानला; पण 'ऑनलाइन' विक्रीविषयी त्यांच्या मनात निर्माण झालेले आकर्षण काही केल्या कमी होईना. त्याच काळात, म्हणजे १९९७ सालच्या पूर्वार्धात वॉलमार्ट आणि सॅम्स क्लब 'ई कॉमर्स'च्या– 'इंटरनेटच्या माध्यमातून व्यापारा'च्या– जगात प्रवेश करीत होते; पण डॅलझेल यांच्या असे लक्षात येत होते की त्या प्रयत्नांना वॉलमार्टचा पूर्ण पाठिंबा नव्हता.

त्या परिस्थितीत बेझोस दुसऱ्या एखाद्या इंजिनिअरिंगच्या क्षेत्रातील अनुभवी माणसाचा शोध घेऊ लागले होते; पण त्यांनी डॅलझेल यांच्या नावावर काट मारली नव्हती. ते कवी यांना डॅलझेल यांच्या पत्नी कॅथरीन यांना मधूनमधून 'सहज म्हणून' फोन करायला लावत आणि जॉन डोअर यांनाही डॅलझेल यांच्यावर प्रभाव पाडायचा प्रयत्न करीत राहायला सांगत. एकदा तर बेझोस आणि कवी हे दोघेही अगदी अचानक बेंटनव्हीलला गेले आणि त्यांनी डॅलझेल यांना जेवणाचे निमंत्रण देऊन आश्चर्याचा धक्काही दिला. ही बेझोस यांची युक्ती फळाला आली, जेवणाच्या अखेरीस डॅलझेल यांनी ॲमेझॉनमध्ये येण्याचे मान्य केले, पण... पण पुन्हा त्यांनी बेत बदलला, नकार दिला. ''छे:! माझा बाडबिस्तरा अर्कान्सासमधून बाहेर काढायला ॲटम बॉम्बच पडला पाहिजे!'' अशी त्यांची प्रतिक्रिया होती!

ते ज़री असे म्हणाले तरी ॲमेझॉन काही त्यांच्या डोक्यातून जात नव्हते. त्यांनी नंतर सांगितले, ''एखाद्या गोष्टीने माझ्या मनाचा ताबा घेतलेला असला, त्याविषयी मनात उत्कट भावना असल्या की ते माझ्या बायकोच्या बरोबर लक्षात येते. कारण मी सतत त्याविषयीच बोलत राहतो. एक दिवस अखेर तिने मला समोर उभे करून विचारले, ''तुम्ही का अजून वॉलमार्टमध्ये आहात?'' अखेर ऑगस्ट महिन्यात रिक डॅलझेल यांनी ॲमेझॉनमध्ये जायचा निर्णय प्रत्यक्षात अमलात आणला. त्यांनी जेव्हा त्यांच्या वॉलमार्टमधील ऑफिसमधून त्यांचे सामान आवरून बाहेर पाऊल ठेवले तेव्हा वॉलमार्टचे चीफ इन्फर्मेशन ऑफिसर स्वत: त्यांना निरोप द्यायला उभे होते!

रिक डॅलझेल यांनीही ॲमेझॉनचे 'चीफ इन्फर्मेशन ऑफिसर' म्हणूनच सूत्रे हाती घेतली आणि लवकरच ते बेझोस यांच्या 'जे टीम'चे महत्त्वाचे सदस्य बनले. ते अनुभवी, मुरलेले व्यवस्थापक होते, योग्य माणसे शोधण्यात वाकबगार होते आणि अनेकांना अनेक महत्त्वाकांक्षी उद्दिष्टांसाठी नेटाने, एकदिलाने आणि कसोशीने काम करायला लावण्यात तरबेज होते. मीटिंग्जमधील त्यांची जागा ठरलेली होती. ते बेझोस यांच्या शेजारी बसत. त्यांच्या उत्तमोत्तम कल्पना साकार करायला मनुष्यबळ पुरवीत. डॅलझेलचे एक मित्र आणि ॲमेझॉनमध्ये दीर्घ काल इंजिनिअर म्हणून काम करणारे ब्रुस जोक्स यांनी म्हटले आहे, ''त्यांच्या कल्पनांवर काम करायच्या कोणाच्याही वेगापेक्षा जास्त वेगाने जेफ बेझोस यांच्या मनात नवनव्या कल्पनांचे कोंब फुटत असत. रिक त्यातील महत्त्वाच्या कल्पना बरोबर निवडून त्यावर आमच्याकडून काम करून घेत असे.''

डॅलझेल यांच्या त्या उन्हाळ्यातील ॲमेझॉनमधील आगमनाच्या लाटेने आणखीही अनेक लाटा उसळल्या आणि तिने नव्या लोकांच्या येण्याच्या परिणामांची चिंता वाटणाऱ्या पॉल कॅफन यांच्यावरचा दबाव आणखीनच वाढवला. आयपीओ प्रत्यक्षात येण्याच्या अगोदर बेझोस आणि पॉल कॅफन या दोघांनीच लांबवर चालत जाऊन अनेक महत्त्वपूर्ण विषयांवर चर्चा केली होती, त्या वेळी बेझोस यांनी कंपनीला सखोल तांत्रिक ज्ञान असलेल्या व्यवस्थापकाची गरज असल्याचे सांगितले होते आणि पॉल कॅफन यांना ॲमेझॉनचे चीफ टेक्नॉलॉजी ऑफिसर – सीटीओ – हे पद ग्रहण करायला सांगितले होते. तो प्रस्ताव तसे पाहायला गेले तर बढती, पदोन्नतीच होती; पण प्रत्यक्षात ते पद सल्लागारासारखे होते. त्यांच्यावर कोणत्याच जबाबदाऱ्या नव्हत्या आणि त्यासाठी खर्चाचीही तरतूद नव्हती. विचारांती, काही दिवस जाऊ दिल्यावरकॅफन यांनी त्यांचा आक्षेप बेझोस यांच्याकडे नोंदवला. कॅफन यांनी त्याविषयी बोलताना सांगितले, त्यावर बेझोस इतकेच म्हणाले, ''आपण बोललेलो आहोत यावर, आता पुन्हा तोच विषय नको.''

कॅफन पुढे काही वर्षे त्या सीटीओ या पदावर राहिले, मॅनेजमेंट टीमचे सदस्यही राहिले; पण मुख्य प्रवाहापासून लांबच राहिले. त्यांच्या हाताखाली काम करणारे कोणीच नव्हते, कंपनीच्या महत्त्वाच्या साधनसंपत्तीचा वापर किती, कुठे, कसा करायचा यावर त्यांचे काहीच

नियंत्रण नव्हते, त्याबद्दल त्यांचे मतही घेतले जात नव्हते. ही सत्ताहीनता त्यांना बोचू लागली, असंतुष्टतेतून वैफल्य येऊ लागले. ॲमेझॉनच्या सुरुवातीच्या काळात अनेक कार्यपद्धती त्यांनीच युद्धपातळीवर तयार केल्या होत्या, त्याही प्रामुख्याने काटकसरीचे धोरण कसोशीने पाळून आणि त्यांनीच त्या उत्तम रीतीने अमलातही आणल्या होत्या. ॲमेझॉनने जेव्हा वार्षिक सहा कोटी डॉलर्सच्या विक्रीचा पल्ला ओलांडला होता, तेव्हा सुरुवातीला उभा केलेला पायाभूत सुविधांचा सांगाडा टिकाव धरूच शकणार नाही हे त्यांना जाणवत होते. त्यांना तो काळजीपूर्वक बळकट करायचा होता. पण बेझोस काही वेगवर्धकावरचा पाय काढायला तयार नव्हते, त्यांना त्यांच्या नव्या योजनांचाच ध्यास लागला होता. ते त्यांच्या कोणत्याच इंजिनिअरला थांबून, खाली वाकून पाया बळकट करण्यास उसंत द्यायला तयार नव्हते. नंतर त्यांनी कॅफन यांच्या कंपनीच्या सांगाड्याच्या पायाच्या पुनर्बांधणीच्या काही योजनांना मंजुरी दिली; पण त्यांच्या अंमलबजावणीच्या देखरेखीची कामे इतर इंजिनिअर्सना देऊन त्यांनी कॅफन यांचा मनस्ताप अधिकच वाढवला.कॅफन यांच्या वाट्याला स्वस्थ बसून पाहत बसणे एवढेच उरले!

बेझोस यांना कॅफन यांच्याबद्दल प्रेम जरूर वाटत होते, ते ते दाखवीतही असत; पण त्या अंतर्मुख स्वभावाच्या, एके काळी कंपनीतील तंत्रज्ञानाचे पितामह आणि तंत्रज्ञांची काळजी वाहणारी माता असलेल्या त्यांच्या विश्वासू सहकाऱ्यावर कोणत्याही व्यवस्थापनाची जबाबदारी देण्याइतका भरवसा मात्र उरलेला नव्हता. १९९८ सालच्या हिवाळ्यात त्यांनी कॅफन यांना आश्चर्याचा आणखी एक धक्का दिला. कॅफन यांची ॲमेझॉनमधील चार वर्षे पूर्ण झाल्याबद्दल ते त्यांना त्यांच्या परिवारासह हवाई बेटांमधील माउई या बेटावर घेऊन गेले. काही सहकाऱ्यांच्या उपस्थितीत होणाऱ्या त्या 'सेलिब्रेशन'ला त्यांनी कॅफन यांच्या 'शेल' नावाचा वापर करून 'शेलब्रेशन' असे नाव दिले! या 'शेलब्रेशन'ला उपस्थित असलेल्या सर्वांना डॉक्टर ज्यूस यांच्या विनोदी कथेतील गोल, उंच, लाल पांढऱ्या पट्ट्यांची 'कॅट इन द हॅट' या नावाने प्रसिद्ध असलेली हॅट डोक्यावर घातलेल्या शेलकॅफन यांचे चित्र असलेला एकेक टाईल कोस्टर भेट म्हणून देण्यात आला.

त्या सहलीत अगदी योगायोगाने बेझोस यांना एक अगदी अभिनव आणि असाधारण असा मान मिळवून देणारा प्रसंग घडला. कॅफन यांच्या

बरोबरच्या परिवारात स्टुअर्ट ब्रॅन्ड नावाचा त्यांचा एक मित्र होता. स्टुअर्ट ब्रॅन्ड 'होल अर्थ कॅटलॉग' हे निबंध, लेख या बरोबरच विविध उत्पादनांची यादी आणि त्यावरील ग्राहकांचे अभिप्राय छापणारे मासिक प्रसिद्ध करीत असत. ते आणि त्यांची पत्नी रायन यांचे बेझोस आणि त्याची पत्नी मॅकेन्झी यांच्याशी फारच छान सूर जुळले. या जुळलेल्या नात्यातून एका असाधारण अशा प्रकल्पाला बेझोस जोडले गेले. स्टुअर्ट ब्रॅन्ड हे 'लाँग नाऊ' नावाच्या प्रतिष्ठानाचे सहसंस्थापक होते. 'लाँग नाऊ फाउंडेशन'ने प्रदीर्घकालीन विचार करण्याची प्रवृत्ती लोकांच्यात बाणवण्याचा एक प्रकल्प हाती घेतला होता. त्याचा एक भाग म्हणून 'क्लॉक ऑफ द लाँग नाऊ' या नावाने पुढील दहा हजार वर्षे अखंड आणि अचूक वेळ दाखवणारे एक अतिविराट असे, पूर्णपणे यांत्रिक पद्धतीने चालणारे घड्याळ तयार केले जाणार होते. त्या भेटीत त्या प्रकल्पाविषयी बरीच चर्चा झाली. त्याचा परिणाम काही वर्षांनंतर दिसून आला. त्या प्रकल्पाला सर्वांत जास्त आर्थिक मदत करण्याची जबाबदारी बेझोस यांनी घेतली आणि त्या प्रकल्पासाठी त्यांनी त्यांची टेक्सासमधील प्रचंड मोठी जमीनही दिली.

एवढे सगळे घडलेल्या त्या सहलीत शेल कॅफन मात्र नाराज होते. ''निवृत्त होण्याआधीच सोन्याचे घड्याळ मिळाल्यासारखे वाटले,'' या शब्दांत त्यांनी त्यांची निराशा प्रकट केली.

बेझोस यांनीच दिलेल्या दोन आश्वासनांमुळे पेच निर्माण होत होता. नव्या विचारांच्या लोकांच्या कंपनीतील आगमनाने बेचैन होणाऱ्या शेलकॅफन यांना त्यांनीच सांगितले होते, ''कॅफन, तुमची जागा तुम्हांला हवी तेवढा वेळ तुमचीच राहील,'' आणि त्यांनीच कंपनीच्या गुंतवणूकदारांना खात्री दिली होती की, ते सतत उत्तमोत्तम इंजिनिअर्स कंपनीत आणतील, नव्याने भरती होणाऱ्यांच्या गुणवत्तेचा दर्जा सतत वाढवीतच नेतील आणि कंपनीची या बाबतीतील क्षमताच ॲमेझॉन जगेल की मरेल हे ठरवेल. मोठमोठ्या कंपन्यांमध्ये अनिवार्यपणे प्रवेश करणारे राजकारण हाताळण्याचा मुत्सद्दीपणा, चातुर्य रिक डॅलझेल आणि जोएल स्पीगल यांच्यामध्ये पुरेपूर होते, त्यात ते तरबेज होते.कॅफन हे जरा आतल्या गाठीचे, अंतर्मुख वृत्तीचे होते, आदर्शवादी होते; पण न बोलता आपल्याला हवे ते मिळवणारे होते. तरीही स्वयंप्रेरित नेतृत्वामध्ये ते जरा कमीच होते. नवी माणसे नको म्हणणारे कॅफन स्वत:च्या खात्यात मात्र माणसे भरायच्या मागे होते आणि अर्थातच ती संधी त्यांना

मिळणार नव्हती. असे सगळे असले तरी ज्या वेळी बेझोस यांच्या डोक्यातील कंपनीच्या प्रगतीचा आलेखसुद्धा सुस्पष्ट नव्हता, कंपनीचे भविष्य अस्थिर, अनिश्चित होते; त्या काळात कंपनीला जगासमोर आणून तिचे स्थान पक्के करण्याच्या प्रयत्नांचे नेतृत्व कॅफन यांनीच केले होते.

या सगळ्यांचा परिणाम असा की, परिस्थिती ओळखूनसुद्धा कॅफन स्वत:हून पदत्याग करण्याची कल्पना स्वीकारू शकत नव्हते; पण तरीही कारकिर्दीची पाच वर्षे पूर्ण व्हायला किती आठवडे राहिले ते मनातल्या मनात मोजत होते– कारण त्या मुदतीनंतर त्यांना त्यांच्या कंपनीतील मालकीचा शेवटचा हप्ता मिळणार होता. गोंधळात सापडलेल्या कॅफन यांनी हळूहळू कंपनीत जाणे कमी करीत करीत पूर्ण बंद करून टाकले. परंतु १९९९ सालच्या हिवाळ्यापर्यंत ते अधिकृतपणे ॲमेझॉनच्या नोकरीत राहिले. नंतर एके दिवशी सकाळी त्यांनी बेझोस यांना फोन केला आणि ते कंपनी सोडून जात असल्याचे सांगितले. त्या शेवटच्या फोनविषयी बोलताना कॅफन म्हणाले, ''बेझोस यांनी माझा निर्णय ऐकून दु:ख व्यक्त केले; पण त्यांनाही तेच हवे असल्याचे मला जाणवले. त्यांनी मला माझ्या निर्णयापासून परावृत्त करण्याचा, मला थांबवण्याचा जराही प्रयत्न केला नाही.''

बेझोस कॅफन यांचे वर्णन ''ॲमेझॉनडॉटकॉम'च्या इतिहासातील अतिशय महत्त्वाची व्यक्ती' असे करतात. परंतु ॲमेझॉनमधल्या पाच वर्षांच्या प्रवासाविषयीच्या कॅफन यांच्या बोलण्यात मात्र रागच डोकावतो, कटुताच जाणवते. त्यांना कंपनीच्या रोजच्या कामकाजातून वगळण्याचा बेझोस यांचा निर्णय म्हणजे ''ज्यांनी बरोबरीने उद्योगाची सुरुवात केली त्याच दोन सहकाऱ्यांमधील पवित्र विश्वासाला गेलेला तडा होता,'' असे ते म्हणतात. आणि त्यांना दिलेल्या वागणुकीचे वर्णन ''माझ्या आयुष्यातील सर्वांत घोर निराशाजनक कृती,'' असे करतात.

कॅफन यांची प्रतिक्रिया ही ॲमेझॉनमधील सुरुवातीचे बरेच कर्मचारी, अधिकारी यांच्या असमाधानाच्या भावनेचे सार आहे. बेझोस त्या सर्वांना कायमच त्यांच्या कोणालाही मनापासून पटेल अशा पद्धतीने समजावून सांगण्याच्या शैलीत ''माझ्यावर विश्वास ठेवा,'' असे सांगत आले होते आणि त्यांनी त्या प्रत्येकाला त्या विश्वासाचे भरघोस इनामही दिले होते. पण वेळ आल्यावर त्या भावनाहीन डोळ्यांच्या संस्थापक उद्योजकाने त्या सर्वांच्या जागी नवे, त्यांच्याहूनही अधिक अनुभवी आणि त्यांच्यासारखेच त्यांच्या

या 'बॉस'वर पूर्ण विश्वास टाकणारे लोकही आणले होते. आपल्यावाचूनही कंपनी प्रगतीचे टप्पे एकामागून एक पार करीत पुढे चालली आहे ही गोष्ट त्या लोकांना एका बाजूने डाचत राहिली आणि दुसऱ्या बाजूने सुखावतही राहिली. ती त्यांची भावना वडिलांच्या आधाराशिवाय जीवनाची वाटचाल करून यशस्वी होणाऱ्या, स्वत:चे कुटुंब निर्माण करणाऱ्या मुलाकडे पाहताना प्रत्येक बापाची होते, तशीच होती. बेझोस यांनी मात्र अखेरीस शेल कॅफन यांना या गोष्टीबद्दल पूर्ण खात्री दिली की, तुम्ही एकटेच खऱ्या अर्थाने अ‍ॅमेझॉनचे पालक आहात!

३

स्वप्नांचा ज्वर

१९९७ सालाच्या सुरुवातीला जेफ बेझोस यांनी बोस्टनला जाऊन हार्वर्ड बिझनेस स्कूलमध्ये 'मॅनेजिंग द मार्केट स्पेस' – बाजारपेठेचे व्यवस्थापन– या विषयाचा अभ्यास करणाऱ्या विद्यार्थ्यांसमोर एक भाषण दिले, सादरीकरण केले. त्यांच्या सादरीकरणानंतर त्यांच्या उपस्थितीची दखलही न घेता विद्यार्थ्यांनी आपापसांतच त्यांच्या त्या भाषणावर आणि सादरीकरणावर चर्चा केली, त्यांचे विश्लेषण केले – विच्छेदनच केले. आणि त्यावरून ऑनलाइन विक्री करणाऱ्या ॲमेझॉनच्या भविष्याविषयी, यशापयशाच्या शक्यतेविषयी चर्चा केली. एक तास चाललेल्या त्या चर्चेच्या आधारावर अखेरीस विद्यार्थी ज्या निष्कर्षाप्रत पोहोचले, तो असा होता– ऑनलाइन विक्रीकडे वळणाऱ्या मोठमोठ्या, बाजारात स्वत:चे पक्के स्थान निर्माण केलेल्या बड्या विक्रेत्या कंपन्यांच्या वाढत्या लाटेसमोर ॲमेझॉनसारख्यांचा टिकाव लागणार नाही. एक विद्यार्थी अत्यंत सडेतोडपणे बेझोस यांना म्हणाला, ''आपण चांगले काम करीत आहात. कृपया आमच्या या निष्कर्षाचा चुकीचा अर्थ घेऊ नका. पण खरोखरच तुम्ही तुमची कंपनी बार्न्स ॲन्ड नोबलला विकून टाका आणि या धंद्यातून बाहेर पडा.''

बेझोस यांची यावरील प्रतिक्रिया त्या भाषणाला उपस्थित असलेल्या ब्रायन बर्टविसल नावाच्या विद्यार्थ्याने अशी नोंदवली आहे: ''आमचा पवित्रा आक्रमक होता, निष्कर्ष विघातक होता, पण त्याने त्यांचा शातंपणा ढळला नाही. त्यावरील त्यांची प्रतिक्रियाही तशीच शांत

होती; पण त्यात सावधपणा निश्चित होता.'' ते म्हणाले, ''तुमचे म्हणणे बरोबर असेल; पण मला वाटते दुकाने उभारून पुस्तकविक्री करण्यात पक्के बस्तान बसवलेल्यांना किंवा एकंदरीतच एखादी गोष्ट वर्षानुवर्षे एका विशिष्ट पद्धतीने करत असलेल्या कोणालाही त्याहून अगदी निराळ्या, नव्या पद्धतीचा स्वीकार करून, ती आत्मसात करून, त्यावर लक्ष केंद्रित करून त्यात प्रावीण्य मिळवणे किती अवघड, दुष्कर आहे, याविषयीचे तुमचे अंदाज बरोबर नाहीत. मला वाटते, आपण वाट पाहू काय आणि कसे घडते याची!''

अशा भाषणांनंतर नेहमी वक्त्याभोवती जसा विद्यार्थ्यांचा गराडा पडतो तसा बेझोस यांच्या भोवती मुळीच पडला नाही. फारच मोजके विद्यार्थी त्यांना भेटायला गोळा झाले. त्यात जेसन किलर नावाचा एक विद्यार्थी होता. (त्याने पुढची नऊ वर्षे ॲमेझॉनमध्ये निरनिराळ्या स्तरांवरील अधिकारपदांवर काम केले आणि अखेरीस तो 'हुलु' या व्हिडिओ साइटचा चीफ एक्झिक्युटिव्ह झाला.) ब्रायन बर्टविसल बेझोस यांच्यापर्यंत पोहोचला तेव्हा ते विमान गाठायला तातडीने विमानतळावर पोहोचण्याच्या घाईत होते. योगायोग असा की, प्राध्यापकांनी बर्टविसल यालाच त्यांना त्याच्या गाडीतून विमानतळावर सोडायला सांगितले. ''वा, हे छान झाले, माझे टॅक्सीचे पैसे वाचले,'' असे म्हणून बेझोस त्याच्या गाडीत बसले.

कशी कोण जाणे बेझोस यांची अशी समजूत झाली की, बर्टविसलला ॲमेझॉनमध्ये नोकरी हवी आहे आणि विमानतळावर पोहोचायला जी पंधरा मिनिटे लागली त्या कालावधीत त्यांनी त्याच दृष्टीने त्याला प्रश्न विचारायला सुरुवात केली. ''तुला ॲमेझॉनडॉटकॉममध्ये काम का करायचे आहे?''

बर्टविसलने अशा प्रकारच्या प्रश्नाची अपेक्षाही केली नव्हती, तसा काही विचारही केला नव्हता. तो म्हणाला, ''मी इतिहास विषयाचा विद्यार्थी आहे. इतिहासाचा अभ्यास करतानाच ॲमेझॉनसारख्या कंपनीत काम करायला मिळाले तर पुढे जाऊन इतिहास रचणाऱ्या, ऐतिहासिक ठरणाऱ्या कंपनीचा मी भाग आहे, याचे समाधान मला मिळेल.''

त्याच्या त्या उत्तराने बेझोस किती सुखावले हे त्यानंतरच्या त्यांच्या बोलण्याच्या उच्च स्वरातून समजले. ते जोरात म्हणाले, ''अगदी बरोबर! आम्हीसुद्धा ॲमेझॉनडॉटकॉमकडे, आमच्या कामाकडे त्याच दृष्टीने पाहतो. तू बघत रहा, मर्यादित विक्रीक्षेत्रात कंपन्यांची संख्या इतकी वाढेल की त्या

गर्दीत, चेंगराचेंगरीत त्यांतल्या बऱ्याच नाहीशा होतील. अगदी बोटावर मोजण्याइतकी नावे टिकून राहतील आणि आम्ही त्यांपैकी एक असू!''

काही वेळ शांततेत गेला आणि बर्टविसलला खास 'जेफिझम' शैलीचा प्रश्न विचारला गेला, ''ही रस्त्यावर जी मॅनहोल्स असतात त्यांची झाकणे गोल का असतात?''

बर्टविसलने त्याचे जे उत्तर दिले, खरे तर उत्तर नाहीच दिले, प्रश्नच टाळला, त्याने बेझोस यांना त्यांचे गडगडाटी हास्य हसायला लावले. बर्टविसल त्यांना म्हणाला, ''जेफ, ज्यामुळे आपल्याला विमानतळावर पोहोचायला उशीर होईल असे प्रश्न मला कृपा करून विचारू नका!''

बेझोस यांचे ते घणाघाती हास्य ऐकून काही क्षण बर्टविसलचा गाडीवरचा ताबाच सुटला. बेझोस हसत हसतच म्हणाले, ''पण सांग ना... काय कारण असेल ती झाकणे गोलाकार बनवायची?''

''ती गोल बनवतात. कारण गोलाकार वस्तू इकडून तिकडे न्यायला, गोल भोकांवर बसवायला सोप्या असतात.''

ते हसत हसतच म्हणाले, ''उत्तर बरोबर नाही, पण तुझा विचार, तुझा अंदाज चांगला होता!''

हार्वर्डमधून पदवी मिळवल्यानंतर बर्टविसल ॲमेझॉनमध्येच काम करू लागला. त्याच्या बरोबर काइलरही होता आणि ॲन्डी जेसीही. काही वर्षांनी त्यांनीच ॲमेझॉनच्या अभिनव अशा 'क्लाउड'ची धुरा सांभाळली. ते तिघे जण ॲमेझॉनमध्ये काम मिळालेले पहिले 'बिझनेस स्कूल'चे पदवीधर होते. तोवर ॲमेझॉन तंत्रज्ञानात प्रवीण असलेल्या स्थानिकांनाच प्राधान्य देत असे. कंपनीच्या इतिहासातील एका अत्यंत कसोटीच्या प्रसंगात या त्रिकूटांची बेझोस यांना मोलाची मदत झाली.

१९९८ सालच्या सुरुवातीला कंपनीत ब्रूमबॉल हा खेळ प्रथम आणणारे- पण अल्प काळ टिकलेले मार्केटिंग चीफ एक्झिक्युटिव्ह मार्क ब्रायर यांनी एका सर्वेक्षणाचा अहवाल बेझोस यांना दाखवला. त्यात असे निरीक्षण नोंदवले होते की, बहुसंख्य ग्राहक ॲमेझॉनडॉटकॉम वापरत नाहीत आणि वापरतील अशी शक्यताही नाही; कारण ते फारच थोडी पुस्तके खरेदी करतात. ते ऐकल्यावर काय झाले हे सांगताना ब्रायर म्हणाले, ''अमेरिकेतील सुशिक्षितांच्या वाचनाविषयीच्या उदासीनतेबद्दल बेझोस यांना काही फारसे वाटलेले दिसले

नाही, चिंता, काळजी तर दूरच!'' ते मला म्हणाले, ''आपल्याकडल्या हार्वर्ड बिझनेस स्कूलच्या काही पदवीधरांची एक स्वॅट टीम तयार करा आणि त्यांना ज्यांची मागणी जास्त असते; पण ज्यांचा दुकानांमध्ये पुरेसा साठा नसतो आणि ज्या आपल्या पद्धतीने पोस्टातून ग्राहकांकडे सहजी पाठवता येतील, अशा वस्तूंची यादी तयार करायला सांगा.'' शहरा-गावांतील दुकानांमध्ये विविध वस्तूंच्या निवडीला जेवढा वाव असतो, त्यापेक्षा ग्राहकाला कितीतरी जास्त वाव उपलब्ध करून देण्याची इंटरनेटची क्षमता जास्तीतजास्त वाढवणे हे अॅमेझॉनचे कंपनीच्या सुरुवातीच्या काळातील अग्रक्रम मिळणारे, महत्त्वाचे धोरण असे. ब्रायर म्हणाले, ''मी आमच्या व्यवसायाच्या दृष्टीने वाईट असलेली एक गोष्ट बेझोस यांना सांगितली; पण ती ऐकल्यावरही ते निराश नाही तर उत्तेजितच झाले, त्यातून त्यांना एक नवी कल्पना सुचली.''

त्या सुमारास बेझोस यांना कंपनीने आणखी काही नव्या गोष्टींची विक्री करणे अनिवार्य आणि निकडीचे आहे याची जाणीव जरा तीव्रतेनेच होऊ लागली. तोवर ग्राहकांच्या मनात 'अॅमेझॉन म्हणजे पुस्तके' ही गोष्ट पक्की बिंबली होती आणि बेझोस यांच्या डोक्यात मात्र रिचर्ड बॅन्सन यांच्या 'व्हर्जिन' या कंपनीने ठाण मांडले होते. व्हर्जिन ही कंपनी अशी होती की, ती जगभरात विमानसेवाही पुरवीत होती आणि संगीताशी व मद्याशी संबंधित सर्व गोष्टींची इंटरनेटवरून विक्रीही करीत होती. बेझोस यांनाही अॅमेझॉनने इतके उत्पन्न मिळवायला हवे होते की, ते विविध तंत्रज्ञानांमध्ये भरीव अशी गुंतवणूक करू शकतील आणि त्या तंत्रज्ञांनांच्या बळावर अॅमेझॉनला तिच्या सर्व स्पर्धकांना पार मागे टाकून पुढे घेऊन जाऊ शकतील. त्या काळाविषयी मायक्रोसॉफ्ट आणि अॅपल या दोन संगणक-क्षेत्रातील अग्रणी कंपन्यांमध्ये काम करून नंतर अॅमेझॉनमध्ये आलेल्या जोएल स्पीगल यांनी म्हटले आहे, ''जेफ यांनी त्यांच्या डायरीमध्ये सर्व गणित नीट मांडले होते, आकडेमोड केली होती आणि 'हे आता झालेच पाहिजे' याच उत्तरापाशी ते आले होते. आता दोनच पर्याय होते- खूप मोठे व्हा नाहीतर गाशा गुंडाळा!''

जॉय कवी यांचे निरीक्षण असे सांगत होते की, पुस्तकविक्रीच्या पलीकडे जायचे असे बेझोस यांनी मनाशी अगदी पहिल्यापासूनच ठरवले होते. त्या सीमोल्लंघनासाठी ते केवळ योग्य वेळेची वाट पाहत होते. त्यांची भूक पहिल्यापासूनच मोठी होती. त्यांनी म्हटले आहे, ''प्रश्न फक्त त्या योग्य वेळेला योग्य संधी मिळण्याचा होता.''

स्वॅट टीम त्या उन्हाळ्यातच कामाला लागली. जॅसीने संगीताचे क्षेत्र धुंडाळले, काइलर घरातील व्हिडिओचे स्थान, वापर, सर्वांत जास्त पसंती असलेले, घरात योग्य ठरणारे व्हिडिओचे प्रकार, त्या क्षेत्राचा आवाका यांचा अभ्यास करू लागला, त्यांची जुनी वर्गमैत्रीण व्हिक्टोरिया पिकेट हिने बाजारात उपलब्ध असलेल्या वापरासाठी तयार अशा विविध सॉफ्टवेअर्सचा धांडोळा घेतला. यादी वाढतच चालली होती. ऑफिसबाहेर, वेस्ट इन नावाच्या हॉटेलमध्ये मीटिंग घेऊन टीमने तिचा अहवाल सादर केला. ॲमेझॉनच्या अधिकाऱ्यांनी पुस्तकांनंतरचे पहिले क्षेत्र संगीताचे निवडले आणि त्यानंतरचे डीव्हीडीजचे. तोवर ॲमेझॉनची वेबसाइट हे वेबवरचे पुस्तकांचे सर्वांत मोठे केंद्र बनवायचे ही गाठ बांधून त्यासाठी जीव तोडून काम करणाऱ्या ॲमेझॉनच्या जुन्या कर्मचाऱ्यांना हा विस्तार जरा खुपला; पण आता काही गोष्टींचा अंतर्भाव करून त्यांना त्यांचे ध्येय अधिक व्यापक करणे भागच होते. ॲमेझॉनच्या वेबसाइटवर तोवर 'जगातील सर्वांत मोठे ग्रंथभांडार' हे ब्रीदवाक्य झळकत होते. आता त्यात इतर गोष्टींची भर पडू लागली. संगीत, डीव्हीडी आणि अखेरीस ते ब्रीदवाक्य 'निवडीसाठी जगात सर्वांत जास्त वाव असलेले भांडार' – 'द एव्हरीथिंग स्टोअर' असे लिहिले गेले.

ती ऑफिसबाहेर झालेली मीटिंग पूर्ण दिवस सुरू राहिली. शेवटी बेझोस यांनी सर्व उपस्थितांना एक काम दिले– हा बदल लक्षात घेऊन कंपनीच्या पुढील पाच वर्षांच्या वार्षिक उत्पन्नांचे अंदाज लिहून काढायचे. मीटिंगमधील चर्चेची टिपणे काढून ठेवण्याचे काम करणारे युजीन वाइ हे स्ट्रॅटेजिक प्लॅनिंग ॲनालिस्ट – कंपनीच्या धोरणांचे विश्लेषण करणारा तज्ज्ञ – यांच्या आठवणीप्रमाणे सर्वांनी काढलेल्या अंदाजांची छाननी केली गेली, तेव्हा एक तर बेझोस यांचा उत्पन्नाच्या अंदाजाचा आकडा सर्वांत जास्त होता आणि दुसरे म्हणजे कोणाचाच अंदाज बरोबर नव्हता. भविष्यात त्यांच्या ताटात काय वाढले जाणार आहे, याची कोणालाच नीटशी कल्पना नव्हती.

पुस्तकांबरोबर इतर गोष्टींचा अंतर्भाव करून त्या विक्रीसाठी उपलब्ध करणे, त्यासाठी वेअर हाउसेसची संख्या आणि क्षमता वाढवणे गरजेचे होते आणि ते सर्व करायला आवश्यक होते भांडवल गोळा करणे. त्यासाठी कंपनीने त्या मे महिन्यात 'जंक बॉन्ड्स' देऊ केले आणि त्यातून ३२.६ कोटी

डॉलर्सचे भांडवल उभे केले, त्याच्या पुढच्या वर्षीच्या फेब्रुवारी महिन्यात कंपनीने त्या वेळेपर्यंतच्या इतिहासात कोणीही न वापरलेल्या कन्व्हर्टिबल डेब्ट ऑफरिंगच्या मार्गाने १२५ कोटी डॉलर्स जमवले. त्या ऑफरिंगवर दिलेला ४.४७५ टक्के व्याजदर हा त्या काळचा सर्वांत स्वस्त व्याजदर होता. आणखी एक सुखद आश्चर्य असे की, त्या वेळी भांडवल गोळा करायला बेझोस व कवी या दोघांना मागच्या वेळसारखा चाकोरीबद्ध विचार करणाऱ्या मोठमोठ्या गुंतवणूकदारांचे मन त्यांना ॲमेझॉनची कथा सांगून वळवण्यासाठी जगभरात दौरा करावा लागला नाही. त्या आधीच्या वर्षात पोटभर मोबदला मिळवून दिलेल्या, जगभर पसरलेल्या डॉटकॉमच्या लाटेत सर्वच जण वाहत गेले होते आणि त्यांच्या बॉन्ड्सची खरेदी करायला उत्सुकच होते.

एका शनिवारी ॲमेझॉनचा ट्रेझरर आणि कॉर्पोरेट डेव्हलपमेंट चीफ रॅन्डी टिन्सेल कन्व्हर्टिबल बॉन्ड्सच्या डीलच्या प्रॉमिसरी नोट्सवर सह्या घेण्यासाठी त्याचा फायनान्स डिपार्टमेंटमधील सहकारी टिम स्टोन याला इसक्कामधल्या एका गाड्याची कामे करून देणाऱ्या एका गॅरेजमध्ये भेटला. टिन्सले त्याच्या जीपमध्ये कार स्टीरिओ बसवून घ्यायला गॅरेजमध्ये गेला होता. त्याने ते कागदपत्र गॅरेजमधील काउंटरमागे बसलेल्या माणसाला दाखवले आणि त्याने मोठ्या रुबाबात सांगितले, ‘‘हे काय आहे माहीत आहे? १२५ कोटी डॉलर्स!!’’

त्यानंतर पुढची दोन वर्षे गुंतवणूकदारांमध्ये, मार्केटमध्ये जो एक आवेश संचारला होता, उन्माद पसरला होता, तो ‘डॉटकॉम बबल’ म्हणून जगभरात प्रसिद्ध झाला.

तोवर फक्त संगणकाचा वापर करणाऱ्या, डिजिटल तंत्रज्ञानाशी मैत्री असणाऱ्या, स्वतःच्या जगात रमणाऱ्या लोकांमध्येच लोकप्रिय असलेले वेबचे जग १९९०च्या दशकाच्या शेवटी त्या सीमा ओलांडून थेट वृत्तपत्राच्या मुखपृष्ठावर पोहोचले होते, स्टॉक ट्रेडिंगमध्ये घुसले होते. त्या क्षेत्रातील धाडसी नवागतांनाही मोह घालीत होते आणि ‘सायबर स्पेस’ या नावाने ओळखले जाऊ लागले होते. त्या तंत्रज्ञानाच्या वापराने उद्योगधंद्यांमध्ये, व्यापारांमध्ये आणि संपूर्ण समाजामध्ये होणाऱ्या बदलांविषयी जी भाकिते केली जात होती त्यांनी सर्वच जण भारून गेले होते. ते तंत्रज्ञान जगभरातील समाजात समानतेची लाट पसरवीत होते. तर्कशुद्ध विचार करणाऱ्या निरीक्षकांनाही त्यांच्या शहाणपणाविषयी शंका घ्यायला लावत होते.

'याहू'ला 'डिस्ने'पेक्षा जास्त महत्त्व प्राप्त झाले होते. ॲमेझॉनला जगप्रसिद्ध 'सीअर्स'पेक्षाही वरची श्रेणी मिळू लागली होती. सिलिकॉन व्हॅलीमधील उद्योजक आणि त्यांचे पाठीराखे यांना या नव्या आशावादाची धुंदी चढली होती, एकत्र येऊन ते तो आशावाद साजरा करीत होते. त्यातच ते पुढची दोन वर्षे मग्न होते. भांडवल आता सहजी आणि स्वस्तात मिळू लागले होते, उद्योग फुलवण्याच्या संधींची रेलचेल होती, मेजवान्या झडत होत्या, मद्याचे पेले फिरत होते, रिते होते होते.

पण तरीही त्या काळात इंटरनेटच्या क्षमतेवर विसंबून जेफ बेझोस यांनी ज्या एकाहून एक मोठमोठ्या, सरस, धाडसी योजना आखल्या होत्या, त्याची बरोबरी कोणीच करू शकले नाही. वेब जगाचा चेहरामोहराच पुरता बदलून टाकणार आहे, यावर कोणाचाच नसेल इतका गाढा आणि दृढ विश्वास त्यांचा होता. कंपन्याही बदलणार आहेत आणि ग्राहकही. त्या विश्वासाच्या बळावरच अगदी नि:संदेहपणे त्यांनी घोडदौड सुरू केली होती. त्यांच्या मनात घर करून बसलेली, 'जेफिझम'चा भाग बनलेली खंत पुन्हा प्रकट होऊ लागली होती, ''मला वाटते- आमच्या कंपनीचे मूल्यमापन बरोबर केले जात नाही. ते फारच कमी केले जाते. ही कंपनी किती उंचीवर पोहोचणार आहे हे जगाला अजून समजत नाही.'' १९९८ ते २०००चा प्रारंभ या काळात ॲमेझॉनने तीन निरनिराळ्या वेळा बॉन्ड्सच्या माध्यमांतून २२० कोटी डॉलर्सचे भांडवल उभे केले. त्यातील फार मोठा भाग कंपनीने इतर काही कंपन्या, उद्योगधंदे विकत घेण्यासाठी वापरला होता, परंतु काही वर्षांतच कंपनीच्या मूळ उद्योगाच्या वाढीला, विस्ताराला त्या खरेदीची मदत, लाभ झाला असे दाखवणेही अवघड होऊन बसले. कंपनीने त्या काळात अमेरिकेत पाच नवी अत्याधुनिक पद्धतीची वितरण केंद्रे उभारली; पण नंतर त्यांतील दोन बंद करावी लागली. शेकडो कर्मचाऱ्यांना कामावरून काढून टाकणे अनिवार्य झाले, काहींना भरपगारी घरी बसवावे लागले.

एवढ्या उलथापालथी झाल्या, तरी जेफ बेझोस यांची जराही चलबिचल झाली नाही. उलट त्या अडथळ्यांमुळे, पिछेहाटीमुळे त्यांना कंपनीला नवनव्या क्षेत्रांत ढकलायला जोर मिळाला. वॉल मार्टमधून ॲमेझॉनमध्ये आलेल्या माजी लष्करी रेंजर रिक डॅलझेल यांना ते म्हणाले, ''माझी शारीरिक ताकद कोंबडीच्या पिल्लाएवढी असली तरी मनाने मी शक्तिवान, चांगलाच 'बोल्ड'- धीट, धाडसी आहे.'' सूझन बेन्सन यांना

या ॲमेझॉनच्या संस्थापकासोबत कोलंबिया बिल्डिंगच्या लिफ्टमधून जातानाचा एक प्रसंग आठवतो. सूझन यांच्या बरोबर त्यांचा लाडका कुत्रा रूफस हा होताच. बेझोस रूफसला म्हणाले, ''तू खूप गोड कुत्रा आहेस.'' आणि मग सूझनकडे वळून म्हणाले, ''पण सूझन, तुला माहीत आहे, तो 'बोल्ड' - धीट- नाही!''

हा 'बोल्ड' हा शब्द त्यांच्या बोलण्यात वारंवार येत असे. ते तो फार वेळा वापरीत. १९९८ सालच्या सुरुवातीला बेझोस आणि जॉय कवी या दोघांनी मिळून कंपनीच्या पब्लिक शेअर होल्डर्सच्या नावे एक पत्र लिहिले होते. ते ट्रेझरर रस ग्रॅन्डिनेटी यांनी टाइप केले होते. त्या पत्रात हाच 'बोल्ड' शब्द पुन:पुन्हा वापरलेला होता. त्यात लिहिले होते- ''जेथे जेथे आम्हांला मार्केटमध्ये पुढे जायची, वरचे स्थान मिळण्याची पुरेशी शक्यता दिसेल तेथे तेथे आम्ही गुंतवणूक करायला जराही कचरणार नाही, आम्ही त्या बाबतीत 'बोल्ड' राहू-धीटपणे गुंतवणूक करू. त्यातील काही गुंतवणुका लाभदायक सिद्ध होतील, काही नाही होणार; पण आमच्या प्रत्येक 'बोल्ड' गुंतवणुकीतून आम्ही काही मौल्यवान असे धडे शिकू.'' पत्रात असेही प्रतिपादन केले होते की, कंपनी कधीही अल्पकालीन फायद्याचा विचार करणार नाही, सर्व निर्णय हे दीर्घकालीन परिणामांवर बेतलेले असतील. कंपनीचा फ्री कॅश फ्लो वाढेल, मार्केट शेअर म्हणजेच बाजारातील वाटा वाढेल, असेच निर्णय घेतले जातील. अपारंपरिक मार्गांविषयी मार्गदर्शन करून वॉल स्ट्रीटचे मन जिंकण्यासाठी या पत्रात एक विशेष भाग लिहिण्यात आला होता. पत्र असे होते :

> आमच्या भागधारकांना दीर्घ कालावधीत आम्ही किती लाभ मिळवून देतो यावर आमच्या यशाचे मूल्यमापन होते, असे आम्ही मानतो. आणि कंपनीच्या शेअरची किंमत ही बाजारातील आमचे स्थान सतत वरवर नेण्याची, ते चांगले पक्के करण्याची आमची क्षमता किती आहे, यावरच ठरते. आमचे बाजारातील आघाडीचे स्थान जितके अढळ तितकी आमची आर्थिक स्थिती सुस्थिर आणि समाधानकारक. बाजारात नेतृत्व मिळाले की उत्पन्न भरपूर मिळते, नफा जास्त होतो, भांडवलाचा वापर योग्य रीतीने केला जाऊ शकतो आणि कंपनीने गुंतवलेल्या भांडवलावरील उत्पन्नही वाढते.

> कंपनीचा प्रत्येक निर्णय हा या वर दिलेल्या पायाभूत धोरणानुसार घेतला जातो. आमचे बाजारातील स्थान सर्वांत वरचे राहते आहे की नाही, ग्राहकांच्या संख्येत आणि उत्पन्नात सतत भरघोस वाढ होते आहे की नाही, ग्राहक आमच्याकडून किती प्रमाणात आणि किती वेळा खरेदी करतात, आमच्याकडूनच वारंवार खरेदी करतात की नाही, कंपनीच्या नावाला किती मान, किती वजन आहे- या मुद्द्यांवरून आम्ही कंपनीचे मूल्यमापन करतो. धंद्याच्या विस्तारासाठी आम्ही आजवर गुतंवणूक करीत आलो आहोत आणि पुढेही ती अशाच धडाडीने करीत राहू. आम्हांला मिळालेला विक्रीहक्क कायम राहावा यासाठी आम्ही आमच्या सातत्याने विस्तृत होणाऱ्या ग्राहकवर्गाच्या शक्तीचा आणि कंपनीच्या काळजीपूर्वक जपलेल्या सर्व वैशिष्ट्ये यांच्या शक्तीचा उपयोग करू.

सर्व भागधारकांना लिहिलेल्या या पत्राला कंपनीत एखाद्या पवित्र धर्मसूक्ताचे स्वरूप प्राप्त झाले होते. बेझोस हे पत्र कंपनीच्या दर वार्षिक अहवालासोबत जोडीत असत. कंपनी सतत त्या पत्रात वर्णन केलेल्या धोरणांचे कसोशीने पालन करीत राहिली. त्यात दिलेली आश्वासने पूर्ण करण्याचा आटोकाट प्रयत्न करीत राहिली.

ॲमेझॉनने तिची डॉटकॉम युगातील मुसंडी मारली ती काही अन्य कंपन्यांशी प्रचंड मोठ्या प्रमाणात केलेल्या करारांनी, ज्याला कंपनी 'मेगा डील्स' म्हणत असे. १९९०च्या शेवटी कंपनीने दहा कोटी डॉलर्स इतकी प्रचंड रक्कम खर्च करून त्या वेळच्या अतिशय लोकप्रिय झालेल्या एओएल, याहू, एमएसएन आणि एक्साइट या डॉटकॉम साइट्सशी असा करार केला होता की, ज्यायोगे त्या साइट्सचा वापर करणाऱ्यांनी पुस्तक विक्रेत्यांचा शोध घेतला तर त्यांना फक्त 'ॲमेझॉन' हे एकमेव नाव दिसेल, तसेच ते नाव अन्यथाही त्यांच्या डोळ्यांत भरेल. त्या वेळी या साइट्सना 'पोर्टल्स'- 'प्रवेशद्वारे' – असे म्हणत, कारण तंत्रज्ञानाशी फारसे सख्य नसलेल्या किंवा सायबर स्पेसमध्ये नव्याने विहार करू पाहणाऱ्यांना 'वेब'मध्ये प्रवेश करायला त्या साइट्सच्या 'द्वारा'तूनच जावे लागत असे. अशा प्रकारचे करार करताना त्या साइट्सना कंपन्यांमध्ये 'इक्विटी स्टेक्स' देण्याचा प्रघात होता; परंतु जेफ

बेझोस तो पाळायला नकार देत असत. कंपनीच्या कर्मचाऱ्यांना विमानप्रवास बिझनेस क्लासने करू न देण्याबाबत ते जेवढे हट्टी होते, तेवढेच कंपनीचे स्टॉक्स कोणाला देण्याच्या बाबतीत होते. त्याऐवजी ते रोख रक्कम देऊ करीत असत आणि त्या बदल्यात ते पोर्टल्सना ती वापरणाऱ्यांना पुस्तक खरेदीसाठीच शोध घेताना नव्हे तर अन्य काहीही शोधताना अप्रत्यक्षपणे ॲमेझॉनचे नाव दाखवण्याची गळ घालत. उदाहरणार्थ : एखादा उपभोक्ता 'एओएलडॉटकॉम'वर जर स्कीइंगचा अंतर्भाव असणाऱ्या सहलीचा शोध घेत असेल तर त्याला त्याच वेळी ॲमेझॉनच्या साइटवर स्कीइंग या विषयावरील पुस्तकांची माहिती दिसत असे.

काटकसर हा ॲमेझॉनमधील रोजच्या आयुष्याचा एक अविभाज्य आणि अनिवार्य भाग बनलेला होता. बेझोस ती पाळायलाच लावीत, त्याची सक्तीच करीत. सर्व कर्मचाऱ्यांना गाड्या पार्किंग करण्याचे शुल्क भरावे लागे, सर्व अधिकाऱ्यांना विमानप्रवास इकॉनॉमी क्लासने करावा लागे. परंतु काही बाबतींत ते आश्चर्यकारकरीत्या हात सैल सोडत असत. १९९८ साली त्यांनी 'इंटेल' या कंपनीमधून रॅन्डी टिन्सेल यांना 'डायरेक्टर ऑफ कॉर्पोरेट डेव्हलपमेंट' म्हणून ॲमेझॉनमध्ये आणले. त्यानंतर त्यांना पहिली गोष्ट बेझोस यांनी ही सांगितली की, लवकरात लवकर त्यांना टिन्सेल यांच्या बरोबर 'शॉपिंग'ला जायचे आहे! तसे ते गेले. जोडीने शॉपिंग काय केले? आयएमडीबीडॉटकॉम, बुक पेजेस हे ब्रिटिश वेब बुक स्टोअर, टेलिबुख हे जर्मन वेब बुक स्टोअर, एक्स्चेंजडॉटकॉम ही खरेदी-विक्रीची साइट, प्लॅनेटऑल ही सोशल नेटवर्किंगची सेवा पुरवणारी पहिली साइट, ॲलेक्सा इंटरनेट नावाची माहिती एकत्र करणारी कंपनी आणि इतरही कितीतरी कंपन्या विकत घेतल्या! अशा अनेक कंपन्या ताब्यात घेतल्याने त्यातील कितीतरी जुन्या-जाणत्या लोकांचा संपन्न अनुभवही ॲमेझॉनला उपलब्ध झाला. पण ॲमेझॉन त्या काळात इतक्या झपाट्याने वाटचाल करीत होती आणि कंपनीतल्याच व्यवस्थापन व्यवस्थेत इतका गोंधळ होता की, ताब्यात आलेल्या कंपन्यांना पद्धतशीरपणे सामावून घेणेही झाले नाही, त्यांनी त्यांच्या बरोबर आणलेल्या विविध तंत्रज्ञानाचा, अनुभवींच्या श्रीमंतीचा निगुतीने आढावा घेणे, त्यातून शिकणे, त्यांचा कंपनीला उपयोग करून घेणे, या गोष्टीही नीट झाल्या नाहीत. त्यातील बरेच लोक ॲमेझॉनचा वेडा वेग, अनियंत्रित घाई यांनी वैतागून, काही जण सिॲटलच्या उदास,

कंटाळवाण्या हवेला कंटाळून, तर काही दोन्ही कारणांनी, वर्षा-दोन वर्षांत ॲमेझॉन सोडून गेले.

व्हेंचर कॅपिटलच्या क्षेत्रातही ॲमेझॉनने वारंवार धोरणे, वाटचालीची दिशा बदलल्याने अनर्थ ओढवून घेतला. १९९८ साली बेझोस आणि व्हेंचर कॅपिटॅलिस्ट जॉन डोअर या दोघांना इंटरनेटवरून औषधे विकण्याची संधी असल्याचे लक्षात आले आणि त्यांनी लगेच 'ड्रगस्टोअरडॉटकॉम' स्थापन केली, मायक्रोसॉफ्टमध्ये दीर्घ काळ काम केलेले पीटर न्युपर्ट यांच्या हाती तिची सूत्रे दिली. सुरुवात मोठ्या धडाक्यात झाली आणि त्यामुळे बेझोस आणि टिन्सले या दोघांनी आणखीही काही नव्या डॉटकॉम कंपन्यांत कोट्यवधी डॉलर्स गुंतवले. त्यात पेट्सडॉटकॉम, गीअरडॉटकॉम, वाइनशॉपरडॉटकॉम, ग्रीनलाइटडॉटकॉम, होमग्रोसरडॉटकॉम, शहरा-गावांत माल पोहोचवणारी कोझ्मोडॉटकॉम आणि कितीतरी अन्य कंपन्या होत्या. ॲमेझॉनने या सर्व कंपन्यांमधील मालकीचा अल्प भाग तिच्याकडे येईल इतकीच गुंतवणूक केली होती आणि त्या कंपन्यांच्या डायरेक्टर बोर्डावर एक जागा मात्र मिळवली होती. त्या नव्याने उद्योग सुरू करणाऱ्या कंपन्यांच्या अखत्यारीतील उत्पादने इंटरनेटवर लोकप्रिय झाली, विक्री होण्यात यशस्वी ठरली तर आपलेही स्थान भक्कम होईल, असा ॲमेझॉनला विश्वास वाटत होता आणि त्या नव्या कंपन्यांना ॲमेझॉनसारखा भागीदार लाभल्याने यशाची खात्री वाटत होती. परंतु १९९४ सालापासून फुगत गेलेल्या इंटरनेटच्या वापराचा आणि त्यावर अवलंबून असणाऱ्या डॉटकॉम कंपन्यांचा बुडबुडा अखेर २००० साली फुटला. त्यात या सर्व कंपन्यांची वाताहत झाली. त्या वेळी बेझोस त्यांच्या स्वतःच्या प्रश्नात, समस्यांमध्ये गुंतलेले होते. त्यामुळे त्या कंपन्यांना वाचवायला त्यांना वेळही देता आला नाही आणि तसे काही करणे हे त्यांच्या स्वभावात बसणारेही नव्हते. कंपनीचे लक्षावधी डॉलर्सचे नुकसान झाले. त्या वेळी टिन्सले म्हणाले होते, ''ॲमेझॉनला स्वतःच्या उद्योगावर लक्ष केंद्रित करणे भाग होते. इतक्या सगळ्या कंपन्यांबरोबर काम करणे हे सहजपणे आपल्या आवाक्यात बसेल असे मानणे ही आमची फार मोठी चूक होती.''

बाहेर हे असे झंझावात पेटले असताना ॲमेझॉनमधले कर्मचारी बेझोस यांच्या काटकसरीच्या आज्ञांचे पालन करीत होते आणि त्याही परिस्थितीत त्यांचे एकामागोमाग कंपन्या खरेदी करणे आश्चर्याने पाहत होते.

ॲपल या कंपनीत फार आधीपासून काम करीत असलेला जीन पोप नावाचा एक इंजिनिअर ती कंपनी सोडून त्याचा जुना सहकारी जोएल स्पीगेल याच्या बरोबर काम करायला ॲमेझॉनमध्ये आला होता. काही महिन्यांतच कंपनी करीत असलेला कमालीचा अफाट विस्तार पाहून पोप स्पीगेल यांना म्हणाला, ''हे जे काही चालले आहे ते पाहून मला तर वाटते आपण एक प्रचंड मोठे अवकाशयान बनवीत आहोत. आपण ते आकाशात सोडणार आहोत. मग एक तर ते उड्डाण घेऊन चंद्रावर पोहोचेल किंवा त्याचा राखेचा ढीग होऊन जाईल. यापैकी जे काही होईल ते होताना मला इथे हजर राहायचेच आहे.''

कंपनी आणखी वाढली तसा बेझोस यांनी त्यांच्या महत्त्वाकांक्षाही कोणाच्याही अपेक्षांपेक्षा उंच असल्याचा स्पष्ट निर्देश दिला. त्यांनी वॉलमार्टमधील आणखी अधिकाऱ्यांना ॲमेझॉनमध्ये आणायला सुरुवात केली. त्यात १९९८ सालच्या सुरुवातीला आलेल्या रिक डॅलझेल यांचे जुने सहकारी, वॉलमार्टचे निवृत्त व्हाईस प्रेसिडेंट, डिस्ट्रिब्युशन – जिमी राईट – हेही होते. ते अतिशय उद्धट, आगाऊ होते. वॉलमार्टमध्ये असताना एकदा त्यांनी डॅलझेल यांना असे काही क्रोधित केले होते की, लष्करातील त्या माजी रेंजरने त्यांना अक्षरश: दोन्ही हातांनी उचलून ऑफिसबाहेर ठेवून ऑफिसचे दार धाडकन बंद करून घेतले होते. पण तरीही डॅलझेल हेही पुरते जाणून होते की, ॲमेझॉनच्या वितरण व्यवस्थेची क्षमता बेझोस यांना जितकी आणि जशी वाढलेली अभिप्रेत आहे, तशी आणि तितकी ती वाढवायची क्षमता जिमी राईट यांच्याखेरीज कोणातच नव्हती! डॅलझेल म्हणाले होते, ''मला नाही वाटत संपूर्ण अमेरिकेत बेझोस यांचे समाधान करणारे काम इतर कोणी करू शकले असते!!''

बेझोस यांनी राईट यांना ॲमेझॉनमध्ये येण्यासाठी बरेच महिने मनवले. शेवटी उन्हाळा सुरू झाल्यानंतर ते आले. त्यांना बेझोस कंपनीच्या डॉसन स्ट्रीटवरील वेअर हाउसमधे घेऊन गेले. तेथील वेअर हाउस, त्यात वापरली जाणारी वितरण पद्धती त्यांना दाखवून झाल्यावर बेझोस यांनी त्यांची अपेक्षा बोलून दाखवली. ते म्हणाले, ''मला हे सगळे कमीतकमी दहा पटींनी तरी वाढवून हवे आहे. इथून केवळ अमेरिकेतच नव्हे तर ॲमेझॉनने मिळवलेल्या इंग्लंड, जर्मनी या देशांमधून येणाऱ्या मागण्याही व्यवस्थितरीत्या पूर्ण झाल्या पाहिजेत.'' राईट यांनी विचारले, ''कोणकोणत्या वस्तू पाठवाव्या

लागतील?'' त्यावर बेझोस म्हणाले, ''ते मलाही अजून माहीत नाही. अशी व्यवस्था करा की कोणत्याही वस्तू साठवता आणि पाठवता येतील.'' ते ऐकल्यावर राईट यांची प्रतिक्रिया काय होती हे त्यांना अजूनही आठवते. ते म्हणाले, ''तुम्ही माझी चेष्टा करत आहात, मी जातोच कसा!'' त्यावर बेझोस म्हणाले, ''नाही, चेष्टा मुळीच नाही. तेच माझे ध्येय आहे आणि मला ते गाठायचेच आहे.'' राईट यांना त्याच ध्येयाच्या पूर्तीसाठी काम करावे लागले. ते म्हणाले, '' 'कोणत्याही वस्तू-' यात मला फक्त विमानांचाच काय तो अपवाद दिला होता!!''

राईट यांना असे आव्हान त्यापूर्वी कधीच दिले गेले नव्हते. तोवर ते वॉलमार्टची वेअर हाउसेस रोज एकदा आधी माहीत असलेल्या गोष्टींनीच भरलेली आहेत की नाही ते पाहायचे आणि मग त्याच वस्तूंनी भरलेले कंटेनर्स त्या वेअर हाउसच्या आजूबाजूच्या भागातील वॉलमार्ट स्टोअर्समध्ये पाठवायचे. पण ॲमेझॉनमध्ये अगणित, नवनव्या वस्तूंची पॅकेजेस असायची आणि ती अगणित, नवनव्या ठिकाणी पाठवायला लागायची. शिवाय काय, कधी, कुठे पाठवायला लागेल हे आधी कधीच सांगता यायचे नाही, कारण त्या काळात ॲमेझॉनची वार्षिक विक्री ३०० टक्क्यांनी वाढत होती!

राईट यांनी त्या परिस्थितीला योग्य अशी योजना आखायला सुरुवात केली, पण १९९८च्या सुट्ट्यांच्या मोसमात ॲमेझॉनमध्ये 'न भूतो न भविष्यति' असा गोंधळ माजला. थँक्सगिव्हिंगच्या आसपास जॉय कवी यांना वेबसाइटवर नोंदल्या जाणाऱ्या मागण्या आणि ग्राहकांकडे पाठवल्या जाणारी पॅकेजेस यांतील अंतर नको इतके वाढत असल्याचे लक्षात आले आणि त्यांनी धोक्याची घंटा वाजवली. ॲमेझॉनमध्ये आणीबाणीच जाहिर झाली! सर्व खात्यांतील झाडून सगळे लोक डॉसन स्ट्रीटवरच्या आणि नव्याने सुरू झालेल्या डेलवेअर येथील वेअर हाउसेसकडे धावले. ग्राहकांना त्यांची पॅकेजेस लवकरात लवकर पाठवून देऊन सर्व मागण्या पूर्ण करण्याच्या या मोहिमेला 'सेव्ह सँटा' असे नाव दिले गेले. काही लोक दिवसभर, काही रात्रभर, काही मध्यरात्र ते पहाट- असे चोवीस तास काम सुरू ठेवले जाऊ लागले. काही कर्मचारी तर त्यांच्या कुटुंबीयांनाही घेऊन आले. खाण्या-जेवण्यासाठी निराळी सुटी घ्यायला लागू नये म्हणून काम करता करताच सर्वांना खायला मिळण्याची सोय केली गेली. 'फूडकार्ट्स' सर्वत्र फिरत होत्या. लोक बरिटोज खात होते, कॉफी पीत होते, झोपायलाही घरी न

जाता त्यांच्या गाड्यांमध्येच झोपत होते. त्यातच बेझोस यांनी लवकरात लवकर वस्तू शेल्फमधून काढून, पॅक करून योग्य पत्त्यावर रवाना करण्याच्या स्पर्धाही जाहीर केल्या. हा कामाचा झपाटा ख्रिसमस संपेपर्यंत चालला होता. त्यानंतर मात्र 'ग्राहकांच्या मागण्या पूर्ण करता न येण्याची ही अशी वेळ पुन्हा अॅमेझॉनवर येणार नाही,' अशी बेझोस यांनी शपथच घेतली!

त्याच सुमारास राईट यांनी नेवाडामधील रेनो या शहराच्या पूर्वेकडे तीस मैलांवर असलेल्या फर्नले येथे एक नवे वेअर हाउस बांधण्याची योजना तयार केली आणि त्याचा आराखडा बेझोस यांना दाखवला. बेझोस यांचे डोळे अक्षरश: चमकले! ते उत्स्फूर्तपणे म्हणाले, ''वा! हे फारच छान आहे!!''

राईट यांनी बेझोस यांना विचारले, ''हा आराखडा मी आणखी कोणाला दाखवू? 'आणि रिटर्न ऑन इन्व्हेस्टमेंट' यासाठीच्या गुंतवणुकीवरील परतावा किती, कसा मिळणार हे कोणाला समजावून सांगू?''

''त्याची नका काळजी करू तुम्ही. वेअर हाउस बांधून घ्या लवकरात लवकर.'' बेझोस म्हणाले.

''कोणाची मंजुरी नको घ्यायला? याची बांधणी, त्याचा खर्च यासाठी?'' राईट यांनी विचारले.

बेझोस यांनी उत्तर दिले, ''आत्ता घेतलीत तुम्ही मंजुरी...''

पुढच्या वर्षात ते वेअर हाउस बांधून कार्यान्वित करण्यासाठी राईट यांनी खर्चाचा धडाकाच लावला. ३० कोटी डॉलर्स खर्च केले. ते नवे वेअर हाउस बांधून ते थांबले नाहीत, त्यांनी अॅटलांटाजवळील एक, केंचुकीमधली दोन आणि कॅन्सासमधील एक, अशी चार वेअर हाउसेस विकत घेऊन आवश्यक त्या दुरुस्त्या, बदल आणि सुधारणाही करून घेतल्या. ते तेवढ्यावरही थांबले नाहीत, त्यांनी जगप्रसिद्ध डच कलाकार एम. सी. एशर यांची रेखाटनेच जणू जिवंत केली! त्या रेखाटनांप्रमाणे विविध सोयी करून घेतल्या, बरीचशी कामे यंत्रांनी होतील अशी व्यवस्था केली. राफ्टर्स आणि कन्व्हेअर बेल्ट्स बसवले. कर्मचाऱ्यांना हवी असलेली वस्तू कोठे आहे हे दाखवणारे लाल-हिरवे लुकलुकणारे दिवे शेल्फांच्या रांगांच्या टोकांच्या खांबांवर लावले. कन्व्हेअर बेल्ट्सवरून वस्तू काढून घेऊन, ती स्कॅन करून, ग्राहकांच्या मागण्यांनुसार त्यांची विभागणी करून त्या पॅक करून रवाना करणारी 'क्रिसप्लँट' नावाची प्रचंड मोठी मशिन्सही

बसवली. अशा अत्याधुनिक तंत्रज्ञानाने काम चालणाऱ्या या जागांना यापुढे 'वेअर हाउस' - 'गोदाम' - असे न म्हणता 'वॉलमार्ट'मध्ये म्हणतात तसे 'डिस्ट्रिब्युशन सेंटर'-'वितरणकेंद्र' म्हणावे असे एक फर्मानही राईट यांनी काढले.

ॲमेझॉनसाठी हे सर्व काम करीत असताना राईट बेंटनव्हीलमधल्या त्यांच्या घरीच राहत होते, खासगी सल्लागार म्हणून ते जे काम करीत त्यासाठीचे त्यांचे ऑफिसही तेथेच होते. त्यांच्या ॲमेझॉनमधील पंधरा महिन्यांच्या कारकिर्दीच्या काळात ते सिॲटलला येऊन जाऊनच असायचे. इंटरनेट आणि त्यावर आधारित ऑनलाइन खरेदी-विक्री या कल्पनेने ते फारच प्रभावीत झाले होते आणि म्हणूनच बेंटनव्हीलमधील व्यायामशाळेत किंवा घरामागच्या बार्बेक्यू पार्टीजमध्ये भेटणाऱ्या त्यांच्या परिचितांजवळ ते ॲमेझॉनचे तोंड भरून कौतुक करायचे आणि त्यांना त्या कंपनीत नोकरी करायचा आग्रह करायचे. त्यांच्या सांगण्यावरून वॉल मार्ट सोडून ॲमेझॉनमध्ये गेलेली आणि तेथे खरेदी खात्यात काम करणारी केरी मॉरिस सांगत असे, ''वॉलमार्टच्या सबंध इमारतीत इंटरनेटच नव्हते! ऑनलाइन जाणे नाही, ई-मेल्स नाहीत. राईट आम्हांला 'ऑनलाइन' खरेदी-विक्रीविषयी सांगायचे त्याचा नीटसा अर्थही आम्हांला कळायचा नाही!''

अशा रीतीने त्यांच्या सर्व स्तरांवरील कर्मचाऱ्यांना ॲमेझॉन फूस लावते आहे, यावर वॉलमार्ट थंड प्रतिक्रिया देणार हे ॲमेझॉन ओळखूनच होते. केरी मॉरिसचा इंटरव्ह्यू गुप्तपणेच घेतला गेला. त्यासाठी ती सिॲटलला गेली तेव्हाही हॉटेलमध्ये न उतरता ती तिच्या एका मैत्रिणीच्या घरी राहिली होती. तिचा इंटरव्ह्यू ऑफिसमध्ये नाही तर स्टारबक्समध्ये घेतला गेला होता. इंटरव्ह्यूसाठी तिच्या येण्या-जाण्याचा, राहण्याचा खर्च ॲमेझॉनने केला, ते पैसे तिला रोख दिले गेले होते. त्या एका वर्षात बारांहून अधिक लोक वॉलमार्ट सोडून ॲमेझॉनमध्ये आले होते.

वॉल मार्टच्या कार्यपद्धतीची सवय झालेले नवागत आणि बहुतांशी वीस ते तीस वयोगटातील, बेझोस यांच्या धाडसी कल्पनांच्या जगात वावरणारे, सर्वस्वी निराळ्या वातावरणात काम करणारे ॲमेझॉनमधील जुने कर्मचारी यांच्यामध्ये घर्षण निर्माण होऊ लागले. वॉलमार्ट सोडून बेंटनव्हीलमधून सिॲटलला आलेले लोक बरेच वयस्कर होते, चाळिशी-पन्नाशीतले होते. ॲमेझॉनमधील तरुणांचा आगाऊ वाटणारा आक्रमक

आत्मविश्वास पचवणे त्यांना कठीण जात होते. त्यामुळे जात्याच खवचट असलेला, व्हाईस प्रेसिडेंट मर्चन्डायझिंग हे पद स्वीकारलेला टॉम शार्प एक वर्षभरच टिकला. बेझोस यांच्या हार्वर्ड बिझनेस स्कूलमधील भाषणानंतर तेथून एमबीए करून ॲमेझॉनमध्ये आलेला बर्टविसल त्याच्या आणि टॉम शार्प यांच्यात झालेल्या एका संवादाची आठवण सांगतो. टॉम शार्प त्या वेळी नुकताच ॲमेझॉनमध्ये आला होता.

शार्प : काय म्हणालास तुझे नाव?

बर्टविसल : ब्रायन बर्टविसल.

शार्प : हं, हे बघ बर्टविसल, आता वयाने, अनुभवाने बरेच मोठे असलेले लोक कंपनीत आलेले आहेत आणि ते इथला कारभार खऱ्या उद्योगधंद्यासारखा चालवायला आलेले आहेत.

वॉल मार्टमधून आलेल्यांनी आणखी एक प्रश्न निर्माण केला. ॲमेझॉननेच औषधविक्रीसाठी सुरू केलेल्या 'ड्रगस्टोअरडॉटकॉम' या शाखेचे काम बघण्यासाठी बेझोस आणि डोअर या दोघांनी मिळून वॉलमार्टमधील कॅल रमन नावाचा एक इंजिनिअर आणला होता. त्यानेही बेंटनव्हीलमधील वॉलमार्टच्या ऑफिसमधल्या त्याच्या सहकाऱ्यांना ॲमेझॉनमध्ये आणायला सुरुवात केली. हा कंपनी सोडून जाणाऱ्यांचा ओघ इतका वाढू लागला की वॉलमार्टने ॲमेझॉन, क्लाइनर आणि ड्रगस्टोअरडॉटकॉम यांच्या विरुद्ध अर्कान्ससच्या न्यायालयात 'या कंपन्या वॉल मार्टची 'ट्रेड सीक्रेट्स'–व्यापाराची खास तंत्रे–चोरीत आहेत,' असा आरोप नोंदवला. यावर जॉन डोअर यांनी असा विनोद केला की, आता ते आरोपी असल्याने उजळ माथ्याने अर्कान्ससमध्ये वावरूही शकत नाहीत!

"तुमच्या या पळवापळवीचा हेतू आम्ही जाणतो, त्यावर आमचे लक्ष आहे, ती थांबवा," असा इशारा देणे हाच त्या खटल्याचा उद्देश होता आणि तो खटला फारसे काही नुकसान न होता मिटवला गेला. पण त्यामुळे फार मोठ्या प्रमाणावर विक्री करणारी, त्या क्षेत्रावर सत्ता गाजवणारी, त्या क्षेत्रातील स्पर्धेत विजयी ठरणारी एक कंपनी आणि त्या क्षेत्रात आत्मविश्वासाने पाऊल टाकून ते रोवत आणलेली एक नवी, बाल्यावस्थेतील कंपनी यांच्यामधील धुमसता मतभेद, ताणतणाव जगासमोर आला. काही लोक त्यामुळे नाराज होते, असंतुष्ट होते. त्यांत रिक डॅलझेल यांची पत्नी कॅथरीनही होती. ती तिचे जुने आणि नवे हितसंबंधी यांच्यामधील असा बेबनाव पाहून अस्वस्थ

होत असे. ही गोष्ट डॅलझेल यांनी बेझोस यांच्या कानांवर घातल्यावर बेझोस आणि मॅकेन्झी हे दोघे जण एक दिवस जोडीने एक फुलांचा गुच्छ घेऊन डॅलझेल यांच्या घरी गेले आणि त्यांनी कॅथरीनला वॉलमार्टचे संस्थापक सॅम वॉल्टन यांचे 'सॅम वॉल्टन - मेड इन अमेरिका' या नावाचे आत्मचरित्र भेट म्हणून दिले.

बेझोस यांनी ते आत्मचरित्र नुसते वाचले नव्हते, सॅम वॉल्टन यांची काटकसर, खर्चावरील नियंत्रण, आपल्या व्यवसायाचा सर्वांगीण आणि सखोल अभ्यास, कोणतीही कृती करण्याआधी पूर्ण विचार आणि मग मात्र वेगवान कृतीवर सर्वांत जास्त भर अशी काही तत्त्वे आत्मसात करून ती ॲमेझॉनच्या बांधणीत, कार्यपद्धतीत कसोशीने वापरली होती. कॅथरीन डॅलझेल यांना दिलेल्या पुस्तकात त्यांनी एक परिच्छेद अधोरेखित केला होता. त्यात वॉल्टन यांनी स्पर्धकांच्या उत्तम कल्पना वापरण्याचा सल्ला दिला होता. बेझोस यांचा मुद्दा असा होता की नव्या कंपन्या या त्या क्षेत्रातील जुन्या-जाणत्या, यशस्वी कंपन्यांच्या खांद्यावरच उभ्या राहत असतात- त्यांच्या अनुभवातूनच शिकत असतात, त्यांचेच मार्गदर्शन घेत असतात. आणि ते पुस्तक त्याच मुद्द्याचे समर्थन करणारे होते. तीस वर्षांपूर्वी वॉलमार्टची स्थापना करणाऱ्या सॅम वॉल्टन यांनी मृत्यूपूर्वी काही आठवडेच पूर्ण केलेल्या त्या पुस्तकाच्या शेवटच्या भागाच्या अखेरीस लिहिले होते :

> ''आज ही अशी वॉलमार्टसारखी कहाणी घडेल का? या प्रश्नाला माझे उत्तर 'होय, घडू शकेल' असेच आहे. कदाचित याच क्षणी एक जण कोणीतरी- नाही नाही, कदाचित शेकडो, हजारो कोणीतरी- अशीच कल्पना मनात घेऊन मार्गक्रमणा करीत असतील. आज वॉल मार्ट ज्या उंचीवर पोहोचली आहे त्या उंचीवर पोहोचण्यासाठी जे करावे लागते, भोगावे लागते ते करायची, भोगायची तयारी असणारे, तेथे पोहोचण्याचा दृढ निश्चय असणारे कोणीतरी असतील तर हे पुन:पुन्हा घडेल. हा सर्वस्वी माणसाच्या प्रवृत्तीचा प्रश्न आहे. असे पुन्हा घडणे हे सतत अभ्यास करण्याच्या, स्वत:ला स्वत:च्याच काम करण्याच्या, व्यवस्थापनाच्या पद्धतींबद्दल प्रश्न विचारण्याच्या क्षमतेवर अवलंबून आहे.''

सॅम वॉल्टन यांनी वर्णन केलेल्या धाडसी, महत्त्वाकांक्षी उद्योजकाच्या गुणांचे जेफ बेझोस हे मूर्तिमंत उदाहरण होते. त्यांची जडणघडणच अशी झालेली होती की ते ॲमेझॉनमध्ये चाकोरीबद्ध, नियमबद्ध कामामुळे येणारी निष्क्रियता सहनच करू शकायचे नाहीत. त्यांना सुचणाऱ्या काहीतरी नवे करण्याच्या, आहे ते अजून सुधारण्याच्या कल्पनांचा अखंड ओघ सुरू असायचा. ग्राहकांना वेबसाइटचा अनुभव अधिकाधिक चांगला कसा येईल, ते वेबसाइटला पुन:पुन्हा भेट द्यायला कसे उत्सुक राहतील, ॲमेझॉनची वेबसाइट नेहमीच स्पर्धकांपेक्षा सरस कशी राहील, सर्वच बाबतींत ती इतरांपेक्षा एक पाऊल पुढेच कशी राहील याचा ते सतत विचार करीत असायचे, त्यासाठी धडपडत असायचे.

१९९८ सालाच्या सुरुवातीला ते ज्या विभागाच्या निर्मितीत गुंतले होते त्याला 'पर्सनलायझेशन आणि कम्युनिटी' असे नाव दिलेले होते. कंपनीची वेबसाइट ग्राहकाला त्याची, वैयक्तिक वाटेल, तशीच तो ज्या समाजाचा भाग असेल त्या समाजाचीही वाटेल, त्याला त्याच्या आवडीची पुस्तके, संगीत, चित्रपट सहजपणे शोधता येतील अशी बनवण्याचा ते प्रयत्न करीत होते. त्यातलाच एक भाग म्हणून मे महिन्यात ते 'ॲमेझॉन्स हॉट १००' ही यादी – सर्वांत जास्त खप असलेल्या शंभर उत्पादनांची यादी – पाहत होते. ती पाहताना त्यांच्या डोक्यात एक किडा वळवळू लागला. साइटवरील सर्वच उत्पादनांना त्यांच्या गुणवत्तेअनुसार, खपानुसार क्रमांक देऊन यादी का नाही वाढवायची? 'वॉशिंग्टन पोस्ट'ला दिलेल्या मुलाखतीत ते म्हणाले होते, ''मी म्हटले, आपण शंभरला का थांबतो? खप, लोकप्रियता हे निष्कर्ष लावून पहिली शंभरच नावे द्यायला आपले काही एखादे मासिक वा वर्तमानपत्र नाही, आपली वेबसाइट आहे. तिच्यावर तेच निष्कर्ष सर्वच्या सर्व उत्पादनांना लावून एक लांबच लांब यादी का नाही द्यायची?''

या त्यांच्या विचारामागे साइट पाहून खरेदी करणाऱ्या ग्राहकाला काय खपते आहे हे दाखवणारे वर्गीकरण करायची कल्पना नव्हती, तर लेखक, कलाकार, प्रकाशक या सर्वांनाच त्यांची निर्मिती वाचक, रसिक, यांच्या दृष्टीने कोणत्या स्थानावर आहे हे त्यातून समजावे आणि त्या खतपाण्याने त्यांच्या मनातील नव्या कलाकृतीचा अंकुर योग्य पद्धतीने जोपासला जावा अशी सकस कल्पना होती. ॲमेझॉनमधील एका जुन्या इंजिनिअरने सांगितले, ''बेझोस यांनी हे ओळखले होते की खपाचा आकडा, लोकप्रियतेचा स्तर

लेखक, कलाकार यांना उत्साहवर्धक औषधासारखा उपयोगी पडेल. प्रत्येक नवी मागणी आली की त्यानुसार त्या यादीत योग्य बदल होतो की नाही यावरही त्यांचे बारीक लक्ष असे.''

असे प्रत्येक मागणीनंतर यादी बदलणे हे काही सोपे काम नव्हते, ते एक आव्हानच होते. ॲमेझॉनमधील सर्व्हर्स एक क्षणही रिकामे नसत, त्यांची क्षमता आधीच ताणली गेलेली होती. साइटला भेट देणाऱ्यांची आणि मागण्या नोंदवणाऱ्यांची संख्या प्रचंड वाढत होती आणि सर्व्हर्सच्या ओरॅकल डेटाबेसच्या सॉफ्टवेअर्सची क्षमता त्या वाढत्या संख्येला पुरे पडत नव्हती. त्यामुळे इंजिनिअर्स थोडी टाळाटाळ करू लागले होते, विक्रीचे तेवढे स्नॅपशॉट्स घेऊन त्यावरून काही मिनिटांच्या अंतराने यादीत बदल करू लागले होते. ही सेवा 'ॲमेझॉन सेल्स रँक' या नावाने जून महिन्यापासून साइटवर उपलब्ध करण्यात आली. त्याने लेखकांची झोप तर उडवलीच कारण ते सतत, रात्रीसुद्धा त्यांनी लिहिलेल्या पुस्तकांच्या क्रमवारीवर लक्ष ठेवू लागले, त्या लेखकांचे जोडीदार आणि काही संवेदनाशील संपादक व प्रकाशकही तेच करू लागले. याच्या अतिरेकावर जॉन स्टर्लिंग नावाच्या एका मुरब्बी संपादकांनी असे भाष्य केले, ''आपल्या कलाकृतीविषयी वाचक रसिक यांचे मत जाणून घ्यायचे व्यसनच लागू शकते हे खरेच, पण मला वाटते त्यांनी तो वेळ सर्जनतेत घालवावा- एखादे नवे पुस्तक लिहावे...''

ॲमेझॉनच्या साइटवर मागणी नोंदवण्याची जी पद्धती होती ती 'आय-क्लिक ऑर्डरिंग प्रोसेस' या नावाने ओळखली जायची. १९९८ सालच्या सुरुवातीलाच ॲमेझॉनने त्या पद्धतीच्या पेटंटसाठी अर्ज केला. १९९७ सालात एक दिवस बेझोस आणि शेल कॅफन हे दोघे जेवायला गेले असताना त्यांचा इंटरफेस इंजिनिअर पेरी हार्टमन हाही त्यांच्या बरोबर होता. त्या वेळी बेझोस यांनी साइटवरून मागणी नोंदवण्याची प्रक्रिया अगदी सोपी, सोईस्कर बनवली पाहिजे, असा आग्रह धरला. वॉशिंग्टन युनिव्हर्सिटीतून कॉम्प्युटर सायन्सची पदवी घेतलेल्या हार्टमन याने त्यावर काम केले. त्याने ग्राहकांच्या क्रेडिट कार्डाविषयीची सर्व माहिती आणि त्याला पुस्तके ज्या पत्त्यावर हवी असतील तो पत्ता या दोन गोष्टी आधीच साइटवर नोंदवून घेण्याची सोय केली. त्यामुळे कोणतीही खरेदी ग्राहकाला केवळ एक की दाबून कार्यान्वित करता येऊ लागली.

ऑनलाइन खरेदीच्या प्रक्रियेत असलेली क्लिष्टता जराशी कमी केल्याचा ॲमेझॉनला प्रचंड म्हणजे कोट्यवधी डॉलर्सचा फायदा झाला, ॲमेझॉनच्या भोवती एक संरक्षक फळी निर्माण झाली आणि ॲमेझॉनचे स्पर्धक, विरोधक, शत्रू यांची खच्ची झाली. ॲमेझॉनने पेटंटसाठी केलेला अर्ज एकोणीस पानी होता, त्याला नाव दिले होते 'मेथड ॲन्ड सिस्टिम फॉर प्लेसिंग ए पर्चेस ऑर्डर व्हाया अ कम्युनिकेशन्स नेटवर्क'. तो अर्ज १९९९ सालच्या हिवाळ्यात मंजूर झाला. त्यानंतर ॲमेझॉनने 'आय क्लिक' हा स्वत:चा 'ट्रेड मार्क' बनवला आणि त्यावरून कंपन्यांनी स्वत: तयार केलेल्या, वापरात आणलेल्या 'आय क्लिक'सारख्या काही विशिष्ट साधनांना कायदेशीर संरक्षण द्यावे की नाही, या विषयावर विविध स्तरांवर चर्चा, वाद यांना तोंड फुटले.

"'आय क्लिक'मागील कल्पना अगदीच प्राथमिक स्वरूपाची आहे, तिला यूएस पेटंट ऑफिसने मान्यता दिली हे तर पेटंट देण्याची प्रक्रिया मोडून पडलेली आहे, याचे आणि त्या सरकारी विभागातील नोकरशाहीच्या गबाळेपणाचे लक्षण आहे," असा टीकाकारांनी शेरा मारला. बेझोस टीकाकारांशी पूर्ण असहमत नव्हते, तेही पेटंटच्या प्रक्रियेत सुधारणा आवश्यक आहे याच मताचे होते; परंतु एखादी गोष्ट आपला फायदा करून देत असेल तर तो करून घ्यावा या मताचे होते. ते पेटंट मिळाल्यानंतर, १९९९च्या अखेरीस त्यांनी बार्न्स ॲन्ड नोबलवर पेटंट मिळालेल्या पद्धतीचा वापर करीत असल्याचा दावा लावला आणि न्यायालयाकडून दिलेल्या प्राथमिक निकालानुसार बार्न्स ॲन्ड नोबलला त्यांच्या साइटवरील खरेदीच्या प्रक्रियेत एक जास्तची कृती समाविष्ट करायला लावली. ॲमेझॉनने २००० साली ॲपलला त्या पेटंटचा परवाना दिला. त्यासाठी आकारलेली फी किती होती हे अजून उघड झालेले नाही. हे पाऊल ॲमेझॉनने १९९८ सालच्या मध्यापासून ऑनलाइन खरेदी-विक्रीच्या क्षेत्रात चंचुप्रवेश करून हळूहळू जम बसवून ॲमेझॉनच्या एकाधिकाराला धक्का पोहोचवणाऱ्या 'ई बे' या कंपनीला शह देण्यासाठी उचलले होते.

डार्टमाउथ कॉलेजकडून फुटबॉल खेळणारे जेफ ब्लॅकबर्न ॲमेझॉनमध्ये काम करीत होते. ते पुढे बिझनेस डेव्हलपमेंट विभागाचे प्रमुख झाले. त्यांनी सर्वांत प्रथम ई बे या कंपनीच्या प्रवेशाची दखल घेतली. ई बे ही कंपनी

१९९५ साली सिलिकॉन व्हॅलीमधील अनेक नव्या कंपन्यांप्रमाणेच आधी 'ऑक्शन वेब' या नावाने सुरू झाली. १९९७ साली तिचे उत्पन्न ५७ लाख डॉलर्स होते, ते १९९८ मध्ये जवळजवळ ५ कोटींवर पोहोचले आणि १९९९ मध्ये तिने २२ कोटींची सीमा ओलांडली. ती घोडदौड ब्लॅकबर्न यांच्या लक्षात आली आणि त्यांना ॲमेझॉन आणि ती कंपनी यांतला आणखी एक महत्त्वाचा फरक जाणवला तो म्हणजे- ती कंपनी ॲमेझॉनसारखी तोट्यात चाललेली नव्हती, चांगला नफा कमवीत होती. त्यांची पद्धत फारच निराळी होती. ती कंपनी विक्रेत्यांकडून आणि ग्राहकांकडून त्यांच्या साइटचे माध्यम वापरल्याबद्दल कमिशन वसूल करीत होती; पण ती वस्तूंचा साठा करीत नव्हती, त्या ग्राहकांकडे पाठवायचे कामही करीत नव्हती. त्या दोन्हींचा खर्च कंपनीवर पडतच नव्हता. विक्रेते त्यांच्या उत्पादनांची जाहिरात कंपनीच्या साइटवर करीत. एखाद्या वस्तूला जो ग्राहक सर्वांत जास्त किंमत देऊ करेल त्याला ते विक्रेतेच ती वस्तू विकत आणि तेच ती ग्राहकापर्यंत पोहोचवीत. या साइटने 'बीनी बेबीज' या नावाने ओळखल्या जाणाऱ्या स्टफ्ड बाहुल्या, बेसबॉल या खेळाशी संबंधित कार्ड्स (कार्डबोर्ड, सिल्क अथवा प्लॅस्टिकवर छापलेली खेळाडूंची, टीम्सची, स्टेडियमची चित्रे) अशा गोष्टींपासून सुरुवात केली; पण लवकरच बेझोस ज्याचे स्वप्न पाहत होते तशा अमर्यादित गोष्टींची विक्री सुरू करून ती साइट लवकरच पहिले 'एव्हरीथिंग स्टोअर' बनण्याचा मान मिळवण्याच्या मार्गावर होती.

१९९८ सालच्या उन्हाळ्यात बेझोस यांनी ई बे कंपनीचे इराणिअन अमेरिकन संस्थापक पीयरी ओमिडयार आणि आधी 'डिस्ने'मध्ये काम करणाऱ्या ई बे कंपनीच्या सीईओ मेग व्हिटमन या दोघांना सिॲटलला येण्याचे आमंत्रण दिले. त्याच वेळी ई बे पब्लिक कंपनी बनण्याच्या मार्गावर होती. ज्यांची प्राक्तने पुढची दहा वर्षे एकमेकींशी जोडलेली राहणार होती. अशा दोन कंपन्यांचे प्रमुख अधिकारी पहिल्यांदाच एकमेकांना भेटले. बेझोस यांनी पाहुण्यांना त्यांचे डॉसन स्ट्रीटवरील वितरण केंद्र दाखवले. त्या भेटीनंतर ओमिडयार म्हणाले, ''तेथील ऑटोमेशन पाहून मी प्रभावीत झाल्याचे आणि नाका-कानाला भोके पाडून घेतलेले व अंगभर टॅटूज काढून घेतलेले कामगार पाहून मला आश्चर्याचा धक्का बसल्याचे मला पक्के आठवते. मला ते सगळे खूपच छान वाटले.'' पण नंतर व्हिटमन यांनी त्यांच्या लक्षात

आणून दिले की, ते सगळे 'ई बे'साठी मुळीच छान नव्हते, 'ई बे'ला असे भलेमोठे, अद्ययावत सोयींचे वितरण केंद्र अजिबात सांभाळायचे नाही.

भेटीदरम्यान दोन्ही कंपन्या एकत्र येऊन काम करू शकतील अशा मार्गांविषयी चर्चा झाली. ओमिडयार आणि व्हिटमन यांनी सुचवले की, 'बीनी बेबीज'सारख्या ॲमेझॉनच्या साइटवर नसलेल्या गोष्टी जर ग्राहक शोधू लागला तर त्याला 'ई बे'च्या साइटची लिंक आपोआप दिली जाण्याची सोय करावी. 'ई बे'ही त्यांच्या साइटवर नसलेली टॉम वुल्फसारख्या लेखकाची पुस्तके शोधणाऱ्या ग्राहकांना ॲमेझॉनच्या साइटची लिंक आपोआप देईल. ॲमेझॉन 'ई बे'मध्ये गुंतवणूक करू इच्छिते असे बेझोस यांनी सुचवले. ई बे पब्लिक कंपनी होताना तिची किमत ६० कोटी डॉलर्स इतकी करण्यात येत होती. तेवढी गुंतवणूक करण्याचा प्रस्ताव ॲमेझॉनने ठेवला होता असा 'ई बे'च्या टीमचा ग्रह झाला. पण नंतर जेफ्ट ब्लॅकबर्न यांनी तसा कोणताही अधिकृत प्रस्ताव ठेवल्याचे त्यांना स्मरत नसल्याचे सांगितले. ते काहीही असले तरी भेटीच्या अखेरीस त्या दोन्ही कंपन्या मिळून ज्यात मागणी आणि पुरवठा यांची सांगड त्या त्या उत्पादनाच्या रास्त किमतीशी घातली जाईल, अशा ई-कॉमर्सच्या म्हणजे इंटरनेटच्या माध्यमातून होणाऱ्या खरेदी-विक्रीच्या नव्या प्रकाराची सुरुवात करीत आहेत असेच मत दोन्ही टीम्सचे झाले. बेझोस यांचे गडगडाटी हास्य बऱ्याच वेळा मीटिंग लांबवणारे ठरत होते, काही वेळा ते 'ई बे'च्या लोकांना थोडे खटकलेही. 'ई बे'ला पाठिंबा देणाऱ्या एका व्हेंचर कॅपिटॅलिस्टने नंतर चारचौघांत चौकशी केली तेव्हा त्याला असे सांगण्यात आले होते की, जेफ बेझोस यांच्या बरोबर कोणीच काम करीत नाही, सगळे त्यांच्या हाताखाली, त्यांच्यासाठी काम करतात.

त्या भेटीनंतर 'ई बे'ही कंपनी ॲमेझॉनसाठी धोका आहे, असे मत बेझोस यांचे मुळीच झाले नव्हते. परंतु पुढे जसजसे ई बेची विक्री आणि नफा दोन्ही वाढू लागले तसे बेझोस यांना अशी काळजी वाटू लागली की, विक्रेते त्यांची उत्पादने विकायला आणि ग्राहक काहीही खरेदी करायची असली की त्यासाठी अगदी सहजपणे सर्वांत प्रथम ई बेच्या साइटवरच जातात. ते नेहमी असे म्हणायचे की, ॲमेझॉन ही ग्राहक केंद्रस्थानी ठेवणारी कंपनी आहे, स्पर्धक नाही! परंतु ई बेची यशस्वी घोडदौड पाहून त्यांची चिंता वाढली. त्यातच 'स्वस्त व कमी दरात खरेदी' याला महत्त्व देणाऱ्या अर्थव्यवस्थेसंबंधी वर्तमानपत्रांतील व मासिकांमधील लेखांचा जो मारा सुरू

झाला त्याने ॲमेझॉनमध्ये काम करणाऱ्यांचेही धाबे दणाणले. त्याआधी खरेदी-विक्रीची उत्तम, योग्य पद्धत म्हणजे 'फिक्स्ड प्राइस'- 'एकाच, ठरलेल्या किमतीला खरेदी' असा जो समज होता तो मागे पडू लागला, तो केवळ 'भूतकालीन आदर्श' मानला जाऊ लागला.

त्या वर्षाच्या अखेरीस बेझोस यांनी तो आदर्श बाजूला सारून, कोलंबिया बिल्डिंगच्या दुसऱ्या मजल्यावरच्या एका कोपऱ्यात अगदी गुप्तपणे ई बेसारख्या 'किमतीनुसार निवड' या तत्त्वावरील खरेदीच्या - 'लिलावा'च्या - एका उपक्रमाची तयारी सुरू केली. त्या प्रयत्नांना त्यांनी 'ईबीएस' - 'अर्थ्स बिगेस्ट सिलेक्शन' - असे नाव दिले (काही लोकांनी विनोदाने 'ईबीएस' चा विस्तार 'ई बे बाय स्प्रिंग' असा केला).

या त्यांच्या उपक्रमाविषयी बेझोस यांनी कंपनीतल्याही कोणाला सांगितले नाही, विशेषत: डायरेक्टर बोर्डाला तर जराही सुगावा लागू दिला नाही, कारण 'इंट्युट' या कंपनीचे संस्थापक जॉन स्कॉट ॲमेझॉनबरोबरच ई बेच्याही डायरेक्टर बोर्डावर होते. बेझोस यांनी या त्यांच्या उपक्रमाची जबाबदारी जोएल स्पीगल आणि जेफ ब्लॅकबर्न या दोघांवर सोपवली होती आणि त्यांना उद्दिष्ट दिले होते - 'तीन महिन्यांच्या मुदतीत 'प्रति ई बे' तयार करायची!'

बेझोस यांना त्यांच्या यशाविषयी, ई बेला मागे टाकण्याविषयी पूर्ण आत्मविश्वास वाटत होता. भांडवलाची कमी नसलेली ॲमेझॉन विक्रेत्यांना त्यांची उत्पादने साइटवर दाखवण्यासाठी कमीतकमी दर आकारू शकत होती, शिवाय त्यांना मोफत 'फ्रॉड इन्शुरन्स'- फसवणुकीची विनामूल्य भरपाईही देऊ शकत होती. या प्रकारच्या खरेदी-विक्रीमध्ये आणखी एक गोष्ट आवश्यक होती, आकर्षक ठरणारी होती, ती म्हणजे पैशांची अगदी विनासायास देवघेव. त्यासाठी बेझोस यांनी एक सहाच महिन्यांपूर्वी सुरू झालेली 'ॲक्सेप्टडॉटकॉम' नावाची एक कंपनी साडेसतरा कोटी डॉलर्स देऊन ताब्यात घेतली. खरे तर त्या कंपनीचे कामकाज अजून सुरूही झाले नव्हते आणि त्या कंपनीने 'ई बे'बरोबर एक करार करण्याची प्रक्रियाही सुरू केलेली होती. बेझोस यांनी ती त्या आधीच बळकावली.

या गुप्त घटनांविषयी बेझोस सर्वांत प्रथम कुक आणि डोअर यांच्याशी बोलले आणि तेही ऑफिसमध्ये नाही- तर ती तीन कुटुंबे त्या हिवाळ्यात आस्पेन येथे स्कीइंग करायला गेले असताना. कुक यांनी सांगितले, ''बेझोस

आम्हांला म्हणाले की, आपण यात नक्कीच यशस्वी होणार, तेव्हा ई बेच्या डायरेक्टर बोर्डावर राहायचे की नाही याचा तुम्हांला कदाचित विचार करावासा वाटेल! त्यांच्या मते सगळे त्यांना हवे तसेच घडणार होते.'' त्या वेळी कुक यांनी पुढे काय आणि कसे होते ते पाहून मग निर्णय घ्यायचे ठरवले.

...आणि १९९९ सालच्या मार्च महिन्यात 'ॲमेझॉन ऑक्शन' ही कंपनी अधिकृतरीत्या अस्तित्वात आली. सुरुवात जरा मंदपणेच झाली; पण बेझोस यांनी तिला वेग पुरवला, 'किमतीअनुसार निवडी'च्या योजना – म्हणजे लिलाव वेबवर जाहीरपणे प्रसारित करण्यासाठी त्यांनी आणखी एक कंपनी ताब्यात घेतली आणि 'सदेबीज' या अलंकार, महागडी घड्याळे, उत्तमोत्तम कलाकृती, उंची मद्य अशा श्रीमंती गोष्टींसाठी नावाजलेल्या ऑक्शन हाउसशीही करार केला. परंतु ते सर्व प्रयत्नही निष्फळ शाबित झाले. ॲमेझॉनच्या साइटवर जाऊन हव्या त्या गोष्टी लगेच माहीत होणाऱ्या ठरावीक किमतींना विकत घ्यायची सवय झालेल्या ग्राहकांना साइटच्या होम पेजवरून आणखी एक स्वतंत्र टॅब क्लिक करून 'ॲमेझॉन ऑक्शन'पर्यंत पोहोचायचे आणि तेथे किमतींची घासाघीस करीत बसायचे हे काही रुचेना, अंगवळणी तर मुळीच पडेना. त्यांना ते सामान सेकंड हॅन्डसारखे वाटत राहिले.

तंत्रज्ञानाशी सख्य असलेल्या लोकांना नेटवर्क घडवीत असलेल्या परिणामांच्या वाढत्या गतीची जाणीव होऊ लागली होती. जसजशी ऑनलाइन सोयीसुविधा वापरणाऱ्यांच्या संख्येत भर पडत होती, त्याची उपयुक्तता विस्तारित होती तसतसे त्या सोयी आणि त्यावर उपलब्ध असलेली उत्पादने हे सगळेच महाग होत चालले होते. ऑनलाइन व्यापारात नेटवर्कमुळे होणारे बदल फार व्यापक प्रमाणात होत होते. विक्रेते जास्तीतजास्त ग्राहक मिळवायला टपून बसलेले असायचे आणि ग्राहकही निवडीला भरपूर वाव मिळवायला. ऑक्शनच्या क्षेत्रात ई बेने दुर्लभ असे उच्च स्थान मिळवले होते. या काळाविषयी बोलताना ॲमेझॉनमधील अधिकारी सांगतात की, एका दृष्टीने तो काळ क्लेशकारक होताच, पण तो मानसिक शक्ती वाढवणारा होता! ब्लॅकबर्न म्हणतात, ''मी कंपनीत घालवलेल्या काळातील १९९० ते २००० हे दशक खरोखरच सर्वांत जास्त ताणतणावाचे होते, पण त्या तणावातही एक मजा होती. कंपनीतले आम्ही सगळे हुशार, प्रतिभावंत लोक झपाटल्यासारखे आमच्या स्पर्धकांपेक्षा चांगली ऑक्शन साइट ग्राहकांना

कशी मिळवून द्यायची याच्या मागे लागलो होतो. शेवटी नेटवर्कचा उपयोग सर्वांत चांगला, परिणामकारकरीत्या कसा करून घेतला जातो हे सर्वांत महत्त्वाचे होते. आम्ही जरा कच्चेच होतो, अनुभवात कमी पडत होतो; पण तरीसुद्धा शेवटी आम्ही चांगलेच काम केले.''

ते अपयश बेझोस यांनी फार मनाला लावून घेतले नाही. ते काही काळाने मिळालेल्या यशाची पहिली पायरी होते, अखेरीस कोणाही विक्रेत्यांना ॲमेझॉनकडेच खेचून आणण्यासाठी केलेल्या अविरत प्रयत्नांतील तो पहिला – फसलेला म्हणा हवा तर – प्रयत्न होता असेच त्यांनी मानले. ऑक्शन साइटवर 'झेड शॉप्स' सुरू झाली. त्यावरील ऑक्शन्समध्ये किमतीची घासाघीस नव्हती. 'ॲमेझॉनडॉटकॉम' या साइटवरील ती 'शॉप्स' कोणीही विक्रेते त्यांच्या उत्पादनांच्या विक्रीसाठी चालवू शकत होते. उत्पादनांच्या किमती ठरलेल्या असायच्या. (वॉल मार्टनेच चालवलेले, केवळ सभासदांसाठीच असलेले, सॅम वॉल्टनच्या नावावरून नामकरण केलेले 'सॅम्स क्लब' जसे लोकप्रिय झाले, तसेच या 'झेड शॉप्स'चे नामकरणही पुढे 'जेफ्स क्लब' असेच झाले.) पण ती 'झेड शॉप्स'ही चालली नाहीत. त्या वेळी तरी वेबवरील लहान लहान विक्रेते 'ई बे'शीच जोडलेले राहिले.

ॲमेझॉनच्या त्या ऑक्शन साइटचा सर्वांत उत्सुकतेने आणि उत्साहाने जर कोणी वापर केला असेल तर तो स्वत: बेझोस यांनीच! त्या साइटला सतत भेट देता देता त्यांनी त्यावरील बऱ्याच प्राचीन वस्तुसंग्रहालयात ठेवतात तशा काही ऐतिहासिक आणि काही शास्त्रीयदृष्ट्या महत्त्वाच्या वस्तू हेरल्या. त्यात हिमयुगातील, गुहेत राहणाऱ्या अस्वलाचा एक हाडांचा सांगाडा होता. त्याबरोबर त्याच्या शिश्नाचे हाडही होते. त्याची किमत ४०,००० डॉलर्स होती. तो सांगाडा त्यांनी ऑक्शन साइटवरून खरेदी केला. ॲमेझॉनचे ऑफिस ज्या कोलंबिया बिल्डिंगमध्ये होते त्या बिल्डिंगची पडझड सुरू झाल्याने त्या वर्षीच्या उन्हाळ्यात ऑफिस पुन्हा एकदा नव्या जागेत हलले. ती जागा आय-५ हा हायवे समोर दिसणाऱ्या एका टेकडीवर १९३० सालापासून उभ्या असलेल्या, त्याच काळातील वास्तुकलेचा उत्तम नमुना असलेल्या 'पॅसिफिक मेडिकल सेंटर'ची इमारत होती. त्या 'नव्या प्राचीन' वास्तूमध्ये ऑफिस हलल्यानंतर तिच्या स्वागतकक्षात तो 'प्राचीन' अस्वलाचा सांगाडा ठेवला गेला. त्याच्या शेजारी मजेशीर मजकूर असलेली एक पाटी लावलेली होती : 'कृपया या अस्वलाला खायला घालू नका'.

स्टॉक मार्केटच्या दोन स्थिती असतात. बुल मार्केट - स्टॉकच्या किमती बैलासारख्या मुसंडी मारून वर वर जात असतानाची स्थिती आणि बेअर मार्केट - स्टॉकच्या किमती अस्वलासारख्या दबकत दबकत खाली खाली जात असतानाची स्थिती. आणि त्यात खरेदी-विक्री करणाऱ्यांच्या पण दोन जाती असतात - बुल आणि बेअर - बैल आणि अस्वल. त्या वेळची स्टॉक मार्केटची स्थिती कोणीही 'बेअर्स' काहीही हालचाल करणार नाहीत अशीच होती. तशातच १५ डिसेंबर १९९८ या दिवशी त्या क्षेत्रातील प्रसिद्ध सल्लागार कंपनी 'ओपेनहायमर'चे ॲनालिस्ट हेन्री ब्लॉजेट यांनी जे भाकीत जाहीर केले ते त्या दशकातील सर्वांत कुप्रसिद्ध भाकीत ठरले. त्यांनी असे जाहीर केले की डॉटकॉम कंपन्यांच्या उद्रेकाच्या लाटेवर स्वार झालेल्या ॲमेझॉनच्या स्टॉक्सची त्या वेळी २०० डॉलर्सच्या आसपास राहणारी किंमत पुढील बारा महिन्यांत ४०० डॉलर्सवर झेप घेणार आहे! त्यांनी वर्तवलेला हा अंदाज त्यांच्या - आणि बहुसंख्य लोकांच्याही - मनात ॲमेझॉनच्या वाटचालीविषयी असलेल्या दृढ विश्वासातून प्रकट झाला होता. त्याने पूर्ण मार्केटमध्ये कमालीची अस्वस्थता, चिंता, हुरहुर निर्माण केली. ज्या दिवशी ते भाकीत वर्तवले गेले त्याच दिवशी ॲमेझॉनच्या स्टॉकच्या किमतीने ४६ डॉलर्सची उसळी मारली, इतकेच नव्हे तर जे सहा महिन्यांनी होईल असे भविष्य होते ते तीन आठवड्यांत झाले, स्टॉकची किमत ४०० डॉलर्स झाली!! (त्यानंतर ॲमेझॉनने दोनदा स्टॉक्स स्प्लिट केले आणि त्यामुळे स्टॉकच्या किमतीने १०७ डॉलर्सचे शिखर गाठले.) त्या काळात वॉलस्ट्रीटवरून, प्रसार माध्यमातून स्फोटक शब्दांतल्या बातम्यांचा अखंड वर्षाव गुंतवणूकदारांना वेडे करून सोडत होता.

त्यांच्या कंपनीचा गाजावाजा होत होता, कंपनी सतत चर्चेत होती, या गोष्टीचा आपल्यावर काहीही परिणाम होत नाही, असे बेझोस जरी चारचौघांत म्हणत होते, तरी डॉटकॉमच्या वाढत्या वेडाचा, या उन्मादाचा उपयोग त्यांनी कंपनीच्या वाढीचा वेग आणि आवाका वाढवण्याकडे करून घेतला. त्यांचा विचार अगदी तर्कशुद्ध होता. जर इंटरनेट पूर्ण जग काबीज करीत चालले आहे तर त्यात ॲमेझॉनने जास्तीतजास्त प्रदेशावर काबू मिळवलाच पाहिजे! त्या वर्षी त्यांनी त्यांचा मानस या शब्दांत प्रकट केला, ''आता आम्ही आमच्या कंपनीकडे केवळ एक 'पुस्तकाचे भांडार' वा एक 'म्युझिक स्टोअर' म्हणून बघत नाही, आता आम्हांला आमची कंपनी

आमच्याकडे येणाऱ्या ग्राहकाला जे काही हवे असेल ते त्याला शोधता येईल आणि मिळवताही येईल, अशी जागा व्हायला हवी आहे.''

हा त्यांचा 'ग्राहकाला जे हवे ते मिळवून देण्याचा' मानस प्रत्यक्षात आणण्याचे दोन मार्ग होते. एक मवाळपणे, शांतपणे, संथ गतीने एकेक प्रकार वाढवीत जायचे किंवा आक्रमक पद्धतीने सगळे प्रकार एकाच वेळी समाविष्ट करायचे. बेझोस यांनी त्यांचा मानस विविध पद्धतींनी प्रत्यक्षात आणला. त्यांनी लढवलेल्या एकाहून एक विचित्र, असाधारण, कधीकधी धक्कादायकही, अशा कल्पनांना ॲमेझॉनमध्ये 'फीव्हर ड्रीम्स'– 'स्वप्नांचा कैफ', 'स्वप्नांचा ज्वर' म्हटले जायचे.

तशाच एका कल्पनेतून साकारलेल्या नव्या उपक्रमाला 'अलेक्झांड्रिया प्रॉजेक्ट' असे नाव दिले गेले होते. तो 'नोहाज आर्क' या नावानेही ओळखला जायचा. तो उपक्रम असा होता की छापल्या जाणाऱ्या प्रत्येक पुस्तकाच्या दोन प्रती मिळवून त्या कंपनीच्या केंचुकीमधल्या लेक्झिंग्टन येथील वितरणकेंद्रात ठेवायच्या. उपक्रम अत्यंत खर्चीक होता आणि अव्यवहार्य होता. बरीचशी पुस्तके प्रदीर्घ काळ तेथेच पडून राहायची, त्यांवर धूळ साठायची आणि ती जागाही अडवायची. पण ग्राहकाला कोणतेही पुस्तक ॲमेझॉनच्या साइटवर सापडलेच पाहिजे आणि ते त्याला लगेच मिळाले पाहिजे, असा बेझोस यांचा हट्टच होता. काही काळानंतर पुस्तके खरेदी करणाऱ्यांच्या टीमने तो नियम थोडा शिथिल केला. प्रसिद्धी पावलेल्या, लोकप्रियता संपादन केलेल्या पुस्तकांच्याच प्रती ते कायम केंद्रामध्ये असतील याची खात्री करू लागले आणि बाकीची पुस्तकेही लगेच उपलब्ध व्हावीत यासाठी काही निवडक पुस्तक प्रकाशक व वितरक यांना ग्राहकांची मागणी आल्याबरोबर ती त्यांच्याकडे ताबडतोब पाठवण्याच्या कराराने बांधून घेऊ लागले.

बेझोस यांचे याहीपेक्षा विचित्र असे एक स्वप्न होते– प्रोजेक्ट फार्गो. हे नाव १९९६ साली प्रकाशित झालेल्या, कान्स फिल्म फेस्टिव्हलमध्ये कोएन बंधूंना 'बेस्ट डायरेक्टर' हे ॲवॉर्ड मिळवून देणाऱ्या, एक गंभीर विषय विनोदी शैलीत सादर केलेल्या, खळबळजनक अशा 'फार्गो' या चित्रपटावरून ठेवले गेले होते. जगभरात बनणाऱ्या सर्व गोष्टी मिळवून त्यातली प्रत्येकी एकतरी कंपनीच्या वितरणकेंद्रात ठेवलेली असली पाहिजे – हे होते बेझोस यांचे स्वप्न. ॲमेझॉनमध्ये दीर्घ काळ काम केलेल्या एक अधिकारी किम रॅचमिलर म्हणाल्या, ''यामागे व्यापक उद्दिष्ट असे होते की ॲमेझॉन ही

साइट अशी झाली पाहिजे की, काहीही खरेदी करायचे झाले की लोकांनी सर्वांत आधी त्याच साइटवर गेले पाहिजे! लोकांना वाटले पाहिजे की इथे रोडिओसाठी लागणारा पोशाखसुद्धा मिळतो म्हणजे काहीही मिळणारच!''

किम रॅचमिलर यांनी असेही सांगितले, ''थोड्या सौम्य शब्दांत सांगायचे तर जेफच्या या 'प्रोजेक्ट फार्गो'ला कंपनीतील खालच्या स्तरावरील कामगारांचा फारसा पाठिंबा नव्हताच. त्यामुळे ते आपोआपच मागे पडायचे आणि जेफ ते पुन:पुन्हा पुढे ओढून आणायचा. जेफने बोलावलेली सर्व कामगारांची एक सभा मला अजून आठवते. त्यात जेफ त्या प्रोजेक्टचे महत्त्व लोकांना समजावून सांगत होते, त्याची आवश्यकता पटवून देत होते. 'हे ॲमेझॉनच्या इतिहासातले सर्वांत महत्त्वाचे प्रॉजेक्ट आहे.' जवळजवळ हेच वाक्य त्यांनी वापरले होते.'' शेवटी अन्य काही अधिक महत्त्वाच्या गोष्टी पुढे आल्या आणि आधीच कोणाला फारसे न पटलेले 'प्रोजेक्ट फार्गो' मागे पडत पडत बंद पडले!

ॲमेझॉन ज्या पद्धतीने काम करू लागले होते त्यावरून हे स्पष्टच दिसत होते की, बेझोस ग्राहकाने मागणी नोंदवल्यापासून कमीतकमी वेळात ती त्याच्या दारात कशी पोहोचेल या प्रश्नात सर्वांत जास्त गुंतून गेले होते. जॉन डोअर म्हणतात, ''कित्येक वर्षे आम्ही याच गोष्टीवर खल करीत होतो, याचसाठी निरनिराळे मार्ग चोखाळून पहात होतो की ज्या दिवशी एखाद्या गोष्टीची मागणी नोंदवली जाईल त्याच दिवशी ती ग्राहकाच्या हातात पडेल – 'सेम डे डिलिव्हरी'!'' त्याच मंथनातून 'कॉझमोडॉटकॉम' नावाच्या, विविध गोष्टी – अगदी खाद्यपदार्थांपासून व्हिडिओ गेम्सपर्यंत काहीही – न्यू यॉर्क शहरातील ग्राहकांच्या दारात नेऊन पोहोचवणाऱ्या कंपनीत सहा कोटी डॉलर्सची गुंतवणूक करण्याचे 'विष' बाहेर आले. (विषच म्हटले पाहिजे. कारण २००१ सालीच त्या कंपनीचे दिवाळे वाजले!) या 'माल लवकरात लवकर पोहोचवण्या'च्या प्रश्नाने बेझोस यांना इतके काही ग्रासून टाकले होते की, ते काही अवास्तव कल्पनांचासुद्धा विचार करीत होते; त्या बोलूनही दाखवीत होते, वापरूनही पाहत होते. त्यातलीच एक अशीही होती की, ॲमेझॉनने मॅनहॅटन परिसरात राहणाऱ्या कॉलेज विद्यार्थ्यांना कामावर ठेवावे, त्यांना त्यांच्या खोल्यांमध्ये लोकांकडून सर्वांत जास्त मागणी येणाऱ्या गोष्टींचा साठा ठेवायला लावावा आणि गरजेअनुसार त्यांना सायकलवरून जाऊन ग्राहकांना त्या नेऊन द्यायला लावाव्यात. ती कल्पना ऐकल्यावर तर

कंपनीतले लोक अवाकच झाले! कंपनीत 'डीसी' या सॉफ्टवेअरवर काम करणारा एक इंजिनिअर ब्रुस जोन्स म्हणाला, ''म्हणजे आम्ही आधीच आमच्या अॅटलांटा येथील वितरणकेंद्रात होणाऱ्या चोऱ्यांनी वैतागलो होतो, त्यातच ही कॉलेज-विद्यार्थ्यांच्या हातात 'किल्ल्या' देण्याची कल्पना!''

बेझोस यांच्या स्वप्नांच्या कैफाने कळस गाठला तो सिलिकॉन व्हॅलीमधील 'जंगली' नावाची कंपनी अॅमेझॉनने ताब्यात घेतली तेव्हा! ती कंपनी स्टॅन्फोर्ड युनिव्हर्सिटीत कॉम्प्युटर सायन्स या विषयात पीएच. डी. करणाऱ्या तीन पदवीधरांनी स्थापन केली होती. ग्राहकाला त्याला हव्या असलेल्या गोष्टीची निवड तशाच अनेक गोष्टींची तुलना करून मग ती खरेदी करण्याची संधी देणारी इंटरनेटवरील ती पहिली 'कंपॅरिझन-शॉपिंग साइट' होती. एकच गोष्ट तयार करणाऱ्या वा त्या ऑनलाइन विकणाऱ्या जास्तीतजास्त उत्पादक वा विक्रेत्यांकडून त्या गोष्टीच्या संबंधातील सर्व बाबी गोळा करून त्या सर्व त्यांच्या किमतीसकट साइटवर ग्राहकांना दाखवल्या जात. अॅमेझॉन पब्लिक कंपनी झाल्यानंतर काही महिन्यांतच बेझोस यांनी अॅमेझॉनच्या १७ कोटी डॉलर्स किमतीच्या स्टॉक्सच्या बदल्यात तीच कंपनी ताब्यात घ्यायच्या प्रयत्नात असणाऱ्या 'याहू'च्या हातून ओढून अॅमेझॉनच्या ताब्यात घेतली. 'जंगली'च्या साइटवर असणाऱ्या सर्व गोष्टींची यादी - त्यांच्या माहिती व किमतीसकट - अॅमेझॉनच्या साइटवर समाविष्ट करायची म्हणजे अॅमेझॉनच्या यादीत नसलेले जरी काहीही ग्राहकाला हवे असले तरी त्याला साइटवर त्याची माहिती मिळेल आणि पसंत पडेलेले विकतही घेता येईल अशी बेझोस यांची त्यामागची कल्पना होती.

या नव्या 'उपकंपनी'साठी कॅलिफोर्नियात ऑफिसेस उघडली तर प्रत्येक विक्रीमागे तिथला विक्रीकर भरावा लागला असता म्हणून काटकसरी बेझोस यांनी 'जंगली'च्या सर्व कर्मचाऱ्यांना सिअॅटलला स्थलांतरीत व्हायला सांगितले. त्यानंतरचे काही महिने जंगली जी सेवा पुरवीत होती ती अॅमेझॉनच्या साइटवर 'शॉप द वेब' या नावाने ग्राहकांना उपलब्ध करून देण्यात आली. ग्राहक अॅमेझॉनच्या साइटवर एखाद्या गोष्टीचा शोध घेत असेल तर 'जंगली'चे सॉफ्टवेअर त्यांची उत्पादनांची यादी किमतीसकट 'ब्ल्यू लिंक्स'च्या तंत्रज्ञानाने ग्राहकाला दाखवीत असे. ग्राहकाला त्या यादीतील एखादी गोष्ट खरेदी करायची असेल तर ते मात्र त्याला त्याच ठिकाणी करता येत नसे, त्यासाठी त्याला आणखी एक क्लिक दाबून त्या

गोष्टीच्या उत्पादकाच्या वा विक्रेत्याच्या साइटवर जावे लागे. ग्राहकाने खरेदी करताना असे अ‍ॅमेझॉनची साइट सोडून दुसऱ्या साइटवर जाणे अ‍ॅमेझॉनमधील बऱ्याच तंत्रज्ञांना, अधिकाऱ्यांना खटकत असे. परिणाम असा झाला की 'शॉप द वेब' अ‍ॅमेझॉनडॉटकॉमवर अल्प काळच टिकले आणि नंतर ते अंतर्धानच पावले. राम श्रीराम नावाचे 'जंगली' कंपनीचे चीफ ऑपरेटिंग ऑफिसर काही काळानंतर अ‍ॅमेझॉनमध्येच आले आणि त्यांनी 'बिझनेस डेव्हलपमेंट' विभागाची सूत्रे हाती घेतली. 'शॉप द वेब'च्या अल्पायुष्याला ते 'टोटल टिश्यू रिजेक्शन'– एकाच्या शरीराने दुसऱ्या कोणाच्यातरी पेशी अथवा अवयव यांचे प्रत्यारोपण नाकारणे – असे नाव देऊन ते म्हणतात, ''अ‍ॅमेझॉनच्या टीमलाच ती योजना पसंत नव्हती हेच ती यशस्वी न होण्याचे काही अंशी कारण होते.''

एकंदरीत 'जंगली' ही कंपनी अ‍ॅमेझॉनने संपादन करणे पूर्णपणे अयशस्वी ठरले. सिअ‍ॅटलला स्थलांतरीत झालेली 'जंगली'ची संस्थापक त्रयी आणि कंपनीतले बहुतेक सगळे लोक १९९९ सालाच्या अखेरीस बे एरियामध्ये परत गेले. असे सगळे घडूनही या सगळ्या घटनेने बेझोस यांना – आणि संपूर्ण जगालाही – एक असाधारण, उदार असे देणे दिले. 'जंगली'त काम करणारे राम श्रीराम कंपनीच्या संस्थापकांना न कळू देता लॅरी पेज आणि सर्जी ब्रिन नावाच्या दोन स्टॅन्फोर्डमध्ये पीएच.डी. करणाऱ्या विद्यार्थ्यांना मार्गदर्शन करीत होते. ते दोघे विद्यार्थी इंटरनेटवर शोध घेण्याच्या प्रक्रियेत काहीतरी कल्पनातीत असे करण्याच्या प्रयत्नांत होते. १९९८ सालच्या फेब्रुवारी महिन्यात तो 'इतिहास' घडला. त्या दोघांनी – लॅरी पेज आणि सर्जी ब्रिन यांनी – त्यांचे मार्गदर्शक राम श्रीराम आणि आणखी तीन प्रत्येकी २.५ लाख डॉलर्स देणाऱ्या गुंतवणूकदारांच्या आर्थिक साहाय्याच्या बळावर 'गुगल' नावाची इंटरनेट कंपनी स्थापन केली!

त्यानंतर सहा महिन्यांनी, १९९८ सालच्या उन्हाळ्यानंतर, स्नेहीमित्रांना भेटायला बेझोस आणि मॅकेन्झी हे पती–पत्नी बे एरियात गेले होते. त्या वेळी बेझोस यांनी श्रीराम यांच्याकडे 'गुगल'च्या संस्थापकांशी भेट घडवून आणण्याची विनंती केली. एका शनिवारी सकाळी राम श्रीराम बेझोस पती–पत्नी जेथे उतरले होते, त्या 'इन अ‍ॅट सॅराटोगा' या हॉटेलमध्ये गेले आणि त्या दोघांना त्यांनी ब्रेकफास्टसाठी त्यांच्या गाडीतून स्वत:च्या घरी नेले. तेथेच लॅरी पेज आणि सर्जी ब्रिन हे दोघेपण ब्रेकफास्टसाठी आले. त्याच

भेटीत बेझोस यांना त्यांनी 'शोधलले' 'सर्च इंजीन' दाखवले. त्यानंतर काही वर्षांनी स्टीव्हन लेव्ही या पत्रकाराने त्यांची मुलाखत घेतली होती, त्यात ॲमेझॉनच्या साइटवर जाहिरातींना कधीच स्थान मिळणार नाही याची कारणे सांगताना बेझोस त्यांच्या त्या भेटीचा उल्लेख करून म्हणाले, ''पहिल्याच भेटीत गुगलच्या दोघा तरुणांच्या 'निकोप आग्रहीपणा'ने मी प्रभावीत झालो.''

त्या दिवशी ब्रेकफास्टनंतर 'गुगलचे ते दोन तरुण' निघून गेले. इंटरनेटचा लगाम आपल्या हाती घेण्याच्या त्या दोघांच्या जबर झपाटलेपणाने प्रभावीत झालेल्या बेझोस यांनी लगेच राम श्रीराम यांना त्यांची स्वत:ला गुगलमध्ये गुंतवणूक करण्याची उत्कट इच्छा असल्याचे बोलून दाखवले. श्रीराम यांनी त्यांना सांगितले की, गुगलने भांडवल गोळा करण्याची प्रक्रिया काही महिन्यांपूर्वीच थांबवलेली होती. परंतु बेझोस त्यांचा आग्रह सोडेनात. प्राथमिक गुंतवणूकदारांशी केलेल्या कराराप्रमाणेच तेही गुंतवणूक करायला तयार आहेत, असे सांगत राहिले. श्रीराम यांनी प्रयत्न करण्याचे आश्वासन दिले. त्यांनी लॅरी पेज व सर्जी ब्रिन या दोघांना भेटून बेझोस यांच्याविषयी – त्यांचे कार्य, त्यांची बुद्धिमत्ता, त्यांनी मिळवलेले स्थान, त्यांचा मोठेपणा याविषयी – सांगून त्यांचा गुगलमध्ये सहभाग असणे कसे उपयुक्त ठरेल हे त्यांना पटवून दिले. त्यांनी सहमती दर्शवली. ते दोघे सिॲटलला गेले, ॲमेझॉनच्या ऑफिसमध्ये बेझोस यांना भेटले, त्यांच्या बरोबर एक तास घालवला, कॉम्प्युटर्ससंबंधात बरीच चर्चा केली. ''बेझोस यांच्या बरोबरच्या त्या प्राथमिक भेटी खूपच उपयुक्त ठरल्या,'' असे लॅरी पेज यांनी सांगितले.

अशा रीतीने जेफ बेझोस त्यांच्या ॲमेझॉनच्या भविष्यातील स्पर्धक कंपनी 'गुगल'च्या सुरुवातीच्या निवडक गुंतवणूकदारांपैकी एक झाले आणि त्यांनी ॲमेझॉन स्थापन केल्यापासून अवघ्या चार वर्षांत इतकी अमाप संपत्ती मिळवली की तिची किमत आज शंभर कोटी डॉलर्स झाली असती. (२००४ साली ॲमेझॉन पब्लिक कंपनी झाल्यानंतरही त्यांनी गुगलमधील त्यांची संपूर्ण किंवा काही गुंतवणूक तशीच ठेवली की नाही याविषयी काहीही बोलायचे बेझोस कटाक्षाने टाळतात.) श्रीराम यांनी २००० साली ॲमेझॉन सोडली; परंतु ते 'गुगल'च्या डायरेक्टरपदावर मात्र राहिले. बेझोस यांची गुगलमधील गुंतवणूक या विषयावर बोलताना ते म्हणतात, ''बेझोस

अतिशय हुशार आणि धूर्त होते, स्वत:विषयी अत्यंत जागरूक होते आणि कोणतीही गोष्ट किती ताणायची, आपल्याला हव्या असलेल्या एखाद्या गोष्टीच्या किती मागे लागायचे हे त्यांना पक्के ठाऊक असे.''

कंपनीतील अनेक व्यावहारिक समस्या, काळज्या यामुळे बेझोस यांच्या स्वपनंचा कैफ हळूहळू उतरला. पुस्तकांखेरीजही अन्य गोष्टींची खरेदी–विक्री सुरू करण्यासाठी शास्त्रशुद्ध मार्ग अजमावण्यात येऊ लागले, पद्धतशीर विस्तार सुरू झाला. १९९८ साली म्युझिक आणि डीव्हीडी या दोन गोष्टींची विक्री व्यवस्थितरीत्या होऊ लागली. प्रगती योग्य दिशेने आणि योग्य वेगाने होत होती. लवकरच ॲमेझॉनने त्या दोन्ही क्षेत्रांत आघाडीवर असलेल्या, नाव कमावलेल्या अनुक्रमे 'सीडीनाऊडॉटकॉम' आणि 'रीलडॉटकॉम' या दोन्ही कंपन्यांना मागे टाकले. म्युझिक कंपन्या आणि स्टुडिओज यांना कोणाही मध्यस्थांशिवाय सरळ ॲमेझॉनलाच पुरवठा करायला राजी करण्यात कंपनीला सुरुवातीला यश आले नाही. परंतु पुस्तकांच्या क्षेत्रात जसे उत्तम, मोठमोठे मध्यस्थ ॲमेझॉनबरोबर होते तसेच म्युझिक आणि डीव्हीडीच्या क्षेत्रातील एक बडे वितरक बेकर ॲन्ड टेलर हे ॲमेझॉनच्या मागे उभे राहिले, त्यांनी त्या क्षेत्रातही कंपनीचा जम बसवायला मदत केली, कंपनीला बाजारात पत मिळवून दिली आणि मग ते वजन वापरून जेव्हा ॲमेझॉनने म्युझिक कंपन्या आणि स्टुडिओज यांच्याशी बोलणी केली तेव्हा त्या कंपन्यांनी ॲमेझॉनला थेट पुरवठा करण्याचे मान्य केले.

१९९९ सालाच्या सुरुवातीला बेझोस यांनी आणखी एक धाडसी पाऊल उचलले. ॲमेझॉनच्या वाढत्या यादीत समाविष्ट करण्यासाठी त्यांनी खेळणी आणि इलेक्ट्रॉनिक्स उपकरणे या दोन गोष्टींची निवड केली. त्यातील खेळण्यांचा विभाग सांभाळण्यासाठी रिटेल विभागाचे सीनियर व्हाईस प्रेसिडेंट डेव्हिड रिशर यांनी अगदी नुकत्याच स्टॅन्फोर्डमधून एमबीएची पदवी घेऊन बाहेर पडलेल्या हॅरिसन मिलर नावाच्या तरुणाची निवड केली. त्याने काही काळ न्यू यॉर्क सिटी हायस्कूलमध्ये पाचवीच्या विद्यार्थ्यांना शिकवण्याचे काम केले होते. याखेरीज लहान मुले, खेळणी यांच्याशी त्या तरुणाचा तसा काहीच संबंध नव्हता. तेवढ्याशा गुणवत्तेवर ती निवड केली गेली होती. अशा निवडींच्या बाबतीत फारशी काळजी न करण्याचा बेझोस यांचा स्वभाव त्या वेळी आणि पुढेही अनेक वेळा दिसून आला. त्यांना कंपनीचे मॅनेजर्स

अनेक विषयांत रस घेणारे, त्यात आपली हुनर दाखवणारे - हरहुन्नरी - असायला लागत. ते त्यांना 'ॲथलीट'च म्हणत. वेग, सायास, मोठमोठ्या शर्यतींमध्ये अंतिम रेषा गाठायचे प्रयास - असा ॲथलीट.

हॅरिसन मिलर या नव्या 'ॲथलीट'ला ब्रायन बर्टविसल हा एकमेव मदतनीस दिला गेला आणि त्या जोडीला खेळण्यांच्या खरेदी-विक्रीचे बस्तान आठ महिन्यांत - सुट्ट्यांचा हंगाम सुरू होण्याआधी - आवश्यक ते सर्व सोपस्कार पार पाडून बसवण्याचा आदेश! उद्दिष्ट आणि ते पूर्ण करण्याची मुदत हे दोन्ही मिळाल्यानंतर मिलर आणि बर्टविसल या जोडीने लगेचच न्यू यॉर्क येथे भरलेल्या खेळण्यांच्या भव्य अशा वार्षिक प्रदर्शनाला भेट दिली. जबाबदारी देताना त्या क्षेत्रासंबंधीचे विश्लेषकांचे अभ्यासपूर्ण अहवाल त्या दोघांना दिले गेले होते, तेही त्यांनी पूर्ण वाचलेले नव्हते. ते त्यांनी विमानप्रवासात एकमेकांत देवघेव करून वाचले. प्रदर्शनात भाग घेणाऱ्या कंपन्यांचे प्रतिनिधी, स्वतंत्र विक्रेते यांच्या त्यांनी भेटी घेतल्या, ॲमेझॉनच्या या क्षेत्रातील प्रवेशाविषयी माहिती देऊन त्या बाबत बोलणीही केली. एकंदरीत इंटरनेटवरून खेळण्यांचा व्यापार आणि त्यातील ॲमेझॉनचा सहभाग ही व्यापार वाढवण्याची संधी आहे की तो चाललेल्या व्यापाराला धोका ठरणार आहे याचा त्या कंपन्यांना नीट अंदाज येत नव्हता. ॲमेझॉन किती खेळणी घेईल, किती धंदा देईल- या कंपन्यांच्या प्रतिनिधींच्या प्रश्नाला त्या जोडीकडे निश्चित उत्तर नव्हते.

तोवर हाताळलेल्या पुस्तके, म्युझिक, चित्रपट या गोष्टींपेक्षा खेळणी हा प्रांत अगदीच निराळा होता. त्यात खेळणी पुरवणारे, न खपलेली खेळणी परत घेणारे असे स्वतंत्र वितरक नव्हते. खेळणी तयार करणारे कारखानदार कोणत्या वितरकाला किती माल द्यायचा हे अत्यंत काळजीपूर्वकरीत्या ठरवीत असत. त्यासाठी वितरकांना त्यांना किती खेळणी हवी आहेत, खेळण्याची जास्तीतजास्त विक्री होणाऱ्या वर्षअखेरीच्या सहा आठवड्यांच्या सणाच्या सुटीच्या काळात, जेव्हा पालकांचे खिसे सैल सुटतात, कोणती खेळणी मुलांच्यात लोकप्रिय ठरून सर्वांत जास्त खपणार आहेत हे एकेक वर्ष आधी कारखानदारांना सांगावे लागे. अंदाज चुकला तर वितरक फार मोठ्या अडचणीत सापडत. कारण सुट्या संपल्यानंतर विकली न गेलेली खेळणी कारखानदार परत घेत नसत. ती फळांसारखी नासून जात! मिलर म्हणाले, ''एखाद्या विशिष्ट खेळण्यांचे

एकेकदा मुलांना प्रचंड वेड असते. तसे खेळणे या सुटीत कोणते असेल हे सांगणे म्हणजे चित्रपटांचे फक्त ट्रेलर पाहून त्यातला कोणता चित्रपट 'ऑस्कर' जिंकेल हे सांगण्यासारखेच असते!''

अ‍ॅमेझॉनला प्रथमच पुरवठादारांच्या त्यांची उत्पादने विकण्याच्या अधिकारासमोर झुकावे लागले. तीन भागांत प्रकाशित झालेल्या, अफाट लोकप्रियता मिळवलेल्या 'स्टार वॉर्स' या चित्रपटातील योद्ध्यांच्या आणि इतरही सर्व पात्रांच्या रूपातील खेळणीही चित्रपटाइतकीच लोकप्रिय झाली होती. ती खेळणी बनवणारी कंपनी होती 'हास्ब्रो'. बेझोस स्वत: आणि त्यांच्या बरोबर मिलर आणि जॉन डोअर असे तिघे जण सॅन फ्रॅन्सिस्कोला जाऊन तेथील फेअरमॉन्ट हॉटेलमध्ये त्या 'हास्ब्रो' कंपनीचे चीफ एक्झिक्युटिव्ह अ‍ॅलन हॅसनफेल्ड यांना भेटले. नंतर ते चित्रपट निर्माण करणाऱ्या 'ल्युकास फिल्म लिमिटेड'च्या सॅन फ्रॅन्सिस्कोच्या उत्तरेकडील मरीन काउंटी येथील मुख्यालयातही जाऊन आले. या 'यात्रे'विषयी मिलर म्हणाले, ''तुमच्याकडे साठा ठेवा आणि आम्हांला लागेल तसा पुरवठा करा ही गोष्ट पटवून देण्याचा – गळी उतरवण्याचा, त्यासाठी याचना करण्याचा तो आमचा पहिलाच प्रसंग होता. अधिकृत पुरवठादार म्हणून एखादी अवघड आणि उंचच उंच टेकडी चढून जाण्याइतके कठीण झाले.''

त्या वर्षीच्या उन्हाळ्यात डायरेक्टर बोर्डाच्या मीटिंगमध्ये खेळण्यांच्या विक्रीसाठीच्या खर्चाच्या रकमेला बोर्डाची मंजुरी मिळवताना बेझोस व मिलर यांना फारच प्रयास पडले, वाद घालावे लागले, मिनतवाऱ्या कराव्या लागल्या. बेझोस यांनी मिलर यांना डायरेक्टर बोर्डासमोर काय बोलायचे ते सांगून ठेवले होते. ते असे होते : शक्य होईल तेवढ्या विविध प्रकारची खेळणी – बार्बी डॉल्सपासून अगदी प्रयासाने मिळणाऱ्या जर्मनीत तयार होणाऱ्या लाकडी आगगाड्या, मुलांना समुद्रकिनाऱ्यावर वाळूत खेळताना हमखास लागणाऱ्या प्लॅस्टिकच्या बादल्या आणि खोरी – सतत भांडारात ठेवावीत म्हणजे अ‍ॅमेझॉनच्या साइटवर खेळण्यांचा शोध घेणाऱ्या मुलांना आणि पालकांना कधी निराश व्हावे लागणार नाही. असे सांगितल्यानंतर त्यांनी त्यासाठी बारा कोटी डॉलर्सच्या गुंतवणुकीला मंजुरी मिळवावी असेही बेझोस यांचे म्हणणे होते. पण दूरदृष्टीने विचार करणाऱ्या मिलर यांना तेवढा आत्मविश्वास नव्हता, त्यांना भीती वाटत होती. म्हणून ते ती रक्कम कमी करायचा विचार करीत होते.

त्यांनी त्यांचा तो विचार बोलून दाखवताच ''नाही, नाही. बारा कोटी म्हणजे बारा कोटी!'' असेच बेझोस ओरडले! ''मला बारा कोटी पाहिजेतच! त्याकरता गरज पडली तर मी स्वत: ते माझ्या कारमध्ये भरून आणीन.''

त्यावर जॉय कवी यांनी असाही विनोद केला की- जेफ, तुम्ही होन्डा अॅकॉर्ड चालवता, त्यामुळे तुम्हांला त्यासाठी बऱ्याच खेपा कराव्या लागतील!

पण बेझोस त्यांच्या मागणीवर ठाम राहिले. पहिल्याच वर्षी कंपनीने अमेरिकेच्या 'मरीन टॉयूज फॉर टॉट्स फाउंडेशन'तर्फे ऑक्टोबर, नोव्हेंबर व डिसेंबर हे तीन महिने चालवल्या जाणाऱ्या गरीब मुलांना मोफत खेळणी वाटण्याच्या कार्यक्रमात फार मोठा वाटा उचलला. खेळण्यांच्या क्षेत्रातील प्रवेशाच्या वर्षाबद्दल बोलताना मिलर म्हणाले, ''पहिलाच सुट्यांचा मोसम सर्वांत चांगलाही गेला आणि सर्वांत वाईटही गेला! ग्राहकांसाठी आमचे 'दुकान' सर्वोत्तम ठरले, आम्ही आमचे वार्षिक उत्पन्नाचे उद्दिष्टही पूर्ण केले. पण तेवढ्या दोन गोष्टी सोडल्या तर बाकी सगळे फारच वाईट घडले. मोसम संपला तेव्हा आमच्याकडे पाच कोटी डॉलर्स किमतीची खेळणी पडून होती. मागच्या शिड्यांवरून माझे कर्मचारी 'विनी' घेऊन न्यू यॉर्कला जात होते आणि डिजिमॉन्स - डिजिटल मॉन्स्टर्स - या जपानी खेळण्याची विक्री डॉलरमागे वीस सेंट्सची सूट देऊन मेक्सिकोत करत होते. काही करून आम्हांला ती खेळणी खपवायची होती!''

खेळण्यांचे हे असे झाले. त्याच्या बरोबरीने दुसरा प्रकार नव्याने समाविष्ट केला होता तो होता इलेक्ट्रॉनिक्स उपकरणे. ते तर खेळण्यांपेक्षाही वरचढ आव्हान ठरले! अॅमेझॉनच्या 'डीव्हीडी स्टोअर्स'साठी काम केलेल्या डार्टमाउथ कॉलेजचा माजी विद्यार्थी ख्रिस पेन याच्या खांद्यावर डेव्हिड रिशर यांनी या नव्या उपक्रमाची धुरा दिली. पेनलाही मिलरप्रमाणेच मोठ्या पुरवठादारांच्या नाकदुऱ्या काढाव्या लागल्या. त्यात प्रामुख्याने घरगुती उपकरणे बनवणाऱ्या सोनी, तोशिबा, सॅमसंग यांसारख्या बड्या बड्या जपानी कंपन्या होत्या.

त्या कंपन्यांशी चर्चा म्हणजे पेनसाठी भिंतीवर डोके आपटून घेण्यासारखेच होते. इलेक्ट्रॉनिक्सच्या क्षेत्रातील त्या प्रचंड मोठ्या कंपन्यांच्या दृष्टीने इंटरनेटवर विक्री करणारे अॅमेझॉनसारखे 'लोक' म्हणजे ग्राहकांना कमी किमतीत माल विकणारे, एकंदरीतच जरा संशयास्पद असे

विक्रेते होते. त्यातच त्यांची उत्पादने सर्वत्र विकणाऱ्या दुकानांची साखळी असलेल्या 'बीट बाय', 'सर्किट सिटी' यांसारख्या त्यांच्या विश्वासातल्या धेंडांनीही ''ॲमेझॉन वगैरेंना दूरच ठेवा,'' असे सांगून त्यांचे कान भरलेले होते. या कंपन्यांना पर्याय होता तो 'इन्ग्राम इलेक्ट्रॉनिक्स'सारख्या बड्या वितरक कंपनीचा, पण त्यांच्याकडे 'हवे ते' मिळण्याची सोय नव्हती, निवडीला फारच मर्यादित वाव होता. बेझोस यांनी जॉन डोअर यांना 'सोनी अमेरिका'च्या हॉवर्ड स्ट्रिंजर यांच्याशी बोलायला पाठवले. पण त्यातूनही काही निष्पन्न झाले नाही.

त्या परिस्थितीत पेन दुय्यम वितरकांकडे वळला. ते बेकायदेशीर विक्री करीत नव्हते, पण ते उत्पादक कंपन्यांचे अधिकृत विक्रेतेही नव्हते. 'एडी बॉवर' या कापड व कपड्यांच्या क्षेत्रातील कंपनीमधून ॲमेझॉनमध्ये येऊन रिटेल फायनान्स डायरेक्टर या पदावर असलेले रँडी मिलर या अशा वितरकांकडून खरेदी करणे म्हणजे ''एखाद्या अंधाऱ्या गल्लीत कोणाच्यातरी गाडीच्या उघड्या डिकीत ठेवलेला माल विकत घेणे होते,'' असे म्हणतात! ते म्हणाले, ''...त्यांची काही शाश्वती देता येत नाही. पण जेव्हा तुम्हांला एखादी गोष्ट काय वाट्टेल ते झाले तरी हवीच असते, इलेक्ट्रॉनिक्सची उत्पादने कोणत्याही परिस्थितीत आपल्या साइटवर हवीतच असे तुम्ही ठरवूनच बसलेले असता तेव्हा मग कसेही असले तरी जे काही आवश्यक असेल ते करावेच लागते.''

तशाच काही अनधिकृत विक्रेत्यांकडून खरेदी करून पेन आणि त्याच्या नुकत्यात एकत्र आलेल्या सहकारी टीमने ॲमेझॉनच्या साइटवर इलेक्ट्रॉनिक्स वस्तूंचे पदार्पण घडवून आणले. पण त्यांच्या या प्रयत्नांचे बेझोस यांनी मात्र जराही कौतुक केले नाही. उलट ''रशियात कम्युनिस्ट राजवट असताना तिथल्या सुपर मार्केटमध्ये खरेदी केल्यासारखे वाटते,'' अशा शब्दांत त्यांनी त्यांची नाखुशी प्रकट केली. इलेक्ट्रॉनिक्सच्या क्षेत्रातील बड्या कंपन्यांना तिचा विचार करायला लावायला ॲमेझॉनला कित्येक वर्षे झगडावे लागले, लक्षणीय विक्री करून दाखवावी लागली. आता ॲमेझॉनचे स्टोअर इलेक्ट्रॉनिक्सच्या विविध वस्तू, उपकरणे, उत्पादने यांनी भरलेले आहे. बेझोस यांनी पेनच्या टीमला १९९९ सालच्या सुट्यांच्या काळातील विक्रीचे उद्दिष्ट दहा कोटींचे दिले होते आणि त्यांनी त्यातले साठ टक्के पूर्णही केले होते.

त्याच वर्षीच्या उन्हाळ्यात ॲमेझॉनने नव्या 'खेळणी व इलेक्ट्रॉनिक्स स्टोअर'ची जाहीर घोषणा केली, सप्टेंबर महिन्यात कंपनीने मॅनहाटनमधील शेरेटन या हॉटेलमध्ये वार्ताहर परिषद घेतली, प्रसार माध्यमांसमोर नवा उद्योगविभाग सादर केला. त्या समारंभाची तयारी चालली असताना कोणीतरी अशी कल्पना काढली की परिषदेच्या हॉलमधल्या टेबलांवर भरपूर खेळणी आणि इलेक्ट्रॉनिक्स उत्पादने मांडून ठेवावीत म्हणजे ग्राहकांना निवडीला किती प्रचंड वाव आहे हे उपस्थितांच्या मनावर चांगले ठसेल. बेझोस यांना ती कल्पना आवडली होती. ती अमलातही आणली गेली. परंतु परिषदेच्या आदल्या रात्री सगळी तयारी डोळ्यांकडून घालण्यासाठी बेझोस यांनी जेव्हा हॉलमध्ये चक्कर मारली तेव्हा टेबलावर वस्तू फारच कमी आहेत अशी त्यांनी तक्रार केली आणि ''चांगले मोठे ढीग रचा,'' असे फर्मावले. मोबाइल फोनवरून ''अरे, हे काय करून ठेवले आहे तुम्ही? तुम्हांला हा धंदा आपल्या स्पर्धकांच्या हाती द्यायचा आहे का?'' असे संबंधितांना त्यांनी झापलेदेखील!

मग काय? हॅरिसन मिलर, ख्रिस पेन आणि त्यांचे सर्व सहकारी रात्रभर मॅनहाटनमधील स्टोअर्समध्ये जाऊन, सढळ हाताने पैसे खर्च करून नाना प्रकारच्या वस्तू खरेदी करीत होते आणि त्या गाडीतून, टॅक्सीतून शेरेटनच्या हॉलमध्ये आणीत होते. हेराल्ड स्केअरमधल्या 'टॉयजरस' या खेळण्यांच्या मोठ्या दुकानात मिलरने एक हजार डॉलर्स खर्च केले. पेनच्या खरेदीने तर त्याच्या स्वत:च्या क्रेडिट कार्डाची लिमिट संपली आणि त्याला सिॲटलला फोन करून त्याच्या बायकोला पुढचे काही दिवस क्रेडिट कार्ड वापरू नकोस, असे सांगावे लागले. सर्वांचे प्रयत्न सार्थकी लागले जेव्हा बेझोस यांनी भरून ओसंडणारी टेबल्स पाहून समाधान व्यक्त केले तेव्हा! पण 'येणाऱ्या सुट्यांच्या मोसमातील खरेदीसाठी कोणत्याही युक्त्या-प्रयुक्त्या न वापरता, ग्राहकांना खरोखरच ढिगाने नाना प्रकार उपलब्ध करून दिले पाहिजेत' हा इशाराच त्या परिषदेने संपूर्ण टीमला दिला.

* * *

ॲमेझॉनची चौफेर प्रगती आणि वृद्धी होऊ लागली. सुट्यांमधील अमर्याद विक्रीचा जल्लोष वाढू लागला. त्याही परिस्थितीत आपल्या वेगाने वाढणाऱ्या वयातील कंपनीत कशा प्रकारची संस्कृती जपली व जोपासली गेली पाहिजे याविषयी बेझोस अत्यंत जागरूक असत. ऑफिसेसमधील

डोअर डेस्क्स, पार्किंगसाठी कर्मचाऱ्यांना फारच थोडी आर्थिक मदत अशा कंपनीत पहिल्यापासून सुरू असलेल्या गोष्टींमधून ते काटकसरीचे महत्त्व तर सतत सर्वांच्या मानवर बिंबवीत होतेच. पॅक मेड बिल्डिंगच्या पहिल्या मजल्यावरील एक 'कॉफी स्टॅन्ड' त्याच्या ग्राहकाना एक 'लॉयल्टी कार्ड' देतो. दहा वेळा तेथे कॉफी पिणाऱ्या 'लॉयल' ग्राहकाला अकरावी कॉफी फुकट दिली जाते. कोट्यधीश झालेले बेझोस त्या कॉफी स्टॅन्डवर जाऊन त्यांचे 'लॉयल्टी कार्ड' पंच करत, इतकेच नव्हे तर त्यांना मिळणारा हक्काचा मोफत कॉफीचा कप ओळीत उभ्या असलेल्या त्यांच्या एखाद्या सहकाऱ्याला देत. त्याच सुमारास त्यांनी एका स्थानिक उद्योजकाकडून स्वतःच्या खर्चाने एक विमान खरेदी केले होते आणि त्यांच्या स्वतःच्या मालकीच्या त्या खासगी विमानातून प्रवास करायला सुरुवात केली होती. अशा विमानप्रवासात त्यांच्या बरोबर कधीकधी कंपनीतील काही कर्मचारीही असत. त्या वेळी त्यांच्या या प्रवासाचा खर्च कंपनी करीत नाही, बेझोस स्वतः वैयक्तिकरीत्या करीत आहेत हे ते त्या कर्मचाऱ्यांना आवर्जून सांगत.

ॲमेझॉनने १९९८ साली 'टेलिबुक' नावाची जर्मनीमधील एक कंपनी आणि 'बुकपेजेस' नावाची इंग्लंडमधील एक कंपनी विकत घेतली. त्या प्रक्रियेच्या अगदी सुरुवातीला बेझोस यांच्या जुन्या डी.ई.शॉ कंपनीमधून ॲमेझॉनमध्ये येऊन मानव संसाधन विभागात काम करणारे ॲलिसन आल्गर हे टेलिबुक कंपनीच्या संस्थापकांशी टेलिफोनवर प्राथमिक स्वरूपाची बोलणी करणार होते. त्यात ॲमेझॉनमध्ये कसोशीने आचरणात आणल्या जाणाऱ्या काही मूलतत्त्वांचा उल्लेख करावा, असे आल्गर यांच्या मनात होते. म्हणून ते त्याविषयी बोलायला बेझोस यांच्याकडे गेले. हा फारच चांगला विषय आहे असे लक्षात येऊन त्या निमित्ताने तशी मूलतत्त्वे लिहून काढली पाहिजेत, असे वाटून ते दोघे एका खोलीत बसले आणि चर्चा करीत आल्गर यांनी भिंतीवरील पांढऱ्या फळ्यावर एकेका मूलतत्त्वाला शब्दरूप दिले. ती 'पंचतत्त्वे' होती : ग्राहकाचे समाधान हाच ध्यास, काटकसर (मितव्यय), पूर्ण विचारांती केलेल्या कृतींवर भर, प्रत्येकाच्या मनात 'कंपनी माझी आहे,' ही आत्मीयतेची भावना आणि गुणवत्तेला सर्वोच्च स्थान. पुढे ॲमेझॉनने सहावे तत्त्व समाविष्ट केले : 'नव्याचा शोध'.

ही तत्त्वे ऑफिसमध्ये आणि वितरण केंद्रांमध्ये ठिकठिकाणी बोर्डांवर झळकू लागली. पण त्याचे नुसते प्रदर्शन करण्यापेक्षा ती तत्त्वे कंपनीतील

प्रत्येक माणसाच्या विचारात भिनवण्याचे, कृतीत उतरवण्याचे मार्ग बेझोस शोधू लागले. गुणवत्तेला सर्वोच्च स्थान या तत्त्वाच्या पालनाची सुरुवात नवी माणसे घेताना गुणवत्तेचा दर्जा वरचाच ठेवण्यापासून करायची या विचाराने बेझोस यांनी जवळच्या मायक्रोसॉफ्ट या कंपनीत नव्या माणसांच्या निवडीसाठी वापरल्या जाणाऱ्या पद्धतीचा अवलंब करायचे ठरवले. त्या पद्धतीत अन्य सर्व परीक्षा, मुलाखती वगैरे झाल्यानंतर, शेवटी मायक्रोसॉफ्टने खास नेमलेल्या काही निवडक अनुभवी, उच्चपदस्थ अधिकाऱ्यांपैकी एक जण उमेदवाराला भेटून त्याच्याशी बोलत असे. त्या बोलण्यातून तो अधिकारी उमेदवाराला कंपनीत घ्यायचे की नाही, यावर त्याचे मत देत असे आणि त्या मताद्वारे दिलेला तो निर्णय अंतिम मानला जात असे. या पद्धतीचा अवलंब करून मायक्रोसॉफ्टने नव्या कर्मचाऱ्यांच्या आणि एकंदरीत कंपनीच्या गुणवत्तेचा दर्जा अतिशय उत्तम राखला होता. बेझोस यांना ही सर्व माहिती जोएल स्पीगल आणि डेव्हिड रिशर या दोघांकडून मिळाली होती. त्यांनी त्यावरून स्वत:ची अशी एक आवृत्ती बनवली आणि तिला 'गुणवत्तेची उंची वाढवणारी शिडी' असे नाव दिले.

ही 'शिडी' म्हणजे ज्यांनी ॲमेझॉनमध्ये गुणवान व्यक्तींना आणले आहे, ज्यांना गुण पारखण्याची कला व शास्त्र दोन्ही अवगत आहे ते अनुभवी अधिकारी. अशा अधिकाऱ्यांकडून कोणत्याही नव्या उमेदवाराविषयीचे मत घ्यायची ही पद्धत आजही ॲमेझॉनमध्ये वापरली जाते. सुरुवातीला बेझोस आणि डॅलझेल या दोघांनी कंपनीतील तशा 'शिड्यां'ची निवड केली होती. त्यात डी.ई.शॉ कंपनीतून आलेल्या जेफ होल्डन यांचा समावेश होता. असे महत्त्वाचे पद बहाल केलेला एक तरी अनुभवी अधिकारी प्रत्येक नव्या उमेदवाराच्या निवडीच्या प्रक्रियेमध्ये सहभागी असतोच. इतर सर्व चाचण्यांमधून यशस्वीपणे उत्तीर्ण झालेला उमेदवारही जर अशा अधिकाऱ्याच्या मते अयोग्य, कंपनीतील गुणवत्तेचा दर्जा व उंची न वाढवू शकणारा ठरला तर त्याच्या जवळ असलेल्या नकाराधिकाराचा अधिकार वापरून तो त्या उमेदवाराला नाकारू शकतो. मग त्या बाबतीत जो 'नियुक्ती अधिकारी' असतो त्यालाही तो अंतिम निर्णय फिरवता येत नाही. डॅलझेल म्हणतात, ''कंपन्या मोठ्या व्हायला लागल्या, पसारा वाढू लागला की नव्या कर्मचाऱ्यांची गरजही वाढत जाते आणि ती भागवण्याच्या नादात गुणवत्तेचा

दर्जा दुर्लक्षित राहतो, त्याविषयी तडजोड होऊ लागते. हे ॲमेझॉनमध्ये कधीही होणार नाही याची आम्हांला काळजी घ्यायची होती.''

कंपनीच्या सहा तत्त्वांपैकी, वॉल मार्टचे संस्थापक सॅम वॉल्टन यांच्याकडून स्फूर्ती घेतलेल्या 'पूर्ण विचारांती केलेल्या वेगवान कृतीवर भर' या तत्त्वाला कंपनीत चांगली बळकटी मिळावी, त्याला उचित महत्त्व प्राप्त व्हावे या हेतूने बेझोस यांनी 'जस्ट डु इट'-'बस, काम करा!' – असे एक बक्षीस जाहीर केले होते. जो कर्मचारी काहीतरी लक्षणीय असे काम करेल, विशेषत: त्याच्या रोजच्या, नेमून दिलेल्या कामाच्या पलीकडे जाऊन, स्वत: पुढाकार घेऊन ते करेल त्याच्या त्या तत्त्वपालनाचे कौतुक, त्याचा सन्मान त्याला ते 'जस्ट डु इट' हे बक्षीस देऊन केले जात असे. कधीकधी त्या कामाचा इष्ट परिणाम घडून येत नसे, कधीकधी ते चूकही शाबित होत असे, तरीही त्या कर्मचाऱ्याला बक्षीस दिले जात असे; कारण ते बक्षीस नवा विचार करण्याला, तो कृतीत उतरवण्याला, त्यासाठी स्वत: पुढाकार घेऊन, कष्ट करण्याला दिले जात असे, केवळ यशाला नाही. त्या बक्षिसाच्या बाबतीतही 'काटकसर, मितव्यय, पैशाची बचत' ही तत्त्वे लागू होत असतच. म्हणूनच बेझोस यांनी ते बक्षीस रोख पैशांच्या स्वरूपात ठेवले नव्हतेच! नॉर्थ वेस्टर्न युनिव्हर्सिटीचा एक माजी बास्केटबॉल खेळाडू डॅन क्रेफ्ट ॲमेझॉनमध्ये इंजिनिअर म्हणून काम करीत असे. बेझोसने त्याचे २१ नंबरचे नाइके शूज मिळवले. त्या डॅन क्रेफ्टकडून नायके या प्रसिद्ध कंपनीचे स्नीकर्स – खेळाडूंसाठी बनवलेले खास बूट घेऊन ते 'जस्ट डु इट'च्या विजेत्याला देत असत.

ॲमेझॉनमधील कर्मचाऱ्यांनी सहा मूलतत्त्वांचा स्वीकारही केला होता, ती ते आचरणातही आणत होते; पण काही जणांचा कामाच्या अतिरेकाला, प्रत्येक गोष्टीसाठी केल्या जाणाऱ्या घाईला विरोध असायचा. ॲमेझॉन जशी मोठी होऊ लागली तसे काम, त्याचा वेग, त्याची निकड अधिकच वाढली. बेझोस आठवडाअखेरच्या सुट्यांच्या दिवशीसुद्धा मीटिंग्ज बोलवायचे. त्यांनी अधिकाऱ्यांसाठी एक 'बुक क्लब' सुरू केला आणि त्या क्लबची मीटिंग दर शनिवारी सकाळी ठेवली. त्यातही ते भरपूर काम, दीर्घ वेळ काम – आणि तेही हुशारीने – या संबंधीची वचने लोकांना ऐकवीत असत. या अतिरेकामुळे कर्मचाऱ्यांची कुटुंबे कंपनीवर नाराज होती. काही उच्च पदावरील अधिकाऱ्यांनीसुद्धा त्यांची कुटुंबे मुलांच्या

जन्माने मोठी होऊ लागली, तसे कौटुंबिक आयुष्य नीट जगू न देणारी ती कंपनी सोडून दिली आणि दुसरीकडे नोकरी धरली. किम रॅचमिलर म्हणतात, ''‘काम आणि आयुष्य यांचा समतोल’ हे तत्त्व बेझोस मानत नसत, त्यांचा काम आणि आयुष्य यांच्यामध्ये सुसंवाद साधण्यावर विश्वास होता. मला वाटते सगळ्या गोष्टी एका वेळी करणे शक्य असते असे त्यांचे मतच नव्हते, खात्रीच होती.''

ॲमेझॉनमध्ये दरवर्षी एकदा सिॲटलमधील ‘मूर थिएटर’ नावाच्या सर्वांत जुन्या वास्तूमध्ये सर्व कर्मचारी एकत्र जमण्याची परंपरा बरीच वर्षे पाळली जाते. त्या सभेच्या शेवटी एक प्रश्नोत्तरांचा कार्यक्रम असे. कर्मचारी अधिकाऱ्यांच्या टीमला प्रश्न विचारीत. त्यात हा कामाच्या अतिरेक, सततची घाई यांबद्दलच्या असंतोषाचा विषय हमखास निघतच असे. एका वर्षी एका महिला कर्मचाऱ्याने बेझोस यांनाच अगदी स्पष्ट शब्दांत विचारले, ''आमचे काम आणि आमचे खासगी आयुष्य यांचा खूप चांगला समतोल ॲमेझॉन कधी निर्माण करणार?'' बेझोस यांना तो प्रश्न आवडला नाही. त्यांनीही तितक्याच स्पष्टपणे उत्तर दिले, ''आपण या कंपनीत काम करायला येतो आणि त्या कामालाच येथे अग्रक्रम आहे, कामच सर्व काही आहे, ते ॲमेझॉनचे डीएनए आहे - गुणसूत्र आहे. तुम्ही तुमचे सर्वस्व लावून काम करू शकत नसलात, सर्वांत जास्त आणि सर्वांत उत्तम काम करण्याच्या चढाओढीत बाकीच्यांना मागे टाकून पुढे जायची जिद्द बाळगत नसलात तर ही कंपनी ही तुमच्यासाठी योग्य जागा नाही.''

ॲमेझॉनच्या अकौंट्स विभागात पै-पैचा हिशेब ठेवणारी, खर्चावर बारीक लक्ष ठेवून तो वाचवणारी माणसे अहोरात्र काम करीत असायची. ते सतत जमाखर्चाची संगती लावायचे, पुढचा अंदाज घ्यायचे आणि अस्वस्थ व्हायचे. कारण आकड्यांशी कितीही खेळले तरी तोट्याचा आकडाच फुगलेला सापडायचा. सर्वांत जास्त महत्त्व वितरणाला. त्यासाठी उभारलेली अतिशय महागडी सात सात वितरणकेंद्रे, वितरण कमीतकमी वेळात होण्यासाठी केला जाणारा भरमसाट खर्च त्यांच्या डोळ्यांत खुपायचा. पण बेझोस त्या बाबतीत ठाम होते. कंपनीला नफा व्हायला पाहिजे म्हणून कंपनीने ज्याला ‘देव’ मानलेच पाहिजे त्या ग्राहकाचा आनंद व समाधान वाढवणारे जे जे काही आहे, त्यात कोणत्याही प्रकारची तडजोड करायची

नाही, त्यासाठी लागणाऱ्या वाजवी खर्चात केवळ नफा वाढवण्यासाठी कोणतीही कपात करायची नाही. त्यांनी भर मीटिंगमध्येच सांगून टाकले होते, ''आपण ज्या क्षेत्रात काम करतो त्यात वीस मिनिटांच्या पलीकडचा विचार करणे हा वेळेचा अपव्यय आहे.''

ॲमेझॉनचा अवाढव्य खर्च वॉलस्ट्रीटने दोन वर्षे खपवून घेतला. तीन महिन्यांनी कंपनीचा टोटल अर्निंग्ज रिपोर्ट - ताळेबंद - जाहीर झाला की, स्टॉक मार्केटचे विश्लेषक आणि ॲमेझॉनचे अधिकारी यांच्यामध्ये फोनवरून चर्चा होत असे. त्यात ते विश्लेषक त्यातील खपाच्या वाढत्या आकड्यांबद्दलसुद्धा इतके उत्साही आणि तोट्याविषयीसुद्धा इतके आशावादी असायचे की, अधिकाऱ्यांना त्यांच्या मनातला संताप बाहेर येणार नाही याची काळजी घेऊन त्यांच्याशी तशाच सुरात, नम्रपणे बोलायला लागायचे. काही अधिकारी तर फोनवर बोलताना जो संदर्भाचा कागद समोर ठेवायचे त्यावर मोठ्या ठळक अक्षरात 'नम्र, नम्र, नम्र' असे लिहून ठेवायचे. काही वेळा तर काहींनी 'सावधान, मेग ऐकतो आहे!' असेही लिहून ठेवले होते. यातील 'मेग' हे ई बे या कंपनीच्या सीईओचे नाव होते. वाक्याचा अर्थ असा की- 'खरे असले तरी काही गोष्टी, कंपनीविषयीची काही माहिती अशा मेगसारख्या लोकांपासून गुप्तच ठेवणे अत्यावश्यक आहे!'

अखेर १९९९ सालच्या उन्हाळ्यात वॉलस्ट्रीटचा आनंद, ॲमेझॉनविषयीचा उत्साह, आशा हे सगळेच ओसरायला लागले. तेथील घडामोडींचा परामर्श घेणाऱ्या 'बॅरन्स' या साप्ताहिकाने एक लेख छापला ज्याचे शीर्षकच 'ॲमेझॉनडॉटबॉम्ब' असे होते. त्यात असे स्पष्ट लिहिले होते, ''गुंतवणूकदारांना आता याची जाणीव होऊ लागली आहे की या पुस्तक भांडाराच्या स्टॉकचा प्रश्न अवघड होत चालला आहे.'' त्या लेखाचा रोख वॉलमार्ट आणि बार्न्स अॅन्ड नोबल या कंपन्या या नव्या डोके वर काढणाऱ्या कंपनीला पायाखाली तुडवून टाकतील, असे सुचविण्यापर्यंत पोहोचला होता. पण त्याचा परिणाम अल्प काळ टिकला. पुढच्या तिमाहीच्या रिपोर्टमध्येही ॲमेझॉनच्या विक्रीच्या आकड्यांत लक्षणीय वाढ झालेली दिसत होती आणि तोटाही वाढलेला दिसत होता. त्या वेळी प्रतिक्रिया खूपच मंद होती आणि स्टॉकची किमत खाली घसरली होती. त्या रिपोर्टनंतरच्या विश्लेषकांच्या फोनवरील बोलण्यात उत्साहही नव्हता, कोणी अभिनंदनपर उद्गारही काढले नाहीत.

कंपनीचे बॅलन्स शीट प्रसिद्ध झाले की, त्यानंतर 'कॉमन सायझिंग दि इन्कम स्टेटमेंट' नावाचा एक विश्लेषणात्मक अहवाल प्रसिद्ध होत असे. त्यात बॅलन्स शीटमधील प्रत्येक भागाची विक्रीच्या आकड्यांशी असलेली टक्केवारी दिली जायची. त्या वेळच्या ॲमेझॉनच्या चीफ अकौंटिंग ऑफिसर असलेल्या केलन ब्रॅनन म्हणाल्या, ''मी आणि जॉय कवी या दोघींनी एक मीटिंग बोलावली आणि त्यात बेझोस यांना ते 'कॉमन सायझिंग दि इन्कम स्टेटमेंट' दाखवले आणि त्यांना हे समजावून दिले की, हे जर असेच चालू राहिले तर पुढची कित्येक दशके ॲमेझॉनला नफा होऊच शकणार नाही. तो क्षण खरोखरच संस्मरणीय ठरला, कारण बेझोस यांनी त्यांच्या धंदा वाढवण्याच्या सुसाट वेगाला आळा घालून नफावाढीकडे लक्ष द्यायचे मान्य केले. एवढेच नव्हे तर तो 'धोरणबदला'चा क्षण त्यांनी सतत त्यांच्या जवळ असलेल्या 'पॉइंट ॲन्ड शूट' डिजिटल कॅमेऱ्यात पकडला आणि त्या मीटिंगचा काढलेला तो फोटो त्यांच्या ऑफिसच्या दारावर चिकटवला!''

तरीसुद्धा वाढता खर्च आणि वाढता तोटा यांमुळे ॲमेझॉनच्या कर्मचाऱ्यांच्या मनातील भीती वाढतच चालली. या परिस्थितीतून कंपनीला बाहेर काढायला आपल्या पस्तीस वर्षांच्या तरुण; पण अस्थिर मनोवृत्तीच्या, महत्त्वाकांक्षेने झपाटलेल्या सीईओला कोणाच्यातरी प्रगल्भ मदतीची गरज आहे, असे सर्वांनाच तीव्रतेने वाटू लागले. प्रश्न हा होता की आपल्या कनिष्ठांचे म्हणणे ऐकायची सवय नसलेल्या बेझोसना हे सांगणार कोण? परंतु अनेक मार्गांनी प्रकट होणारी ही लोकांची अस्वस्थता, तक्रारींची कुरकुर डायरेक्टर बोर्डापर्यंत पोहोचलीच. आणि बोर्डाने त्या संपूर्ण दशकातील अत्यंत महत्त्वाचा ठरावा असा, परंतु एक दु:साहसी निर्णय घेतला, बेझोस यांना कंपनीसाठी 'चीफ ऑपरेटिंग ऑफिसर' हे पद निर्माण करून त्यासाठी सुयोग्य माणूस शोधून त्याची नेमणूक करायला सांगितले.

बेझोस यांनाही लोकांची भावना, बोर्डाच्या आदेशामागची कल्पना पचू लागली, पटू लागली. कंपनीत मोठ्या संख्येने ज्ञानी, अनुभवी अधिकारी असले पाहिजेत, असे जसे त्यांना वाटू लागले तसेच त्यांनीही त्यांच्या इतर, वैयक्तिक आवडी जोपासण्यासाठी वेळ दिला पाहिजे, असेही वाटू लागले. या नव्या उच्चाधिकार पदासाठी योग्य व्यक्तीचा शोध, निवड यांची प्रक्रिया सुरू झाली. नुकतेच सिटी बँकेचे चेअरमन सॅन्डी वील यांनी पदच्युत केलेले वॉलस्ट्रीटवरील अनुभवी जेमी डायमन यांच्यासारख्या अनेक मातब्बर

अधिकाऱ्यांना मुलाखतीला बोलावले गेले. अखेरीस निवड केली गेली ती ब्लॅक ॲन्ड डेकर या कंपनीत अनेक स्थानांवर काम केलेले, एक आक्रमक, कोणावरही छाप पडेल अशा व्यक्तिमत्त्वाचे विक्रेते, 'डी वॉल्ट पॉवर टूल्स' या लोकप्रिय उत्पादनाची निर्मिती व व्यवस्थापन यशस्वीपणे करून आपले कर्तृत्व सिद्ध करणारे जो गॅली यांची. खरे तर त्याच वेळी पेप्सी कोला कंपनीने त्यांची 'फ्रिटो ले' या निरनिराळे खमंग, खुसखुशीत खाद्यपदार्थ बनवून विकणाऱ्या विभागाचे प्रमुख म्हणून जो गॅली यांची निवडही केली होती आणि गॅली यांनी ते पद बेझोस, डोअर आणि कवी या तिघांची भेट होण्याआधी एकच दिवस स्वीकारलेही होते. पण त्या तिघांनी मिळून त्यांना ते पद नाकारून ॲमेझॉनच्या प्रस्तावाला मान्यता द्यायला राजी केले.

जॉन डोअर यांच्या म्हणण्यानुसार गॅली यांच्या आगमनानंतर बेझोस यांनी स्वत: कंपनीतील नवा पदानुक्रम ठरवून टाकला. बेझोस यांच्या हाताखाली जो गॅली आणि जो गॅली यांच्या आधिपत्याखाली ॲमेझॉनमधील सर्व पदाधिकारी, असा पदानुक्रम ठरला. गॅली यांना कंपनीचे डायरेक्टरपदही दिले गेले. तोवर बेझोस यांच्या सहकाऱ्यांची टीम 'जे टीम' म्हणून ओळखली जायची तिचे नवे नामकरण 'एस टीम' (सीनिअर टीम) – ज्येष्ठांचा गट – असे करण्यात आले. नव्या पदबंधामुळे बेझोस नवी उत्पादने, जनसंपर्क, त्यांचे काही वैयक्तिक छंद आणि त्यांचे कुटुंब यांकडे लक्ष द्यायला मोकळे झाले. त्या वेळी मॅकेन्झी गर्भार होती, त्यांचे पहिले मूल जन्माला येणार होते. ते पती-पत्नी त्याच वर्षी त्यांची सिॲटलमधील सदनिका सोडून लेक वॉशिंग्टनच्या पूर्व किनाऱ्यावरील मेडिना या भागात एक कोटी किमतीच्या भव्य महालसदृश बंगल्यात राहू लागले होते. बेझोस यांनी काही समाजोपयोगी, लोकोपकारी कामे करण्यावर, त्यांचे नानाविध छंद जोपासण्यावर लक्ष केंद्रित करण्याचा त्यांचा विचार गॅली यांच्याकडे बोलून दाखवला, असे गॅली यांनी स्वत:च म्हटले आहे. ''त्यामुळे मीच खूप उल्हसित झालो होतो,'' असेही ते म्हणाले.

गॅली यांचे वडील इटालिअन अमेरिकन होते. पिट्सबर्ग येथे त्यांचे एक स्क्रॅपयार्ड होते. मुलाने मात्र निराळी कौशल्ये आत्मसात केली होती. त्यात एक होते विविध मार्गांचा शोध घेऊन, ते प्रत्यक्षात आणून उत्पादनांचा खर्च व पर्यायाने त्यांची किमत कमी करणे आणि दुसरे होते कंपन्यांचा कायापालट करून त्यांची लक्षणीय प्रगती करून देणे. त्या काळात

जगभरातील उद्योगक्षेत्रात बदलाची नवी लाट येत होती. त्या नव्या लाटेत स्वत:ची छाप उमटवण्याची गॅली यांची महत्त्वाकांक्षा होती, त्यासाठी ते उतावीळ झाले होते. ॲमेझॉनचे हे नवे चीफ ऑपरेटिंग ऑफिसर कंपनीत मोठ्या रुबाबात हिंडायचे. मुद्रेवर, बोलण्या-चालण्यात उच्च पदाचा अभिमान, अंगात ग्राहकाच्या मापानुसार शिवून मिळणारे भारी ब्रिओनी सूट आणि हातात त्यांचे वैशिष्ट्य ठरलेली, झुलत असलेली एक बेसबॉल बॅट. त्यांचे दर्शन, त्यांचा वावर मोठा नाट्यपूर्ण असायचा. सुरुवातीला बेझोस यांनाही त्यांचे हे रूप आवडायचे. कंपनीतील लोकांना नव्या चीफ ऑपरेटिंग ऑफिसरची ओळख करून देताना ते म्हणायचे, ''गॅलीनं अधिक प्रगल्भ व्हावं यासाठी मी त्याला इथं नियुक्त केलं आहे'' - ''मी त्यांना येथे आधीपासून धगधगत असलेल्या आगीत जरा आणखी तेल ओतायला सांगितलं आहे.''

स्पेन देशातील पॅम्पलोना येथे दरवर्षी सॅन फर्मिन नावाचा एक सण साजरा केला जातो. त्यात 'रनिंग ऑफ द बुल्स' असा एक खेळ खेळला जातो, ज्यात उन्मत्त बैलांना मोकळे सोडले जाते, त्यांची झुंजही लावली जाते. त्या खेळातील बैलांचा जो आवेश असतो तशाच आवेशाने जो गॅली मुसंडी मारून ॲमेझॉनचा कायापालट करायला तुटून पडले. त्यांच्या हे लगेचच लक्षात आले की लोक काम भरपूर, जीव तोडून आणि वेगाने करत होते; पण त्यात ते ब्लॅक ॲन्ड डेकरमधील त्यांच्या एकोणीस वर्षांच्या कारकिर्दीत जी कडक शिस्त शिकले होते तिचा पूर्णतया अभाव होता. गॅली यांनी त्यांचे निरीक्षण या शब्दांत नोंदवले आहे, ''इथे तिथे स्टॅन्फोर्ड, हार्वर्ड अशा नामांकित युनिव्हर्सिटींमधील हुशार पदवीधर ऑफिसेसमध्ये वावरताना दिसत होते; पण त्यांच्यात दोन गोष्टींची उणीव दिसत होती- नियंत्रण आणि कार्यशक्ती. सगळा कारभार बेशिस्तीचा, निष्काळजीपणाचा, धसमुसळेपणाचा होता.'' त्यांनी उचललेले पहिले पाऊल होते- तोवर ॲमेझॉनमध्ये 'ॲडव्हील' नावाचे वेदनाशामक औषध फुकट मिळत असे - ती सवलत त्यांनी बंद केली. त्यांच्या दृष्टीने तो अनावश्यक खर्च होता. त्यांच्या या कृतीने सर्व कर्मचारी संतापले. त्यांनी त्यांच्या विरोधात उठाव करायचाच बाकी ठेवला होता.

ॲमेझॉनमध्ये अगदी पहिल्यापासून तंत्रज्ञानाला अग्रक्रम होता, मान होता. ती 'ऑनलाइन' विक्री करणारी कंपनी होती, त्यामुळे संगणकांचा

वापर मोठ्या प्रमाणात केला जात होता. कंपनीची साइट ग्राहकांना सोयीची व आकर्षक व्हावी म्हणून अनेक इंजिनिअर्सनी एकापेक्षा एक इतकी सॉफ्टवेअर्स तयार केली होती की, ती खरेदी-विक्री करणारी कंपनी यापेक्षा सॉफ्टवेअर कंपनीच जास्त झाली होती. ...आणि जो गॅली नेमके तंत्रज्ञानात फारच कमी होते. संगणकाशी त्यांचे जराही सख्य नव्हते. त्यांना आलेल्या ई-मेल्स त्यांच्या सेक्रेटरीने छापून त्यांच्या टेबलावर ठेवल्यावरच ते वाचत असत. जनसंपर्कासाठी ई-मेल्सवर भर देण्याचा ॲमेझॉनमधला शिरस्ता-तो मेल्सऐवजी फोनच्या वापराचा आग्रह धरून त्यांना बदलायचा होता. ते त्यांना त्यांच्या सर्वोच्च स्थानाने मिळणाऱ्या सोयी-सवलतींचा आस्वाद घेण्यात गर्क होते. उद्योगाचा विस्तार करण्यासाठी ते वारंवार परदेश दौरे करीत. त्या नावाखाली त्यांच्या स्वत:च्या वापरासाठी एक विमानही घेण्याचा ते आडवळणाने प्रयत्न करीत होते. कंपनीत अशीही चर्चा होती की ते त्यांची 'पोशा' गाडी कंपनीत येणाऱ्या वजनदार पाहुण्यांसाठी खास राखून ठेवलेल्या जागेवर इतक्या वेळा लावून ठेवतात की शेवटी एकदा तेथील रखवालदाराला ती तेथून ओढून नेऊन योग्य जागी लावावी लागली. त्यांना मात्र त्यांनी 'गाडी फक्त जरा चुकीच्या जागी लावली होती,' एवढेच आठवत होते!

नॉर्थ डकोटामध्ये 'टूल क्रिब ऑफ द नॉर्थ' या नावाची एक हार्डवेअरची ऑनलाइन विक्री करणारी आणि दुकानांचीही साखळी असणारी एक कंपनी होती. १९९९ सालच्या ऑक्टोबर महिन्यात ती कंपनी ताब्यात घेऊन ॲमेझॉनच्या यादीत टूल्स व अन्य साधने यांची भर घालण्याच्या प्रक्रियेत जो गॅली अग्रेसर राहिले. त्यात विविध प्रकारच्या रंगांची विक्रीही समाविष्ट होती. रंगांचे डबे जागोजागी पाठवणे हे काम फार अवघड असते, स्विस कॉफीसारख्या रंगांच्या नेमक्या छटा साइटवर नीट दिसत नाहीत; पण तरीही जो गॅली यांनी क्लीव्हलॅन्ड येथील 'शेरविन-विल्यम्स' या रंग तयार करणाऱ्या कंपनीला भेट दिली आणि त्यांच्याशी चर्चा करून विविध प्रकारच्या रंगांची विक्री करण्याची शक्यताही त्यांनी अजमावून पाहिली. ब्लॅक ॲन्ड डेकरमध्ये असताना त्यांनी विक्री वाढवण्यासाठी एक निराळाच मार्ग वापरला होता. काळ्या रंगाच्या, ज्यांना 'स्पोर्ट युटिलिटी व्हेइकल्स' म्हणतात अशा, मोठ्या, एकसारख्या दिसणाऱ्या बऱ्याच गाड्या खरेदी करून त्यावर कंपनीचे नाव व चिन्ह ठळकपणे रंगवले होते. त्यांनी तीच युक्ती ॲमेझॉनमध्येही वापरली. त्यांनी त्या गाड्यांच्या जथ्याला 'स्वार्म

टीम' असे नाव दिले. ॲमेझॉनमधील काही कर्मचारी लोकांना वेबची ओळख करून देऊन वेब आणि ॲमेझॉनची साइट यांचा जास्तीतजास्त चांगला वापर कसा करायचा याचे शिक्षण देण्यासाठी देशभर प्रवास करीत. तो प्रवास त्यांनी यापुढे गॅली यांच्या 'स्वार्म टीम'च्या सुशोभित गाड्यांमधून करायचा असे त्यांनी फर्मान काढले. पण हळूहळू इतर महत्त्वाच्या कामांच्या गर्दीत या टीमचे काम थंडावले. गॅली यांच्या 'स्वार्म टीम'मधल्या गाड्या दीर्घ काळ पॅक मेड या कंपनीच्या पार्किंग लॉटमध्येच पडून राहू लागल्या. खर्च कमी करण्याच्या, काटकसरीच्या प्रयत्नांना हे गालबोटच होते! एकाच वेळी भरमसाट उपक्रम हाती घेण्याच्या या धोरणाबाबत जो गॅली म्हणाले, ''साधारणपणे कंपन्यांमध्ये चाळीस-पंचेचाळीस उपक्रमांना अग्रक्रम दिला जातो आणि ते पूर्ण केले जातात. ॲमेझॉनमध्ये कायमच शे-दीडशे नव्या कल्पना प्रत्यक्षात आणण्याची धडपड सुरू असे आणि जेफ- ते तर रोजच एक नवी कल्पना जन्माला घालत असत!''

जो गॅली आणि बेझोस यांचे सूर पहिल्यापासूनच फारसे चांगले जुळलेच नाहीत. नवे चीफ ऑपरेटिंग ऑफिसर येणार म्हणून बेझोस यांनी स्वत:च कंपनीतील पदक्रमांचा नवा तक्ता तयार केला होता, स्वत:ला त्यातून निराळे ठेवले होते; पण तरीही गॅली यांच्या संपूर्ण कारकिर्दीच्या काळात त्यांनी 'गाडीचे चाक' सतत स्वत:च्या हातात ठेवले. नव्या कंपन्या ताब्यात घेण्याच्या बाबतीत तर ते स्वत:ची मते देत असतच; पण कंपनीच्या साइटवरच्या 'होम पेज'मध्ये जरी एखादा लहानसा बदल करायचा असला तरीही ते त्यातही लक्ष घालत असत. कंपनी चालवायला आपल्याला हे पद दिले आहे; अधिकार, जबाबदाऱ्या दिल्या आहेत असेच गॅली धरून चालले होते; पण काही दिवसांतच त्यांच्यावर अधिकारासाठी झगडण्याची पाळी येऊ लागली. या बाबतीत एक डायरेक्टर टॉम ॲलबर्ग यांनी म्हटले होते, ''जो गॅली हे कंपनीचे सीईओ - 'चीफ एक्झिक्युटिव्ह ऑफिसर'- व्हायला पाहत होते; पण त्यांची त्या पदासाठी नेमणूक केलेलीच नव्हती.'' बेझोस यांना पहिला मुलगा झाल्यावर - ज्याचे नाव प्रेस्टन असे ठेवले होते - काही काळ ते कंपनीत येत नव्हते. ते परतले तेव्हा कंपनीत जो गॅली यांच्या वागणुकीतील, कामाच्या पद्धतीतील कठोरपणा, काहीसा उद्धटपणा याविरुद्ध राग पसरलेला त्यांच्या लक्षात आला. कंपनी आणि डायरेक्टर बोर्ड पुन्हा एकदा नेतृत्वाच्या बाबतीत कठीण परिस्थितीत सापडले.

परंतु गॅली काही महत्त्वाची पावलेही उचलत होते. कंपनीच्या यादीतील प्रत्येक प्रकाराची खरेदी-विक्री सांभाळायला स्वतंत्र मॅनेजर्स होते. त्यातील हॅरिसन मिलर, ख्रिस पेन या दोघांना गॅली यांनी बढती देऊन 'जनरल मॅनेजर' हा हुद्दा दिला आणि त्यांच्या नियंत्रणाखाली असलेल्या प्रकारासाठीच्या खर्चाची, त्याच्या व्यवहारातून होणाऱ्या फायद्या-तोट्याची पूर्ण जबाबदारीही त्यांच्यावर टाकली. ते ब्लॅक अॅन्ड डेकरमध्ये असताना त्यांनी 'होम डेपो'सारख्या दुकानांची साखळी असलेल्या बड्या कंपनीबरोबरच्या संबंधांमध्ये कशी रस्सीखेच चालत असे याचा अनुभव घेतलेला होता. म्हणूनच त्यांनी ॲमेझॉनमध्ये आल्यावर अशा बड्या पुरवठादारांबरोबर ज्याला 'को-ऑप मार्केटिंग डॉलर्स' म्हणतात तशा जुन्या, सिद्ध झालेल्या कल्पना वापरायला सुरुवात केली. या 'परस्पर सहकार्या'च्या योजनेत पुरवठादारांच्या उत्पादनांना साइटवरील जाहिरातीत ठळक स्थान देणे आणि त्याच्या बदल्यात त्याच्याकडून खरेदी केल्या जाणाऱ्या वस्तूंच्या किमतीत वा अन्य काही बाबतींत सवलती घेणे यासारख्या गोष्टी होत्या. जॉय कवी तीन वर्षांच्या अथक परिश्रमांनी पार जेरीस आल्या होत्या. गॅली यांनी 'डेल्टा' कंपनीतून वॉरन जेन्सन यांना चीफ फायनान्शिअल ऑफिसर म्हणून आणले. वॉलमार्टमधील व्हाईस प्रेसिडेंट डिस्ट्रिब्युशन हे पद सोडून ॲमेझॉनमध्ये आलेले जिमी राईट रोज बेंटनव्हील-सिॲटल अशी ये-जा करीत असत. त्यांचे आणि गॅली यांचे अजिबात पटत नसे. त्या दोन तापट अधिकाऱ्यांमधील बेबनाव इतका विकोपाला गेला की १९९९ सालचा सुट्ट्यांचा हंगाम तोंडावर असताना राईट यांनी अचानक राजीनामा दिला आणि ते कंपनी सोडून गेले. हेड ऑफ ऑपरेशन्स या पदासाठी अलाइड सिग्नल या कंपनीमधून जेफ विल्के यांना ॲमेझॉनमध्ये आणण्यात गॅली यांचाच सर्वांत मोठा हात होता. त्या जेफ विल्के यांनी पुढील काळात ॲमेझॉनमध्ये फार महत्त्वाची भूमिका बजावली.

सुट्या सुरू झाल्या आणि ॲमेझॉनच्या साइटवर ग्राहकांची गर्दी उसळली. वर्षभर वेब, इंटरनेट, ऑनलाइन खरेदी-विक्री, डॉटकॉम कंपन्या यांबद्दल ऐकत आलेल्या ग्राहकांनी सणासुदीची खरेदी करायला अर्थातच 'वेबच्या अमर्याद सागरा'त पोहायला सुरुवात केली, छोटे मासे, बडे मासे पकडायला सुरुवात केली. ॲमेझॉनमधील विक्रेत्यांनी श्वास रोखून धरला!

एव्हाना पाच वितरणकेंद्रे अमेरिकेत आणि दोन युरोपमध्ये असा ॲमेझॉनचा पसारा वाढलेला होता. जिमी राईटसारखे वॉलमार्टमधून आलेले कार्यक्षम अधिकारी कंपनी सोडून गेले होते. इंजिनिअर्सनी जी सॉफ्टवेअर्स बनवली होती, एकूण कार्यपद्धती बसवली होती, त्या वेळी फक्त पुस्तके या एकाच वस्तूचा विचार केला होता. पुस्तकांचीच खरेदी-विक्री, वितरण एवढेच गृहीत धरलेले होते. आता त्याच मर्यादित साधनसामग्रीचा वापर करून फक्त पुस्तकेच नाहीत तर इतर कितीतरी, अगदी लहान मुलांची वाळूच्या पेटीसारखी अगणित खेळणी, टेलिव्हिजनसुद्धा, घ्यायची, द्यायची, पाठवण्याची वेळ आली होती. अर्थातच ॲमेझॉनचा जुना सखासोबती - सावळा गोंधळ - पुन्हा कंपनीत आला!

अपेक्षेप्रमाणे थँक्सगिव्हिंगनंतरच खप असा काही वाढला की सर्वांत लोकप्रिय असलेली खेळणी शिल्लकच राहीनात. ॲमेझॉनचे सर्व प्रयत्न अपुरे पडू लागले. वॉल मार्टमधून येऊन खरेदीची जबाबदारी घेतलेली केरी मॉरीस म्हणाली, ''त्या मोसमात पोकमन टॉईज, मॅटेलचा वॉक ॲन्ड वॅग डॉग वगैरे खेळणी फारच लोकप्रिय झाली होती, प्रचंड प्रमाणात खपत होती. शेवटी मी आमच्या लोकांना 'कॉस्टको'च्या, 'टॉयजरस'च्या ठिकठिकाणच्या दुकानांत पाठवून ती खेळणी विकत आणू लागले.'' त्याच वर्षी टॉयजरसने 'टॉयजरसडॉटकॉम' ही साइट सुरू केली होती. ते खेळणी पाठवण्याचा खर्च ग्राहकांकडून घेत नसत. केरी मॉरिसने ॲमेझॉनच्या त्या उगवत्या स्पर्धकाच्या मोफत पोहोचवणीच्या सवलतीचा फायदा घेऊन त्यांच्या साइटवरील सर्व खेळणी विकत घेतली आणि ती फर्नले येथील वितरणकेंद्रात मोफत पाठवून घेतली. ती म्हणाली, ''ते लोक त्या वेळी डॉटकॉममध्ये अगदीच नवीन होते. आम्ही अशा रीतीने एका झटक्यात त्यांची साइट रिकामी करतो आहोत हा धोक्याचा इशारा दिला जाण्याची सोय त्यांच्या साइटच्या कार्यपद्धतीतच नव्हती. ते त्यांच्या लक्षात येईपर्यंत उशीर झाला होता!''

खपातील या वेगवान वाढीला तोंड द्यायला कंपनीत पुन्हा एकदा 'सेव्ह सँटा' ही योजना राबवण्याची वेळ आली. कर्मचाऱ्यांनी घराचा, कुटुंबाचा निरोप घेऊन दोन आठवडे कंपनीतच मुक्काम ठोकला. ग्राहकांच्या फोनना उत्तरे देणे आणि वितरणकेंद्रात - कदाचित इतर शहरांतील वितरणकेंद्रांतसुद्धा जाऊन - वस्तू ग्राहकांना पाठवण्याच्या कामी तेथील लोकांना मदत करणे

यासाठी रात्रंदिवस राबणे सुरू झाले. पैन्पै वाचवणारी कंपनी बाहेरगावी गेलेल्यांना हॉटेलमध्ये दोघादोघांत एकच खोली घेऊन राहायला लावत असे. काही जणांसाठी तोही एक नवा अनुभव असे, काही जण मात्र संतापत असत, मोठ्या आवाजात त्यांचा निषेध नोंदवीत असत. फर्नले येथील वितरणकेंद्राचे जनरल मॅनेजर बर्ट वेग्नर म्हणाले, ''तक्रार करणारे काही स्वत:ला मोठे, महत्त्वाचे समजत होते असे मी म्हणणार नाही, पण त्यांना तशा काटकसरीची सवय नव्हती, कंपनीकडून या थराची वागणूक अपेक्षितही नव्हती. ते नाही सहन करू शकले तो प्रकार!''

फर्नलेला गेलेले काही जण रेनो येथील 'गोल्डन नगेट' नावाच्या हॉटेलमध्ये उतरले होते. ते रात्रभर काम करून, थकून सकाळी सहाला परत आले की थकवा घालवायला हॉटेलच्या कसिनो बारमध्ये बिअर पीत बसत. खरेखोटे माहीत नाही; पण काही जण असे सांगत की ते जवळच्या तुरुंगातून काही ठरावीक काळासाठी सोडलेल्या कैद्यांना त्यांच्या कामात मदत करीत असत. पण या त्यांच्या म्हणण्याच्या सत्यतेचा कोणताही पुरावा नव्हता. डेलावेअर येथील वितरणकेंद्रात वाढलेले काम करण्यासाठी अल्प काळासाठी काही कामगारांची नेमणूक केली होती, परंतु त्यांच्या कामाची गुणवत्ता कमी पडत होती. म्हणून कंपनीतून काही जणांना तेथे पाठवले होते. त्यात टॉम स्कोनहॉफ हा एक खूप जुना कर्मचारी होता. त्याने त्या तात्पुरत्या कामगारांबाबत असे निरीक्षण नोंदवले की, ते लोक व्यसनमुक्ती केंद्रातून हुसकून काढलेल्या लोकांसारखे दिसत होते. त्यांच्यापैकी एकाला वितरणकेंद्रातूनही तो कामाच्या वेळात नशेत असलेला सापडल्याने काढून त्याला टाकले. त्याची परिस्थिती इतकी वाईट होती की त्याचा विरोध दर्शवताना त्याला लघवीही आवरता आली नाही.

टॉम स्कोनहॉफ आणि त्याच्या बरोबरच्या सहकाऱ्यांनी डेलावेअरच्या वितरणकेंद्रात काम केले. तेथील लोकांच्या कार्यपद्धतीला जरा शिस्त लावून साठलेल्या सर्व मागण्या पुरवण्याचे कामही त्यांनी पूर्ण केले. टॉम म्हणतो, ''आम्ही खूप मेहनत केली आणि तीही अतिशय मन लावून. उलट मी म्हणेन-''ही आहे गाढव-मेहनत!'' ख्रिसमसच्या सणाच्या भेटी ग्राहकांना वेळेवर पोहोचवून कंपनीने ग्राहकांना दिलेले वचन पूर्ण करण्याचे, कंपनीचे नाव राखण्याचे जे उद्दिष्ट आम्हांला दिले गेले होते त्यावर आमची दृढ श्रद्धा होती आणि ते आम्ही पूर्ण केले.''

दुसरा एक गट किम रॅचमिलर आणि जोएल स्पीगेल यांच्या नेतृत्वाखाली जॉर्जिया प्रांतातील आठ लाख चौरस फुटांच्या विशाल अशा मॅकडोना येथील वितरणकेंद्रात दाखल झाला. तेथील बांधकामही अजून पूर्ण व्हायचे होते. त्यामुळे लोकांना सुरक्षिततेसाठी 'शिरस्त्राणे' वापरावी लागत. त्यांना जो प्रश्न सोडवायला मदत करायचे काम दिले होते तो होता – 'एफयूडी' – 'फिलेबल अनफिल्ड डिमांड' – पूर्ण करता येत असून न केलेल्या आणि पूर्ण केल्याच पाहिजेत अशा मागण्या पुरवणे. काही खेळणी, अन्य वस्तू ग्राहकांच्या मागणीअनुसार साइटवरून विकल्या गेलेल्या होत्या, पण त्या बांधकामाच्या धबडग्यात त्या विस्तीर्ण जागेत कुठेतरी गहाळ झाल्या होत्या, सापडत नव्हत्या. ख्रिसमससाठी निवडलेल्या भेटी शंभरांहून अधिक ग्राहकांना सणाच्या आधी, वेळेवर न मिळणे (हाही प्रश्न असंतोष निर्माण करणारा होताच, पण) याहीपेक्षा वस्तू न सापडणे हा प्रश्न अधिक गंभीर व अवघड होता. त्या सणासुदीच्या दिवसांत आधीच केंद्रातील सॉर्टिंग मशिन्सवर मागण्यांची प्रचंड गर्दी जमलेली होती. त्यात अशा न सापडणाऱ्या वस्तूंच्या मागण्या बाजूला पडत असत आणि त्यांची संख्या वाढली की सुरळीतपणे पूर्ण होऊ शकणाऱ्या मागण्याही अडकून बसत असत, वेळेवर पाठवल्या जाऊ शकत नसत. केंद्रात तशा वस्तूही साठल्या होत्या. रॅचमिलर यांच्या गटाने तो प्रश्न सोडवण्याचे प्रयत्न सुरू केले. त्यातले एक निरीक्षण असे सांगत होते की, वस्तू सापडत नाही म्हणून ज्या मागण्या बाजूला पडत होत्या त्या जास्तकरून पोकेमॉन जिगलीपफ्सच्या होत्या आणि त्या गाणाऱ्या बाहुल्यांचे एक मोठे पॅलेट सापडत नव्हते.

ॲमेझॉनचा डेटाबेस हे स्पष्ट दाखवीत होता की, पुरवठादाराने ती खेळणी पाठवलेली होती आणि ती पोहोचलेलीही होती. याचा अर्थ एक तर ती हरवली होती किंवा चोरीला गेली होती. रॅचमिलर यांनी काही लोकांना त्या खेळण्यांच्या शोधमोहिमेवरच पाठवले. शोध लागणे अशक्यच दिसत होते. आठ लाख चौरस फुटांच्या जागेत एका पॅलेटचा शोध! रॅचमिलर यांना 'रेडर्स ऑफ द लॉस्ट आर्क' या चित्रपटातील शेवटच्या प्रसंगाची आठवण झाली. लांब, उंच शेल्फांवर रचलेली पॅलेट्स, शेल्फांच्या असंख्य ओळी. शेल्फांच्या वरच्या रांगेतील पॅलेट्सवरील नावे वाचता यावीत म्हणून त्यांनी जवळच्या वॉलमार्ट स्टोअरमधून दुर्बिणी विकत आणून त्या त्यांच्या शोधपथकाला दिल्या.

तीन दिवस व तीन रात्री अखंड शोध सुरू होता. रात्री दोन वाजता थकलेल्या, हताश झालेल्या रॅचमिलर ऑफिसमध्ये डोके धरून बसल्या होत्या आणि धाडकन दार उघडून त्यांची एक सहकारी हसत, नाचत आत आली. रॅचमिलरना वाटले त्या स्वप्नच पाहत आहेत. पण नाही, ऑफिसच्या दारात काही मजूर डोक्यावर एक भली मोठी लाकडी पेटी घेऊन उभे होते - जिगलीपफ्सची पेटी!

अखेर १९९९ सालचा सुट्यांचा हंगाम संपला आणि ॲमेझॉनच्या कर्मचाऱ्यांनी सुटकेचा नि:श्वास टाकला! त्या वर्षीची एकूण विक्री आदल्या वर्षापेक्षा ९५ टक्क्यांनी जास्त होती, म्हणजेच जवळजवळ दुप्पट! जगभरातील ग्राहकांची संख्याही तीस लाखांनी वाढली होती. काही ग्राहक साइटवर त्यांची खातीच उघडत. तशा खात्यांची संख्या दोन कोटी झाली होती. बेझोस यांना टाइम्सचा 'पर्सन ऑफ द इयर' हा सन्मान जाहीर झाला. त्या सन्मानाचे ते आजवरचे सर्वांत तरुण मानकरी होते. त्यांना 'किंग ऑफ द सायबरकॉमर्स' हा किताबही बहाल करण्यात आला. ॲमेझॉनने अंगीकारलेल्या तत्त्वांचे फळ मिळाले होते.

याला दुसरी बाजूही होती. कंपनीत जवळजवळ चार कोटी डॉलर्स किमतीची न विकली गेलेली खेळणी उरलेली होती. ती रक्कम कंपनीला निर्लेखित करावी लागली. परंतु सर्वच्या सर्व - वरपासून खालपर्यंतच्या सर्व - कर्मचाऱ्यांनी घेतलेल्या अथक प्रयत्नांमुळे कोणतेही भारी नुकसानही झाले नव्हते आणि मुख्य म्हणजे ग्राहकांच्या असमाधानाला तोंड द्यावे लागले नव्हते. ॲमेझॉनच्या या यशाच्या तुलनेत तिचे स्पर्धक 'टॉयजरस' आणि 'मॅसीज' यांचा पहिला सुट्यांचा मोसम फारच निराशाजनक गेला होता. त्यांना ग्राहकांच्या तक्रारींना तोंड द्यावे लागले, प्रसार माध्यमांची टीका सहन करावी लागली, पण तेवढ्यावर भागले नाही. काही दुकानांच्या, विक्रेत्यांच्या मागण्या पूर्ण न झाल्याने त्यांनी केलेल्या तक्रारींमुळे त्यांना 'फेडरल ट्रेड कमिशन'च्या चौकशीला, कारवाईलाही तोंड द्यावे लागले.

नवे वर्ष सुरू झाले. रात्रंदिवस काम केलेल्या काही कर्मचाऱ्यांनी सुटी घेतली, श्रमपरिहार केला. सर्व काही स्थिरस्थावर झाल्यावर कंपनीत वार्षिक पार्टी साजरी करण्यात आली. त्याला लोक तऱ्हेतऱ्हेचे 'फॅन्सी ड्रेसेस' परिधान करून आले होते. नवे चीफ फायनान्शिअल ऑफिसर यांनी

ॲमेझॉनच्या साइटवरून खरेदी केलेल्या बार्बी डॉल्स त्यांच्या स्वेटरवर शिवून तो स्वेटर घातला होता. त्याला 'जास्तीचा साठा' असे नाव देऊन त्यांनी विकल्या न गेलेल्या, वितरणकेंद्रांत पडून राहिलेल्या वस्तूंच्या साठ्यावरून तो उपहासगर्भ विनोद केला होता. हॅरिसन मिलर यांच्या मते मात्र तो एक निखळ विनोदच होता.

अनेक प्रकारच्या गोंधळांना, चुकांना, अनागोंदी कारभाराला तोंड देऊन ॲमेझॉन पुढील नव्या युद्धाला सज्ज झाली. पण त्याच वेळी कंपनी कोणालाच पूर्व व पूर्ण कल्पना नसलेल्या एका खोल दरीच्या तोंडावर पोहोचली होती. कंपनीच्या अंतर्गत हिशेबात प्रचंड घोळ सापडले होते. खरेदी-विक्रीमध्ये झालेल्या अपरिमित वाढीचे दुष्परिणाम झाले होते. काही प्रमाणात साठा गहाळ झालेला किंवा चोरीला गेलेला दिसत होता. परिणामी चौथ्या तिमाहीचे अकौंट्स 'क्लोज' करणे दुरापास्त होऊन बसले होते. जेसन चाइल्ड नावाचे अकौंटंट ॲमेझॉनच्या जर्मनीतील ऑफिसमध्ये काम करीत होते, त्यांना ताबडतोब सिॲटलला बोलावण्यात आले आणि तो प्रश्न सोडवण्याची जबाबदारी देण्यात आली. त्यांच्याच शब्दांत सांगायचे तर ''ती तिमाही ॲमेझॉनच्या इतिहासातील सर्वांत डोके खाणारी, वेडे करून टाकणारी तिमाही होती.'' म्हणूनच 'अर्न्स्ट ॲन्ड यंग' या नावाजलेल्या सल्लागार कंपनीतून एक सल्लागारही बोलावण्यात आला. तो आला, त्याने काही आठवडे हिशेबातील गोंधळाचा अभ्यास केला आणि योग्य मार्ग दाखवून तो निघून गेला. अशा रीतीने त्याच्या मदतीने चाइल्ड आणि त्याचे सहकारी यांनी जेव्हा हिशेब पूर्ण केले तेव्हा जानेवारी महिना उलटला होता.

आता ॲमेझॉनच्या डायरेक्टर बोर्डासमोर पुन्हा प्रश्न आला होता तो कंपनीच्या नेतृत्वाचा. 'सीईओ' बनण्यासाठी आतुर झालेल्या जो गॅली यांच्याविषयी अनेक तक्रारी होत्या. लोकांचे असेही म्हणणे होते की बेझोसही कंपनीतील अधिकारी, खातेप्रमुख यांचे प्रश्न ऐकून ते सोडवण्यात, मार्गदर्शन करण्यात, त्यातून त्यांना आवश्यक शिक्षण देण्यात, त्यांचा वैयक्तिक विकास साधण्यात, त्यांना 'घडवण्यात' म्हणावा तसा रस घेत नाहीत, त्यासाठी वेळही देत नाहीत. कंपनीच्या व्यवस्थापन अधिकाऱ्यांचे म्हणणे, त्यांची मते, त्यांच्यामधील ताणतणाव हे सर्व जाणून घेण्यासाठी जॉन डोअर प्रत्येक पदाधिकाऱ्याशी फोनवर सविस्तर बोलले. या समस्येची उकल करून योग्य निर्णयाप्रत पोहोचण्यासाठी त्यांनी त्या वेळी सिलिकॉन

व्हॅलीमध्ये ज्यांचे नाव झाले होते त्या कोलंबिया युनिव्हर्सिटीच्या माजी फुटबॉल खेळाडू बिल कॅम्पबेल यांचे मार्गदर्शन घ्यायचे ठरवले आणि त्यांच्याशी संपर्क साधला.

'ॲपल'चे आकर्षक व्यक्तिमत्त्वाचे, स्नेहशील असे माजी अधिकारी, १९९० या दशकाच्या मध्यावरचे 'इन्ट्युट' या कंपनीचे चीफ एक्झिक्युटिव्ह बिल कॅम्पबेल यांची एक उत्तम श्रोता म्हणून ख्याती होती. अवघड परिस्थितीच्या जाळ्यात अलगद उतरून, संबंधितांशी बोलून, मुख्य म्हणजे त्यांना बोलते करून, त्यांच्यातील उणिवा, दोष यांचीही त्यांच्याच तोंडून कबुली घेण्यात ते प्रवीण होते. १९९७ साली जेव्हा स्टीव्ह जॉब्ज यांनी ॲपलची सूत्रे हाती घेतली तेव्हा ते ज्यांना 'विश्वासातील व्यक्ती' मानत असत, त्या कॅम्पबेल यांना त्यांनी ॲपलच्या डायरेक्टर बोर्डावर येण्यासाठी राजी केले. अशा सिद्धहस्त सल्लागाराला ॲमेझॉनचे प्रमुख जो गॅली यांना सर्वांशी स्नेहाने, सहकार्याने वागायला मदत करणे हे उद्दिष्ट दिले गेले. त्यांनी काही आठवडे सिलिकॉन व्हॅली आणि सिॲटल या दरम्यान ये-जा केली, ॲमेझॉनच्या अधिकाऱ्यांच्या मीटिंग्जमध्ये बसून- काहीही न बोलता केवळ निरीक्षण केले, अधिकाऱ्यांशी खासगीत व्यक्तिशः बोलणी केली. कंपनीत पसरत चाललेला नेतृत्वाबद्दलचा नेमका प्रश्न काय आहे हे समजावून घेतले.

ॲमेझॉनमधील अधिकाऱ्यांच्या मते डायरेक्टर बोर्डाने कॅम्पबेल यांच्यावर आणखी एक - जरा गुप्त अशी - कामगिरीही सोपवलेली होती: जो गॅली यांना सीईओ हे पद देऊन बेझोस यांना मुख्य प्रवाहातून बाजूला व्हायला राजी करणे. माझे असे झाले की- 'अरे, यांना बाजूला करून का तुम्ही सीईओ आणता आहात? त्यांची बुद्धी असामान्य आहे आणि ते जे काही करतात ते आपल्या वेगळ्या प्रतिभेने!'

असे सगळे असूनही कॅम्पबेल यांचा निष्कर्ष असा होता की गॅली हे त्यांना मिळणारा पगार, इतर सोयीसवलती, खासगी विमानासारख्या चैनी, यांवर जरा जास्तच लक्ष केंद्रित करीत आहेत आणि बहुसंख्य कर्मचारी हे बेझोस यांच्याशीच एकनिष्ठ आहेत, त्यांचेच नेतृत्व मानीत आहेत. त्यावरूनच त्यांनी डायरेक्टर्सना कंपनीचे संस्थापक बेझोस यांनाच चिकटून राहण्याचा सुज्ञ सल्ला दिला.

ॲमेझॉन सोडून जाण्याचा अंतिम निर्णय त्यांचा स्वतःचाच होता असे गॅली यांनी सांगितले. ॲमेझॉनमध्ये येण्याआधी त्यांनी जॉन स्कली लिखित

'ओडीसी : पेप्सी टु ॲपल' हे पुस्तक वाचले होते. जॉन स्कली १९८५ साली ॲपल कंपनीचे सीईओ झाले होते आणि त्यांनी काही काळाने डायरेक्टर बोर्डाच्या संगनमताने स्टीव्ह जॉब्ज यांना कंपनी सोडायला भाग पाडले होते. गॅली म्हणाले, ''मी ॲमेझॉनमध्ये प्रवेश करताना स्वत:लाच नव्हे तर माझ्या कुटुंबालाही हे ठासून सांगितले होते की, जे स्कली यांनी जॉब्ज यांच्या बाबतीत केले ते मी कदापि जेफ बेझोस यांच्या बाबतीत करणार नाही. माझ्या असे लक्षात येऊ लागले होते की जेफ त्यांच्या कल्पनाविश्वात जरा जास्तच रमत चालले होते. स्वप्नांच्या प्रेमात पडत चालले होते, वर्तमानापेक्षा कंपनीच्या भविष्यातील रूपाचाच विचार करीत होते. मला हे दिसत होते की ते कंपनीच्या हिताचे नव्हते. त्यांना कंपनीच्या रोजच्या व्यवहारातही लक्ष घालणे गरजेचे होते. आणि माझे असे आहे की, मी कोणाच्या हाताखाली काम करू शकत नाही, मी दुसऱ्या स्थानावरचा माणूस नाहीच, ते माझ्या डीएनएमध्येच नाही!''

एका नव्याने सुरू होणाऱ्या 'व्हर्टिकल नेट' नावाच्या कंपनीत त्यांना हवे तसे 'पहिले स्थान' मिळत असल्याने जो गॅली यांनी २०००च्या जुलै महिन्यात ॲमेझॉन सोडली. दुर्दैवाने त्यानंतर आलेल्या 'डॉटकॉम बर्स्ट'मुळे – मुख्यत: इंटरनेटचा वापर करून धंदा करणाऱ्या कंपनीज काही काळ खूपच तेजीत चालल्या, भागधारक वाढत गेले, शेअर्सच्या किमती गगनाला भिडल्या; पण तो फुगलेला फुगा लवकरच फुटला; त्यामुळे गॅली यांची ती नवी कंपनीही बंद पडली. त्यानंतर काही महिन्यांतच ते ग्राहकोपयोगी वस्तूंचा व्यापार करणाऱ्या 'नेटवेल रबरमेड' नावाच्या कंपनीत गेले. ती कंपनी अडचणीत सापडली होती. कंपनीतील कामगारांना घरी बसवले होते, स्टॉकच्या किमती उतरत चालल्या होत्या. त्या प्रश्नांना तोंड देऊन कंपनीला तारण्यासाठी त्यांनी चार वर्षे प्रयत्न केले. त्यानंतर ती कंपनी सोडून त्यांनी 'टेक्ट्रॉनिक इंडस्ट्रीज' या आशियात प्रमुख ऑफिस असलेल्या कंपनीचे सीईओ हे पद स्वीकारले. ती कंपनी 'डर्ट डेव्हिल' आणि 'हूव्हर' या नावाखाली व्हॅक्युम क्लीनर्ससारखी गृहोपयोगी साधने बनवीत असे. जो गॅली गेली सहा वर्षे त्या कंपनीचा विकास घडवीत आहेत.

जो गॅली सोडून गेल्यानंतर ॲमेझॉनच्या डायरेक्टर बोर्डाने आणखी एका चीफ ऑपरेटिंग ऑफिसरची बेझोस यांच्या बरोबर गाठ बांधण्याचे प्रयत्न केले. त्यांचे नाव होते पीटर न्युपर्ट. ते मायक्रोसॉफ्टमध्ये काही काळ

काम करीत होते. त्या वेळी ते 'ड्रगस्टोअरडॉटकॉम' ही कंपनी चालवीत होते. ते कंपनीत येऊन 'एस टीम'च्या मीटिंगजना बसू लागले. काही महिने ते येत राहिले; परंतु ते व बेझोस यांचे काही जुळले नाही. दीर्घ काळ एकत्र काम करण्याची कल्पना काही सफल झाली नाही. बेझोस यांना ही गोष्ट कळून चुकली होती की, त्यांना लांब राहून कंपनी चालवणे रुचणार नाही. त्यांच्या सहकाऱ्यांना त्यांची गरज आहे असे सतत वाटणे ही त्यांचीही गरज बनली होती. त्यांना तपशिलात शिरण्यातच सुख लाभत होते. त्यांनाच चीफ एक्झिक्युटिव्ह म्हणूनही काम करायचे होते. टॉम ॲल्बर्ग म्हणतात, ''कंपनीतले लक्ष कमी करून इतर छंद जोपासणे ही कल्पना बेझोस यांच्या पचनी पडलीच नाही. त्याऐवजी त्यांनी आयुष्यातील जास्तीतजास्त काळ कंपनीच्याच विकासासाठी घालवायचा निर्णय घेतला.''

जो गॅली यांच्या नेमणुकीचा प्रयोग, त्यांच्या कारकिर्दीच्या काळातील दुःसाहसे यांच्या दुष्परिणामांचे व्रण कायमस्वरूपी राहिले. आजतागायत कंपनीने कोणतेही बाहेरचे नेतृत्व कंपनीवर लादलेले नाही, कंपनीच्या अधिकाऱ्यांपैकी कोणालाही 'प्रेसिडेंट' अथवा 'चीफ ऑफरेटिंग ऑफिसर' अशा पदव्याही दिलेल्या नाहीत. त्यानंतरची काही वर्षे ॲमेझॉनने कोणतीही कंपनी, उद्योग ताब्यात घेतला नाही आणि जेव्हा घेतला तेव्हा बेझोस यांनी मधल्या काळातील निष्काळजीपणाच्या अतिरेकाने शिकवलेल्या धड्यांची नीट उजळणी करूनच निर्णय घेतले व कृती केल्या.

नव्या शतकाचा उदय झाला त्या वेळी ॲमेझॉनही 'डॉटकॉमबर्स्ट'च्या कड्यावरच उभी होती. आशेचा प्रकाश मावळून निराशेचा अंधकार पसरत चालला असताना २००० सालात ती एक कोटी डॉलर्सचा तोटा सोसण्याच्या बेतात होती. बेझोस कंपनीच्या सुरुवातीपासून करत आले होते तेच त्यांनी त्या वेळीही केले. त्यांनी कर्मचाऱ्यांना दिलासा दिला, विश्वास दिला की कंपनी आपणच आपल्या हातांनी ओढवून घेतलेल्या कर्जाच्या, तोट्याच्या या झंझावातातूनही निश्चित सुखरूप बाहेर येईल.

४

मिलिरवी

अॅमेझॉनमध्ये कंपनीचा झपाट्याने विस्तार करण्याचा उन्माद ज्या काळात पराकोटीला पोहोचलेला होता त्या काळात कंपनीच्या व्यवस्थापनात जो गोंधळ माजला ती केवळ सर्वांच्या कसोटीची, त्यांच्या चिकाटीच्या, विश्वासाच्या प्रदीर्घ परीक्षेची सुरुवात होती. २००० आणि २००१ हा दोन वर्षांचा काळ 'डॉटकॉमबर्स्ट' म्हणून ओळखला जातो. त्याआधी काही काळ इंटरनेटच्या नावीन्याच्या प्रेमात पडलेल्या जगभरातील जनतेच्या उत्साहाने डॉटकॉम कंपन्यांचा जो फुगा वेगाने फुगतच चालला होता, तो त्या काळात फुटला. त्या काळात गुंतवणूकदारांचेच नव्हे तर आम जनतेचे आणि मुख्य म्हणजे त्यांच्या एकनिष्ठ कर्मचाऱ्यांचेही बेझोस यांच्यावरील प्रेम कमी झाले. बहुतेकांनी कंपनीच्या लांबच्या भवितव्याची आशा तर सोडलीच, त्यांना कंपनी या आतल्या आणि बाहेरच्या गोंधळातून वाचेल तरी की नाही याबद्दलही शंका वाटू लागली. अॅमेझॉन पब्लिक कंपनी झाल्यापासून त्या वेळेपर्यंत तिच्या शेअर्सच्या किमती कायम एकाच दिशेने प्रवास करीत आल्या होत्या - वरच्या - आणि त्यांनी १०७ डॉलर्सची उत्तुंग उंची गाठली होती; पण तीही त्यापुढील एकवीस महिने हळूहळू खाली घसरणार होती. ते प्रतिष्ठेच्या उच्च स्थानावरून होत असलेले धक्कादायक पतन ठरणार होते.

एकंदर स्टॉक मार्केटच गडगडत होते. या घसरणीची अनेक कारणे होती. डॉटकॉमचा अनावर फुगत जाणारा फुगा गुंतवणूकदारांच्या अंगावर येऊ लागला होता. प्रत्यक्ष काहीही उद्योग न करणाऱ्या 'बोगस' कंपन्या कोट्यवधी डॉलर्सची उलाढाल करीत होत्या, 'पब्लिक कंपनी' बनत

होत्या, आर्थिक पायाही नसताना त्यांच्या शेअर्सच्या किमती आकाशाला भिडत होत्या. अशात 'बॅरन्स' या प्रतिष्ठित नियतकालिकाच्या मार्च २००० च्या अंकात एक महत्त्वपूर्ण लेख प्रसिद्ध झाला. त्यात ॲमेझॉनसारख्या वेब कंपन्या कशा आणि किती वेगाने त्यांचे भांडवल संपवून टाकून आत्मनाशाच्या दिशेने प्रवास करीत आहेत याकडे लक्ष वेधले होते. तोवर डॉटकॉम कंपन्यांमधील गुंतवणुकीचे महत्त्व, त्यांची लोकप्रियता त्या नव्या, तरुण रक्ताच्या- पण पुरेसा फायदा न कमावू शकणाऱ्या कंपन्यांना चांगला धंदा मिळेल, त्यांच्या वाढीला मदत होईल, प्रोत्साहन मिळेल या विश्वासावर वाढत चालले होते. पण 'बॅरन्स'मधील लेखाने सर्वांनाच 'आपण आजवर केलेल्या चुकांची किमत चुकवायची वेळ आलेली आहे,' असा धोक्याचा इशारा मिळाला. त्याप्रमाणेच घडले. १० मार्चला 'नॅसडॅक'चा निर्देशांक अत्युच्च शिखरावर पोहोचला आणि मग तो डळमळू लागला व खाली घसरू लागला.

इंटरनेट कंपन्यांबद्दलच्या या नकारात्मक भावनांची धार पुढील दोन वर्षांत घडलेल्या एन्रॉन कंपनीबाबतचे नाट्य, ९ सप्टेंबरला अमेरिकेत घडलेले जग हादरवून टाकणारे हत्याकांड यांसारख्या काही गंभीर घटनांनी काहीशी बोथट झाली; पण तरीही गुंतवणूकदारांवर सुरुवातीला डॉटकॉम कंपन्यांनी जे गारुड घातले होते ते जे एकदा उठले, त्यांच्या डोळ्यांवर जे रंगीत चश्मे चढवले होते, ते जे एकदा पडून गेले त्यानंतर सर्व जण सावध झाले, त्या कंपन्यांकडे जास्त व्यवहारी दृष्टिकोनातून पाहू लागले, त्यांच्यावर नीट लक्ष ठेवू लागले. अशा कंपन्यांमध्ये ॲमेझॉनचाही समावेश होता.

या काळात अनेक डॉटकॉम कंपन्या बंद झाल्या, काही कोणत्यातरी मोठ्या कंपनीत विलीन झाल्या. ॲमेझॉन मात्र तरली, दृढ विश्वास, निष्ठा, आत्मशोध, बदल, पुनर्रचना आणि काही अंशी नशीब या सगळ्यांच्या जोरावर वर आली, वाटचाल करीत राहिली. प्रथम 'जनरल इलेक्ट्रिक' या नावाजलेल्या कंपनीच्या 'एनबीसी' - नॅशनल ब्रॉडकास्टिंग कंपनी - या डिव्हिजनचे, त्यानंतर डेल्टा एअरलाइन्सचे चीफ फायनान्शिअल ऑफिसर म्हणून काम करून ॲमेझॉनमध्येही तेच पद भूषविणारे वॉरन जेन्सन यांनी २००० सालाच्या सुरुवातीलाच असा निर्णय घेतला की, या परिस्थितीने गांजलेले ॲमेझॉनचे पुरवठादार त्यांचे देणे नेहमीपेक्षा लवकर, लवकरात लवकर मागणार ही शक्यता लक्षात घेऊन कंपनीची त्यासाठी आवश्यक ती

आर्थिक तयारी उत्तम करून ठेवली पाहिजे. त्यासाठी 'ॲमेझॉनने युरोपिअन बाजारपेठेत गुंतवणूकदारांचा शोध घ्यावा,' असा मोलाचा सल्ला जेन्सन यांना मॉर्गन स्टॅनलेच्या ग्लोबल टेक्नॉलॉजी ग्रुपच्या सहप्रमुख रूथ पोरॅट यांनी दिला. त्याअनुसार लगेच, फेब्रुवारी महिन्यात ॲमेझॉनने ६७.२ कोटी डॉलर्सचे कन्व्हर्टिबल बॉन्ड्स परदेशी गुंतवणूकदारांना विकले. स्टॉक मार्केट सतत वर-खाली होत असताना, जगभरात आर्थिक मंदीची लाट आलेली असताना हे एवढे भांडवल उभे करणे त्यापूर्वी तेवढे भांडवल उभे करण्यापेक्षा फारच अवघड पडले. त्यासाठी ॲमेझॉनला व्याज देताना हात खूपच सैल सोडावा लागला, ६.९ टक्के व्याज द्यावे लागले आणि कन्व्हर्जनच्या फारच लवचीक अटी मान्य कराव्या लागल्या- काळ बदलतो आहे हे वास्तव स्वीकारणे भाग पडले. ही सगळी प्रक्रिया स्टॉक मार्केट कोसळण्याच्या एकच महिना आधी पूर्ण झाली. त्यानंतर भांडवल उभे करणे कोणत्याही कंपनीला महत्प्रयासाचे-अशक्यप्रायच झाले असते. हे भांडवल गोळा झाले नसते तर ॲमेझॉनचे वर्षभरात दिवाळेच निघणे जवळ जवळ निश्चितच होते.

गुंतवणूकदारांच्या मनात पेरली गेलेली कंपनीच्या प्रगतीविषयीची संशयाची बीजे फोफावत होती. कंपनीच्या स्थितीने अस्वस्थ झालेल्या जुन्या ज्येष्ठ अधिकाऱ्यांची आर्जवे तीव्र होत होती. यांचा परिणाम बेझोस यांच्या दृष्टिकोनावर, मतांवर, विचारांवर झाला. धोरणबदलाची गरज त्यांना प्रतीत झाली. त्यांनी त्यांचा अग्रक्रम बदलला- 'लवकरात लवकर मोठे व्हा,' या आघाडीच्या धोरणाची जागा 'आपल्या घरातला गोंधळ आवरा, कारभार सुधारा,' या धोरणाने घेतली. 'कार्यक्षमता वाढवा, शिस्त पाळा, अपव्यय टाळा,' ही 'त्रिसूत्री' कटाक्षाने अमलात आणली जाऊ लागली. कंपनीत १९९८ साली १५०० कर्मचारी होते. २००० सालाच्या प्रारंभी ती संख्या ७६०० वर पोहोचली होती. ही वाढ थांबवणे आवश्यक होते हे बेझोस यांनाही पटले. साइटवरील वस्तूंच्या यादीच्या वाढीचा वेगही कमी करण्यात आला. ॲमेझॉनने कार्यपद्धतीत 'लिनक्स' या 'फ्री ऑपरेटिंग सिस्टिम'वर आधारित तंत्रज्ञानाचा वापर करायला सुरुवात केली. जगभरात दूर दूर अंतरावर पसरलेल्या कंपनीच्या वितरणकेंद्रांमध्ये सुसूत्रता आणून त्यांची कार्यक्षमता वाढवण्याचे कसून; पण अत्यंत पद्धतशीर असे प्रयत्न सुरू केले. वॉरन जेन्सन यांच्या शब्दांत सांगायचे तर ''कंपनी निर्मितिक्षम होऊ लागली, कारण ते अनिवार्यच होते!''

तरीही कंपनीच्या कर्मचाऱ्यांना 'डॉटकॉमबर्स्ट'चे अनेक घोर दुष्परिणाम भोगावे लागले. भविष्यातील फार मोठ्या आर्थिक लाभाच्या शक्यतेच्या बदल्यात कामाचे तास वाढवावे लागले, सुट्या रद्द कराव्या लागल्या, कुटुंबांना वेळ देता येईनासा झाला. कोसळलेल्या स्टॉक्सच्या किमतींमुळे कंपनीतल्या भागधारक कर्मचाऱ्यांमध्ये दोन गट तयार झाले. जे जुने कर्मचारी दीर्घ काळापासून भागधारक होते ते अजूनही श्रीमंत होते (तरीही ते काळजीत होतेच.) आणि जे त्या मानाने नवे होते त्यांच्या जवळच्या रोख्यांना काहीच किंमत उरली नव्हती.

उच्च पदस्थ अधिकारीही दुर्धर वास्तवाच्या जाणिवेने निराश झाले होते, हताश झाले होते. तीन ज्येष्ठ अधिकारी तर अशी आठवण सांगतात की, त्या काळात एक दिवस ते तिघेच एका खोलीत एकत्र जमले आणि त्यांनी त्या खोलीतल्या फळ्यावर बेझोस यांची यशस्वी ठरलेली कामे, योजना आणि त्यांची अयशस्वी ठरलेली कामे, योजना- अशा दोन याद्याच लिहून काढल्या. अयशस्वी योजनांच्या यादीत ऑक्शन, झेड शॉप्स, काही डॉटकॉम कंपन्यांमधील गुंतवणूक, काही कंपन्यांची मिळवलेली मालकी अशा गोष्टी होत्या. ती यादी पहिल्या यादीपेक्षा खूपच लांबलचक झाली होती. यशस्वी कामांच्या यादीत पुस्तके, संगीत आणि डीव्हीडी या तीनच गोष्टींची यशस्वी विक्री समाविष्ट होती. बऱ्याच काळापासून योजलेल्या बाकीच्या - खेळणी, साधने, इलेक्ट्रॉनिक्स उत्पादने व उपकरणे या - गोष्टींच्या विक्रीचे यश अजून गुलदस्त्यातच, अनिश्चितच होते.

कंपनीची ही अशी परिस्थिती होती, लोकांची मानसिक स्थिती आंदोलित होती; पण तरीही बेझोस मात्र शांत होते. ना त्यांच्या चेहऱ्यावर चिंता होती ना वागण्या-बोलण्यात काळजी! सीनियर व्हाईस प्रेसिडेंट मार्क ब्रिटो म्हणाले, ''आम्ही सगळे चिंताग्रस्त, त्रस्त, 'आता काय करायचे?' या विचारात नुसतेच इकडे तिकडे हिंडत होतो, पण जेफ? छे:, ते स्थितप्रज्ञ! सभोवती वादळ उठलेले असतानासुद्धा शांत राहणारा त्यांच्यासारखा माणूस मी कधीच बघितला नाही!''

पुढच्या दोन अस्थिर, खळबळजनक वर्षांच्या कालावधीत बेझोस यांनी वेगाने बदलणाऱ्या परिस्थितीशी सामना देण्यासाठी ॲमेझॉनला नव्याने घडवले. त्या काळात त्यांना त्यांच्याच क्षेत्रातील दोन असाधारण व्यक्ती भेटल्या ज्यांनी त्यांचे लक्ष प्रत्येक दिवशी वस्तूंची किमत कमीतकमी

असण्याच्या महत्त्वाकडे, त्यामुळे घडणाऱ्या बदलांकडे वेधले. त्यामुळे बेझोस यांचे जाहिरातींबद्दलचे विचारही बदलले आणि ते ग्राहकांकडे वस्तू पोहोचण्यातल्या आणि पोहोचवण्यातल्या अडचणी, गैरसोयी आणि त्यासाठी होणारा खर्च, ग्राहकाला पडणारी किंमत यात बचत कशी करता येईल याचा अगदी निराळ्या पद्धतीने विचार करू लागले. त्यांच्या वागण्यात चंचलता आली, अनपेक्षितपणा आला. त्यांच्या वाढलेल्या, असंभवनीय अशा उच्च दर्जाच्या अपेक्षा पुऱ्या करू न शकणारे अधिकारी, कर्मचारी यांना ते कठोरपणे फटकारू लागले. आज जी ॲमेझॉन आपल्याला माहीत आहे, जी आपल्या समोर दिसते आहे; त्यातील वैशिष्ट्ये, विचित्र वा विक्षिप्तपणाकडे झुकणारा निराळेपणा हा डॉटकॉमबर्स्टच्या काळात कंपनी आणि तिचे नेतृत्व यांविषयी जो अविश्वास सर्वत्र निर्माण झाला होता, वणव्यासारखा पसरत होता, त्यामुळे कंपनी आणि बेझोस यांना अनंत अडचणींचा ज्या हिमतीने, धडाडीने सामना करावा लागला होता, अवघड अडथळ्यांमधून ज्या कष्ट व कौशल्याने मार्ग काढावा लागला होता- त्या सगळ्यांचा परिणाम होता.

याच कसोटीच्या काळात बेझोस यांनी कंपनीतले वरच्या जागांवरील कितीतरी अधिकारी गमावले. कर्मचारी, अधिकारी फार मोठ्या प्रमाणावर कंपनी सोडून जाताना त्यांना पाहावे लागले. परंतु गुंतवणूकदारांनी प्रचंड गुंतवणूक केलेल्या शेकडो डॉटकॉम कंपन्या, टेलिकॉम कंपन्या त्या आर्थिक मंदीच्या अजगराने गिळून टाकल्या तरीही ॲमेझॉन त्यातून वाचली. बेझोस यांनी हजारोंचे भाकीत खोटे ठरवले.

त्याच काळात ॲमेझॉनच्या डायरेक्टर बोर्डावर असलेले, इन्ट्युट या कंपनीचे संस्थापक स्कॉट कुक म्हणतात, ''त्या वेळेपर्यंत मी बेझोस यांना कोणत्याही परिस्थीत, काहीही झाले तरी फक्त आणि फक्त वायुवेगाने पुढेच जाताना पाहिले होते. वाढता नफा, वाढती कार्यक्षमता यांच्या दिशेने ते कधीच जाताना दिसले नाहीत. बहुतेक सगळे उच्चाधिकारी, विशेषत: एखाद्याच विषयात प्रावीण्य असलेल्या, पहिल्यांदाच सीईओपदावर पोहोचलेल्या ज्या व्यक्ती असतात त्या त्यांना शिकवलेले, येत असलेले नृत्यच करून दाखवू शकतात. खरे सांगायचे तर मला नाही वाटत ते बेझोस यांच्यासारखे निराळे, स्वत:चे असे काही पदन्यास करून दाखवू शकले असते!''

२००० सालच्या जून महिन्यात ॲमेझॉनच्या शेअरची किंमत इतर सगळ्यांच नॅसडॅक कंपन्यांसारखीच घसरणीला लागली होती. त्याच काळात बेझोस यांच्या कानांवर रवी सुरिया हे नाव आले. भारतातील मद्रास शहराचे रहिवासी असलेल्या एका शाळाशिक्षकाचा हा मुलगा उच्च शिक्षणासाठी अमेरिकेत युनिव्हर्सिटी ऑफ टोलेडो येथे आला होता आणि त्याने टूलेन युनिव्हर्सिटीच्या बिझनेस स्कूलमधून एमबीए पदवी मिळवली होती. एमबीए झालेल्या रवी सुरिया २००० सालच्या प्रारंभी लेहमन ब्रदर्स या इन्व्हेस्टमेंट बँकेत कन्व्हर्टिबल बॉन्ड ॲनालिस्ट म्हणून काम करीत होते. अठ्ठावीस वर्षांचे, बँकेच्या वर्ल्ड फायनान्शिअल सेंटर या भव्य इमारतीच्या चौदाव्या मजल्यावरच्या एका छोटेखानी ऑफिसमध्ये काम करणारे रवी सुरिया तसे अज्ञातच होते. परंतु त्या वर्षअखेर ते वॉलस्ट्रीटवरील सतत प्रकाशझोतात येणारे, चर्चेत येणारे ॲनालिस्ट बनले, जेफ बेझोस आणि ॲमेझॉन यांच्या अपकीर्तीचे कारण बनले, त्यांचे कडवे टीकाकार, एका अर्थाने शत्रूच झाले.

आधी पेन वेबर आणि नंतर लेहमन इन्व्हेस्टमेंट बँक अशा दोन नोकऱ्यांतील पहिल्या पाच वर्षांत रवी सुरिया टेलिकम्युनेशन आणि बायोटेक्नॉलाजी कंपन्यांमधील अतिरेकी गुंतवणूक यांसारख्या मर्यादित, वाचकांना रस वाटेल अशा विषयांवर लिहीत होते; परंतु ॲमेझॉनने जेव्हा तिसऱ्यांदा कर्ज मागण्यासाठी हात पसरले, कंपनीचे चीफ ऑपरेटिंग ऑफिसर जो गॅली यांनी कंपनी सोडली तेव्हा त्यांचे लक्ष ॲमेझॉनकडे गेले. त्यांनी ॲमेझॉनचा ताजा तिमाही 'अर्निंग रिलीज रिपोर्ट' अभ्यासला, त्या तिमाहीतील सुट्यांच्या मोसमातला कंपनीने दाखवलेला प्रचंड तोटा पाहिला आणि 'ही कंपनी कड्याच्या टोकावर उभी आहे,' या निष्कर्षाप्रत ते आले. त्यांनी कंपनीचा 'मृत्युलेख'च लिहिला!

त्यापुढील आठ महिन्यांत कंपनीवर जो टीकास्त्रांचा सतत मारा झाला, कंपनीचे वाभाडे काढले गेले त्यातील पहिला जोरदार वार रवी सुरिया यांनी केला होता. त्यांनी लिहिले होते, ''गुंतवणूकदारांनी कर्जबाजारी ॲमेझॉनपासून दूर राहावे. ॲमेझॉनला कर्ज देऊ नये. वितरणासारख्या क्षेत्रात कंपनीने अत्यंत गलथानपणा दाखवला आहे.'' त्यांचा मर्मभेदी वार हा होता, ''आम्हांला अशी खात्री आहे की जर या कंपनीने तिच्या जादूगाराच्या पोतडीतून संमोहन मंत्र बाहेर काढून आणखी एखादे सावज

अडकवले नाही, बडा भांडवलदार गटवला नाही तर पुढील एका वर्षात ही कंपनी भिकेला लागेल.''

रवी सुरिया यांच्या या 'भविष्यवाणी'ने जगभरातील वृत्तपत्रे, नियतकालिके यांत बातम्या झळकल्या. (न्यू यॉर्क पोस्ट : 'एका विश्लेषकाने अखेर डॉटकॉम कंपन्यांच्या बाबतीतले सत्य उघड केले!') शेअर बाजाराला लागलेल्या उतरत्या कळेने आधीच गोंधळलेल्या, घाबरलेल्या गुंतवणूकदारांनी या अशा बातम्या वाचल्यावर तर ॲमेझॉनचे नावच टाकले! ॲमेझॉनच्या शेअर्सची किंमत आणखी वीस टक्क्यांनी उतरली.

सुरिया यांची ही शापवाणी म्हणजे ॲमेझॉनच्या वर्मावर घाव होता. प्रतिक्रिया तीव्र होती. कंपनीचे प्रसिद्धी खातेप्रमुख बिल करी यांनी त्या विधानाला 'वेडेपणा', 'अर्थहीन' ठरवले. वॉशिंग्टन पोस्ट या नियतकालिकाशी बोलताना बेझोस यांनी त्यातील 'वेडेपणा'ला 'शुद्ध ठार' अशी विशेषणे जोडली.

ॲमेझॉनच्या तोवरच्या प्रवासाचा विचार केला, त्याचे जरा जवळून, काळजीपूर्वक निरीक्षण केले तर सुरिया यांचे विश्लेषण आणि त्यावरून काढलेला निष्कर्ष चुकीचाच होता. तोवर ॲमेझॉनने अमेरिकेच्या बाहेरील देशातून, प्रामुख्याने युरोपमधून जे भांडवल गोळा केले होते त्यातून कंपनीला जवळजवळ १०० कोटी डॉलर्स रोख्यांच्या आणि रोख रकमेच्या स्वरूपात मिळाले होते आणि तेवढ्या भांडवलाच्या बळावर पुरवठादारांची थकलेली देणी तर सहज देऊन होणार होती. कंपनीला जे 'निगेटिव्ह वर्किंग कॅपिटल' उपलब्ध होत असे – पुरवठादाराचे बिल देण्याआधीच वस्तू विकून त्यांची किमत रोख स्वरूपात हाती आलेली असे – त्यातून रोजचा कारभार चालवायला पैसे पुरत असत. शिवाय कंपनी सतत खर्च कमी करण्याच्या मागे असेच.

लेहमन बँकेच्या या विश्लेषकाने घातलेल्या घावाने ॲमेझॉनला दुसऱ्याच एका प्रश्नाला तोंड द्यायला भाग पडण्याचा धोका होता. सुरिया यांच्या भाकिताने ॲमेझॉनचे पुरवठादार पैशांसाठी मागे लागले असते आणि त्यांनी सावध होऊन पुरवलेल्या मालाची किंमत ताबडतोब वसूल करायचा निर्णय घेतला असता तर ॲमेझॉनचा खर्च प्रचंड वाढला असता. तसेच सुरिया यांचा धोक्याचा इशारा आणि जगभरातील वृत्तपत्रांतून त्याचा वाजलेला डंका याने जर ॲमेझॉनच्या ग्राहकांच्या मनात 'इंटरनेटवरून खरेदी' या पद्धतीविषयीच भीती वाटू लागली असती आणि त्यांनी ॲमेझॉनकडे

तोंड फिरवले असते तर मात्र ॲमेझॉनची रोख स्वरूपातील मिळकत कमी झाली असती व ॲमेझॉन पूर्ण अडचणीत आली असती. निराळ्या शब्दांत सांगायचे तर ग्राहकांनी तोंड फिरवले असते तर सुरिया आणि अन्य वॉल स्ट्रीटवरील भक्ष्य मिळवण्यासाठी उत्सुक असलेले पशू यांचे पूर्णतया चूक असलेले भाकीत खरे ठरले असते. ॲमेझॉनचे त्या वेळचे कोषाध्यक्ष रस ग्रॅन्डिनेटी म्हणाले, ''या सगळ्यांतील सर्वांत काळजीचा भाग हा होता की, जी सत्य परिस्थिती होती ती धोकादायक नव्हती, त्या परिस्थितीबद्दलच्या चुकीच्या वर्णनाने लोकांचा गैर समज होणे हे धोकादायक होते.''

म्हणूनच या सगळ्यांवरील ॲमेझॉनने व्यक्त केलेली प्रतिक्रिया नेहमीपेक्षा फारच जास्त जोरदार होती. उन्हाळ्याच्या सुरुवातीलाच जेन्सन आणि ग्रॅन्डिनेटी या दोघांनी अमेरिकाच नव्हे तर युरोपही पिंजून काढला. ॲमेझॉनच्या सर्व प्रमुख, मोठ्या पुरवठादारांना भेटून कंपनीच्या आर्थिक स्थितीचे वास्तव त्यांच्यापुढे सादर केले. ग्रॅन्डिनेटी म्हणाले, ''जोवर सत्य सिद्ध करून दाखवले जात नाही, तोवर अल्प काळासाठी का होईना तेही, खऱ्या गोष्टीही खोट्या, दोषी ठरतात.''

या 'अग्निशामक' दौऱ्यात जेन्सन व ग्रॅन्डिनेटी नॅशविल येथे इन्ग्राम कंपनीच्या डायरेक्टर बोर्डाला भेटायला गेले. ॲमेझॉन बळकट आर्थिक पायावर उभी आहे हे त्यांनी बोर्डाला सिद्धच करून दाखवले. त्यांच्या सादरीकरणानंतर इन्ग्रामचे प्रेसिडेंट जॉन इन्ग्राम त्यांची चिंता प्रकट करू लागले तेव्हा कंपनीची चेअरमन असलेली त्यांची आई मार्था इन्ग्राम ही मात्र तेथे बसून त्रयस्थासारखी पाहत राहिली होती. ते म्हणाले, ''हे लक्षात घ्या की जर तुम्ही गोत्यात आलात तर आम्हीही तुमच्या बरोबर गाळात जाऊ. आमचे तुमच्याबद्दलचे मत जर का चुकले तर केवळ 'अर्र... चुकलंच की!' एवढे म्हणत चुकचुकून भागणार नाही, आमचे तुमच्या कंपनीकडून इतके येणे आहे की आम्हीही चांगलेच अडचणीत येऊ!''

प्रसार माध्यमांत जशी ॲमेझॉनची प्रतिमा डागाळली जाऊ लागली, नावाला बट्टा लागू लागला तसे बेझोस यांनी त्यांचे आक्रमक, लढवय्याचे रूप दाखवण्यास सुरुवात केली. ते वार्ताहरांना मुलाखती देऊ लागले, सीएनबीसी या प्रसिद्ध, प्रतिष्ठित दूरदर्शन वाहिनीवर त्यांनी हजेरी लावली. ''सुरिया हे चूक आहेत, ॲमेझॉनचा पाया चांगला बळकट आहे,'' असे खात्रीपूर्वकरीत्या सांगू लागले. त्या वेळी मी 'न्यूजवीक' या मासिकाचा

सिलिकॉन व्हॅलीमधील वार्ताहर होतो. त्या उन्हाळ्यात मी बेझोस आणि जेन्सन या दोघांशीही बोललो. त्यानंतरही पुढील दहा वर्षांत मी त्यांच्याशी दहा-बारा वेळा बोललो, पण त्या पहिल्या भेटीतच बेझोस यांनी मला सांगितले होते, ''सर्वांत महत्त्वाचे हे आहे की कॅश फ्लोविषयी सुरिया यांनी जे अंदाज वर्तवले आहेत ते चुकीचे आहेत! अगदी साफ चुकीचे आहेत!!''

आज आमच्या त्या पहिल्या मुलाखतीला दहा वर्षे होऊन गेली; पण अजूनही त्या वेळी मी जे त्यांचे म्हणणे लिहून घेतले होते ते वाचले की त्यांचा स्वत:वरचा, स्वत:च्या उक्ती-कृतीवरचा जबरदस्त विश्वास प्रकर्षाने जाणवतो, प्रतीत होतो. आणि हो, त्या बिकट परिस्थितीतही त्यांच्या 'जेफीझम'चा, त्यांच्या विनोदबुद्धीचाही प्रत्यय येतो. त्या मुलाखतीत त्यांनी ''ही माझी 'टिकाऊ' कंपनी दीर्घ काळ अस्तित्वात राहील,'' अशी खात्री दिली, ''झालेल्या चुकांपासून आम्ही योग्य तो धडा शिकू, केवळ पुस्तकांवरच किंवा संगीत, चित्रपट यांवरच थांबणार नाही, तर आम्ही या धोरणाचा पाठपुरावा करू की 'ग्राहकाला अग्रक्रम, त्याच्यापासूनच सुरुवात आणि मग त्याच्या समाधानपूर्तीसाठीच सर्व काही.' ''

सुरिया यांच्या भाकितासंबंधी ते जे बोलले ते मात्र बचावात्मक होते. त्यासाठीच मला वाटते, त्यात विनोदाची पखरण होती. ते म्हणाले, ''पहिली गोष्ट अशी आहे की ॲमेझॉनडॉटकॉमची साइट काही काळ तरी जे पाहत आले आहेत, त्यातल्या प्रत्येकाला कधी ना कधीतरी हा असाच 'चित्रपट' पाहायला मिळालेलाच आहे!'' बोलताना, उत्तरे देत असताना मधूनमधून ते त्यांचे सुप्रसिद्ध गडगडाटी हास्यही - हेतुपुरस्सर - पेरत होते. ''हे मलाही माहीत आहे की आज आपण ज्या युगात जगतो आहोत त्यात 'दीर्घकालीन' हे विशेषण दहा मिनिटांच्या काळासाठीच योग्य मानले जाते. (हास्य) पण जर तुम्ही जरा गतेतिहासाचा मागोवा घेतलात तर... मी तुम्हांला एक प्रश्न विचारतो की, गेल्या तीन वर्षांत आमच्या कंपनीच्या शेअर्सचा भाव किती वर गेला आहे? वीस पट! हे ठीक आहे की नाही? मी नेहमी सांगतो की ॲमेझॉनडॉटकॉमबद्दल काहीही वाद, गैर समज निर्माण होईल असे आम्ही काहीही करीत नाही; पण तरीही ते होतेच!'' (हास्य)

खरे तर परिस्थिती सर्वसाधारण नव्हतीच. डॉटकॉमबर्स्ट आणि सुरिया यांनी खडे केलेले आव्हान या दोन्हींमुळे आर्थिक परिस्थिती बदलली होती, वॉलस्ट्रीटवर निराळेच वारे वाहू लागले होते आणि बेझोस यांना त्याविषयी

पूर्ण ज्ञान होते, ते चांगले सतर्क होते. काही आठवड्यांनंतर ते आणि जेन्सन हे दोघे कंपनीचा बॅलन्स शीट घेऊन त्याची छाननी करीत बसले असताना ते या निष्कर्षाप्रत पोहोचले की कंपनीची वाढ होत असली तरी दूरवर पसरलेली अनेक मोठमोठी वितरणकेंद्रे चालवण्याचा खर्च, कर्मचाऱ्यांच्या पगाराचा खर्च यांसारखे खर्च - ज्याला फिक्स्ड कॉस्ट्स म्हणतात त्या - प्रचंड आहेत. ते खर्च कमी करण्याची गरज आहे. त्यानंतर बेझोस यांनी कंपनीत एक अंतर्गत घोषणा केली, ''आज जी आपली कंपनी तोट्यात चालली आहे तिला आपण २००० सालच्या शेवटच्या तिमाहीपर्यंत फायद्यात आणणार आहोत, या प्रवासाची मुहूर्तमेढ आपण आज रोवतो आहोत.'' जेन्सन म्हणाले, ''आपले उत्पन्न किती असणार आहे याविषयी आम्ही पूर्ण वास्तववादी दृष्टिकोन स्वीकारला आणि प्रत्येकाला खर्चाचे एक उद्दिष्ट दिले, कमाल मर्यादा घालून दिली.''

परंतु प्रसार माध्यमांतील प्रतिमा बदलण्यात मात्र कंपनी अयशस्वी ठरली. काही काळानंतर कंपनीने जेव्हा हे नवे उद्दिष्ट जाहीर केले तेव्हाही त्यावर टिकेची झोड उठली. टीकाकारांचे म्हणणे असे होते की कंपनी फायद्याचा हिशेब सर्वसाधारणपणे जी पद्धत वापरली जाते ती न वापरता, स्टॉक ऑप्शन्ससारख्या गोष्टींसाठीचा खर्च हिशेबात न धरणारे 'प्रोफॉर्मा अकौंटिंग स्टॅन्डर्ड' वापरून करणार आहे.

त्यानंतरचे आठ महिने रवी सुरिया ॲमेझॉनबद्दल नकारात्मक मते जाहीर करून कंपनीवर टीका करतच राहिले. त्यासाठी त्यांनी वेब, इंटरनेट, ऑनलाइन शॉपिंग, डॉटकॉम कंपन्या यांसंबंधी बरेच संशोधन केले. त्या काळात नुकत्याच प्रकाशात येत असलेल्या इंटरनेटच्या युगाविषयी आपला दृष्टिकोन लोक त्यांच्यासारख्यांच्या तसल्या संशोधनातील निरीक्षणांचा आधार घेऊन ठरवत असत. ज्यांचा वेबच्या सामर्थ्यावर, उपयुक्ततेवर, वाढत्या प्रसारावर विश्वास होता, ज्यांनी त्या विश्वासावर वेबशी संबंधित क्षेत्र त्यांच्या उपजीविकेचे साधन म्हणून निवडले होते त्यांना सुरिया यांची मते पटत नव्हती, ते त्यांच्या भाकितांविषयी साशंक होते. त्याच्या उलट ज्यांच्या उपजीविकेच्या साधनावर, उद्योगधंद्यावर या नव्या तंत्रज्ञानाने गदा आणली होती, त्यांना स्पर्धा निर्माण केली होती, मार्गात अडथळे उभे केले होते, त्यांचे जीवन ढवळून टाकले होते, त्यांचे अस्तित्व, त्यांची ओळख धोक्यात आणली होती- ते लोक सुरियांशी, त्यांच्याच मताच्या

इतर विश्लेषकांशी सहमत होत होते. 'ॲमेझॉनडॉटकॉम हे फक्त स्टॉक मार्केटच्या आत्यंतिक ऊर्जेवर, अतार्किक चढउताराच्या प्रवृत्तीवर स्वार झालेले निव्वळ एक स्वप्न आहे,' असेच धरून चालले होते.

त्यांना, त्यांच्या मतांना मिळणाऱ्या अशा अवाजवी महत्त्वामुळे कमालीच्या तर्कशुद्ध विचारांच्या बेझोस यांना त्या सौम्य प्रवृत्तीच्या, चश्मा लावणाऱ्या न्यू यॉर्कच्या तरुण विश्लेषकाने झपाटून टाकले होते. इंटरनेट घडवून आणीत असलेली क्रांती, तिच्या अनुषंगाने लागत असलेले अनेक बेदरकार पुनर्शोध, जुन्या गोष्टींना मिळणारा जाचक उजाळा हे सर्व आले तसे नाहीसे होईल अशा प्रकारच्या अतार्किक अशा विचारांचे प्रतिनिधित्व करणारे जे काही दिशा चुकलेले अभ्यासक, विश्लेषक होते त्यांच्यापैकीच तोही एक आहे असे त्यांचे मत होते. त्या काळात ॲमेझॉनमध्ये जे बेझोस यांच्या बरोबर काम करीत होते ते असे सांगतात की, बेझोस अनेक मीटिंग्जमध्ये, चर्चांच्या दरम्यान सुरियांच्या विश्लेषणाचा उल्लेख करायचे. फायनान्स विभागातील एका अधिकाऱ्यांनी तर सुरियाच्या 'रवी' या नावाचा उपयोग करून दहा लाख किवा त्याहीपेक्षा अधिक रकमेची आकडेमोडीतील चूक, घोटाळा यासाठी एक शब्द तयार केला होता. बेझोस यांना त्यांची मखलाशी फारच आवडली होती, त्यांनीही स्वत: तो शब्द वापरायला सुरुवात केली होती.

तो शब्द होता : 'मिलिरवी'

(दहा लाख म्हणजे मिलियन, त्यातला मिलि आणि सुरियाचे नाव रवी, दोन्ही मिळून 'मिलिरवी'.)

तंत्रज्ञानाच्या, संगणकाच्या क्षेत्रातल्या प्रत्येक कंपनीची अशी महत्त्वाकांक्षा असते की तिची एकूण किंमत ही तिच्या ज्या अनेक शाखा असतात त्या प्रत्येक शाखेच्या किमतीच्या बेरजेपेक्षा जास्त असली पाहिजे. इतर अनेक कंपन्यांना त्यांच्या ग्राहकांपर्यंत पोहोचण्यासाठी उपयुक्त ठरतील अशी काही साधने, पद्धती, माध्यमे तयार करून ती त्या कंपन्यांना देण्याचा ती कंपनी सतत प्रयत्न करीत असते. त्या उद्योगक्षेत्रातल्या परिभाषेत त्या कंपनीला 'प्लॅटफॉर्म' बनायचे असते.

त्या काळात अशी 'प्लॅटफॉर्म' कंपनी होती 'मायक्रोसॉफ्ट'. सॉफ्टवेअर्स तयार तरणारे तंत्रज्ञ मायक्रोसॉफ्टच्या 'विन्डोज' या जगभरात वापरल्या

जाणाऱ्या ऑपरेटिंग सिस्टिमवर काम करणारी सॉफ्टवेअर्सच बनवीत असत. पुढे मोबाइल फोन्स, आयफोन्स, आयपॅड्स, आयपॉड्स, टॅब्लेट्सच्या क्षेत्रात उपभोक्त्यांपर्यंत पोहोचण्यासाठी 'ॲपल' या कंपनीची 'आयओएस' ही सिस्टिम पायाभूत ठरली, प्लॅटफॉर्म ठरली. त्यानंतरच्या काळात इन्टेल, सिस्को, आयबीएम आणि ए टी ॲन्ड टी या सर्व कंपन्यांनीही निरनिराळे प्लॅटफॉर्म्स निर्माण केले आणि त्यातून प्रचंड फायदा कमावला.

ई-कॉमर्सच्या - इंटरनेटच्या माध्यमातून व्यापार - क्षेत्रात वरील यशस्वी कंपन्यांसारखाच सर्व विक्रेत्यांना ग्राहकांपर्यंत पोहोचण्यासाठी वापरता येणारा एक 'प्लॅटफॉर्म' आपल्याला कसा तयार करता येईल आणि त्यातून कंपनी कसा प्रचंड फायदा कमावू शकेल याचा विचार ॲमेझॉनमधील तंत्रज्ञ, अधिकारी १९९७ सालीच करू लागले, हे अगदी साहजिकच होते. या विचारातूनच आकाराला आलेला पहिला प्रयत्न होता 'ॲमेझॉन ऑक्शन्स', त्यानंतर 'झेड शॉप्स'. हे प्लॅटफॉर्म्स वापरून अन्य विक्रेत्यांना ॲमेझॉनच्या साइटवर त्यांच्याकडील उत्पादने ग्राहकांना दाखवता येत असत. परंतु त्याच काळात लहान लहान, स्वतंत्र दुकानदारांमध्ये अतिशय लोकप्रिय झालेल्या 'ई बे' या कंपनीसमोर ॲमेझॉनच्या या दोन प्लॅटफॉर्म्सचा टिकाव लागला नाही. तरीही २००० साली ॲमेझॉनमध्ये बेझोस यांनी असा आदेश काढला होता की कंपनीची वार्षिक विक्री २० कोटी डॉलर्स होईल, त्या वेळी त्यांना कंपनीचे एकूण उत्पन्न दोन भागांत विभागले जायला हवे आहे- निम्मे उत्पन्न थेट विक्रीतून आणि निम्मे इतर विक्रेत्यांनी 'ॲमेझॉनडॉटकॉम'चा वापर करून केलेल्या त्यांच्या उत्पादनांच्या विक्रीवरील कमिशनमधून.

१९९९ साली या उद्योगक्षेत्रातील सगळ्यांच कंपन्यांनी 'उंचावरची फळे तोडण्याचे' बरेवाईट प्रयत्न केले. कोणाच्याच हाताला फळ लागले नाही. पण त्या गडबडीत ॲमेझॉनला मात्र 'प्लॅटफॉर्म' उपलब्ध करून देण्याचे ध्येय साध्य करण्याचा मार्ग मिळाला. 'टॉयजरस'ने सॉफ्ट बॅक आणि मोबियस इक्विटी पार्टनर्स ही खासगी इक्विटी फर्म यांच्याकडून सहा कोटी डॉलर्स घेतले आणि 'टॉयजरसडॉटकॉम' ही इंटरनेटवर विक्री करणारी उपकंपनी सुरू केली. पण नेमकी त्या वर्षीच्या सुट्यांच्या मोसमात ती साइट कोलमडली. मुळात दुकानांची साखळी असलेल्या या खेळण्यांच्या ऑनलाइन विक्रीचे साहस फोल ठरले. एक तर साइट वारंवार बंद पडत होती, ग्राहकांना वस्तू खूपच उशिरा पोहोचत होत्या, काहींना तर ख्रिसमससाठी म्हणून त्यांनी खरेदी

केलेल्या वस्तू सण उलटून गेल्यावर पोहोचल्या! ग्राहकांचे असमाधान अशा उंचीवर पोहोचले की, त्यांनी फेडरल ट्रेड कमिशनकडे तक्रारी नोंदवल्या आणि कंपनीला अक्षम्य उशिराबद्दल साडेतीन लाख डॉलर्सचा दंड भरावा लागला. त्याच सुट्यांच्या हंगामात अफाट विक्री करूनसुद्धा ॲमेझॉनच्या वितरण केंद्रातसुद्धा जवळजवळ चार कोटी डॉलर्स किमतीचा माल पडून राहिला होता. तो पाहून बेझोस ठामपणे म्हणाले, ''मी स्वत: माझ्या हाताने हा माल कचरापेटीत टाकून देतो.''

सुट्या संपल्या. त्यानंतर एक दिवस टॉयजरसचे चीफ फायनान्शिअल ऑफिसर जॉन फोस्टर यांनी बेझोस यांना कुठल्याही पूर्व सूचनेशिवाय त्यांच्या ऑफिसमध्ये फोन केला. बेझोस यांनीच तो उचलला. फोस्टर यांनी हातमिळवणीचा प्रस्ताव ठेवला. ॲमेझॉनने विक्रीची सुविधा पुरवून विक्रीची जबाबदारीही घ्यावी, टॉयजरस खेळणी पुरवेल, त्यांचे या क्षेत्रातील प्रावीण्य ॲमेझॉनला उपलब्ध करून देईल आणि शिवाय 'हास्ब्रो'सारख्या पुरवठादारांशी संपर्क जोडून देईल. फोस्टर यांनी ॲमेझॉनच्या खेळणी विभागाचे प्रमुख हॅरिसन मिलर यांची भेट घ्यावी, अशी सूचना बेझोस यांनी केली. सिॲटलमध्ये मीटिंगही झाली; परंतु ॲमेझॉनला त्या वेळी त्यांच्या महत्त्वाच्या स्पर्धकाशी हातमिळवणी करण्याचे ठोक कारण सापडले नाही.

पुढल्या वर्षाच्या मध्यावर मिलर आणि ॲमेझॉनची कार्यकारी समिती यांनी खेळण्यांच्या व्यापारातील- विशेषत: खेळण्यांचा साठा आणि त्याचे वितरण- यातील प्रश्न, अडचणी यांचा जरा खोल अभ्यास केला. त्यातून दोन निष्कर्ष काढले : एक, यात जर फायदा कमवायचा असेल तर १०० कोटी डॉलर्सच्या विक्रीची पायरी गाठली पाहिजे आणि या व्यापारातील मेख असलेल्या दोन गोष्टी - खेळण्यांची योग्य निवड आणि त्यांची खरेदी - टॉयजरस अत्यंत कौशल्याने आणि चोख पार पाडते.

या निष्कर्षाचा परिणाम म्हणून काही आठवड्यांनी हॅरिसन मिलर आणि बिझनेस डेव्हलपमेंट ग्रुपचे प्रमुख मार्क ब्रिटो हे दोघे जण टॉयजरसच्या काही अधिकाऱ्यांना शिकागोच्या ओ'हेअर इंटरनॅशनल एअरपोर्टवरच्याच एका लहानशा कॉन्फरन्स रूममध्ये भेटले आणि आधी सोडून दिलेली हातमिळवणीची कल्पना पुन्हा चर्चिली गेली. खेळण्यांच्या विक्रीसाठी एकत्रित प्रयत्न करण्याबाबत औपचारिक बोलणी झाली. मिलर म्हणाले, ''बार्बीज डॉल्स, डिजिमॉन्स यांसारख्या खेळण्यांची निवड करणे किती

कठीण असते, याचा आम्हांला साक्षात्कार झाला आणि जगभरात गाजेल असा, ई-कॉमर्समध्ये यशस्वी ठरेल असा उद्योग उभारणे किती खर्चीक आहे हे टॉयजरसच्या अधिकाऱ्यांना उमगले.''

दोघांकडे एकेक कौशल्य होते. त्यामुळे त्यांचे एकत्र येणे सर्वार्थाने उचित होते. वर्षातील निरनिराळ्या प्रसंगांना, सणा-सुट्यांना साजेशा खेळण्यांची अचूक निवड करणे, लोकप्रिय खेळणी वेळेवर आणि योग्य किमतीत मिळवणे यात टॉयजरस निष्णात होते. खेळण्यांच्या उत्पादकांशी, पुरवठादारांशी त्यांचे चांगले संबंध होते, मोठा खरेदीदार म्हणून 'वट'च होता. ॲमेझॉन ऑनलाइन विक्रीत वाकबगार होते, ग्राहकांना चोख सेवा देण्यात, लवकरात लवकर, वेळेवर गोष्टी त्यांच्यापर्यंत पोहोचवण्यात तरबेज होते. जेफ बेझोस यांचा सहभाग असला की मीटिंग्ज जशा हमखास दीर्घ काळ चालायच्या तशीच त्या नंतरची मीटिंग झाली आणि जॉन फोस्टरच्या मते 'जरा जाचक आणि कंटाळवाणी' झाली. त्या मीटिंगमध्ये बेझोस यांनी आणखी एक 'स्टंट' केला. एक रिकामी खुर्ची ठेवून ती 'ग्राहकांसाठी' आहे, असे सर्वांना सांगून ॲमेझॉन ग्राहकांना देत असलेले महत्त्व अधोरेखित केले. साइटवर ग्राहकांना खेळण्यांची निवड करायला अमर्याद वाव असला पाहिजे याविषयी बेझोस अत्यंत आग्रही होते आणि त्यासाठी त्यांच्याकडली सर्वच्या सर्व खेळणी ॲमेझॉनच्या साइटवर दाखवण्यासाठी उपलब्ध करण्याचे आश्वासन टॉयजरसने दिले पाहिजे अशी त्यांची मागणी होती. टॉयजरसचे असे म्हणणे पडले की तसे करणे हे अव्यवहार्यही ठरेल आणि त्यासाठी खर्चही अफाट येईल. टॉयजरसने उलट अशी मागणी केली की, ॲमेझॉनच्या साइटवर खेळण्यांची विक्री फक्त तेच करू शकले पाहिजेत, अन्य कोणत्याही उत्पादकांच्या खेळण्यांना त्यावर जागा देण्यात येता कामा नये.

दोन्ही कंपन्या त्यांच्या त्यांच्या मागण्यांवर ठाम होत्या. अशा मागण्यांच्या द्वंद्वात, शीतयुद्धात अनेक महिने गेले. अखेरीस मध्यममार्ग निघाला, तोही चाचपडतच! टॉयजरसने सर्वच्या सर्व नाही; पण बरीच लोकप्रिय खेळणी उपलब्ध करण्याचे मान्य केले आणि टॉयजरस जी खेळणी उपलब्ध करेल तसलीच खेळणी, मात्र त्यांच्यापेक्षा कमी लोकप्रिय उत्पादकांचीच ठेवेल, असे ॲमेझॉनने कबूल केले. खरे तर दोन्ही कंपन्यांच्या मागण्या पूर्णपणे मान्य झाल्याच नव्हत्या; पण बोलणी फिसकटली नाहीत याचे सर्वांनाच बरे वाटले, ताण कमी झाला. ऑगस्ट

महिन्यात दोन्ही कंपन्यांनी दहा वर्षांच्या भागीदारीची अधिकृत घोषणा केली. त्यामुळे ॲमेझॉनला तातडीने गरज असलेल्या रोख रकमेची सोय झाली आणि बॅलन्स शीटच्या बाबतीतल्या अडचणी दूर झाल्या. टॉयजरसच्या खेळण्यांचा साठा ॲमेझॉनच्या वितरणकेंद्रात ठेवायचे ठरले. वितरणकेंद्रे अशा प्रकारे वापरायला देणे हे ॲमेझॉनच्या त्यांच्या क्षेत्रातील कंपन्यांसाठी 'प्लॅटफॉर्म' बनण्याच्या महत्त्वाकांक्षेच्या दिशेने पडलेले पहिले पाऊल होते. ग्राहकांपर्यंत पोहोचण्याच्या प्रक्रियेतील एक अतिशय खर्चीक आणि जटिल अशी सुविधा ॲमेझॉनने दुसऱ्या एका त्याच क्षेत्रातील कंपनीला उपलब्ध करून दिली होती.

टॉयजरसबरोबरचा हा करार हा ॲमेझॉनसाठी एक 'साचा' बनला. खेळण्यांच्या विक्रीची जबाबदारी टॉयजरसवर सोपवून हॅरिसन मिलर यांना एक नवेच बिरुद मिळाले– 'विभागप्रमुख, प्लॅटफॉर्म सर्व्हिसेस'. व्हाईस प्रेसिडेंट इंजिनिअरिंग या पदावरील नील रोझमन यांच्याबरोबर मिलर यांनी देशभर प्रवास केला. ते दोघे टॉयजरससारख्या इतर मोठमोठ्या उत्पादकांना, विक्रेत्यांना भेटले, काहींशी संबंध जोडताना त्यांनी टॉयजरसबरोबरच्या कराराचा साचा वापरला.

इलेक्ट्रॉनिक्स क्षेत्रात बडे नाव होते 'बेस्ट बाय'. त्यांच्याशीही बोलणी झाली; परंतु प्रगतीला खीळ पडली ती त्या दुकानांच्या साखळीचे चेअरमन रिचर्ड शुल्झ यांच्या बरोबरच्या एका शनिवारी सकाळी फोनवर झालेल्या नाट्यमय चर्चेत. शुल्झ यांनी अशी अट घातली की ॲमेझॉनने इलेक्ट्रॉनिक्स या प्रकारात फक्त त्यांच्या कंपनीचीच उत्पादने साइटवर दाखवावीत. ती अट बेझोस यांनी अर्थातच अमान्य केली. 'बेड, बाथ ॲन्ड बियॉन्ड' आणि 'बान्स ॲन्ड नोबल' या दोन्ही कंपन्यांनीही सुरू असलेल्या चर्चेतून पाऊल मागे घेतले.

सोनी इलेक्ट्रॉनिक्स या कंपनीने त्यांची 'सोनी स्टाइल' या साखळीतील उत्पादने ॲमेझॉनच्या साइटवर आणण्याची शक्यता अजमावली. त्याचा एक भाग म्हणून 'सोनी कॉर्पोरेशन ऑफ अमेरिका'चे प्रमुख हॉवर्ड स्ट्रिंजर यांनी फर्नले येथील ॲमेझॉनच्या भव्य वितरणकेंद्राला भेट दिली. त्या भेटीत एक धक्कादायक घटना घडली. एके ठिकाणी जमिनीवर सोनीची काही उत्पादने ठेवलेली स्ट्रिंजर यांना दिसली. ती उत्पादने विकण्याचा ॲमेझॉनला अधिकार नव्हता, विनापरवाना, बेकायदेशीररीत्या विक्री चालली होती. ती

तेथपर्यंत कशी पोहोचली हे शोधण्यासाठी स्ट्रिंजर व त्यांच्या सहकाऱ्यांनी त्यावरची लेबल्स वाचली, नंबर्सही लिहून घेतले. अर्थातच दोन कंपन्या एकत्र आल्या नाहीत.

धंदा वाढावा, अधिकाधिक ग्राहक मिळावेत यासाठीच्या प्रयत्नांना २००१ सालच्या सुरुवातीलाच वेग आला. ॲमेझॉनने पुस्तकांच्या दुकानांची साखळी असलेल्या 'बॉर्डर' या बड्या कंपनीबरोबर करार केला. त्यासाठी नॅशव्हील शहराच्या बाहेर एक प्रचंड मोठे वितरणकेंद्र बांधले. तीच फार मोठी चूक झाली. पुस्तके ग्राहकांपर्यंत लवकरात लवकर आणि कमीतकमी खर्चात पाठवायला असे एकच मोठे केंद्र असून चालत नाही, जागोजागी पसरलेली लहान लहान केंद्रे असावी लागतात ही गोष्ट लक्षात घेतली गेली नाही. ॲमेझॉनला पैशांची नितांत गरज होती. दहा कोटी डॉलर्सच्या गुंतवणुकीच्या बदल्यात काही महिन्यांनी ॲमेझॉनने 'एओएल' (अमेरिका ऑनलाइन) या ऑनलाइन विक्री करणाऱ्या कंपनीचे विक्रीकेंद्र चालवायचे मान्य केले. तोवर ॲमेझॉनच्या वितरणकेंद्रांमधील शेल्व्ह्जमध्ये आणि त्यामुळे साइटवर निवडीसाठी फारच थोडी इलेक्ट्रॉनिक्स उपकरणे असत. त्यात भर घालण्यासाठी ॲमेझॉनने 'सर्किट सिटी' या विक्रेत्या कंपनीशी त्यांचा साठा ॲमेझॉनच्या वितरणकेंद्रांमध्ये ठेवण्याचा करार केला.

या अशा करारांमुळे ॲमेझॉनच्या बॅलन्स शीटमध्ये बरीच सुधारणा झाली, पण ती अल्पकालीन ठरली. असे करार काही काळानंतर सगळ्यांनाच गैरसोयीचे, अडचणीचे वाटू लागले. विक्रेते विक्रीसाठी ॲमेझॉनवरच विसंबून राहू लागले, त्यांच्या विक्रीक्षेत्रातील विक्रीचा आवाका वाढवणाऱ्या नवनव्या तंत्रांविषयीच्या ज्ञानापासून दूर राहिले, त्यांच्या ग्राहकांची त्यांच्याविषयी निर्माण झालेली दीर्घकालाची एकनिष्ठता कमी कमी होत गेली, ग्राहक नव्या तंत्राकडे, आक्रमकरीत्या क्षेत्रात येऊन- घुसून- आपले निराळे, विशेष स्थान कमावलेल्या विक्रेत्या कंपन्यांकडे आकर्षित झाले. परिणामी २००८ साली सुरू झालेल्या आर्थिक संकटाच्या लाटेत बॉर्डर्स, सर्किट सिटी यांचे दिवाळे निघाले.

बेझोस स्वत:ही या करारांच्या बाबतीत समाधानी नव्हतेच. आपल्याच साइटवर ग्राहकांना अमर्याद निवडीची सोय देण्याच्या त्यांच्या अगदी मनाजवळच्या, महत्त्वपूर्ण ध्येयाशी तडजोड करून त्यासाठी अन्य विक्रेत्यांशी करार करणे त्यांना आवडले नव्हतेच. विशेषत: टॉयजरसबरोबरचा करार

तसे पाहिले तर फायदेशीर होता पण तरीही ॲमेझॉन ग्राहकांना खेळण्यांच्या निवडीचा खऱ्या अर्थाने परिपूर्ण असा हक्क देऊ शकत नाही ही जाणीव बेझोस यांना बैचैन करत होती, निराश करत होती. त्यांच्या या विरोधी वृत्तीचाच परिपाक भविष्यातील भागीदारीच्या बाबतीतील न्यायालयीन युद्धात झाला.

२००० सालच्या उन्हाळ्यातही रवी सुरिया यांचे ॲमेझॉनविरुद्धचे शरसंधान सुरूच होते, त्यांचे म्हणणे ते हिरीरीने लोकांसमोर मांडतच होते. त्याच सुमारास ॲमेझॉनच्या शेअरची किंमत खाली घसरायला सुरुवात झाली. जून महिन्यात पहिल्या तीन आठवड्यांच्या काळात ती जवळजवळ निम्म्यावर, ५७ डॉलर्सवरून ३३ डॉलर्सवर आली. ॲमेझॉनच्या कर्मचाऱ्यांमध्ये अस्वस्थता पसरली, निराशा प्रकट होऊ लागली. तेव्हा बेझोस यांनी कर्मचाऱ्यांना 'निराश होऊ नका,' असे सांगितले. त्यांच्या ऑफिसमधील फळ्यावर त्यांनी 'शेअरची किंमत घसरली आहे, मी काही शेअरची किंमत नाही!' असे वाक्य लिहून ठेवले. त्या वेळच्या कर्मचाऱ्यांबरोबरच्या मीटिंगमध्ये ते म्हणाले, ''शेअरची किंमत जेव्हा तीस टक्क्यांनी वर जाते तेव्हा तुम्हांला काही तीस टक्के जास्त उत्साह चढत नाही, मग ती खाली गेली तर तुमचा उत्साह का कमी होतो आहे?'' सुप्रसिद्ध, यशस्वी उद्योजक वॉरन बफेट यांचे स्फूर्तिस्थान असणाऱ्या ब्रिटिश भांडवलदार बेंजामिन ग्रॅहॅम यांचे एक वचन त्यांनी उद्धृत केले, 'स्टॉक मार्केट हे अल्प काळासाठी मतदानाचे मशीन असते आणि दीर्घ काळासाठी मात्र ते (कंपनीची खरी किमत जोखणारा) वजनाचा काटा असते!' ''जोवर ॲमेझॉन ग्राहकाला केंद्रस्थानी ठेवून काम करीत आहे तोवर कंपनीला काहीही होणार नाही,''असे त्यांनी विश्वासपूर्वक सर्वांच्या मनावर ठसवले.

त्या वेळी जे. के. रोलिंग यांची हॅरी पॉटरच्या गोष्टींची पुस्तके अफाट लोकप्रिय होती. त्यातील चेटकिणी, जादूगार खेळत असलेला भयानक खेळ 'क्विडिच ब्रूम'ही तितकाच चर्चेत होता. हॅरी पॉटर मालिकेतील चौथी कादंबरी 'हॅरी पॉटर ॲन्ड द गोबलेट ऑफ फायर' प्रकाशित होण्याचा दिवस जाहीर झाला होता– शनिवार, ८ जुलै. ॲमेझॉनने त्या पुस्तकाच्या विक्रीच्या बाबतीत 'क्विडिच ब्रूम' हा खेळ खेळायचे धाडस करायचे ठरवले. ॲमेझॉनने अशी घोषणा केली की ॲमेझॉनवर त्या पुस्तकाची मागणी नोंदवणाऱ्या ग्राहकांना पुस्तकाच्या किमतीत चाळीस टक्के सूट मिळेल आणि

ते पुस्तक प्रकाशनाच्या दिवशीच, शनिवारी ८ जुलैलाच ग्राहकांच्या हातात पडेल अशा रीतीने अॅमेझॉन त्या पुस्तकांचे वितरणही करेल आणि या वेगवान वितरणासाठी ग्राहकाला नेहमीच्या वितरणाच्या किमतीपेक्षा जराही जास्त किंमत मोजावी लागणार नाही. 'अॅमेझॉनडॉटकॉम'वर त्या पुस्तकाच्या २,५५,००० प्रतींची मागणी नोंदवली गेली. या व्यवहारात अॅमेझॉनला प्रत्येक प्रतीमागे थोडे नुकसान सहन करावे लागलेच. वॉलस्ट्रीटवर अॅमेझॉनबद्दल जी सतत चिंता व्यक्त केली जायची तसाच हा सौदाही तोट्यातलाच ठरला. पण बेझोस यांना तसे मुळीच वाटले नाही. ग्राहकांचा विश्वास संपादन करण्याचा आणखी एक प्रयत्न- असेच त्यांचे त्याबद्दलचे मत होते. त्या उन्हाळ्यात आमची जी भेट झाली त्यात बेझोस त्या 'खेळी'विषयी म्हणाले, ''ग्राहकांसाठी तुम्ही काहीतरी चांगले, फायद्याचे करीत असाल आणि त्याने जर शेअरहोल्डर्स नाराज होत असतील तर तसे करणे चुकीचे आहे असे ठरवणे हा शुद्ध बालिशपणा आहे!''

हॅरी पॉटरच्या पुस्तकाच्या बाबतीतील 'क्विडिच ब्रूम'चा खेळ कंपनीतील काही अधिकाऱ्यांनाही रुचला नव्हता. त्या वेळी 'पुस्तक विक्री विभागा'च्या ज्या प्रमुख होत्या त्या लीन ब्लेक यांचीही पहिली प्रतिक्रिया ''बाप रे! हा चांगलाच मोठा आर्थिक फटका आहे!'' अशीच होती. नंतर त्यांना बेझोस यांचे मत पटले. त्या म्हणाल्या, ''प्रसार माध्यमांनी त्या वैशिष्ट्यपूर्ण, ग्राहकांचे हितच फक्त डोळ्यांपुढे ठेवून पार पाडलेल्या योजनेची घेतलेली दखल जशी समाधान देणारी होती तशाच पुस्तक पोहोचवणाऱ्या आमच्या कर्मचाऱ्यांनी अनुभवलेला ग्राहकांचा अननुभूत आनंद, त्यांचेच नव्हे तर बाहेर थांबलेल्या अॅमेझॉनच्या गाड्यांच्या ड्रायव्हर्सचेसुद्धा ग्राहकांनी, इतर लोकांनी केलेले जंगी स्वागत यांच्या कथाही मनाला आनंद देणाऱ्या होत्या. त्या सर्वांनी 'त्यांच्या आयुष्यातील एक सर्वोत्तम, संस्मरणीय दिवस' असे त्या अनुभवाचे वर्णन केले. तेव्हा आम्हांला बेझोस यांचे म्हणणे पटले.'' या घटनेनंतरच्या दोन-तीन महिन्यांत, जून-जुलैमध्ये, प्रसार माध्यमांतील हॅरी पॉटरच्या त्या चौथ्या कादंबरीबद्दलच्या विविध लिखाणात एकूण सहाशे ठिकाणी अॅमेझॉनचे नाव कौतुकाने घेतले गेले होते!

ग्राहकांना असा सुखद अनुभव देण्याच्या कल्पनेने बेझोस झपाटून गेले होतेच, शिवाय जे कोणी ग्राहकाकडे पूर्ण लक्ष केंद्रित करीत नसेल, त्या संबंधी त्यांच्यासारख्याच निरनिराळ्या कल्पनांचा विचार करीत नसेल

तसा विचार करण्याची ज्यांची क्षमता नाही हे त्यांच्या लक्षात येत असे असे कर्मचारी, अधिकारी हे त्यांच्या रोषाचा विषय होत. त्या लोकांना त्यांच्या रागाची धग सोसावी लागत असे. 'कस्टमर सर्व्हिस विभागा'चे व्हाईस प्रेसिडेंट बिल प्राईस हे अशा प्रकारे त्यांचा राग वारंवार ओढवून घेत असत.

बिल प्राईस हे जगभरात, लांब अंतरावरील फोनसेवा पुरवणाऱ्या एमसीआय या कंपनीतील एक मातब्बर अधिकारी होते. ते १९९९ साली ॲमेझॉनमध्ये आले. पदभार स्वीकारल्यानंतर थोड्याच दिवसांनी एका मीटिंगमध्ये ते ''कंपनीतील जे अधिकारी बऱ्याच वेळा कामानिमित्त प्रवास करतात त्यांना बिझनेस क्लासने प्रवास करण्याची परवानगी द्यावी,'' अशी सूचना करण्याची फार मोठी चूक करून बसले. ''माझ्या सहकाऱ्यांनी त्यांचे मन माझ्यापाशी नेहमीच मोकळे केले पाहिजे,'' असे जरी बेझोस म्हणत असले तरी त्यांच्या तत्त्वांविरुद्ध बोललेले, त्यांच्या काही ठाम मतांना आव्हान दिलेले त्यांना आवडत नसे. त्या मीटिंगची आठवण सांगताना प्राईस म्हणाले, ''बाप रे! मी जणू काही स्वतःच्या अक्षाभोवती फिरणाऱ्या पृथ्वीला थांबवतोच आहे, असेच मला वाटले!'' बेझोस यांनी त्यांचा राग हात टेबलावर प्रचंड जोरात आपटून व्यक्त केला, म्हणाले, ''जो कंपनीचा मालक असतो ना तो असा विचार कधी करत नाही. मी ऐकलेली ही सर्वांत मूर्खपणाची कल्पना आहे ही!!''

प्राईस यांनी हेही रहस्य उघड केले की कंपनीतल्या सगळ्याच अधिकाऱ्यांची तशीच अपेक्षा होती. ते म्हणाले, ''मी तिला तोंड फोडले. ती बोलून दाखवण्याची घोडचूक केली!''

२००० सालच्या सुट्यांचा हंगाम हा प्राईस यांच्यासाठी वॉटर्लूच्या युद्धाचा काळ होता. त्यांचा 'कस्टमर सर्व्हिस विभाग' दोन गोष्टींचा सतत पाठपुरावा करीत होता. एक- कर्मचारी एका फोनकॉलमध्ये ग्राहकांशी बोलतात त्या वेळेची सरासरी आणि दोन- ग्राहकांची एक मागणी पूर्णपणे नोंदवून घेताना करावे लागणारे फोनकॉल किंवा ई-मेल्स यांची संख्या. कारण एका फोनकॉलचा वेळ आणि एकूण फोन्स वा ई-मेल्स हे दोन्हीही कमीतकमी असले पाहिजे हे बेझोस यांनी त्या खात्याला, बिल प्राईस यांना दिलेले उद्दिष्ट होते, आणि ते अव्यवहार्य होते. फोनवर बोलण्याचा वेळ वाचवायला गेले तर ग्राहकाला पूर्ण माहिती मिळत नाही, त्याच्या काही शंका अनुत्तरीत राहतात आणि मग पुन्हा फोन करण्याची, कंपनी

प्रतिनिधीशी संपर्क करण्याची गरज आणि त्यामुळे एकूण फोनकॉल्स, ई मेल्सची संख्या वाढण्याची शक्यता वाढत असे. एक गोष्ट साध्य केली तर दुसरी साध्य होणे कठीण होत असे.

पण बेझोस यांना हे साधे-सरळ गणितही पटत नसे. ग्राहकाचा फोन येणे हेच त्यांच्या दृष्टीने कार्यपद्धतीतील चूक, उणीव यांचा परिणाम होता. साइटवर 'सेल्फ हेल्प' ही जी सोय उपलब्ध होती तिच्या साहाय्याने ग्राहकाला त्याच्या सर्व चौकशांची, प्रश्नांची उत्तरे मिळाली पाहिजेत, असा त्यांचा आग्रह होता. त्यातूनही जेव्हा तो फोन करतो तेव्हा त्याच्या सर्व प्रश्नांना चोख उत्तरे मिळाली पाहिजेत, त्याच्या अडचणी पूर्णपणे कोणतीही शंका न राहता सोडवल्या गेल्या पाहिजेत, असाही त्यांचा हट्ट होता. या बाबतीत ते कोणतीही सबब, समर्थन ऐकून घेत नसत. प्राईस यांची मधल्यामधे पंचाईत होत असे. कर्मचाऱ्यांच्या मागे लागण्यावाचून त्यांना दुसरा पर्यायच नव्हता. कर्मचाऱ्यांची संख्या वाढवणे हेही निषिद्धच होते! या सगळ्यांत कर्मचारी भरडले जात, कामाच्या रगाड्यात, वरिष्ठांच्या दबावामुळे थकून जात, वैतागून जात.

या अवघड परिस्थितीचा, कुचंबणेचा उद्रेक 'वॉर रूम'मध्ये झाला. सुटीच्या मोसमात कंपनीच्या 'एस टीम'ची रोज एक मीटिंग होत असे. तिला 'वॉर रूम' असे म्हटले जायचे. ग्राहकांच्या आणि कर्मचाऱ्यांच्या अडचणी, प्रश्न, समस्या, शंका, त्यांची उत्तरे, स्पष्टीकरणे या सर्व गोष्टी त्या 'वॉर रूम'मध्ये चर्चिल्या जात. ही मीटिंग प्युजिट साउंड या समुद्रकिनाऱ्याचा भव्य, रम्य देखावा दाखवणाऱ्या पॅक मेड या इमारतीच्या अगदी वरच्या मजल्यावरील खोलीत व्हायची आणि तीस अधिकारी दाटीवाटीने बसलेले असायचे. ख्रिसमसच्या जरा आधी एक दिवस तीच मीटिंग सुरू होती. विक्रीचा वेग झपाट्याने वाढत होता आणि साहजिकच कर्मचाऱ्यांचा, अधिकाऱ्यांचा फोनवरील संभाषणाचा कालावधीही वाढत होता. मीटिंगमध्ये बेझोस यांनी प्राईस यांना जरा निराळाच प्रश्न विचारला, ''सध्या बाहेरून आलेला फोन सरासरी किती वेळात उचलला जातो?'' या प्रश्नाचे उत्तर देताना प्राईस यांनी ॲमेझॉनच्या हुकूमशहांचा कायदा मोडला. ते गुळमुळीत शब्दांत म्हणाले, ''एक मिनिटाच्या आत...'' त्यांनी नेमका आकडाही सांगितला नाही, काही पुरावाही सादर केला नाही.

''खरे की काय? अरे वा! बघू या जरा...'' असे म्हणून टेबलावरील फोन जवळ ओढून बेझोस यांनी त्याचा स्पीकर सुरू केला आणि

ॲमेझॉनचा ८०० हा नंबर फिरवला. खोलीत शांतता पसरली होती. गंभीर वातावरणात छानसे संगीताचे स्वर ऐकू येऊ लागले. बेझोस यांनी हातातले घड्याळ काढून फोनशेजारी ठेवून वेळ पाहायला सुरुवात केली. एक मिनिट गेले, दुसरेही गेले, संगीत सुरूच होते. बाकीचे लोक अस्वस्थपणे प्राईस यांच्याकडे पाहू लागले. प्राईस यांनी घाईघाईने मोबाइल फोनवरून त्यांच्या माणसांशी संपर्क साधण्याचा प्रयत्न केला. फोनमधून येणारे आनंदी संगीताचे स्वर ऐकताना बेझोस यांचा चेहरा संतप्त दिसू लागला. येणाऱ्या वादळाची खूण असलेली त्यांच्या कपाळावरील शीर थडथडू लागली. चार मिनिटे, साडेचार मिनिटे ... संगीत सुरूच होते, फोन उचलला जात नव्हता. त्या मीटिंगची कथा वर्णन करून सांगणारे म्हणाले, ''ते वाट पाहणे संपतच नव्हते.''

अखेर संगीत थांबले आणि 'हेलो, ॲमेझॉनडॉटकॉम...' हे शब्द ऐकू आले. बेझोस यांनी फोन आपटला. त्यांनी प्राईस यांच्यावर खोटारडेपणाचा, अक्षम्य अक्षमतेचा आरोप केला.

त्यानंतर सुमारे दहा महिन्यांनी प्राईस यांनी राजीनामा दिला.

विविध उत्पादनांच्या विक्रीचे कार्यक्षम जाळे असणाऱ्या विक्रेत्यांना ॲमेझॉनच्या जाळ्यात ओढण्याचा प्रयत्न ॲमेझॉनमधील अधिकारी करीत असतानाच ॲमेझॉनची एक स्पर्धक, शत्रू म्हटले तरी चालेल अशा, 'ई बे' या कंपनीच्या सीईओ मेग व्हिटमन आणि त्यांच्या हाताखाली काम करणारे जेफ जॉर्डन हे दोघे एक अत्यंत आकर्षक असा प्रस्ताव घेऊन ॲमेझॉनकडे आले. त्यांना ॲमेझॉनच्या अयशस्वी ठरलेल्या 'ॲमेझॉन ऑक्शन्स'चा ताबा हवा होता.

व्हिटमन यांनी त्यांची बाजू अत्यंत पद्धतशीरपणे, पटेल अशी मांडली. त्या म्हणाल्या, '' 'ॲमेझॉन ऑक्शन्स'मध्ये तुम्ही जे त्रयस्थ विक्रेत्यांना तुमच्या साइटवर स्थान देत आहात ते मुळातच अस्थानी आहे. कारण बऱ्याच बाबतींत ते विक्रेते आणि तुम्ही सारखीच उत्पादने विकता– आपापसांतच स्पर्धा निर्माण करता. ई बे लहान लहान, अनियंत्रित अशा विक्रेत्यांवरच लक्ष केंद्रित करते आणि मुख्य म्हणजे ई बे स्वत: काहीच विकत नाही. त्यामुळे ई बेची त्यांच्याशी स्पर्धा नसते. आम्ही जो प्रस्ताव मांडतो आहोत तो ॲमेझॉनची अडचण, गैरसोय दूर करेल आणि ई बेचे

मुख्य क्षेत्र आहे – ऑक्शन्स – त्यामध्ये ई बे स्वत:चे स्थान बळकट करू शकेल. हा प्रस्ताव दोन्ही बाजूंना फायदेशीर ठरेल.''

पण तरीही बेझोस यांनी तो प्रस्ताव नाकारला. कारण तेच होते ज्यासाठी ते तोट्यात चालत असून 'ॲमेझॉन ऑक्शन्स' आणि 'झेड शॉप्स' सुरूच ठेवून होते – अशा योजनांच्या द्वारेच ॲमेझॉन ऑनलाइन विक्रीक्षेत्रातील कंपन्यांचा 'प्लॅटफॉर्म' बनेल अशी त्यांना आशा होती. त्या वेळची प्रतिकूल स्थिती तात्पुरती आहे असेच त्यांना वाटत होते.

ॲमेझॉनच्या साइटवर बाजूला पडणाऱ्या ऑक्शन्स आणि झेड शॉप्स यांचे वर्णन बेझोस – जेथे एखादा रस्ता संपतो, जेथून पुढेही जाता येत नाही, वळताही येत नाही असे बंद टोक – असे करत. तशी समजूत झाल्यामुळे ग्राहक त्यांच्या 'वाटेला' जातच नव्हते. त्यांच्यापर्यंत पोहोचण्यासाठी ॲमेझॉन ज्यांची विक्री करीत होती त्या पुस्तक, संगीत वा डीव्हीडी यांच्या पानांवर 'क्रॉसलिंक'ची सोय होती. तिचा वापर करण्याचे ज्या विक्रेत्यांना सुचेल आणि जे ग्राहक ती वापरतील ते तेवढे कष्ट घेणारेच त्या दोन सोयींचा लाभ घेऊ शकतील, अशी साइटची मांडणी होती. उदाहरणार्थ, दर्जेदार फिशिंग रॉड्स विकणाऱ्या विक्रेत्याला ग्राहक मिळवण्यासाठी साइटवरील मासेमारीसंबंधीची पुस्तके किंवा त्या विषयावरील एखादा चित्रपट यांच्या पानावर त्याच्या त्या रॉड्सची 'क्रॉसलिंक' टाकावी लागत असे.

यावर ॲमेझॉनने एक उपाय करून बघितला. ग्राहक पुस्तक, संगीत वा डीव्हीडी या ॲमेझॉन विकत असलेल्या गोष्टींपैकी एखाद्या 'पेज'वर जाऊन काही पाहू, शोधू लागला की त्यावरील काही शब्द, त्याच्या वर्णनाचा भाग याच्याशी संबंधित ज्या गोष्टी विक्रेत्यांच्या उत्पादनात असतील त्या उत्पादनाचे 'पेज' आपोआप उघडेल अशी सोय केली गेली. परंतु त्याने फारच गोंधळ माजला, काही अगदी अविस्मरणीय अनुभव आले. उदाहरणार्थ, एका ग्राहकाने नुकत्याच तारुण्यात पदार्पण केलेल्या वाचकांमध्ये लोकप्रिय झालेल्या 'द गोल्डन कंपास' या कादंबरीचा उत्तरार्ध 'द सटल नाइफ' या नावाने प्रकाशित झाला होता त्याचे 'पेज' उघडले तेव्हा त्या शीर्षकातील 'नाइफ' – चाकू, सुरी, सुरा – हा शब्द संगणकाने हेरला आणि पुस्तक विकत घेऊ पाहणाऱ्या ग्राहकाला चाकू, सुऱ्या, एस एस वेपनरी किट्स यांसारखी उत्पादने विकणाऱ्या विक्रेत्यांची पेजेस उघडून दिली! जोएल स्पीगल म्हणाले, ''काही अनुभव फारच वाईट होते. फक्त

आणि फक्त लहान मुलांची पुस्तकेच विकणारा एक जण माझ्याकडे आला आणि काकुळतीने म्हणाला, ''अहो, माझ्या पेजवर दुसऱ्या महायुद्धातल्या नाझींच्या स्मरणार्थ जतन केलेल्या गोष्टींचे पेज का उघडते आहे?''

२००० सालच्या हिवाळ्यात हे असे 'थर्ड पार्टी एफर्ट्स' का अयशस्वी होत आहेत, याचा शोध घेण्यासाठी बेझोस यांनी त्यांच्या मेडिना येथील सरोवरासमोरील भव्य बंगल्याच्या तळघरात एक पूर्ण दिवसाची मीटिंग बोलावली. त्यात असे दिसून आले की असे जरी काही त्रासदायक, विचित्र प्रसंग घडत असले तरी या 'क्रॉसलिंक'च्या सोयीमुळे साइटवरील स्वतंत्र वा त्रयस्थ विक्रेत्यांच्या पेजेसवर पोहोचणाऱ्या ग्राहकांची संख्या वाढत होती.

ती गोष्ट फार महत्त्वाची होती. ॲमेझॉनच्या साइटला भेट देणाऱ्या ग्राहकाचे लक्ष प्रामुख्याने ॲमेझॉनने जी उत्पादनांची यादी बनवलेली होती त्या यादीवर केंद्रित केले जायचे. ई बेवर जर एखादा ग्राहक हेमिंग्वे या लेखकाच्या 'द सन ऑलसो राइजेस' या पुस्तकाचा शोध घेऊ लागला तर त्याला नवी आणि जुनीही पुस्तके विकणाऱ्या दहा-बारा साइट्सचा संदर्भ देऊन गोंधळात टाकले जात असे. तेच ॲमेझॉनच्या साइटवर ग्राहकाला एकच पान दिसत असे आणि त्यावर त्या पुस्तकाबद्दलची नेमकी माहितीही त्याला वाचायला मिळत असे. साहजिकच ग्राहक ॲमेझॉनच्या साइटवरच गर्दी करीत.

त्या मीटिंगमध्ये अधिकाऱ्यांनी तोच मुद्दा मांडला की, इंटरनेटवरील सर्वांत अधिकृत धरावा असा विश्वासार्ह 'प्रॉडक्ट कॅटलॉग' ॲमेझॉनचाच आहे आणि आपण त्याचा आपल्या फायद्यासाठी पूर्ण उपयोग करून घेतला पाहिजे. असा निष्कर्ष निघाला की तोच ॲमेझॉनचा सामर्थ्यशाली असा केंद्रबिंदू आहे. त्याचमुळे ॲमेझॉन अगणित लहान लहान विक्रेत्यांची विक्री वाढवणारा, त्यांची भरभराट करून देणारा 'प्लॅटफॉर्म' सिद्ध झाला आहेच, तो ॲमेझॉनच्या आजच्या यशामागील शक्ती आहे. साइटवर अजून काही विक्रेत्यांना जागा द्यायची असेल तर त्यांची उत्पादने सर्व ग्राहक ॲमेझॉनचा जो 'प्रॉडक्ट कॅटलॉग' उघडतात त्यावरच समाविष्ट केली पाहिजेत. त्या मीटिंगबद्दल जेफ ब्लॅकबर्न म्हणाले, ''ती मीटिंग फारच छान झाली. मीटिंग संपताना ॲमेझॉनच्या अत्यंत उज्ज्वल अशा भविष्याविषयी आम्हां सर्वांना शंभर टक्के खात्री वाटू लागली होती.''

त्या वर्षीच्या शेवटच्या तिमाहीत ॲमेझॉनने आणखी एका उपक्रमाची घोषणा केली- 'मार्केट प्लेस'. त्याची सुरुवात जुन्या पुस्तकांनी केली

गेली. इतर पुस्तक विक्रेत्यांना ॲमेझॉनच्या पेजवर एका 'बॉक्स'मध्ये त्यांच्याकडील पुस्तकांची जाहिरात करायला आमंत्रित केले गेले. ग्राहक पेजवरील ॲमेझॉनची किंवा बॉक्समधील विक्रेत्यांकडच्या पुस्तकांची निवड करू शकत होता. ग्राहकाला हवे असलेले पुस्तक ॲमेझॉनच्या यादीत नसणे, त्या पुस्तकाचा साठा संपलेला असणे, विक्रेत्याकडील पुस्तकाची किंमत ॲमेझॉनच्या किमतीपेक्षा कमी असणे यांपैकी कोणत्याही कारणाने जर ग्राहकाने विक्रेत्याकडील पुस्तकाची निवड केली तर ॲमेझॉनची तेवढी विक्री कमी व्हायची; पण त्या विक्रेत्याकडून ॲमेझॉनला कमिशन मिळायचे. नील रोझमन म्हणाले, ''बेझोस यांची या योजनेविषयीची धारणा अगदी सुरुवातीपासूनच स्वच्छ, स्पष्ट होती. कोणी जर एखादी गोष्ट आपल्यापेक्षा कमी किमतीत विकू शकत असेल तर त्याला आपण ती विकू दिली पाहिजे. तो आपल्यापेक्षा स्वस्तात कसे विकू शकतो हे शोधण्याची जबाबदारी आपल्यावर येऊन पडते, ते आपण शोधले पाहिजे.''

२००० सालच्या नोव्हेंबर महिन्यात 'मार्केट प्लेस' ही सुविधा साइटवर फक्त जुन्या पुस्तकांसाठी उपलब्ध करून दिली गेली. सुरुवात झाल्या झाल्या तिला विरोध झाला. 'असोसिएशन ऑफ अमेरिकन पब्लिशर्स' आणि 'दि ऑथर्स गिल्ड' या दोन संस्थांनी त्यांच्या वेबसाइट्सवर जाहीर पत्र प्रसिद्ध केले. त्यात ॲमेझॉनवर असा आरोप केला होता की, या योजनेमुळे नव्या पुस्तकांच्या विक्रीवर विपरीत परिणाम होत आहे, ती कमी होत आहे आणि त्याचा आणखी एक दुष्परिणाम असा होतो आहे की लेखक त्यांना नव्या पुस्तकांच्या विक्रीमागे मिळणाऱ्या 'रॉयल्टी'ला मुकत आहेत. पत्रात लिहिले होते, ''तुम्ही जुन्या पुस्तकांच्या विक्रीला जे उत्तेजन देत आहात, त्यासाठी अशी सोय उपलब्ध करून देत आहात, ज्यामुळे नव्या पुस्तकांची विक्री लक्षणीयरीत्या कमी होते आहे आणि लेखक व प्रकाशक दोघांचेही नुकसान होत आहे.''

'मार्केट प्लेस'ला हा बाहेरील विरोध काहीच नव्हता इतकी तिच्याविषयीची तीव्र चिंतेची भावना ॲमेझॉनमधील अधिकाऱ्यांमध्ये निर्माण झाली. लवकरच इतर गोष्टीही 'मार्केट प्लेस'वर जाणार या कल्पनेने सगळेच विक्री अधिकारी काळजीत पडले, कारण तोवर फक्त एकच यादी होती. एका गोष्टीच्या निवडीचा एकच पर्याय होता. ती सुरक्षा आता अन्य विक्रेत्यांच्या पर्यायामुळे धोक्यात येणार होती. इतर विक्रेत्यांच्या विक्रीमुळे ॲमेझॉनचा खप, विक्री कमी होणार होती. आणखी एक धोका हा होता

की जर ग्राहकाला इतर विक्रेत्यांकडून विकत घेतलेल्या गोष्टीत वा त्याने दिलेल्या सेवेमध्ये काही दोष सापडला तर तो तक्रार ॲमेझॉनच्याच साइटवरच नोंदवणार होता आणि त्यामुळे ॲमेझॉनचेच नाव खराब होणार होते! पुस्तकांच्या बाबतीत जसा ॲमेझॉनला प्रकाशक आणि लेखकांचा रोष ओढवून घ्यायला लागला होता तसेच अन्य उत्पादकांचे आक्षेपही सहन करावे लागणार होते. मोठ्या, नव्या उत्पादनांचे उद्योजक त्यांच्या नव्या कोऱ्या उत्पादनांच्या बरोबरीने लहान लहान विक्रेत्यांना त्यांची उत्पादने, त्यातही जुन्या, वापरलेल्या गोष्टी विकायची संधी का दिली जाते आहे हा प्रश्न विचारणारच होते. हळूहळू ॲमेझॉन 'मार्केट प्लेस'चा विस्तार करू लागेल, नव्या, जुन्या आणि नाना प्रकारच्या गोष्टी, लहान–मोठे विक्रेते यांची संख्या वाढतच जाईल आणि हा प्रश्न, हे वाद, या चर्चाही वाढतच जातील अशी सर्वच अधिकाऱ्यांना धास्ती वाटत होती. मुख्य म्हणजे या सगळ्याला तोंड देऊन बेझोस यांनी त्या प्रत्येकाला दिलेली विक्रीची मोठमोठी उद्दिष्टे पूर्ण करणे हे अधिकाधिक कठीण होत जाणार होते.

या 'मार्केट प्लेस' या संकल्पनेविषयीची पहिली प्रतिक्रिया काय होती हे सांगताना ख्रिस पेन म्हणाले, ''आधीच आमच्या डोक्यावर कोट्यवधी डॉलर्स किमतीच्या नानाविध वस्तूंच्या साठ्याचे ओझे होतेच, त्यात या वेड्या माणसाने कमी किमतीच्या वस्तूंची बोचकी आमच्या डोक्यावर दिली होती. त्यामुळे असंतोष, कुरबुरी, बेबनाव वाढले हे काही मी वेगळे सांगायला नको.''

या नव्या धोरणाने सगळीकडेच दीर्घ काळपर्यंत ताणतणाव वाढलेले राहिले. त्यात ॲमेझॉनमधील अंतर्गत विभाग होते, ॲमेझॉन आणि तिचे पुरवठादार होते, निरनिराळ्या वस्तूंचे उत्पादक होते, त्यांचे गट, त्यांच्या कंपन्याही होत्या. पण... पण... या सगळ्यांचे बेझोस यांना काहीही सोयरसुतक नव्हते. ग्राहकाला निवडीला वाव भरपूर मिळतो आहे आणि ॲमेझॉनला अधिकाधिक गोष्टी विक्रीसाठी ठेवता येत आहेत यानेच ते खूश होते. एक असाधारण, जरा गुंतागुंतीची– पण अगदी विरळा अशी ग्राहकाच्या फायद्याची कल्पना सुचून ती प्रत्यक्षात आणून बेझोस यांनी कंपनीतील जवळजवळ प्रत्येकाला, त्यांच्या सहकाऱ्यांनासुद्धा नाराज केले, अडचणीत आणले. मार्क ब्रिटो यांची प्रतिक्रिया वैशिष्ट्यपूर्ण होती, 'नेहमीप्रमाणे!... जेफ विरुद्ध बाकीचे जग!'

२००० सालच्या डिसेंबर महिन्याची सुरुवात होती. एका शनिवारी सकाळी ॲमेझॉनमधले दोन बिझनेस डेव्हलपमेंट एक्झिक्युटिव्हज- 'ॲक्सेप्टडॉटकॉम' ने ताब्यात घेतले. त्या वेळी ॲमेझॉनमध्ये आलेले डग बोक आणि त्यांचे सहकारी मार्क ब्रिटो - फर्नले येथील वितरणकेंद्रात वस्तू भेट द्यायला योग्य अशा पद्धतीने बांधण्याचे काम करीत होते. ब्रिटो यांचा सेलफोन वाजला. फोन बेझोस यांचा होता. त्यांनी त्या दोघांना त्याच रात्री अर्कान्सासमधील बेंटनव्हील येथे त्यांना भेटायला सांगितले. ते वॉलमार्टला भेट देणार होते.

वॉल मार्ट आणि ॲमेझॉन हे कट्टर स्पर्धक होते. तरीही एक अशक्य वाटणारा प्रस्ताव वॉल मार्टसमोर ठेवून बेझोस तो त्यांना स्वीकारायला राजी करण्याच्या प्रयत्नांत होते. वॉलमार्ट ही कंपनी किरकोळ विक्रीच्या क्षेत्रातल्या शर्यतीतली 'विजयी घोडा' होती. दरवर्षी जगाच्या कानाकोपऱ्यांत शंभरहून जास्त दुकाने उघडत होती. घसरणाऱ्या शेअर मार्केटमध्येही इतरांच्या मानाने स्थिर होती. अशा वॉल मार्टने ॲमेझॉनची साइट चालवावी असा बेझोस यांचा प्रस्ताव होता. वॉल मार्टच्या इतिहासातील तिसरे सीईओ ली स्कॉट यांनी बेझोस यांना त्यांच्या घरी येण्याचे व्यक्तिगत आमंत्रण दिले होते. फोन ठेवला आणि स्कॉट व बोक यांनी हातातील काम बाजूला ठेवले आणि रेनो विमानतळाकडे धाव घेतली.

त्या संध्याकाळी ॲमेझॉनचे सर्वेसर्वा आणि त्यांचे दोन सहकारी अधिकारी बेंटनव्हीलमध्ये पोहोचले तेव्हा त्यांना त्यांचे यजमान 'वॉलमार्ट कंपनी' यांच्या कंजूषपणाची - का काटकसरीची (?) - झलक पाहायला मिळाली. त्यांची राहण्याची सोय 'डेज इन' या सामान्य हॉटेलमध्ये केली गेली होती. तिघांनी जवळच्याच 'चिलीज' नावाच्या हॉटेलमध्ये रात्रीचे जेवण घेतले आणि ती रात्र 'डेज इन'मधल्या लहानशा खोल्यांत काढली.

दुसऱ्या दिवशी सकाळी ठरलेल्या वेळी तीन काळ्या रंगाच्या शेवरोलेट एसयूव्ही गाड्या हॉटेलसमोर येऊन उभ्या राहिल्या. काळे चश्मे आणि इयरपीसेस घातलेले तीनही ड्रायव्हर्स भावहीन चेहऱ्यांनी गाड्यांच्या जवळ उभे होते. मधल्या गाडीत ॲमेझॉनचे अधिकारी बसले. बाकीच्या दोन गाड्यांमध्ये सुरक्षारक्षक होते. तीन गाड्यांचा तो ताफा निघाला. एवढी कडक सुरक्षा! - बेझोस त्यांच्याही नकळत त्यांच्या भविष्यकाळाची झलक पाहत होते.

गाड्या एका विस्तृत गोल्फ कोर्सवरून पुढे जाऊन एका विशाल गेटमधून चारही बाजूंनी भिंती उभारून बंदिस्त केलेल्या भव्य बंगल्यांनी भरलेल्या आवारात शिरल्या आणि तशाच एका भव्य बंगल्यासमोर उभ्या राहिल्या. ॲमेझॉनचे तीन अधिकारी गाडीतून खाली उतरले. काही अंतर चालत जाऊन त्यांनी बंगल्याच्या दरवाजावर हळूच टकटक केली. दरवाजा उघडला तो ली स्कॉट यांची पत्नी लिंडा हिने. तिने त्यांचे असे स्वागत केले की त्यांचा ताण, अस्वस्थता पळून गेली. तिने बेझोस यांना ती त्यांची 'फॅन' असल्याचे सांगितले, नुकतेच ते सीएनबीसी या वाहिनीवरील 'स्कॉक बॉक्स' या कार्यक्रमात आले होते, तो कार्यक्रमही तिने पाहिला असल्याचेही आवर्जून सांगितले.

तिने त्यांना भल्या मोठ्या खिडक्या नजरेत भरणाऱ्या भोजनगृहात नेले. तेथे ली स्कॉट आणि वॉलमार्टचे चीफ फायनान्शिअल ऑफिसर टॉम शॉवे हे दोघे त्यांची वाट पाहत होते. पेस्ट्रीज आणि कॉफी यांचा आस्वाद घेत त्या उच्च पदाधिकाऱ्यांमध्ये जवळजवळ दोन तास स्पष्ट व मनमोकळी चर्चा झाली. दोन्ही कंपन्यांमध्ये पाळली जाणारी समान – वॉलमार्टचे संस्थापक सॅम वॉल्टन यांनी त्यांच्या आत्मचरित्रात उपदेशिलेली – तत्त्वे, संस्कृती यांविषयी बोलणे झाले. ॲमेझॉन ग्राहकांच्या वैयक्तिक आवडीनिवडींना देत असलेले महत्त्व, त्यासाठी त्यांनी विकसित केलेले ग्राहकाला निवड करायला मदत करणारे तंत्रज्ञान – जे लोक एका प्रकारचे पुस्तक, संगीत, चित्रपट, खेळणी खरेदी करतात त्यांचा कल दुसऱ्या कोणत्या प्रकाराकडे असेल हे जाणून घेऊन त्या वस्तू त्यांच्यासमोर आणणारे तंत्रज्ञान – याचे वर्णन बेझोस यांनी केले.

वॉल मार्टही त्याच प्रकारचे तंत्रज्ञान वापरीत असल्याचे ली स्कॉट यांनी सांगितले. समजा, एखाद्या ग्राहकाने मुलांसाठी पृथ्वीचा गोल खरेदी केला तर तो आणखी कोणत्या प्रकारच्या – चित्रे रंगवण्याच्या पुस्तकासारख्या – वस्तू घेईल याचा अंदाज बांधणारे तंत्रज्ञान वापरून वॉलमार्टची साइट त्याला तशा वस्तू एका वेळी संगणकाच्या पडद्यावर दाखवते. हे 'संयोगा'चे तंत्रज्ञान तपासून पाहण्यात दोन्ही कंपन्यांना खूपच रस होता.

''जाहिरात आणि किंमत या दोन गोष्टी म्हणजे दोन टोके आहेत,'' असे सांगताना स्कॉट म्हणाले, ''आम्ही जाहिरातीवर फक्त चाळीस पॉइंट्स खर्च करतो, आमचे शेअर होल्डर स्टेटमेंट पहा. त्या खर्चातील मोठा भाग

हा आमच्या स्टोअर्समध्ये काय काय मिळते हे ग्राहकांना सांगण्यासाठी आम्ही वर्तमानपत्रांत जाहिराती देतो, त्यासाठी खर्च होतो. उरलेला खर्च हा आम्ही किमती कमीतकमी ठेवण्याच्या प्रयत्नांसाठी ठेवतो. आमचे जाहिरातीचे धोरण म्हणजे किमतीचे धोरण आणि ते असते रोजच्या रोज किमती कमीतकमी ठेवणे!''

या भेटीच्या आधी रिक डॅलझेल यांनी बेझोस यांना वॉलमार्टच्या वयोवृद्ध सीईओंचे चातुर्य आणि चलाखी आणि धूर्तपणाही- यांबद्दल सावधगिरीचा इशारा दिलेला होता. पण असे दिसत होते की बेझोस त्यांची प्रत्येक गोष्ट खरी, प्रामाणिक मानीत होते. ॲमेझॉन स्वत:ला कधीच किरकोळ विक्रेता समजत नसे, 'ई-कॉमर्स कंपनी' मानत असे. तोवर बेझोस यांचा त्या क्षेत्रातील वावर एखाद्या हौशी कलाकारासारखा होता, पण आता त्यांना व्यावसायिक स्पर्धेच्या खेळाचे नियम, त्यातील डावपेच शिकण्याची गरज होती.

पहिला तास अशा तात्त्विक, सर्वसाधारण तत्त्वांवरील चर्चेत गेल्यावर मुख्य मुद्द्याला हात घातला गेला. बेझोस यांचा काय प्रस्ताव आहे हे स्कॉट यांना जाणून घ्यायचे होते. टॉयजरसबरोबर केलेला करार - भागीदाराला विक्री करायच्या गोष्टींना वेबसाइटवर जागा देणे आणि ॲमेझॉनने त्यांची विक्री व वितरण सांभाळणे - ॲमेझॉनच्या अधिकाऱ्यांनी समजावून सांगितला. तो ऐकल्यावर स्कॉट यांची ''चांगला आहे करार, चर्चा करण्यासारखा आहे,'' एवढीच प्रतिक्रिया होती. चर्चा संपताना ते पुढे झुकून बेझोस यांना म्हणाले, ''यापेक्षा काहीतरी अधिक सखोल, जास्त धोरणात्मक असे काही विचारार्थ आहे तुमच्याकडे?''

तशा, वॉल मार्टला रस वाटेल अशा प्रस्तावावर काम करण्याचे आश्वासन बेझोस यांनी दिले आणि हस्तांदोलनाची देवघेव होऊन मीटिंग संपली. ॲमेझॉनचे तीनही पाहुणे पुन्हा काळ्या एसयूव्ही गाड्यांमध्ये बसले. विमानतळावर जाताना ब्रिटो आणि बोक यांनी एकमताने बेझोस यांना सांगितले की, त्यांना स्कॉट यांचा इरादा ॲमेझॉन ताब्यात घेण्याचा असावा असे वाटते आहे. त्यावर ''खरेच तुम्हांला असे वाटते?'' असा प्रश्न बेझोस यांनी त्यांना विचारला.

त्यांची कंपनी वॉलमार्टला विकायची, त्यांच्या ताब्यात द्यायची हे बेझोस यांना कधीच मान्य होणार नव्हते. वॉलमार्टच्या ऑनलाइन व्यवसायातील मोठा भाग दुसऱ्या कंपनीच्या ताब्यात द्यायला स्कॉट राजी

नव्हते. त्यांनी प्रस्ताव नाकारला. दोन कंपन्यांच्या अधिकाऱ्यांमध्ये झालेली बोलणी पुढे सरकलीच नाहीत. 'एका ऐतिहासिक घटनेची शक्यता' एवढाच त्या भेटीला अर्थ उरला. दोन्ही कंपन्या त्यांच्या त्यांच्या स्वतंत्र मार्गावरच चालत राहिल्या, जे मार्ग काही वर्षांनी एकमेकांना छेदले जाऊन दोन कंपन्यांमध्ये कडवे शत्रुत्व निर्माण करणार होते.

* * *

२००१ सालच्या फेब्रुवारी महिन्यात रवी सुरिया यांनी पुन्हा एकदा डोके वर काढले. त्यांनी ॲमेझॉनच्या 'रिझर्व्ह कॅपिटल'चा– ''शिल्लक भांडवला'चा – मुद्दा उपस्थित केला. त्या वेळी ॲमेझॉन कंपनीवरील कर्जाच्या व्याजापोटी वर्षाला १३ कोटी डॉलर्स भरत होती. कंपनी तशीच तोट्यात चालणार असे भविष्य वर्तवून सुरिया यांनी त्याच वर्षाच्या शेवटी कंपनीला रोख रकमेची चणचण भासणार, असेही ठाम विधान केले.

या वेळी मात्र ॲमेझॉनने त्या लेखाची गंभीर दखल घेतली. कंपनीचा प्रवक्ता बिल करी यांनी सुरिया यांची विधाने मूर्खपणाची असल्याचे जाहीरपणे सांगितले. वॉरन जेन्सन स्वत: जाऊन लेहमनचे व्हाईस चेअरमन हॉवर्ड क्लार्क यांना भेटले, जॉन डोअर यांनी इन्व्हेस्टमेंट बँकेचे चीफ एक्झिक्युटिव्ह डिक फ्लड यांची भेट घेतली. त्यांना सुरिया यांनी 'लावलेला शोध' नीट पडताळून पाहण्याची विनंती केली.

त्यानंतर बऱ्याच वर्षांनी मॅनहटनच्या मध्यवर्ती भागातील 'ट्रंप बार'मधील मंद प्रकाशात, चकचकीत काळ्या लाकडाच्या टेबलाशी बसून माझ्या बरोबर पेयप्राशन करताना सुरिया यांनी ''त्या वेळी ॲमेझॉनने माझ्यावर फार मोठा दबाव आणला होता,'' अशी तक्रारही केली होती. ते म्हणाले होते, ''लेहमनमधले लोक तर मला कामावरूनच काढून टाकायला निघाले होते. त्या काळात लेहमनमधले सगळेच जण मी दाखवलेल्या 'शहाणपणा'चा तिरस्कारच करीत. फोन उचलला की कोणीतरी माझ्यावर ओरडत असायचे.''

सध्या सुरिया एक हेज फंड चालवतात. अजूनही त्यांच्या मनात ॲमेझॉनविषयी कटुता आहेच. ते म्हणतात, ''वरच्या वर्गातील आडदांड मुले जशी पहिल्या-दुसऱ्या इयत्तेतल्या गरीब मुलांना त्रास देतात, तसे

ॲमेझॉन माझ्या मागे लागले होते. मी त्या वेळी अवघा एकोणतीस वर्षांचा होतो. ॲमेझॉनसाठी ती वेळ निर्णायक होती, कंपनीची ओळख निर्माण करण्याची होती आणि माझ्या मते कंपनी त्यात अपयशी ठरली होती. पण त्या दोन वर्षांच्या काळात माझे आयुष्य मात्र पार बिघडून गेले.'' सुरिया यांच्या मते बेझोस 'भ्रमिष्ट' आहेत, 'बुद्धिभ्रष्ट' आहेत. ते ही गोष्टही मोठ्या अभिमानाने सांगतात की, ॲमेझॉनबरोबरच्या त्या वादाच्या काळापासून आजतागायत त्यांनी ॲमेझॉनडॉटकॉमवरून एकही गोष्ट खरेदी केलेली नाही.

काहीही असले तरी गुंतवणूकदार मात्र सुरिया यांच्या लिखाणाकडे लक्ष ठेवून होते, त्यांनी वर्तवलेल्या भाकितांची दखल घेत होते. फेब्रुवारी महिन्यातला तो लेख सुरिया यांच्या लेहमनमधील नोकरीतला शेवटचा लेख होता. त्यानंतर ते लेहमन सोडून 'डुकीन कॅपिटल मॅनेजमेंट' या हेज फंड कंपनीमध्ये गेले. त्या त्यांच्या लेखाने ॲमेझॉनचा शेअर पार गडगडला, त्याची किंमत लज्जास्पद अशी एक आकडी झाली! इतरही अनेक प्रकारचे पडसाद उमटले. त्या महिन्यात बेझोस यांच्या वकिलाने जे 'रेग्युलेटरी पेपर्स' दाखल केले होते त्यात बेझोस यांनी त्यांच्याकडील शेअर्सपैकी १.२ कोटी डॉलर्सचे शेअर्स विकण्याचा मानस नोंदवलेला होता. घडले असे होते की प्रसिद्ध होण्यापूर्वीच सुरिया यांचा लेख लेहमनने बेझोस यांना वाचायला दिला होता. म्हणूनच बेझोस यांनी त्या लेखाचा परिणाम म्हणून ॲमेझॉनच्या शेअरची किंमत मार्केटमध्ये जाहीरपणे घसरण्याची वेळ आणि त्यांचे स्वतःचे शेअर्स विकण्याचा त्यांचा इरादा 'सिक्युरिटीज ॲन्ड एक्स्चेंज कमिशन'ला कळण्याची वेळ योग्य रीतीने जुळवून आणली होती. त्यांचा निर्णय आधी झाल्याचे भासवले होते.

आज मागे वळून पाहताना ही गोष्ट पूर्णपणे अवाजवी, वस्तुस्थितीशी फारकत घेणारी होती हे समजते, पण त्या वेळी त्यांची ती धाडसी कृती यशस्वी ठरणार याविषयी बेझोस यांना बालंबाल खात्री होती. डॉटकॉम कंपन्यांचा फुगा फुगत असताना त्यातील दुर्व्यवहारांकडे दुर्लक्ष केले, अशा टीकेला तोंड दिलेल्या 'सिक्युरिटीज ॲन्ड एक्स्चेंज कमिशन'ने खबरदारी म्हणून बेझोस यांची ती शेअर विक्री 'इनसायडर ट्रेडिंग' - अंतर्गत व्यवहार किंवा आपापसांतील व्यवहार - ठरवून चौकशीचे आदेश दिले. त्यातून काही निष्पन्न झाले नाही, पण ती बातमी इतर अनेक वृत्तपत्रांप्रमाणेच न्यू यॉर्क टाइम्सनेसुद्धा त्यांच्या बिझनेस सेक्शनच्या मुखपृष्ठावर झळकवली.

वॉरन जेन्सन यांची यावरील टिपणी अशी होती, ''तुमचा आत्मविश्वास कितीही जबरदस्त असला, तुम्ही कितीही बेदरकार असलात तरीही टाइम्सच्या मुखपृष्ठावर तुमचा फोटो छापलेला बघणे आणि तुमच्यावर 'इनसायडर ट्रेडिंग'चा आरोप केलेला वाचणे हे काही साधे-सोपे नाही. आपल्या आयुष्यातील प्रसंग, घटना आपल्याला घडवत असतात. आज जेफ जे काही आहेत त्याच्या जडणघडणीत या प्रसंगाचा नक्कीच मोठा वाटा आहे. या गोष्टीने झालेली जखम लवकर भरून आली नव्हती!''

अति उत्साहाच्या भरात केलेला कंपनीचा प्रचंड विस्तार आणि त्यात अशी पार कोसळलेली शेअर्सची किंमत या संकटांना तोंड देणे ॲमेझॉनला अनिवार्यच होते. कंपनीच्या कर्मचाऱ्यांकडे जे कंपनीचे शेअर्स होते त्या बाबतीत कंपनीने एक योजना जाहीर केली. प्रत्येक जण त्याच्याकडच्या शेअर्समधले तीन शेअर्स जुन्या किमतीला कंपनीला विकून त्यांच्या बदल्यात एक शेअर नव्या, कमी झालेल्या किमतीला खरेदी करू शकणार होते. त्या योजनेमुळे आपले दिवाळे वाजेल या भीतीने हवालदिल झालेल्या कर्मचाऱ्यांना जरा धीर आला, त्यांचे नीतिधैर्य वाढले, त्यांना दिलासा मिळाला, विश्वास वाटू लागला. कंपनीने १३०० म्हणजे सुमारे १३ टक्के कर्मचाऱ्यांना कामावरून कमी करायचा निर्णयही जाहीर केला. आजवर कर्मचाऱ्यांची संख्या वाढवणे हे नित्याचे होते, त्यात हकालपट्टी, कपात होणे माहीतच नव्हते. म्हणूनच ते क्रूर वाटले. ज्यांना कामावर घेऊन काही महिनेच झाले होते, त्यांना लगेचच बेकार व्हावे लागणे हे त्यांची आयुष्ये उद्ध्वस्त करणारे होते. ॲटलांटा येथील 'कोका कोला' कंपनीत काम करणाऱ्या मिच बर्मन याला ॲमेझॉनने काम दिले, डीव्हीडीच्या विक्रीविभागाचा मॅनेजर नेमले. ॲटलांटा सोडून तो सिॲटलला आला; पण चारच महिन्यांत त्याला कामावरून काढून टाकले. तो वैतागून म्हणाला, ''मी माझे घरदार, संसार गोळा करून इतक्या लांबवर आलो आणि हे असे का आणि कसे होऊन बसले ते मला समजलेच नाही! मी पार कोलमडून पडलो. पुन्हा बाह्या सरसावून नव्याने आयुष्यची सुरुवात करणे मला भागच होते!'' तो सध्या स्पेनमधील बार्सिलोना येथे 'लाइफ कोच' म्हणून काम करतो.

डिएगो पिएचेंटिनी नावाचा एक इटलीमध्ये जन्म झालेला, 'ॲपल'मध्ये नुकतीच नोकरी पत्करलेला एक नवा अधिकारी. त्या नम्र, प्रसन्न व्यक्तिमत्त्वाच्या तरुणाला बेझोस यांनी २००० सालच्या सुरुवातीलाच ॲमेझॉनमध्ये आणला

आणि त्याच्यावर ॲमेझॉनच्या परदेशांतील कंपन्यांबरोबर चाललेल्या कामांची जबाबदारी सोपवून त्याला उच्च पद दिले. ॲपलचे प्रमुख स्टीव्ह जॉब्ज यांनी या बदलाविषयी त्यांच्या नेहमीच्या जोरदारपणाने त्यांची प्रतिक्रिया नोंदवली. त्यांना तो बदल अविश्वसनीयच वाटत होता. कुपर्टिनो येथील कॅफेटेरियामध्ये त्याच्या बरोबर जेवण घेताना स्टीव्ह जॉब्ज यांनी पिएचेंटिनी याला विचारले, ''अरे, ॲपल इथे कॉम्प्युटिंगचा नव्याने शोध घेते आहे आणि तुला त्या नीरस विक्रेत्याकडे का काम करायचे आहे?'' पण त्याने काही उत्तर देण्यापूर्वीच ते म्हणाले, ''तू हे जे काही करतो आहेस त्यावरून तू वेडा आहेस हेच सिद्ध होते आहे आणि असा वेडा माणूस ॲपल सोडून जातो आहे हे एका दृष्टीने चांगलेच आहे!''

सुरुवातीला पिएचेंटिनीलाही तो ॲपल सोडून ॲमेझॉनमध्ये का जातो आहे, याचे आश्चर्यच वाटत होते. त्या वेळी ॲमेझॉनमध्ये बेझोस आणि जो गॅली यांच्यातील मतभेद, बेबनाव यांनी जोर धरला होता. पहिले काही आठवडे तो प्रकार पाहून पिएचेंटिनीने इटलीतच असलेल्या त्याच्या बायकोला मिलान सोडून सिॲटलला स्थलांतरीत होणे लांबवायला सांगितले. पण गॅली ॲमेझॉन सोडून गेले, वातावरण सुधारले तसा मग तो स्थिरावला, रुळला. एक वर्षानंतर कर्मचाऱ्यांना कामावरून काढून टाकण्याची प्रक्रिया सुरू झाली तेव्हा बेझोस यांनी त्याला नेदरलँन्ड या देशातील 'द हेग' या शहरात पाठवले. तेथे ॲमेझॉनने बहुभाषी 'कॉल सेंटर' सुरू केले होते. ते बंद करण्याची कामगिरी त्याच्यावर सोपवली होती. 'द हेग' हे आर्थिक आणि राजकीय हालचालींचे केंद्र होते. तेथील एका संगमरवराच्या फरशांनी सुशोभित केलेल्या, आधी जेथे एक बँक होती- अशा, कॉलसेंटरला न शोभणाऱ्या इमारतीची कॉल सेंटरसाठी केलेली निवड साफ चुकीची होती. खरे तर तेथे कॉल सेंटर उघडायलाच नको होते. पिएचेंटिनी म्हणाले, ''पण त्या वेळी निरनिराळ्या पदांवरील अधिकारी स्वतंत्रपणे निर्णय घेत होते, त्यात सुसूत्रता नव्हती, विकेंद्रीकरणाचे वारे जोरदार वाहत होते. काहीच नीट झाले नव्हते.''

सेंटर सुरू होऊन काही महिनेच झाले होते आणि ते बंद करायला पिएचेंटिनी आले होते. त्यांच्या बरोबर सिॲटल ऑफिसमधले काही सहकारीही होते. त्यांनी संगमरवरी इमारतीच्या आतल्या एका मोकळ्या जागेत कॉल सेंटरच्या अडीचशे कर्मचाऱ्यांना एकत्र केले आणि त्यांच्या समोर इंग्लिशमध्ये एक छोटेसे भाषण करून त्यात त्यांना वाईट बातमी

सांगितली. पिएचेंटिनी यांच्या बरोबर आलेल्या सहकाऱ्याने सांगितले की ते भाषण, ती घोषणा ऐकून कॉल सेंटरमधील लोक ओरडून आश्चर्य, राग, दुःख व्यक्त करू लागले. एक महिला तर गदगदून रडू लागली, जमिनीवर लोळण घेऊन आक्रोश करू लागली.

ॲमेझॉनच्या सिॲटल ऑफिसेसमध्येही वातावरण स्फोटक, प्रक्षोभक, चिंतातुर होते. भीतीमुळे बसल्या बसल्या भूकंप होईल, छत डोक्यावर कोसळेल अशी धास्ती कर्मचाऱ्यांना वाटत होती. २८ फेब्रुवारी, शनिवार होता. त्या दिवशी ती भीती वेगळ्या पद्धतीने खरी ठरली. सकाळी नील रोझमन, रिक डॅलझेल आणि टॉम किलालिया नावाचा एक अधिकारी असे तिघे जण बेझोस यांच्या खासगी खोलीत जाऊन त्यांना भेटले आणि 'एक्स्चेंजडॉटकॉम' या ॲमेझॉनच्या जुन्या पुस्तकांच्या विक्रीकेंद्रातील सुरक्षाव्यवस्थेतील त्रुटींविषयी सांगू लागले. साइटवर अनधिकृतपणे काही व्यवहार होत होते. काही मिनिटे संभाषण सुरू होते, त्यानंतर खोली खरोखरच कंप पावून हलू लागली.

सुरुवात अगदी हळू झाली, आधी पायाखालची जमीन हादरू लागली आणि नंतर भिंती. हादरे वाढू लागले. चौघे जण एकमेकांकडे प्रश्नार्थक आणि भयग्रस्त नजरेने पाहू लागले. खबरदारी म्हणून ते खोलीतील डोअर डेस्कसच्या खाली शिरून बसले. त्या वेळी सिॲटलच्या नैर्ऋत्येकडे ४६ मैलांवर ६.९ रिश्टर तीव्रतेचा, ज्याला नंतर 'निसक्वाली' हे नाव दिले गेले तो, भूकंप झाला होता.

ॲमेझॉनची ऑफिसेस ज्या 'पॅसिफिक मेडिकल बिल्डिंग'मध्ये होती ती इमारत ६८ वर्षे जुनी होती. भूकंपाच्या धक्क्याने त्या इमारतीच्या भिंतीतील विटा सुटू लागल्या. हादरे तीव्र होऊ लागले. आतली कारंजी उडायची थांबली. कर्मचाऱ्यांनीही भराभरा खोलीच्या मध्यभागच्या दोन शेजारी शेजारी ठेवलेल्या दणकट डोअर डेस्कसखाली आश्रय घेतला. बेझोस यांची ती लहान खोली स्टार ट्रेकमधील पात्रांसारखी दिसणारी छोटीछोटी खेळणी, वॉटर गन्स यांनी भरलेली होती. ती सगळी खेळणी खाली पडली. बेझोस यांनी भरघोस साहाय्य केलेल्या 'क्लॉक ऑफ द लाँग नाऊ' या घड्याळाच्या आयोजकांनी आणि स्वतः स्टेवर्ट ब्रॅन्ड यांनी बेझोस यांना एक २२ पौंड वजनाचा टंगस्टन या धातूपासून बनवलेला, एका स्टँडवर ठेवलेला गोल त्या प्रकल्पाचे, स्मरणचिन्ह, बेझोस यांचे मानचिन्ह म्हणून

दिला होता. काही वेळाने तो स्टँडही हलला आणि तो गोल दाणकन खाली पडल्याचा आणि घरंगळत गेल्याचा आवाज घुमला. नील रोझमन त्या प्रसंगाची आठवण सांगताना भीती आणि मजा अशा संमिश्र भावनेने बोलत होते. ते म्हणाले, "आम्हां चौघा जणांत मी सर्वांत कडेला होतो. त्यामुळे माझे निम्मे पाय डोअर डेस्क्सच्या बाहेर होते. नशीब, तो गोल सरळ जमिनीवरच आदळला!"

भूकंपाचे हादरे बसत असतानाच किलालिया यांनी हळूच डोके बाहेर काढले, खाली बसूनच लॅपटॉप उघडला आणि भूकंपातही ॲमेझॉनची साइट सुरू आहे की नाही ते तपासले. (या त्यांच्या धाडसीपणाने, धोक्याच्या वेळीही कामाची, कर्तव्याची जाणीव ठेवल्याबद्दल नंतर त्यांना 'जस्ट डु इट' हे ॲवॉर्ड देऊन गौरवण्यात आले.)

४५ सेकंदांनंतर भूकंप शांत झाला. सर्व कर्मचारी इमारतीच्या बाहेर आले. बेझोस सैन्याच्या शिलेदारासारखे, त्यांच्या जवळ साठवलेल्या काही वैशिष्ट्यपूर्ण गोष्टींच्या संग्रहातून एक काउबॉईज घालतात तशी, वेणीसारखी सुशोभित कड असलेली उंच हॅट डोक्यावर चढवून बाहेर येऊन, एका गाडीच्या टपावर उभे राहिले. त्यांनी कर्मचाऱ्यांना जोडीजोडीने आत पाठवले आणि त्यांच्या सर्व वस्तू एकत्र करून बाहेर आणायला सांगितले. त्या इमारतीच्या मालकाने दहावा आणि बारावा मजला दुरुस्तीसाठी बंद केला. कित्येक महिने सुटलेल्या विटांवर लावलेली प्लॅस्टिकची टेप तशीच होती.

त्या वर्षीच्या मार्च महिन्यात मी 'न्यूजवीक'साठी ॲमेझॉनबद्दलची बातमी मिळवण्यासाठी ऑफिसमध्ये गेलो होतो तेव्हा ॲमेझॉनचा शेअर १० डॉलर्सच्या आसपास घोटाळत होता. सिटी इन्स्पेक्टरने मुख्य स्वागतकक्ष बंद केले होते. एकंदर दृश्य अनाकर्षक, उदासवाणे दिसत होते. कंपनीच्या अधोगतीचे रूपकच जणू! बाहेरून आलेल्या माझ्यासारख्या पाहुण्यांना इमारतीच्या मागच्या बाजूने आत घेऊन तळघरातल्या ऑफिसमध्ये नेले जात होते. तेथे एक फलक लावून वरून विटा कोसळण्याच्या धोक्याचा इशारा दिलेला होता.

२००१ साल उजाडले तरीही ॲमेझॉनची स्थिती, तिचे भविष्य शंकास्पदच होते. मार्केट कॅपिटलायझेशन, स्वैर विस्तार, कर्मचाऱ्यांची गर्दी एवढ्याच

समस्या नव्हत्या. त्या वेळी ॲमेझॉनचा निम्म्याहून अधिक धंदा हा पुस्तकांच्या विक्रीतच होता. सुरुवातीला तो दरवर्षी दुपटीने वाढायचा, त्याची वाढही घटली होती. त्या घसरणीमुळे ऑनलाइन विक्री ही संकल्पनाच क्षीण होईल अशी भीती ॲमेझॉनमधील अधिकाऱ्यांना वाटू लागली होती. 'मार्केट प्लेस' विभागाचे व्हाईस प्रेसिडेंट एरिक रिंगवॉल्ड म्हणाले, ''आमची भीतीने गाळण उडाली होती. पुस्तकांची विक्री थंडावत चालली होती. प्रत्येकाला असे वाटू लागले होते की आता बहुतेक वॉलमार्ट आमची वाढ खुंटावी म्हणून तोटा सोसूनसुद्धा पुस्तके विकायला लागेल.''

त्या वेळी ॲमेझॉनने तिच्या इतिहासात अगदी अपवादाने केलेल्या काही गोष्टी केल्या. कंपनीने स्वतःच फायद्याची एक अंतिम रेषा ठरवून टाकली होती, ती गाठण्यासाठी प्रयत्नांची पराकाष्ठा करीत असणाऱ्या वॉरेन जेन्सन यांनी बेझोस यांना जुन्या, दुर्मिळ संगीताच्या सीडीज व डीव्हीडीज यांची किंमत थोडीशी वाढवायला राजी केले. त्याबरोबरच ॲमेझॉनने धडाक्याने विकल्या जाणाऱ्या पुस्तकांवरील किमतीतील भरमसाट सूटही थोडी कमी केली आणि परदेशांतील ग्राहकांनी तेथेच नोंदवलेल्या मागण्यांच्या वितरणाचे दरही थोडे वाढवले. या बदलांच्या 'मेमो'वर बेझोस यांनी सहीही केली, परंतु त्यानंतरच्या एका महत्त्वपूर्ण मीटिंगने त्यांचे विचार बदलले.

त्या वर्षीच्या शेवटच्या तिमाहीतील एका शनिवारी ते बेलव्ह्यू बान्स अ‍ॅन्ड नोबलच्या दुकानातील स्टारबक्समध्ये – जेथे त्यांनी ॲमेझॉनची पहिली मीटिंग घेतली होती, तेथेच – 'कॉस्टको'चे संस्थापक जिम सिनेगल यांना भेटले. जिम सिनेगल – एक साधीसरळ, कोणताही आव न आणता बोलणारी, मूळची पिट्सबर्गची रहिवासी असलेली, विलफोर्ड ब्रिमले या अमेरिकन नट व गायकासारख्या झुपकेदार पांढऱ्या मिशा आणि एका धाडसी उद्योजकाचा कणखर निश्चय झाकणारा स्नेहशील भाव चेहऱ्यावर असणारी व्यक्ती. वय तर निवृत्तीचे– पण कामाचा वेग, आवेग जराही कमी करण्याची कोणतीही लक्षणे नाहीत अशी. बेझोस आणि सिनेगल, दोघांच्यात अनेक गोष्टी समान होत्या. वॉलस्ट्रीटवरील विश्लेषक 'कॉस्टको'ने कपडे, उपकरणे, पॅकेज्ड फूड अशा काही गोष्टींच्या किमती वाढवाव्यात असा आग्रह धरून होते, बेझोस यांच्याप्रमाणे सिनेगल यांनी चांगला लढा देऊन किमती वाढवण्याला नकार दिला होता. बेझोस यांच्यासारखे सिनेगल यांनीही त्यांची कंपनी ताब्यात घेण्याचे अनेक प्रस्ताव धुडकावले होते,

ज्यात सॅम वॉल्टन यांचाही प्रस्ताव होता. ''लवकर मैदान सोडून जाणे हे माझ्या धोरणात बसतच नाही, मी माझी कंपनी दीर्घ काळ चालण्यासाठीच उभी केली आहे,'' असे ते म्हणायचे.

बेझोस यांनी सिनेगल यांच्या बरोबर मीटिंग अशासाठी ठरवली होती की, काही गोष्टी ज्यांचा पुरवठा उत्पादक ॲमेझॉनला करीत नव्हते त्या कॉस्टकोने मोठ्या प्रमाणात पुरवाव्यात, असा प्रस्ताव त्यांना सिनेगल यांच्या समोर ठेवायचा होता. त्या प्रस्तावाला काही प्रतिसाद मिळाला नाही; पण त्या एक तासाच्या भेटीत एका अत्यंत अनुभवी अशा संस्थापकाकडून बेझोस यांना काही फार महत्त्वाचे धडे शिकायला मिळाले.

सिनेगल यांनी कॉस्टकोच्या कार्यपद्धतीचे पायाभूत तत्त्व बेझोस यांना सांगितले. ते होते- 'ग्राहकाशी इमान!' त्यांनी अशी माहिती दिली- कॉस्टकोच्या भांडारात चार हजार निरनिराळ्या प्रकारच्या गोष्टी असतात. त्यात काही विशिष्ट दिवसासाठी, सणासाठी लागणाऱ्या, समयोचित - ज्यांना 'ट्रेझर हंट' असे म्हटले जाते - अशा गोष्टींचाही समावेश असतो. त्या गोष्टी भांडारात चहुकडे पसरलेल्या असतात. प्रत्येक प्रकारात निवडीला मर्यादा असतात; पण त्यांचा साठा प्रचंड असतो आणि त्या कमालीच्या स्वस्त असतात. कॉस्टको त्या फार मोठ्या संख्येने खरेदी करते आणि सर्व गोष्टींच्या विक्रीची किंमत सरसकट खरेदीच्या किमतीपेक्षा १४ टक्के जास्त ठेवते. मग जास्त किंमत लावणे शक्य असले, खपावर परिणाम होणारे नसले तरीही! कॉस्टको जाहिरात अजिबात करीत नाही आणि त्यांना मिळणाऱ्या नफ्यात मोठा वाटा ग्राहकांना उपलब्ध असणाऱ्या वार्षिक 'सदस्यत्वाच्या फी'चा असतो.

सिनेगल म्हणाले, ''ही वार्षिक सदस्यत्वाची फी हे एकदाच खिशाला जरा जड ओझे असते; पण ग्राहक त्याचा फायदा प्रत्येक खरेदीच्या वेळी उपभोगतो. सदस्यत्व असले की त्याला ४७ इंची टेलिव्हिजन सेट इतर कोठेही मिळतो त्यापेक्षा कॉस्टकोमध्ये २०० डॉलर्सने स्वस्त मिळतो! तसे झाले की सदस्यत्वाची किंमत वसूल होते, त्याचे महत्त्व, त्याचे फायदे ग्राहकांना प्रतीत होतात. त्यांची खात्री पटते की कोणतीही गोष्ट त्यांना कॉस्टकोमध्येच सर्वांत स्वस्त मिळते!''

ते पुढे म्हणाले, ''कमी किंमत विक्री वाढवते आणि त्यामुळे पुरवठादारांकडची मागणीही प्रचंड वाढते. त्या प्रचंड मागणीच्या बळावर

कॉस्टको पुरवठादारांकडे कमी किमतीची मागणी करू शकते आणि अशा रीतीने तिला प्रत्येक वस्तूंच्या विक्रीमागे मिळणारा एकूण फायदा डॉलर्समध्ये चांगलाच वाढवू शकते. या त्रासदायक कमी किमतीच्या मागणीमुळे पुरवठादार काही समाधानी नसतात; पण एवढा मोठा धंदा ते सोडूही शकत नाहीत, मग जुळवून घेतात. ''आम्हांला वस्तू विकायची इच्छा नसलेले पुरवठादार एकत्र केले तर आपले सिॲटलमधले बेसबॉलचे सेफ्को फील्ड हे मैदानसुद्धा पुरायचे नाही. पण हळूहळू आम्ही जेवढा धंदा देतो तो बघितला, आम्ही किती चांगले ग्राहक आहोत हे अनुभवले, पैसे किती चोख आणि वेळेत देतो, दिलेल्या वचनांना पुरते जागतो – या अशा गोष्टी बघितल्या की मग त्यातले अनेक जण म्हणू लागतात की अरे, मी का नाही या एवढ्या चांगल्या ग्राहकाबरोबर धंदा करीत? छे:, मूर्खच आहे मी! ते वितरणाचं मोठं रूप आहेत.''

ते पुढे म्हणाले, ''मी सर्वांत जास्त महत्त्व 'किमती'ला (value) देतो. लोक आमच्या विचित्र वाटणाऱ्या ठिकाणीही खरेदीला का येतात, कारण आमची काही मूल्ये आहेत. आम्ही नियमितपणे ही मूल्ये ग्राहकांना देतो.''

बेझोस यांच्या बरोबर झालेले हे बोलणे सिनेगल त्या भेटीनंतर दहा वर्षांनी निवृत्त झाले तोवरही विसरले नव्हते. त्यांना हेही आठवत होते की त्यांचे बोलणे बेझोस लक्षपूर्वक ऐकत होते. ''मी जे काही सांगत होतो ते त्यांच्या उद्योगासाठीही महत्त्वाचे, उपयुक्त होते हे त्यांना समजत होते.'' ते जे काही सांगत ते ऐकून ते आत्मसात करून आचरणात आणणारा उद्या त्यांचाच कट्टर स्पर्धक बनू शकेल हे कळत असूनही तशा 'चांगल्या विद्यार्थ्या'ला मोलाचे ज्ञान दिल्याचे सिनेगल यांना कधीच वाईट वाटले नाही. ''आम्हीही अगदी उघडपणे चांगल्या दिसलेल्या, ऐकलेल्या कल्पना चोरल्या आहेत!'' असे ते खुलेपणाने सांगतात.

२००८ साली सिनेगल यांनी ॲमेझॉनकडून एक 'किंडल ई रीडर' विकत घेतला. तो काही बरोबर काम करेना. तेव्हा ॲमेझॉनच्या 'कस्टमर सर्व्हिस' विभागाने एकही पैसा न घेता त्यांना तो तत्परतेने बदलून दिला. या तत्पर सेवेचे कौतुक त्यांनी बेझोस यांना ई-मेल पाठवून केले. बेझोस यांनी त्याला उत्तर पाठवले, ''तुमच्या किंडलच्या संबंधात मी तुमचा 'पर्सनल कस्टमर सर्व्हिस एजंट' आहे असे तुम्ही समजावे अशी माझी इच्छा आहे.''

कदाचित ॲमेझॉनच्या संस्थापकांना – बेझोस यांना – ते कॉस्टकोच्या संस्थापकांचे – सिनेगल यांचे – ऋणाईत होते, २००१ साली त्यांच्याशी

झालेल्या भेटीत कॉफीबरोबर ते त्यांच्याकडून धंद्याची अनेक मौल्यवान रहस्ये शिकले होते आणि त्यांचा धंदा वाढवायला, सुधारायला, कंपनीची प्रगती करायला त्यांनी त्या शिकलेल्या तत्त्वांचा, धोरणांचा हिरीरीने उपयोगही केला होता याची त्यांना जाणीव होती.

बेझोस आणि सिनेगल यांची भेट शनिवारी झाली. त्यानंतरच्या सोमवारी जी 'एस टीम'ची मीटिंग झाली त्याची सुरुवातच बेझोस यांनी ''मी एक बदल करणार आहे,'' अशीच केली. ते म्हणाले, ''आपल्या इथल्या काही अधिकाऱ्यांचेही असेच मत आहे की आपले किमतीचे धोरण हे असंगत आहे. अ‍ॅमेझॉन कमी किमतीचा उद्घोष करीत असते; पण काही बाबतींत आपल्या किमती आपल्या स्पर्धकांपेक्षा जास्त आहेत. वॉलमार्ट आणि कॉस्टको यांच्यासारख्या आपल्या किमतीही 'रोजच कमी - नेहमीच कमी' असल्या पाहिजेत. आपण आपल्या स्पर्धकांच्या किमतीवर लक्ष ठेवून आपल्या किमती त्यांच्यापैकी सर्वांत कमी किमतीइतक्या असण्याची खबरदारी घेतली पाहिजे. आपण जर किमतीच्या बाबतीत उत्तम स्पर्धक ठरलो तर मग आपल्याला अमर्याद निवड आणि घरबसल्या - गाडी काढून दुकानात जायचा, रांगेत उभे राहयचा त्रास टाळून - परवडेल अशा किमतीत खरेदीची उत्तम सोय या दोन गोष्टी आपल्या ग्राहकांना पुरवून त्यांची मने जिंकून घेता येतील, स्पर्धकांना हरवता येईल.''

सिनेगल यांच्या बरोबरच्या भेटीचे फलित म्हणून जुलै महिन्यात अ‍ॅमेझॉनने पुस्तके, संगीत, व्हिडिओज यांच्या किमती २० ते ३० टक्क्यांनी कमी केल्याचे जाहीर केले. त्या महिन्यात वॉलस्ट्रीटवरील विश्लेषकांबरोबर जी फोनवरून तिमाही मीटिंग झाली त्या वेळी बेझोस म्हणाले, ''दोन प्रकारचे विक्रेते असतात. ग्राहकांकडून जास्तीतजास्त किमत वसूल करता यावी म्हणून कारवाया करणारे आणि ती कमीतकमी कशी ठेवता येईल यासाठी झटणारे. आम्ही दुसऱ्या प्रकारचे विक्रेते सिद्ध होणार, बस!'' हे त्यांचे वाक्य 'जेफिझम'मध्ये समाविष्ट झाले आणि नंतर त्यांच्याकडून ते कित्येक वर्षे, वारंवार, अगदी कंटाळा येईपर्यंत, वापरले गेले.

अ‍ॅमेझॉन त्या वेळी स्वत:च स्वत:करता खणलेल्या खोल खड्ड्यात सापडली होती. पण त्यातून बाहेर येण्यासाठी आर्थिक डावपेच खेळायचे नाहीत असे बेझोस यांनी ठरवून टाकले होते. हा त्यांचा निर्णय केवळ सिनेगल यांच्या बरोबरच्या भेटीचाच परिणाम नव्हता, जिम कॉलिन्स

यांच्या बरोबरची चर्चाही कारणीभूत होती. कंपनीचे डायरेक्टर बोर्ड आणि व्यवस्थापनाचे अधिकारी यांच्या बरोबर ऑफिसच्या बाहेर कुठेतरी ते एक वार्षिक मीटिंग घेत असत. त्या वर्षीच्या तशा वार्षिक मीटिंगला त्यांनी 'गुड टु ग्रेट' या पुस्तकाचे लेखक, उद्योगक्षेत्रातील एक थोर विचारवंत जिम कॉलिन्स यांना त्या पुस्तकाच्या प्रसिद्धीपूर्वीच त्या पुस्तकात मांडलेले विचार सर्वांपुढे व्यक्त करायला आमंत्रित केले होते. कॉलिन्स यांनी ॲमेझॉनची कार्यपद्धती, व्यवस्थापन यांचा अभ्यास केला होता आणि त्यांनी त्याबद्दलही त्या मीटिंगमध्ये चर्चा केली होती. ती चर्चाही बेझोस यांच्या निर्णयाला कारणीभूत ठरली होती. कॉलिन्स यांनी ॲमेझॉनच्या अधिकाऱ्यांना ''तुमची खरी ताकद, खरे कौशल्य कशात आहे हे तुम्ही नीट समजून घेतले पाहिजे,'' असे सांगितले होते.

कॉलिन्सने 'फ्लायव्हील' संकल्पना सांगितली होती, त्याअनुसार एक चक्र लाभदायक होत जाते ते चक्र असे होते : कमी किमती ग्राहकांना आकर्षित करतात, त्यांच्या साइटच्या भेटी वाढतात. ग्राहक वाढले की विक्री वाढते. वाढती विक्री इतर स्वतंत्र विक्रेत्यांना ॲमेझॉनकडे आकर्षित करते, त्यांनी पुरवठा केलेल्या गोष्टींच्या वाढत्या विक्रीतून ॲमेझॉनला त्यांच्याकडून मिळणारे कमिशन वाढते. त्यातून एकूणच कंपनीची कार्यक्षमता वाढते आणि कार्यक्षमता वाढली की किमती आणखी कमी करता येतात. या नव्या विचारपद्धतीने ॲमेझॉनचा अधिकारी वर्ग उत्साहित झाला. 'एस टीम'च्या त्या वेळच्या सदस्यांच्या म्हणण्यानुसार पाच वर्षांनंतर अखेर त्यांना त्यांचा 'बिझनेस' खरा कळला होता. परंतु जेव्हा जेन्सन यांनी बेझोस यांना असे विचारले की, मी विश्लेषकांसाठी जे सादरीकरण करतो त्यात ही 'फ्लायव्हील'ची संकल्पना समाविष्ट करू का?' त्या वेळी बेझोस यांनी नकार दिला. त्यांच्या मते ते 'गुप्त ज्ञान' – धंद्यातील यशाचे 'रहस्य' होते.

२००१ सालच्या सप्टेंबर महिन्यात बेझोस, मार्क ब्रिटो, हॅरिसन मिलर आणि ॲमेझॉनचे दोन प्रसिद्धी अधिकारी मिनिपोलीस येथे गेले. तेथे ते बरेच दिवसांपासून योजलेल्या 'टार्गेट' या दुकानांची साखळी असलेल्या कंपनीबरोबरच्या कराराची अधिकृत घोषणा करणार होते. शहराच्या मध्यवर्ती भागात 'टार्गेट प्लाझा साउथ' या शहरातील सर्वांत उंच इमारतीजवळ टार्गेटचे मुख्य ऑफिस होते. तेथे ते सगळे जण सकाळी आठ वाजता पोहचले.

लिफ्टमधून बत्तिसाव्या मजल्यावरील टेलिव्हिजन स्टुडिओमध्ये जाताना ॲमेझॉनच्या पर्सनल रिलेशन्स विभागाचे प्रमुख बिल करी यांना त्यांच्या एका सहकाऱ्याचा सिॲटलहून फोन आला. एका विमानाने वर्ल्ड ट्रेड सेंटरला धडक दिली असल्याची बातमी त्याने दिली. टेलिव्हिजन स्टुडिओमध्ये पोहोचताच सर्वांनी तातडीने टेलिव्हिजन लावण्याची विनंती केली.

...आणि ॲमेझॉन आणि टार्गेट या दोन्ही कंपन्यांच्या आधिकाऱ्यांना पाठोपाठ दुसरे विमान धडक देतानाचे भयानक दृश्य पडद्यावर पाहायला मिळाले. काय घडत होते याची कोणालाच काहीच कल्पना नव्हती. बिल करी हे बोईंग या विमान तयार करणाऱ्या कंपनीत पूर्वी काम करीत होते. त्यांनी ते विमान 'बोईंग ७६७' असल्याचे ओळखले. दोन कंपन्यांमधील भागीदारीच्या वृत्ताला सॅटेलाइट टेलिव्हिजनवरील मुलाखतींच्या मालिकेद्वारा प्रसिद्धी देण्याचा कार्यक्रम लगेचच रद्द केला गेला. संपूर्ण जग ज्या भयंकर घटनेने हादरून गेले होते तीच घटना त्यांच्या समोरही घडताना ते पाहत राहिले. लवकरच टार्गेटच्या ऑफिसच्या त्या इमारतीतून सर्व लोकांना बाहेर काढले गेले. काही वेळाने पुन्हा सर्व काही स्थिरस्थावर झाले, लोक इमारतीत परतले. परंतु दोन्ही कंपन्यांचे अधिकारी मात्र दिवसभर टेलिव्हिजनच्या एकाच पडद्यावर दाखवल्या जाणाऱ्या बातम्याच ऐकत, पाहत बसले.

दुपारी मात्र काही वेळ बेझोस त्यांचा एल्फ हा डिजिटल कॅमेरा हातात घेऊन टार्गेटच्या त्या भव्य इमारतीच्या भोवती त्या ऐतिहासिक–पण भीषण दिवसाचे फोटो घेत फिरत होते. परंतु त्यांच्या या धाडसाविषयी कोणीतरी टार्गेटचा कंपन्यांमधील भागीदारीचे काम पाहणारा मॅनेजर डेल निट्शके यांच्या जवळ तक्रार केली. निट्शके यांनी बेझोस यांना छायाचित्रण थांबवण्याची विनंती केली.

त्यानंतरचे तीन दिवस – बहात्तर तास – सर्व विमानउड्डाणे रद्द करण्यात आली होती. त्यामुळे साहजिकच ॲमेझॉनच्या टीमला सिॲटलला परतणे शक्यच झाले नाही. १२ सप्टेंबरच्या सकाळी त्यांना 'मार्शल फील्ड' या डिपार्टमेंटल स्टोअरमधून कपडे खरेदी करायला लागले. गाडीत सेलफोन चार्ज करण्याचा विशेष चार्जरही त्यांनी विकत घेतला. 'हर्ट्झ' या कंपनीकडून प्रचंड भाडे देऊन पांढऱ्या रंगाची माझ्दा मिनिव्हॅन भाड्याने घेतली आणि आय–९० या हायवेवरून पश्चिमेकडे प्रयाण केले आणि सिॲटल गाठले.

मार्क ब्रिटो यांनी गाडी चालवली, हॅरिसन मिलर त्यांच्या बाजूच्या सीटवर बसले आणि बाकीचे तिघे मागे असे ते – गेल्या बहात्तर तासांत जे पाहिले, ऐकले त्यामुळे धक्का बसलेले, सुन्न झालेले सर्व जण – कधी संगीत ऐकत, कधी न बोलता शांत, गप्प बसून स्वत:चेच विचार ऐकत प्रवास करीत होते. मिलर म्हणाले, ''आता पुढे काय''– या विचारात शेताभातांतून प्रवास करणे खरोखरच फार विचित्र होते, मनात भावनांचा कल्लोळ उठला होता.

ब्रिटो गाडी चालवत असताना बेझोस यांनी त्यांच्या फोनचा वापर करून 'ॲमेझॉनडॉटकॉम'वरून लोकांना आर्थिक मदतीचे आव्हान केले. त्या मोहिमेचा परिणाम म्हणून दोन आठवड्यांत जमा झालेले सत्तर लाख डॉलर्स ॲमेझॉनने रेडक्रॉसच्या हवाली केले. त्या दिवशीच्या प्रवासात त्यांनी बॅडलॅन्ड्स नॅशनल पार्क येथे काही वेळ थांबून दीर्घ प्रवासाने आंबलेले, अवघडलेले शरीर सैलावले आणि रात्रीचा मुक्काम बेझोस लहानपणी त्यांच्या कुटुंबाबरोबर जेथे राहिले होते त्याच माउंट रशमोअर हॉटेलमध्ये केला. माउंट रशमोअर मेमोरियल पार्कमधील झेंडे अर्ध्यावर उतरवलेले होते, पार्कला भेट द्यायला आलेले प्रवासीही उदास, खिन्न दिसत होते. तेथे काही लोकांनी बेझोस यांना ओळखलेही, पण ते ॲमेझॉनडॉटकॉमचे संस्थापक म्हणून नाही– तर नुकतेच 'स्पेशल ऑलिम्पिक्स'साठी निधी जमवण्यासाठी 'टॅको बेल'तर्फे प्रसारित करण्यात आलेल्या एका विनोदी, गंमतशीर जाहिरातीत पाहिलेले एक सीईओ म्हणून! माउंट रशमोअर पार्कचे चिन्ह खिशावर असलेले गडद निळ्या रंगाचे जर्किन्स त्यांनी तेथे खरेदी केले आणि ते पार्कमधल्याच हॉटेलमध्ये जेवले.

पश्चिम दिशेने प्रवास सुरूच राहिला. पण दुपारी काही खासगी विमानांच्या उड्डाणांना परवानगी देण्यात आली. त्या वेळी बेझोस यांचे खासगी विमान वाटेतील एका लहान विमानतळावरील धावपट्टीवर उतरवले गेले. पुढचा प्रवास विमानाने झाला. ॲमेझॉनचे अधिकारी बेझोस यांच्या खासगी विमानातून प्रवास करीत होते; पण त्या दिवसाला, घडून गेलेल्या भयंकर घटनेच्या गांभीर्याला मान देऊन बेझोस यांनी त्यांची नेहमीची 'जेफिझम'घोषणा – ''तुम्ही या विमानाने प्रवास करीत आहात त्याचे भाडे कंपनी भरत नसून मी भरतो आहे'' – केली नाही. विमान सिॲटलला पोहोचले. अशा रीतीने एका ऐतिहासिक दुर्घटनेने झाकळून गेलेला त्यांचा प्रदीर्घ, अविस्मरणीय असा प्रवास संपला.

काही लोकांमध्ये बेझोस 'टॅको बेल'च्या खोडकर जाहिरातीमुळे प्रसिद्ध झाले असतील, पण 'डॉट कॉम'चा फुगा पूर्ण फुगलेला असतानाच्या काळात ॲमेझॉनच्या टेलिव्हिजनवर प्रसारित झालेल्या काही जाहिराती मात्र खरोखरच अविस्मरणीय अशा होत्या. 'स्वेटरमेन' अशी एक स्वेटर्स, कार्डिगन्स यांच्या जाहिरातींची मालिका होती. 'एफसीबी वर्ल्डवाइड' नावाच्या एका ॲड एजन्सीच्या सॅन फ्रॅन्सिस्कोच्या ऑफिसने तयार केलेल्या त्या मालिकेतील एका जाहिरातीत फ्रेड रॉजर्स या सतत स्वेटर घालणाऱ्या नटासारखेच; पण निरनिराळे अगणित प्रकारचे स्वेटर्स घातलेल्या लोकांचा एक मोठाच्या मोठा जमाव दाखवला होता, ज्यातून ॲमेझॉनडॉटकॉमवर ग्राहकांना अमर्याद निवड करता येते, हा संदेश लोकांपर्यंत पोहोचवला होता. त्या जाहिरातीतील खेळकरपणा, विक्षिप्तपणा, गमती यात ॲमेझॉनच्या सीईओचीच – बेझोस यांचीच – झलक दिसत होती. परंतु या अशा जाहिरातींमध्ये जवळजवळ एक वर्ष बराच पैसा गमावल्यानंतर जाहिराती पूर्णपणे कशा थांबवता येतील, तो मार्गच कसा सोडून देता येईल याचाच बेझोस विचार करू लागले.

त्यातून ते त्यांच्या मार्केटिंगच्या अधिकाऱ्यांशी जाहिराती बंद करण्यासाठी हुज्जत घालू लागले. अधिकाऱ्यांनी ''ॲमेझॉन सतत टीव्हीसारख्या माध्यमातून लोकांसमोर असलीच पाहिजे,'' असे ठासून सांगितले. जसजसा कंपनीचा तोटा वाढत जाऊ लागला तसतसा बेझोस यांचा विरोध वाढतच गेला. मग त्यांनी जाहिरातींचा परिणाम पद्धतशीररीत्या मोजायला सांगितले. त्यासाठी काही ठरावीक भागातच – उदाहरणार्थ, मिनिपोलीस आीण पोर्टलॅन्ड या दोन भागांतच – जाहिराती प्रसारित करायच्या आणि त्यामुळे त्या भागातील विक्रीमध्ये लगेच वाढ होते का ते पाहायचे. तसे केले आणि विक्री थोडी वाढलीही. पण 'ही वाढ काही जाहिरातींवरील खर्चाचे समर्थन करण्याइतकी नाही,' असाच पवित्रा बेझोस यांनी घेतला. पेप्सी या कंपनीतून येऊन ॲमेझॉनमध्ये फायनान्स विभागाचे व्हाईस प्रेसिडेंट झालेले मार्क स्टॅबिंगस म्हणाले, ''नंतर टीव्हीवरील जाहिरातींनी खरे म्हणजे विक्रीवर परिणाम होत नाही हेच सिद्ध झाले.''

मग काय, ॲमेझॉनच्या टीव्हीवरील सर्व जाहिराती बंद झाल्या. एवढ्याने भागले नाही, मार्केटिंग विभागाची पुनर्रचना केली गेली. 'मास्टर कार्ड' या कंपनीतून येऊन वर्षभर ॲमेझॉनच्या मार्केटिंग विभागाचे प्रमुख

म्हणून काम करीत असलेल्या ॲलन ब्राऊन यांनी त्याच वेळी नोकरी सोडली. दुसरा प्रमुख नेमण्याऐवजी त्या विभागाची कामे ई मेल मार्केटिंग आणि जागतिक संशोधन विभाग - वर्ल्डवाईड डिस्कव्हरी ग्रुप - या दोन उपविभागांच्या प्रमुखांमध्ये - ॲन्डी जॅसी आणि जेफ होल्डन या दोघांमध्ये - वाटून देण्यात आली. त्यानंतर 'किंडल'चे पदार्पण होईपर्यंत, सात वर्षे ॲमेझॉनची एकही जाहिरात टीव्हीवर प्रसारित झाली नाही. जाहिरातींचे परिणाम काय होतात यासाठी ज्या चाचण्या घेण्यात आल्या त्या ज्यांच्या नेतृत्वाखाली घेतल्या गेल्या होत्या त्या ॲमेझॉनच्या डेटामायनिंग विभागाच्या प्रमुख, ब्रिटिश सीनियर मॅनेजर डायन लाय यांच्या शब्दांत सांगायचे तर ''ॲमेझॉनच्या मार्केटिंग विभागाची प्रमुख एकच व्यक्ती असू शकते, आणि तीच कायम प्रमुख होती - जेफ बेझोस!''

''आपल्या सेवेने खूश झालेले, समाधान पावलेले ग्राहक इतरांजवळ जे ॲमेझॉनच्या कौतुकाचे चार शब्द बोलतात त्याने कंपनीची खरी जाहिरात होते,'' असे बेझोस यांचे मत होते. जाहिराती बंद केल्यामुळे वाचलेला पैसा त्यांना ग्राहकांचा अनुभव अधिक संपन्न करण्याकडे आणि 'फ्लायव्हील'चा वेग वाढवण्यासाठी खर्च करायचा होता. त्या वेळी त्या दिशेने ॲमेझॉन एक प्रयोग करून पाहत होती - ग्राहकांना वस्तू पोहोचवण्यासाठी त्यांच्याकडून एकही पैसा घ्यायचा नाही! - मोफत वितरण!!

२००० आणि २००१ या दोन वर्षांतील सुट्यांच्या दिवसात शंभर डॉलर्सपेक्षा जास्त किमतीच्या वस्तू विकत घेणाऱ्या ग्राहकाला त्या वस्तू मोफत घरी मिळतील, अशी योजना ॲमेझॉनने राबवली होती. योजना खर्चीक होती; पण विक्री लक्षणीय वाढवणारी ठरली. त्या वेळी केलेल्या सर्वेक्षणात ही गोष्ट समोर आली की 'ऑनलाइन' खरेदीतील ग्राहकांना जाणवणारी मुख्य अडचण ही वस्तू घरी पोहोचवण्यासाठीची जरा जास्तच वाटणारी किंमत हीच होती. ती किंमत कमी करण्याचा - एका वेळी एकाच वस्तूची मागणी न नोंदवता अनेक वस्तूंची मागणी - पुस्तके, स्वयंपाकघरातील साधने, उपकरणे, सॉफ्टवेअर - एकाच वेळी नोंदवणे हा उपाय ग्राहकांना पटवण्यात ॲमेझॉनला तोवर म्हणावे तसे यश मिळत नव्हते. जेव्हा मोफत वितरणाची घोषणा केली गेली तेव्हा तिचा फायदा घेण्यासाठी शंभर डॉलर्सच्या खरेदीची मर्यादा ओलांडण्यासाठी ग्राहक तसे करू लागले. एकाच वेळी अनेक वस्तू मागवू लागले.

२००२ सालच्या सुरुवातीला एका सोमवारी रात्री बेझोस यांनी वॉरन जेन्सन यांच्या कॉन्फरन्स रूममध्ये एक मीटिंग बोलावली. विषय होता- सुट्यांच्या दिवसांपुरती दिलेली मोफत वितरणाची सूट कायमस्वरूपी कशी देता येईल? मार्केटिंगसाठी अंदाजपत्रकात जी रक्कम राखून ठेवली होती तिचा विनियोग या योजनेसाठी करता येणार होता. त्या प्रस्तावाला मुख्य विरोध जेन्सन यांचाच होता. त्यांच्या मते ती सूट देणे हे खूपच खर्चीक झाले असते आणि तो पैशाचा अपव्यय ठरला असता, कारण ॲमेझॉन वस्तूंच्या किमतींमध्ये जी सूट देत असे ती सर्वच ग्राहकांना - एक वस्तू वा अनेक वस्तूंची मागणी करणाऱ्यांनाही - लागू करीत असे.

जेन्सन यांच्या हाताखालच्या अधिकाऱ्यांपैकी ग्रेग ग्रीली यांनी त्या बाबतीत विमानकंपन्या प्रवाशांमध्ये कसा फरक करतात ते सांगितले. त्या प्रवाशांचे कामासाठी प्रवास करणारे आणि करमणुकीसाठी, सहलीसाठी प्रवास करणारे असे दोन गट करतात. जे ग्राहक त्यांच्या मुक्कामाच्या ठिकाणी शनिवारी रात्रीही राहणार असतील त्यांना तिकिटाच्या दरात सूट देतात. तसेच काहीसे करण्याची ग्रीली यांची सूचना होती. म्हणजे वस्तू मोफत पोहोचवल्या जाण्याची सूट कायमचीच असेल; पण ती जे ग्राहक त्यांना वस्तू काही दिवस उशिरा मिळाल्या तरी चालतील हे मान्य करतील त्यांनाच दिली जाईल. म्हणजे विमानकंपन्यांसारखी ॲमेझॉनही ग्राहकांची दोन गटांत विभागणी करेल- जे त्यांना वस्तू कधी मिळते या संबंधी आग्रही असतील अशांचा एक गट आणि तसे नसणाऱ्या इतरांचा दुसरा. असे केले की मोफत वस्तू पाठवण्याचा खर्च कमी झाला असता. कारण ॲमेझॉन जे ट्रक्स ठरलेल्या वा कमीतकमी वेळात पोहोचवण्याच्या वस्तू भरून एक्सप्रेस शिपर्सकडे किंवा पोस्ट ऑफिसेसकडे पाठवीत असे, त्या ट्रक्समध्ये जी जागा रिकामी राहील त्या जागेतच वितरण केंद्रातील कर्मचारी मोफत पाठवायच्या वस्तू ठेवून पाठवू शकले असते. ग्रीली यांची सूचना बेझोस यांना पटली, आवडली. ते म्हणाले, ''बस, आपण हेच करायचे!''

त्याप्रमाणे ॲमेझॉनने २००२ सालच्या जानेवारी महिन्यापासून 'फ्री सुपर सेव्हर शिपिंग' या नावाची योजना जाहीर केली. मागणी ९९ डॉलर्सपेक्षा जास्त किमतीची असली पाहिजे, अशी अट होती. काही महिन्यांतच ती मर्यादा प्रथम ४९ डॉलर्सवर आणि नंतर २५ डॉलर्सवर आणण्यात आली. या 'फ्री सुपर सेव्हर शिपिंग' योजनेपासून पुढील काळात ॲमेझॉनच्या ग्राहकांच्या

फायद्याच्या अनेक योजना कंपनीने अमलात आणल्या. त्यातच 'ॲमेझॉन प्राइम' या वर्गणी भरून सदस्यत्व मिळवण्याच्या क्लबचीही योजना होती.

त्या मीटिंगच्या फलिताविषयी सगळेच काही समाधानी नव्हते. जेन्सन यांनी तर मीटिंगनंतर ग्रीली यांना बाजूला घेऊन झापले. कारण त्या वेळी जेन्सन यांच्या मते मोफत वितरण बॅलन्स शीटचा धुव्वा उडवणारी योजना होती!

त्या नंतरच्या वर्षात कंपनी सोडून जाणाऱ्या अधिकाऱ्यांची रांगच लागली. कारणे अनेक होती. कंपनीच्या उद्दिष्टांविषयी त्यांना विश्वास वाटत नव्हता/ ते साशंक होते, पगार कमी मिळत होता असे वाटत होते, शेअर्सच्या ढासळणाऱ्या किमती बघता भविष्यात जास्त पैसे मिळण्याची आशा वाटत नव्हती, काही जण कंटाळले होते, त्यांना बदल हवा होता. ''बेझोस काही ऐकूनच घेत नाहीत आणि यापुढेही कधी घेतील असे वाटतही नाही,'' असे काही जणांचे म्हणणे होते. बहुतेकांना 'ॲमेझॉनचे दिवस भरले' असे वाटत होते. २००२ आणि २००३ या दोन वर्षांच्या काळात कंपनी सोडणाऱ्यांच्या संख्येने उच्चांकच गाठला. असेच ॲमेझॉन सोडून सिलिकॉन व्हॅलीमधील 'ओपन टेबल' नावाच्या नव्याने सुरू झालेल्या कंपनीत गेलेले डग बोक म्हणाले, ''त्या वेळी 'ही आठ हजार कोटींची कंपनी होणार' असे भव्य दिव्य स्वप्न पाहणारे एकटे जेफ बेझोस सोडले तर तशा विचारांचे फारच थोडे अधिकारी कंपनीत उरले होते. बेझोस यांचा विश्वास मात्र ना कधी ढळला, ना कधी त्यांच्या मनात पुसटशीदेखील शंका आली!''

जाणाऱ्यांमध्ये काही चांगली संधी मिळाली म्हणून आणि काही निराळे इरादे असल्यामुळे सोडून जाणारेही होते. डेव्हिड रिशर यांनी युनिव्हर्सिटी ऑफ वॉशिंग्टनच्या बिझनेस स्कूलमध्ये प्राध्यापकपद स्वीकारले. ख्रिस पेन यांनी मायक्रोसॉफ्टमध्ये जाऊन 'बिंग' या सर्च इंजीनच्या प्रकल्पात काम केले, त्यानंतर ते 'इ बे'मध्ये गेले आणि उच्च पदावर पोहोचले. जोएल स्पीगल यांना त्यांची तीन वयात आलेली मुले घर सोडून त्यांच्या त्यांच्या मार्गाने जाण्याआधी त्या मुलांच्या सहवासात वेळ घालवायचा होता. मार्क ब्रिटो यांना बे एरियामध्येच जायचे होते. हॅरिसन मिलर थकले होते, त्यांना बदल हवा होता.

ॲमेझॉन सोडून गेले त्यांनी बाहेर पडल्यावर एक खोल श्वास घेतला, त्यांना भान हरपल्यासारखे वाटले, कारण ॲमेझॉन म्हणजे अनुयायांना वाहत

नेणारा एक वैशिष्ट्यपूर्ण असा 'पंथ'होता, काही कठोर कर्मकांडे असलेला 'धर्म' होता. कोणी मनातले उघडपणे व्यक्त केले नाही; पण त्यांचा सूर 'सुटलो' असाच होता. त्यातले बरेच जण प्रत्येक काम करणाऱ्यांकडून अमर्याद, असाधारण, अशक्य अशा अपेक्षा ठेवणाऱ्या, कामांचा मारा करणाऱ्या- पण केलेल्या कामाचे कौतुक करण्यात मात्र कमालीची कंजुषी करणाऱ्या बेझोस यांच्यासारख्यांच्या हाताखाली काम करण्याचा ताण सहन करू न शकलेले होते. पण काही बेझोस यांच्याविषयी निष्ठा बाळगणारेही होते. अनेक जणांनी ॲमेझॉनमध्ये त्यांनी काय काय मिळवले याबद्दल फार मोठ्या अभिमानाने सांगितले. त्या वेळी त्यांच्या एका सहकाऱ्याने काढलेले हे उद्‌गार किम रिकमिलर यांच्या लक्षात राहिले आहेत, "तुम्ही जर चांगले काम केले नाहीत तर जेफ (बेझोस) तुम्हांला कच्चे खाऊन टाकणार आणि जर चांगले काम केलेत तर ते अधिकाधिक काम देऊन तुम्हांला दमवणार, पार लोळवणार."

एवढ्या मोठ्या प्रमाणावर लोक सोडून गेले - बेझोस जराही विचलित झाले नाहीत, निराश, अस्वस्थ झाले नाहीत. त्यांच्या बरोबर काम केलेल्या एकाने सांगितले की, ते त्यांच्या कर्मचाऱ्यांना काम करायला प्रवृत्त करीत, उत्तेजन देत; पण कधी त्यांच्या फार जवळ जात नसत, त्यांच्यामध्ये फार गुंतून पडत नसत. पण जे अधिकारी सोडून गेले त्यांच्यापैकी काही जणांबरोबर खासगीत बोलणी करण्यासाठी त्यांनी त्यांच्या डायरीत काही वेळ ठेवला होता. हॅरिसन मिलर यांनी नोकरी सोडली तेव्हा ते आणि बेझोस या दोघांनीच एकत्र जेवण घेतले होते. त्या वेळी मिलर त्यांना म्हणाले होते, "ॲमेझॉनने मोठ्या विक्रेत्यांसाठी 'प्लॅटफॉर्म' म्हणून जे काम केले त्याचा मला सर्वांत जास्त अभिमान वाटतो. त्याच कामाने कंपनीला २००२ सालातील तीस टक्के कॅशफ्लो मिळवून दिला." त्यावर बेझोस त्यांना म्हणाले होते, "हो, पण पहिले 'टॉय स्टोअर' निर्माण करणारे तुम्ही होतात. ते महत्त्वाचे काम तुम्ही उत्तम केलेत." कंपनीचे उत्पन्न वाढवण्यासाठी विक्रेत्यांबरोबर काही काळापुरती जी काही कामे केली तीही चांगली फायदेशीर असूनही त्यापेक्षा ग्राहकांना वस्तूंच्या निवडीच्या जास्तीतजास्त संधी मिळवून देण्याचे जे त्यांचे महत्त्वाचे, दीर्घकालीन उद्दिष्ट होते त्याला बेझोस कसे जास्त महत्त्व देत, त्या संबंधीची - खेळण्यांचा पर्याय ग्राहकांना उपलब्ध करून देण्यासारखी - कामे कशी त्यांच्या अधिक लक्षात राहत याचे ते त्यांचे बोलणे ही ठळक खूण होती.

ब्रायन बर्टविसल यांची ते कंपनी सोडून जाताना बेझोस यांच्याशी जी भेट झाली त्या वेळी त्यांनी पेपर नॅपकिनवर त्यांच्या ॲमेझॉनमधील दिवसातील आवडत्या क्षणांची एक यादीच लिहून काढली होती. त्यांनी बेझोस यांच्या बरोबर फोटो काढला. त्यात तो नॅपकिनही स्पष्ट दिसत होता. त्या वेळी त्यांनी बरोबर केलेल्या पहिल्या- हार्वर्ड बिझनेस स्कूलपासून विमानतळापर्यंतच्या – प्रवासाची आठवण बेझोस यांनी आवर्जून काढली. म्हणाले, ''त्या दिवशी तुम्ही मला गाडीतून विमानतळावर घेऊन गेला होतात तीच आपल्या पुढील प्रदीर्घ अशा एकत्र प्रवासाची सुरुवात होती. वा! काय छान आठवण आहे ती!''

असे नेहमी भावनिक होणारे नव्हते बेझोस. ॲमेझॉनचे चीफ फायनान्शिअल ऑफिसर ख्रिस्तोफर झीदा ॲमेझॉन सोडून ई बेमध्ये गेले. वॉलमार्टने त्यांचे अधिकारी फूस लावून नेले जात आहेत असा आरोप करून ॲमेझॉनविरुद्ध दावा ठोकला होता. दाव्याला प्रत्युत्तर देत ॲमेझॉनने फेडरल कोर्टात ई बेमध्ये गेलेल्या ख्रिस्तोफर झीदा यांनी ॲमेझॉनमधील नोकरी स्वीकारताना कंपनीबरोबर केलेल्या करारातील 'येथील नोकरी सोडून गेल्यावरही स्पर्धक कंपनीत नोकरी करणार नाही,' या कलमाचा भंग केल्याचा दावा दाखल केला. वॉलमार्टने लावलेला दावा जसा फारसे काही नुकसान न होता मिटला तसा हाही मिटला. परंतु बेझोस यांनी त्या बाबतीत जे कडक कायदेशीर धोरण अवलंबिले त्यावरून ॲमेझॉनपेक्षा कितीतरी पटींनी मार्केट कॅपिटलायझेशन वाढलेली 'ई बे' ही स्पर्धक कंपनी ऑनलाइन विक्रीच्या क्षेत्रात जी उंच भरारी घेत होती, वरचढ ठरू पाहत होती, त्यामुळे बेझोस चांगलेच चिंतीत झाले होते हे उघड होत होते.

ॲमेझॉन आणि ई बे या दोन कंपन्यांमधली स्पर्धा एका व्यक्तीला मात्र फार अवघड जात होती. ती होती 'इन्ट्युट' या कंपनीचे संस्थापक स्कॉट कुक. ते या दोन्ही स्पर्धक कंपन्यांच्या डायरेक्टर बोर्डावर होते. परिस्थिती अशी आली होती की, त्यांना एका कंपनीशी संबंध तोडणे गरजेचे होते. त्यांनी ॲमेझॉनच्या बोर्डावर न राहण्याचा निर्णय घेतला. ते म्हणाले, ''जेफ रागावले होतेच; पण त्यांचा राग मी त्यांची कंपनी सोडून जात होतो म्हणून नव्हता, तर मी सुरुवातीलाच जेव्हा ई बेचा डायरेक्टर होण्याचा माझा निर्णय त्यांना कळवला, तेव्हा त्यांनी मला तसे करण्यापासून थांबवले नाही म्हणून स्वत:वरच होता! त्यांना हरणे कधीच रुचले नाही!''

वॉरन जेन्सन या चीफ फायनान्शिअल ऑफिसरनेही अ‍ॅमेझॉन सोडली. त्यांनी त्यांच्या या कृतीचे स्पष्टीकरण असे दिले, ''माझी बायकोमुले अ‍ॅटलांटातच होती. मला त्यांच्या बरोबर राहायचे होते. त्यांच्याकडे जायला ती वेळ तशी योग्य होती– कारण तोवर कंपनीसमोरची सर्व अवघड, गंभीर अशी आर्थिक आव्हाने संपुष्टात आलेली होती.'' पण त्यांनी सांगितलेली ही कारणमीमांसा पूर्ण नव्हती हे नक्की!

बेझोस आणि जेन्सन यांच्यात तीव्र मतभेद होते. कंपनीच्या अधोगतीमुळे चिडलेल्या गुंतवणूकदारांना जेन्सन कंपनीचा फायदा वाढलेला दाखवून त्यांचा राग शमविण्याचा प्रयत्न करीत. एका आणीबाणीच्या वेळी त्यांनीच अखेरचा प्रयत्न म्हणून युरोपिअन गुंतवणूकदारांना मनवून त्यांच्याकडून भांडवल जमवले होते. कंपनीच्या प्रगतीचा मार्ग खुंटलेला असताना त्यांनीच बेझोस यांना काही कठोर निर्णय घ्यायला भाग पाडले होते. मोफत वितरणाच्या कल्पनेला त्यांनीच विरोध केला होता, किमतीही वाढवायला लावल्या होत्या. ते म्हणाले, ''माझे नेहमीच बरोबर असायचे असा माझा मुळीच दावा नाही; पण मी त्या त्या वेळेला धंदा वाढवण्यासाठी जे जे योग्य वाटले ते ते करण्याचा प्रामाणिक प्रयत्न केला.''

जेन्सन कंपनी सोडून गेल्यानंतरही दहा–बारा वर्षांपर्यंत त्यांची धोरणे, त्याच्या निर्णयाचे बरेवाईट परिणाम, त्यांनी मागे ठेवलेल्या पद्धती यांवर चर्चा होत असे. काहींच्या मते ते जरा जास्तच राजकारणी होते. काही जण मात्र त्यांनी कंपनीच्या अवास्तव, अविचारी वाढीच्या योजनांना वेळीच आळा घातला, त्यांनी केवळ कंपनीच्या कार्यपद्धतीत, प्रगतीतच नव्हे तर पूर्ण तंत्रज्ञानाच्या विश्वातही मोलाची भर घालणाऱ्या 'फायनान्स ग्रुप'ची विचारपूर्वक बांधणी केली असे ठामपणे सांगतात. त्यांच्या बाजूचे पुरावे फारच सबळ आहेत, सहजी डावलण्यासारखे तर नाहीतच. त्यांच्या हाताखाली काम करणारे डेव्ह स्टीफन्सन हे अधिकारी म्हणतात, ''वॉरन त्या काळात कंपनीसाठी जसे सीएफओ आवश्यक होते तसेच होते. त्यांनी अवघड समस्यांवर सडेतोड चर्चा करून कठीण निर्णय घेतले, घ्यायला लावले. जे इतरांना नीटसे जमत नसे ते जेफ बेझोस यांच्या समोर ठामपणे उभे राहण्याचे कठीण काम ते निर्भयपणे करीत.''

जेन्सन यांच्या जागी बेझोस यांनी जनरल इलेक्ट्रिक या कंपनीतले चीफ फायनान्शिअल ऑफिसर टॉम स्क्युटेक यांची नेमणूक केली. त्यांच्या

बरोबरच्या यशस्वी चर्चेची सांगता बेझोस यांनी टॉम व त्यांची पत्नी या दोघांच्या नावे ''आपण ॲमेझॉनमधील हे पद स्वीकारून इंटरनेटच्या जगातील ऐतिहासिक ठरणाऱ्या काळावर तुमची मोहोर उठवू शकाल,'' अशा भावनात्मक शब्दात एक पत्र लिहून केली. आणि खरोखरच स्क्युटेक हे ॲमेझॉनच्या त्या दिवसांसाठी अगदी योग्य असे सीएफओ ठरले. त्यांनी त्यानंतर कित्येक वर्षे बेझोस यांच्या महत्त्वाकांक्षी योजनांना, अनेक नव्या उद्योगांच्या कल्पनांना आव्हान न देता पाठिंबा दिला, त्यांचा मार्ग सुकर केला.

त्या काळातील मनात जास्तीतजास्त कटुता ठेवून जे अधिकारी कंपनी सोडून गेले त्यांच्या जाण्यामागे दोन 'शेजारी' विभागातील अंतर्गत वैमनस्य, कलह कारणीभूत होता. ते दोन विभाग होते – 'एडिटोरियल ग्रुप' – संपादन विभाग–आणि 'पर्सनलायझेशन ग्रुप'– वैयक्तीकरण विभाग. त्यातील संपादन विभाग हा कंपनीच्या अगदी सुरुवातीच्या काळातच स्थापन केला गेला होता. ॲमेझॉनच्या साइटच्या 'होम पेज'वरील तसेच प्रत्येक वस्तूची माहिती देणाऱ्या पानावरील मजकुरामध्ये कृत्रिमता न येता सहजपणा, आपलेपणा आणण्यासाठी लेखक–संपादक यांचा एक गट त्या विभागात काम करीत होता. बेझोस यांची मूळची कल्पना अशी होती की साइटवर गेलेल्या ग्राहकाला तो पुस्तकाच्या दुकानात हिंडत असल्यासारखे वाटले पाहिजे आणि शिवाय त्याला दुकानात जाऊनसुद्धा जी पुस्तके सहजी नजरेस पडणार नाहीत, हवी असलेली कदाचित सापडणार नाहीत ती त्याच्या समोर आली पाहिजेत.

पण कालांतराने 'वैयक्तीकरण विभागा'ने 'संपादन विभागा'च्या क्षेत्रावर अतिक्रमण करायला सुरुवात केली. हा विभाग 'पी१३एन' असा ओळखला जात असे – 'पर्सनलायझेशन' या शब्दाच्या स्पेलिंगमध्ये 'पी' आणि 'एन'या दोन अक्षरांच्या मध्ये १३ अक्षरे येतात – त्यावरून हे संक्षिप्त नाव पडले होते. हा विभाग ग्राहकाच्या पुस्तकखरेदीची नोंद ठेवून त्याचे विश्लेषण करून त्यावरून त्याची आवड, त्याला रस असलेले विषय शोधून काढीत असे आणि त्यावरून त्याला आवडतील अशी पुस्तके आपोआप त्याच्या समोर आणीत असे, त्याला सुचवीत असे. या 'पी१३एन' विभागाचे काम जास्त जास्त चांगले होत जात होते. २००१ साली या विभागाने आणखी एक सुधारणा केली. ग्राहकाला वस्तू सुचवताना केलेल्या विश्लेषणात ग्राहक खरेदी काय करतो याबद्दलच्या माहितीखेरीज तो काय

काय पाहतो, कोणकोणत्या वस्तूंची पाने वाचतो याचीही नोंद ठेवून तीही माहिती विचारात घ्यायला सुरुवात केली.

ग्राहकांना आकर्षित करण्याच्या दोन विभागांच्या कार्यपद्धती निराळ्या होत्या, जरा विसंगत होत्या. संपादन विभागातील लेखक, संपादक वस्तूची सर्व प्रकारची माहिती आकर्षक स्वरूपात मांडत असत, कसे लिहायचे, कोणत्या वस्तूंना जास्त प्रसिद्धी द्यायची ते अंत:स्फूर्तीने ठरवीत असत. (१९९९ साली, लहान मुलांसाठी सिंहाचे तोंड असलेल्या पाठीवर बांधायच्या – ज्याला 'बॅकपॅक' असे म्हणातात – एका बॅगेची जाहिरात करताना संपादन विभागाने लिहिले होते : ''मी काही सिंह नाही! मी तुमचा 'गोलियाथ बॅकपॅक पाल' – तुमचा शक्तिमान पाठीराखा, मित्र आहे. पहिल्या दिवशी शाळेत जाताना भीती वाटते ना? मी आहे पाठीशी! बिनधास्त जा!!'' ते जी कल्पकता दाखवीत असत, भाषा, शब्द यांचा 'खेळ' करीत असत, कोट्या करीत असत त्यातले काहीच वैयक्तीकरण विभाग करीत नसे, फक्त ग्राहकाबद्दलची, त्याच्या आवडीची आणि निवडींची गोळा केलेली माहिती वापरून, ती संख्याशास्त्राच्या समीकरणामध्ये बसवून उत्तरात तो खरेदी करण्याची सर्वांत जास्त शक्यता असलेल्या वस्तू येतील त्या त्याच्या समोर येतील अशी व्यवस्था करीत असत. संपादन विभाग 'मानवी' होता, वैयक्तीकरण विभाग यांत्रिक, तांत्रिक होता.

बेझोस काही या दोन विभागांपैकी एकाच विभागला झुकते माप देत नसत, पण ते परिणामांवर लक्ष ठेवून असत. जात्या काळाबरोबर हे स्पष्ट होत गेले की माणूस यंत्र तंत्राशी स्पर्धा करू शकत नाही. एक खूप प्रसिद्ध, सर्वांना हमखास माहीत असलेली लोककथा आहे : ''हातात घण घेऊन ड्रिलवर घाव घालून खडकात भोके पाडण्याचे काम करणाऱ्या जॉन हेन्री नावाच्या माणसाने ड्रिलिंग मशीनने खड्डा खणणाऱ्यांबरोबर पैज लावली. तो माणूस स्पर्धा जिंकला, पण त्याने अति कष्टाने जीव गमावला!'' या लोककथेतील जॉन हेन्रीचा संदर्भ घेऊन 'पी१३एन'च्या ऑफिसच्या दारावर एक पाटी लावली होती : 'लोक हे विसरतात की जॉन हेन्रीने अखेर जीव गमावला!'

बहुतेक लेखक, संपादक यांना निराळे काम दिले गेले किंवा कामावरून कमी करण्यात आले. 'रूफस' या ॲमेझॉनमध्ये लोकप्रिय झालेल्या कुत्र्याच्या मालकीण सूझन बेन्सन यांनी काही काळासाठी पगारी रजा घेतली होती. त्या कामावर परतल्या त्या वेळी प्रसार माध्यमांशी संपर्क

ठेवणाऱ्या विभागाचे प्रमुख जेसन किलर यांनी एक मीटिंग बोलावली. तिची माहिती ई-मेलवरून देताना त्यांनी त्या मीटिंगला 'एडिटोरियल गेम चेंजर'- 'संपादन विभागात मोठा बदल'- असे नाव दिले होते. ते वाचल्यावर सूझन यांच्या हे लक्षात आले की त्यात अडचणीत येणार होत्या. त्या म्हणाल्या, ''त्या मीटिंगमध्ये संपादकीय लेखनाच्या विश्वाचे विभाजन करून ते यांत्रिक, तांत्रिक विश्वात विखुरले जाणार होते. मला कळून चुकले की माझी वेळ भरली आहे!''

संपादन विभागाचा हा कडेलोट 'ॲमाबॉट' नावाच्या संगणकावर वापरण्याच्या एका प्रोग्रॅमने घडवून आणला. तोवर ग्राहकाशी संपर्क साधला जायचा तो मानवी बुद्धी, प्रतिभा वापरून नटवलेल्या, शब्दांनी सजवलेल्या पानावरील माहितीच्या माध्यमातून. ॲमाबॉटने सगळे एका क्लिकने घडवून आणले. संगणकाद्वारेच एकत्रित केलेल्या माहितीचे संगणकीय विश्लेषण करून त्याची आवड ओळखून त्याला संदर्भ दिले जायचे, तेही एकाच ठरलेल्या स्वरूपात. दोन्ही पद्धतींच्या परिणामांच्या घेतलेल्या चाचण्यांतून ही संगणकीय पद्धती मानवी लेखनाच्या माध्यमातून मिळणाऱ्या ग्राहकांइतकेच ग्राहक मिळवून देते हेही सिद्ध झाले. त्यानंतर काही दिवसांनीच ॲमेझॉनमधील एका निनावी कर्मचाऱ्याने सिॲटलमधून प्रसिद्ध होणाऱ्या 'स्ट्रेंजर' नावाच्या वर्तमानपत्राच्या 'व्हॅलेन्टाइन डे'च्या खास आवृत्तीत एक तीन ओळींची जाहिरात दिली :

प्रियतम ॲमाबॉट,

आम्हांला तुझ्याविषयी वाटणारा तिरस्कार कळण्यासाठी तुझ्या जवळ हृदय असते तर.... हे तात्पुरते शीड बसवलेल्या जहाजा, तुझे आभार - कशाबद्दल? कशाबद्दलच नाही!

अराजकता नक्कीच जिंकेल!

* * *

२००२ सालच्या जानेवारी महिन्यात प्रसिद्ध केलेल्या तिमाहीच्या अहवालात ॲमेझॉनने नफा झालेला दाखवला होता. पन्नास लाखांचा किरकोळ आकडाच होता, हा प्रतिशेअर प्रतीकात्मक आकडा होता. मार्केटिंगवरील

खर्च कमी झालेला दिसत होता, इंग्लंड आणि जर्मनी या देशांमधून मिळालेल्या उत्पन्नात वाढ झालेली दिसत होती, सर्वांच्या स्तुतीला पात्र ठरलेला ॲमेझॉनचा 'प्लॅटफॉर्म' वापरून स्वतंत्र विक्रेत्यांनी केलेली विक्री लक्षणीय - एकूण विक्रीच्या १५ टक्के इतकी - झाली होती. आणखी एक वैशिष्ट्यपूर्ण गोष्ट ही होती की, त्या वेळी नफ्याचा हिशेब करण्याच्या नेहमीच्या पद्धतीअनुसार आणि नव्याने वापरात आलेल्या वादग्रस्त 'प्रोफॉर्मा अकाउंटिंग पद्धती'अनुसारही सारखाच, १५ टक्के नफाच झालेला होता.

अखेर, 'तीही सगळ्या डॉटकॉम कंपन्यांसारखी कमनशिबी, गाळात जाण्याच्याच वाटेवरील कंपनी नाही,' हे ॲमेझॉनने जगाला दाखवून दिले होते. शेअरची किंमत ताबडतोब, कामाच्या वेळेनंतरच्या खरेदी-विक्रीच्या व्यवहारात, २५ टक्क्यांनी वर गेली होती. बऱ्याच काळाने दोन आकडी झाली होती. ॲमेझॉनमध्ये नुकत्याच आलेल्या प्रसिद्धी अधिकारी कॅथी सॅविट यांनी बेझोस यांना सांगितले की, त्यांना ॲमेझॉनबद्दल वृत्तपत्रांतून आलेल्या स्तुतीपर बातम्या, लेख हे कापून फ्रेम करून ऑफिसच्या भिंतींवर लावायच्या आहेत. ते त्यांना म्हणाले, ''अशी प्रशंसा सर्वांसमोर प्रदर्शित करण्यापेक्षा 'बॅरन'चे कुप्रसिद्ध 'ॲमेझॉनडॉटबॉंब' या नावाचे मुखपृष्ठ सतत लोकांसमोर ठेवले पाहिजे.'' लोक चांगले बोलतात, लिहितात त्या वेळी कंपनीतील सर्वांनी 'बॅरन'मधील टीकात्मक लेखाची आठवण ठेवली पाहिजे, तिची भीती मनात बाळगली पाहिजे असे त्यांचे सांगणे होते.

अजूनही कंपनी बॅलन्स शीटबद्दलच्या समस्यांमधून पुरती बाहेर आलेली नव्हती, पण त्या मार्गावर मात्र होती. त्याच्या पुढच्या वर्षाच्या पहिल्या तिमाहीत, तो सुट्यांचा मोसम नसूनही, कंपनीने १०० कोटी डॉलर्सची विक्री करून दाखवली. ते वर्ष फायद्याचे सिद्ध होणार याची ती नांदीच होती. त्या आशेच्या बळावरच ॲमेझॉनने ही घोषणा करायचे ठरवले की, कंपनी १९९८ मध्ये घेतलेल्या कर्जाच्या टप्प्यातील बॉन्डचा भरणा वेळेआधीच करेल आणि बॉन्डधारकांना मॅच्युरिटी तारखेच्या ५ वर्षे आधीच बॉन्डचे पूर्ण मूल्य देण्यात येईल. त्या घोषणेची तयारी करत असतानाच फायनान्स खात्यातील एकाला रवी सुरिया यांची आठवण झाली, ''ते आत्ता काय विचार करीत असतील?'' त्यातूनच 'मिलीरवी' - 'गणितातील फार मोठी चूक' - या त्या वेळी तयार केलेल्या शब्दाचीही आठवण जागी झाली. त्या वेळचे चीफ अकौंटिंग ऑफिसर मार्क पीक यांनी अशी सूचना केली की

या घोषणेची जी वार्ता प्रसार माध्यमांना दिली जाईल त्यात या 'मिलिरवी' या शब्दाचा उपयोग कसा करता येईल याचा विचार करावा. ही कल्पना सर्वांनाच, बेझोस यांनासुद्धा आवडली. विविध पद्धती ई-मेल्समधून प्रसृत होऊ लागल्या. गुंतवणूकदारांशी संबंध राखणाऱ्या विभागाचे प्रमुख टिम स्टोन यांनी खात्री करून घेण्यासाठी बेझोस यांना भेटून त्यांना ही कल्पना नक्की पसंत आहे ना असे विचारलेही. बेझोस यांनी पक्का होकार दिला.

अशा रीतीने २४ एप्रिल २००३ या दिवशी प्रसार माध्यमांना दिलेल्या जानेवारी-मार्च या पहिल्या तिमाहीच्या आर्थिक अहवाल घोषित करणाऱ्या बातमीचे हे शीर्षक वार्ताहर, शेअरहोल्डर्स, विश्लेषक, वाचक या सर्वांसाठीच खास ठरले : Meaningful Innovation Leads, Launches, Inspires Relentless Amazon Visitor Improvements. (या वाक्यातील प्रत्येक शब्दातील पहिले अक्षर घेतले की 'MILLIRAVI' हा शब्द तयार होतो.) - अर्थपूर्ण अशा नव्या कल्पना ॲमेझॉनच्या साइटला भेट देणाऱ्या प्रत्येकाला येणाऱ्या अनुभवात सुधारणा करण्याला स्फूर्ती देतात, सुधारणांची वाट दाखवतात, सुधारणा प्रत्यक्षात आणतात.

काही वार्ताहर आणि विश्लेषकसुद्धा अहवालाचे हे अशा प्रकारचे, तसे निरर्थक वाटणारे शीर्षक वाचून डोके खाजवीत बसले. ॲमेझॉनच्या बाहेरच्या कोणालाच त्याचे प्रयोजन, त्याचा अर्थ काहीच समजले नाही. पण बेझोस आणि त्यांच्यासारख्या शांत, खंद्या, ठणकावून काम करून घेणाऱ्या नेत्याच्या हाताखाली या पहिल्या महत्त्वपूर्ण लढाईत दीर्घ काळ एकनिष्ठपणे भाग घेतलेल्या ॲमेझॉनच्या सैनिकांना - कर्मचाऱ्यांना त्यातील संदेश स्पष्टपणे समजला,

- ते ती लढाई जिंकले होते!

भाग २

साहित्यिक प्रभाव

८

रॉकेट बॉय

डॉटकॉम कंपन्यांचा फुगा फुटला त्या काळात बेझोस, रवी सुरिया आणि इतर शंकेखोर, टीकाकार यांच्या विधानांचे खंडन करूनच थांबले नाहीत, त्यांनी त्या सर्वांना हार मानायला लावली आणि त्यांचा हा विजय, तो त्यांनी कसा मिळवला हे त्यांनी फारसा गवगवा न करता भावी पिढ्यांसाठी मार्गदर्शक ठरेल, अशा पद्धतीने एका प्रसिद्धीपत्रकाच्या माध्यमातून शब्दबद्ध केला. तसेच ते बार्न्स अॅन्ड नोबल या दुकानांची साखळी असलेल्या पुस्तकविक्रेत्या कंपनीला मागे टाकून पुढे तर गेलेच; पण त्या शर्यतीची सुरुवात एका कॉफी शॉपमधील मीटिंगपासून कशी झाली याची गोष्टही त्यांनी अगदी रस घेऊन सांगितली.

बेझोस यांचे जुने, दीर्घ काळापासूनचे मित्र, त्यांचे सहकारी जेव्हा बेझोस यांच्या स्वभावातील कमालीची ईर्षा, कडवी स्पर्धक वृत्ती आणि त्यांचे विरोधक, त्यांचे प्रतिस्पर्धी यांच्यावर कुरघोडी करण्याची, त्यांना नामोहरम करण्याची असाधारण अशी खुमखुमी यांचे वर्णन करतात त्या वेळी ते नेहमीच भूतकाळात शिरतात – पन्नास वर्षे मागे जातात, त्यांच्या बालपणातील परिस्थितीपर्यंत पोहोचतात. सर्व कुटुंबीय एकमेकांशी घट्ट जोडल्या गेलेल्या एका कुटुंबात बेझोस यांचा जन्म झाला. त्यांचे आईवडील – जॅकी आणि माइक – जेफ, त्यांची बहीण ख्रिस्तिना आणि भाऊ मार्क या त्यांच्या तीन मुलांमध्ये पूर्ण गुंतून गेलेले, मुलांची अत्यंत काळजी घेणारे, दक्ष पालक होते. अर्थात त्या काळाचा विचार केला तर यात काही निराळे, असाधारण असे काहीच नव्हते.

परंतु या 'साधारण' बालपणात शिरण्याच्या अगोदर काही काळ ते एकटेच, फक्त त्यांच्या आईबरोबरच, त्यांच्या आजी-आजोबांकडे आणि त्याच्याही आधी ते त्यांची आई आणि टेड जॉर्गेन्सन या त्यांच्या जन्मदात्या पित्याबरोबर राहत होते. बेझोस यांनी स्वत:च 'वायर्ड' या मासिकाला दिलेल्या मुलाखतीमध्ये हे सांगितले होते की, त्यांचे दत्तक पिता माइक आणि त्यांची आई जॅकी या दोघांनी बेझोस यांना त्यांच्या वयाच्या दहाव्या वर्षी त्यांचे खरे जन्मदाते पिता आणि दत्तक पिता ही खरी परिस्थिती समजावून सांगितली होती हे त्यांना स्पष्ट आठवते. आणि त्यांना हेही आठवते की त्याच वेळी त्यांना चश्मा लागला होता. ते पुढे म्हणाले, ''मी त्या दिवशी खूप रडलो!'' पुढे कॉलेजमध्ये जायला लागल्यानंतर एकदा त्यांनी त्यांच्या आईला समोर बसवून काही परखड प्रश्न विचारून त्यांच्या जन्माविषयीचे सविस्तर सत्य जाणून घेतले. त्या दिवशीच्या त्यांच्यातील संभाषणाविषयी दोघांनीही मौन पाळले; परंतु बेझोस यांनी हे मात्र सांगितले की, त्या संभाषणानंतर त्यांनी आईला मिठी मारली आणि ते तिला इतकेच म्हणाले, ''आई, तू फार मोठे काम केले आहेस!''

बेझोस म्हणतात, ''मी माझ्या जन्मदात्या पित्याचा - टेड जॉर्गेन्सन यांचा - विचार फक्त एखाद्या ठिकाणी जेव्हा मेडिकल फॉर्ममध्ये कौटुंबिक इतिहासाविषयी प्रश्न असतात त्याच वेळी करतो.'' ''मी माझ्या जन्मदात्या पित्याला कधीच भेटलेलो नाही,'' असे जरी बेझोस यांनी १९९९ साली 'वायर्ड'ला दिलेल्या मुलाखतीत सांगितले असले तरी ते खरे नाही. त्यांनी टेड जॉर्गेन्सन यांना शेवटचे पाहिले त्या वेळी ते तीन वर्षांचे होते.

त्यांच्यामधील बुद्धिमत्ता, हुशारी, महत्त्वाकांक्षा आणि स्वत:ला सिद्ध करून दाखवण्याची जिद्द या एखाद्या उद्योजकात असणाऱ्या गुणांच्या अपवादात्मक समुच्चयाला त्यांच्या जन्माविषयीची ही असाधारण परिस्थिती कारणीभूत होती का हे अज्ञातच आहे. तंत्रज्ञानाच्या क्षेत्रातील दोन तळपते तारे, 'अ‍ॅपल'चे सहसंस्थापक स्टीव्ह जॉब्ज आणि 'ओरॅकल'चे सहसंस्थापक लॅरी एलिसन ही दोघेही दत्तक मुले होती आणि काहींचे असे म्हणणे आहे की, जिंकण्याची दुर्दम्य अशी प्रेरणा त्यांच्यामध्ये त्याच अनुभवाने निर्माण झाली होती. बेझोस यांच्या बाबतीत एक गोष्ट मात्र न नाकारता येणारे सत्य आहे की, 'हा मुलगा निराळा आहे, अनैसर्गिक अशा गुणांची देणगी मिळालेला आहे आणि मुख्य म्हणजे कमालीचा ध्येयप्रेरित, महत्त्वाकांक्षी,

कष्टाळू आहे.' हे त्यांच्या अगदी बालपणातच त्यांचे पालक आणि शिक्षक यांच्या लक्षात आले होते, त्यांना वारंवार जाणवले होते. त्यांचे बालपण हाच त्यांच्या महान उद्योजक-पदाकडे त्यांनी घेतलेल्या उत्तुंग भरारीसाठी आवश्यक असलेल्या अपार ऊर्जेचे उगमस्थान होते - ती उत्तुंग भरारी घेणाऱ्या रॉकेटचे लाँचिंग पॅड होते. एवढेच नव्हे त्या बालपणानेच त्यांच्या मनामध्ये अवकाशाविषयी, अंतराळाविषयी - त्याचा शोध घेण्याविषयी, त्यात उड्डाण घेण्याविषयी - प्रचंड आवड, कुतूहल, उत्सुकता निर्माण केली आणि तीच खरोखरच एक दिवस त्यांना त्या अवकाशात घेऊनही जाईल!

थिएडोर जॉन जॉर्गेन्सन हे सर्कसमध्ये काम करणारे कलाकार होते. १९६० सालात अल्बुकर्कमधील युनिसायकल - एका चाकाची सायकल- चालवणाऱ्या अतिशय कुशल अशा मोजक्या खेळाडूंमध्ये त्यांचा समावेश होता. तेथील स्थानिक वर्तमानपत्रांत त्यांच्या ऐन तारुण्यातील या क्रीडाप्रकारातील प्रावीण्याचे अप्रतिम, रंगीबेरंगी दर्शन घडत असे. १९६१ साली 'अल्बुकर्क जर्नल'मध्ये त्यांचा एक फारच वैशिष्ट्यपूर्ण फोटो प्रसिद्ध झाला होता. युनिसायकलच्या पॅडल्सवर पाय ठेवून पाठमोरा बसलेला; पण मान मागे, कॅमेऱ्याकडे वळवलेली, एक हात सीटवर, दुसरा एखाद्या नटाच्या तोऱ्यात बाजूला उंचावलेला आणि संपूर्ण लक्ष सायकल चालवण्यावर केंद्रित केल्याचा भाव चेहऱ्यावर. फोटोच्या खाली लिहिले होते, 'शहरातील युनिसायकल क्लबमधील सर्वांत निष्णात खेळाडू'.

त्याच वर्षी तेथील सायकली विकणाऱ्या दुकानाच्या लॉईड स्मिथ नावाच्या मालकाने एकचाकी सायकल वापरून पोलो खेळण्याच्या सामन्यांचे आयोजन केले होते. सामने निरनिराळ्या गावांत, शहरांत खेळले जाणार होते. जॉर्गेन्सन आणि अन्य पाचसहा खेळाडूंनी त्यात भाग घेऊन न्यू पोर्ट बीच, कॅलिफोर्निया, कोलोराडोमधील बोल्डर यांसारख्या ठिकाणी जाऊन सामने खेळले. त्यातील बोल्डर येथील सामन्याचा वृत्तान्त वर्तमानपत्रांत असा आला होता : ''थंडीचा कडाका असूनही एका शॉपिंग सेंटरच्या पार्किंग लॉटमध्ये खेळल्या गेलेल्या एकचाकी सायकलच्या पोलोच्या सामन्याला चारशे प्रेक्षक हजर होते. चार इंच जाडीच्या बर्फात, तीन फूट लांबीच्या प्लॅस्टिक मॅलेट्स हातात घेतलेले खेळाडू एकचाकी सायकली मोठ्या कौशल्याने चालवीत सहा इंचाच्या बॉलच्या मागे लागले होते.

जॉर्गेन्सन यांच्या नेतृत्वाखालील टीमने दोन्ही सामने अटीतटीने खेळून एक सामना तीन-दोन असा जिंकला आणि दुसरा सहा-पाच असा.''

१९६३ साली जॉर्गेन्सन याच्या टीमचे नाव पुन्हा वर्तमानपत्रांत झळकले ते त्यांनी 'युनिसायकल रँग्लर्स' अशा नावाने ठिकठिकाणच्या जत्रा, मेळे, खेळांचे सामने यांत - सर्कसमध्येसुद्धा - भाग घेत केलेल्या एका दौऱ्यामुळे. या दौऱ्यात या टीमने विविध प्रकारची कौशल्ये दाखवली - स्क्वेअर डान्स, जिटरबग, ट्विस्ट्स, स्किप्ड रोप यांसारख्या खेळांचे थक्क करून सोडणारे प्रदर्शन केले, उंचीवर बांधलेल्या तारेवर एकचाकी सायकल चालवण्याचे साहसही करून दाखवले. या दौऱ्यापूर्वी दीर्घ काळ ती टीम लॉईड स्मिथ यांच्या दुकानात आठवड्यातून तीन दिवस एकत्र जमून सराव करीत होती आणि आठवड्यातून दोनदा नाचही शिकत होती. 'अल्बुकर्क ट्रिब्युन'ने टीमच्या घेतलेल्या एका मुलाखतीत टीममधील एक खेळाडू म्हणाला होता, ''हे खेळ खेळायचे म्हणजे विजेचा वेग आणि सायकलचा तोल यांच्या सतत संयोगाचे भान ठेवीत नृत्यही करावे लागते.'' त्या काळात गावोगावी दौरे करणारी एक सर्कस होती. ती 'रिंगलिंग ब्रदर्स', 'बार्नम अ‍ॅन्ड बेली सर्कस' किवा नुसतेच 'रिंगलिंग' या नावांनी ओळखली जायची, ती सर्कस यांच्या गावात आली असताना 'रँगलर्स' या टीमने त्या सर्कसच्या भव्य शामियान्यातही त्यांचे युनिसायकलचे कसब दाखवले. १९६५ सालच्या उन्हाळ्यात 'रूड ब्रदर्स' या सर्कसच्या स्थानिक शोजमध्येही त्यांनी भाग घेतला. त्या टीमने हॉलीवूडला जाऊन सुप्रसिद्ध 'एड सुलिवान शो' या टेलिव्हिजनवरील कार्यक्रमातही भाग घेण्याचा प्रयत्न केला. (पण तो काही कारणाने यशस्वी झाला नाही.)

थिओडोर जॉन उर्फ टेड जॉर्गेन्सन यांचा जन्म शिकागो येथे झाला. त्यांचे कुटुंब बाप्टिस्ट ख्रिश्चन होते. टेड आणि त्यांचा लहान भाऊ गॉर्डन प्राथमिक शाळेत शिकत असताना त्यांचे वडील कुटुंबासह शिकागो सोडून अल्बुकर्क येथे जाऊन राहू लागले. न्युक्लियर शस्त्रास्त्रांसंबंधीचे संशोधन आणि त्यांचा विकास करणाऱ्या अमेरिकेतील तीन मोठ्या प्रयोगशाळांपैकी एक 'सॅन्डिया नॅशनल लॅबोरेटरीज' अल्बुकर्कमध्ये होती. त्या प्रयोगशाळेत टेडच्या वडिलांनी 'पर्चेस एजंट'ची नोकरी स्वीकारली. प्रयोगशाळेला लागणाऱ्या सर्व साधने वगैरेंच्या खरेदीची जबाबदारी त्यांच्यावर होती. टेडच्या वडिलांचे वडील, त्याचे आजोबा डेन्मार्कमधून अमेरिकेत आले

होते आणि ते स्पॅनिश-अमेरिकन युद्धात लढलेल्यांपैकी जिवंत असलेल्या मोजक्या योद्ध्यांपैकी एक होते.

टेड हायस्कूलमध्ये गेले तेव्हा जॅकलीन गाईज नावाची एक मुलगी त्यांच्याच शाळेत त्यांच्यापेक्षा दोन इयत्ता मागे होती. तिचे वडीलही 'सॅन्डिया'मध्येच कामाला होते, टेडच्या वडिलांना ओळखत होते. टेड या जॅकलीनबरोबर 'डेटिंग' करू लागले. जॅकलीनचे वडील लॉरेन्स प्रेस्टन गाईज यांना त्यांचे स्नेही मित्र नुसतेच 'प्रेस्टन' असे म्हणत आणि त्यांचे कुटुंबीय त्यांना 'पॉप' म्हणत. दुसऱ्या महायुद्धानंतर लष्कराकडून देशाच्या कारभाराची सूत्रे ट्रुमन यांनी हाती घेतल्यानंतर न्युक्लियर शस्त्रास्त्रांच्या विकासाच्या कार्यक्रमाचे काम 'यूएस अ‍ॅटॉमिक एजन्सी' या फेडरल एजन्सीकडे सोपवले गेले. जॅकलीनचे वडील त्या एजन्सीचे स्थानिक ऑफिस चालवत असत.

टेड हायस्कूलच्या शेवटच्या वर्षाला होते, त्या वेळी त्यांचे वय अठरा होते. त्याच वर्षी जॅकलीनला त्यांच्यापासून दिवस गेले. ती त्या वेळी सोळा वर्षांची होती आणि हायस्कूलच्या पहिल्या वर्षाला होती. प्रेमात असलेल्या त्या दोघांनी लग्न करण्याचे ठरवले. त्यांच्या पालकांनी त्यांना मेक्सिकोमधील ज्वारेज येथे विमानाने जाऊन लग्न करायला पैसे दिले. काही महिन्यांनंतर, १९ जुलै १९६३ या दिवशी त्या दोघांनी गाईज यांच्या घरी रीतसर विवाहविधी साजरा केला. जॅकलीन अल्पवयीन असल्याने वधू-वर या दोघांच्याही आयांनी लग्नाच्या परवान्यावर सह्या केल्या. जॅकलीनला मुलगा झाला. त्याचे नाव जेफ्री प्रेस्टन जार्गिन्सन असे ठेवले गेले.

ते तरुण मातापिता त्यांच्या मुलासह शहराच्या जरा बाहेरच्या 'साउथवेस्ट हाइट्स' या भागत एक सदनिका भाड्याने घेऊन तेथे राहू लागले. जॅकलीनने शालेय शिक्षण पूर्ण केले. दिवसभर तिची आई मॅटी ही छोट्या जेफ्रीची काळजी घ्यायची. टेड सतत बेकारच असायचे. त्यांच्याकडे एकच पिवळसर रंगाची ५५ शेव्ही या मॉडेलची गाडी होती. युनिसायकलिंगच्या टीमच्या सदस्यत्वाचे काही फार पैसे मिळायचे नाहीत. ते जे खेळ करायचे त्यातून मिळणाऱ्या पैशातील मोठा भाग लॉइड स्मिथ काढून घ्यायचे. उरलेले पैसे टीममधले सगळे सारखे वाटून घ्यायचे. त्या काळात के. मार्ट आणि वॉलमार्ट यांनी किमतीत सूट देऊन मालाची विक्री करायला सुरवात केली होती. त्या व्यवसायात काही काळच तरलेल्या 'वॉलग्रीन'चा भाग असलेल्या 'ग्लोब डिपार्टमेंट स्टोअर' नावाच्या दुकानात

टेड यांना तासाला १.२५ डॉलर्स इतक्या कमी पगाराची नोकरी मिळाली. जॅकलीन कधी कधी दुपारच्या वेळी छोटुकल्याला घेऊन त्या स्टोअरमध्ये जात असे.

आईवडील दोघेही तरुण होते, संसार, मुलगा अशा जबाबदाऱ्या पेलण्याचे प्रौढत्व दोघांच्यातही नव्हते. प्रेमविवाह होता तरीही संसार काही धड चालला नव्हता. टेडना दारूचे व्यसन होते, मित्रांबरोबर रात्री उशिरापर्यंत वेळ घालवायची सवय होती. बायको आणि मुलगा या दोघांकडे ते जराही लक्ष देत नसत. जॅकलीनच्या वडिलांनी – प्रेस्टन गाईज यांनी – जावयाला मदत करायचा खूप प्रयत्न केला. जावयाने पुढचे शिक्षण घ्यावे म्हणून त्यांनी युनिव्हर्सिटी ऑफ न्यू मेक्सिकोमध्ये फीसुद्धा भरली. टेड कॉलेजमध्ये जायलाही लागले; पण काही सत्रांनंतर त्यांनी शिक्षण सोडूनच दिले. मग प्रेस्टन यांनी त्यांना न्यू मेक्सिको स्टेट पोलिसखात्यात नोकरी मिळवून दिली. पण त्यांनी ती सुसंधीही गमावली.

अखेर जॅकलीनने मुलाला घेऊन सॅन्डियामधल्या तिच्या पालकांच्या घरीच जाऊन राहण्याचा निर्णय घेतला. १९६५ सालच्या जून महिन्यात, मुलगा सतरा महिन्यांचा असताना तिने घटस्फोटासाठी अर्ज दाखल केला. कोर्टाने तो मान्य करून टेड यांना मुलासाठी महिना चाळीस डॉलर्सची पोटगी देण्याचा आदेश दिला. त्या वेळी टेड यांचे मासिक उत्पन्न १८० डॉलर्स होते असे कोर्टाच्या नोंदीवरून समजते. पुढची काही वर्षे ते मुलाला क्वचित भेटत असत; पण पोटगी मात्र नियमित देत नसत. एक तर त्यांच्याकडे पैसे नव्हते आणि मुळातच ते अवलंबून राहावे, अशी व्यक्ती नव्हतेच.

काही काळानंतर जॅकलीन दुसऱ्या एका माणसाला भेटू लागली, तो तिच्या घरी येऊ लागला. सूत जुळू लागले. काही वेळा टेड त्यांच्या मुलाला भेटायला म्हणून जॅकलीनच्या घरी येत असत तेव्हा जॅकलीनचा नवा मित्रही तेथे असे. तेथे ते दोघे एकमेकांना टाळत असत; पण टेड यांनी बाहेरून त्या माणसाची माहिती काढली, तो माणूस चांगला होता.

१९६८ साली एक दिवस जॅकलीनने टेड यांना फोन केला आणि त्यांना ती त्या माणसाशी लग्न करीत असल्याचे आणि लग्नानंतर ह्युस्टन येथे जाणार असल्याचे सांगितले. ''आता पोटगी दिली नाहीत तरी चालेल,'' असे सांगून तिने त्यांना हीही माहिती दिली की ती तिच्या नव्या पतीला त्यांच्या मुलाला – जेफ्रीला – दत्तक घ्यायला सांगणार असून यापुढे तो नव्या

पतीचेच नाव लावणार आहे. तिने टेड यांना तिच्या नव्या जीवनात दखल न देण्याविषयी बजावले. दरम्यानच्या काळात जॅकलीनच्या वडिलांनीही टेड यांची प्रत्यक्ष भेट घेऊन ते त्यांच्या मुलीपासून, तिच्या नव्या संसारापासून दूर राहतील असे वचन घेतले. जेफ्रीला दत्तक देण्यासाठी टेड यांच्या परवानगीची आवश्यकता होती. त्या मुलाचे आयुष्य जॅकलीन आणि तिचा नवा पती यांच्या संगोपनाखालीच चांगले आकार घेईल, तेच त्याच्यासाठी योग्य असेल असा विचार करून टेड यांनी परवानगी दिलीही. त्यानंतर काही वर्षांतच त्यांचा जॅकलीन, जेफ्री या दोघांशीही पूर्णपणे संबंध तुटला. ते कुटुंब कुठे गेले याचाही त्यांना पत्ता नव्हता, त्यांचे नवे आडनावही त्यांच्या स्मरणातून गेले. त्यांच्या चुकीच्या निवडी त्यांना भोवत राहिल्या.

जेफ बेझोस यांचे नवे पिता मिगेल एंजल बेझोस पेरेझ हे क्युबा या बेट असलेल्या देशाच्या दक्षिणेकडच्या 'सॅन्टियागो द क्युबा' या राजधानीच्या शहरातील दर्जेदार अशा कॉलेजिओ द डुलोरस नावाच्या जेसुइट प्रायव्हेट स्कूलमध्ये शिकत होते. बरिस्टा सरकारला विस्थापित करणाऱ्या १९५९ सालच्या क्युबन क्रांतीने त्यांचे आयुष्यच ढवळून निघाले. नवे पंतप्रधान फिडेल कॅस्ट्रो (जे योगायोगाने त्याच शाळेचे विद्यार्थी होते.) यांनी सर्व खासगी शाळा बंद केल्या आणि सोशालिस्ट युथ कॅम्प्स सुरू केले. सर्व खाजगी कंपन्याही बंद केल्या. त्यात मिगेल बेझोस यांच्या वडिलांच्या आणि काकांच्या मालकीची लाकडाची वखारही बंद पडली. मिगेल सकाळचा वेळ बहुतेक त्या वखारीत काम करण्यात घालवीत असत. शाळा बंद, वखारही बंद! त्या काळाविषयी मिगेल यांनी म्हटले आहे, ''मी आणि माझे मित्र मग रस्त्यातच हिंडत, खेळत, नको त्या गोष्टी करण्यात दिवस घालवायचो. त्यात रस्त्यावर कॅस्ट्रो यांच्या विरोधात घोषणा लिहिण्याच्या उद्योगाचाही समावेश होता.'' मिगेलच्या पालकांच्या कानांवर जेव्हा मुलाचे प्रताप गेले तेव्हा या असल्या खेळांमुळे आपला मुलगा नसत्या संकटात सापडू शकतो या चिंतेने त्यांना घेरले. त्यावर उपाय म्हणून अन्य अनेक पालकांप्रमाणेच तेही त्यांच्या मुलाला अमेरिकेला पाठवण्याच्या प्रयत्नांना लागले.

कॅथॉलिक चर्चच्या मदतीने मिगेलचा पासपोर्ट मिळायला एक वर्ष वाट पाहावी लागली. मेक्सिको, उत्तर अमेरिका या भागात जोराचे थंड वारे वाहतात, कडाक्याची थंडी असते हे माहीत असलेल्या मिगेलच्या आई

आणि मावशीने त्यांच्यासाठी जुनीच लोकर वापरून एक स्वेटर विणला. विमानतळावर जाताना मिगेल यांनी तोच स्वेटर अंगात घातला होता. (तो संस्मरणीय स्वेटर आज एका फ्रेममध्ये बंदिस्त करून बेझोस यांच्या आईवडिलांच्या आस्पेन येथील घरात भिंतीवर लावलेला आहे.) मिगेल यांच्या आईच त्यांना विमानतळावर पोहोचवायला गेल्या होत्या; पण त्यांना गाडी बाहेर फुटपाथच्या कडेलाच थांबवावी लागली आणि तेथील पार्किंग लॉटमधूनच मुलाला निरोप द्यावा लागला. मागे राहिलेल्या मिगेल यांच्या कुटुंबीयांना त्यांचे असे घरापासून दूर जाणे ही तात्पुरती म्हणजे राजकीय स्थिती सुधारून, सरकार स्थिर होऊन, सर्व काही पूर्वीसारखे सुरळीत होईपर्यंतचीच आहे, अशी खात्री वाटत होती.

अशा रीतीने १९६२ साली - वयाच्या सोळाव्या वर्षी - मिगेल बेझोस एकटेच मियामी येथे येऊन दाखल झाले. त्यांना एकच इंग्लिश शब्द येत होता- 'हॅम्बर्गर'! १९६०च्या सुरुवातीपासून कॅथॉलिक चर्चने कॅस्ट्रोच्या पकडीतून तरुणांना सोडवण्याची एक मोहीम 'ऑपरेशन पेद्रो पॅन' या नावाने हाती घेतली होती, तिला अमेरिकन सरकार भरघोस मदत करीत होते. मिगेल त्या ऑपरेशन पेद्रो पॅनच्या सर्वांत जुन्या सदस्यांपैकी एक होते. 'कॅथॉलिक वेल्फेअर ब्युरो'ने मिगेल यांना साउथ फ्लोरिडा येथील 'मॅटेकंब' नावाच्या छावणीत आश्रय दिला. मिगेल तेथील चारशे निर्वासित मुलांबरोबर तेथे राहू लागले. एक चांगला योगायोग असा घडला की ते तेथे पोहोचले त्याच्या दुसऱ्याच दिवशी त्यांच्या नात्यातले त्यांचे भाऊ एंजल हेही तेथेच आले. त्याविषयी मिगेल म्हणाले, ''आम्ही दोघे मनानेही लगेचच एकमेकांच्या अगदी जवळ आलो.'' काही आठवड्यांनंतर त्यांना छावणीच्या ऑफिसमध्ये बोलावले आणि त्यांना बॅगा आणि जाड जाकिटे दिली. त्या उपयुक्त वस्तू खरोखरी हाती पडत आहेत ही गोष्ट त्यांना अविश्वसनीयच वाटत होती. त्यांना तेथून डेलावेअर या प्रांतातील विलमिंग्टन येथील ग्रुप होममध्ये अनोळखी लोकांबरोबर एकत्र राहायला पाठवण्यात येणार होते. मिगेल यांना तो दिवस आठवतो. ते एंजल यांना म्हणाले होते, ''मला वाटते आहे, आपण अडचणीत आलो आहोत!''

कॅसा डे साले नावाच्या एका जागी ते त्यांच्यासारख्याच आणखी वीस-पंचवीस 'पेद्रो पॅन्स'बरोबर राहू लागले. फादर जेम्स बर्न्स नावाचे एक तरुण पाद्री त्यांच्यावर देखरेख करणार होते. भावांच्या हे लगेचच लक्षात

आले की, बर्न्स यांना स्पॅनिश उत्तम बोलता येत होते आणि ते मधूनमधून व्होडका टॉनिक पिण्याचे कुपथ्यही चालवून घेणारे होते. पुढे मात्र त्यांना हेही समजले की, त्यांनी धर्मगुरूंच्या पाठशाळेतील शिक्षण नुकतेच पूर्ण केले होते आणि तरीही ते एक अधिकारी आणि आदरणीय व्यक्ती मानले जात होते. पुढे त्यांनी या सर्व विस्थापित तरुणांना इंग्लिश शिकवले, त्यांच्याकडून कसून अभ्यास करून घेतला, त्या चांगल्या गोष्टीवर लक्ष केंद्रित करायला लावले. आठवडाभराचे वेळापत्रक व्यवस्थित पार पाडले की त्या तरुणांना शनिवारी रात्री नृत्य करायचा आनंदही लुटता यावा, यासाठी ते प्रत्येकाला आठवडाअखेर पन्नास सेंट्सही देत असत. मिगेल आणि एंजल यांच्याच खोलीत राहणारे कार्लस रुबिओ अल्बर्ट हे फादर जेम्स बर्न्स यांच्याविषयी आदर व्यक्त करताना म्हणाले, ''त्यांनी आमच्यासाठी जे काही केले आहे त्याचे ऋण आम्ही कधीच फेडू शकणार नाही. इंग्लिशचा गंध नसलेल्या आम्हां निर्वासित तरुणांना हाताशी धरून त्यांनी एक छान, जिव्हाळ्याचे कुटुंब तयार केले. मी तेथे गेल्यानंतरचा पहिला, म्हणजे १९६२ सालचा ख्रिसमस मला अजूनही आठवतो. ख्रिसमस ट्रीच्या खाली आमच्यापैकी प्रत्येकासाठी एकेक भेटवस्तू ठेवलेली होती!'' त्या वर्षीच्या ऑक्टोबर महिन्यात तेरा दिवस चाललेल्या क्युबाच्या क्षेपणास्त्रांच्या माऱ्याने जी आणीबाणी निर्माण केली त्यानंतर सगळेच ही गोष्ट समजून चुकले की ते सगळेच ज्या त्यांच्या वसतिगृहाला 'ला कासा' म्हणत असत तेथून लवकर परत घरी जाण्याची शक्यता उरलेली नव्हती.

'ला कासा'मधले वातावरण कडक शिस्तीचे होते. पण तरीही सगळ्या तरुणांचे तेथील दिवस सुखात, आनंदात गेले. इतके की पुढे ते सर्व जण फादर बर्न्स यांना भेटण्यासाठी आवर्जून, ठरवून एकत्र जमत असत, भेटत असत. तेव्हा '''ला कासा'मधील वास्तव्याचा काळ हा माझ्या आयुष्यातील सर्वांत सुखाचा, आनंदाचा काळ होता,'' असेच प्रत्येक जण म्हणत असे. मिगेल बेझोस यांचा त्या काळातील एक विनोद फारच आवडता होता. कोणी नवीन तरुण वसतिगृहात पहिल्यांदाच आला की, मिगेल त्याच्या समोर ते बहिरे, मुके असल्याचे नाटक करीत. जेवणाच्या टेबलावर खुणा, हातवारे करून किंवा तोंडाने विचित्र आवाज काढून पदार्थ मागत किंवा संवाद साधत. मग काही दिवसांनी, तो नवा मुलगा जवळ असताना एखादी आकर्षक मुलगी समोरून जात असली की, मिगेल मुके-बहिरेपणाचे

सोंग टाकून देऊन अगदी नेहमीच्या आवाजात "ओह! काय सुंदर मुलगी आहे!" असे म्हणत आणि त्यांचे बाकीचे मित्र- "ओह! हा तर चमत्कारच आहे!!" असे ओरडत. मिगेल यांनी घेतलेले सोंग लक्षात येऊन त्या नव्या आलेल्या मुलाची आणि "कसे फसवले!" असे म्हणून बाकी सगळ्यांचीही हसून हसून मुरकुंडी वळत असे.

मिगेल यांनी एका वर्षानंतर ला कासा सोडले आणि युनिव्हर्सिटी ऑफ अल्बुकर्कच्या कॅथॉलिक कॉलेजमध्ये नाव नोंदवले. ते कॉलेज आता अस्तित्वात नाही, पण त्या काळात तेथे क्युबामधून आलेल्या निर्वासित विद्यार्थ्यांना पूर्ण शिष्यवृत्ती दिली जात असे. पैसे कमावण्यासाठी मिगेल बँक ऑफ न्यू मेक्सिकोमध्ये रात्रपाळीत काम करू लागले. त्याच वेळी नुकताच घटस्फोट घेतलेली, एका मुलाची माता असलेली तरुण जॅकलीन गाईज जार्गिन्सन त्याच बँकेच्या बुककीपिंग खात्यात नोकरीला लागली होती. मिगेल यांचे रात्रपाळीचे काम सुरू व्हायचे, त्यानंतर एका तासाने जॅकलीनचे कामाचे तास संपायचे. मिगेल यांनी अनेक वेळा त्यांच्या क्युबन शैलीत, तोडक्या मोडक्या इंग्लिशमध्ये जॅकलीनशी बोलून तिला त्यांना बाहेर भेटण्याची विनंती केली; पण त्यांना दरवेळी नकारच मिळत गेला. अखेर एक दिवस ती विरघळली. त्यांची पहिली भेट त्यांनी एकत्र 'साउंड ऑफ म्युझिक' हा चित्रपट पाहून साजरी केली.

मिगेल बेझोस यांनी युनिव्हर्सिटी ऑफ न्यू मेक्सिकोमधून पदवी प्राप्त केली. १९६८ सालच्या एप्रिल महिन्यात त्यांनी जॅकलीनशी अल्बुकर्कमधील फर्स्ट कॉन्ग्रेगेशनल चर्चमध्ये विवाह केला. लग्नाचा स्वागत समारंभ सान्डिया बेस येथील कोरोनाडो क्लबमध्ये साजरा झाला. मिगेल यांना एक्सॉन या कंपनीत पेट्रोलियम इंजिनिअर म्हणून नोकरी मिळाली आणि ते ह्युस्टन येथे राहू लागले. याच नोकरीत कालांतराने त्यांना तीन खंडांमध्ये जाऊन राहावे लागले. लग्नानंतर जॅकलीन गाईज जार्गिन्सन या जॅकलीन-जॅकी बेझोस झाल्या, चार वर्षांचा जेफ्री प्रेस्टन जार्गिन्सन जेफ्री प्रेस्टन-जेफ बेझोस झाला आणि मिगेल बेझोस यांना 'डॅडी' म्हणू लागला. लग्नानंतर एका वर्षाने बेझोस यांच्या घरात मुलगी जन्माला आली आणि त्यानंतर एका वर्षाने मुलगा- ख्रिस्टिना आणि मार्क.

आपल्या वडिलांचे अखंड उत्साहात चाललेले काम, त्यांची कामावरील श्रद्धा आणि त्यांच्या बोलण्यात सातत्याने प्रकट होणारे

अमेरिकेविषयीचे प्रेम, नागरिकांना मिळणाऱ्या मुबलक संधी, उपभोगायला मिळणारे स्वातंत्र्य याबद्दलची जाणीव असे सगळे पाहत आणि ऐकत जेफ आणि त्यांची भावंडे लहानाची मोठी झाली. मिगेल बेझोस हे तोवर माइक या नावानेच ओळखले जाऊ लागले होते. व्यक्ती आणि विचार स्वातंत्र्यावरील श्रद्धेतून त्यांच्या मनात निर्माण झालेला लोकांच्या खासगी आयुष्यात किंवा नागरिकांच्या योजना, उद्योग यांत सरकारच्या हस्तक्षेपाविषयीचा तीव्र संताप माइक बेझोस यांनी आपल्या मुलांच्या मनातही हळूहळू रुजवला होता, मुलांना ती भावना त्यांच्या वडिलांनी शिकवली होती. ते म्हणाले, ''तो विचार आमच्या कौटुंबिक जीवनामध्ये भिनलेलाच होता.'' ते म्हणत, ''मला कुठलेच टोकाचा विचार करणारे सरकार, कट्टर उजवे वा डावे, मान्य नव्हते. असे जरी असले तरी; परंतु घरात आमच्यामध्ये, विशेषत: रात्रीच्या जेवणाच्या टेबलावर सगळे एकत्र जेवताना ज्या चर्चा होत, बोलणे होई त्यात कधीच सरकार, राजकारण हा विषय नसे. सगळे काही मुलांच्या भोवतीच फिरत असे.''

जेफ बेझोस यांच्या आई – जॅकी बेझोस – जेव्हा मागे वळून भूतकाळाचा मागोवा घेतात तेव्हा त्यांच्या सर्वांत मोठ्या मुलाच्या लहानपणातील काही क्षणांना, घटनांना एक निराळेच महत्त्व, वेगळाच अर्थ होता हे त्यांच्या लक्षात येते. उदाहरणार्थ, जेफ तीन वर्षांचे असताना त्यांना इतरांसारख्याच पलंगावर झोपायचे होते म्हणून त्या हट्टापायी त्यांच्या छोट्याशा पलंगाच्या बाजूच्या दांड्या काढून टाकण्यासाठी त्या तीन वर्षांच्या बालकाने स्वत: हातात स्क्रू ड्रायव्हर घेऊन ते स्क्रू सैल करून, काढून टाकून त्या दांड्या पलंगापासून सोडवल्या होत्या. उद्यानात फिरत्या बोटीत बसल्यावर इतर मुले बाजूला उभे असलेल्या त्यांच्या आईकडे, वडिलांकडे पाहून हसत, जोरजोरात हात हलवीत असत; पण जेफ त्या बोटीला बांधलेल्या तारा, त्यासाठी वापरलेल्या कप्प्या यांच्याकडे, तिच्या एकंदर यंत्रणेकडे पाहत तिचे बारीक निरीक्षण करीत बसलेले असत. त्यांचे मॉंटेसरी शाळेतील शिक्षक जॅकी आणि माइक यांना जेफच्या नादिष्ट स्वभावाबद्दल नेहमी सांगत असत. ते जी गोष्ट करीत असेल त्यात इतके गुंगून जात असत, मग्न होत असत की ते खुर्चीतून उठायलाही तयार नसत, त्यांना त्यांच्या खुर्चीसकट उचलून दुसरीकडे न्यावे लागत असे. जेफ हा जॅकी यांचा पहिलाच मुलगा

त्यामुळे त्यांचा मुलांबद्दलचा अनुभव मर्यादित होता. त्यांना वाटायचे सगळी मुले तशीच असतात. त्या म्हणत, "'गिफ्टेड' - 'उपजत गुण असणे' - हे विशेषण त्या काळात शैक्षणिक भाषेत अजून नवे होते आणि सव्वीस वर्षे वयाच्या मला तर माहीतच नव्हते. जेफमध्ये बालिशपणा जरा कमीच होता, तो इतर मुलांपेक्षा जरा प्रौढ वाटायचाच. तो निश्चयी होता, जिद्दी होता, एखादी गोष्ट करायची ठरवली की तिचा ध्यासच घ्यायचा, तिच्यावरच पूर्ण लक्ष केंद्रित करायचा. आजही तुमच्या लक्षात येईल की त्यातले काही बदलेले नाही!"

आठ वर्षांचे असताना जेफ बेझोस यांनी शाळेच्या नेहमीच्या परीक्षेत उत्तम गुण मिळवले आणि त्यांच्या पालकांनी त्यांचे नाव त्यांच्या घरापासून अर्ध्या तासाच्या अंतरावर असलेल्या 'रिव्हर ओक्स एलेमेंटरी स्कूल'च्या 'व्हॅनगार्ड' या विद्यार्थ्यांकडे वैयक्तिक पातळीवर लक्ष पुरवून त्यांना चौफेर शिक्षण देण्याच्या कार्यक्रमात दाखल केले. जेफ यांनी पहिल्यापासूनच हुशार, तल्लख, गुणी विद्यार्थी म्हणून सर्वांचे लक्ष वेधून घेतले होते. ते उल्लेखनीय विद्यार्थीच होते. शाळेला भेट द्यायला कोणी मान्यवर पाहुणे आले की शाळेचे प्रिन्सिपल जेफ यांनाच पुढे करायचे. 'टर्निंग ऑन ब्राइट माइंड्स' या पुस्तकाच्या लेखिका ज्युली रे या त्यांच्या त्या पुस्तकासंबंधीच्या संशोधनासाठी जेव्हा शाळेत आल्या होत्या, त्या वेळीही त्यांच्याशी बोलायला जेफ यांचीच निवड केली गेली होती. एका स्थानिक कंपनीने त्यांच्या मेन फ्रेम कॉम्प्युटरची त्यांच्याकडून न वापरली जाणारी जादा क्षमता शाळेला वापरायला देऊ केली होती. त्यासाठी शाळेत 'टेलिटाइप' नावाचे मशीन बसवलेले होते. जेफ बेझोस यांनी पुढाकार घेऊन काही विद्यार्थ्यांचा एक गट जमवून त्या मशीनच्या साहाय्याने प्रोग्रॅमिंग कसे करायचे ते शिकून घेतले. त्यांना मेन फ्रेमवर एक अगदी जुना स्टार ट्रेकचा खेळ सापडला. मग ते तासन्‌तास तो खेळ खेळत बसू लागले.

आपला मुलगा 'अभ्यासातला किडा' होणार अशी भीती जेफ यांच्या पालकांना वाटू लागली. म्हणून त्यांनी जेफना विविध खेळांमध्ये भाग घ्यायला उद्युक्त केले. जॅकी बेझोस यांच्या शब्दांत सांगायचे तर "त्याच्या उजव्या बाजूइतकीच त्याने त्याच्या डाव्या बाजूशीही मैत्री करावी म्हणून आम्ही त्याला खेळांकडे वळवले." जेफ बेसबॉल खेळायचे. पीचर म्हणून बॉल फेकताना त्यांचा नेम असा काही चुकायचा की, त्यांच्या आईने घरी कुंपणाला एक चटई बांधून देऊन त्यांना बॉल टाकायचा सराव

करायला लावला होता. फुटबॉलही ते अगदी नाखुशीनेच खेळायचे. त्यांचे वजनही अगदी कसेबसे सामन्यांमध्ये खेळण्यासाठी आवश्यक असणाऱ्या वजनाइतके भरायचे. पण त्यांचे कोच त्यांना 'डिफेन्सिव्ह कॅप्टन' म्हणायचे- कारण त्यांची तीव्र स्मरणशक्ती, जिच्या बळावर ते दोन्ही टीम्समधील सर्व खेळाडूंच्या खेळातील चांगल्यावाईट गोष्टी बरोबर लक्षात ठेवायचे आणि दुसरे म्हणजे मैदानावर कोणी कुठे उभे राहायचे तेही ते कधी विसरायचे नाहीत. ते म्हणायचे, ''फुटबॉल हा खेळ खेळायच्या मी सर्वस्वी विरोधात होतो. मला खाली पाडणारा खेळ खेळण्यात जराही रस नव्हता.'' खेळ खेळण्याविषयी जरी बेझोस हे असे सगळे म्हणत असले तरी खेळांमध्ये जी अघोरी स्पर्धा, प्रतिस्पर्ध्यांकडून यश खेचून आणण्याची जीवघेणी जिद्द वापरली जायची- तिने ते भारावून जायचे, कमालीचे प्रभावीत व्हायचे. त्याचमुळे त्यांच्या 'जेट' नावाच्या टीमने जेव्हा सामन्यांमध्ये अंतिम विजेतेपद गमावले तेव्हा त्यांना रडू कोसळले होते.

मैदानी खेळ खेळत होते तरी बेझोस यांची डोके लढवून, एकट्यानेच खेळायच्या खेळांविषयीची आवड, नव्हे वेड, कमी झाले नव्हते. त्यांच्या ह्युस्टनच्या घरात 'स्टार ट्रेक'ने ठाणच मांडले होते. दुपारी शाळेतून आल्यावर सगळेच पुन:पुन्हा तेच पाहायचे. जॅकी बेझोस सांगायच्या, ''स्टार ट्रेक पाहून पाहून आम्ही सगळेच 'ट्रेकी' झालो होतो. जेफ तर असा वेडावला होता की तो त्यांतले संवाद इतर वेळीही वापरायचा. 'स्टार ट्रेक'ने बेझोस यांच्या मनातील अंतराळाबद्दलचे आकर्षण अधिकच वाढवले. ते आकर्षण मनात प्रथम जागवले होते. ते पाच वर्षांचे असताना त्यांनी घरातील कृष्णधवल टेलिव्हिजनवर पाहिलेल्या 'अपोलो ११'चे उड्डाणाच्या दृश्यांनी. त्यातच त्यांच्या आजोबांनी ते वीस वर्षांपूर्वी लष्कराच्या संशोधन आणि विकास विभागात- 'एआरपीए' म्हणजे 'ॲडव्हान्स्ड रिसर्च प्रोजेक्ट एजन्सी'मध्ये (आता त्याचे नाव 'डीएआरपीए' झाले आहे.) काम करीत होते, तेव्हाच्या रॉकेट्स, मिसाइल्स, अवकाश भ्रमणातील विविध आश्चर्यकारक, नवलपूर्ण गोष्टी सांगून त्यात चांगलीच भर घातली होती.''

आजोबा पॉप गाईज यांनी वयाच्या त्रेपन्नाव्या वर्षी यूएस ॲटॉमिक एनर्जी कमिशनमधील नोकरीचा राजीनामा दिला, कारण त्यांचे त्यांच्या वॉशिंग्टनमधील उच्चाधिकाऱ्यांशी काही मतभेद झाले. जेफ यांच्या आजीचे कुटुंब टेक्सासमधील कटुला येथे राहून पशुपालन करीत असे. नोकरी

सोडल्यावर आजोबा आणि आजी दोघे जण आजीच्या कुटुंबाबरोबर राहायला कटुला येथे गेले. त्यामुळे वयाच्या चौथ्या वर्षापासून सोळाव्या वर्षापर्यंत जेफ यांनी प्रत्येक उन्हाळा आजोबा-आजीबरोबर कटुलात घालवला. ते घर, गुरांचा गोठा अशा जागी होते की कोणतेही दुकानच काय- हॉस्पिटलसुद्धा तेथून शंभर मैल दूर होते. जेफचे आजोबा जेफकडून तेथील शेणामातीतली, कष्टाची कामे करून घेत.

दुसऱ्या जागतिक महायुद्धात अमेरिकेच्या आरमारात लेफ्टनंट कमांडर असलेले जेफ यांचे हे आजोबा हेच त्यांचे बऱ्याच बाबतीत गुरू, मार्गदर्शक, सल्लागार होते. त्यांनीच जेफ यांच्या मनात स्वावलंबनाचे, आत्मनिर्भरतेचे महत्त्व रुजवले, त्यांना अडचणींवर मात करण्याचे कौशल्य, युक्तिबाजपणा शिकवला आणि अकार्यक्षमता, गलथानपणा यांविषयी परमावधीची नावड, चीडच निर्माण केली. ''माझे वडील त्यांच्या हाताने करू शकायचे नाहीत अशा फारच थोड्या गोष्टी होत्या,'' असे जेफ यांच्या आई म्हणायच्या. त्या म्हणायच्या, ''माझ्या वडिलांच्या मते जगातल्या सगळ्या गोष्टी त्यांच्या गॅरेजमध्ये ते करू शकतील अशाच होत्या.'' जेफ यांनी त्यांच्या आजोबांबरोबर पवनचक्क्या दुरुस्त केल्या होत्या, बैलांवर संततिनियमनाच्या शस्त्रक्रिया केल्या होत्या, उखडलेले रस्ते दुरुस्त केले होते, दार आपोआप उघडण्याची गुंतागुंतीची यंत्रणा आणि बिघडलेल्या डी-६ या प्रकारच्या कॅटरपिलरच्या बुलडोझरचे जड पार्ट्स उचलून बाहेर काढायला एक तात्पुरती क्रेनसुद्धा बनवली होती.

प्रत्येक गोष्ट स्वतःच करायची, या वेडापायी जेफ यांचे आजोबा कधीकधी फारच वाहवत जात. अशी वेळ एकदा त्यांच्या स्पाईक नावाच्या लाडक्या कुत्र्याच्या बाबतीत घडलेल्या प्रसंगात आली होती. पक्ष्यांची शिकार करताना बंदुकीने मारलेले पक्षी कुठे कुठे पडायचे. त्यांच्या कुत्र्याला ते पक्षी शोधून आणण्याचे शिक्षण दिलेले होते. त्या त्यांच्या प्रशिक्षित कुत्र्याचे शेपूट एकदा त्यांच्या गाडीच्या दारात अडकले आणि तेथे जखम झाली. आजूबाजूला पशूंचे डॉक्टर्स होते; पण ते सगळे गुरे-ढोरे, मोठे प्राणी यांच्यावरच उपचार करणारे होते आणि मुख्य म्हणजे 'आत्मनिर्भर' आजोबांना खात्री होती की, ते स्वतः कुत्र्याच्या शेपटाचा जखमी झालेला भाग व्यवस्थित कापून काढू शकतील आणि तेही त्यांच्या गॅरेजमध्ये. ती शस्त्रक्रिया केल्यानंतर ते म्हणाले, ''कुत्र्यांच्या शेपटातून इतके रक्त येते हे मला कधीच माहीत नव्हते!''

पण पॉप गॉइज यांनी त्यांच्या नातवाला फक्त या असल्या शस्त्रक्रिया किंवा शारीरिक कष्ट एवढेच शिकवले नाही, त्यांनी त्याची बौद्धिक भूकही प्रचंड वाढवली, ज्ञानाची तहानही वाढवली. आणि ती काही प्रमाणात भागवलीही. ते जेफ यांना प्रत्येक उन्हाळ्यात कटुलातल्या ग्रंथालयात घेऊन जात आणि स्थानिक लोकांनी ग्रंथालयाला दान केलेल्या अगणित विज्ञानकथांच्या पुस्तकांचा खजिना त्यांच्यासाठी खुला करून देत. तेथेच जेफ यांनी ज्युल्स व्हर्न, आयझॅक असिमॉव्ह, रॉबर्ट हाइनलाइन अशा लेखकांची पुस्तके वाचली आणि परग्रहावर जाण्याची स्वप्ने पाहिली. त्या काळात मोठेपणी आपण अंतराळवीर व्हायचे असे जेफ यांनी ठरवूनच टाकले होते. आजोबांनी जेफ यांना चेकर्स हा खेळही शिकवला होता आणि ते त्यांना पुन:पुन्हा हरवीत असत. ''अहो, त्याला एकदातरी जिंकू दे,'' असे जेफ यांच्या आई त्यांच्या वडिलांना विनवीत असत, पण ते म्हणत, ''त्याची जेव्हा पूर्ण तयारी होईल ना, तेव्हा तो मला नक्की हरवेल.''

या सगळ्या गोष्टींबरोबरच जेफ यांच्या आजीआजोबांनी त्यांना शिकवलेला दयेचा एक धडा जेफ कधीच विसरले नाहीत. २०१० साली प्रिन्स्टन युनिव्हर्सिटीच्या पदवीदान समारंभात केलेल्या भाषणात त्यांनी तो सांगितला. जेफ यांचे आजीआजोबा मधूनमधून एखाद्या वर्षी त्यांच्या गाडीच्या मागे झोपण्यासकट सर्व सोयी असलेला एअरस्ट्रीम या कंपनीचा ट्रेलर लावून, तसेच ट्रेलर ज्यांच्याकडे होते अशा त्यांच्या स्नेहीमित्रांबरोबर देशभरात प्रवासाला जात असत. कधीकधी ते जेफ यांनाही बरोबर नेत. जेफ दहा वर्षांचे असताना ते अशाच एका प्रवासाला गेले होते. त्या सुमारास त्यांनी धूम्रपानविरोधी मोहिमेत केल्या जाणाऱ्या जाहीर भाषणांमधून धूम्रपानामुळे आरोग्य बिघडून मृत्यू कसा आणि किती लवकर येतो याविषयी काही आकडेवारी ऐकली होती. प्रवासात गाडीच्या मागच्या सीटवर बसून जात असताना वेळ घालवायला म्हणून त्यांनी ती आकडेवारी आणि संख्याशास्त्राचे नियम धूम्रपानाचे व्यसन असणाऱ्या त्यांच्या आजीच्या रोजच्या सिगरेट्सची संख्या, तिचे वय वगैरे गोष्टींना लागू करून तिचे आयुष्य नऊ वर्षांनी कमी होणार असा निष्कर्ष काढला. छोट्या जेफने सीटवरून पुढे झुकून तो निष्कर्ष निरागसपणे त्यांच्या आजीला सांगितला. ती माउली ओक्साबोक्शी रडू लागली. आजोबांनी गाडी बाजूला घेऊन थांबवली.

जेफ यांची आजी बरीच वर्षे कर्करोगाशी सामना करीत होती आणि पुढे त्यातच त्यांचा अंत झाला. त्या दिवशी पुढे काय घडले ते जेफ बेझोस यांनी प्रिन्स्टन येथील भाषणात सांगितले, ते असे :

> ''आजोबा गाडीतून उतरले, त्यांनी माझ्या बाजूचे दार उघडले आणि मी बाहेर यायची वाट पाहत ते तेथेच थांबले. माझ्या हातून काहीतरी मोठी चूक झाली होती का? तसे तर माझे आजोबा जसे बुद्धिवान तसेच कमालीचे शांत होते, मला कधी रागवायचेही नाहीत, त्यांचा आवाजसुद्धा कधी चढायचा नाही. पण, त्या क्षणी... तो ते सगळे घडण्याचा क्षण होता का? असेही असेल की ते मला बाहेर बोलावून समजावून सांगून आजीची क्षमा मागायला सांगणार असतील, असे मला वाटले. मला माझ्या आजीआजोबांच्या बाबतीत अशा प्रकारचा कोणताच अनुभव नव्हता, काय घडणार याविषयी मी पूर्णपणे अनभिज्ञ होतो. मी गाडीतून बाहेर पडलो. ते मला हाताला धरून गाडीच्या मागच्या ट्रेलरजवळ घेऊन गेले. काही क्षण ते काहीच बोलले नाहीत. मग शांतपणे मला म्हणाले की, जेफ, एक दिवस तुला हे कळेल की आपल्या बुद्धीच्या मोठेपणाचे प्रदर्शन करण्यापेक्षा मनाचा मोठेपणा, प्रेम, माया दाखवणे हे जास्त अवघड असते!''

जेफ तेरा वर्षांचे असताना त्यांचे वडील माइक बेझोस यांची बदली एक्झॉनच्या फ्लॉरिडा प्रांतातील फ्लॉरिडा पॅनहॅन्डल या भागातील पेन्साकोला या शहरातील ऑफिसमध्ये झाली. आपला मुलगा लहान वयात शाळेत जे काही शिकतो आहे, त्याचा तो त्याच्या पुढील आयुष्यात निश्चितपणे उत्तम रीतीने उपयोग करून घेईल, असा दृढ विश्वास असल्यामुळेच जॅकी बेझोस यांनी नव्या शहरातही मुलाला आधीच्या शाळेतील 'व्हॅनगार्ड'सारख्याच 'गिफ्टेड प्रोग्रॅम'मध्ये प्रवेश द्यावा, अशी शाळासंचालकांना विनंती केली. त्यात प्रवेश मिळवण्यासाठी एक वर्ष थांबावे लागते असा नियम असूनही त्या त्यांच्या मागणीवर अडूनच बसल्या. संचालक अर्थातच तयार नव्हते. ''या प्रोग्रॅममध्ये प्रवेश मिळवण्यासाठी ज्या काही चाचण्या आवश्यक असतील त्या घ्या, त्याचे या आधीचे काम तपासून पहा,'' असा त्यांनी आग्रह धरला.

जेफ यांचे आधीचे काम पाहून संचालकांचे खरोखरच मतपरिवर्तन झाले. जेफ बेझोस यांचे एक बालमित्र जोशुआ वाईनस्टीन म्हणतात, ''जेफच्या यशाचे मूल्यमापन करायचे असेल तर त्याच्या आईकडे पहा! तिच्यासारखी कडक, ठाम, पण तितकीच निष्ठावंत-प्रेमळ, गोड स्वभावाची बाई, आई तुम्हांला भेटणारच नाही!''

जेफ यांनी जीवनाचे एक तप ओलांडले तेव्हा पूर्वाश्रमीच्या जॅकी गाइज तिशीत पदार्पण करीत होत्या; पण त्या त्यांच्या मुलाला चांगल्या जाणून होत्या. त्याचा कल, त्याच्या आवडीनिवडी त्यांना पूर्ण माहीत होत्या आणि त्या मुलाचे वेडही त्या जपत होत्या, जोपासत होत्या. जेफ लहानपणी थॉमस एडिसन यांच्यासारखे संशोधक बनण्याची स्वप्नेही पाहत होते. आई त्यांना घेऊन जवळच्या रेडिओ शॅकमध्ये घेऊन जात होत्या, अगदी त्यांच्या बरोबरीने खेटे घालत होत्या, निरनिराळी साधने, सुटे भाग, ते जे मागतील ते घेऊन देत होत्या. घरी यंत्रमानव बनत होते, हवेच्या दाबावर तरंगणारे विमान, सौर ऊर्जेवर चालणारा कुकर असे विविध प्रकार बनत होते. धाकट्या भावा-बहिणीने त्यांच्या खोलीत येऊन त्यांना त्रास देऊ नये म्हणूनही काही साधने जेफ तयार करीत असत. दारात सापळे लावून ठेवीत असत. त्याबद्दल बोलताना जेफ म्हणाले, ''मी घरभर काहीबाही अशा वस्तू पेरून ठेवायचो ज्यांचा आवाज किंवा चक्क गजरच व्हायचा, ज्या पायात अडकायच्या. माझ्या आईवडिलांना तर सतत चिंताच लागून राहिलेली असायची की, कधीतरी ते घराचे दार उघडतील आणि त्यांच्या डोक्यावर खिळ्यांच्या अक्षता पडतील!!''

त्या काळात काही वेळा जेफ आईवडिलांच्या अनुपस्थितीत त्यांच्या धाकट्या भावाबहिणींकडे लक्ष ठेवायचे कामही करीत. त्यांना चित्रपटालाही घेऊन जात. पण त्यांचे तेव्हापासूनच प्रसिद्ध असलेले गडगडाटी हास्य चित्रपटगृहातही दुमदुमायचे आणि चेष्टेचा विषय व्हायचे. जॅकी बेझोस सांगायच्या, ''जेफची दोन्ही भावंडे चित्रपट पाहून यायची तेव्हा ती गोंधळलेली, त्रासलेली असायची- म्हणायची की, आई, हा किती जोरात हसतो गं!'' चित्रपट बहुतेक करून वॉल्ट डिस्नेचेच असायचे आणि बरेचसे संवाद, विनोद जेफ यांच्या हसण्यात बुडून जायचे.''

पेन्साकोला येथे दोन वर्षे काढून माइक यांच्या बदलीने बेझोस कुटुंबाला मियामी येथे हलावे लागले. मियामी, जेथे पंधरा वर्षांपूर्वी क्युबातून

विस्थापित झालेल्या मिगेल बेझोस यांनी रिकाम्या खिशाने अमेरिकेच्या भूमीवर पाऊल ठेवले होते. तेच मिगेल बेझोस आता माइक बेझोस होते, एक्झॉन या बड्या कंपनीचे अधिकारी होते. त्या वेळी निर्वासित छावणीत राहिलेल्या माइक यांनी त्याच मियामीमध्ये, नगरपालिकेच्या अखत्यारीत न आलेल्या डेड काउंटीतील पालमेटो या धनवान लोकांच्या वसाहतीत चार शयनगृहे, मागे मोठा पोहण्याचा तलाव असे भले मोठे घर घेतले होते.

पण त्या वेळी मियामी एक अशांत शहर होते. बेकायदेशीर मादक द्रव्यांचा चोरटा व्यापार ऐन भरात होता. १९८० साली क्युबातील कम्युनिस्ट राजवटीच्या जाचामुळे पुन्हा एकदा 'मेरीयल बोटलिफ्ट' या नावाने प्रसिद्धी पावलेल्या क्युबन लोकांनी भरलेल्या बोटी मियामी येथे येऊन पोहोचल्या होत्या. पण या हिंसक, खळबळजनक, अनियंत्रित वातावरणापासून, घटनांपासून बेझोस आणि त्यांचे नवे जग सुरक्षित होते, दूर होते. जेफ 'मियामी पालमेटो सीनियर हायस्कूल' या शाळेत जाऊ लागले होते. सायन्स क्लबमध्येही जाऊ लागले होते आणि बुद्धिबळाच्या क्लबचेही सदस्य होऊन तो खेळही खेळू लागले होते. एअर कंडिशनिंग नसलेली एक फोर्ड फाल्कन स्टेशन वॅगनही चालवू लागले होते. मन लावून, जीव तोडून काम करण्याच्या त्यांच्या कष्टाळू वृत्तीने मित्रांना प्रभावीत करून सोडत होते. त्यांचे जवळचे मित्र असलेले जोशुआ वाईनस्टीन अजूनही त्या दिवसांबद्दल म्हणतात, "जेफ पार गढून गेलेला असे. बाकी कशाचे भान नसलेल्या वेड्या वैज्ञानिकांसारखा नाही हं, पण एखाद्या गोष्टीचा ध्यास घेतला की तो त्या गोष्टीवर पूर्ण लक्ष केंद्रित करायचा. शिस्तीचा भोक्ता होता, म्हणूनच तो सगळ्या गोष्टी उत्तम करू शकायचा."

जेफ यांचे घर हे त्यांच्या मोठ्या मित्रमंडळाचे भेटण्याचे ठिकाण झाले होते. घराबाहेरच्या गॅरेजवर 'सायन्स क्लब'च्या सदस्यांच्या स्वागताचा फलक झळकत असायचा. तेथे मित्र जमून पार्ट्या करायचे, नाचायचे, मजा करायचे. सर्व मित्रांच्या आयांमध्ये वयाने लहान असलेल्या जेफ यांच्या आई, जॅकी बेझोस यांच्याविषयी सगळ्यांच मित्रांना आदर होता, त्या त्यांच्या जीवनाचा एक भागच बनून गेल्या होत्या. वाईनस्टीनच्या आईच्या मदतीने जॅकी बेझोस त्यांच्या घरांच्या आसापासच्या भागात चोऱ्या, दरोडे, वाईट गोष्टी होऊ नयेत म्हणून राखण करण्याची एक पद्धतशीर सुरक्षाव्यवस्था राबवायचे आणि त्याच्या मीटिंग्ज वाईनस्टीनच्या आईच्या घरीच व्हायच्या.

त्या अत्यंत शिस्तप्रिय होत्या, त्या बाबतीत कमालीच्या कडक होत्या. एकदा जेफ त्याच्या मित्रांबरोबर गाडीतून जात असताना डिक्सी हायवेवर रहदारीच्या नियमांचे उल्लंघन केल्याबद्दल त्यांना पोलिसांनी 'तिकीट' दिले. त्या वेळी जॅकी बेझोस यांनी गाडीत असलेल्या सर्व मित्रांना घरी बोलावून मुलाच्या चुकीमुळे झालेल्या त्रासाबद्दल त्यांची क्षमा मागितली.

वयात येत असलेल्या जेफ यांचे फक्त आईशीच वाद होत असत असे नाही. जॅकी बेझोस अशी आठवण सांगतात की, जेफ सीनियर हायस्कूलमध्ये असताना एकदा त्यांचे त्यांच्या वडिलांबरोबरही कडाक्याचे भांडण झाले होते. भांडणाचा विषय तत्त्वाचा होता; पण नेमका काय होता ते त्या आता विसरल्या आहेत, पण वाद रात्री दहा वाजता सुरू झाला होता आणि दोघांपैकी कोणीच मागे हटायला तयार नव्हते, हे त्यांना आठवते. बऱ्याच वेळाने शेवटी दोघे थांबले, माइक त्यांच्या शयनगृहात गेले आणि जेफ दक्षिण फ्लोरिडामधल्या पद्धतीअनुसार घराच्या मागच्या बाजूला उघडणारे जादा दार असलेल्या पहिल्या मजल्यावरच्या बाथरूममध्ये गेले. जॅकी यांनी त्या दोघांना शांत व्हायला एका तासाचा वेळ दिला आणि मग त्या दोघांची मन:स्थिती पूर्व पदावर आली की नाही हे बघायला गेल्या. त्यांना माइक शयनगृहातच 'आपला एक चांगला मित्र गमावल्यासारखा चेहरा करून बसलेले' दिसले. मग त्यांनी खाली जाऊन बाथरूमचा दरवाजा ठोठावला. काहीच उत्तर आले नाही. दार आतून बंद केलेले असल्याने त्यांना उघडताही येईना. त्या घराच्या मागच्या बाजूला गेल्या. बाथरूमचे त्या बाजूचे दार ठोठावले तर ते उघडेच होते. त्यांनी आजूबाजूला पाहिले. सगळ्या गाड्या जागेवर होत्या, म्हणजे जेफ गाडी घेऊन कुठे गेले नव्हते. पण घरातही नव्हते. त्या काळजीत पडल्या. मध्यरात्र झाली होती. मुलगा एकटाच अपरात्री पायी घराबाहेर गेला होता याची त्यांना कल्पना आली.

काय करावे या विवंचनेत असतानाच घरातला फोन वाजला. जेफच फोनवर बोलत होते. ते एका फोनबूथमधील फोनवरून बोलत होते आणि ते बूथ एका हॉस्पिटलमध्ये होते. नाही, त्यांना काहीही झालेले नव्हते. काळजीत पडलेल्या आईला ते सुरक्षित आहेत हेच सांगायला त्यांनी फोन केला होता; पण ते अजून घरी परतायला तयार नव्हते. जॅकी यांनी मुलाला मनवले, पटवले आणि त्या गाडी घेऊन जेफ यांना आणायला त्या बूथपाशी गेल्या. ते दोघे जण एका उशिरापर्यंत उघड्या असलेल्या हॉटेलमध्ये जाऊन

बसले. आईने मुलाला समजावले. सामोपचाराची बोलणी होऊन जेफ शांत व्हायला आणि घरी यायला तयार व्हायला बराच वेळ लागला. घरी पोहोचले तेव्हा तीन वाजले होते. जेफ यांना सकाळी शाळा होती. पण ते घरी आल्यानंतरही लगेच झोपले नाहीत, हे जॅकी यांच्या लक्षात आले होते. सकाळी माइक बेझोस जेव्हा ऑफिसला जायला निघाले तेव्हा त्यांच्या ऑफिसला न्यायच्या बॅगेत त्यांच्या मुलाच्या हस्ताक्षरातील एक पत्र त्यांना सापडले. आजही ते पत्र त्यांनी सांभाळून ठेवले आहे.

जेफ बेझोस हायस्कूलमध्ये असताना बऱ्याच लहानमोठ्या नोकऱ्या करायचे. एका उन्हाळ्यात त्यांनी स्थानिक मॅकडोनल्डच्या किचनमध्ये 'फ्रायर'- तळण्या परतण्याची कामे करणारा स्वयंपाकी - म्हणून काम केले. त्या काळात त्यांनी अनेक कौशल्ये शिकून घेतली, ज्यातील एक होते एका हाताने अंडे फोडणे. ते काही काळ त्यांच्या एका जरा विक्षिप्त शेजारणीचे मदतनीस म्हणून काम करीत होते. त्याबद्दल फारच थोड्यांना माहीत आहे. त्या बाईंनी एक दिवस अचानक उंदरांसारखे दिसणारे हॅमस्टर नावाचे प्राणी पाळून ते विकायचा उद्योग करायचा निर्णय घेतला. बेझोस पिंजरे साफ करायचे, त्या प्राण्यांना खायला घालायचे; पण त्यांना त्या कामापेक्षा जास्त वेळ त्या बाईंच्या त्रास-तक्रारी ऐकून घेण्यात घालवायला लागायचा. त्या बाईंचा जेफ यांच्यावर जरा जास्तच विश्वास होता, इतका की एक दिवस त्यांनी जेफ यांना त्याच्या शाळेत फोन केला आणि त्या बाईंच्या कोणत्यातरी व्यक्तिगत समस्येविषयी चर्चा करण्यासाठी त्यांना वर्ग सोडून बाहेर यायला लावले. ही गोष्ट जेव्हा जेफ यांच्या आईंच्या कानांवर गेली तेव्हा त्यांनी जेफ यांना त्या बाईंपासून दूर केले.

जेफ यांचे शाळेतील मित्र सांगतात की, ते कायम कोणाशीतरी चढाओढ, स्पर्धा करून त्याला हरवायला उत्सुक असायचे. त्यांनी शाळेत 'बेस्ट सायन्स स्टुडंट' म्हणून तीन वर्षे, 'बेस्ट मॅथ स्टुडंट' म्हणून दोन वर्षे बक्षिसे मिळवली होती. त्यांनी गुरुत्वाकर्षणशक्ती शून्य असताना त्याचा घरातल्या माशीवर काय परिणाम होतो याविषयी प्रयोग सादर करून प्रांतपातळीवरील सायन्स प्रदर्शनातही बक्षीस मिळवले होते. एकदा त्यांनी त्यांच्या सर्व मित्रांना जाहीरपणे सांगितले की, ते ६८० मुलांमध्ये सर्वांत जास्त गुण मिळवणार आहेत, पहिले येणार आहेत. नुसते जाहीर करून ते

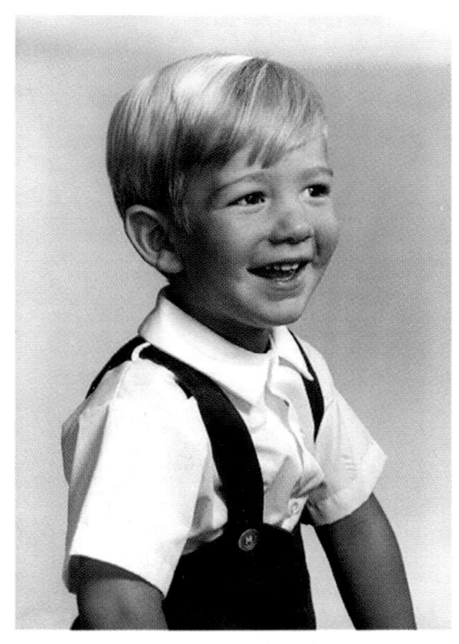

जेफ बेझोस, लहानपणीचा फोटो.
(सौजन्य : ॲमेझॉन डॉट कॉम)

MOST VERSATILE RIDER of the Albuquerque Unicycle Club is Ted Jorgensen, who received one of three trophies awarded to club members at the club's third anniversary dinner Tuesday night at the Heights Community Center. Other trophies went to Rachel Westerman, "most creative" rider, and Tony Stanphill, winner of the "anniversary race." New officers of the club are Betty Ross, president; Tommy Ratcliff, vice president; Margaret Bradley, secretary, and Jeanne Baum, treasurer. Club members will travel to Oklahoma City this fall to ride in the community celebration. The group meets each Tuesday at 7:30 in the community

जेफ बेझोसचे जैविक वडील
टेड जॉर्जेन्सन, २८ मार्च १९६१.
(समाचार पत्र आभार टी के)

जेफ्री प्रेस्टन बेझोस १९६९मध्ये, वय वर्षं पाच, आपले आजोबा लॉरेन्स प्रेस्टन 'पॉप' गाइस यांच्याबरोबर, कोट्यूला, टेक्सास.
(सौजन्य : ॲमेझॉन डॉट कॉम)

टेड जॉर्जेन्सन त्यांच्या बाइक शॉप द रोडरनर बाइक सेंटरमध्ये, २८ मार्च २०१३. *(फोटो : बेंजामिन रॅसमसेनद्वारा)*

जॅकी आणि माइक बेझोस २०१२मध्ये २९व्या वार्षिक ॲस्पेन इन्टिट्यूट ॲवॉर्ड्समध्ये. *(क्लिंट स्पॉल्डिंग/पॅट्रिक मॅकम्युलन)*

जेफ बेझोस जंगलीच्या एक्झिक्युटीव्हबरोबर (उजवीकडून डावीकडे) ब्रायन लेंट, राकेश माथुर आणि राम श्रीराम, सुरुवातीचे गूगल गुंतवणूकदार. *(आभार : ब्रायन लेंट)*

जेफ बेझोस आणि ॲमेझॉनचे कर्मचारी. *(सौजन्य : लॉरेल कॅनन)*

ॲमेझॉन आणि डॉइचे बँक कर्मचारी, ज्यांनी १९९७मध्ये ॲमेझॉनच्या आयपीओवर काम केलं. त्यांच्या कुटुंबातील सदस्यांबरोबर काबोस, मेक्सिकोमध्ये आनंदोत्सव साजरा करताना. *(सौजन्य : जे. विल्यम गर्ली)*

जेफ आणि मॅकेन्झी बेझोस (मध्ये) कंपनीच्या कॉश्च्युम पार्टीत ॲमेझॉनच्या कर्मचाऱ्यांबरोबर आनंदोत्सव साजरा करताना.
(सौजन्य : एमिली ग्लासमॅन)

जेफ बेझोस शुक्रवार, ७ डिसेंबर २००१ला नॅसडॅकचं ट्रेडिंग सत्र सुरू करणारी घंटा वाजवताना.
(जॉन रिझो/ब्लूमबर्ग)

२९ डिसेंबर १९९९ रोजी बरबँकमध्ये एनबीसी स्टुडिओ येथे द टुनाइट शो विथ जे लेनो यात जेफ बेझोस गस गट्झ नावाचं एक शैक्षणिक खेळणं टॉक-शोचे यजमान जे लेनो यांना दाखवताना. *(रायटर्स)*

मॉर्डन ह्यूमरिस्ट मॅगझिनद्वारा प्रायोजित लंचदरम्यान बेझोस हॅमबर्गर वाढताना, १६ जुलै २००१. *(रिचर्ड ड्रू/एपी फोटो)*

बेझोस २००२मध्ये एका सेगवेवर उभे आहेत, जेव्हा विजेच्या शक्तीवर चालणारं वाहन ५,००० डॉलर्समध्ये फक्त ॲमेझॉनवर विक्रीसाठी उपलब्ध झालं. *(मारियो टॅमा/गेटी इमेजेस)*

बेझोस आणि टेनिस खेळाडू अन्ना कुर्निकोवा ॲमेझॉनच्या नवीन कपड्यांच्या स्टोअरच्या प्रचारासाठी न्यू यॉर्कच्या ग्रँड सेंट्रल टर्मिनलमध्ये टेनिस मॅचनंतर सादरीकरण करताना, २२ ऑगस्ट २००३. *(इवान एगोस्टिनी/गेटी इमेजेस)*

सन व्हॅली, इडाहो येथे ॲलन अँड कंपनीच्या २००७च्या संमेलनात जेफ बेझोस आणि गूगलचे सह-संस्थापक सर्जेई ब्रिन यांच्यातील गप्पा-विनोद. बेझोस गूगलच्या मूळ गुंतवणूकदारांपैकी एक होते. *(रिक विल्किंग/रायटर्स)*

बेझोस १९ नोव्हेंबर २००७ला न्यू यॉर्कमध्ये एका वार्ताहार परिषदेत किंडल ई-रिडरचं लोकार्पण करताना. *(मार्क लेनिहॅन/एपी फोटो)*

जेफ आणि मॅकेन्झी बेझोस २००९मध्ये. *(मॅक्स रॅप/पॅट्रिक मॅकम्युलन)*

बेझोस २०११मध्ये किंडल फायर टॅबलेटचं लोकार्पण करताना. या टॅबलेटमुळे ॲमेझॉन आणि ॲपल दरम्यानची स्पर्धा वाढली. *(एमिन वॅम्सटेकर/ब्लूमबर्ग)*

वार्ताहर परिषदेनंतर ॲमेझॉनचा एक कर्मचारी वार्ताहारांसमोर किंडल फायर दाखवताना. *(ईपीए/जस्टिन लेन/कॉरबिस)*

नासा उप-प्रशासक लोरी गार्वरी यांनी (उजवीकडून तिसरे) केंट, वॉशिंग्टन, ब्लू ऑरिजिनच्या मुख्यालयाला दिलेली भेट. ती बेझोसची खासगी अंतराळ संशोधन कंपनी आहे. *(बिल इंगाल्स/नासा)*

लंडनपासून ४५ मीटर दूर उत्तर-पश्चिमेत मिल्टन कीन्स येथे ॲमेझॉनचे पूर्तता केंद्र.
(डेव्हिन लेवेन/आईवाइन/रिडक्स)

२०१२पर्यंत ॲमेझॉनने हार्डवेअरमध्येही वेग साधला आणि किंडल फायर टॅबलेटच्या नवीन आवृत्ती सादर केल्या.
(पॅट्रिक फॅलन/ब्लूमबर्ग)

थांबले नाहीत, त्याची तयारी म्हणून त्यांनी अनेक विशेष अभ्यासक्रमांसाठी – ज्यांना 'ऑनर्स कोर्सेस' म्हणतात त्यासाठी – नाव नोंदवले, शाळेतील प्रत्येक क्षण ते अभ्यासातच घालवू लागले. त्यांचे मित्र जोशुआ वाईनस्टीन म्हणतात, ''जेफने एकदा ठरवले म्हणजे ठरवले. तो इतर सगळ्यांपेक्षा जास्त कष्ट घेऊ लागला, अभ्यास करू लागला. आता बाकीच्यांसाठी शर्यत फक्त दुसऱ्या जागेसाठीच उरली होती, कारण पहिली जागा तर जेफची हे ठरलेलेच होते!''

जेफ हायस्कूलमध्ये असताना त्यांची एक मैत्रीणपण होती– उर्सुला वर्नर. ती सांगते, ''जेफ सतत काहीतरी नवे करायच्या मागे असायचा आणि ती निर्मितिक्षमता त्याच्यात होती. तो तितकाच रोमँटिकही होता.'' उर्सुलाच्या अठराव्या वाढदिवसासाठी कितीतरी आधीपासून कसून तयारी करून तिच्यासाठी एक धाडसी; पण मजेशीर असा 'शोधाशोध' नावाचा खेळ जेफ यांनी तयार केला होता. त्यात तिला मियामी शहरात ठिकठिकाणी पाठवले जाणार होते, तिला विचित्र कामे करायला लागणार होती. एका बँकेत जायचे आणि तिथल्या पैसे देणाऱ्या माणसाला दहा लाख पेनीज द्यायला सांगायच्या, एका 'होम डेपो'च्या दुकानात जाऊन एका टॉयलेटच्या झाकणाच्या खाली दडवून ठेवलेला एक 'क्ल्यू' शोधायचा, वगैरे वगैरे!

एक उन्हाळा मॅकडोनल्डच्या स्वयंपाकघरात घामाने भिजत घालवल्यानंतर जेफ यांना तसली आणि अगदीच कमी पगार देणारी कामे टाळायची होती. म्हणून पुढल्या उन्हाळ्यात त्यांना उर्सुलाच्या साथीने 'ड्रीम इन्स्टिट्यूट' नावाची दहा दिवसांची एक उन्हाळी शाळा चालवली. त्यात दहा वर्षांच्या मुलांना गलिव्हर्स ट्रॅव्हल्स, ब्लॅक होल्स, अण्वस्त्रांचे दुष्परिणाम, त्या दुष्परिणामांची इतर देशांना जाणीव करून देऊन त्यांना त्यांच्या निर्मितीपासून दूर ठेवणे असे विषय ते शिकवणार होते. शिवाय बेझोस यांच्याकडच्या ॲपल कॉम्प्युटरवर विविध गोष्टी शिकवून त्याचा त्या मुलांना वापर करू दिला जाणार होता. जेफ आणि उर्सुला या दोघा तरुण शिक्षकांनी त्या उपक्रमाची माहिती देणारे जे पत्रक मुलांच्या पालकांमध्ये वाटले होते– त्यात 'उद्देश' लिहिला होता : 'जुन्या विषयांचा नव्या मार्गाने अभ्यास.' ''या असल्या शाळेत कोण आपल्या मुलांना पाठवणार आहे?'' असा निरुत्साही करणारा सूरच उर्सुलाच्या पालकांनी लावला होता, पण जेफ यांच्या पालकांनी त्यांना नुसते उत्तेजनच दिले नाही, जेफचा भाऊ

आणि बहीण– मार्क आणि ख्रिस्तिना– या दोघांची नावे ताबडतोब त्या 'शाळे'त नोंदवली. उर्सुला म्हणते, ''माइक आणि जॅकी – जेफचे वडील आणि आई – दोघेही जेफला सतत प्रोत्साहन देत असत, त्याच्यातील निर्मितिगुणांना खतपाणी घालत असत.''

जेफ यांनी मियामी पालमेटो स्कूलमध्ये सर्व विषयांत उच्चतम श्रेणी प्राप्त केली आणि प्रिन्स्टन युनिव्हर्सिटीमध्ये प्रवेश मिळवला. ते त्यांच्या शाळेतील सर्वश्रेष्ठ विद्यार्थी – 'व्हॅलेडिक्टोरियन'– ठरले. त्यामुळे त्यांना शाळेच्या पदवीदान समारंभात भाषण करायचा मान मिळणार होता. त्यांनी 'सिल्व्हर नाईट' हे 'मियामी हेरॉल्ड' या वृत्तपत्राने प्रांतातील सर्वोत्तम विद्यार्थ्यांसाठी ठेवलेले मानाचे पद आणि त्याबरोबर दिली जाणारी रोख रक्कमही जिंकली. त्या बाबतीतली एक मजेशीर गोष्ट वाईनस्टीन यांनी सांगितली आहे, ''त्या रकमेचा चेक घेऊन जेफ बँकेत गेले.'' चेक पाहून बँकेतल्या माणसाने जेफला विचारले, ''तुम्ही काय करता 'मियाम हेरॉल्ड'मध्ये?'' जेफ म्हणाला, ''मी त्याचे 'सिल्व्हर नाईट' जिंकतो!''

पदवीदान समारंभासाठीचे भाषण जेफ यांनी धावत्या लिपीत लिहून काढले, त्यांच्या आईने ते त्यांना टाइप करून दिले. त्या वेळी मुलाचे लिखाण वाचताना त्यांना हे जाणवले की, त्यांचा मुलगा सर्वसाधारण मुलांपेक्षा अगदी निराळ्या, असाधारण अशा महत्त्वाकांक्षा बाळगून होता. आजही ते भाषण जॅकी बेझोस यांनी त्यांच्या जवळ जपून ठेवलेले आहे. त्याची सुरुवात 'स्टार ट्रेक' ज्या वाक्याने सुरू केले जाते त्याच 'स्पेस, द फायनल फ्रॉन्टीयर'– 'अंतराळ, अंतिम सीमा'– याच वाक्याने केलेली आहे. त्यात 'अंतराळात अनेक उपग्रह सोडून त्यावर कायमच्या मानवी वसाहती स्थापन करून मानवतेचे रक्षण करायचे, आपल्या पृथ्वीवरील निसर्गाची हानी टाळून त्याचे संवर्धन करायचे, आपला ग्रह हे निसर्गाचे संरक्षित स्थान बनवायचे,' यांसारख्या महत्त्वाकांक्षांचा उल्लेख आहे.

त्यांच्या भाषणातील या महत्त्वाकांक्षा म्हणजे केवळ आकाशातले तारे मोजणे नव्हते, निव्वळ कल्पनाविलास नव्हता. ती त्यांची वैयक्तिक उद्दिष्टे, त्यांनी निवडलेली ध्येये होती. त्यांच्या स्वत:च्या भविष्याविषयीच्या कल्पनांविषयी उर्सुला वर्नर सांगतात, ''त्याच्या डोळ्यांसमोरच्या भविष्यातल्या कोणत्याही प्रतिमेबद्दल तो बोलत असू दे, एक गोष्ट सगळ्यांत समान असायची ती म्हणजे श्रीमंत होणे, भरपूर पैसा कमावणे. त्याला जे हवे होते त्यातले

काहीच पैशाविना मिळणारे नव्हते.'' १९९० साली वार्ताहरांनी जगभरातील लोकांच्या इंटरनेटच्या क्षेत्रातील कुतूहलाचा विषय असलेल्या जेफ बेझोस यांच्याविषयी अधिक काहीतरी जाणून घेण्यासाठी उर्सुला वर्नर यांच्याशी संपर्क साधला आणि त्यांना जेव्हा विचारले की, हे इतकी संपत्ती कशासाठी मिळवीत आहेत? तेव्हा त्या म्हणाल्या, ''अंतराळात जाण्यासाठी!''

* * *

ॲमेझॉन २००० साली जेव्हा डॉटकॉम कंपन्यांच्या भवितव्याविषयी साशंक झालेल्यांना दिलासा द्यायचा प्रयत्न करीत होती, स्वत:चे कोलमडलेले बॅलन्स शीट सावरायचा प्रयास करीत होती, तेव्हा बेझोस यांच्या हेही लक्षात आले की, त्यांची स्वत:ची वैयक्तिक संपत्ती, मालमत्ताही घटून सहाशे कोटींवरून दोनशे कोटींवर आली होती. पण दोनशे कोटीही काही कमी रक्कम नव्हती, तेवढ्यानेही जगातील मोजक्या अतिश्रीमंत व्यक्तींमध्ये त्यांचे नाव गणले जात होतेच. तंत्रज्ञानाची कास धरली, चिकाटी न सोडता प्रयत्न सुरू ठेवले आणि नेहमीच दूरदृष्टीने विचार करून पावले टाकली की चांगली फळे मिळतात याचा त्यांनी स्वत: अनुभव घेतला होता, त्याची प्रचिती घेतली होती. म्हणूनच, संपूर्ण जगाने ॲमेझॉनच्या यशाची आशा सोडली होती, सर्वांच्याच मनात अविश्वासाने घर केले होते हे माहीत असूनसुद्धा बेझोस यांनी अतिशय गुप्तपणे एका नव्या कंपनीची स्थापना केली. ती कंपनी अंतराळाचा शोध घेणार होती, त्यासाठीचे प्रकल्प, योजना आखणार होती, त्या राबवणार होती. त्यांनी ती कंपनी वॉशिंग्टन येथे सरकारी दप्तरात नोंदवूनही टाकली.

त्या कंपनीच्या रूपातील अनोख्या प्रयोगशाळेची योजना बेझोस यांना सर्वांपासून लपवून ठेवायची होती; पण ॲमेझॉनमधील त्यांचे काही सहकारी त्यांच्या या क्षेत्रातील महत्त्वाकांक्षांविषयी जाणून होते. जेफ यांनी स्वत: त्या धाडसाविषयी १९९०च्या दशकात कंपनीचे जनसंपर्क अधिकारी म्हणून काम करणाऱ्या के. डॅनगार्ड यांना सांगितले होते की, तिने याला ॲमेझॉन ब्रॅन्डमध्ये सामील करून त्यांना खूश करण्याचा प्रयत्नही केला. शिवाय त्यांनी एडी मर्फी याच्या 'द ॲडव्हेंचर ऑफ प्ल्युटो नॅश' या चित्रपटातील चंद्रावरील दृश्यात ॲमेझॉनच्या नावाचा फलक चंद्रावर दाखवण्याविषयी संबंधितांशी चर्चाही सुरू केली होती; पण चित्रपटाची पटकथा अगदीच निकृष्ट दर्जाची आहे

असे लक्षात आल्याने त्यांनी तो बेत रद्द केला. १९९९ साली त्यांनी 'नासा' या अंतराळ संशोधन केंद्राशी संपर्क साधला. के. डॅनगार्ड यांचा प्रयत्न असा होता की, अंतराळात जाणाऱ्या 'डिस्कव्हरी' या अंतराळयानातील अंतराळवीरांना अंतराळात असताना ख्रिसमसनिमित्तच्या भेटवस्तूंची मागणी 'ॲमेझॉनडॉटकॉम'वर नोंदवायला सांगितली जावी, ज्यायोगे ॲमेझॉनचे नाव जगभरात गाजेल. सुरुवातील 'नासा'ने त्या प्रस्तवात रस दाखवला; पण नंतर तो फारच विसंगत, अस्थानी वाटल्यामुळे नाकारला.

ॲमेझॉनच्या सुरुवातीच्या पाच वर्षांच्या काळात कंपनीत गुंतवणूक करणाऱ्या पहिल्या काही लोकांमध्ये निक हॅनावर होते. ते अनधिकृतरीत्या कंपनीच्या बोर्डावरही होते. त्यांच्या जवळ बेझोस यांनी त्यांचे हे स्वप्न उघड केले होते. ते त्या संबंधी बोलताना म्हणाले, ''ते अंतराळात जाणार असा त्यांना ठाम विश्वास वाटत होता. त्यांनी त्यांचे ते ध्येयच ठरवून टाकले होते. त्यासाठी ते रोज सकाळी पद्धतशीर व्यायाम करीत आणि व्यायामाच्या बाबतीत शिस्तीची अतिशयोक्तीच करीत!''

त्या काळाकडे आज वळून पाहताना असे जाणवते की, मनात न मावणाऱ्या या त्यांच्या अंतराळ-भ्रमणाच्या गुप्त स्वप्नाविषयी बेझोस प्रसार माध्यमांना झुलवीत ठेवत. त्याविषयी आडून आडून, संकेत देण्याचा मोह त्यांना आवरत नसे. एकदा त्यांनी 'वायर्ड' या मासिकाला एक मुलाखत दिली होती. त्यात 'आपल्या ग्रहाचे आरोग्य सांभाळण्याच्या नितांत गरजे'विषयी बोलताना ते त्या मुलाखतकाराला म्हणाले होते, ''मलाही त्या बाबतीत शक्य असेल ती सर्व मदत करायला आवडेल. आपण सर्वांनीच त्यासाठी प्रयत्नांची पराकाष्ठा केली पाहिजे.'' २००१ साली 'फास्ट कंपनी' या मासिकाशी बोलताना ते म्हणाले होते, ''इतर ग्रहांवर माणसाने वसाहती उभारल्याचे वर्णन असलेली 'ड्यून' नावाची कादंबरी कपोलकल्पित राहायला नको, ती सत्यात उतरायला हवी.''

२००० साली मी बेझोस यांची एक मुलाखत घेतली होती. त्यात मी त्यांना ''आपण सध्या काय वाचता आहात?'' असा प्रश्न विचारला होता. त्याला उत्तर देताना त्यांनी रॉबर्ट झुरीन यांच्या 'एंटरिंग स्पेस : क्रीएटिंग अ स्पेसफेअरिंग सिव्हिलायझेशन' आणि 'द केस फॉर मार्स' या दोन पुस्तकांचा उल्लेख केला होता. मुलाखतीच्या शेवटी मी त्यांना असाही प्रश्न विचारला होता, ''एखाद्या सिलिकॉन व्हॅलीतील डोकेबाज उद्योजकाने लोकांना

अंतराळ-प्रवासाला घेऊन जाणारी कंपनी काढली तर त्यात नवल नाही वाटायचे, हो ना?'' (ही गोष्ट 'पे पाल' या कंपनीचे सहसंस्थापक इलॉन मस्क यांनी 'स्पेस एक्स' ही रॉकेट कंपनी सुरू करायच्या आधीची आहे.) त्यावर बेझोस जे बोलले त्यातून आडवळणाने ते त्या विषयाचा विचार करीत असल्याचे सुचवीत होते असे जाणवले. ते म्हणाले, ''हा अंतराळ-प्रवासाचा प्रश्न तांत्रिकदृष्ट्या तर खूप कठीण, गहनच आहे आणि दुसरे म्हणजे यात केलेल्या गुंतवणुकीचा परतावा वाजवी वेळात कसा मिळवायचा हा प्रश्नही अवघड आहे. तुमच्या प्रश्नाचे उत्तर 'कदाचित, होय' असेच आहे, मला तर वाटते कोणी कोणी त्या दिशेने विचारही करायला लागले असतील, पण ते.....'' हे वाक्य त्यांनी अर्धवट सोडले आणि ते म्हणाले, ''तुम्ही व्हेंचर कॅपिटल कॉन्फरन्सेसला गेलात तरी हा विषय नाही येत चर्चेला; पण म्हणून हा विषय 'कोल्ड' आहे असे म्हणणे म्हणजे तो किती 'हॉट' आहे याची अतिशयोक्तीच ठरेल!''

२००२ साली बेझोस यांनी 'अमेझॉनडॉटकॉम'वर त्यांची स्वतःची 'विशलिस्ट' प्रसिद्ध केली होती. ती कोणीही वाचू शकत असे. त्यात त्यांनी त्यांना आवडलेल्या ज्या अनेक पुस्तकांची नावे लिहिली होती त्यात टिम फर्निस यांचे 'द हिस्टरी ऑफ स्पेस व्हेइकल्स', पीटर डग्लस वॉर्ड आणि डोनाल्ड ब्राउनली लिखित 'रेअर अर्थ : कॉम्प्लेक्स लाइफ इज अनकॉमन इन द युनिव्हर्स' ही दोन पुस्तके होती. त्यानंतर २००३ सालच्या फेब्रुवारी महिन्यात मी 'टेड कॉन्फरन्स'ला - टेक्नॉलॉजी, एंटरटेनमेंट ॲन्ड डिझाइन कॉन्फरन्स'ला - गेलो होतो. त्या वर्षी ती कॉन्फरन्स कॅलिफोर्नियातील मॉंटरी येथे भरली होती. तेथे कोणीतरी सिॲटल येथील 'ब्ल्यू' नावाच्या एका 'स्पेस कंपनी'बद्दल बोलताना मी ऐकले. एक महिन्यानंतर एक सनसनाटी बातमी कानांवर आली. बेझोस आणि त्यांचे वकील हे दोघे ज्या हेलिकॉप्टरने प्रवास करीत होते. त्याला पश्चिम टेक्सासमधील अल्पाइन येथे जंगलात अपघात झाला होता. अपघाताच्या जागेपासून शंभर मैलांच्या परिसरात काहीही नव्हते. 'फेडरल एव्हिएशन ॲडमिनिस्ट्रेशन'ने जो अधिकृत अहवाल प्रसिद्ध केला त्यात म्हटले होते ''....टेकऑफच्या वेळी हेलिकॉप्टरचे शेपूट एका झाडावर आपटले, ते कलंडले आणि एका अर्धवट झाकलेल्या, जमिनीखालच्या झऱ्यात पडले. तीन प्रवाशांना जखमा झाल्या असून त्यांना जवळच्या हॉस्पिटलमध्ये हलवले आहे. जखमा फार गंभीर नसल्याचे समजते.''

त्या अपघाताविषयी 'टाइम्स'शी बोलताना बेझोस म्हणाले, ''अपघाताच्या वेळी मनाला व्यापून टाकणारा विचार होता, 'काय हे! मरायचे ते असे मूर्खासारखे!' पुढे असे समजले की बेझोस त्या बिनवस्तीच्या, जंगलातल्या अंतर्भागातील जमीन खरेदी करून तेथे त्यांच्या आजोबांचा होता तसा मळा, गोठा, घर असे सगळे बांधणार होते. त्या दिवशीची ती हेलिकॉप्टरची सहल जमिनीच्या पाहणीसाठी होती. ते जसे कोटुलात त्यांच्या आजोबांकडे राहायचे तसा अनुभव त्यांना त्यांच्या मुलांना मिळवून द्यायचा होता.''

त्याचबरोबर विमानांच्या उड्डाणांसाठी जशी धावपट्टी, विमानतळ लागतो तशीच सोय अंतराळयानांसाठी करण्यासाठीही त्यांना मोकळी जागा हवी होती, तिचाही त्या दिवशीच्या शोधमोहिमेत समावेश होता.

हेलिकॉप्टरच्या अपघाताचे वेळी जगाला बेझोस यांच्या या अन्य योजनांविषयी, 'अंतराळउड्डाण' कंपनीविषयी काहीच माहीत नव्हते; पण त्या दिशेने एकेक पाऊल पडत होते. टेड कॉन्फरन्सच्या वेळी मी ऐकलेल्या 'ब्ल्यू' नावाच्या कंपनीचा शोध घेण्यासाठी मी त्या हेलिकॉप्टर अपघातानंतर 'वॉशिंग्टन स्टेट कॉर्पोरेट डेटाबेस' धुंडाळला तेव्हा मला 'ब्ल्यू ऑपरेशन्स लिमिटेड लायबिलिटी कंपनी' अशी नोंद दिसली. कंपनीचा पत्ता '१२००, ट्वेल्थ ॲव्हेन्यू साउथ, सिॲटल' असा होता, म्हणजेच ॲमेझॉनच्या मुख्य ऑफिसेसचाच पत्ता होता. त्या नव्या कंपनीची एक गूढ वाटावी अशी अस्पष्ट वेबसाइट होती. तिच्यावर 'प्रपल्शन' – परिचालन – आणि 'एव्हिऑनिक्स' – विमानविज्ञान – या दोन विषयांत प्रावीण्य असलेले एअरोस्पेस इंजिनिअर्स हवे असल्याची सूचना होती. त्या वेळी मी 'न्यूजवीक' मासिकाचा नवागत वार्ताहर होतो आणि इंटरनेट क्षेत्रातील एक जगप्रसिद्ध कोट्यधीश गुप्तपणे स्वतःचे अंतराळयान बांधतो आहे, ही वार्ता हाती आल्यावर त्या योजनेसारखीच ती वार्ताही गुप्त ठेवणे, प्रकाशात आणण्याचा मोह आवरणे अशक्यच होते.

'वॉशिंग्टन स्टेट कॉर्पोरेट डेटाबेस'मध्ये 'ब्ल्यू' नावाच्या कंपनीचा आणखी एक पत्ताही मला सापडला होता. २००३ सालच्या मार्च महिन्यात मी सिॲटलला गेलो होतो. एका रात्री जरा उशिराने मी टॅक्सी केली आणि त्या नव्या पत्त्याच्या दिशेने निघालो. तो सिॲटलच्या दक्षिणेकडील, डुवामिश वॉटरवेच्या काठावरच्या औद्योगिक वसाहतीतील एका भूभागाचा

होता. तेथे पोहोचलो तर एक त्रेपन्न हजार चौरस फुटांचे विशाल वेअर हाउस दृष्टीस पडले. त्याच्या प्रवेशद्वारावरील निळ्या छपरावर पांढऱ्या रंगाची अक्षरे झळकत होती– ‘ब्ल्यू ओरिजिन’.

आठवड्याचा शेवटचा दिवस होता, रात्री उशिराची वेळ होती, तरीही आतून काही दिव्यांचा प्रकाश दिसत होता, बाहेर काही गाड्या आणि मोटारसायकल्सही उभ्या होत्या. पण आसमंत रिकामा होता, खिडक्यांमधूनही आतले काहीच दिसत नव्हते. येणाऱ्या वासावरून जवळ नदी आहे हे जाणवत होते आणि लाकडाची काही कामे चाललेली असावीत असेही वाटत होते. मी टॅक्सीत बसून राहिलो होतो. आतल्या अंतराळयानांची दृश्ये डोळ्यांसमोर आणत होतो, एका कोट्यधीशाने भांडवल घातलेल्या मंगळ या ग्रहावरील अंतराळमोहिमेची कल्पना करीत होतो. पण दुर्दैवाने मी तेवढेच करू शकत होतो. निष्क्रिय विचारात एक तास घालवला, जो विलक्षण उद्विग्न करणारा होता. मी अस्वस्थ होतो. एकदम काय मनात आले कोणास ठाऊक, खाली उतरलो, रस्त्यापलीकडे कचरापेटी होती, तेथे गेलो, आतला जेवढा कागदांचा कचरा हातात उचलता आला तेवढा उचलला, टॅक्सीच्या डिकीत ठेवला आणि तेथून निघून आलो.

काही आठवड्यांनी मी ‘न्यूजवीक’साठी त्या रात्री बाहेरून पाहिलेल्या ‘ब्ल्यू ओरिजिन’ची कथा लिहिली, नाव दिले, ‘बेझोस इन स्पेस’ – ‘बेझोस अंतराळात!’ त्यासाठी मला उपयोगी पडला होता मी त्या रात्री वेअर हाउससमोरील कचरापेटीतून उचललेला कचरा – त्यात मला सापडलेले कॉफीचे डाग पडलेले काही कागद – त्यावर लिहिलेला ‘ब्ल्यू ओरिजिन’च्या ‘मिशन स्टेटमेंट’चा मसुदा, त्यातील दुरुस्त्या, बदल आणि त्याचे अंतिम रूप आणि काही योजनांचे तपशील. मी लिहिले होते, ‘‘या कंपनीचा अंतिम उद्देश अंतराळात मानवाची कायमची उपस्थिती – वस्ती – निर्माण करणे हा आहे. ही कंपनी सध्या एक अंतराळयान बांधत आहे. बुध या ग्रहावर जाण्याच्या मोहिमेत भाग घेतलेला पहिला अंतराळवीर ॲलन शेपर्ड याच्या नावावरून या कंपनीच्या पहिल्यावहिल्या अंतराळयानाचे नाव ‘न्यू शेपर्ड’ असे ठेवण्यात आले आहे. हे यान प्रवाशांना आवाक्याबाहेरच्या अंतराळाची सफर घडवेल. या अंतराळयानाची रचना अशी केली गेली आहे की, ते हेलिकॉप्टरसारखे सरळ वरवर जाईल आणि तसेच सरळ खाली येईल. या रचनेमुळे यानाचा वापर पुनःपुन्हा करणे शक्य होईल व त्यामुळे

आर्थिकदृष्ट्या ते सोयीचे ठरेल. ही नव्याने उभी राहत असलेली कंपनी दूरगामी दृष्टिकोन ठेवून वेव्ह रोटर्स आणि ग्राउंड बेस्ड लेझर्सच्या ऊर्जेवर चालणारी रॉकेट्स यांसारख्या नव्या प्रपल्शन सिस्टिमबद्दलच्या - परिचालन व्यवस्थेबद्दलच्या - संशोधनासाठीही आर्थिक पाठबळ पुरवीत आहे.''

मी 'ब्ल्यू ओरिजिन'च्या जागेला भेट देऊन परत आल्यानंतर बेझोस यांना एक ई-मेल पाठवून ती भेट, माझी निरीक्षणे, मी लिहिणार असलेल्या लेखातील मुद्दे, माहिती असे सर्व त्यांना कळवले होते. मी खरे तर त्यांच्या प्रतिक्रियेची प्रतीक्षा करीत होतो. मी पाठवलेली ई-मेल कुठेतरी गहाळ झाली; पण मी त्यात नासामध्ये सुरू असलेल्या मानवाला अंतराळात पाठवण्यासंबंधीच्या योजनांनी बेझोस उल्हसित आणि उत्साहितच नाही तर कसे आणि किती उत्तेजित झाले आहेत हे जाणून घेण्याची माझी तळमळ प्रकट केली होती. त्यांचे आलेले उत्तर मात्र मी जपून ठेवले आहे :

''ब्रॅड, मी आत्ता प्रवासात आहे आणि त्यामुळे माझ्या ब्लॅकबेरीवरून उत्तर पाठवतो आहे. आशा करतो की ते तुम्हांला व्यवस्थित मिळेल.

'''ब्ल्यू'च्या वतीने काहीही सांगणे, कशावरही मत व्यक्त करणे, प्रतिक्रिया नोंदवणे हे सगळेच फारच घाईचे ठरेल, ते अर्धवट असेल. कारण काही सांगण्यासारखे आम्ही अजून काही केलेलेच नाही. यानंतर तसे काही आम्ही केले, घडले तर तुम्हांला या विषयात रस आहे हे आम्ही लक्षात ठेवू. तुम्ही जे काही लिहिले आहे त्यातले काही बरोबर आहे, काही चूक आहे. पण मी एका गोष्टीविषयी लिहिणार आहे, कारण तुम्ही अशी एक नस पकडली आहे, जी नासातील लोकांना दुखावणारी आहे. त्याला दुसरी बाजूही आहे.

''नासा ही आपली राष्ट्रीय संपत्ती आहे, एक मौल्यवान खजिनाच आहे. एखाद्याने नासाविषयी निराशा, उद्वेग व्यक्त करावा हे धाडसाचे आहे. मला अंतराळाविषयी रस निर्माण झाला ते त्या अंतराळाने माझ्या वयाच्या पाचव्या वर्षी मला स्फूर्ती दिली, प्रेरीत केले म्हणून. किती सरकारी संस्था पाच वर्षांच्या बालकाचे कुतूहल चाळवू शकतील? नासा जे काम

करीत आहे, त्यात अत्याधुनिक तंत्रज्ञानाची गरज आहे, ते काम मूलत:च धोक्याचे आहे, धाडसाचे आहे आणि नासा ते आजवर अत्युत्तमरीत्या करीत आली आहे. यानंतर अंतराळ–प्रवासाच्या क्षेत्रात उदयास येणाऱ्या कोणत्याही लहानमोठ्या कंपन्यांना त्यात काहीतरी करून दाखवता येण्याची शक्यता आहे ती फक्त आणि फक्त नासाच्या पुण्याईच्या जोरावर, नासाजवळच्या कल्पकतेच्या आणि तिने केलेल्या अद्वितीय कामगिरीच्या आधारावर.

''मी हे जे म्हणतो आहे त्याचे तुम्हांला एक उदाहरणच हवे असेल तर हे घ्या : या सगळ्या नव्या कंपन्या संरचना, उष्णतेचा प्रवाह, वायुगती, अंतराळात संचार करणाऱ्या वस्तूंवर प्रभाव पाडणाऱ्या शक्तींचे विज्ञान यांतील कशाचेही विश्लेषण करण्यासाठी जी कॉम्प्युटरची कोड्स वापरतात ती सर्वच्या सर्व कोड्स गेल्या अनेक वर्षांच्या अभ्यासाने आणि त्यांची प्रत्यक्षातल्या गोष्टींच्या निकषांवर कसून तपासण्या, चाचण्या करून नासानेच विकसित केलेली आहेत.''

जेफ.

माझा लेख 'न्यूजवीक'मध्ये प्रसिद्ध झाल्यावर प्रसार माध्यमांनी त्याची काही तुरळक प्रमाणात दखल घेतली; पण 'ब्ल्यू ओरिजिन' मात्र आधीइतक्याच गुप्ततेने काम करीत राहिली. बेझोस यांनी टेक्सासमध्ये घर, मळा, गोठा यासाठी जमीन खरेदी केली ती आगापिछा नसलेल्या एक–दोन कंपन्यांच्या नावांवर. त्या कंपन्यांनाही त्यांनी नव्या नव्या जागा, देश यांचे शोध लावणाऱ्या इतिहासप्रसिद्ध प्रवाशांची नावे दिली होती. (जेम्स कुक एलपी, कोरोनाडो व्हेंचर्स). नंतर त्यांनी त्या जमिनी त्यांच्या हेलिकॉप्टरला जेथे अपघात झाला होता त्या व्हॅन हॉर्न या भागातील जमीनमालकांना स्वस्त किमतीत देऊ केल्या. २००५ सालापर्यंत २,९०,००० एकर इतकी – म्हणजे ऱ्होड आयलंडच्या एक तृतीयांश क्षेत्रफळाची – जमीन त्यांच्या मालकीची होती. एक दिवस ते 'द व्हॅन हॉर्न ॲडव्होकेट' नावाच्या स्थानिक वृत्तपत्राच्या कचेरीत गेले आणि त्यांना समोर पाहून अचंबित झालेल्या संपादकाला त्यांनी न मागता मुलाखत दिली. त्यात त्यांच्या मालकीच्या त्या

विस्तृत जमिनीवर 'स्पेसपोर्ट'- अंतराळ उड्डाणांसाठीचा तळ - बांधणार असल्याचे सांगितले.

२०११ साली कार्नेजी मिलान युनिव्हर्सिटी येथे दिलेल्या भाषणात बेझोस यांनी सांगितले, "'ब्ल्यू ओरिजिन' या कंपनीचे उद्दिष्ट मानवाच्या अंतराळ-प्रवासाचा खर्च कमी करणे आणि अंतराळ-प्रवासाच्या तंत्रज्ञानामध्ये सुरक्षिततेचा भाग वाढवणे हा आहे. अभ्यासक, संशोधक, तंत्रज्ञ यांचा एक गट अंतराळ-प्रवासाचा खर्च कमी करून माणसांना स्वत: सूर्यमालेत प्रवेश करून प्रत्यक्षात सर्व काही पाहायला, अनुभवायला मिळेल यासाठी काम करीत आहे. कमी वेगाने पण सातत्याने, अथक प्रयत्न व प्रगती करीत राहणे या धोरणामुळे कोणतीही कठीण आव्हाने हळूहळू पूर्ण करता येतात."

बेझोस आणि त्यांचे अग्निबाणाबाबत संशोधन करणारे वैज्ञानिक यांच्या सुरुवातीच्या अपेक्षेपेक्षा त्यांची प्रगती मंद गतीने होत होती. २०११ साली ब्ल्यू ओरिजिनने अंतराळात सोडलेल्या चाचणीयानाचा वेग मॅक १.२ इतक्या आवाजाच्या वेगाइतका असताना आणि ते ४५,००० फूट उंचीवर पोहोचले असताना खाली कोसळले. व्हॅन हॉर्न भागातील रहिवाशांना एक अग्नीचा रसरसता गोळा आकाशातून खाली येताना दिसला तेव्हा त्यांना 'चॅलेंजर' हे अवकाशयान कोसळले होते, त्याची आठवण झाली. त्या वेळी 'ब्ल्यू ओरिजिन'च्या वेबसाइटवर बेझोस यांनी लिहिलेल्या ब्लॉगमध्ये म्हटले होते, "जे घडले ते आमच्यापैकी कोणालाच घडायला नको होते, पण आम्ही हा असाच दुर्धर मार्ग निवडलेला आहे, त्याच मार्गाने प्रवास करण्यासाठी आम्ही वचनबद्ध आहोत." त्यानंतर एका वर्षाने बेझोस यांच्या कंपनीने स्पेसशिपच्या क्रू कॅपसूल एस्केप सिस्टिमची - अंतराळयान चालवणारे, सांभाळणारे लोक ज्या जागेत बसतात ती जागा यानापासून सोडवण्याच्या पद्धतीची - यशस्वी चाचणी घेतली. त्यांच्या कंपनीला नासाकडून मानवी अंतराळ-प्रवासाचे तंत्रज्ञान विकसित करण्यासाठी अडीच कोटी डॉलर्सची दोन अनुदाने मिळाली. इंटरनेट क्षेत्रातील अग्रणी इलॉन मस्क हे त्यांच्या 'स्पेस एक्स' या कंपनीच्या माध्यमातून आणि 'व्हर्जिन गॅलाक्टिक' नावाची कंपनी स्थापन करणारे कोट्यधीश रिचर्ड ब्रॅन्सन हे दोघे 'ब्ल्यू ओरिजिन'च्या उद्दिष्टांपैकीच काही उद्दिष्टांचा पाठपुरावा करीत आहेत.

अंतराळ-प्रवासाशी संबंधित कामे जेथे चालतात त्या कोणत्याही जागांना भेट देण्याची कोणालाही, प्रसार माध्यमांच्या प्रतिनिधींनाही,

बेझोस परवानगी देत नाहीत. २००६ साली कंपनी वॉशिंग्टनमधील केंट या भागात आधीपेक्षा मोठ्या जागेत स्थलांतरीत झाली. ज्या विशेष पाहुण्यांनी त्या जागेला भेट दिलेली आहे ते सांगतात की, त्या जागेत बेझोस यांनी लहानपणापासून जमा केलेल्या 'स्टार ट्रेक'शी संबंधित वस्तू, आजवरच्या अंतराळयानांसाठी वापरल्या गेलेल्या रॉकेट्सचे काही भाग अशा अनेक गोष्टी मांडून ठेवलेल्या आहेत. त्यात रशियन अंतराळवीराने वापरलेला खरोखरीचा स्पेससूटही आहे. २,८०,००० चौरस फुटांच्या या प्रचंड कारखान्यात इंजिनिअर्स स्वयंचलित दोनचाकी, एका छोट्या पाटावर उभे राहून हॅन्डल धरून शरीराचे वजन देऊन दिशा बदलत पळणाऱ्या 'सेगवे' या वाहनावरून फिरत असतात. भव्य इमारतीच्या मध्यभागी ज्यूल्स वर्न या लेखकांच्या कादंबऱ्यांमध्ये वर्णन केलेल्या, व्हिक्टोरियन युगातील, वाफेच्या शक्तीवर उडणाऱ्या अंतराळयानाची प्रतिकृती पाहायला मिळते. या यानाला कॉकपिट आहे, आत पितळेची हॅन्डल्स आहेत, सजावट एकोणिसाव्या शतकातील पद्धतीची आहे. कॉकपिट इतके मोठे आहे की भेट द्यायला येणारे आपण ज्यूल्स वर्नच्या कादंबऱ्यातील धाडसी नायक – कॅप्टन नेमो किंवा फिलियस फॉग – आहोत अशी कल्पना करीत आतील वेलवेटच्या मऊ सीट्सवर बसू शकतात, हॅन्डल्स हाताळू शकतात. बेझोस यांचे एक मित्र डॅनी हिलिस म्हणतात, ''एखाद्या कल्पक मुलाला ते खरोखरच एक मानवनिर्मित यान आहे असेच वाटेल!''

वॉल्ट डिस्ने, हेन्री फोर्ड, स्टीव्ह जॉब्ज यांसारख्या जगातील श्रेष्ठ, अत्यंत कल्पक अशा उद्योजकांप्रमाणेच बेझोसही त्यांनी त्यांच्या लहानपणी आणि तरुणपणी कल्पनेत पाहिलेल्या गोष्टी प्रत्यक्षात आणीत होते. डॅनी हिलिस म्हणतात, ''अंतराळ, अंतराळविहार या बेझोस यांना मिळालेल्या संधी २०००च्या किंवा २०१०च्या दशकातल्याच नाहीत. त्या संधी या मानवजातीला कित्येक शतके पडत राहिलेले आणि पुढील कित्येक शतके नव्यानव्या रूपांत पडत राहणारे स्वप्न आहे, न संपणारी कथा आहे. बेझोस आणि त्यांची 'ब्ल्यू ओरिजिन' ही कंपनी त्या अंतहीन कथेचे भाग आहेत. ज्यूल्स वर्नने वर्णन केलेल्या आणि अपोलो मोहिमेने काही प्रमाणात साध्य केलेल्या उद्दिष्टाच्या मार्गावरील पुढील पावले आहेत.

हे अमर्याद उंचीवरचे ध्येय साध्य करण्याचे वेड जपणाऱ्यावर ज्या गंभीर जबाबदाऱ्या येतात त्याही बेझोस नाकारीत नाहीत, टाळत नाहीत.

ॲमेझॉन आपले अस्तित्व टिकवण्यासाठी झगडत असताना बेझोस यांनी स्वत:ला या नव्या बंधनात अडकवून घेतले. 'ब्ल्यू ओरिजिन' सुरू केली, त्यासाठी नवे कर्मचारी कामावर घेतले. या सर्व जबाबदाऱ्या उत्तम रीतीने पेलण्यासाठी आपला वेळ योग्य पद्धतीने कसा विभागायचा याचे नियोजन केले. त्यांनी कंपनीसाठी एक चिन्ह तयार केले आणि त्यावर लॅटिन सुभाषित लिहिले– 'ग्रॅडटिम फेरोसायटर' – 'एकेक पाऊल, पण पूर्ण शक्तीनिशी आणि निर्धारपूर्वक!' हे वचन ॲमेझॉनचे तत्त्वज्ञानही सामावून घेते. अशक्य वाटणारी ध्येयेही न डगमगता, निश्चयाने प्रगती करीत राहिले तर साध्य होतातच. अडचणी येतात, कधी पिछेहाटही होते; पण ते तात्पुरते असते. जे नकारार्थी विचार करतात त्यांच्याकडे दुर्लक्षच केलेले चांगले.

एका मुलाखातकाराने बेझोस यांना विचारले, ''आपल्याकडे एवढी संपत्ती, वैभव, यश असताना आणखी प्राप्त करावे असे आपल्याला का वाटते?'' ते म्हणाले, ''माझ्या असे लक्षात आले आहे की जे लोक माझ्यावर अवलंबून आहेत ते मला अधिकाधिकासाठी प्रेरीत करतात. आणि दुसऱ्यांचे माझ्यावर अवलंबून राहणे मला आवडते.''

६

गोंधळाचा सिद्धान्त

दुसरे आपल्यावर अवलंबून आहेत ही भावना जेफ बेझोस यांना नेहमीच सुखावह वाटत असे. परंतु २००२ साली डॉटकॉम कंपन्यांना लागलेली अधोगती थांबू लागली आणि ॲमेझॉन फायदाही कमावू लागली, तेव्हा बेझोस यांना असे जाणवले की, ती स्थिती जर टिकवून धरायची असेल तर त्यांनाही कोणावरतरी अवलंबून राहणे गरजेचे आहे. ॲमेझॉन तिच्या बहुतेक टीकाकारांना गप्प करू शकली होती; परंतु कंपनीच्या चार भिंतींत, अंतर्गत कारभारात जो गोंधळ माजला होता त्याला आवर घालणे नितांत गरजेचे होते आणि त्यासाठी त्यांना कोणाच्यातरी मदतीची आवश्यकता होतीच.

धंद्याच्या प्रत्येक महत्त्वाच्या बाबीत ॲमेझॉन मोठी होत चालली होती आणि त्याबरोबरच धंदा गुंतागुंतीचाही होऊ लागला होता. १९९८ सालाच्या शेवटी कंपनीतील कर्मचाऱ्यांची एकूण संख्या २१०० होती आणि २००४ सालाच्या शेवटी ती ९००० वर पोहोचली होती. डॉटकॉम कंपन्या कोसळल्यामुळे झालेल्या नुकसानाच्या गंभीर दुष्परिणामांमधून कंपनीने डोके वर काढल्यानंतर पुन्हा नवनवीन गोष्टींच्या विक्रीकडे मोहरा वळवला होता, विक्रीचे क्षेत्रही वाढवले होते. क्रीडासाहित्य, पोशाख, दागदागिने हे प्रकार विक्रीच्या वस्तूंच्या यादीत आणि चीन व जपान हे नवे देश विक्रीक्षेत्रात समाविष्ट केले होते.

आकार आणि आवाका वाढला तसा पसारा वाढला आणि पसारा वाढला तसा गोंधळ वाढला. लहान मुलाच्या पायाचा आकार जसजसा

वाढतो तसतसे त्याला आधीचे बूट घट्ट होऊ लागतात. ही वेळ प्रत्येक कंपनीच्याही वाट्याला येतेच. पण ॲमेझॉनने एका ढांगेत बऱ्याच पायऱ्या पार केल्यामुळे तिच्यावर आलेली वेळ जरा जास्तच गंभीर होती. एकीकडे कंपनीच्या नेत्याच्या महत्त्वाकांक्षा वाढत होत्या आणि त्यापुढे कंपनीची अंतर्गत रचना, तिचे व्यवस्थापन हे तोकडे पडत होते. कामात सुसूत्रता, समन्वय आणि नियमन राखणे आणि तरीही कामाचा वेग कमी होऊ न देणे ही तारेवरची कसरत झाली होती. बेझोस यांना अनेक धोरणे एकाच वेळी अमलात आणायची होती; पण कंपनीतील एकमेकांवर अवलंबून असलेले विविध विभाग एकमेकांशी जुळवून घेताना फार वेळ वाया घालवीत होते.

कंपनीची अनेक वितरणकेंद्रे होती. तेथे तर गोंधळ कधीच किरकोळ वगैरे नसायचा, अगदी सावळा गोंधळ असायचा. आखून दिलेल्या पद्धती पाळल्या जायच्या नाहीत आणि मग केंद्राचे काम कधीकधी कित्येक तास बंदच पडायचे. वस्तूंचे ढीग खाली जमिनीवर पडलेले असायचे, त्याकडे कोणाचे लक्षही नसायचे. ग्राहकाने मागवलेल्या वस्तू त्याच्यापर्यंत पोहोचवण्याची एक पद्धती आखून दिली होती आणि तीच वापरात होती. परंतु विक्रीच्या वस्तूंच्या यादीत नवनव्या गोष्टी वेगाने समाविष्ट होत होत्या आणि कंपनीची वाढ झपाट्याने होत होती. या दोन्हींचा भार सहन करू शकेल, यासाठी ती पद्धत बदलणे गरजेचे होते आणि ती बदलायची तयारी आधीपासून करणेही गरजेचे होते. ती तयारी केलेली नसतानाच त्या पद्धतीवर भार पडत होता आणि ती वारंवार कोलमडून पडत होती. १९९९ सालच्या शेवटच्या तिमाहीत घरात आणि स्वयंपाकघरात उपयोगी पडणाऱ्या वस्तूंची विक्री सुरू झाली त्या वेळी वितरणकेंद्रांमध्ये चाकू-सुऱ्यांसाठी सुरक्षित पॅकिंगची सोय नीट न केल्यामुळे ते कन्व्हेअर शूट्सवरून जाताना दोन्ही बाजूंना उडून खाली पडायचे. ते दृश्य तेथील कर्मचाऱ्यांच्या अजूनही स्मरणात आहे. जी गोष्ट प्रत्यक्षातल्या कामाच्या पद्धतींची तीच ती कामे नियंत्रित करणाऱ्या सॉफ्टवेअर्सची. सॉफ्टवेअर्स नव्या वस्तू कधीकधी प्रकार ओळखायचीही नाहीत. वितरणकेंद्रात एखादे नवे खेळणे यायचे तेव्हा त्याची नोंद करताना पुस्तकविक्रीला सरावलेले सॉफ्टवेअर ''हे पुस्तक हार्ड कव्हरचे आहे की पेपरबॅक आहे,'' यासारखे प्रश्न विचारायचे.

सुरुवातीच्या काळात असे गोंधळ सावरण्यासाठी ॲमेझॉनमध्ये कर्मचाऱ्यांचे प्रयत्न एकाच दिशेने, काही विशिष्ट धोरणाने, एकच उद्दिष्ट

समोर ठेवून केले जावेत यासाठी 'आपल्याला वेगाने मोठे व्हायचे आहे' किंवा 'व्यवस्थितपणा अंगी बाणवा,' यांसारख्या घोषणा दिल्या जायच्या. त्याचा काही प्रमाणात परिणामही व्हायचा. सर्व जण नाव एकाच दिशेने वल्हवायचा प्रयत्न करायचे. परंतु कंपनीचा आकार इतका वाढला की असे घोषणांचे मार्ग परिणामकारक ठरेनासे झाले.

माणसांच्या पौगंडावस्थेत जी एक अस्थिरता असते ती त्या काळात कंपनीत होती; पण तरीही बेझोस त्यांचा वेग जराही कमी करायला तयार नव्हते. उलट ते इंटरनेटच्या क्षमतेवरील त्यांचा विश्वास आणि ॲमेझॉन 'ग्राहकाला हवे ते काहीही', 'सर्व काही' मिळण्याचे ठिकाण बनवण्याचे त्यांचे भव्य दिव्य स्वप्न पूर्ण होणार याविषयीची खात्री दुपटीने, तिपटीने वाढवीत चालले होते. या वेगवान परिवर्तनाच्या काळात कंपनीतील, विशेषत: वितरण केंद्रांमधील गोंधळ थांबावा आणि सर्व काम योग्य प्रकारे होत राहावे, मार्गक्रमण व्यवस्थित होत राहावे म्हणून त्यांनी एक निराळा, परंपरागत पद्धतीचा नसलेला पदबंध तयार केला आणि त्याच्या केंद्रस्थानी ज्याचा मेंदू त्यांच्यासारखाच चालायचा, ज्याची विचार आणि कार्य या दोन्हींची पद्धत त्यांच्यासारखीच उतावळेपणाकडे झुकणारी होती, पहिले नावही त्यांचेच होते अशा एका व्यक्तीची नेमणूक केली. ती व्यक्ती होती जेफ विल्के नावाचा एक तरुण अधिकारी. त्या वेळी कंपनीच्या पुरवठाखात्याचे व्हाईस प्रेसिडेंट असलेले ब्रुस जोन्स या नव्या बदलाविषयी म्हणाले, "ते दोघे जेफ एकमेकांना पूरक होते. एखादी गोष्ट बेझोस यांना व्हायला हवी असायची आणि ती कशी करायची ते विल्के यांना बरोबर माहीत असायचे. त्यासाठी केला जाणारा चाणक्यनीतीचा वापर फारच मनोरंजक असायचा."

जेफ विल्के यांचे मुख्य काम होते ते त्यांच्या जागी त्यांच्या आधी काम करणाऱ्यांनी करून ठेवलेल्या चुका सुधारणे. वॉलमार्टमधून त्यांच्या आज्ञाधारक, एकनिष्ठ सहकाऱ्यांसकट ॲमेझॉनमध्ये आलेल्या जिमी राईट यांनी नव्वदच्या दशकाच्या शेवटी विणलेले ॲमेझॉनचे देशव्यापी कार्याचे जाळे, आखून दिलेल्या कामाच्या पद्धती फार मोठ्या प्रमाणावर विक्री व वितरण क्षेत्रात जगभरात उत्तम समजल्या जाणाऱ्या दर्जाच्याच होत्या. परंतु बेझोस यांच्या 'काहीही आणि सर्व काही' विकायचे, ग्राहकांपर्यंत तत्परतेने पोहोचवायचे या सीमा नसलेल्या उद्दिष्टाची पूर्तता आणि तीही त्यांना अपेक्षित

असलेल्या वायुवेगाने करायची- यासाठी मात्र ती कार्यपद्धती पुरी पडेनाशी झाली होती. अतिशय खर्चीक, अविश्वसनीय शाबित होऊ लागली होती. वर्षअखेरच्या घाईला तोंड देण्यासाठी सिॲटलच्या स्थानिक कामगारांच्या फौजांची गरज पडू लागली होती. ब्रुस जोन्स म्हणाले, ''सगळा सावळा गोंधळ होता. ती पद्धत वॉल मार्टच्या कार्यपद्धतीची नक्कल होती आणि त्यामुळे वॉल मार्टमधल्यासारख्या एका वेळी एकाच प्रकारचे पाच हजार टॉयलेट रोल्स पाठवण्यासाठी योग्य होती; पण इथे ॲमेझॉनमध्ये सतराशे साठ प्रकारच्या वस्तू; पण त्यातल्या बहुतेक सगळ्या वस्तू हाताच्या बोटावर मोजण्याइतक्याच मागवलेल्या असायच्या. त्यामुळे ती पद्धत अगदीच गैरसोयीची सिद्ध होत होती.''

जेफ विल्के हे पिट्सबर्ग या सिॲटलच्या उपनगरातले, एका वकिलाचे पुत्र. ते बारा वर्षांचे असताना त्यांच्या आईवडिलांनी घटस्फोट घेतला होता. शाळेत सहाव्या इयत्तेत असताना एका प्रांतपातळीवरील गणिताच्या स्पर्धेत त्यांना आश्चर्यकारकरीत्या दुसरे बक्षीस मिळाले आणि त्यामुळे त्यांना त्यांच्यातील गणित या विषयातील प्रावीण्याची जाणीव झाली. ते पंधरा वर्षांचे असताना त्यांच्या आजीआजोबांना भेटायला लास व्हेगास येथे गेले असताना कसिनोमधील व्हिडिओ-पोकर मशिन्सनी त्यांचे लक्ष वेधून घेतले. ते त्याकडे इतके आकर्षित झाले की त्यांनी घरी जाऊन त्यांच्या अगदी पुरातन काळातल्या टायमेक्स सिन्क्लेअर १००० (इंटर्नल मेमरी : २ किलोबाइट्स) या कॉम्प्युटरवर तोच खेळ स्वत: रचला. शाळेमध्ये त्यांना कायमच, शेवटपर्यंत 'ए' ग्रेडच मिळत गेली; परंतु त्यांच्या सल्लागार मार्गदर्शकांनी त्यांना प्रिन्स्टन युनिव्हर्सिटीत प्रवेश न घेण्याचा सल्ला दिला. त्याचे कारण असे होते की, तोवर त्यांच्या कीस्टोन ओक्स हायस्कूलमधल्या कोणालाच आयव्ही लीगमधल्या कोणत्याच कॉलेजमध्ये प्रवेश दिला गेला नव्हता. परंतु विल्के यांनी तेथेच अर्ज केला आणि त्यांना प्रवेश मिळाला.

ते प्रिन्स्टन युनिव्हर्सिटीमधून १९८९ मध्ये, म्हणजे बेझोस यांच्यानंतर तीन वर्षांनी, 'समा कम लॉडे' या अत्युच्च श्रेणीत पदवीपरीक्षा उत्तीर्ण झाले. त्यानंतर त्यांनी मॅसाशुसेट्स इन्स्टिट्यूट ऑफ टेक्नॉलॉजीच्या इंजिनिअरिंग आणि एमबीए अशा दोन पदव्यांचा अभ्यासक्रम पूर्ण करून एमबीए आणि एमएस या पदव्या प्राप्त केल्या. 'लीडर्स ऑफ मॅन्युफॅक्चरिंग' (आता त्याचे

नाव 'लीडर्स फॉर ग्लोबल ऑपरेशन्स' असे आहे.) या नावाने ओळखला जाणारा हा अभ्यासक्रम हा एमआयटीचे बिझनेस स्कूल, इंजिनिअरिंग स्कूल आणि बोइंगसारख्या काही कंपन्या या सर्वांच्या सहभागाने जागतिक पातळीवरील स्पर्धेचा विचार करून तयार केलेला एक नावीन्यपूर्ण अभ्यासक्रम आहे. जेफ विल्के एमआयटीला असताना त्यांच्याच वर्गात असलेले मार्क मास्ट्रेन्ड्रिया, जे पुढे त्यांच्या पाठोपाठ ॲमेझॉनमध्येही आले, त्यांच्या जेफ विल्के या वर्गबंधूविषयी सांगतात, ''तो मला भेटलेला सर्वांत हुशार, तल्लख, चलाख माणूस आहे. त्याच्याकडे कोणत्याही प्रश्नाचे उत्तर इतर कोणाहीपेक्षा आधी तयार असते!''

शिक्षण संपल्यानंतर जेफ विल्के यांनी प्रथम 'ॲन्डर्सन कन्सल्टिंग' या आर्थिक क्षेत्रातील सल्लागार कंपनीत आणि त्या नंतर 'अलाइड सिग्नल' या उत्पादन क्षेत्रातील बड्या कंपनीत, जी नंतर 'हनीवेल' या कंपनीने ताब्यात घेतली, काम केले. त्या दोन कंपन्या एकत्र आल्यानंतर ते त्या संयुक्त कंपनीच्या व्हाईस प्रेसिडेंट या हुद्द्यावर पोहोचले, थेट कंपनीचे सीईओ लॅरी बॉसिडी यांच्या हाताखाली कंपनीच्या वार्षिक २० कोटी डॉलर्सची उलाढाल असलेल्या औषधे तयार करण्याच्या विभागाचे प्रमुख बनले. त्या वेळी अलाईड सिग्नल्सचे प्रमुख कार्यालय न्यू जर्सी येथील मॉरीस टाउनमध्ये होते. त्या वेळी औद्यागिक क्षेत्रात 'सिक्स सिग्मा' या कोणत्याही क्षेत्रातील, ते उत्पादन असो वा व्यवस्थापन असो, सर्व प्रक्रियांमधील दोष दूर करून त्यांची गुणवत्ता व विश्वासार्हता वाढवण्याची तंत्रे व साधने यांचे शिक्षण देणाऱ्या अभ्यासक्रमाचा फार गवगवा होता. विल्के यांनी विषयात स्वत:ला बुडवून घेतले होते.

१९९९ साली जिमी राईट यांनी ॲमेझॉन सोडल्यानंतर त्यांची जागा भरून काढण्याची जबाबदारी त्या वेळचे नवी माणसे शोधण्याचे काम करणारे, जे नंतर मायक्रोसॉफ्टचे मानव संसाधन विभागाचे प्रमुख झाले, स्कॉट पिटास्की यांच्यावर सोपवण्यात आली होती. त्यांनी त्या आधी 'अलाइड सिग्नल'मध्ये जेफ विल्के यांच्या बरोबर काम केलेले होते. त्यांना असे वाटले की ॲमेझॉनला विल्के यांच्यासारखाच माणूस मिळायला हवा जो कंपनीतील प्रत्येक गोष्ट कशी चालते याविषयी सतत प्रश्न विचारण्यात आनंद घेणाऱ्या जेफ बेझोस यांच्यासारख्या नेत्यासमोर पूर्ण तयारीनिशी ठामपणे उभा राहील, त्यांना चोख उत्तर देऊ शकेल, त्यांचे समाधान करू शकेल.

स्कॉट पिटास्की यांनी कामानिमित्त स्वित्झर्लंडला गेलेल्या जेफ विल्के यांना गाठले आणि त्यांना ॲमेझॉनच्या वितरणव्यवस्थेची जबाबदारी घेण्याची गळ घातली. त्यांनी विल्के यांना ही गोष्ट पटवली की त्यांना एक वैशिष्ट्यपूर्ण अशा वितरणव्यवस्थेची बांधणी करून एका उगवत्या आणि उज्ज्वल भविष्याचे संकेत देणाऱ्या उद्योगाला आकार देण्याची, ओळख प्रदान करण्याची संधी प्राप्त होईल, जी अलाइड सिग्नलमध्ये अस्तित्वातच नाही. पिटास्की यांनी पुढची पावले वेगाने उचलली. ॲमेझॉनचे चीफ ऑपरेटिंग ऑफिसर जो गॅली हे त्या वेळी त्यांच्या मुलांना भेटायला ईस्ट कोस्टला गेले होते. पिटास्की यांनी त्यांच्याशी संपर्क साधून त्यांना जेफ विल्के यांना ते स्वित्झर्लंडहून अमेरिकेला परत येताना डलास आंतरराष्ट्रीय विमानतळावरच भेटायला सांगितले.

बत्तीस वर्षे वयाच्या, हसताना दात दिसणाऱ्या, अगदी साधा चश्मा वापरणाऱ्या जेफ विल्केना नुसते पाहिल्यावर ते काही हुशार, तरतरीत, जोशपूर्ण, एक मोठा उद्योग चालवणारे अधिकारी वाटायचे नाहीत. गॅली यांनी त्यांच्याविषयीचे पहिले मत या शब्दांत नोंदवले, ''ते काही स्वतःची मते प्रभावशाली, आकर्षक पद्धतीने मांडणारे आक्रमक वक्ते नव्हते. त्यांचे व्यक्तिमत्त्व समोरच्यावर मोहिनी घालेल असेही नव्हते. परंतु पुरवठा ते वितरण या साखळीविषयीचे त्यांचे ज्ञान सखोल होते, ते त्यात हुशार होते. फक्त प्रत्यक्षात घडणाऱ्या गोष्टींचेच विश्लेषण करायचे, त्या विश्लेषणातील निरीक्षणांवरच अवलंबून राहायचे, बरोबर काय ते नीट समजून घेऊन त्यावरच लक्ष केंद्रित करायचे आणि प्रत्येक गोष्ट योग्य पद्धतीनेच केली जाईल यावर भर द्यायचा हे त्यांचे धोरण होते.'' विमानतळावरील भेटीनंतर दोघांनी एकत्र घेतलेले जेवण आणि नंतर गॅली यांनी न्यू जर्सीला जाऊन जेफ व त्यांची पत्नी लीझल यांची त्यांच्या घरी जाऊन घेतलेली भेट यातून विल्के आणि गॅली यांचे चांगले सूत जमले, मैत्री जुळली. ते दोघेही पिट्सबर्गचे, दोघेही मध्यम कुटुंबातून आलेले. हाडाचे विक्रेते असलेल्या गॅली यांनी विल्के यांच्यातले कठीण आव्हाने पेलण्याचे सामर्थ्य ओळखले. ॲमेझॉनसमोर असलेले 'ग्राहकाची मागणी ते त्या मागणीची पूर्तता,' हा प्रवास वेगाने आणि अचूक पद्धतीने करण्याचे आव्हान विल्के यांना आकर्षित करीत आहे हेही त्यांच्या लक्षात आले. विल्के सिॲटलला आले, जेफ बेझोस आणि जॉय कवी या दोघांना भेटले आणि लवकरच 'व्हाईस प्रेसिडेंट

ॲन्ड जनरल मॅनेजर, वर्ल्डवाइड ऑपरेशन्स' या पदावर रुजू झाले. त्यापूर्वी अलाइड सिग्नलचे सीईओ लॅरी बॉसिडी यांनी विल्के यांची निवृत्ती जाहीर केली आणि त्या त्यांच्या अखेरच्या भेटीत त्यांनी आपल्या कार्यक्षम, गुणी पदाधिकाऱ्याला प्रेमाने, आदराने मिठी मारून निरोप दिला.

विल्के सिॲटलला आले, कामावर रुजू झाले आणि त्यांनी 'लॉजिस्टिक्स शाखे'तील पदांवर विक्री व वितरणक्षेत्रातील अनुभवी, मातबर लोकांची भरती न करता शास्त्रज्ञ संशोधक, इंजिनिअर्स अशांची नेमणूक करण्याची तयारी केली. त्यासाठी त्यांना ठाऊक असलेल्या सर्वांत जास्त गुणवंत अशा दहा लोकांची यादीच त्यांनी लिहून काढली आणि त्या सर्वांना कंपनीमध्ये आणले. त्यामध्ये 'बायर ए जी' या कंपनीतील सप्लाय चेन इंजिनिअर रसेल ॲल्गर यांचा समावेश होता. विल्के आणि ॲल्गर हे दोघे प्रिन्स्टनमध्ये एकत्र होते आणि विल्के यांनी नेहमीच इंजिनिअरिंग विषयातील अवघड प्रश्न सोडवताना ॲल्गरचीच 'कॉपी' केली होती. ॲल्गर आणि त्यांच्या बरोबरचे सहकारी यांनी ॲमेझॉनच्या व्यवहाराची भरपूर, तपशीलवार माहिती एकत्र करून तिचे गणित, संख्याशास्त्र, तर्कशास्त्र यांचा वापर करून विश्लेषण केले आणि मग कोणत्या वस्तूचा कोठे, केव्हा, किती साठा ठेवला पाहिजे; ग्राहकाच्या विविध वस्तूंच्या मागणीपैकी कोणत्या वस्तू एका बॉक्समध्ये पॅक केल्या पाहिजेत, यांसारख्या अनेक प्रश्नांची चोख उत्तरे शोधून काढली. ॲल्गर आणि त्यांची टीम हे कोणतेही तांत्रिक युद्ध जिंकण्याचे एक गुप्त हत्यारच बनली होती. तिचा वापर केला की यश हमखास हे ठरूनच गेले!

ॲमेझॉनचा वितरणातील विशिष्ट असा प्रश्न ॲल्गर यांनी बरोबर ओळखला : कंपनीला ग्राहकांची मागणी पूर्ण करण्याचे कोणत्याही प्रकारचे आगाऊ नियोजन करणे शक्य होत नसे. ग्राहक एक पुस्तक, एक डीव्हीडी, काही उपकरणे अशा अनेक प्रकारच्या वस्तू एकत्रित मागवीत असत. शिवाय त्यांना कधी त्या वस्तू भेट देण्यासारख्या सुशोभित पद्धतीने पॅक केलेल्या हव्या असत, कधी तशी गरज नसे. एका ग्राहकाची मागणी दुसऱ्यासारखी नसे, एकाच ग्राहकाची पुढची मागणी पहिल्यासारखी नसे. विविधता प्रचंड आणि आधी माहीत नसलेली, कोणतेही नियोजन अशक्य करणारी. विल्के म्हणतात, "आम्ही ग्राहक जे जे, जेवढे जेवढे आणि जसे जसे मागवीत तसेच एकत्र करून, पॅक करून त्याला हवे तेव्हा, हवे ते ते, हवे तसे पाठवीत

असू. उत्पादन, जुळणी या गोष्टींमध्ये नियोजन शक्य असते, पण विक्री व वितरण यात ते शक्य होतच नाही.'' याच विचाराने प्रेरीत होऊन विल्के यांनी वितरण केंद्रांचे नव्याने नामकरण केले, ज्यात त्यांचे उद्दिष्ट स्पष्टपणे प्रतीत होत होते. त्या केंद्रांचे मूळ नाव होते 'वेअर हाउस' – 'भांडार', नंतर (जिमी राईट यांनी) ते 'डिस्ट्रिब्युशन सेंटर'– 'वितरण केंद्र' – असे केले. विल्के यांनी त्याला 'फुलफिलमेंट सेंटर' (एफसी) – 'पूर्ती केंद्र' असे नवे, खऱ्या अर्थाने तेथील कामाचे स्वरूप स्पष्ट करणारे, अर्थपूर्ण नाव दिले.

विल्के ॲमेझॉनमध्ये येण्याअगोदर वितरणकेंद्रांचे जनरल मॅनेजर्स रोज सकाळी फोन करून कोणत्या वितरणकेंद्रावर कामाचा किती भार आहे, कोठे काम कमी, कोठे जास्त आहे हे माहीत करून घेऊन एका केंद्राचे काम दुसऱ्या केंद्राकडे देऊन त्या वेळच्या परिस्थिीअनुसार कसाबसा समन्वय साधत असत. परंतु विल्के यांची संगणकाची मदत घेऊन समस्या सोडवण्याची शास्त्रीय पद्धत त्या दिवशीच्या मागण्या, पूर्ण न झालेल्या मागण्या आणि पूर्तीकेंद्रांची क्षमता यांचा व्यवस्थितरीत्या संयोग साधून देऊ लागली. रोजची फोनवरील जुळवाजुळव अनावश्यक ठरू लागली. त्यांनी अलाइड सिग्नलमध्ये आत्मसात केलेले 'सिक्स सिग्मा' हे तंत्र आणि त्याच्या जोडीला 'टोयोटा'ने जगाला दिलेल्या 'लीन मॅन्युफॅक्चरिंग' या संकल्पनांचा उपयोग केला. 'लीन मॅन्युफॅक्चरिंग' हे तत्त्व नानाविध रूपांत केला जाणारा खर्च आणि त्याच्या बदल्यात ग्राहकांना काय आणि किती मिळते या दोन गोष्टींचा मेळ घालायला सांगते. तो घालायच्या पद्धती सांगते. त्याचे पालन होते आहे अथवा नाही हे ओळखण्याचे मार्ग सांगते. त्याचे पालन होत नसेल, ग्राहकाला लाभ न देणारा, अवाजवी खर्च होतो आहे असे एखाद्या कामगाराच्या जरी लक्षात आले तरी त्यालासुद्धा, (कामगारांना या पद्धतीत 'सहकारी' असे म्हटले जाते.) तत्क्षणी एक लाल दोरी खेचून काम थांबवण्याचा अधिकार दिलेला असतो. (या पद्धतीला 'ॲन्डन' असे म्हणतात.)

विल्के यांनी पहिली दोन वर्षे, त्यांच्या टीमच्या मदतीने, अनेक 'मापनदंड' तयार केले होते. त्यांची आकडेमोड कशी करायची ते आणि त्यांच्या स्वीकारार्ह मर्यादा काय आहेत ते– हे दोन्ही त्यांनी त्यांच्यासाठी काम करणाऱ्या जनरल मॅनेजर्सना शिकवले होते. ते जनरल मॅनेजर्स रोजच्या रोज त्या मापनदंडांवर लक्ष ठेवून असत. प्रत्येक 'एफसी'कडे – पूर्तीकेंद्राकडे – रोज किती मागण्या आल्या, किती वितरित झाल्या, त्यांच्या

पॅकिंगसाठी, त्या पाठवण्यासाठी खर्च किती आला- या सगळ्यांची नोंद होत असे. विल्के कंपनीत येण्याआधी कामात होणाऱ्या चुकांसाठी काही जरा 'टारगट' अशी नावे रूढ होती. उदाहरणार्थ, ग्राहकाकडे चुकीची वस्तू पाठवली जाणे याला 'स्विचेरू' असे नाव होते. विल्के यांनी ती नावे बंद करून जरा गंभीर अशी अर्थपूर्ण नावे दिली. मुख्य म्हणजे पूर्तीकेंद्रांच्या कामामध्ये शिस्त आणली. त्याविषयी त्यांनी सांगितले, ''मी कंपनीत आलो तेव्हा कामगारांच्या कामावर येण्याच्या व जाण्याच्या वेळेची नोंद ठेवणारी 'टाइमक्लॉक्स'ही नव्हती. लोक त्यांना वाटेल तेव्हा येत; पण त्या दिवसाचे काम पूर्ण झाले, म्हणजे शेवटच्या ट्रकमध्ये माल भरून झाला की मगच घरी जात. अशा पद्धतीने कामाचे मोजमाप योग्य रीतीने होईल असे मला वाटेना.'' विल्के यांनी बेझोस यांना असे आश्वासन दिले की ते लोकांची उत्पादनक्षमता वाढवून आणि कामातील चुका, दोष कमी करून वार्षिक खर्चात खात्रीलायकरीत्या कपात करून दाखवतील.

दूरदूरच्या पूर्तीकेंद्रांच्या जनरल मॅनेजर्सना शक्य तितक्या वेळा सिॲटलला आणून विल्के यांनी त्यांना कंपनीच्या, कंपनीतील सर्वांच्या अधिक जवळ आणले, आपलेपणा वाढवला, एकमेकांमधील नाती दृढ केली आणि त्याचबरोबर त्यांना सामोरे जायला लागणाऱ्या समस्या, अडचणी, विशेषत: तांत्रिक प्रश्न विल्के यांच्या समोर मांडायला संधी दिली, त्यांची उत्तरे मिळवून दिली. सुट्यांच्या मोसमात, जेव्हा मागण्या प्रमाणाबाहेर वाढत, कामाचे डोंगर उभे राहत तेव्हा, त्या काळात विल्के रोज कामावर येताना टाय, कोट वगळून फक्त फ्लॅनेलचा शर्ट घालून येत. आजही ते त्यांचे वैयक्तिक वैशिष्ट्य मानले जाते. ''मी तुमच्यापैकीच एक आहे,'' हेच त्यांना सर्व कामगारांना दाखवायचे, सांगायचे असते, त्यांच्या मनात ऐक्यभाव निर्माण करायचा असतो. त्या काळात ॲमेझॉनचे फर्नले येथील पूर्तीकेंद्र चालवणारे बर्ट वेग्नर म्हणतात, ''पूर्तीकेंद्राच्या जनरल मॅनेजरचे काम कठीण असते याची विल्के यांना जाणीव होती. तुम्ही अखेरपर्यंत क्लबमध्ये आहात, अशी जाणीव ते तुम्हांला करून द्यायचे.''

काम करून घेण्याचे आणखी एक आयुध विल्के यांच्या जवळ होते – त्यांचा उफाळून येणारा राग. तेही बेझोस यांच्यासारखेच भयंकर संतप्त होत, एरवी सुप्त असलेल्या ज्वालामुखीचा एकदम स्फोट होत असे. २००० सालच्या शेवटच्या तिमाहीतल्या सुटीच्या मोसमातही ॲमेझॉनमधील

सॉफ्टवेअर सिस्टिम्स बाहेर गेलेला माल, केंद्रातील उरलेला साठा यांचे मोजमाप अचूक करू शकत नव्हत्या. विल्के यांचा तो कंपनीतील दुसरा सुट्यांचा मोसम होता. ख्रिसमसच्या भेटींच्या मागण्या पूर्ण करण्याची वार्षिक शर्यत सुरू होती. कंपनीत त्याला 'बिग पुश' म्हणत. त्या काळात विल्के यांनी रोज अमेरिका तसेच युरोपमधील पूर्तीकेंद्रांच्या जनरल मॅनेजर्स बरोबर 'कॉन्फरन्स कॉल्स'ची पद्धत सुरू केली. ते एका वेळी अनेक जनरल मॅनेजर्सशी बोलून त्यांचा एकमेकांशीही संपर्क साधून देऊन काम सुकर करीत असत. त्यांनी जनरल मॅनेजर्सना सांगून ठेवले होते की फोनवर त्यांनी काही गोष्टींचे नेमके आकडे पुरवायचे : किती मागण्यांचा माल बाहेर गेला? किती मागण्या वेळेवर पूर्ण झालेल्या नाहीत, म्हणजेच उशिरा पूर्ण झालेल्या आहेत? किती मागण्या त्यांच्या तारखा उलटून गेल्या तरी अजून पूर्ण करायच्या राहिलेल्या आहेत? त्यांची कारणे काय? विल्के यांनी जनरल मॅनेजर्सना हेही सांगून ठेवले होते की, सुट्यांच्या मोसमाच्या शेवटी त्यांच्या केंद्राच्या बाहेर किती ट्रक्स उभ्या आहेत, त्या प्रत्येक ट्रकमध्ये काय, किती माल आहे, त्यातील किती ट्रक्स पुरवठादारांकडून माल घेऊन आलेल्या आहेत आणि किती ग्राहकांकडे जाणारा माल पोस्ट ऑफिसकडे किंवा यूपीएसकडे घेऊन जाणाऱ्या आहेत याची अचूक आकडेवारी त्यांना सांगता आली पाहिजे.

त्या वर्षी ॲटलांटाच्या दक्षिणेला तीस मैलांवरील प्रामुख्याने औद्योगिक कामगारांची वस्ती असलेल्या मॅकडोना, जॉर्जिया इथले पूर्तीकेंद्र सर्वांत जास्त आणि पुन:पुन्हा त्रास देणारे पूर्तीकेंद्र ठरले होते. १९९९ सालीही याच पूर्तीकेंद्रात जिगली पफच्या बाहुल्यांमुळे संकट कोसळले होते. त्या वर्षीही याच पूर्तीकेंद्रातून मागण्यांचा माल बाहेर जायला वारंवार उशीर होत होता. या पूर्तीकेंद्राचे जनरल मॅनेजर होते वॉलमार्टमधून ॲमेझॉनमध्ये आलेले, आणि पुढे ॲमेझॉन सोडून पुन्हा वॉलमार्टमध्ये गेलेले - जावे लागलेले - बॉब ड्युरॉन. आधीच कसाबसा तोल सावरीत कामाच्या दलदलीतून वाट काढत असलेले बॉब ड्युरॉन जेफ विल्के यांच्याशी कॉन्फरन्स कॉलवर बोलताना दिलेल्या एका उत्तराने त्या दलदलीत कोसळलेच. विल्के यांनी विचारले, ''तुमच्या केंद्राच्या बाहेर ट्रकमध्ये भरण्यासाठी किती बॉक्सेस तयार आहेत?'' ड्युरॉन म्हणाले, ''एक मिनिट हं जेफ... हे बघ, मला बाहेर काय काय आहे ते खिडकीतून दिसतेच आहे.... सांगतो तुम्हांला...''

आणि ते मोजू लागले, जे विल्के यांना ऐकू जात होते, ''...एक, दोन, तीन, चार...''

झाले! शिस्तीचे भोक्ते विल्के भडकले, बाँब फुटला. ते त्या दिवशी मर्सर आयलंड येथील त्यांच्या घरातील ऑफिसमधून बोलत होते. त्यांचा आवाज चढला, टिपेला पोहोचला आणि त्यांनी त्या आवाजात शिव्यांचा वर्षावच सुरू केला. कॉन्फरन्स कॉलवर असलेल्या बाकीच्या जनरल मॅनेजर्सचेही धाबे दणाणले. जसा एकदम वर्षाव सुरू झाला होता तसाच तो एकदम थांबला. फोन थंड. मिनिटभर तशाच स्फोटक शांततेत गेले. काहीच घडेना. बहुधा विल्के फोन तसाच टेबलावर टाकून निघून गेले होते.

अवाक झालेले सगळेच जण काही वेळ तसेच थांबले. शेवटी कॅम्पल्सव्हिल येथील पूर्तीकेंद्राचे जनरल मॅनेजर आर्थर व्हाल्डेझ म्हणाले, ''विल्के यांनी फोन खाऊन टाकलेला दिसतो आहे!''

काय घडले याविषयी अनेक तर्कवितर्क केले गेले. कोणी म्हणाले, ''विल्के यांनी फोनची वायरच ओढून काढून टाकली,'' कोणी म्हणाले, ''त्यांनी फोन फेकून दिला.'' दहा वर्षांनंतर ॲमेझॉनच्या ऑफिसच्या जवळच्या एका साध्या इटालिअन हॉटेलमध्ये जेवण घेत असताना विल्के यांनीच त्या दिवशी शेवटी काय घडले ते सांगितले. ते म्हणाले, ''मी इतका चिडलो होतो की माझ्या तोंडून शब्द फुटेना; पण फोन माझ्या कानालाच तसाच लावलेला राहिला होता.'' ते पुढे म्हणाले, ''आम्ही हर तऱ्हेने, सगळ्या बाजूंनी मॅकडोनाचा कारभार सुधारायचा प्रयत्न करीत होतो. सक्षम, योग्य असे प्रमुख तेथे आणायचा, पुरेसे कर्मचारी भरती करायचाही प्रयत्न करीत होतो.''

त्या वर्षीच्या उन्हाळ्यात ॲमेझॉन फायदा कमवायला लागत असतानाच विल्के यांनी मॅकडोना येथील पूर्तीकेंद्र बंदच करून टाकले, तेथील ४५० पूर्ण वेळ काम करणाऱ्या कर्मचाऱ्यांना काढून टाकले. परंतु या मार्गाने कंपनीपुढील प्रश्न सुटणार नव्हता, उलट एक केंद्र बंद झाल्याने इतर केंद्रांवरचा कामाचा भार वाढणार होता. या काळात, विशेषत: सुट्यांच्या हंगामात सर्वच केंद्रे क्षमतेच्या बाहेर कामे करीत होती आणि विक्री तर दर वर्षाला वीस टक्क्यांनी वाढत होती. त्या परिस्थितीत तो भार, तो गोंधळ मुरलेल्या कार्यपद्धतीचा आणि केलेल्या गुंतवणुकीचाच वापर करून आटोक्यात आणणे भाग होते.

विल्के यांनी आपल्याच हाताने सर्व दोर कापून टाकले होते आणि ॲमेझॉनच्या फौजेला मागे वळणे, माघार घेणे माहीत नव्हते. विल्के उत्तम नेत्याचे गुण दाखवीत होते, स्वत:च्या उदाहरणाने सर्वांना प्रेरीत करीत होते, वेळ आली की असोशीकपणाही रागातून, उतावळेपणातून दाखवीत होते. हे त्यांचे वर्तन, कामाची पद्धत बेझोस यांच्याशी पूर्ण जुळणारीच होती. त्यामुळेच एका वर्षानंतर त्यांना बढती मिळाली, ते 'सिनियर व्हाईस प्रेसिडेंट' झाले हा काही योगायोगाचा भाग नव्हता. बेझोस यांना गोंधळाविरुद्धच्या लढ्यात खांद्याला खांदा भिडवून लढणारा शूर सेनापती गवसला होता.

दरवर्षी ऑफिसच्या बाहेर कुठेतरी कंपनीतील अधिकाऱ्यांची एक सहल जात असे आणि त्यात एक मीटिंगही होत असे. १९९० सालच्या शेवटी शेवटी जी अशीच सहल गेली होती त्या वेळी जी मीटिंग झाली त्यात काही कनिष्ठ अधिकाऱ्यांनी सद्हेतूने उच्चाधिकाऱ्यांसमोर सर्वच मोठ्या कंपन्यांना भेडसावणारा प्रश्न मांडला. एकमेकांपासून दूर अंतरावर असलेल्या कंपनीची ऑफिसेस, वितरणकेंद्रे यांच्यात सुसंवाद साधला जात नाही, सुसूत्रता येत नाही, नियंत्रण कमी पडते. ते केवळ प्रश्न मांडून थांबले नाहीत, त्यांनी त्यासाठी काही तंत्रांच्या वापराचाही प्रस्ताव मांडला. त्यांच्या या सद्हेतुपूर्वक आणि कष्टपूर्वक केलेल्या सादरीकरणावर ते सर्व जण खूश होते, काहीतरी चांगले काम केल्याचे त्यांना समाधान वाटत होते. पण... पण, जेफ बेझोस ना खूश झाले, ना समाधानी. त्यांचा चेहरा लाल झाला, कपाळावरील शीर थडाथडा उडू लागली. ते गरजले, ''तुम्ही काय सांगायचा प्रयत्न करीत आहात ते मला चांगलेच समजते आहे, पण तुम्ही साफ चूक आहात. एकमेकांमध्ये सतत संवादाची, समन्वयाची गरज भासणे ही सदोष कामाची, कामात बिघाड असल्याची खूण आहे. लोक एकत्रितपणे, डोके वापरून कामे करीत नाहीत असा याचा अर्थ आहे. मी तर म्हणतो की आपण कामाची अशी पद्धत वापरली पाहिजे की, एका केंद्राला दुसऱ्या केंद्राशी, एका ऑफिसला दुसऱ्या ऑफिसशी बोलायची वेळच येऊ नये.''

जेफ बेझोस यांची ती त्या दिवशीची प्रतिक्रिया सर्वांच्याच स्मरणात राहिली. डेव्हिड रिशर म्हणाले, ''हे असे क्षण खास जेफचे असतात. संपूर्ण शरीरातील रक्त चेहऱ्याकडे आलेले वाटते, ते 'पेटलेले' असतात,

भावनाप्रधान झालेले असतात. त्यांना जर टेबलावर हात आपटायची सवय असती तर त्या दिवशी त्यांनी टेबलच फोडून टाकले असते!''

त्या दिवशी त्या मीटिंगमध्ये आणि मग नंतरही, अगदी जाहीर भाषणांमध्येसुद्धा, बेझोस विकेंद्रीकरण आणि स्वतंत्र निर्णय घेण्याची क्षमता, तसे निर्णय घेण्याचे अधिकार यांवर कंपनीच्या व्यवस्थापनात भर दिला जाईल असे सांगू लागले. त्या दिशेने प्रयत्न करण्याविषयी ते म्हणाले, ''आमच्याकडचा श्रेणीबंध बदलायला तयार नसतो. मी जे सांगतो तसे लोकांनी मधूनमधून तरी वागावे म्हणून मी प्रयत्न करीत असतो. पण कधीकधी मला वाटते त्यात मी जर यशस्वी झालो तर कंपनी आजच्यासारखी झाली नसती!''

बेझोस यांचा दृष्टिकोन, त्यांची मते जरा विचित्र, असाधारण, प्रवाहाच्या विरोधी अशी होती. ते म्हणत की, कर्मचाऱ्यांमध्ये फार समन्वय वगैरे असला की त्यातून वेळेचा अपव्यय संभवतो, एखादा प्रश्न जे लोक त्या प्रश्नाच्या सर्वांत जवळ असतात तेच सर्वांत चांगल्या पद्धतीने सोडवू शकतात. हे त्यांचे 'हटके' सिद्धान्तच पुढील दशकातील उच्च तंत्रज्ञानाच्या क्षेत्रातील कंपन्यांमध्ये मोठ्या प्रमाणावर स्वीकारल्या गेलेल्या सर्वसाधारण तत्त्वांशी जवळचे ठरले. ही तत्त्वे अंगीकारलेल्या गुगल, ॲमेझॉन आणि पुढे 'फेसबुक' या कंपन्या काही प्रमाणात लवचीक आणि अतिशय वेगवान अशा सॉफ्टवेअर्सच्या विकासप्रक्रियेमधून ती तत्त्वे शिकल्या. उच्च तंत्रज्ञानाच्या विकासावर लक्षणीय प्रभाव पाडणारे एक पुस्तक आहे, 'द मिथिकल मॅन-मंथ'. ते आयबीएम कंपनीतील मातब्बर तंत्रज्ञ आणि कॉम्प्युटर सायन्सचे प्राध्यापक फ्रेडरिक ब्रुक्स यांनी लिहिले आहे. त्यामध्ये त्यांनी असे प्रतिपादन केले आहे की गुंतागुंतीची सॉफ्टवेअर्स विकसित करण्याच्या कामात जर तंत्रज्ञांची संख्या वाढवली तर प्रगती वेगाने होत नाही. त्याचे एक कारण हेही असते की, माणसांच्या वाढत्या संख्येच्या प्रमाणात त्या कामासाठी खर्च केला जाणारा पैसा आणि वेळही वाढतो.

बेझोस आणि त्यांच्यासारखे नव्या कंपन्यांची संकल्पना रचणारे व त्यांची स्थापना करणारे इतर लोक त्यांच्या आधीच्या तंत्रज्ञानाच्या गाढ्या पंडितांकडूनच धडे घेत होते. मायक्रोसॉफ्ट या कंपनीने मध्ये अनेक स्तर असलेला 'टॉप टु डाउन' हा व्यवस्थापनाचा मार्ग स्वीकारला आणि त्याचा परिणाम असा झाला की निर्णय घेण्यास विलंब होऊ लागला आणि नवनिर्मितीची ऊर्मी

गुदमरू लागली. लेक वॉशिंग्टनच्या पलीकडच्या या सॉफ्टवेअर क्षेत्रातील अग्रगण्य कंपनीतील लोकांची अशी दु:खद आणि दबलेली अवस्था पाहून ॲमेझॉनमधील अधिकाऱ्यांना धोक्याचा इशाराच मिळाला.

बेझोस यांनी अधिकाऱ्यांच्या मधल्या फळ्या टाळल्या त्याला हा इशारा हे एक कारण होतेच, शिवाय खर्च कमी करण्याचाही दबाव होता. दोन्ही कारणांमुळे त्यांना ते करावेच लागले. २००० साली दोनदा स्टॉक मार्केट गडगडले त्या वेळी ॲमेझॉनमध्येही दोनदा कर्मचाऱ्यांना घरी बसवावे लागले. पण तरीही बेझोस नवी भरती पूर्ण थांबवण्यास राजी नव्हते. त्यांना अधिकाधिक कार्यक्षम असणारी माणसे हवी होती. त्यांना कशा प्रकारची माणसे हवी होती ते त्यांनी साध्या शब्दांत, एका वाक्यात मांडले आहे : ''त्यांनी कंपनीच्या कारभारात सुधारणा आणली पाहिजे.'' त्यांना हाताने, डोक्याने प्रत्यक्ष कामे करणारे – इंजिनिअर्स, डेव्हलपर्स, वस्तूंची खरेदी करणारे असे – लोक हवे होते, नुसते 'मॅनेजर्स' नको होते. नील रोझमन म्हणतात, ''आम्हांला मायक्रोसॉफ्टसारखी प्रोग्रॅम मॅनेजर्सची भली मोठी, चाकोरीतून चालणारी पलटण नकोच होती. आम्हांला काटकसरीने; पण फायदेशीर अशी कामे करण्याची भरपूर क्षमता असणाऱ्या स्वतंत्र अशा छोट्या छोट्या टीम्स हव्या होत्या. पण आम्हांला तशा टीम्सचे बाहेरून व्यवस्थापन करायचे नव्हते. त्या आम्हांला स्वयंशासित, स्वयंचलित हव्या होत्या.''

या व्यवस्थापनाच्या पद्धतींच्या पार मुळाशी जाऊन त्यातील गाभा समजावून घेण्याच्या 'वेडा'पायी बेझोस कोणकोणत्या पद्धतींच्या चाचण्या घेण्याचा धोका पत्करतील हे कोणालाच आधी माहीत नसायचे. आणि ते बऱ्याच वेळा घडायचे. त्यांची एक सवय होती. सुट्यांच्या दिवसातील गडबड संपली की ते काही वेळ स्वत:साठी – वाचन आणि मनन करण्यासाठी – राखून ठेवत. (मायक्रोसॉफ्टचे बिल गेट्सही असाच 'वार्षिक आत्मपरीक्षण सप्ताह' पाळत असत हे लक्षात घेण्यासारखे आहे.) २००२ सालाच्या प्रारंभी तशा 'एकांता'नंतर काही आठवड्यांनी त्यांनी त्यांच्या वॉशिंग्टनमधील मेडिना या निवासी भागातील त्यांच्या बंगल्यात ॲमेझॉनच्या 'एस टीम'समोर एक नवी भव्य कल्पना सादर केली.

ते म्हणाले, ''कंपनीची पुनर्रचना करून 'टू–पिझ्झा टीम्स' तयार करण्यात येतील. प्रत्येक टीम स्वयंशासित, स्वयंचलित असेल आणि त्यात

दहापेक्षा कमी लोक असतील. म्हणजे टीम जर काम संपवायला कधी उशिरापर्यंत थांबली तर त्यांना खायला दोन पिझ्झा पाइज पुरतील. म्हणून टीमला नाव दिले आहे 'टू-पिझ्झा टीम'. आपल्या कंपनीसमोर जो सर्वांत मोठा प्रश्न आहे त्याचे उत्तर शोधायला या सर्व टीम्सना पूर्ण स्वातंत्र्य दिले जाईल. त्या प्रयत्नांत ज्या काही गोष्टींची गरज पडेल त्या मिळवताना या टीम्स कदाचित आपापसांत स्पर्धाही करतील, कधी दोन्ही टीम्स एकाच दिशेने प्रयत्न करीत असतील, त्यामुळे द्विरुक्तीही होईल. अशा वेळी डार्विनच्या सिद्धान्ताप्रमाणे 'जो बलिष्ठ तो टिकेल'. बेझोस यांची अशी अपेक्षा होती की कंपनीतील अंतर्गत बोलाचाल, सतत संवाद, माहितीची देवाणघेवाण, या गोष्टींवरील अधीनता कमी केली की तशा बंधनांमधून मोकळ्या सोडलेल्या या टीम्स वेगाने कामे करू शकतील आणि ग्राहकाला जे हवे ते नेमके आणि त्याला हवे तिथे, हवे तेव्हा त्याच्यापर्यंत पोहोचू लागेल.

बेझोस यांच्या कल्पनेत काही डोके खाजवायला लावणाऱ्या गोष्टी होत्या. प्रत्येक टीमला त्यांच्या परिणामकारकतेचे मापन करणारे समीकरण, एक मापदंड सादर करावयाचा होता. उदाहरणार्थ, एक टीम आहे जिला ग्राहकांना माहिती देणाऱ्या, त्यांना आकर्षित करणाऱ्या जाहिरातींच्या ई-मेल्स पाठवण्याचे काम दिलेले आहे. तर त्या टीमची परिणामकारकता 'त्या ई-मेल्स उघडून वाचल्या जाण्याचा वेळ गुणिले त्या ई-मेल्समुळे मिळणाऱ्या मागणीतील वस्तूंची संख्या वा त्यांची एकूण किंमत यावरून मोजता येईल. पूर्तीकेंद्रासाठी सॉफ्टवेअर्स लिहिणाऱ्या टीमची परिणामकारकता वस्तू ग्राहकाकडे पाठवण्याचा खर्च किती कमी होतो, ग्राहकाची मागणी केंद्राकडे येणे आणि ती मागणी पूर्तीकेंद्रातून बाहेर जाणे यामधील वेळ कमी किती कमी होतो यावरून ठरेल. प्रत्येक टीम जो मापदंड ठरवेल त्याला दस्तुरखुद्द बेझोस यांचीच मंजुरी आवश्यक असणार होती. ते स्वत: त्या मापदंडांवर लक्ष ठेवणार होते. त्या निरीक्षणातून ते टीमला प्रगतीसाठी मार्गदर्शन करणार होते.

कंपनीचे कामकाज आणि तिच्या व्यवस्थापनासाठी उभारलेली यंत्रणा यातील गुंतागुंत बेझोस यांना पूर्ण माहीत होती. म्हणूनच त्या वेळी कंपनीत जो गोंधळ माजला होता तो थांबवायला त्यांनी 'गोंधळाचा सिद्धान्त' मांडून त्यावर लहान लहान, स्वायत्त अशा टीम्स तयार करण्याचा उपाय करण्याचे ठरवले होते. त्याने अपेक्षित बदल होईल, गोंधळ शमेल, इतकेच नव्हे तर काही आश्चर्यजनक परिणाम दिसून येतील अशी त्यांना आशा होती. त्यांनी

समोर उद्दिष्ट तरी फार उच्च ठेवले होते; पण परिणाम काहीसा निराशाजनक होता. त्यांची 'टू-पिझ्झा टीम'ची कल्पना प्रथम रिक डॅलझेल ज्या इंजिनिअरिंग विभागाचे प्रमुख होते, तेथे सर्वप्रथम लागू केली गेली आणि त्यानंतर पुढील काही वर्षांच्या कालावधीत ती फारशा सातत्याने नाही, तरीही, बाकीच्या विभागांमध्येही राबवण्यात आली. फक्त कायदेविभाग आणि अर्थविभाग या दोन विभागांमध्ये ती कल्पना लागू करण्याचे काही कारणच नव्हते.

बेझोस यांनी टीम्सना जे परिणामकारकतेचा मापदंड ठरवून त्यानुसार टीमच्या कामाचे मूल्यमापन करायला सांगितले होते, ते मानवी स्वभावातील काही नैसर्गिक गोष्टींशी जुळणारे नव्हते. जेव्हा तुमचे मूल्यमापन अखेरीस अंतिम परिणामावरच केले जाणार असते तेव्हा असे एखादा मापदंड वापरून ते करत राहणे ही कोणालाही न पटणारी गोष्ट ठरते. त्यातून ते मापदंडही टीमलाच ठरवायला सांगणे म्हणजे मृत्युदंड ठोठावलेल्या गुन्हेगाराला मरण कसे हवे ते निवडायला सांगण्यासारखे ठरते. टीम्सनी ते मापदंड ठरवायलाच प्रचंड वेळ घेतला, ज्यांनी ते ठरवले त्यांनी ते अतिशय क्लिष्ट करून ठेवले आणि अव्यवहार्यही. किम रॅकमिलर म्हणाल्या, ''खरे तर 'टू-पिझ्झा टीम' म्हणजे काही स्वातंत्र्य, स्वायत्तता वगैरे काही नव्हते. उलट ती एक कटकट होती, उपद्रव होता. काम व्हायला त्याची काहीही मदत होणार नव्हती.''

जेफ विल्के ॲमेझॉनमध्ये येऊन वर्ष होऊन गेले होते तेव्हा त्यांनी एमआयटीमध्ये मॅनेजमेंट सायन्स या विषयाचे प्राध्यापक असलेल्या स्टीफन ग्रेव्ह्ज यांना मदत करायला, मार्गदर्शन करायला पाचारण केले. ऑनलाइन विक्रीच्या क्षेत्रात ॲमेझॉनने तिच्या विस्तृत अशा वितरणकेंद्रांच्या जाळ्यांच्या माध्यमातून धंद्याची जी उंची गाठली होती, तिची बरोबरी करणारे कोणीच नव्हते. परंतु कंपनीची कार्यक्षमता मात्र त्या उंचीवर पोहोचत नव्हती. जगभरातील सात वितरणकेंद्रे चालविण्याचा खर्च प्रचंड होता, त्यांच्या कामामध्ये मुळीच सातत्य नव्हते. बेझोस यांना ॲमेझॉनच्या वेबसाइटवर ग्राहकाला त्याने मागणी नोंदवलेल्या वस्तू कोणत्या दिवशी, कोणत्या वेळेला मिळणार हे अगदी निश्चित स्वरूपात कळायला हवे होते. उदाहरणार्थ, एखाद्या कॉलेजमधल्या विद्यार्थ्याने जर त्याला त्याच्या अंतिम परीक्षेसाठी लागणारे एक अत्यंत महत्त्वाचे पुस्तक जर मागवले असेल

तर त्याला परीक्षेच्या आधी – पुढच्या सोमवारच्या आत – मिळेल हे खात्रीलायकरीत्या समजायलाच हवे होते. पण वितरणकेंद्रे आवश्यक तेवढ्या निश्चितपणे ती खात्री देऊ शकत नव्हती, अशा वेळी पुस्तक विशिष्ट मुदतीत पोहोचवू शकत नव्हती.

विल्के यांनी ग्रेव्ह्ज यांना ''ते विल्के व त्यांच्या सहकाऱ्यांना एका महिन्यानंतर भेटून त्यांच्या प्रश्नांचा, अडचणींचा आढावा घेऊ शकतील का,'' असे विचारले. त्या वेळी बेझोस आणि विल्के दोघेही स्वत:लाच एक पायाभूत प्रश्न विचारीत होते, ज्याचे आज कमालीचे आश्चर्य वाटते. तो प्रश्न होता : ''ॲमेझॉनने वस्तू साठवण्याची आणि त्यांच्या वितरणाची जबाबदारी घ्यावीच का?'' त्याला पर्याय होता तो ॲमेझॉनची स्पर्धक कंपनी 'बायडॉटकॉम' जी पद्धत वापरते तिचा. ती कंपनी ॲमेझॉनसारखीच ऑनलाइनच ग्राहकांच्या मागण्या नोंदवून घेते, परंतु वस्तू ग्राहकापर्यंत पोहोचवण्याचे काम काही बाबतीत त्या वस्तूंच्या उत्पादकांवर तर काही बाबतीत 'इन्ग्राम'सारख्या फक्त वितरणाचे काम करणाऱ्या कंपनीवर सोपवते.

'सेंट पॅट्रिक्स डे'चा शुभ मुहूर्त. ॲमेझॉनमधील सर्व हुशार डोकी नेवाडातील फर्नले येथील वितरणकेंद्राच्या अनाकर्षक मीटिंग रूममध्ये जमली. ॲमेझॉनने ताब्यात घेतलेल्या 'अलेक्सा इंटरनेट' या 'डेटा मायनिंग' करणाऱ्या कंपनीचे – म्हणजे जमलेल्या माहितीचे विश्लेषण करून, निष्कर्ष काढून उपयुक्त अशा योजना आखणे हे काम करणाऱ्या कंपनीचे – संस्थापक आणि अतिशय बुद्धिमान कॉम्प्युटर इंजिनिअर ब्रुस्टर केल यांना बरोबर घेऊन जेफ बेझोस त्यांनी नवीन खरेदी केलेल्या डसूल फाल्कन ९०० एक्स या विमानाने दोन तास प्रवास करून सिॲटलहून तेथे आले होते. विल्के यांनी आमंत्रित केलेले स्टीफन ग्रेव्ह्ज मॅसच्युसेट्सहून रेनोपर्यंत विमानाने आणि तेथून तीन तास वाळवंटातून गाडीचा प्रवास करून फर्नलेला पोहोचले होते. फर्नले येथील केंद्राचे सिनियर मॅनेजर बर्ट वेग्नर आणि ॲमेझॉनमधील काही हुशार इंजिनिअर्सही उपस्थित होते. प्रथम सर्वांनी मिळून फर्नले वितरणकेंद्र हिंडून पाहिले. नंतर मीटिंगच्या सुरुवातीला ॲमेझॉनबरोबर अगदी सुरुवातीपासून काम करणाऱ्या कंत्राटदाराने एक सादरीकरण केले. तो कंपनीला विकू शकत असलेली वितरणक्षेत्रातील काही साधनसामग्री, काही नवी सॉफ्टवेअर्स आणि त्यामुळे कंपनीला मिळणाऱ्या फायद्याबद्दल त्याने माहिती दिली. त्यात काहीच नवे नव्हते, जे त्या वेळी ॲमेझॉनमध्ये

समाधानकारकरीत्या चालत नव्हते तेच तो नव्याने सांगत होता. त्याला मिळालेल्या नकारात्मक प्रतिसादामुळे अचंबित झालेल्या त्या कंत्राटदाराला निरोप देऊन सर्व जण कामाला लागले. विल्के यांनी नवे नाव दिलेल्या 'पूर्तीकेंद्रां'मधील प्रत्येक गोष्टीत काय आणि कशी सुधारणा करता येईल या प्रश्नावर चर्चा सुरू झाली. पांढऱ्या फळ्यांचा, काळ्या पेन्सचा उपयोग सुरू झाला. केंद्राच्या इमारतीतच असलेल्या व्हेंडिंग मशिन्समधून त्यांनी मॅकडोनाल्ड्सचे बर्गर्स, रॅप्स आणि काही इतर खाद्यपदार्थ मागवून जेवण उरकले. दुपारभर चर्चा सुरूच होती.

जे प्रश्न विचारले गेले, चर्चिले गेले त्यांना वेग्नरच्या दृष्टीने वैयक्तिक महत्त्व होते. ते म्हणाले, ''आम्हांला या गोष्टीवर निर्णय घ्यायचा होता की वितरण ही गोष्ट एखादी वस्तू आहे का जी खरीदता-विकता येते, दुसऱ्याकडून स्वीकारता येते, दुसऱ्यावर सोपवताही येते की ती अनेक साधने, कौशल्ये यांचा सुसंवादी असा संयोग आवश्यक असलेली, उद्योगासाठी अतिशय महत्त्वाची अशी वैशिष्ट्यपूर्ण क्षमता आहे? ती जर खरेदी-विक्री करण्यासारखी गोष्ट असेल तर मग त्यात अनेक प्रकारे एवढी गुंतवणूक का करायची? शिवाय कंपनी मोठी झाली, तिची वाढ झाली तरीही वितरण कंपनीने स्वत:च करावे की, कोणा कंत्राटदारावर सोपवावे हाही निर्णय घ्यायला हवा होता.'' ॲमेझॉनने जर वितरण बाहेरच्या कंत्राटदाराकडे सोपवायचा निर्णय घेतला तर वेग्नरची नोकरी जाण्याची शक्यता होती. ते म्हणाले, ''माझ्या डोळ्यांसमोर माझेच भविष्य दिसू लागले!''

जो उत्पादनशास्त्राच्या तांत्रिक भाषेत 'बॅचेस'चा प्रश्न म्हणून धरला जातो तोच प्रश्न ॲमेझॉनसमोरील समस्येचे मूळ आहे असा निष्कर्ष निघाला. कंपनीच्या पूर्तीकेंद्रांचा आराखडा, त्याची रचना जिमी राईट यांनी केली होती आणि तेथील साधनसामग्री, सोयीसुविधा याही त्यांनीच निवडलेल्या, बसवलेल्या होत्या. ते सर्व करताना राईट यांच्या डोळ्यांसमोर वॉलमार्टची वितरणकेंद्रे होती, जेथे एकाच प्रकारच्या वस्तूंच्या मोठमोठ्या 'बॅचेस' आत येत आणि बाहेर जात. शिवाय ती केंद्रे 'लाटे'च्या तत्त्वावर चालायची. म्हणजे कमीतकमी क्षमतेपासून जास्तीतजास्त क्षमतेपर्यंत आणि पुन्हा परत कमीतकमी क्षमतेपर्यंत. केंद्रातील एकेक भाग एकेका कर्मचाऱ्याच्या, ज्यांना 'पिकर्स' म्हटले जायचे, ताब्यात दिलेला असे. त्यात एकेका वस्तूचे ढीग ठेवलेले असत. 'लाटे'च्या सुरुवातीला प्रत्येक पिकर त्याच्या त्याच्या

अखत्यारीतील भागातील ग्राहकाला हव्या असलेल्या वस्तूंच्या ढिगांमधून आवश्यक तेवढ्या वस्तू काढून घ्यायचे. ॲमेझॉनने दिव्यांची रचना केली होती. एका ग्राहकाची मागणी म्हणजे एक 'लाट'. त्यासाठी ज्या वस्तू आवश्यक असतील त्या वस्तू ठेवलेल्या शेल्व्ह्जचे, शेल्व्ह्जच्या रांगेचे दिवे लागायचे. मग त्या त्या वस्तू पिकर्स एकेका पिशवीत ठेवायचे. त्या लाटेतील पिशव्या 'कार्ट'मध्ये – छोटी चाके असलेल्या मोठ्या पिशवीत किंवा गाडीत – ठेवायचे आणि मग त्या कन्व्हेअर बेल्टवर जायच्या. ते बेल्ट्स त्या 'सॉर्टिंग मशिन्स'मध्ये घेऊन जायचे, तेथे एकेका ग्राहकाची मागणी एकत्र केली जायची आणि मग पुढे पॅकिंगसाठी पाठवली जायची. पॅकिंग झाले की बॉक्सेस बाहेर पाठवल्या जायच्या.

सॉफ्टवेअर असे होते की प्रत्येक पिकरला स्वतंत्रपणे वस्तू शेल्व्ह्जवरून काढण्याचे काम करायला लागायचे. मग एखादा पिकर कामाला जास्त वेळ घ्यायचा, दुसरा वेगाने काम करायचा आणि मग त्यामुळे गोंधळ व्हायचा. उदाहरणार्थ, ९९ पिकर्सनी पंचेचाळीस मिनिटांत त्यांची त्यांची 'बॅच' पूर्ण केली, पण जर शंभराव्या पिकरला बॅच पूर्ण करायला एक तास लागला तर त्या ९९ पिकर्सना पंधरा मिनिटे स्वस्थ, वाट पाहत थांबायला लागायचे. जेव्हा शेवटचा पिकर त्याची पिशवी बेल्टवर ठेवेल आणि बेल्ट पूर्णपणे पुढे सरकेल तेव्हाच सॉफ्टवेअर नवी मागणी घ्यायचे. एक बॅच पूर्ण झाली की केंद्रात एक मोठा आवाज घुमायचा आणि सर्वांना पुढच्या बॅचसाठी सॉफ्टवेअर तयार असल्याचे समजायचे. दुसरी 'लाट' सुरू व्हायची.

अशा रीतीने पूर्तीकेंद्रातील प्रत्येक गोष्ट हे एक 'प्रकरण' असल्यासारखी घडायची. प्रत्येक सुटीच्या मोसमात वितरणाची क्षमता शिखरावर पोहोचवण्याचा आटापिटा करणाऱ्या कंपनीच्या दृष्टीने ही यंत्रणा ही फार मोठी, गहन समस्या होती. १९८४ साली उत्पादन क्षेत्रातील अडचणी, बंधने याविषयी एलियाहु एम. गोल्डरॅट यांनी लिहिलेले 'द गोल' नावाचे एक अत्यंत प्रभावशाली पुस्तक प्रसिद्ध झाले आहे. विल्के यांना त्या पुस्तकातील तत्त्वे पूर्णपणे पटलेली होती. ते पुस्तक एका मनोरंजक कादंबरीच्या स्वरूपात लिहिलेले आहे आणि त्यात उत्पादकांना त्यांची निर्मिती वा उत्पादनक्षमता वाढवण्याचा उपाय म्हणून त्यांच्या उत्पादन प्रक्रियेचा, कामाचा ओघवता प्रवाह जेथे अरुंद पात्रातून वाहत असेल, ज्याला इंग्लिशमध्ये 'बॉटल नेक' असा चपखल शब्द वापरला जातो त्या जागेवर पात्राची रुंदी वाढवून तो

प्रवाह द्रुतगतीने वाहत राहील किंवा त्याची गती जर कुठे काही कारणाने कमी होत असेल तर त्या ठिकाणावर, त्या कारणावर पूर्ण लक्ष केंद्रित करून ती गती सुधारण्याचा सल्ला दिलेला आहे. अ‍ॅमेझॉनच्या बाबतीत तो 'बॉटल नेक' म्हणजे केंद्रांमधील 'क्रिसप्लँट सॉर्टिंग मशिन्स' हा होता. सर्व वस्तू तेथपर्यंत येऊन पोहोचायच्या, पण त्यातून ग्राहकांच्या मागणीप्रमाणे वस्तू निवडून त्यांच्या 'बॅचेस' तयार करणे ही क्रिया किती वेगाने होते त्यावर सॉर्टर्स त्यांचे काम किती वेगाने, क्षमतेने करू शकतात ते ठरायचे. परिणामी, काही मिनिटांसाठी मशिन्स आपल्या पूर्ण क्षमतेने काम करू शकत होत्या. विल्के यांच्या समूहाने तरंगांसाठी विशेष प्रयत्न केले होते, पण क्रिसप्लँट मशिन्स मात्र अति ताणाखाली दबली जात होती. त्यामुळे तो कचरा साफ करण्यासाठी आणि प्रत्येक गोष्ट रुळावर आणण्यासाठी कित्येक तास लागायचे. अशा रीतीने निर्माण झालेला गोंधळ निस्तरून सर्व काही सुरळीत सुरू करायला कित्येक तास लागायचे.

त्या दिवशीच्या फर्नले केंद्रामधील मीटिंगमध्ये सर्वच अधिकारी आणि इंजिनिअर्स यांनी याच मूळ मुद्द्याला हात घालून वितरणातील या दीर्घ काळ 'चालत आलेल्या' यंत्रणेविषयी, कार्यपद्धतीविषयीच प्रश्न उपस्थित केले. दुपारी जरा उशिराने सर्व जण पुन्हा केंद्राच्या कार्यस्थळी गेले आणि तेथे थांबत, रेंगाळत चाललेल्या कामाचे निरीक्षण करू लागले, ग्राहकांच्या मागण्या कशा अडखळत पुढे सरकतात ते पाहू लागले. त्याविषयी मीटिंगसाठी आमंत्रित केले गेलेले एमआयटीचे प्राध्यापक स्टीफन ग्रेव्ह्ज म्हणाले, ''तोवर मी जेफ बेझोस यांना ओळखत नव्हतो; पण त्या दिवशी आम्ही सर्व जण केंद्रात हिंडताना घडत होते त्याहून निराळे, चांगले काय काय करता येईल याचा विचार करीत होतो, काही नव्या कल्पना मांडत होतो, त्यावर चर्चा करीत होतो. त्या वेळी त्या माणसाला शर्टाच्या बाह्या वर दुमडून, उड्या मारीत कन्व्हेअर बेल्ट्सवरून येताना-जाताना पाहून मी कमालीचा आश्चर्यचकित झालो!''

दिवसअखेर बेझोस, विल्के आणि त्यांचे सहकारी एका निर्णयाप्रत येऊन पोहोचले : बाहेरून आणलेली केंद्रातील यंत्रे, उभारलेली यंत्रणा, वापरातील सॉफ्टवेअर्स हे सर्व जे अंतिम साध्य आहे ते प्राप्त करण्याला अनुकूल होईल असे बनवलेलेच नाही. 'बॅचेस'मधून सुटून मागण्यांचा वाहता आणि वाहायला हवा तसाच प्रवाह वाहायला हवा असेल तर अ‍ॅमेझॉनला

सर्व सॉफ्टवेअर्स नव्याने लिहिली पाहिजेत. वितरणाची जबाबदारी दुसऱ्या कोणावर न देता, त्यातून बाहेर न पडता त्यात सुधारणा घडवून आणण्यासाठी नवा निराळा विचार करून काही गोष्टी नव्या केल्या पहिजेत, काही निराळ्या पद्धतीने केल्या पाहिजेत, त्यासाठी नव्याने गुंतवणूक केली पाहिजे.

वेग्नर म्हणाले, ''त्यानंतर पुढील काही वर्षे आम्ही एकेक करून बाहेरून आणलेल्या माहितीचे आदान-प्रदान करून ती संगणकांना पुरवण्याचे, अनेक संगणक एकमेकांना जोडण्याचे काम करणारी साधने - मोडेम्स - काढून टाकली. ती ज्यांनी पुरवली होती ते आमच्या या कृतीने अवाकच झाले! आम्ही आमच्या प्रश्नांची उत्तरे स्वत: शोधून त्यानुसार कृतीही आमच्या आम्हीच करतो आहोत यावर त्यांचा विश्वासच बसत नव्हता.'' त्या नंतरच्या काळात ॲमेझॉनने सिॲटल आणि लास व्हेगास येथे सहज पॅक करता येण्याजोग्या वस्तूंच्या वितरणासाठी जरा लहान आकाराची आणि इंडियाना पोलिस, फिनिक्स आणि इतर काही ठिकाणी मोठ्या आकाराची व क्षमतेची केंद्रे उभारली तेव्हा तर एक पाऊल पुढे जाऊन जुनी शेल्व्हजवर आणि रांगांवर दिवे लागण्याची पद्धत वापरलीच नाही, क्रिसप्लँट सॉर्टिंग मशिन्सही बसवली नाहीत. स्वयंचलित यंत्रणांचा जास्त वापर टाळला, संगणकांचे दृश्य संकेतही टाळले. कर्मचारी मागणीच्या वस्तूंच्या पिशव्या शेल्व्ह्जमधून भरून घेऊन थेट 'पॅकिंग स्टेशन्स' वर येतील आणि त्यांच्या हालचालीत संगणक काटेकोरपणे सुसूत्रता आणेल अशी व्यवस्था केली. आधीच्या 'लाटा', बॅचेस' या संकल्पना बाजूला ठेवून कर्मचाऱ्यांकडूनच कार्यक्षमतेमध्ये लक्षणीय सुधारणा, वाढ घडवून आणली, चुका जवळजवळ होणारच नाहीत आणि पूर्तीकेंद्राची विश्वासार्हता वाढेल अशा तऱ्हेने कार्यपद्धती बसवली.

ग्राहकांनी मागणी नोंदवल्यापासून वस्तू त्यांच्या हातात पडेपर्यंतचा प्रवास हळूहळू; पण निश्चितपणे सुधारणेच्या दिशेने सुरू ठेवून विल्के यांनी जे यश मिळवले, त्यामुळे ॲमेझॉनचा दूरगामी फायदा झाला. कित्येक वर्षे त्याची फळे चाखता आली. नव्या पद्धतीमुळे ग्राहकाला त्याने मागवलेल्या वस्तू नेमक्या कधी त्याच्या हाती पडणार हे त्याला सांगणे आणि त्याच दिवशी, त्याच वेळेला ते तसे त्याच्या हातात पाडणे कंपनीला सहज शक्य होऊ लागले. आता पुरवठादाराकडून वस्तू मागवण्यापासून साइटवरील मागण्या, त्यांची पूर्तता करून ग्राहकांपर्यंत त्या पोहोचवण्याच्या

प्रक्रियेची सूत्रे ॲमेझॉनने स्वत:कडेच घेतल्यामुळे रसेल ॲल्गर आणि त्यांचे इंजिनिअर्स यांना अमर्याद माहिती गोळा करता येऊ लागली. प्रत्येक मागणीच्या पूर्ततेचा प्रवास निरखता आला आणि त्यांचे परीक्षण, विश्लेषण करून त्यातील सर्वांत चांगली, कार्यक्षम, सर्वांत वेगाने आणि अचूकपणे मागणी पूर्ण करणारी पद्धत निवडता आली. लक्षावधी मागण्यांच्या प्रवासाचा सतत आलेख ठेवून काही निर्णय घेतल्याने ॲमेझॉनला कार्यक्षमता वाढवून खर्च कमी करता आला आणि त्याचा फायदा वस्तूंच्या किमती कमी करून ग्राहकांपर्यंतही पोहोचवता आला. कमी किमतीमुळे ग्राहकांच्या मागण्या वाढल्या, धंदा वाढला आणि पर्यायाने फायदाही! हे आव्हान सर्व गोष्टी उत्तम पद्धतीने करायला लावण्याइतके मोठे होतेच!

जेफ विल्के म्हणतात, ''पूर्तीकेंद्रांच्या चार भिंतींत वस्तूंचे व वितरणप्रक्रियेचे सुसूत्र असे एकत्रीकरण करणे हे अत्यंत कठीण होते हे खरेच, पण ते प्रयत्नपूर्वक झाल्याने निरनिराळ्या स्थितींमधील वस्तूंचा साठा आटोक्यात आला, कंपनीचा वरखर्च - ओव्हरहेड्स - कमी झाला.'' ते म्हणाले, ''फर्नले येथील मीटिंगमध्ये बेझोस पूर्तीकेंद्राची संपूर्ण रचना सादर झाली ती बेझोस नाकारतील अशी काळजी मला मुळीच वाटली नव्हती. सर्व आकडे आमच्या बाजूने कौल देत होते, सर्व आदर्श तत्त्वांचे पालन होत आहे हे स्पष्ट दिसत होते. तोवर मला हे कळून चुकले होते की, या कंपनीत आकड्यांशी सख्य आणि तत्त्वांशी प्रामाणिकपणा असला आणि तुमच्यामध्ये पुरेसा सोशीकपणा आणि चिकाटी असली की तुम्ही फड नक्की जिंकू शकता!''

जेफ बेझोस स्वभावत:च छिद्रान्वेषी होते. ते कोणत्याही पूर्तीकेंद्रांमध्ये किंवा सिॲटलमधील मुख्य ऑफिसमध्ये सहज जरी हिंडत असले तरी त्यांची नजर सर्व आखून दिलेल्या प्रक्रिया, घालून दिलेले वर्तणुकीचे नियम, एकंदरीत कंपनीत पाळले जाणारे शिष्टाचार, कंपनीतील वातावरण यांतील दोष, उणिवा, चुका यांचा वेध घेत सर्वत्र फिरत असत. उदाहरणार्थ, २००३ सालातील कामाच्या एका दिवशी ते एका ॲमेझॉन कॉन्फरन्स रूममध्ये डोकावले आणि थक्कच झाले. तेथील कोपऱ्यातील भिंतीवर नव्याने एक टेलिव्हिजन बसवलेला होता. कर्मचाऱ्यांसमोर जी सादरीकरणे केली जात ती व्हिडिओच्या माध्यमातून करण्यासाठी त्याचा उपयोग केला जाणार होता.

खरे म्हणजे त्यात काही चुकीचे अथवा वादग्रस्त असे काहीच नव्हते, पण तरीही बेझोस यांना काही ते रुचले नाही.

अशा प्रकारे त्यांना माहिति दिल्याखेरीज किंवा त्यांची मंजुरी न घेता, कंपनीत ज्या गोष्टी इथ-तिथे बसवल्या जायच्या त्या त्यांना कंपनीतील माहितीची देवाणघेवाण, विभागांचा आपापसांतील संपर्क यासाठी केलेला तो एक वेंधळा, परिणामशून्य आणि मुख्य म्हणजे खर्चीक प्रयत्न वाटायचा. ''अशा प्रकाराने कशी देवाणघेवाण चांगल्या प्रकारे होऊ शकेल?'' अशी त्यांची तक्रार असायची.

त्या दिवशी तो टेलिव्हिजन बसवलेला पाहताच बेझोस यांनी ॲमेझॉनमधल्या सगळ्याच कॉन्फरन्स रूममध्ये बसवलेले टीव्ही ताबडतोब काढून टाकायला लावले. ॲमेझॉनमध्ये बरीच वर्षे मॅनेजर असलेल्या मॅट विलियम्स यांनी या बाबतीतली एक मजेदार गोष्ट सांगितली, ''बेझोस यांनी टेलिव्हिजन्स काढून टाकले, पण त्यांच्यासाठी भिंतीत ठोकलेल्या ज्या लोखंडी पट्ट्या होत्या त्या मात्र कित्येक वर्षे तशाच ठेवल्या होत्या. त्यातल्या काही तर इतक्या खाली होत्या की त्या कधीकधी उठताना वगैरे लोकांच्या डोक्याला लागायच्या. पूर्वी कोणीही गावावर आक्रमण करण्याआधी विचार करावा म्हणून गावांच्या वेशीवरच्या भिंतींवर राजाने शत्रूंची उडवलेली डोकी लटकवून ठेवली जायची तशा कोणी पुन्हा 'तसला' काही अविचार करू नये याची आठवण करून देण्यासाठी त्यांनी त्या टीव्हीच्या खालच्या पट्ट्या तशाच ठेवलेल्या होत्या.''

हा टेलिव्हिजनचा प्रसंग घडला त्यावरून ॲमेझॉनमध्ये एका नव्या बक्षिसाची योजना सुरू झाली. जो कर्मचारी कंपनीत घडणारी, घडत असलेली एखादी अनावश्यक, निरुपयोगी, नुकसानकारक गोष्ट व्यवस्थापनाच्या नजरेस आणून देईल त्याला बक्षीस देण्यात येऊ लागले. सुरुवातीला ते बक्षीस म्हणून कॉन्फरन्स रूम्समधून काढून टाकलेले टीव्ही सेट्सच दिले गेले. ते देऊन संपले तेव्हा त्या बक्षिसाऐवजी 'डोअर-डेस्क' नावाचे बक्षीस देण्यात येऊ लागले. ते ग्राहकाला पडणारी वस्तूंची किमत कमी करण्याच्या कोणत्याही उपयुक्त सिद्ध झालेल्या कल्पनेसाठी ती सुचवणाऱ्या कर्मचाऱ्याला दिले जाऊ लागले. ते डोअर डेस्कवर ठेवण्याच्या शोभिवंत वस्तूच्या रूपात असायचे. अशा मार्गांनी बेझोस पुन्हा एकदा त्यांची जुनी तत्त्वे, मूल्ये कंपनीत रुजवण्याच्या संधी शोधू लागले होते.

कॉन्फरन्स रुम्समधले टीव्हीज काढून टाकले जात असतानाच बेझोस यांनी आणखी दोन महत्त्वाचे बदल केले. पहिला बदल हा होता की, त्यांच्या स्वतःच्या वेळेचा वापर त्यांना अधिक चांगल्या पद्धतीने करता यावा या उद्देशाने त्यांनी असे जाहीर केले की ते त्यांच्या हाताखालच्या लोकांपैकी कोणालाही एकट्याला भेटणार नाहीत, एका माणसाबरोबर मीटिंग करणार नाहीत. खोलीत दोघेच असले की एखादा प्रश्न सोडवण्यापेक्षा किंवा गंभीर विचारांचे आदानप्रदान होण्यापेक्षा फालतू गोष्टींवर, अंतर्गत अथवा बाहेरील राजकारणावर चर्चा करण्यात वेळ वाया जातो, असे त्यांनी त्या मागचे कारण विशद केले. आजही ते एकटे कोणा एका सहकाऱ्याला अगदी क्वचितच भेटतात.

दुसरा बदलही जरा विचित्र; पण वैशिष्ट्यपूर्ण आणि मोठ्या उद्योगांमध्ये न केला जाणारा होता. तोवर ॲमेझॉनमधील कोणीही मीटिंग्जमध्ये एखादे सादरीकरण करायचे असेल, योजना मांडायची असेल, अहवाल द्यायचा असेल तर मायक्रोसॉफ्टच्या पॉवर पॉइंट आणि एक्सेलच्या स्प्रेडशीट्सचा उपयोग करीत असत. बेझोस यांचे असे मत बनले की या साधनांनी सादरकर्त्यांच्या विचारांमधील कमतरता, शैथिल्य झाकले जाते. बेझोस यांचे डी.ई.शॉ कंपनीतील जुने सहकारी जेफ होल्डन त्या वेळी बेझोस यांच्या एस टीमचे सदस्य झाले होते. त्यांचेही मत असे होते की, पॉवर पॉइंट हे विचारांच्या देवाणघेवाणीचे फार ढोबळ माध्यम आहे. त्यातील 'बुलेट पॉइंट्स'– महत्त्वाचे मुद्दे कमीतकमी शब्दांत समोर ठेवणे – ही पद्धत बरेच तपशील झाकण्याचा, टाळण्याचा उत्तम आडमार्ग आहे. त्या माध्यमात तुम्हांला तुमचे विचार विस्तृतपणे, पूर्णपणे व्यक्त करायला कधीच भाग पाडले जात नाही.

कंपनीतील कोणीही या असल्या 'संगणकीय कुबड्यां'चा वापर करायचा नाही असे फर्मानच बेझोस यांनी काढले. जे सादर करायचे असेल ते स्वच्छ गद्यात लिहून काढायचे, म्हणजे त्यांच्या भाषेत 'वर्णनात्मक सादरीकरण' करायचे असे त्यांनी सांगितले. पॉवर पॉइंटच्या हकालपट्टीच्या विरोधात एस टीमच्या बऱ्याच सदस्यांनी मते प्रदर्शित केली, बेझोस यांच्याशी चर्चा केली, त्यांची मनधरणीही केली. पण बेझोस नमले नाहीत. लोकांनी जास्त आणि खोल विचार केला पाहिजे, ते विचार तर्कशुद्ध पद्धतीने, स्पष्ट शब्दांत मांडले पाहिजेत, लोकांपर्यंत पोहोचवले पाहिजेत या त्यांच्या म्हणण्यापासून ढळले

नाहीत. आपले म्हणणे ठामपणे सांगताना ''मला इथे 'कंट्री क्लब' नको आहे,'' हे त्यांचे आवडते वाक्य ते वापरायचे. ''आपण इथे कठीण काम करायला येतो, आराम करायला येत नाही!'' असेही ते म्हणायचे.

या नव्या नियमांचे पालन करताना बरीच कुरबुर झाली, कुरकुरही झाली. ॲमेझॉनमधील मीटिंग्जची सुरुवात आधीसारखी किंवा इतर सर्व मोठमोठ्या उद्योगांच्या ऑफिसेसमधील मीटिंग्जसारखी, एका कोणाच्यातरी संगणकाजवळ उभे राहून समोरील पडद्यावर केल्या जाणाऱ्या 'पॉवर पॉइंट' सादरीकरणाने होईनाशी झाली. मीटिंगला लोक जमले की त्यांच्या हातात 'वर्णनात्मक सादरीकरणा'ची प्रत दिली जायची, पहिली पंधरा मिनिटे, कधी त्याहूनही जास्त, त्याच्या वाचनात जायची. सुरुवातीला या 'निबंधा'ला पृष्ठमर्यादा न घालण्याची चूक घडली होती. पानांची संख्या हळूहळू वाढतच जाऊ लागली. निबंधाचा प्रबंध होऊ लागला. डिएगो पिएचेंटिनी ज्याला 'कटकट, वैताग' म्हणायचे. त्या 'निबंधां'चे हळूहळू 'प्रबंध' होऊन त्याची पृष्ठसंख्या साठावर जाऊन पोहोचली. तेव्हा मात्र सहा पानांच्या मर्यादेचा कायदा केला गेला.

ही नवी पद्धत सर्वांनाच पसंत पडलेली नव्हती. ''जे हाताने चांगले लिहू शकतात त्यांनाच ती अनुकूल, फायदेशीर आहे, जे हाताने उत्तम, उपयुक्त असे काही करू शकतात, नवे, निराळे काही निर्माण करू शकतात त्यांना नाही,'' असेच कल्पक, कार्यक्षम कर्त्यांचे म्हणणे होते. विशेषतः इंजिनिअर्स फारच नाखूश होते. त्यांना पुन्हा शाळेच्या नववीच्या वर्गात नेऊन इंग्लिशच्या तासाला निबंध लिहायला बसवल्यासारखे वाटू लागले. उत्पादकांशी संपर्क ठेवणाऱ्या विभागाच्या व्हाईस प्रेसिडेंट लीन ब्लेक म्हणाल्या, ''सगळे वर्णनात्मक पद्धतीत बसवणे म्हणजे पूर्ण स्प्रेडशीटमधल्या ओळी आणि रकाने समजावून सांगण्यासारखे होते.'' पण 'ती एक काही काळ टिकणारी अवस्था असावी' असे त्यांना वाटत होते. (पण तसे नव्हते.)

उलट बेझोस यांनी त्या 'निबंध'पद्धतीला आणखी साचेबद्ध केले, 'आपल्या सादरीकरणाचे वर्णन एखाद्या वृत्तपत्रीय प्रसिद्धीपत्रकासारखे असले पाहिजे,' असा फतवा त्यांनी काढला. त्यात त्यांचे काही उद्देश होते – प्रसिद्धीपत्रकात जसा वाचकाचा विचार केलेला असतो, त्यांना काहीतरी जाहीरपणे सांगितलेले असते तसे सादरीकरणात ग्राहकाचा विचार केलेला असला पाहिजे, ग्राहकांना काहीतरी नवे दिलेले असले पाहिजे. सादरकर्त्याने

इकडची तिकडची भर न घालता, सजावटीवर भर न देता ग्राहक केंद्रस्थानी ठेवून मूळ मुद्दा समोर आणला पाहिजे. कोणतीही नवी गोष्ट – नवे उत्पादन, नवा दृष्टिकोन – जगासमोर नेमकी कशी मांडली जाणार आहे, सादर केली जाणार आहे, माननीय ग्राहकाला त्यातून काय मिळणार आहे हे स्पष्ट असल्याखेरीज कोणी त्याविषयीचा निर्णय घेऊ शकत नाही असा बेझोस यांचा ठाम विश्वास होता.

'त्यांची उत्पादने खरेदी करणारा, ती वापरणारा ग्राहक आणि त्याची गरज या दोन्हींची पूर्ण, स्पष्ट अशी समज असणारे,' अशी 'ॲपल'चे सहसंस्थापक स्टीव्ह जॉब्ज यांची ख्याती होती. तशीच ते त्यांचे सहकारी, कर्मचारी यांच्यावर अत्यंत चिडत असत, ओरडत असत याविषयीही होती. ते लिफ्टमध्येसुद्धा लोकांवर भडकत असत. काम कमी करणाऱ्या, नीट न करणाऱ्या अधिकाऱ्यांवर ओरडत असत. मला वाटते, तंत्रज्ञानातील बदलाच्या प्रचंड वेगाशी जुळवून घ्यायला लागणाऱ्या उद्योगांच्या नेत्यांच्या रक्तातच अकार्यक्षमतेविषयीच्या सहनशक्तीचा अभाव असावा. कारण हा चिडचिडा, भडक स्वभाव अशा उद्योजकांमध्ये, त्या क्षेत्रातील कंपन्यांच्या सीईओंमध्ये दुर्मिळ नसतो. बिल गेट्स यांच्या रागाचेही असेच उद्रेक होत असत, त्यांची जागा घेतलेले स्टीव्ह बॉलमर जर चिडले तर खुर्ची उचलून फेकत असत. 'इंटेल'च्या सीईओ पदावर दीर्घ काळ असलेले ॲन्डी ग्रोव्ह तर इतके कडक आणि तापट होते की एका अधिकाऱ्याच्या कामाचे वार्षिक मूल्यमापन चालले असताना त्यांच्या आक्रमकतेच्या दबावाने तो चक्कर येऊन पडला!

ॲमेझॉनचे संस्थापकही याच पंगतीत बसणारे होते. त्यांचे बेपर्वा धाडस, त्यांचे रागाचे झटके, वागण्यातील विक्षिप्तपणा हे 'गुण' नेत्याने, प्रमुखाने सर्वांना बरोबर घेऊन पुढे जावे, सर्वांच्या अनुमतीने निर्णय घ्यावेत, सभ्यतेने, सौजन्याने वागावे या सर्वसंमत आदर्शांना खोटे पाडणारे होते. बाहेर, चारचौघांत, लोकांत असले की बेझोस यांचे दर्शन, वर्तन सर्वांना आकर्षित करणारे असे. ते विनोदही करीत, लोकांना हसवीत. पण तेच एकटे असले, तर समोरच्या अधिकाऱ्याला, कर्मचाऱ्याला 'कच्चे खाऊन टाकायला' कमी करीत नसत.

बेझोस कंपनीतल्या लोकांसमोर जे आततायी वागायचे, त्यांना जे रागाचे झटके यायचे त्यांना ॲमेझॉनमधल्या लोकांनी 'नटर्स'– माथेफिरू –

असे नाव ठेवले होते. त्यांना अपेक्षित असलेला उच्च दर्जा न गाठू शकणारी व्यक्ती, घटना त्यांचा माथेफिरूपणा चेतवीत असे. त्यांनी विचारलेल्या प्रश्नाचे नेमके, अचूक उत्तर नसणे, ते तसे असल्याचे नाटक करणे, कोणत्याही प्रकारची फसवाफसवी करणे, अंतर्गत राजकारणाची चुणूक दाखवणे, एखाद्या प्रसंगी जोरदार लढाई खेळली जात असताना अंगचोरपणा करणे, शारीरिक वा मानसिक दौर्बल्य दाखवणे या किंवा यासारख्या गोष्टी घडल्या की, बेझोस यांच्या कपाळावरील शीर फुगत असे; उडू, थडथडू लागत असे, त्यांचा संयम सुटत असे. अशा वेळी त्यांच्या हातून अतिरेकी उक्ती वा कृती घडण्याची, ते हिंसकही बनण्याची शक्यता असे. वर्षानुवर्षे ते ॲमेझॉनचे अधिकारी, कर्मचारी यांना विविध प्रकारे रागावत, शिव्या घालत आले आहेत. कंपनीत दीर्घ काळ काम केलेल्यांपैकी काहींनी वारंवार ऐकलेल्या त्यांच्या शेरे, मते, शिव्या यांचा संग्रहच केला आहे. त्यापैकी काही मासलेवाईक उदाहरणे :

''हे जर आपण असे करणार असू, तर सॉरी, मला आपण जे करणार आहोत ते मुळीच आवडलेले नाही.''

''सॉरी! डोके का दुखायला लागले? आज मी माझ्या डोकेदुखीवरच्या गोळ्या घेतल्या नाहीत वाटतं!''

''खाली जाऊन मी या कंपनीचा सीईओ आहे असे जे सर्टिफिकेट आहे ते घेऊन येऊन तुम्हांला दाखवू का, म्हणजे तुम्ही मलाच प्रश्न विचारणे, स्पष्टीकरण द्यायला लावणे, आव्हान देणे बंद कराल?''

''ज्याच्याशी तुमचा काडीइतका संबंध दिसत नाही त्याचे श्रेय तुम्ही घ्यायला बघता आहात?''

''तुम्ही आळशी आहात, तुम्हांला हे नीट जमत नाही की तुम्हांला यातले काही येतच नाही?''

''जगभरात सर्वोच्च ठरेल असे काम तुम्ही कराल असा मी तुमच्यावर विश्वास टाकला आणि तुम्ही मला नेहमीसारखे खोटे पाडलेत याचे हे आणखी एक उदाहरण...''

''आता तीच कल्पना जर पुन्हा मांडलीत ना तर मला माझा गळा दाबून टाकावा लागेल.''

''याही प्रश्नाचे उत्तर तुम्हांला माहीत नाही याचे तुम्हांला आश्चर्य वाटते आहे का?''

''का तुम्ही माझे आयुष्य बरबाद करीत आहात?''

(एक प्रस्ताव समोर ठेवल्यावर) ''हं! काय आहे, यात आपल्याला थोडी बुद्धिमत्ता घालावी लागेल!''

(पुरवठादार ते ग्राहक या साखळीला जबाबदार असणाऱ्या टीमने सादर केलेल्या वार्षिक योजनेचे परीक्षण करताना) ''यावरून तुमची टीम पुढच्या सबंध वर्षात काहीच वेधक, आकर्षक करणार नाही असेच दिसते आहे!''

(सादरीकरणाचा 'निबंध' वाचल्यावर) ''हे जे मी आत्ता वाचले ते नक्कीच 'बी' टीमने लिहिलेले आहे. कोणी मला 'ए' टीमने लिहिलेले आणून दाखवेल का? मला 'बी' टीमने लिहिलेले वाचण्यात माझा वेळ वाया घालवायचा नाही.''

अलीकडे अॅमेझॉनमधील काही लोक असे म्हणू लागले आहेत की, स्टीव्ह जॉब्ज, बिल गेट्स, लॅरी एलिसन यांच्यासारखेच जेफ बेझोस हेही इतरांच्या भावना समजून घेण्यात कमी पडत होते, त्यांच्यातही दुसऱ्यांच्या बाबतीतील संवेदनशीलता कमी होती आणि त्यामुळेच तेही कंपनीतील लोकांचे कंपनीच्या प्रगतीतले, यशातले योगदान विचारात न घेता, त्यांना बाकीच्या विकत आणलेल्या साधनसामग्रीसारखेच 'वापरून टाकण्याच्या वस्तू' समजून चालायचे, त्यांना तेवढीच किंमत द्यायचे. त्यामुळेच ते जसे आर्थिक बळ पुरवायचे तसेच, तितक्यात भावनाशून्यतेने मनुष्यबळही लावायचे आणि दुसरा एखादा कंपनीतील अधिकारी जरी वैयक्तिक संबंध, भावना असे काही मध्ये आणण्याचा प्रयत्न करीत असला तरी त्याला डावलून उद्योगधंद्याच्या बाबतीतला कोणताही अगदी अतार्किक निर्णयही घेऊन मोकळे व्हायचे. परंतु ते लोक हेही मान्य करतात की बेझोस कंपनीची कामगिरी अत्युत्तम कशी होईल, ग्राहकाला सर्वोत्तम सेवा कशी पुरवली जाईल याच विचाराला अग्रस्थान द्यायचे, त्याच विचारांनी ते सतत भारलेले असायचे. त्यापुढे मग कोणाचेही वैयक्तिक प्रश्न, अडचणी हे सगळे दुय्यम ठरायचे. किम रॅचमिलर म्हणतात, ''बेझोस हे कोणावर टीका करणाऱ्यातले, कोणाची खरडपट्टी काढणाऱ्यातले, कोणाला दूषण देऊन शिक्षा करणाऱ्यातलेही नव्हते. हां, पण कोणी मूर्खपणा केलेला, तो अनवधनाने, चुकून जरी झाला असला तरीही, त्यांना ते मुळीच सहन व्हायचे नाही.''

बेझोस यांचे असे होते की ते कसेही वागले तरी ते चालून जायचे. कारण बऱ्याच वेळेला ते स्वत:लाच त्यांच्या झोंबऱ्या टीकेचे लक्ष्य करायचे. त्यांची ती स्वत:वरची टीका अधिकारी, कर्मचारी यांना कधी आश्चर्यात पाडायची- तर कधी त्या गोष्टीचे त्यांनाच वाईट वाटायचे. कंपनीत पूर्तीकेंद्रातील 'बॅचेस'चा प्रश्न सोडवला जात असताना, पिकर्सच्या हालचाली जास्तीतजास्त परिणामकारक कशा होतील याचा अभ्यास करण्यासाठी एक पाच सदस्यांची टीम ब्रुस जोन्स या त्या वेळच्या व्हाईस प्रेसिडेंटच्या नेतृत्वाखाली काम करीत होती. टीमने नऊ महिने काम केले आणि एक दिवस बेझोस आणि त्यांची एस टीम यांच्या समोर टीमचा अहवाल सादर करण्यासाठी सगळे एकत्र जमले. ब्रुस जोन्स म्हणाले, ''आम्ही सर्वांनी मिळून एक छान अहवाल व्यवस्थितपणे लिहून काढला होता. बेझोस यांनी आमच्या अहवालाचा कागद हातात घेतला, वाचला आणि मान हलवून म्हणाले की, छे:! तुम्ही लिहिलेले सगळे चुकीचे आहे. आणि कोणी काही बोलायच्या आत ते जागेवरून उठले, पांढऱ्या फळ्याजवळ गेले व त्यावर भराभरा लिहू लागले.''

जोन्स पुढे म्हणाले, ''त्यांना 'कंट्रोल थिअरी', 'ऑपरेटिंग सिस्टिम्स' वगैरेंची काहीही पार्श्वभूमी नव्हती. पूर्तीकेंद्रात काम करण्याचाही काही अनुभव असा नव्हता, त्यांनी स्वत: कधीच तेथे आठवडाभर, महिनाभर असे काम केलेले नव्हते. पण आमचा अहवाल चुकीचा ठरवून त्या दिवशी त्यांनी फळ्यावर जे जे काही लिहिले ते ते अगदी बरोबर होते आणि वस्तुस्थितीला पूर्ण धरून होते. त्यांनी लिहिलेले खोटे ठरवता येणेच खरे म्हणजे आमच्या पचनी पडले असते पण... पण आम्ही ते खोटे सिद्ध करूच शकलो नाही. मग सगळे नेहमीसारखेच घडले! बेझोस यांच्या जवळ अविश्वसनीय अशी बुद्धिमत्ता होती, हुशारी होती. त्यांचा दूरान्वयाने, अल्पसा संबंध आलेल्या गोष्टींच्या बाबतीतही ती तैलबुद्धी अचूक पद्धतीने चालत असे हे एक, आणि दुसरे म्हणजे त्यांना जे वाटेल, पटेल ते कोणाची पर्वा न करता, जराही दयामाया न दाखवता ते स्पष्टपणे, परखड शब्दांत बोलून दाखवीत असत.''

तोवर ॲमेझॉन 'इन्व्हेंटरी'चा हिशेब 'लास्ट इन-फर्स्ट आउट' - एलआयएफओ - या पद्धतीने ठेवीत असे. २००२ साली ती पद्धत सोडून देऊन कंपनीत 'फर्स्ट इन-फर्स्ट आउट' - फिफो - ही पद्धत सुरू करण्यात आली. त्यामुळे ॲमेझॉनला त्यांच्या वस्तू आणि टॉयजरस किंवा टार्गेट

यांच्या, त्यांनी ॲमेझॉनच्या पूर्तीकेंद्रात ठेवायला दिलेल्या वस्तू यात फरक करणे सुलभ झाले.

हा बराच गुंतागुतीचा बदल घडवून आणण्याची मुख्य जबाबदारी ब्रुस जोन्स यांच्या 'सप्लाय चेन' टीमकडेच होती. त्याच वेळी सॉफ्टवेअर्समध्ये 'बग्ज' शिरले होते म्हणजे ती नीट चालत नव्हती आणि त्याचा त्रास कंपनीत सगळ्यांनाच भोगावा लागत होता. उत्पन्नाचा हिशेब बरोबर होत नव्हता.

तिसऱ्या दिवशी जोन्स या पद्धतीतील बदल कोठपर्यंत आला आहे हे एस टीमला सांगत असताना बेझोस त्यांच्यावर उखडले, त्यांच्यावर शाब्दिक हल्लाच चढवला. बऱ्याच वर्षांनंतर त्या प्रसंगाविषयी बोलताना जोन्स यांनी सांगितले, "ते मला चक्क मूर्ख, महामूर्ख म्हणाले. तुमचे संबंध खातेच स्वच्छ करा असे म्हणाले. तो वार फारच अघोरी होता, मी कंपनी सोडायलाच निघालो होतो. त्यांचा एक व्हाईस प्रेसिडेंट अपयशी ठरला होता. मला माहीत होते की एका तासाने ते सगळे विसरून जाणार होते, पुन्हा पहिले बेझोस उरणार होते. अशा रीतीने गोष्टी तेथल्या तेथे कप्प्यात टाकून देण्याची त्यांची वृत्ती, कपाटांची दारे घट्ट लावून टाकायची त्यांची हातोटी मी इतर कोणामध्येच पाहिलेली नाही!"

बेझोस यांचे ते शिव्याशाप झेलून जोन्स त्या 'फिफो'च्या मीटिंगमधून बाहेर पडले. जेफ विल्के यांच्या हाताखालचा एक माणूस हातात फोन धरून त्यांच्या जवळ आला. विल्के त्या वेळी सुटीवर होते, ॲरिझोनामध्ये होते. तोवर मीटिंगमधील धुमश्चक्रीची वार्ता त्यांच्यापर्यंत पोहोचलेली होती. ते ब्रुस यांना म्हणाले, "मी तुम्हांला हे सांगायला फोन केला आहे की मी शंभर टक्के तुमच्या पाठीशी आहे. माझा तुमच्यावर पूर्ण विश्वास आहे. तुम्हांला काही लागले तर मी इथे गोल्फ कोर्सवर आहे, मला फोन करा. मला जे जे शक्य असे ते सर्व मी करीन."

अर्थात विल्के काही नेहमीच बेझोस यांच्या जालीम रेचकावरचा उतारा ठरत नसत. दरवर्षी शेवटच्या तिमाहीत बेझोस आणि विल्के या दोघांच्या पूर्तीकेंद्रांच्या एकत्र भेटीचा कार्यक्रम एका ठरलेल्या दिवशी पार पडत असे. त्याला 'व्हिसल-स्टॉप टूर' असे म्हणत असत. एक पूर्ण आठवडा ते एकेक दिवस एकेका पूर्तीकेंद्राला भेट देत असत. दोघेही बारीक नजरेने चुका लक्षात आणून देत, सुधारणाही सुचवीत. त्या दिवशी घामेजलेल्या तळव्यांनी, धडधडत्या

छातीने पूर्तीकेंद्रांचे जनरल मॅनेजर्स त्यांच्या बरोबर असत. जमेल तशा त्यांच्या अडचणीही त्यांच्यापुढे मांडत, चांगल्या कामांचा आवर्जून उल्लेख करून ती त्यांच्या लक्षात आणून देत. त्या सुटीच्या मोसमात त्यांनी हजारो तात्पुरत्या कर्मचाऱ्यांना कसे व्यवस्थित, कोणताही समरप्रसंग न येऊ देता हाताळले त्याचेही वर्णन करीत. ती जोडगोळी प्रत्येक गोष्टीच्या अगदी तपशिलात शिरत असे आणि सगळे माहीत असल्यासारखे खोचक प्रश्नही विचारीत असे. ते प्रश्न घाबरवणारेही असत; पण त्याबरोबरच अनेक नव्या, मॅनेजर्सना कधीच न सुचलेल्या, साध्या आणि अवघडही- पण कमालीच्या उपयुक्त, परिणामकारक गोष्टी शिकवणाऱ्याही असत. अशा भेटीबद्दल मार्क मास्तान्द्रेया म्हणाले, ''ते दोघे जण अगदी क्रूरपणे बोलतील ही शक्यता नेहमीच असे. त्यांनी काही माहिती विचारली आणि जर ती तुमच्याजवळ अचूक, तपशीलवार, पूर्णपणे नसेल तर प्रामाणिकपणे, नम्रपणे ''मला नीट माहीत नाही, पण मी थोड्या वेळात ती गोळा करून तुम्हांला सांगतो,'' असे म्हणणे आणि मुख्य म्हणजे म्हटल्याप्रमाणे ती माहिती त्यांना कबूल केलेल्या वेळात देणे हेच हितकारक असे. वेळ मारून नेणे, थापा मारणे म्हणजे तुम्ही संपलातच!''

टी.ई.मॉलेन हे बरीच वर्षे ॲमेझॉनमध्ये पुरवठादार ते ग्राहक ही साखळी जोडण्याचे काम करीत होते. त्यांनी पूर्तीकेंद्रे सुरू करून ती चालवण्याचे कामही केले होते. त्यात पेनसिल्व्हिनियामधील चेंबर्सबर्ग येथील पूर्तीकेंद्रही होते. विल्के यांनी जेव्हा त्या पूर्तीकेंद्राला प्रथम भेट दिली तेव्हा मॉलेन यांनीच त्यांना ते दाखवले. त्या भेटीविषयी मॉलेन सांगतात, ''विल्के यांनी सर्वांत आधी अगदी धिम्या गतीने केंद्राच्या इमारतीला आतल्या बाजूने एक पूर्ण चक्कर मारली. बाहेरून येणाऱ्या वस्तू जेथे उतरवून घेतल्या जातात तेथे त्यांना कन्व्हेअर बेल्टवरून नेता न येण्याइतक्या जड असलेल्या वस्तूंचा एक गठ्ठा अस्ताव्यस्त स्थितीत पडलेला दिसला. काही कारणाने वस्तू आत घेणारे जे कर्मचारी होते त्यांना त्या वस्तू त्यांच्या बरोबरच्या कागदपत्रांशी जुळत नाहीत असे लक्षात आले होते आणि म्हणून त्यांनी विशेष लक्ष न देता तो गठ्ठा तसाच तेथे पडू दिला होता.''

इमारतीची फेरी पूर्ण झाली. विल्के यांनी मॉलेन यांना विचारले, ''टीई, तुमच्या लक्षात आले का मी इमारतीला पूर्ण फेरी का मारली ते? सांगा मला...''

''चुका शोधायला...'' मॉलेन म्हणाले.

''मग, तो गट्ठा कर्मचाऱ्यांनी तेथे तसा का टाकला आहे?''

''कारण पद्धतीत काहीतरी चूक आहे, उणीव आहे...''

''बरोबर. मग, तुम्ही त्याची काळजी घेणार आहात, हो ना?''

''होय.''

'व्हिसल-स्टॉप' या नावाने ओळखल्या जाणाऱ्या या भेटी वर्षाच्या शेवटच्या तिमाहीत, सुट्यांची गर्दी, 'ब्लॅक फ्रायडे' आणि 'सायबर मंडे' हे महत्त्वाचे दिवस या सगळ्याच्या थोड्या आधी सुरू व्हायच्या. प्रत्यक्ष सुट्यांची गडबड सुरू व्हायची तोवर विल्के सिॲटलला परतलेले असायचे. तेथून मग रोजचे 'कॉन्फरन्स कॉल्स' सुरू व्हायचे. म्हणजे ते एकेकाशी किंवा एका वेळी अनेकांशी फोनवरून बोलून परिस्थितीचा आढावा घ्यायचे. या अप्रत्यक्ष - फोनच्या माध्यमातून चालणाऱ्या - मीटिंग्जमध्येही चांगल्याच गरम चर्चा व्हायच्या, विल्के यांच्या कनिष्ठ अधिकाऱ्यांची पार दमछाक व्हायची.

सुट्यांच्या दिवसांत लोकांवरचा कामाचा ताण इतका वाढायचा, पराकोटीला पोहोचायचा की विल्के यांनी त्यावर उतारा म्हणून एका मानसिक उपचाराचे पालन करण्याचे ठरवले, 'प्रायमल स्क्रीम' - 'ताणमुक्तीची आरोळी'. जेव्हा कोणी एखादा अधिकारी किंवा त्याची टीम एखादे विशेष चांगले काम करेल, महत्त्वाची कामगिरी बजावेल तेव्हा त्या अधिकाऱ्याने किंवा त्या पूर्ण टीमने एकत्र जमून एका जागी उभे राहायचे, मान व कंबर जरा मागे झुकवायची, डोळे मिटायचे आणि दीर्घ श्वास घेऊन जेवढे शक्य असेल तेवढ्या जोरात ओरडायचे, ताण बाहेर काढून टाकायचा आणि आनंद व्यक्त करायचा. हे विल्के यांच्याशी फोनवर बोलणे सुरू असतानाही करायला विल्के परवानगी देत असत; नव्हे, प्रोत्साहित करीत असत. विल्के म्हणाले, ''खरोखरच त्यामुळे सगळा ताण, दबाव नाहीसा व्हायचा, पण पहिल्या वेळेला तशी आरोळी फोडली, ती फोनवर मी ऐकली तेव्हा मला वाटले माझा फोन बहुतेक फुटणारच!''

बर्ट वॅग्नर म्हणाले, ''सुट्यांची गडबड संपली, शेवटची ट्रक पूर्तीकेंद्राच्या बाहेर पडली की, जे सहसा २३ डिसेंबरला व्हायचे, आम्ही सगळे कोणाहीपेक्षा, जगातल्या सगळ्या लोकांपेक्षा जास्त जोरात, आनंदात, उत्साहात ख्रिसमस साजरा करायचो. कारण त्याआधीचे कितीतरी दिवस आम्ही जीव तोडून काम केलेले असायचे. ख्रिसमस संपला की पुन्हा पुढची तयारी सुरू व्हायची.''

ॲमेझॉन मोठी होत होती, धंदा वाढत होता. त्याचा उपयोग विल्के यांनी २००२ साली विशेषत्वाने करून घेतला. ॲमेझॉन जास्तीतजास्त वस्तू ज्यांच्यामार्फत ग्राहकांपर्यंत पोहोचवीत असे त्या 'यूपीएस'कडे – युनायटेड पार्सल सर्व्हिसकडे – विल्के यांनी वस्तू पाठवण्याच्या दरात सूट देण्याची मागणी केली. त्याच वर्षी त्या दोन कंपन्यांमधील आधीचा करार संपत होता आणि त्याचे नूतनीकरण करायचे होते. त्याच वेळी यूपीएस आणि यूपीएसमधील कामगारांची 'टीमस्टर्स युनियन' यांच्यामध्ये कुरबुर सुरू होती, बेबनाव झाला होता आणि त्यामुळेच कदाचित यूपीएस ॲमेझॉनला खास दर देण्यास उत्सुक नव्हती. फेडेक्स नावाची एक कंपनी हा यूपीएसला पर्याय होता, पण तोवर ॲमेझॉन तिला फारसे काम देत नव्हती. यूपीएसला दुसरा तुल्यबळ पर्याय होता सरकारी पोस्टखाते – यू. एस. पोस्टल सर्व्हिस. पण त्यांना दरांविषयी कोणाशी चर्चा करण्याची सरकारकडूनच परवानगी नव्हती. साध्य सिद्ध करायला ॲमेझॉनच्या भात्यात कुठलाच बाण नव्हता.

या वस्तुस्थितीचे भान ठेवून विल्के यांनी आधीपासूनच मोर्चेबांधणी सुरू केली होती. 'सप्लाय चेन'मधील ब्रुस जोन्स यांना फेडेक्स या कंपनीशी व्यवहार वाढवून ॲमेझॉनचे व त्या कंपनीचे संबंध वाढवायला, जोपासायला सांगितले होते. त्यानुसार जोन्स आणि त्यांच्या विभागातील संबंधित मधूनमधून मेंफिसला जाऊन फेडेक्सच्या मुख्य ऑफिसला भेट देऊन येत होते, त्यांच्या कामाची पद्धत जाणून घेऊन त्यात ॲमेझॉनचे काम चांगल्या प्रकारे व्हावे यासाठी आवश्यक ते बदलही घडवून आणत होते. त्यांच्याकडे दिल्या जाणाऱ्या कामात हळूहळू वाढ करीत होते. त्याचबरोबर ॲमेझॉनने सरकारी पोस्ट खात्याचाही वापर वाढवला होता. ॲमेझॉनचे कर्मचारी कंपनीचा ट्रक भरून पोस्टात जायचे आणि तेथे इतर टपालात त्यांची पॅकेजेसही घालायचे.

यूपीएसबरोबरचा करार १ सप्टेंबरला संपणार होता. त्याच्या आधीच, उन्हाळा सुरू होता होताच विल्के यांनी लुइव्हिल येथे यूपीएसशी बोलणी सुरू केली होती. यूपीएस दर जराही कमी करायला तयार नाहीत हे पाहिल्यावर विल्के यांनी त्यांच्याकडचे काम पूर्णपणे थांबवण्याची धमकीही दिली. यूपीएसला ती धमकी पोकळ वाटते आहे, असे लक्षात आले तेव्हा विल्के यांनी तेथूनच सिॲटलमध्ये जोन्स यांना फोन केला आणि म्हणाले, ''ब्रुस, यूपीएसला काम देणे बंद करा.''

आदेश मिळताच जोन्स यांनी कारवाई सुरू केली. ते स्वत: त्वरित फर्नलेला गेले, तेथील पूर्तीकेंद्रात जातीने हजर राहून त्यांनी पॅकेजेसचा ओघ यूपीएसकडून फेडेक्सकडे वळवला. आदेशाच्या पालनाच्या परिणामांविषयी जोन्स म्हणाले, ''झाले, पुढच्या बारा तासांत यूपीएसकडच्या कामाचा ओघ पार आटून गेला. सर्व केंद्रे मिळून रोज लक्षावधी पॅकेजेस यूपीएसकडे जायची, ती संख्या हाताच्या बोटांवर मोजण्याइतक्या पॅकेजेसवर आली.'' यूपीएसवरील बहिष्कार बहात्तर तास सुरू राहिला. ग्राहकांना कोणतीही तोशीस पडली नाही, बाहेरच्या कोणालाही बदल जाणवला नाही. यूपीएसचे लोक अजूनही याच भ्रमात होते की, हे नाटक फार काळ चालणार नाही, फेडेक्सची क्षमताच संपून जाईल. तसे यूपीएसच्या प्रतिनिधीने जोन्स यांच्या जवळ बोलूनही दाखवले. तसे घडण्याची शक्यता अगदीच नाकारण्यासारखी नव्हती, परंतु ती वेळ आली नाही. यूपीएस नमले, त्यांनी ॲमेझॉनची दरकपातीची मागणी मान्य केली.

''आम्ही त्यांच्याशिवायही तग धरू शकलो असतो, पण ते कमालीचे कठीण तर होतेच, ते चांगलेच त्रासदायकही झाले असते. हे यूपीएसला माहीत होते हे मलाही माहीत होते, मला त्यांना सोडायचे नव्हतेच. मला बस, दर कमी करून हवे होते,'' असे विल्के म्हणाले. त्यांनी योग्य मार्गाचा वापर करून जे हवे होते ते मिळवले. त्यांनी ॲमेझॉनच्या इतिहासातील पहिली फार मोठी दरकपात, पर्यायाने खर्चात जबरदस्त कपात घडवून आणून दाखवली. कंपनीचा उद्योग किती मोठा आहे आणि त्यामुळे कंपनीची ताकद किती वाढलेली आहे याची त्यांनी या उदाहरणाने सर्वांनाच जाणीव करून दिली, त्याचे महत्त्व सर्वांच्या मनावर ठसवले आणि डार्विनच्या 'जो बलिष्ठ तो श्रेष्ठ' हा सिद्धान्त उद्योगाच्या जगातही खरा ठरतो याची प्रचिती आणून दिली.

'ॲमेझॉनकडे ग्राहकाला जे हवे ते – सगळेच – काहीही – मिळेल' या मनात जोपासलेल्या ध्येयाच्या दिशेने जेफ बेझोस यांनी २००३ साली आणखी एक पाऊल टाकले. या वेळी या प्रवासाची धुरा पुस्तके, खेळणी अशा 'सॉफ्ट' वस्तूंखेरीज 'हार्ड' वस्तू म्हणजे यंत्रसामग्री, क्रीडासाहित्य, इलेक्ट्रॉनिक्स उत्पादने खरेदी करणाऱ्या गटांच्या प्रमुखांकडे जाणार होती. त्या वेळी बेझोस यांनी एक वाक्य उच्चारले होते, ''ॲमेझॉन हे 'अनस्टोअर' आहे.''

बेझोस यांनी वस्तूंच्या यादीत भर घालण्यासाठी अलंकारांची, दागिन्यांची निवड केली होती. हा प्रकार फारच मोहात पाडणारा होता. दागिन्यांच्या किमती भरमसाट पण त्यांचे आकार लहान, त्यामुळे ग्राहकांपर्यंत पोहोचवण्याचा खर्चही कमी. या नव्या व्यवसायाची धुरा सांभाळण्यासाठी त्यांनी एरिक ब्रुसार्ड आणि रॅन्डी मिलर यांची निवड केली. नेहमीप्रमाणेच, दोघांनाही अलंकारांची खरेदी व विक्री याचा पूर्वानुभव मुळीच नव्हता.

दागिने ही विक्रीच्या वस्तूंच्या यादीत फारच आकर्षक अशी भर ठरणार होती. पण त्याची विक्री म्हणजे एक आव्हानच होते. ग्राहकांना त्यांचे सौंदर्य साइटवर, संगणकाच्या छोट्याशा पडद्यावर पूर्णपणे, डोळ्यांत भरेल असे दाखवणे फारच कठीण पडत असे. दुसरे, कंपनीतही त्या मौल्यवान अलंकारांची काळजी घेणे, पूर्तीकेंद्रातील कर्मचाऱ्यांनी मोहापोटी ते चोरू नयेत याची खबरदारी घेणे हे तर फारच अवघड काम होते. आणि तिसरी अडचण होती किंमत ठरवणे. दागिने तयार करणाऱ्यांची किंमत ठरवण्याची पद्धत साधी होती. ते भरपूर फायदा कमावीत असत. विक्रेते, दुकानदार ती किंमत काही पटींत वाढवीत असत – कधी दुपटीने (ज्याला 'कीस्टोन प्राइसिंग' म्हणत) तर कधी तिपटीने. (ज्याला 'ट्रिपल कीस्टोन प्राइसिंग' म्हणत.) हे सगळेच त्यांच्या त्यांच्या किमतींना घट्ट धरून बसत. चर्चा नाही, घासाघीस तर नाहीच. हे किमतीचे तंत्र बेझोस यांच्या 'कमीतकमी किंमत' या तत्त्वात मुळीच बसत नव्हते.

काही काळापूर्वीच ॲमेझॉनने कपडे, पोशाख यांच्या विक्रीच्या क्षेत्रात अत्यंत सावधपणे प्रवेश केला होता. त्या वेळी त्यांनी जो मार्ग स्वीकारला होता तोच दागिन्यांच्या बाबतीतही स्वीकारायचा असे जबाबदार अधिकाऱ्यांनी ठरवले. त्यानुसार ते दागिन्यांच्या प्रमुख, यशस्वी आणि अनुभवी विक्रेत्यांना 'ॲमेझॉन मार्केट प्लेस'चे माध्यम उपलब्ध करून देऊ लागले आणि जे दागिने विकले जातील त्यांच्या किमतीत ॲमेझॉन त्या विक्रेत्यांकडून कमिशन घेऊ लागले. काही काळ हे धोरण सुरू ठेवून त्या काळात दागिन्यांच्या विक्रीचा बारकाईने अभ्यास करायचा असा त्यांचा विचार होता. रॅन्डी मिलर म्हणाले, ''ज्या क्षेत्राविषयी आपल्याला पुरेसे ज्ञान नाही, पूर्ण माहिती नाही त्या क्षेत्रातील वस्तूंच्या विक्रीचा प्रारंभ 'मार्केट प्लेस'च्या माध्यमातून करायचा; विक्रेते कशी विक्री करतात, कोणते दागिने किती विकले जातात या सर्व गोष्टींचे निरीक्षण, विश्लेषण करायचे आणि मग त्यात थेट पडायचे. हे आम्ही उत्तम रीतीने केले.''

बेझोस यांनाही हे धोरण पसंत होते, पण ते काही काळच! एक दिवस एस टीम आणि 'हार्ड' वस्तूंचा विक्रीविभाग यांच्या बरोबरच्या मीटिंगमध्ये नव्याने सुरू झालेल्या दागिन्यांच्या विक्रीतील नफ्याविषयी बोलणे सुरू होते. रॅन्डी मिलर यांचा एक सहकारी दागिन्यांच्या उद्योगातील परंपरागत किमतींच्या 'पटीच्या गणिता'च्या पद्धतीबद्दल बोलत होता. ''तुम्ही जो विचार करीत आहात तो बरोबर नाही...'' बेझोस एकदम उद्गारले आणि ''जरा थांबा, मी आलोच...'' असे म्हणून बाहेर पडले, त्यांच्या ऑफिसमध्ये गेले आणि हातात काही कागद घेऊन परत आले. त्या एकाच कागदाच्या प्रती होत्या. त्यांनी एकेक कागद एकेकाच्या हातात दिला. त्या कागदावर सुमारे दहा वाक्यांचा एकच परिच्छेद लिहिलेला होता. त्यातले पहिलेच वाक्य होते 'ॲमेझॉन हे 'अनस्टोअर' आहे'.

तो कागद रॅन्डी मिलर आणि इतरही उपस्थितांना चांगला आठवतो. बेझोस त्यांच्या कंपनीकडे कशा पद्धतीने पाहतात ते त्यात लिहिले होते. त्यात वर्षानुवर्षे ॲमेझॉन ज्या क्षेत्रात प्रवेश करेल त्यात जम बसवलेल्या अनेक उद्योगांना त्यांचा गाशा गुंडाळून का जावे लागले याचे रहस्य शब्दबद्ध केले होते.

त्यात 'अनस्टोअर असणे' याचा अर्थ बेझोस यांनी 'विक्रीच्या क्षेत्रातील रूढ पद्धती, वर्षानुवर्षे चालत आलेले नियम न पाळणारे स्टोअर असणे,' असा सांगितला होता आणि ॲमेझॉन त्या अर्थाने 'अनस्टोअर' होते हे विधान केले होते. त्यासाठीची पथ्येही सांगितली होती – वस्तूंचा अमर्याद साठा असला पाहिजे, त्यासाठी भरपूर जागा असली पाहिजे आणि प्रत्येक ग्राहकाच्या मनात ॲमेझॉनसाठी खास जागा असली पाहिजे, त्याला ॲमेझॉन 'आपली' वाटली पाहिजे यासाठी जे काही लागेल ते सर्व काही करणे, साइटवर वस्तूंबद्दलचे ग्राहकांचे चांगले अभिप्राय जसे दिले जातात तशी वाईट मतेही देणे, नव्या वस्तूच्या शेजारीच वापरलेल्या वस्तूही ग्राहकाला निराळ्या दिसतील अशी वस्तूंची मांडणी करणे, तशी स्पष्ट माहिती ग्राहकाला देऊन त्याला निवडीला पूर्ण वाव देणे. त्यात असेही म्हटले होते की– ॲमेझॉन रोज ग्राहकाला कमीतकमी किमतीला वस्तू विकते आणि त्याला पूर्ण समाधान देणारी, अगदी उत्तम सेवा देते. म्हणूनच ॲमेझॉन वॉल मार्टही आहे आणि नॉर्डस्ट्रॉमही आहे.

'अनस्टोअर' असण्याचा आणखी एक अर्थ सांगितला होता – 'ग्राहक हा केंद्रस्थानी ठेवणे, त्याच्यासाठी जे सर्वांत चांगले ते त्याला देऊ करणे.'

दागिन्यांच्या विक्रीबद्दल त्यात लिहिले होते की, दागिन्यांच्या क्षेत्रात शंभर आणि दोनशे टक्के फायदा ही गोष्ट गृहीतच धरलेली असते. पण ते सर्वांनी स्वीकारलेले गृहीतक ॲमेझॉन नाकारणार आहे.''

बेझोस त्या मीटिंगमध्ये म्हणाले, ''ॲमेझॉन काही रूढार्थाने किरकोळ विक्रेता नाही. म्हणूनच ॲमेझॉनने दागिन्यांच्या खरेदी-विक्रीच्या परंपरागत नियमांकडे दुर्लक्ष करावे, आपण ते नियम पाळण्याची आवश्यकता नाही. अशी कल्पना करा, आपल्या साइटवर ग्राहक एका प्रकारचे ब्रेसलेट १२०० डॉलर्सना खरेदी करतील, ते घेऊन स्थानिक सोनाराच्या दुकानात जाऊन त्याची 'परीक्षा' करतील आणि तेथे त्यांना जेव्हा हे कळेल की, तशा प्रकारच्या ब्रेसलेटची किंमत बाजारात २००० डॉलर्स आहे, तेव्हा त्याला ॲमेझॉनबद्दल काय वाटेल? मला माहीत आहे तुम्ही सगळे मात्र रिटेलर (किरकोळ विक्रेते) आहात आणि म्हणूनच मी तुम्हांला रिटेलरचे काम दिले आहे. पण आजपासून तुम्ही सगळे हे लक्षात ठेवा की तुम्ही जुन्या नियमांचे पालन करायला बांधील नाही. ते नियम पाळूच नका.''

अखेर प्रदीर्घ चर्चांनंतर २००४ सालच्या उन्हाळ्यात ॲमेझॉनने दागिन्यांची विक्री सुरू केली. त्यातील साठ टक्क्यांपेक्षा जास्त दागिने 'मार्केट प्लेस'च्या माध्यमातून, म्हणजे विक्रेत्यांना साइटवर त्यांचे दागिने दाखवायला जागा देऊन आणि विक्रीतील कमिशन घेऊन विकले जात होते आणि तीस टक्क्यांपेक्षाही कमी ॲमेझॉन स्वत: विकत होते. दागिने ग्राहकांकडे पाठवण्यासाठी बेझोस यांनी स्वत: लक्ष घालून एक सुंदर पेटी बनवून घेतली होती. कित्येक महिने ते त्यातच दंग होते. रॅन्डी मिलर म्हणाले, ''काही काळ ती पेटीच त्यांचे सर्वस्व बनली होती. त्यांना ती पेटी जगप्रसिद्ध 'टिफनी'च्या दागिन्यांच्या पेटीइतकीच वैशिष्ट्यपूर्ण व्हायला हवी होती, 'टिफनी'च्या पेटीची प्रतिष्ठा त्यांच्या पेटीलाही मिळायला हवी होती.''

फॅशन्सच्या जगतात नाव असलेल्या, दगिन्यांचीही अप्रतिम डिझाइन्स बनवणाऱ्या पॅरिस हिल्टन नावाच्या एका बाईंशी ॲमेझॉनने त्यांनी डिझाइन केलेले अलंकार इतर कोणालाही न देता फक्त ॲमेझॉनच्या साइटवर प्रदर्शित करून ते विकण्याचा करार केला. कंपनीने आणखी एक विक्रम केला: ग्राहकांना साइटवर त्यांच्या बोटात घालायची अंगठी त्यांना स्वत:ला डिझाइन करता येईल, अशी साधने उपलब्ध करून दिली. ग्राहकाने त्याचे डिझाइन तयार केले की, ॲमेझॉन त्या डिझाइनबरहुकूम कंपनीने नेमलेल्या

सोनारांकडून तशी अंगठी बनवून घेऊन ती त्या ग्राहकाला पुरवू लागली. त्यासाठी खास सोनारांची नेमणूक केली गेली होती, केंचुकीतील लेक्सिंग्टन इथल्या पूर्तीकेंद्राच्या माळ्यावर त्या सोनारांना भट्टी पेटवण्याची सोय करून दिली होती आणि त्यांना सर्व साधनेही पुरवली होती. शिवाय ॲमेझॉनने साईटवर 'डायमंड सर्च' नावाने ग्राहकांना त्यांना हव्या त्या कॅरेटचे, आकाराचे, रंगाचे हिरे निवडण्याची सोय करून दिली होती. त्या वेळी सिॲटलमध्ये ऑनलाइन दागदागिने विकणारी 'ब्ल्यू नाईल' नावाची अग्रगण्य कंपनी होती. त्यांचे दर तिमाहीच्या शेवटी विक्रीचे अहवाल प्रसिद्ध व्हायचे. बेझोस यांनी कंपनीच्या प्रसिद्धी विभागाला बरोबर त्या अहवालांच्या प्रसिद्धीच्या दिवशीच साइटवर दागिन्यांच्या विक्रीबद्दलची जाहीर घोषणा करण्याची सूचना दिली. बेझोस यांच्या रक्तात भिनलेल्या 'स्पर्धक वृत्ती'चे दर्शन घडवणारी ती युक्ती सफल झाली, कमालीची परिणामकारक सिद्ध झाली.

दागिन्यांच्या विक्रीशी जे संबंधित होते त्यांनी असे सांगितले की, त्या नव्या क्षेत्रात ॲमेझॉनला मध्यम फायदा झाला असेच म्हणावे लागेल. मात्र बेझोस यांनी ज्या उंचीच्या वृक्षांची अपेक्षा धरून त्या नव्या धंद्याची बीजे पेरली होती, तेवढ्या उंचीचे वृक्ष मात्र त्या बीजांमधून तरारून वर आले नाहीत. स्वत:ची अंगठी स्वत: डिझाइन करण्याची कल्पना ग्राहकांनी जरी उचलून धरली तरी त्यांना दुकानात जाऊन अनेक अंगठ्यांमधून आपल्या आवडीच्या अंगठीची निवड करावी असे वाटतच राहिले. काही काळानंतर साइटवरील 'डायमंड सर्च'ही थांबला, अंगठी निवडीची सोयही साइटवरून नाहीशी झाली, पूर्तीकेंद्राच्या माळ्यावरची भट्टीही विझली! ॲमेझॉन पोशाखाच्या विक्रीकडे अधिक लक्ष देऊ लागले, त्यात पादत्राणांचीही भर टाकली गेली. दागिन्यांच्या विक्रीत भाग घेतलेल्या लोकांसाठी तो प्रवास खडतर होता, सतत उद्दिष्टे बदलत होती, विभागप्रमुख बदलत होते, ॲमेझॉनच्या 'कमीतकमी किमती'च्या धोरणावरून दागिन्यांचे उत्पादक व पुरवठादार यांच्याशी मतभेद होत होते, वाद होत होते. बेझोस यांची ॲमेझॉन हे 'अनस्टोअर' बनवण्याची कल्पना त्यांना वाटत होती तेवढी सोपी सिद्ध झाली नाही. त्या काळात 'हार्ड' वस्तूंच्या विक्रीविभागातील लोकांमध्ये हा प्रश्नार्थक विनोद फारच लोकप्रिय झाला होता, ''कळले ना या वस्तूंना 'हार्ड' का म्हणतात ते?''

* * *

'हार्ड' वस्तू विकणाऱ्या टीम्स जेव्हा त्या कठीण कामात कमी-अधिक यश मिळवीत होत्या, त्याच वेळी जेफ विल्के आणि त्यांची एक टीम यांनी कोणतेही विशिष्ट धोरण न वापरता, शिस्त ना लावता, अव्यवस्थितपणे रचना केलेल्या पूर्तीकेंद्रांना शिस्त लावण्याचे, ज्याला गणिताच्या भाषेत 'बहुपदी समीकरण' म्हणतात त्याचे तत्त्व वापरून त्यातील संपूर्ण कार्यपद्धती गणिताच्या काटेकोर सूत्रात बसवण्याचे काम जवळजवळ पूर्ण करीत आणले होते. साइटवर ग्राहकाने कोणत्याही सहा वस्तू जरी मागवल्या तरी सॉफ्टवेअर क्षणात त्या ग्राहकाचा पत्ता, त्याच्या जवळचे पूर्तीकेंद्र, केंद्रातील त्या वस्तूची जागा, वस्तू पाठवण्यास लागू शकणारा वेळ या सर्व गोष्टींची छाननी करायचे आणि मग सर्व गोष्टी एकत्रितपणे लक्षात घेऊन, बहुपदी समीकरणाचा उपयोग करून त्या वस्तू लवकरात लवकर आणि कमीतकमी खर्चात कशी ग्राहकापर्यंत पोहोचवता येतील ते दाखवायचे.

उत्पादक वा पुरवठादार ते ग्राहक हा कोणत्याही वस्तूचा संपूर्ण प्रवास शर्यतीसाठी आखलेल्या मार्गासारखा शिस्तबद्ध पद्धतीने होईल याची खात्री देण्यासाठी पूर्णपणे परिष्करण केलेले सॉफ्टवेअर अपेक्षित परिणाम घडवू लागले. तो मार्ग चालून एखादी वस्तू ग्राहकापर्यंत पोहोचवण्यासाठी येणारा एकूण खर्च कमी होऊ लागला आणि साइटवर मागणी नोंदवली गेली की ती ग्राहकापर्यंत पोहोचण्याचा वेळही कमी होऊ लागला. फर्नले येथील मीटिंगनंतर एका वर्षाच्या कालावधीत 'क्लिक टु शिप' साइटवर ग्राहकाने मागणी नोंदवून 'क्लिक' केले तेथपासून त्याची मागणी त्याच्यापर्यंत पोहोचली- हा वेळ, जो त्याआधी, म्हणजे जेफ विल्के यांनी कंपनीत काम सुरू केले तेव्हा, सरासरी तीन दिवस होता- तो चार तासांवर येऊन पोहोचला. त्या वेळी इंटरनेटच्या माध्यमातून विक्री करणाऱ्या सर्व कंपन्यांच्या 'क्लिक टु शिप' या वेळाची सरासरी बारा तास इतकी होती!

ग्राहकाची मागणी कमीतकमी वेळात आणि त्याला सांगितलेल्या नेमक्या वेळी पूर्ण करण्याच्या असाधारण अशा कार्यक्षमतेमुळे ॲमेझॉनला स्पर्धकांबरोबरच्या, विशेषत: ई बे बरोबरच्या चढाओढीत, नेहमीच वरचे स्थान मिळू लागले. ई बे तर ॲमेझॉनचा 'प्रांत' टाळूच लागली. हा यशस्वी कामाचा पर्वत तोलून धरण्यासाठी 'मागणीच्या कार्यक्षम पूर्तते'ची तरफ बेझोस यांनी चांगलीच दणकट बनवली होती, त्यासाठीच सर्वांत जास्त गुंतवणूक केलेली होती आणि कंपनीची पुढील सर्व धोरणे ठरवताना

तोच केंद्रबिंदू ठेवला होता. २००२ साली कंपनी, विल्के यांची टीम ज्याला 'फास्ट ट्रॅक' किंवा 'फास्ट लाइन ऑर्डर्स' म्हणत असे अशी, ग्राहकाला जरा जास्त पैसे देऊन एका रात्रीत, दोन दिवसांत, तीन दिवसांत वस्तू त्याच्यापर्यंत पोहोचण्याची सोय उपलब्ध करून देऊ लागली होती. त्यासाठी टीमने निराळी प्रक्रिया बसवली होती. पूर्तीकेंद्रांमध्ये अशा 'फास्ट ट्रॅक' वस्तू क्रिसप्लँट सॉर्टर्समधून वेगाने पुढे काढून पॅकिंग करणाऱ्याच्या हाती पडतील आणि त्यांच्यासाठी बाहेर ट्रक थांबलेला असेल, अशी व्यवस्था केलेली होती. हळूहळू कंपनीने ही कार्यक्षमता आणखी वाढवली. एका रात्रीत ग्राहकापर्यंत पोहोचवण्याच्या वस्तू शेवटचा ट्रक केंद्राबाहेर पडण्याआधी पंचेचाळीस मिनिटे तयार ठेवला जाऊ लागला. ही 'एक्सप्रेस डिलिव्हरी' कंपनीला आणि ग्राहकालाही चांगलीच महाग पडत असे, पण अशी सोय या कंपनीच्या साइटवर आहे ही गोष्टच प्रचंड फायदेशीर ठरत असे.

ॲमेझॉनमध्ये 'आयडिया टूल' या नावाने एक कार्यक्रम राबवला जायचा. त्यात कर्मचारी नवनव्या कल्पना, सुधारणा सुचवीत असत. २००४ साली त्या कार्यक्रमात चार्ली वॉर्ड नावाच्या एका इंजिनिअरने एक सूचना केली. कंपनीत त्या वेळी 'सुपर सेव्हिंग स्कीम' ही योजना कार्यान्वित होती. असेही काही ग्राहक असतात जे पैसे, खर्च यांविषयी जरा जास्तच संवेदनाशील असतात. काही ग्राहकांना त्यांनी मागवलेल्या वस्तूंची घाई नसते. त्या उशिरा पोहोचल्या तरी त्यांना चालते. विमानकंपन्या जे लोक शनिवारी रात्री प्रवास न करता ते जेथे उतरलेले असतात तेथेच राहतात, त्यांना तिकिटाच्या दरात सवलत देतात तसेच अशा घाई नसलेल्या ग्राहकांना ॲमेझॉन सवलत द्यायची, कमी दर लावायची. जेव्हा ट्रक्समध्ये मोकळी जागा असेल तेव्हाच अशा वस्तू त्यात भरून पाठवल्या जायच्या. वॉर्ड यांची सूचना अशी होती की, अशा ग्राहकांच्या विरुद्ध मनोवृत्ती असलेल्या, खर्चाविषयी फारशी पर्वा नसलेल्या, परंतु मागवलेल्या वस्तू ताबडतोब हाती आल्या पाहिजेत अशी अपेक्षा ठेवणाऱ्या ग्राहकांचा एक 'स्पीडी शिपिंग क्लब'च स्थापन केला जावा. त्या क्लबची वर्गणी भरून त्याचे सदस्य होणाऱ्या ग्राहकांना नेहमीच 'एक्स्प्रेस डिलिव्हरी' दिली जावी. चार्ली वॉर्ड यांचे असे म्हणणे होते की तो क्लबही मासिक वर्गणी भरून सदस्य करून घेणाऱ्या 'म्युझिक क्लब्ज'सारखा यशस्वी व लोकप्रिय होईल.

त्या हिवाळ्यात कंपनीतील सर्वांनीच वॉर्ड यांच्या सूचनेचे इतके कौतुक केले, त्यावर इतक्या चर्चा होऊ लागल्या की ती सूचना बेझोस यांच्या कानांपर्यंतही पोहोचली, इतकेच नव्हे तिने त्यांना भुरळच पाडली. त्या वेळी विजय रविन्द्रन नावाचे एक जण ॲमेझॉनच्या 'ऑर्डरिंग सिस्टम'चे डायरेक्टर होते. त्यांना आणि अन्य काही जणांना बेझोस यांनी लगेचच्या शनिवारी त्यांच्या मेडिनाच्या घराच्या मागच्या बाजूच्या बोट हाउसमध्ये भेटायला बोलावले. मीटिंगची सुरुवातच त्यांनी वॉर्ड यांनी सुचवलेल्या 'शिपिंग क्लब'च्या स्तुतीने- ''ही फारच उत्तम कल्पना आहे,'' असे म्हणून केली आणि त्या क्लबच्या स्थापनेला सर्वोच्च महत्त्व देऊन त्यासाठी तातडीने आवश्यक ती पावले उचलायची गरज प्रतिपादन केली. त्यांनी विजय रविन्द्रन आणि जेफ होल्डन या दोघांना कार्यक्षम असे दहा-बारा लोक निवडून एक 'स्वॅट टीम' बनवून युद्धपातळीवर अशा क्लबची एक योजना तयार करायला सांगितले. त्यासाठी त्यांना ज्या महिन्यात कंपनीचे वार्षिक उत्पन्न जाहीर करायचे असते त्या फेब्रुवारी महिन्यापर्यंतची मुदत दिली. फेब्रुवारी काही आठवडेच दूर होता.

पुढे ॲमेझॉनने जगाला दिलेल्या 'किंडल'चे काम दीर्घ काळपर्यंत पाहणारे डोरोथी निकोल्स आणि 'शिपिंग क्लब'ची सूचना करणारे चार्ली वॉर्ड हे दोघे त्या स्वॅट टीममध्ये होते. त्यानंतरचे दोन महिने बेझोस त्या टीमला दर आठवड्याला भेटत राहिले. विल्के यांच्या टीमने कष्टपूर्वक वाढवलेल्या वितरण प्रक्रियेच्या कार्यक्षमतेचा उपयोग करून या स्वॅट टीमने 'दोन दिवसांत वितरण' अशी योजना तयार केली. त्यांच्या नामकरणासाठी अनेक सूचना आल्या. त्यात एक होती 'सुपर सेव्हर प्लॅटिनम'. पण ती बेझोस यांनी नाकारली. कारण त्यांना ही योजना 'पैसे वाचवण्याची' म्हणून समजली जायला नको होती. मग 'प्राइम' हे नाव आले. या स्वीकारल्या गेलेल्या नावाचे श्रेय ॲमेझॉनच्या डायरेक्टर बोर्डाचे सदस्य, 'क्लाइनर पर्किन्स' या कंपनीचे भागीदार बिंग गॉर्डन हे घेतात, परंतु स्वॅट टीमचे सदस्य याच्याशी सहमत नाहीत. पूर्तीकेंद्रांमध्ये 'फास्ट ट्रॅक'मधील वस्तू जेथे ठेवलेल्या असायच्या त्याला 'प्राइम पोझिशन' म्हटले जायचे, त्यावरून 'प्राइम' हे नाव पुढे आले असे त्यांचे म्हणणे आहे. 'ॲमेझॉन प्राइम' या योजनेत नोंदणी करण्याच्या पद्धतींच्या चाचण्या घेण्यासाठी काही गटांना ऑफिसेसमध्ये बोलावले गेले. त्यांना दाखवलेल्या पद्धती गोंधळाच्या

वाटल्या. शेवटी जेफ होल्डन यांनी असे सुचवले की, माझे 'प्राइम' खाते उघडावे, असे शब्द लिहिलेले असतील इतके मोठे, केशरी रंगाचे बटण दाबून त्या योजनेचे सदस्यत्व दिले जावे. ती सूचना सर्वमान्य झाली.

योजना ठरली; पण त्यासाठी ग्राहकांकडून पैसे किती घ्यायचे हे ठरवणे हे एक फार मोठे आव्हान होते. अशा प्रकारच्या योजनेचा त्या आधीचा कोणताच आर्थिक आराखडा संदर्भासाठी उपलब्ध नव्हता. या योजनेत किती ग्राहक सहभागी होतील याचा अंदाज बांधणे कठीण होते आणि या योजनेमुळे ग्राहकांच्या खरेदीच्या पद्धतीत, सवयीत फरक पडेल का आणि पडला तर काय स्वरूपाचा पडेल हेही काहीच माहिती नव्हते. वार्षिक सदस्य फी म्हणून ४९ डॉलर्स, ९९ डॉलर्स- असे अनेक आकडे विचारात घेतले गेले. बेझोस यांनी ७९ डॉलर्सवर शिक्कामोर्तब केले. फी एवढी तरी असायला हवी की ग्राहकांच्या खिशाला जरा तरी तोशीस पडेल पण एवढी जास्तही नसायला हवी की, ग्राहक त्याचा विचारही करणार नाही. विजय रविन्द्रन म्हणाले, ''प्रश्न ७९ डॉलर्सचा नव्हता, ग्राहक अशा योजनेकडे लक्ष देतील की नाही, ती विचारात घेतील की नाही आणि मग अन्य कोठेही खरेदी करणारच नाहीत अशी त्यांची मानसिकता तयार होईल की नाही हे प्रश्न होते.'' हे रविन्द्रन पुढे 'वॉशिंग्टन पोस्ट'चे डिजिटल ऑफिसर झाले.

योजना फेब्रुवारीतच सुरू व्हायला हवी असा बेझोस यांचा हट्टच होता. जेव्हा 'प्राइम' टीमने थोडा जास्त वेळ मागून घेतला तेव्हा बेझोस यांनी उत्पन्न जाहीर करण्याचा दिवस एक आठवडा पुढे ढकलला. टीमने रात्रंदिवस काम करून त्यांना जी अंतिम मर्यादा दिली होती तो दिवस उगवायच्या आधी, पहाटे तीन वाजता सर्व तपशील पूर्ण केले. योजनेत गुंगागुंत होती; पण त्यासाठी आवश्यक असणाऱ्या सर्व पद्धती कंपनीत, केंद्रांमध्ये अस्तित्वात होत्या, वापरात होत्या. वेगाने वस्तू शोधून बाहेर काढणे, वेगाने पॅकिंग करणे आणि तातडीने पाठवून देणे या गोष्टी विल्केच्या टीमच्या प्रयत्नांमुळे सर्वच पूर्तीकेंद्रांमध्ये व्यवस्थितरीत्या आणि रोजच्या रोज वापरल्या जात होत्या. शिवाय कंपनीच्या युरोपमधील शाखेने अगदी नुकतीच इंग्लंड आणि जर्मनी येथे डीव्हीडीज पोस्टाने ग्राहकांकडे पाठवायची योजना ('नेटफ्लिक्स'चीच नक्कल) कार्यवाहीत आणलेली होती, त्यामध्ये वर्गणी भरून सदस्यत्व देण्याचीही सोय होती. ती योजना जरी बाल्यावस्थेत

होती तरी तिच्यात काही सुधारणा करून ती मोठ्या प्रमाणावर, या नव्या 'प्राइम' योजनेचा भाग म्हणून अमेरिकेतही सुरू करण्यात आली. ''जणू प्राइम आधीपासूनच होती आणि आम्ही फक्त तिच्यावर अखेरचा हात फिरवल्यासारखे वाटत होते,'' या शब्दांत होल्डन यांनी 'प्राइम'च्या आरंभाविषयी म्हटले आहे.

अनेक दृष्टींनी 'ॲमेझॉन प्राइम' ग्राहकांना सादर करणे ही केवळ विश्वासाच्या बळावर केलेली कृती होती. ग्राहक तिचा स्वीकार कसा करतील, मागण्यांवर याचा काय बरावाईट परिणाम होईल, ग्राहकांची मीडियाशिवाय अन्य श्रेणींत खरेदी करण्याची क्षमता किती असेल या गोष्टींबद्दल काहीच निश्चित सांगता येत नव्हते. उत्पन्न व खर्च यांचे प्रमाणही व्यस्तच होते. वेगवान वितरणाचा प्रत्येक मागणीचा खर्च ८ डॉलर्स धरला आणि 'शिपिंग क्लब'च्या एखाद्या सदस्याने जर एका वर्षात वीस मागण्या नोंदवल्या तर वर्षाला कंपनीला १६० डॉलर्स खर्च करावा लागणार होता, जो सदस्यत्वाच्या ७९ डॉलर्सच्या वार्षिक फीपेक्षा खूपच जास्त होता. म्हणजेच ती योजना चालवणे कंपनीला खर्चीक ठरणार होते आणि हे तोट्याचे गणित कसे सुटणार होते, याबद्दलही काहीही अंदाज नव्हता. डिएगो पिएचेंटिनी म्हणाले, ''आर्थिकदृष्ट्या सर्व बाजूंनी केलेले विश्लेषण हेच सांगत होते की आम्ही ही जी काही दोन दिवसांत वस्तू पाठवली जाण्याची सोय क्लबच्या सदस्यांना मोफत देत होतो तो शुद्ध वेडेपणा होता!''

पण बेझोस त्यांचा डोळस आणि दीर्घानुभव आणि त्यांच्या मनाचा कौल यावर भिस्त ठेवून पुढे चालले होते. आपली ही 'सुपर सेव्हर शिपिंग'ची योजना ग्राहकांची वृत्ती आणि कृती दोन्ही बदलेल, त्यांना मोठ्या मागण्या नोंदवायला प्रवृत्त करेल, ते नवनवीन प्रकारच्या वस्तूही मागवून पाहू लागतील याविषयी त्यांना खात्री होती. साइटवर मागणी नोंदवणे जेवढे सोपे, सरळ, कमी कृती करायला लावणारे असेल तेवढे ग्राहक जास्त मागण्या नोंदवतात, खर्च करतानाही फारसा विचार करीत नाहीत हे त्यांनी 'वन क्लिक ऑर्डरिंग' सुरू केले तेव्हा अनुभवले होते. त्यानेच तर कंपनीमधील जडत्वाला – 'फ्लायव्हील'ला – गती मिळाली होती, जडत्व नाहीसे होऊन चांगल्या गोष्टी घडू लागल्या होत्या. ग्राहकांच्या मागण्या वाढल्या की ॲमेझॉनचा धंदा सर्व बाजूंनी वाढत असे, वस्तू पाठवण्याचा खर्च कमी होत असे, पुरवठादारांकडून केली जाणारी खरेदीही वाढत असे, वाढत्या संख्येच्या

बदल्यात त्यांच्याकडून किमतीत सवलत मागता येत असे. परिणाम– एकूण खर्च कमी आणि प्राप्ती आणि म्हणून बचतही जास्त होत असे. ती बचत 'प्राइम'साठीचा वाढीव खर्च करायला हाताशी राहत असे.

सुरुवातीला संदेह होता तरी काही काळातच 'प्राइम'ने त्याचे अस्तित्व लक्षणीय असल्याचे सिद्ध केले. आज मागणी नोंदवा आणि दोन दिवसांत वस्तू घरात हजर! शंकेला जागा नाही, विश्वास शंभर टक्के. मग काय, ग्राहक 'बकाबका खाऊ लागले', काहींना 'प्राइम'चे व्यसनच जडले! 'प्राइम'चे सदस्यत्व घेणारे जेसन किलर म्हणाले, ''फोनचा मार्ग सोडून इंटरनेटकडे जाणे होते ते!'' आवश्यक ती फी भरून क्लबचे सदस्यत्व घेतलेच आहे म्हटल्यावर त्याचा पुरेपूर फायदा उठवायला हवा या मानवाच्या नैसर्गिक वृत्तीचाही 'प्राइम'ला फायदा मिळू लागला. शीघ्र वाटप करण्याचा अमाप खर्च करण्यात ॲमेझॉनने या 'प्राइम क्लब'मध्ये पैसे गमावले; पण लवकरच विल्केच्या टीमने एकाच ग्राहकाने मागवलेल्या अनेक वस्तू एकाच बॉक्समध्ये ठेवून एकाच वेळी त्या सर्व वस्तू पाठवण्याचे तंत्र बसवले. पॅकिंग आणि वाहतूक या दोन्हींचा खर्च कमी होऊ लागला, दरवर्षी ही बचत वाढत जाऊ लागली, तिची वार्षिक सरासरी टक्केवारी दोन आकडी संख्येपर्यंत पोहोचली.

अंतर्गत विरोध असलेल्या या 'प्राइम'चे उत्तुंग यश जगासमोर यायला काही वर्षे जावी लागली. ते यश पाहून विजय रविन्द्रन यांच्या एका तंत्रज्ञ सहकाऱ्याने त्याची पोटदुखी रविन्द्रन यांच्यापाशी अशी ओकून टाकली, ''आता पहा, बेझोस यांची तर खात्रीच पटली असणार की ते आता त्यांना हव्या असलेल्या योजना इंजिनिअर्सच्या माथी मारून कार्यवाहीत आणूच शकतात!'' एवढे यश मिळूनही एकंदरीत तोट्यात असलेल्या 'प्राइम'कडे इतर अधिकारी मात्र लक्ष ठेवून होते. बेझोस एकटेच काय ते त्या योजनेविषयी पूर्णपणे नि:शंक होते, त्यांना तिच्या यशाबद्दल पूर्ण विश्वास होता. ते रोजच्या रोज सदस्यसंख्येवर लक्ष ठेवून असत तसेच साइटच्या होम पेजवरील 'शिपिंग क्लब'ची जाहिरात, माहिती जरा जरी कमी झालेली दिसली की लगेच हस्तक्षेप करून ती वाढवीत असत.

प्रत्यक्ष यश नजरेत भरायला काही काळ जावा लागला तरी बेझोस यांनी मात्र २००५ सालच्या फेब्रुवारी महिन्यातच ते यश मनोमन पाहिलेले होते. म्हणूनच त्या महिन्याच्या सेकंड ॲव्हेन्यूवरील मूर या थिएटरमध्ये

झालेल्या सार्वजनिक मीटिंगमध्ये जेव्हा विजय रविन्द्रन यांनी 'प्राइम' ही योजना सर्वांपुढे सादर केली तेव्हा शेवटी बेझोस यांनीच टाळ्या वाजवून इतरांनाही त्या गजरात सामील व्हायला लावले होते.

'प्राइम'ने संधीची नवी दारे उघडून दिली, आत्मविश्वास आणि उत्साह वाढवला. त्या भरात पुढच्याच वर्षी ॲमेझॉनने 'फुलफिलमेंट बाय ॲमेझॉन'– 'एफबीए'– या नावाची आणखी एक नवी योजना सुरू केली. या योजनेअंतर्गत इतर विक्रेते ॲमेझॉनची पूर्तीकेंद्रे वापरून त्यांच्या वस्तूंचा साठाही करू शकत असत आणि त्या मागण्यांनुसार ग्राहकांपर्यंत पोहोचवूही शकत. त्यात अशीही सवलत होती की, 'ॲमेझॉन प्राइम'च्या सदस्यांनी जर त्या विक्रेत्यांची कोणती वस्तू मागवली तर ती वस्तूही दोन दिवसांत पाठवली जायची. त्यामुळे ते सर्व बाहेरचे विक्रेतेही ॲमेझॉनच्या अग्रक्रमाच्या आणि भरपूर खरेदी करणाऱ्या ग्राहकांच्या लक्षात येऊ लागले. ज्यांनी पूर्तीकेंद्रातील सर्व प्रक्रिया सुधारून त्यात सुसूत्रता आणली होती, त्या विल्के यांच्या टीमला 'एफबीए' योजनेने मूठभर मांस चढले, त्यांच्यासाठी ती गोष्ट अभिमानास्पदच होती. बर्ट वेग्नर यांच्या शब्दांत, "बस, केलेल्या श्रमांचे सार्थक झाले. आम्ही वितरण प्रक्रियेची इतकी उत्तम बांधणी केली होती की लोक त्यासाठी जास्त पैसे मोजायला तयार होते."

या यशाच्या पार्श्वभूमीवर २००६च्या शेवटी शेवटी एका ऑपरेटिंग रिव्ह्यू मीटिंगमधून बेझोस यांनी विल्के यांना बाहेर बोलावून नेऊन जेव्हा असे सांगितले की, त्या वर्षीचा सुट्यांचा मोसम हा त्यांच्या पुरवठा प्रक्रियेच्या क्षेत्रातील कामाचा शेवटचा मोसम असेल तेव्हा त्यांना आश्चर्यच वाटले. पण त्याचे कारण हे होते की बेझोस यांनी विल्के यांना संपूर्ण उत्तर अमेरिकेतील उद्योगाची जबाबदारी देऊ केली होती. त्यांनी त्यांची जागा घ्यायला त्यांच्याइतकाच कार्यक्षम अधिकारी शोधण्याचाही आदेश बेझोस यांनी त्याच वेळी विल्के यांना दिला. विल्के यांनी असा विचार केला की, ॲमेझॉनच्या सर्व पूर्तीकेंद्रांच्या प्रगतीने एक समाधानकारक पातळी गाठलेली आहे, त्यांच्यासकट सर्वच अधिकाऱ्यांचे विचार तसे साचेबद्ध झाले आहेत, सगळेच 'सिक्स सिग्मा'च्याच तत्त्वांचे पालन करणारे आहेत तेव्हा त्यातल्या कोणालातरी बढती देण्यापेक्षा नवे विचार, आंतरराष्ट्रीय पातळीवरील अनुभव, नवे रक्त कंपनीत आणावे.

त्यांचा शोध त्यांना जनरल इलेक्ट्रिक कंपनीचे अधिकारी मार्क ओनेटो यांच्यापर्यंत घेऊन गेला. फ्रेंच भाषेच्या शैलीत इंग्लिश बोलण्याची आणि नाट्यमय तऱ्हेने गोष्टी सांगण्याची सवय असलेल्या या नव्या अधिकाऱ्याच्या नेतृत्वाखाली, त्याच्या सजग देखरेखीखाली अ‍ॅमेझॉनमधील इंजिनिअर्सनी लॉजिस्टिक्सच्या सॉफ्टवेअर्समधील काही भागांचे पुनर्लेखन केले, 'मेकॅनिकल सेन्सी' नावाची एक कॉम्प्युटर सिस्टिम तयार केली. अ‍ॅमेझॉनच्या सर्व पूर्तीकेंद्रांत ग्राहकांच्या मागण्या पूर्ण करण्यासाठी काय काय केले जाते ते सर्व त्या सिस्टिममध्ये उतरवले गेले. त्या माहितीवरून केलेल्या निरीक्षण, परीक्षण, विश्लेषण यांच्या साहाय्याने बरेच निष्कर्ष काढले गेले. त्यात कोणत्या ठिकाणी पूर्तीकेंद्र चालवणे सर्वांत उपयुक्त, फलदायी ठरेल हेही शोधून काढले गेले. त्या काळी जपानमधील 'टोयोटा' ही गाड्या बनवणारी कंपनी त्यांच्या कारखान्यात 'लीन मॅन्युफक्चरिंग' नावाची एक पद्धती वापरत होती आणि तिला जगभरात प्रसिद्धी व लोकप्रियता मिळाली होती. त्यात कारखान्यात वापरल्या जाणाऱ्या सर्व प्रक्रियांत कमीतकमी गोष्टी वाया जातील अशा पद्धतीचे बदल उत्पादनाच्या प्रवासातील प्रत्येक पावलावर केले जात आणि कार्यक्षमता वाढवली जाई. ओनेटो यांनी अ‍ॅमेझॉनमध्ये ती पद्धती आणली. त्यासाठी मधूनमधून जपानमधून सल्लागारही अ‍ॅमेझॉनमध्ये आणले. पण ते जपानी एक तर अ‍ॅमेझॉनच्या कर्मचाऱ्यांना तुच्छ लेखायचे आणि कशानेच प्रभावीत व्हायचे नाहीत. म्हणूनच सगळे जण त्या 'कन्सल्टंट्स'ना 'इन्सल्टंट्स' – अपमान करणारे – म्हणायचे!

अ‍ॅमेझॉनच्या वितरण व्यवस्थेचा सर्वांत जास्त भर सॉफ्टवेअर्स आणि कॉम्प्युटर सिस्टिम्स यांवर होता. त्या व्यवस्थेचे आणखी एक वैशिष्ट्य होते, अत्यंत कमी मोबदल्यात तेथे प्रत्यक्ष कामे करणारे कामगार. त्या दशकात अ‍ॅमेझॉनची विक्री वाढत होती आणि विशेषत: सुट्यांच्या दिवसांत पूर्तीकेंद्रांमध्ये जे तात्पुरते कामगार भरती केले जायचे; त्यांची संख्या दहा हजारांच्या घरात पोहोचली होती. परंतु सुट्यांखेरीजच्या काळातील कामातही दरवर्षी वाढ होत होती. त्या वाढीची काळजी घेण्यासाठी त्या सुटीपुरत्या घेतलेल्या तात्पुरत्या कामगारांपैकी १० ते १५ टक्के कामगारांना कायम केले जायचे. हे कामगार कोणत्याच प्रकारे शिक्षित नसत, तासाला १०-१२ डॉलर्स मिळतील अशा या ना त्या ठिकाणी काम मिळते का ते शोधत असत. पण त्यांनासुद्धा अ‍ॅमेझॉनमधले अधिकारी फारच कडक,

निष्ठुरच वाटत. पूर्तीकेंद्रे अनेक प्रकारच्या वस्तूंनी भरलेली असत, त्यात डीव्हीडीज, दागदागिने यांसारख्या मौल्यवान वस्तूही असत आणि त्यांच्या चोरीच्या शक्यतेचा धोका अधिकाऱ्यांना कायम जाणवत असे. त्यावरील उपाय म्हणून कंपनीने मेटल डिटेक्टर्स बसवले होते आणि सिक्युरिटी कॅमेरेही. त्यातच भर म्हणून कंपनीने सुरक्षिततेची जबाबदारी एका बाहेरच्या सुरक्षा पुरवणाऱ्या कंपनीवर सोपवली. त्याविषयी २०१० साली फर्नलेच्या पूर्तीकेंद्रात काम करणारे रॅन्डॉल क्रॉज म्हणाले, ''बाहेरचे सुरक्षाधिकारी विनापवाद प्रत्येकाकडेच संशयित चोर म्हणून पहायचे. मी ते फारसे मनावर घेत नसे. कारण केंद्रात बरेच जण चोऱ्या करणारे असण्याची शक्यता खूपच होतीच.''

कामगारांच्या कामातील अशी फसवाफसवी, चुका कमी व्हाव्यात, त्यावर नियंत्रण रहावे यासाठी ॲमेझॉनमध्ये 'पॉइंट सिस्टिम'ही वापरून पाहिली गेली होती. कामगारांकडून घडणाऱ्या चुकांबद्दल त्यांचे काही ठरलेले पॉइंट्स कमी व्हायचे. उशिरा येणे- अर्धा पॉइंट, बुट्टी मारणे- तीन पॉइंट्स. आजारी असल्याचे कळवून रजेवर राहिले तरी एक पॉइंट कमी व्हायचा. असे जर सहा पॉइंट्स गोळा झाले तर त्या कामगाराला कामावरून काढले जायचे. क्रॉज यांनी सांगितले, ''कामगारांना त्यांच्याकडून काय अपेक्षा आहेत हे अगदी स्पष्टपणे सांगितले जायचे आणि ज्यांच्याकडून त्या पूर्ण व्हायच्या नाहीत त्यांची जागा घ्यायला बाहेर कामगारांच्या रांगा लागलेल्या असायच्या. जो दोषी ठरेल त्याला दुसरी संधी कधीच दिली जायची नाही.''

काही काळानंतर टीमस्टर्स, युनायटेड फूड ॲन्ड कमर्शिअल वर्कर्स यांसारख्या कामगार संघटनांनी ॲमेझॉनच्या अमेरिकेतील पूर्तीकेंद्रांमध्ये विविध मार्गांनी – पार्किंगच्या जागेत संघटनेचे फलक लावून, हॅन्डबिले वाटून, कामगारांची घरे ठोठावून – प्रवेश मिळवण्याचे प्रयत्न केले. अधिकाऱ्यांनी या संघटनेच्या मोहिमांना कामगारांशी सतत संबंध ठेवून, त्यांच्या संपर्कात राहून, त्यांच्या तक्रारी, सूचनांची दखल घेऊन परिणामकारकरीत्या तोंड दिले. त्या उपायांनी व्यवस्थापन संघटना उभी करण्याचे असे प्रयत्न चालवून घेणार नाही, हा संदेश त्यांनी अतिशय स्पष्टपणे कामगारांना दिला. परंतु कामगारांची अफाट संख्या आणि पूर्तीकेंद्रांमधील कामगारांची भरती, आहोटी यांमुळे कामगारांना सांभाळणे, समाधानी ठेवणे हे खरोखरच कोणासाठीही कठीणच

काम होते. अगदी अलीकडे, २०१३ साली, जर्मनीतील ॲमेझॉनच्या पूर्तीकेंद्रातील कामगार चार दिवस संपावर गेले होते. त्यांची पगारवाढ आणि काही जादा सोयी सवलतींची मागणी होती. ॲमेझॉनच्या व्यवस्थापनाने त्यांच्याशी बोलणीही करायला नकार दिला.

हा ॲमेझॉनचा पवित्रा चांगलाच जोरदार असला पाहिजे. कारण संघटनाच हे कबूल करतात की त्यांच्या या कंपनीमधील प्रवेशाला कामगारांच्या मनातील 'योग्य शिक्षे'बद्दलची भीती हीही एक मोठी अडचण, मोठा अडथळा ठरत आहे. २००१च्या जानेवारी महिन्यात कंपनीने तिच्या खर्चकपातीच्या सार्वत्रिक मोहिमेचा एक भाग म्हणून तिचे सिॲटलमधील ग्राहक सेवा केंद्र – जेथे ग्राहकांना फोनवरून हवी ती माहिती दिली जायची, मदत केली जायची ते केंद्र बंद केले. तेथे नुकत्याच सुरू झालेल्या कामगार संघटनेच्या कारवायांशी कंपनीच्या या कृतीचा काहीही संबंध नाही असे कंपनीने जाहीर केले; पण तरीही त्याविषयी संघटनेला खात्री वाटत नव्हती. 'वॉशिंग्टन अलायन्स ऑफ टेक्नॉलॉजी वर्कर्स' या संघटनेचे प्रवक्ते रेनी सावेद हेही तेच सांगतात की– ॲमेझॉनमध्ये संघटनेला प्रवेश न मिळण्यास कामगारांच्या मनातील भीती हेच कारण होते. तांत्रिकदृष्ट्या कायद्यात बसणारे नसले तरीसुद्धा आपल्याला कामावरून काढून टाकले जाईल, अशी भीती कामगारांना कायम वाटत होती. जर नोकरी गेली तर ती परत मिळवायला त्यांनाच झुंजायला लागणार हेही त्यांना माहीत होते.

ॲमेझॉनला चोऱ्या, कामगारांचे संघटित होणे, त्यांची अनुपस्थिती या संकटांपेक्षा एका अगदी वेगळ्याच, बेभरवशाच्या गोष्टीचा सामना करावा लागत असे– ती म्हणजे 'हवामान.' फिनिक्समध्ये उन्हाळा भयंकर असतो. त्यामुळे तेथील पूर्तीकेंद्रांमध्ये एअर कंडिशनर्स बसवणे अनिवार्यच होते; पण जेथे तसे नसते, हवा थंड असते तेथे तो खर्च वायफळ समजला जायचा, तो करणे टाळले जायचे. उष्ण हवेच्या लाटांवर पूर्तीकेंद्राच्या अधिकाऱ्यांनी एक निराळाच मार्ग अवलंबिला होता. मध्य–पश्चिम भागात बऱ्याच वेळा तपमान १०० अंशांच्याही वर जायचे. तसे ते जर गेले तर सकाळी आणि दुपारी कामगारांना जी पंधरा मिनिटांची सुटी दिली जायची. त्यात पाच मिनिटांची वाढ केली जायची, कामगार जेथे एकत्र बसत तेथे पंखे लावले जायचे आणि त्यांना कंपनीतर्फे गेटोरेड नावाचे घामाने येणारे कोरडेपण घालवणारे, तहान भागवणारे शीतपेय दिले जायचे.

ॲमेझॉनच्या या किरकोळ क्लृप्त्या हास्यास्पद वाटायच्या आणि त्या खरोखरच तशा होत्याच. पेनसिल्व्हिनियामधील ॲलनटाऊन या शहरातील 'मॉर्निंग कॉल' नावाच्या वृत्तपत्राने २०११ साली ऐन उन्हाळ्यात उष्णतेची लाट आली असताना ॲमेझॉनच्या लीहाय व्हॅली येथील दोन पूर्तीकेंद्रांची अवस्था कामगारांच्या, कामाच्या दृष्टीने अतिशय वाईट असल्याचे, विशेषत: गरम हवेत काम करण्यासाठी तर फारच 'ताप'दायक, गैरसोयीची असल्याचे उजेडात आणले होते, त्याला प्रसिद्धी दिली होती. त्या काळात पूर्तीकेंद्रातील पंधरा कामगारांना उष्णतेचा त्रास झाला होता आणि त्यांना हॉस्पिटलमध्ये हलवावे लागले होते. त्या हॉस्पिटलमधील इमर्जन्सी रूममधील डॉक्टरांनी सरकारच्या कामगार कल्याण खात्याला फोन करून पूर्तीकेंद्रांची अवस्था आरोग्याच्या दृष्टीने असुरक्षित, धोकादायक असल्याचे कळवले होते. 'मॉर्निंग कॉल'ने त्याविषयीचे जे तपशील दिले होते, त्यातील एक गोष्ट तर व्यवस्थापनाच्या क्रूरतेची, निर्दयतेचीच साक्ष देत होती. ते वाचून वाचकांना आणि ॲमेझॉनच्या असंख्य ग्राहकांना धक्काच बसला. एका खासगी रुग्णवाहिका पुरवणाऱ्या कंपनीला सांगून काही आणीबाणीची परिस्थिती उद्‌भवलीच तर त्याची काळजी घेण्यासाठी ॲमेझॉनने केंद्राच्या बाहेर रुग्णवाहिका आणि काही प्रशिक्षित रुग्णसेवक तयार ठेवले होते.

यावर जेफ विल्के यांनी कंपनीची बाजू मांडताना सांगितले की 'ऑक्युपेशनल सेफ्टी ॲन्ड हेल्थ ऑर्गनायझेशन' (ओशा) या सरकारी संस्थेला कंपनीतील अशा घटनांची जी माहिती देणे कायद्याच्या दृष्टीने आवश्यक असते तिचा आढावा घेतला तर अशा घटनांची संख्या अगदीच कमी आहे असे लक्षात येते. कंपनीची पूर्तीकेंद्रे पूर्णपणे सुरक्षित आहेत, तेथे काम करणे डिपार्टमेंट स्टोअर्समध्ये काम करण्यापेक्षाही जास्त सुरक्षित आहे. ('ओशा'कडे नोंदवलेल्या ॲमेझॉनमध्ये घडलेल्या अशा घटनांची संख्या इतकी कमी आहे की ती विल्के यांच्या या विधानाला पाठिंबा देते.) परंतु प्रसार माध्यमांमध्ये या असल्या वार्तांनी खूपच खळबळ उडाली. जनसामान्यांमध्ये असंतोष पसरला. कंपनीची बदनामी करणाऱ्या, कंपनीचे नाव खराब करणाऱ्या या कुप्रसिद्धीचा परिणाम असा झाला की पुढील वर्षी कंपनीने अनेक पूर्तीकेंद्रांमध्ये एअर कंडिशनर्स बसवण्यासाठी पाच कोटींपेक्षा जास्त रक्कम खर्च करणार असल्याची जाहीर घोषणा करून तिला पुरेशी प्रसिद्धी दिली.

बेझोस आणि विल्के दोघेही या अशा अनेक गोंधळांचा व्यवस्थित सामना करू शकायचे, तो निस्तरूही शकायचे; पण त्याचे मूळ उखडून टाकून तो कायमचा टाळू शकायचे नाहीत. इतक्या संख्येने आणि इतक्या प्रकारची माणसे कंपनीत कामाला होती की, कोणाच्यातरी मनातील सुप्त 'गुण' अनपेक्षितपणे प्रदर्शित होत, कोणी कमालीच्या विचित्रपणे, विक्षिप्तपणे वर्तन करीत. अशाच एका कामगाराने २०१० सालच्या डिसेंबर महिन्यातील एका दिवशी फर्नले येथील पूर्तीकेंद्रात बाहेरून आलेल्या वस्तू जेथे साठवून ठेवल्या जात त्या खोलीलाच आग लावली! तेथे काम करणाऱ्या दोघांनी सांगितले की, लगेचच सर्वांनाच बाहेर काढले गेले, ऐन डिसेंबरच्या कडक थंडीत त्यांना बाहेर उघड्यावर दोन तास उभे राहून कुडकुडावे लागले आणि त्यानंतर त्यांना घरीच पाठवण्यात आले. त्याच वर्षी फर्नलेमध्ये काम संपवून घरी निघालेला एक कामगार कन्व्हेअर बेल्टवर चढला आणि त्याने त्या बेल्टवरून सबंध केंद्रात एक मस्त चक्कर मारली. त्याला शेवटी हाताला धरून थेट बाहेरचाच रस्ता दाखवला गेला.

२००६च्या अखेरच्या सुट्यांच्या मोसमात कॅन्सासमधील कॉफीव्हिल येथील पूर्तीकेंद्रात घडलेली घटना फारच गमतीची आहे. तेथील एक तात्पुरता कामगार रोज कामावर आल्याची आणि वेळेवर परत गेल्याची नोंद रोजच्या रोज व्हायची, पण त्याने दिवसभरात केलेल्या कामाची मात्र कोणतीही नोंद केलेली दिसायची नाही. तोवर कंपनीतील घड्याळे कामगारांच्या उत्पादकतेची मोजणी करणाऱ्या कॉम्प्युटर सिस्टिमशी जोडलेली नव्हती त्यामुळे ती गोष्ट बरेच दिवस कोणाच्याच लक्षात आली नाही.

काही दिवसांनी कोणीतरी ते रहस्य उलगडले. केंद्राच्या एका लांबच्या कोपऱ्यात भिंतीला लागून एकमेकांवर रचलेल्या लाकडी पॅलेट्सची उंचच उंच आणि लांबच लांब रांग होती. त्यातून मागचे काही दिसण्याची सुतराम शक्यता नव्हती. त्या चतुर कामगाराने त्या रांगेच्या मागच्या बाजूला एक 'गुप्त गुहा' तयार केली होती, काही आरामाच्या वस्तू केंद्रातल्या शेल्फांवरूनच उचलून नेऊन त्याने ती गुहा एक उत्तम विश्रांतिगृह बनवली होती. खाण्याचे पदार्थ, झोपायची सोय तर केलेली होतीच, शिवाय पुस्तके व मासिकांमधून कापून काढलेली विविध प्रकारची चित्रे, छान फोटोज असलेली कॅलेंडर्स लावून भिंतीही सुशोभित केल्या होत्या. एक दिवस त्या गुप्तगृहाचा शोध लागला आणि केंद्रप्रमुख

ब्रायन केल्व्हिन यांनी अर्थातच त्याला कामावरून काढून टाकले. त्या महाभागाने विरोध तर केला नाहीच, काहीही न बोलता त्याने बाहेर प्रयाण केले आणि तो समोरच्या बसस्टॉपवर जाऊन उभा राहिला. त्याला तेथे उभा राहिलेला पाहिलेल्यांनी सांगितले की, त्याच्या चेहऱ्यावर शरमेची झाक जराही दिसत नव्हतीच, ओशाळवाणेपणाही नव्हता, जिंकल्याचा अभिनिवेशच होता!

७

ॲमेझॉन - विक्रीकेंद्र नव्हे, तंत्रज्ञानकेंद्र

३० जुलै २००५. सिॲटलमधील बेनारोया हॉल. ॲमेझॉनचा दहावा वाढदिवस साजरा केला जात होता. सुप्रसिद्ध लेखक जेम्स पॅटर्सन, 'गुड टु ग्रेट' या पुस्तकाचे लेखक, व्यवस्थापन या विषयातील सल्लागार जिम कॉलिन्स, चित्रपट निर्माते, दिग्दर्शक, कथा-पटकथालेखक लॉरेन्स कासदान या तिघांनी सर्व उपस्थित कर्मचारी आणि त्यांच्या बरोबर आलेल्या पाहुण्यांशी संवाद साधला. लोकप्रिय गायक आणि गीतलेखक बॉब डीलान आणि नोरा जोन्स या दोघांनी मिळून डीलान यांचे फार जुने, दुर्मिळ असे 'आय शॅल बी रिलीज्ड' हे द्वंद्वगीत गायले. संपूर्ण कार्यक्रमाची सूत्रे बिल मार या गाजलेल्या विनोदवीराच्या हाती सोपवलेली होती. त्या वेळच्या कम्युनिकेशन्स विभागाच्या प्रमुख कॅथी सॅविट यांनी बेझोस यांना तो ऐतिहासिक क्षण संस्मरणीय करण्यासाठी खिसा जरा सैल सोडायला राजी केले होते. कार्यक्रम तर भव्य आणि लक्षवेधी केला गेलाच; पण त्याचे आणखी एक वैशिष्ट्य असे होते की, तो कार्यक्रम ॲमेझॉनच्या सर्व ग्राहकांना पाहता यावा अशीही खास सोय केली होती- 'ॲमेझॉनडॉटकॉम'वर तो कार्यक्रम दिसत होता. लाखो लोकांनी तो घरबसल्या बघितला.

'ॲमेझॉनडॉटकॉम' आता सर्वदूर गेली होती; परंतु मीडियाच्या मनात मात्र ती नंतरच यायची. 'सर्च इंजीन' या नावाने ओळखली जाणारी सिलिकॉन व्हॅलीमधील 'गुगल' ही कंपनी आणि ॲमेझॉन या दोन्ही कंपन्या अधिकृतपणे समवयस्क होत्या. गुगलचे दोन संस्थापक लॅरी पेज आणि

सर्जी बिन हे दोघेही 'इंटरनेट'च्या माध्यमात क्रांती घडवीत होते. २००४ साली आयपीओ जाहीर केलेल्या या कंपनीची नेत्रदीपक प्रगती आणि उन्नती जगभरातील लोकांच्या नजरेत भरणारीच होती. तिच्या यशामुळेच कदाचित सिलिकॉन व्हॅलीमधील जुन्या कंपन्यांनीही कात टाकली. आपले उद्योग ऑनलाइन चालवणाऱ्या कंपन्यांची कामाची पद्धत, एवढेच नव्हे तर चाकोरीबद्ध व्यवस्थापन करणारे कंपन्यांचे सीईओसुद्धा इतिहासजमा झाले. नव्या पद्धती वापरल्या जाऊ लागल्या, कंपन्यांची सूत्रे तंत्रज्ञानाचा सखोल अभ्यास असलेल्यांच्या हाती दिली गेली.

हार्वर्ड युनिव्हर्सिटीचे एमबीए पदवीधारक किंवा हेज फंड चालवून वॉलस्ट्रीट गाजवलेल्यांचा जमाना संपला होता. स्टॅनफोर्डच्या कॉम्प्युटर सायन्सच्या पदवीधरांचे युग उगवले होते. या वेगाने बदलणाऱ्या युगात ॲमेझॉन तग धरेल असे बाहेरच्या जगात कोणालाच वाटत नव्हते. इतर इंटरनेट कंपन्यांची नवी उद्योगपद्धती आणि ॲमेझॉनचा ढासळता नफा या दोन गोष्टींचे 'वॉलस्ट्रीट' बारीक निरीक्षण करत असतानाच दहावे वर्ष पूर्ण करणाऱ्या ॲमेझॉनच्या शेअरची किंमत १२ टक्क्यांनी घसरली. वर्धापन दिनाच्या समारंभाला तेवीस आर्थिक विश्लेषक हजर होते. त्यांपैकी अठरा जणांनी कंपनीच्या भवितव्याविषयीचा अविश्वास तिच्या शेअर्सच्या बाबतीत काहीही कृती न करण्याचा किंवा ते विकून टाकण्याचा सल्ला देऊन व्यक्त केला. शेअर्सच्या खरेदी-विक्रीसाठी सर्वांत योग्य समजल्या जाणाऱ्या ई बे या कंपनीचे मार्केट कॅपिटलायझेशन ॲमेझॉनपेक्षा तिपटीने जास्त होते आणि गुगलचे चौपटीने. गुगल पब्लिक कंपनी होऊन एक वर्षही झाले नव्हते, तरीही ही परिस्थिती होती. ऑनलाइन फुटकळ विक्री आणि तीही एकाच ठरलेल्या किमतीला हे कालबाह्य ठरू लागले होते.

१९९० सालापासून बेझोस सतत हाच दावा करीत होते की, ॲमेझॉन काही फुटकळ विक्री करणारी कंपनी नाही, ती 'ई-कॉमर्स'- इंटरनेटच्या माध्यमातून व्यापाराचे तंत्र स्थापित करून त्या प्रकारच्या व्यापाराचा पाया रचणारी तंत्रज्ञान कंपनी आहे. पण त्यांचे ते ठाम विधान म्हणजे केवळ त्यांचे आशादायी स्वप्नच वाटते. कारण आजही ॲमेझॉन जे काही उत्पन्न मिळवते त्यातील बहुतांशी उत्पन्न हे ग्राहकांना वस्तू विकूनच मिळवते, बेझोस यांचा कितीही विरोध असला, तरी ॲमेझॉन एक विक्रेती कंपनीच आहे; सर्वांगाने, सर्वार्थाने विक्रेती कंपनी- आणि तीही फारसा नफा न मिळवणारी.

ॲमेझॉनच्या दहाव्या वर्धापन दिनाच्या सोहळ्यानंतर एका आठवड्याने 'न्यू यॉर्क टाइम्स'ने त्याच्या रविवारच्या उद्योग पुरवणीच्या पहिल्या पानावर एक दीर्घ लेख प्रकाशित केला होता आणि त्यात असे म्हटले होते की, बेझोस ॲमेझॉनमध्ये ज्या पदावर आहेत त्या पदासाठी आता ते योग्य राहिलेले नाहीत. इतर अनेक तंत्रज्ञान कंपनींच्या संस्थापकांनी जशी त्यांनी पाया रचलेली कंपनी पुढे चालवण्यासाठी त्या क्षेत्रातील उच्च दर्जाचे शिक्षण घेतलेल्या, त्या क्षेत्राचा प्रदीर्घ आणि सखोल अनुभव प्राप्त केलेल्या व्यक्तीची कंपनीचे चीफ एक्झिक्युटिव्ह म्हणून नियुक्ती केलेली आहे, तसेच बेझोस यांनीही करावे, कंपनीची सूत्रे तशा व्यक्तीच्या हाती सोपवावीत असे एका विश्लेषकाने केलेले विधानही त्या लेखात उद्धृत केलेले होते.

त्या वेळी उद्योगक्षेत्राच्या क्षितिजावर चमकणाऱ्या गुगल या कंपनीने वॉल स्ट्रीट आणि प्रसार माध्यमे यांची मानसिकता, विचारसरणी बदलण्यापलीकडे जाऊन काहीतरी केले होते. तो बदल हेच ॲमेझॉनसमोरील एक आव्हान बनले होते. एवढे दिवस सरळ 'ॲमेझॉनडॉटकॉम'वर जाऊन आपल्याला हव्या असलेल्या गोष्टी शोधण्याचा आणि निवड करून मागणी नोंदवण्याचा धोपट मार्ग सोडून लोक आता त्यांच्या खरेदीच्या दौऱ्याची सुरुवात 'गुगल'पासून करू लागले होते. जेफ बेझोस आणि त्यांचे ग्राहक यांच्यामध्ये गुगलच्या स्वरूपात एक अस्वागतार्ह असा मध्यस्थ घुसला होता. गुगलच्याही इंटरनेटच्या माध्यमातून व्यापार करण्याच्या फार मोठ्या महत्त्वाकांक्षा होत्या. त्यासाठी अगदी सुरुवातीला गुगल या 'सर्च इंजीन'ने 'फ्रुगल' या नावाने 'शॉपिंग इंजीन'ही सुरू केले होते. गुगलवर 'फ्लॅट स्क्रीन टीव्ही', 'ॲपल आय पॅड' यांसारख्या गोष्टींचा शोध घेणाऱ्यांना जी अनेक नावे दिसतील त्यात आपली नावे ठळकपणे दिसावीत, लक्षवेधक ठरावीत यासाठी ॲमेझॉन आणि ई बे यांच्यात स्पर्धा सुरू झाली होती. गुगलच्या माध्यमातून ज्या मागण्या येत असत, विक्री होत असे त्याच्या बदल्यात त्या दोन्ही कंपन्या गुगलला विक्रीकरही देत असत. गुगलच्या साइटवर जाहिरात प्रकाशित करणे अधिक लोकप्रिय, उपयुक्त, लक्षवेधी ठरावे म्हणून ॲमेझॉनने 'सर्च-ॲड-बाइंग सिस्टिम' नावाची एक नवी प्रक्रिया वेबवर प्रथमच सादर केली. ॲमेझॉनकडून खरेदी करण्याची ती 'उपप्रक्रिया' म्हणून तिला ॲमेझॉन या नदीची उपनदी, पेरू देशामधील 'उरुबांबा' हिचे नाव दिले. अशा प्रकारचे नवे साधन गुगलसारख्या कंपनीला उपलब्ध करून दिले

तर गुगल तेच साधन परस्पर ॲमेझॉनच्या स्पर्धकांनाही वापरायला देईल, या भीतीने बेझोस यांनी जरा सावधपणेच ते पाऊल उचलले होते. 'उरुबांबा' ही प्रक्रिया ज्याने तयार केली त्या ब्लेक शॉल नावाच्या तरुण इंजिनिअरला गुगलविषयी सांगताना बेझोस म्हणाले होते, ''गुगल म्हणजे एक पर्वत आहे असे समजा. पर्वतावर चढता येते; पण त्याला त्याच्या जागेवरून हलवता येत नाही! त्याचा वापर करून घ्या, पण तो अधिक समृद्ध होईल असे त्याला काही देऊ नका.''

गुगल दोन बाबतींत ॲमेझॉनशी स्पर्धा करू लागली. एक- ग्राहक मिळवण्यासाठी आणि दुसरे- उत्तमोत्तम इंजिनिअर्स मिळवण्यासाठी. गुगलने आयपीओ जाहीर केल्यानंतर सिॲटलच्या मध्यवर्ती भागापासून गाडीने वीस मिनिटांत पोहोचता येईल इतक्या जवळ असलेल्या कर्कलॅन्ड या शहरात एक ऑफिस उघडले. गुगल तिच्या कर्मचाऱ्यांना फार मुक्त हस्ताने सोयीसवलती देत असे- त्यांच्यासाठी विनामूल्य अन्न, व्यायामशाळेची सोय, त्यांच्या लहान मुलांसाठी मोफत पाळणाघर आणि प्रत्येकाला कंपनीचे 'मौल्यवान' शेअर्सही. या उलट ॲमेझॉन- उतरलेल्या किमतीचे शेअर्स, सतत संघर्षमय असलेले वातावरण हेच कर्मचाऱ्यांना देत असे आणि त्यांच्याकडून जेवणाचे, गाडी पार्क करण्याचेसुद्धा पैसे घेत असे! एकाच शहरात ऑफिसेस असल्यामुळे गुगलने ॲमेझॉनमधील इंजिनिअर्स आकृष्ट करून घेतले यात नवल नव्हतेच!

या काळात बेझोस सातत्याने ॲमेझॉनच्या 'विविध वस्तूंची विक्री' या मूळ क्षेत्राच्या बाहेरच्या गोष्टींमध्ये हात घालण्याचा धोका पत्करण्याची जोरदार शिफारस करू लागले होते. २००३ ते २००५ या दोन वर्षांत ॲमेझॉनने गुगलसारखेच स्वतःचे एक 'सर्च इंजीन' इंटरनेटवर सुरू केले. त्यात लोकांना पुस्तकामधील वाक्ये, वचने शोधता येत असत. इंटरनेटवर निरनिराळ्या गोष्टींविषयीची माहिती मिळवण्याचे साधन, ज्याला 'क्राउड सोर्सिंग' असे म्हणतात, तेही 'मेकॅनिकल टर्क' या नावाने ॲमेझॉनने सुरू केले. त्यानंतरच्या वर्षी 'क्लाउड कॉम्प्युटिंग'च्या युगाचा ज्यातून प्रारंभ होणार होता त्या 'ॲमेझॉन वेब सर्व्हिसेस'ची ती सुरुवात होती.

बेझोस यांनी हे जे असाधारण उपक्रम सुरू केले, त्यावर मिळालेल्या प्रतिक्रिया फारच जहाल होत्या. परंतु त्यांचा सामना बेझोस यांनी त्यांचे वर्णन 'इन्स्टिटट्यूशनल नो'- 'केवळ नवे-निराळे म्हणून सनातन्यांनी

दिलेला नकार'- या शब्दांत केला. अगदी घट्ट पाय रोवलेल्या कंपन्यासुद्धा जरा वेगळ्या, 'हटके' कल्पना स्वीकारायला कचरतात असेच त्यांचे मत होते. दर तिमाहीला होणाऱ्या डायरेक्टर बोर्डाच्या मीटिंगमध्ये त्यांनी बोर्डाच्या सदस्यांनाही त्यांच्या आयुष्यात त्यांनी झेललेल्या अशा एखाद्या 'इन्स्टिट्यूशनल नो'चे उदाहरण द्यायची विनंती केली होती. या अशा मार्गांनी ते भविष्यात तशाच प्रकारच्या क्रांतिकारक, खर्चीक, धाडसी, क्वचित धोकादायक कृतींना अनुमती देण्यासाठी कंपनीवर लक्ष ठेवणाऱ्या, मार्गदर्शन करणाऱ्या डायरेक्टर्सच्या मनाची तयारी करण्याचा प्रयत्न करीत होते. त्यांच्या ॲमेझॉनने एक चाकोरीबद्ध, पोटापुरता नफा कमावणारी विक्रेती कंपनी म्हणून राहावे, तिचे भवितव्य संथ, मंद, सपक असावे हे त्यांना कदापि मान्य नव्हते. ते वारंवार त्यांच्या सहकाऱ्यांना, कर्मचाऱ्यांना हेच सांगत असत की- या अडचणीच्या काळावर मात करण्याचा एकच उपाय आहे, नवे निराळे मार्ग शोधून काढणे!

आपल्या ॲमेझॉनची गणना अनेक दुकानांच्या रांगेतले दुकान, अनेक विक्रेत्यांच्या गर्दीतील एक विक्रेती कंपनी- अशी कदापिही होता कामा नये हा बेझोस यांचा पक्का निर्धार होता आणि ती जर सगळ्यांपेक्षा निराळी, वैशिष्ट्यपूर्ण कंपनी व्हायला हवी असेल तर ती विक्रीकेंद्र राहण्यापेक्षा तंत्रज्ञानकेंद्र बनली पाहिजे, हे त्यांना समजून चुकले होते. म्हणूनच त्यांनी तंत्रज्ञानात प्रावीण्य असलेल्यांना कंपनीत आणायला सुरुवात केली. ते त्यांना कामे देत आणि अगदी अजब अशा नावांची पदे त्यांना बहाल करीत. २००१ साली त्यांनी ॲपल या कंपनीतील लॅरी टेसलर नावाच्या 'युझर-इंटरफेस' या क्षेत्रातील तज्ज्ञ, अनुभवी तंत्रज्ञाला ॲमेझॉनकडे आकर्षित केले. त्यांनी टेसलर यांना जे पद दिले त्याचे नाव होते 'व्हाईस प्रेसिडेंट, शॉपिंग एक्स्पिरीयन्स'. पुढील वर्षी आंद्रेयास वीगॅन्ड हे स्टॅन्फोर्ड युनिव्हर्सिटीमध्ये मशिन लर्निंग हा विषय शिकवणारे प्राध्यापक कंपनीमध्ये आले, त्यांना बेझोस यांनी 'चीफ सायंटिस्ट' या नावाचे पद दिले. हे दोघे त्यांच्या त्यांच्या क्षेत्रातले तज्ज्ञ फार काळ बेझोस यांच्या आग्रही, प्रभावी वर्चस्वाखाली काम करू शकले नाहीत. वीगॅन्ड सोळा महिन्यांत ॲमेझॉन सोडून गेले, टेसलर यांनी कशीबशी तीन वर्षे काढली. त्यानंतर बेझोस यांना त्यांच्यासारखाच 'झाड नुसतेच सरळसोट वाढत न राहता त्याला नव्या

फांद्या फुटल्या पाहिजेत, कंपनीने सतत नवे काहीतरी केले पाहिजे,' असा विचार करणारा एक तंत्रवैज्ञानिक भेटला– ऊडी मॅनबेर.

ऊडी मॅनबेर यांचा जन्म किरियाट हाईम या इस्रायलच्या उत्तरेकडील एका लहानशा गावातला. त्यांनी युनिव्हर्सिटी ऑफ वॉशिंग्टनमधून कॉम्प्युटर सायन्स या विषयात पीएच.डी. मिळवली. युनिव्हर्सिटी ऑफ ॲरिझोना येथे त्याच विषयाचे प्राध्यापक म्हणून काम करताना त्यांनी गणितातील अत्यंत अवघड अशा प्रश्नांची उत्तरे शोधून काढण्याची आश्चर्यकारक क्षमता असणारी समीकरणे प्रमाणभूत मानले जाणारे 'इंट्रोडक्शन टु अल्गॉरिदम्स: अ क्रिएटिव्ह ॲप्रोच' या नावाचे एक पुस्तक लिहिले. सिलिकॉन व्हॅलीमधील सर्व ज्ञानी, माहितगार तज्ज्ञांचे लक्ष त्या पुस्तकाने वेधून घेतले. मॅनबेर त्यांच्या उमेदीच्या वयात 'याहू' या कंपनीत काम करीत होते; परंतु जेव्हा याहूची सूत्रे वॉर्नर ब्रदर्सचे माजी सीईओ टेरी सेमेल यांनी हाती घेतली, ते याहूचे सीईओ झाले आणि जेव्हा त्यांनी वेब पोर्टलची एका मीडिया कंपनीच्या दृष्टीने नव्याने मांडणी केली तेव्हा मॅनबेर निराश झाले आणि अल्प काळातच त्यांनी कंपनी सोडली.

रिक डॅलझेल यांनी मॅनबेर यांच्या पुस्तकाविषयी ऐकून त्यांचा मागोवा घ्यायला सुरुवात केली. मॅनबेर त्या वेळी याहू सोडायच्या तयारीतच होते. डॅलझेल यांनी मॅनबेर आणि बेझोस यांची भेट घडवून आणली व पहिल्याच भेटीत त्या दोघांमध्ये एक अनोखी अशी जवळीक निर्माण झाली. बोलताना बेझोस यांनी सुरुवातीलाच मॅनबेर यांना विचारले, ''तुम्ही शोध लावलेला नवा अल्गॉरिदम तुम्ही मला समजावून का सांगत नाही?'' मॅनबेर यांनी बेझोस यांना तो समजावून सांगितला. त्यावर बेझोस जे बोलले त्यातून मॅनबेर यांना बेझोस यांची बुद्धिमत्ता, ग्रहणशक्ती, समज याची चांगलीच कल्पना आली आणि ते कमालीचे प्रभावीत झाले. ते म्हणतात, ''त्यांना ते पूर्णपणे समजले तर होतेच; पण इतर कोणाहीपेक्षा कमी वेळात, जराही स्पष्टीकरण न देता समजले होते हे विशेष. एका सीईओकडून तर मला हे मुळीच अपेक्षित नव्हते. हेच याहूच्या सीईओंना समजवायला मला एक महिना कष्ट घ्यायला लागले असते.''

सिलिकॉन व्हॅली सोडून सिअॅटलला येणे मॅनबेर यांना फारच कठीण, खरे तर अशक्यच होते. त्यांच्या पत्नी स्टॅन्फोर्डमध्ये प्राध्यापिका होत्या आणि त्यांच्या दोन मुली तेथेच शाळेत जात होत्या. बेझोस यांनी त्यांना दोन

ठिकाणांमध्ये त्यांचा वेळ विभागायला लगेच अनुमती दिली. त्या वर्षाच्या शेवटी शेवटी त्यांनी ॲमेझॉनमधील काम स्वीकारले. त्यांना दिलेल्या पदालाही बेझोस यांनी 'चीफ अल्गॉरिदम्स ऑफिसर' असे वैशिष्ट्यपूर्ण नाव दिले. काही महिन्यांतच ते 'एस टीम'चेही सदस्य झाले. डॅलझेल म्हणाले, ''ऊडी आणि जेफ या दोघांचे रसायन एकदम जुळूनच गेले.''

मॅनबेर यांच्यावर सोपवलेले काम होते, ॲमेझॉनमधील सर्व कामकाजाची गुणवत्ता तंत्रज्ञानाचा वापर करून आणि त्यात नवनव्या आधुनिक गोष्टी समाविष्ट करून सर्वाधिक उंचीवर नेऊन ठेवणे. बेझोस यांनी त्यांच्याशी 'जमलेल्या' या अधिकाऱ्याच्या बाबतीत एक अपवादही केला होता. कोणालाही एकटे न भेटण्याचा त्यांनी घेतलेला आणि विनापवाद पाळलेला निर्णय मॅनबेर यांना लागू राहणार नव्हता. ते मॅनबेर यांना आठवड्यातून एकदा, एकटे भेटून विचारांची, नव्या कल्पनांची देवघेव करणार होते, प्रगतीचा आढावा घेणार होते. मॅनबेर यांच्यावर बेझोस सतत लक्ष ठेवून असायचे. अगदी कंपनीच्या उत्पन्नाची घोषणा करण्याच्या महत्त्वाच्या दिवशीसुद्धा काही तासच आधी ते दोघे भेटले होते.

मॅनबेर यांनी हाती घेतलेल्या पहिल्या काही उपक्रमांमधील एक उपक्रम प्रसार माध्यमे आणि न्यू यॉर्क पब्लिशिंग हाउसेस यांच्या नजरेत भरणारा ठरला. कारण तो तसाच प्रचंड महत्त्वाकांक्षी उपक्रम होता. मॅनबेर ॲमेझॉनमध्ये येण्याआधी ॲमेझॉनने साइटवर एक फार नावीन्यपूर्ण आणि महत्त्वपूर्ण अशी सोय पुस्तकवाचकांना उपलब्ध करून दिली होती. 'लुक इनसाइड द बुक' या नावाच्या या साधनाने वाचकाला तो दुकानात जसे कोणतेही पुस्तक हातात घेऊन, उघडून चाळू शकतो तसेच कोणत्याही पुस्तकाची पहिली काही पाने त्याला साइटवरच वाचता येत असत. मॅनबेर यांनी हीच कल्पना आणखी पुढे नेऊन 'सर्च इनसाइड द बुक' या साधनाचा प्रस्ताव मांडला. त्यात वाचकाला त्याने खरेदी केलेल्या पुस्तकातील काही विशिष्ट शब्द, वाक्ये, संदर्भ शोधायची सोय असणार होती. बेझोस तर या प्रस्तावाने कमालीचे खूश झाले. त्यांनी त्या सोयीचा आवाका वाढवायला सांगितले. त्यांना ग्राहकांना साइटवरील कोणतेही पुस्तक 'सर्च' करता यायला हवे होते. त्यांनी मॅनबेर यांना एक 'डिजिटल कॅटलॉग'च बनवायला सांगितले आणि त्यात एक लाख पुस्तकांचा समावेश करायचे उद्दिष्ट दिले.

मॅनबेर म्हणाले, "आम्ही प्रकाशकांना जणू पुस्तकांच्या दुकानाचे दोन पर्याय देत होतो. एक, जेथे सर्व पुस्तके फाडल्याशिवाय न निघणाऱ्या प्लॅस्टिकच्या आवरणामध्ये गुंडाळलेली असतील, वाचकांना मुखपृष्ठ व मलपृष्ठ पाहून समाधान मानावे लागेल, खरेदीचा निर्णय घ्यावा लागेल आणि दुसरे, जेथे ग्राहक त्याला हवे ते पुस्तक उघडू शकेल, चाळू शकेल, कितीही वेळ वाचूही शकेल. कोणत्या दुकानात पुस्तकांची विक्री जास्त होईल?

या 'सर्च इनसाइड द बुक'मुळे पुस्तकांची चोरून नक्कल करण्याची आयती सोयच होईल याची प्रकाशकांना भीती वाटत होती. पण तरीही बहुसंख्य प्रकाशकांनी त्यांनी प्रकाशित केलेल्या पुस्तकांची प्रत या उपक्रमात समाविष्ट करण्यासाठी ॲमेझॉनला दिली. त्या सर्व प्रती प्रथम फिलिपाइन्स येथे एका कंत्राटदाराकडे स्कॅनिंगसाठी पाठवण्यात आल्या. स्कॅन करून आलेल्या पुस्तकांच्या फाईल्स मॅनबेर यांच्या टीमने 'ऑप्टिकल कॅरॅक्टर-रेकग्निशन सॉफ्टवेअर'च्या साहाय्याने ॲमेझॉनचे 'सर्च अल्गॉरिदम' वाचू शकेल अशा स्वरूपात रूपांतरीत करून घेतल्या. ग्राहक वाचकांनी संपूर्ण पुस्तकच या पद्धतीने मोफत वाचू नये, यासाठी वाचकाला जो शब्द, वाक्य, संदर्भ शोधायचा असेल त्याच्या मागची व पुढची एक दोन पानेच फक्त त्याला वाचता येतील आणि ही सवलत ज्यांच्या क्रेडिट कार्डांची नोंद ॲमेझॉनकडे असेल त्यांनाच वापरता येईल, अशी सोय केली गेली. यात आणखी एक खबरदारी घेण्यात आली. ग्राहकांनी एकाच पुस्तकाची एकेक दोन-दोन पाने करून फुकटात संपूर्ण पुस्तक वाचू नये, यासाठी साइटला भेट देणाऱ्या प्रत्येक ग्राहकाच्या कॉम्प्युटरमध्ये 'कुकी' नावाचा एक कोड समाविष्ट होईल अशी व्यवस्था केली.

मॅनबेर हे जे विविध बदल करीत होते, नवनवे प्रयोग करीत होते ते सगळे कॉम्प्युटरविषयक तंत्रज्ञानाशी निगडित होते; परंतु ॲमेझॉनने त्यांना आवश्यक ती साधनसामग्री पुरेशा प्रमाणात पुरवली नाही. कॉम्प्युटर्सचीसुद्धा चणचण भासायची. मॅनबेर यांनाही कधीकधी त्यांनी बनवलेल्या सॉफ्टवेअरची चाचणी घेण्यासाठी दुसऱ्या कुणाचातरी कॉम्प्युटर वापरायला लागायचा तर कधी रात्री, सुटीच्या दिवशी येऊन काम करायला लागायचे. त्यांच्या टीमच्या एका सदस्याला एक दिवस एका खोलीत बरेच कॉम्प्युटर्स ठेवलेले सापडले. तो म्हणे 'राखीव' साठा होता, आणीबाणीची सोय होती. मॅनबेर यांच्या टीमला ते कॉम्प्युटर्स वापरायची परवानगी दिली गेली; पण त्यातही 'ते कधीही परत घेण्यात येतील' अशी धमकी देऊनच!

२००३ सालच्या ऑक्टोबर महिन्यात मॅनबेर यांचा 'सर्च इनसाइड द बुक' हा शोध साइटवर ग्राहक वाचकांना उपलब्ध झाला. १९९९ साली बेझोस यांची मुलाखत प्रसिद्ध केलेल्या 'वायर्ड' या मासिकाने त्यानंतरच्या साडेतीन वर्षांत ॲमेझॉनची जराही दखल घेतली नव्हती, ती या वेळी घेतली. 'सर्च इनसाइट द बुक' यावर त्या मासिकाने खास लेख छापला. ग्राहक वाचकांना मिळालेल्या त्या नव्या, महत्त्वपूर्ण, वैशिष्ट्यपूर्ण सोयीचे स्वागत केले. मॅनबेर यांच्या शोधाचे कौतुक केले. त्या वेळी बेझोस यांची मुलाखतही घेतली गेली. त्यात बेझोस यांनी १९९०च्या दशकात त्यांनी पाहिलेल्या परंतु नाइलाजाने सोडून दिलेल्या एका 'फीव्हर ड्रीम'चा उल्लेख केला- अलेक्झान्ड्रिया प्रोजेक्ट किंवा नोहाज आर्क - छापल्या जाणाऱ्या प्रत्येक पुस्तकाच्या दोन प्रती मिळवून त्या कंपनीच्या वितरणकेंद्रात ठेवायच्या. बेझोस त्या मुलाखतीत म्हणाले, ''सर्च इनसाइड द बुक ही त्या माझ्या स्वप्नाच्या पूर्तीची एका वेगळ्या पद्धतीची सुरुवात आहे असेच मी म्हणेन. उंच शिखर गाठायचे तर चढायला कुठूनतरी सुरुवात करावीच लागते. एक छोटी टेकडी चढून गेले की शिखराकडे घेऊन जाणाऱ्या पुढल्या टेकड्या दिसू लागतात.''

१९९०चे संपूर्ण दशक ॲमेझॉन साइटवर उपलब्ध होणाऱ्या गोष्टींमध्ये सातत्याने भर घालत होती. कंपनीतील अधिकारी साहजिकच या निष्कर्षाप्रत येऊन पोहोचले होते की, साइटवरील गर्दीतून ग्राहकाला त्याला हवे ते शोधण्याची व निवडण्याची प्रक्रिया अगदी सोपी असणे अत्यावश्यकच आहे. त्यासाठी ॲमेझानने सुरुवातीला 'डिजिटल इक्विपमेंट कॉर्पोरेशन' या कंपनीने बनवलेले 'अल व्हिस्टा' नावाचे 'सर्च इंजीन' वापरून पाहिले होते, ते आता बाद झाले आहे आणि त्याही वेळी ते उपयुक्त ठरले नव्हतेच. १९९०च्या अखेरीस ॲमेझॉनमधील ड्वाएन बोमन आणि रूबेन ऑर्टेगा या दोन इंजिनिअर्सनीही वस्तूंच्या निवडीच्या एका साधनाच्या निर्मितीचे नेतृत्व केले होते. त्याचे नाव त्या दोघांच्या नावांचा संयोग करून 'बोटेगा' असे ठेवले होते. साइट ग्राहकांसाठी खुली केल्यापासून ग्राहक साइटला भेट दिल्यावर ज्या ज्या कृती करतात- वस्तूंचा शोध, निवड, मागणी वगैरे - त्यांची सर्व माहिती त्या साधनाद्वारा एकत्रित केलेली होती. ते साधन बनवताना त्या माहितीच्या प्रचंड साठ्याचा उपयोग केला गेला होता. ग्राहक एका प्रकारच्या वस्तूचा

शोध घेताना त्यातील कोणत्या वस्तूवर जास्त 'क्लिक' करतात याची नोंद ठेवलेली होती. त्यातून ग्राहकांची जास्त पसंती असलेल्या वस्तू साइटवर प्रथम दिसतील, अशी मांडणी केली होती. ते 'सर्च इंजीन' काही काळ चांगले चालले; पण ॲमेझॉनच्या साइटवरील वस्तूंचे प्रकार अगणित झाले, यादी गुंतागुंतीची होऊ लागली आणि सर्वांत महत्त्वाचे म्हणजे गुगलचे सर्च इंजीन अस्तित्वात आले. त्यावरील शोधप्रक्रिया ग्राहकांना सर्वांत सोपी, सोयीची वाटू लागली. ग्राहक गुगलवरूनच ॲमेझॉनपर्यंत पोहोचू लागले. अखेरीस अशी वेळ आली की ॲमेझॉनला तिच्या कट्टर स्पर्धक गुगलचे सर्च इंजीन ॲमेझॉनने पुरवलेल्या सर्च इंजीनपेक्षा कितीतरी चांगल्या पद्धतीने शोधकार्य पार पाडते, हे कटू सत्य मान्यच करावे लागले.

या आणि अशा अनेक गोष्टींमुळे ॲमेझॉनला त्या वेळी प्रचंड प्रमाणात विस्तार पावलेल्या 'वेब सर्च'च्या क्षेत्रात थेट प्रवेश करावाच लागला आणि गुगलशी आमनेसामने मुकाबला करावा लागला. गुणवंत तंत्रज्ञ मिळवणे आणि मिळालेल्यांना सिॲटलला आणणे या गोष्टी ॲमेझॉनला फारच कठीण पडू लागल्या होत्या. तुटवडा इतका जाणवू लागला होता की कंपनीतील विभागा-विभागांमध्येसुद्धा एकाच तंत्रज्ञावरून स्पर्धा सुरू झाली होती. यावरील एक उपाय म्हणून २००३ सालच्या शेवटी शेवटी जेफ होल्डन, ऊडी मॅनबेर आणि त्यांचे सहकारी काही तंत्रज्ञांना भेटून त्यांच्या मुलाखती घेण्यासाठी पालो आल्टो येथे गेले. तेथील मुलाखती फारच फलदायी ठरल्या. सिॲटलमध्ये लायक उमेदवारांचा तुटवडा आणि बाहेर त्यांची सुबत्ता यामुळे ॲमेझॉनने सिॲटलच्या बाहेर तिचे पहिले उत्तर अमेरिकेतील ऑफिस सुरू करण्याचा निर्णय घेतला.

या मुख्य ऑफिसच्या बाहेरच्या ठिकाणच्या 'उप-ऑफिसेस'ना बेझोस आणि डॅलझेल 'रीमोट डेव्हलपमेंट सेंटर्स'- 'दूरस्थ विकास केंद्रे' असे म्हणायचे. त्यामागची कल्पना अशी होती की जेथे उत्तम तंत्रज्ञ, तज्ज्ञ जास्त संख्येने मिळत असतील अशा ठिकाणी ऑफिस उघडायचे, तेथे तंत्रज्ञांच्या टीम्स तयार करायच्या आणि एकेका टीमकडे एका विशिष्ट, स्वतंत्र अशा प्रकल्पाची जबाबदारी सोपवायची. यामुळे एखादी नवी कंपनी स्थापन झाली की सुरुवातीला जी प्रचंड ऊर्जा असते; उत्साह, वेग असतो त्याचा उपयोग करून घेता यायचा आणि प्रकल्प स्वतंत्र असल्याने मुख्य ऑफिसशी सततचा संपर्क राखण्याचीही गरज भासायची नाही. कंपनीच्या कायदेशीर

सल्लागारांनी या धोरणाला विरोध दर्शविला. कारण अशा ऑफिसेसमुळे कंपनीला त्या त्या प्रांतांचा विक्रीकर भरावा लागणार होता. त्यांनी असे सुचविले की, ही ऑफिसेस या मुख्य कंपनीच्या नियंत्रणाखालील स्वतंत्र कंपन्या म्हणून स्थापन कराव्यात आणि त्यांनी थेट ग्राहकांशी कोणतेही व्यवहार करू नयेत.

त्या वेळेपर्यंत मॅनबेर यांना ॲमेझॉनमध्ये येऊन एक वर्ष झाले होते. सततच्या सिॲटल–सिलिकॉन व्हॅली या प्रवासाला ते कंटाळले होते. पालो आल्टो येथील ऑफिसची जबाबदारी त्यांच्याकडे सोपवून त्या त्रासातून त्यांची सुटका केली गेली. २००३ सालच्या ऑक्टोबर महिन्यात पालो आल्टो येथील वेव्हर्ली आणि हॅमिल्टन स्ट्रीटवर ॲमेझॉनच्या पहिल्या स्वतंत्र 'डेव्हलपमेंट सेंटर'चे – 'विकास केंद्रा'चे – उद्‌घाटन झाले. बेझोस यांनी त्याचे नामकरण केले – 'ए९'. कशाचेही गणिताच्या भाषेत संक्षिप्त रूप करण्याची त्यांची आवड या नामकरणातही दिसली. त्यांनी 'अल्गॉरिदम्स' या नावाचे संक्षिप्त रूप 'ए९' असे केले होते. पहिले अक्षर 'ए' आणि पुढे त्याच्या स्पेलिंगमधील उरलेल्या नऊ अक्षरांची संख्या – ए९. मॅनबेर यांची बदली झाली तरी त्यांनी बेझोस यांच्या बरोबरची त्यांची साप्ताहिक भेट मात्र सुरूच ठेवली. कधी फोनवरून तर कधी सिॲटलला येऊन.

दोघांच्या भेटीत 'शिजणाऱ्या' योजनांची उंची, आवाका जराही कमी झाला नव्हता. 'ए९' काही फक्त 'ॲमेझॉनडॉटकॉम'वरील वस्तूंच्या शोधपद्धतीवरच काम करीत नव्हते, गुगलच्या सर्च इंजीनला टक्कर देईल अशा, वेबवर कशाचाही शोध घेऊ शकणाऱ्या परिपूर्ण सर्च इंजीनवरही काम करीत होते. कंपनीने गुगल सर्च इंडेक्सचे लायसन्स मिळवले म्हणजे गुगलशी भागीदारीही आणि स्पर्धाही. २००४ सालच्या एप्रिल महिन्यात ॲमेझॉनने 'ए९डॉटकॉम' या नव्या संकेतस्थळाची सुरुवात केली आणि त्याला भेट देणाऱ्यांना वेब सर्च इंजीन उपलब्ध करून दिले. त्या प्रसंगी मॅनबेर म्हणाले, ''हा शोध म्हणजे प्रश्न पूर्णपणे सुटलेला आहे असे मुळीच नाही, ही फक्त सुरुवात आहे. त्या बाबतीत अजून कितीतरी करता येण्यासारख्या गोष्टी आहेत.''

बेझोस यांच्या डोक्यात अनेक एकाहून एक महत्त्वाकांक्षी कल्पनांचा साठा होता आणि आता त्यांच्या जोडीला मॅनबेर होते आणि 'ए९ टीम'ही होती. त्यातील जास्त कल्पना ॲमेझॉनच्या मूळ उद्योगाशी असंबंधित

अशा होत्या आणि त्यामुळे दोघांमधील चर्चाही त्या अफलातून वाटणाऱ्या कल्पनांविषयीच असत. पूर्वी फोन नंबर्सची यादी छापली जायची, तिला 'येलो पेजेस' असे नाव होते आणि ती प्रत्येक फोनधारकाकडे असायची. एका चर्चेत दोघांचे असे ठरले की वेब पुन्हा एकदा 'येलो पेजेस' अस्तित्वात आणू शकेल. त्यांनी त्याचे स्वरूप मात्र निराळे कल्पिले होते. तिला नाव दिले 'ब्लॉक व्ह्यू'. एकेका रस्त्यावरील दुकाने, हॉटेले यांची यादी दिसेल आणि आणि 'ए९डॉटकॉम'वर शोध घेताना त्यांचे ओळीने फोटोही दिसतील, तो संपूर्ण रस्ताच क्रमाने संगणकाच्या पडद्यावर साकार होईल अशी, ती योजना होती. गुगलने 'स्ट्रीट व्ह्यू' नावाने अशीच (अधिक यशस्वी आणि अखेरीस वादग्रस्त बनलेली) सेवा उपलब्ध करून दिली. त्याआधी दोन वर्षे अ‍ॅमेझॉनला 'ब्लॉक व्ह्यू'ची कल्पना सुचलेली होती.

गुगलने त्यांच्या 'स्ट्रीट व्ह्यू'साठी कंपनीच्या मालकीच्या ट्रक्समध्ये तसल्या कामासाठीचे खास, अतिशय महागडे असे कॅमेरे बसवून त्या ट्रक्स देशभरातील रस्त्यांवर पाठवून फोटो काढले. पण अ‍ॅमेझॉनचे काटकसरीचे तत्त्व मध्ये आले. त्या योजनेसाठी मॅनबेर यांना मात्र मंजूर झाले होते फक्त एक लाख डॉलर्स. ए९ने फोटोग्राफर्सना त्यांच्या बरोबर नेता येतील असेच कॅमेरे व अन्य साधनसामग्री देऊन त्यांना विमानाने देशातील फक्त वीस प्रमुख शहरांत पाठवले. तेथे हिंडून फोटो घेण्यासाठी त्यांनी वाहनेसुद्धा भाड्याने घेतली.

२००५च्या अखेरीस गुगलने अफाट लोकप्रियताही मिळवली होती आणि मार्केट कॅपिटलायझेशनही. त्याच्यापुढे 'ए९डॉटकॉम'वरील 'वेब सर्च' हा एक उमदा- पण फसलेला प्रयोग गणला जाऊ लागला होता. 'वेब सर्च' स्वस्तात किंवा दुसऱ्या कोणाच्यातरी खांद्यावर बसून, दुसऱ्याच्या आधारावर विसंबून करता येत नाही हे तोवर अगदी स्पष्ट झाले होते. त्या योजनेसाठी मॅनबेर यांच्या ए९ टीममधले दहाबारा इंजिनिअर्स झटत होते तेव्हा गुगलमध्ये शेकडो इंजिनिअर्स त्यावर काम करीत होते. पण तरीही 'ए९' हे डेव्हलपमेंट सेंटर प्रगती निश्चित दाखवीत होते, अ‍ॅमेझॉन डॉटकॉमवर ग्राहकाला त्याच्या 'वस्तूशोधकार्या'त सुधारणा करीत होते. शिवाय त्यांनी वस्तूंच्या जाहिराती दाखवण्याच्या योजनेवरही काम सुरू केले होते. 'क्लिकरिव्हर' या नावाच्या त्या योजनेत जाहिरातदार - उत्पादक, विक्रेते - साइटवरील शोधमार्गातील लिंक्स विकत घेऊन त्यांची, त्यांच्या

वस्तूंची जाहिरात करू शकणार होते. (उदाहरणार्थ, घरात टीव्हीसेट बसवून देणारा कंत्राटदार हाय डेफिनेशन टीव्हीच्या शोधामधील लिंक विकत घेऊन टीव्ही शोधणाऱ्या ग्राहकाला त्याची टीव्ही बसवून देण्याच्या सेवेचीही जाहिरात दिसेल अशी व्यवस्था करू शकणार होता.) 'क्लिकरिव्हर'ने पुढे कंपनीला भरघोस उत्पन्न मिळवून देणाऱ्या धंद्याची बीजेच पेरली. मॅनबेर यांची ॲमेझॉनमधील कारकिर्द कंपनीसाठी आणि मॅनबेर यांच्यासाठीही फलदायी ठरली. तीन वर्षांनंतर त्यांच्या नावाने पेटंटसाठी अर्ज केलेल्या नव्या शोधांची संख्या वीसच्याही वर गेली होती. त्या सर्व पेटंट्सवर बेझोस यांचेही नाव होते.

पण हा सलोखा त्यानंतर फार काळ टिकला नाही. अनेक मुद्द्यांवरून वाद, मतभेद सुरू झाले, त्यावरून 'एस टीम'मध्येही दुफळी माजली आणि ते बेझोस आणि मॅनबेर यांची भागीदारीही मोडणारेही ठरले. बेझोस एकटेच पुन्हा त्यांच्या ॲमेझॉनचे मोठेपण, वेगळेपण जगासमोर सिद्ध करण्याच्या कल्पनांची चित्रे काढू, रंगवू लागले. ''माझी कंपनी ही काही एक दुकान उघडून बसलेला विक्रेता नाही, इथे तिथे दिसणारे विक्रीकेंद्र नाही, त्यापेक्षा निराळी आहे, ते एक तंत्रज्ञानकेंद्र आहे; पण ते सध्याच्या 'नव्या' युगात सर्वत्र बोकाळलेले तंत्रज्ञान वापरणारे, त्यावर धंदा करणारे केंद्रही नाही,'' हे जगाला दाखवून, पटवून देण्याच्या प्रयत्नांना लागले.

दहा वर्षे वयाची ॲमेझॉन ही कंपनी कोणत्याच दृष्टीने सुखात नव्हती. कर्मचारी असमाधानी, उदास होते, काम वाढत होते, कामाचा वेग कमी होत नव्हता; पण पगार काही वाढत नव्हता. उलट वार्षिक पगारवाढीवर नियंत्रण होते. इकडे शेअरची किंमतही चढत नव्हती. जेव्हा पालो अल्टो येथे नवी डेव्हलपमेंट सेंटर्स सुरू केली तेव्हा सिॲटलमधील कर्मचाऱ्यांमध्ये हा विनोद लोकप्रिय झाला होता. 'बरोबर आहे, इथून लांबच ठेवायला हवीत ती ऑफिसेस! इथल्या कर्मचाऱ्यांची हलाखीची, दुःखद परिस्थिती बघितल्यावर इथे कोण येणार काम करायला?'

१९९० साली शेल कॅफन यांनी जी कार्यपद्धतीची इमारत उभी केली होती ती आता कंपनीची अनेक पटींनी वाढ झाल्यावर अपुरी पडू लागली होती, जुनी झाली होती, अस्ताव्यस्त झाली होती. त्यांनी बनवलेला मोनोलिथिक कोड, ज्याला 'ऑबिडॉस' हे – ब्राझीलमधील ज्या गावात

ॲमेझॉन नदीला तिच्या उपनद्या येऊन मिळतात त्या ठिकाणाचे – नाव दिले होते. आणि वेर्नर वॉगेल्स यांच्या शब्दांत तो कोड 'डक्ट टेप आणि डब्ल्यू डी ४० इंजिनिअरिंग'ने जोडून ठेवला होता, तो आता पार जुना झाला होता. तोच कोड वापरून ॲमेझॉनने 'टार्गेट' आणि 'बॉर्डर्स' यांच्या वेबसाइट्सही चालवल्या होत्या. ते कामधंदा वाढवण्याच्या दृष्टीने खूपच आकर्षक होते; पण त्यामुळे कंपनीच्या पायाभूत तांत्रिक पद्धतीवर असह्य ताण पडत होता. इंजिनिअरिंग खाते हा सगळा गोंधळ आवरायचा प्रयत्न करीत होते. तो प्रकार एकाच इमारतीला लागलेली आग विझवण्यासारखा मर्यादित नव्हता, आसपासच्या सगळ्यांच भागात पसरलेला वणवा विझवण्यासारखा अवघड आणि धोकादायक होता.

कंपनीतील पायाभूत तांत्रिक संरचना ही साधी, सुटसुटीत आणि लवचीक, आपल्या कार्यपद्धतीला योग्य, अनुरूप – ज्याला त्या वेळी 'सर्व्हिस ओरिएंटेड आर्किटेक्चर' म्हणत असत, तशी – असायला हवी हे शहाणपण, त्या काळातील इतर अनेक तंत्रज्ञान क्षेत्रातील कंपन्यांप्रमाणेच, ॲमेझॉनही शिकली होती. त्यानुसार त्या पद्धतीचे प्रत्येक अंग, प्रत्येक सेवा ही स्वतंत्र असेल, तंत्रज्ञान जसजसे प्रगत होईल तसे संपूर्ण पद्धतीला धक्का न लावता, ते त्यात स्वतंत्रपणे अंतर्भूत करता येईल किंवा ते बदलूनही टाकता येईल अशी काळजी घेतली गेली होती.

त्या वेळी ॲमेझॉनचे चीफ टेक्नॉलॉजी आफिसर होते अल व्हर्म्युलेन. ते पट्टीचे पायलट होते. त्यांना कंपनीतील सर्व जण प्रेमादराने 'अल व्ही' असेच संबोधत असत. त्यांनी आधुनिक तंत्रात बसणारी स्वतंत्र; पण एकमेकांशी जुळणाऱ्या भागांची संरचना नव्याने बांधली. त्यातील एका भागाला 'ऑबिडॉस' येथे एकत्र आलेल्या ॲमेझॉनच्या उपनद्या ज्या ठिकाणी पुन्हा ॲमेझॉनचा प्रवाह सोडून त्यांच्या त्यांच्या मार्गाने जाऊ लागतात त्या ठिकाणाचे 'गुरुपा' हे नाव दिले गेले. हा संरचनेतील बदल, तिचा विस्तार, तिचे रूपांतर पूर्ण करून ती वापरात आणण्यात तीन वर्षांचा काळ गेला, तो नेटवर्क इंजिनिअर्ससाठी खूपच त्रासदायक, क्लेशकारक काळ ठरला, त्या काळात या सर्व इंजिनिअर्समध्ये सतत संपर्क राहावा, कोणतीही अडचण, समस्या तातडीने सोडवली जावी, यासाठी सर्वांना पेजर्स दिले गेले होते.

या त्रासाला कंटाळून काही इंजिनिअर्स कंपनी सोडून गेले. त्यांतले बरेचसे 'गुगल'मध्ये गेले. त्यात स्टीव्ह येगे नावाचा एक इंजिनिअरही

होता. काही वर्षांनंतर या येगेने गुगल प्लस या सोशल नेटवर्कवर त्याच्या आधीच्या कंपनीच्या प्रमुखांविषयी एक लांबलचक लेख लिहिला आणि तो इंटरनेटवर कोणालाही वाचता येईल असा प्रसारित केला. त्यात येगे याने लिहिले होते, ''मला उलटी न होऊ देता माझ्या आधीच्या ॲमेझॉन या कंपनीबद्दल लिहायचे हे एक आव्हानच आहे! पण मी जमवेन कसेतरी. हां, ती कंपनी अनेक दृष्टींनी जगातील एक अत्युत्तम कंपनी आहे, पण ती फक्त तिच्या ग्राहकांसाठीच, तिच्यासाठी काम करणाऱ्यांसाठी काही ती तितकी चांगली नाही. पण मला वाटते, शेवटी ग्राहकच महत्त्वाचा!''

२००४च्या अखेरीस असा एक खडा पडला की, ज्यामुळे ॲमेझॉनमधील वातावरण, अंतर्गत कार्यपद्धती ढवळून निघाली. टॉयजरस या कंपनीने ॲमेझॉनच्या विरोधात फेडरल कोर्टात दावा दाखल केला. ॲमेझॉन आणि टॉयजरस यांच्यामध्ये असा करार झाला होता की- ॲमेझॉनच्या साइटवरील सर्वांत लोकप्रिय अशा खेळण्यांची विक्री फक्त टॉयजरसच करेल. या कराराचा ॲमेझॉनने भंग केला असा आरोप ठेवला गेला होता. करारातील कायदेशीर भाषा कमालीची क्लिष्ट होती. त्याचाच कीस काढून, बरेच गुंतागुंतीचे मुद्दे मांडून खटला भरलेला होता. मुळाशी होती परस्परविरोधी उद्दिष्टे आणि जगाकडे पाहण्याचे सर्वस्वी निराळे दृष्टिकोन. टॉयजरसचे म्हणणे होते की, ते ॲमेझॉनला चांगली भरपूर वार्षिक फी देतात, शिवाय साइटवरील सर्वांत लोकप्रिय खेळण्यांचे एकमेव विक्रेते म्हणून ते जी विक्री करतात त्यातील काही रक्कमही देतात, परंतु ॲमेझॉन आणि तिचे सीईओ अशी कोणतीही गोष्ट करू शकत नव्हते, जे ग्राहकांच्या सर्वोच्च निवड करण्याच्या इच्छेला बाधा आणू शकेल आणि इतर विक्रेत्यांना टॉयजरसच्या खेळण्यांशी स्पर्धा होऊ शकेल, अशा खेळण्यांची जाहिरात करायची आणि या ना त्या मार्गाने ती खेळणी विकायची संधीही मिळवून देऊन टॉयजरस या त्यांच्या भागीदारावर अन्याय करतात.

या खटल्याची सुनावणी २००५ सालच्या सप्टेंबर महिन्यात न्यू जर्सीतील पॅटर्सन येथील न्यायालयात झाली. ते न्यायालय एका लहान आणि कुंद अशा खोलीत होते. बेझोस यांची साक्ष जवळजवळ दोन दिवस चालली होती, पण न्यायालयाच्या नोंदीवरून असे दिसते की, ती त्यांची त्यांनाच काही फारशी रुचली नव्हती. बेझोस यांना त्यांनी स्वत:च घेतलेल्या महत्त्वाच्या निर्णयाच्या होणाऱ्या विस्मरणाबद्दल जज मार्गारेट मेरी

मॅकवे यांनी संशय व्यक्त केला आणि अखेरीस त्यांनी टॉयजरसच्या बाजूने निकाल दिला. त्याअनुसार दोन कंपन्यांमधील करार मोडण्यात आला आणि टॉयजरसला त्यांची साइट पुन्हा सुरू करण्याची मुभा मिळाली. निकालामध्ये न्यायाधीशांनी ॲमेझॉनचे कर्मचारी त्यांच्या ऑफलाइन काउंटरपार्टला तुच्छ लेखतात, अनादराने वागवतात आणि त्यांच्या मनात मात्र त्यांचे सीईओ आणि सीईओंच्या आज्ञा, त्यांच्या मागण्या यांविषयी आदरयुक्त भीती आहे असा शेरा मारला. 'टॉयजरसच्या एका अधिकाऱ्याच्या साक्षीचा संदर्भ देऊन निकालात त्यांनी लिहिले, "माझी खात्री पटली आहे की ॲमेझॉनमध्ये जेफ बेझोस यांच्या मंजुरीशिवाय पानही हलत नाही."

ॲमेझॉनने वरच्या कोर्टात अपील केले; पण तेही ते हरले आणि ॲमेझॉनला टॉयजरसला पाच कोटी दहा लाख डॉलर्सची भरपाई द्यावी लागली. ॲमेझॉनविषयी एक विधान केले जाते : ॲमेझॉन ग्राहकांच्या समाधानाच्या बाबतीत आणि केवळ त्या एकाच उद्दिष्टाच्या पूर्तीसाठी उभारलेल्या यंत्रणेविषयी इतकी आग्रही असते की, त्यापुढे मोठमोठ्या कंपन्यांशीसुद्धा शत्रुत्व पत्करायला ती मागे-पुढे पाहत नाही. टॉयजरसने जिंकलेला तो खटला हा त्या विधानाच्या पुष्ट्यर्थ देता येईल असा पहिला पुरावा सिद्ध होतो. (टॉयजरसच्या खटल्याच्या वेळीच प्रवासी साइट असलेल्या 'एक्सपिडिया' नावाच्या कंपनीबरोबरची ॲमेझॉनची भागीदारीही एका खटल्याद्वारेच संपुष्टात आली होती. त्या बाबतीतील भरपाईचा प्रश्न न्यायालयाबाहेरच सोडवण्यात आला होता.)

टॉयजरसबरोबर झालेल्या बेबनावामुळे त्या कंपनीशी असलेला करार रद्द झाला. त्यामुळे खेळण्यांच्या विक्रीवर झालेल्या दुष्परिणामांमधून सावरत असताना पुस्तके व खेळणी या खेरीजच्या 'हार्ड' गोष्टी विकणाऱ्या विभागाच्या विक्रीचीही घडी विस्कटू लागली. खरे तर इलेक्ट्रॉनिक्स उत्पादने व उपकरणे आणि दागिने या दोन्ही प्रकारांच्या विक्रीत जुन्या मीडिया बिझनेसपेक्षा वेगाने वाढ होत होती; पण त्यांच्या विक्रीतून कंपनीला फायदा मात्र मिळत नव्हता. त्यामुळे कंपनीच्या आर्थिक स्थितीवरील ताण वाढत होता. या समस्येकडे लक्ष पुरवणे गरजेचे आहे, असे बेझोस यांना प्रकर्षाने वाटू लागले. १९९८ साली वॉल मार्टने त्यांचे अधिकारी फूस लावून नेले जात आहेत असा आरोप करून ॲमेझॉनविरुद्ध दावा लावला होता. त्या वेळी 'ड्रगस्टोअरडॉटकॉम' या कंपनीत काम करणारे एक अधिकारी कॅल

रामन यांनी ॲमेझॉनला मदत केली होती. बेझोस यांनी त्याच कॅल रामन यांना कंपनीत आणले. त्या वेळी सर्व प्रकारच्या वस्तूंच्या जगभरातील विक्रीची जबाबदारी सीनियर व्हाईस प्रेसिडेंट पदावर असलेल्या डिएगो पिएचेंटिनी यांच्याकडे होती. एका दिवसात बेझोस यांनी ती जबाबदारी विभागली आणि त्यातील अर्धी, 'हार्ड' वस्तूंच्या विक्रीची जबाबदारी कॅल रामन यांच्यावर सोपवली. हा बदल त्यांनी त्या मंगळवारी एका ई-मेलद्वारे कंपनीत सर्वांना कळवला. त्या वेळचे सर्व अधिकारी सांगतात की, ती मेल वाचून त्या सर्वांना तर धक्का बसलाच, स्वत: पिएचेंटिनी यांनाही तो अनपेक्षित धक्काच होता. (परंतु स्वत: पिएचेंटिनी मात्र हे नाकबूल करतात. ते म्हणतात की, ई-मेलद्वारा सर्वांना तो बदल कळण्याआधी तो त्यांना माहीत होता.)

कॅल रामन हे दक्षिण भारतातील एका लहान खेड्याचे रहिवासी होते. त्यांच्या पंधराव्या वर्षी त्यांच्या वडिलांचे निधन झाले होते आणि त्यांचे कुटुंब गरिबीच्या खाईत लोटले गेले होते. पण कॅल यांनी चिकाटीने गरिबीवर मात करून इलेक्ट्रिकल इंजिनिअरिंग या विषयात पदवी मिळवली. त्यानंतर मुंबईला येऊन टाटा कन्सल्टिंग इंजिनिअर्स या कंपनीत नोकरी धरली. नंतर त्यांना वॉलमार्टमधील एका प्रकल्पाच्या सल्लागाराचे काम मिळाले आणि ते अमेरिकेत, टेक्सासमध्ये आले. हळूहळू बढती मिळवीत त्यांनी कंपनीच्या इन्फर्मेशन टेक्नॉलॉजी विभागात जागा मिळवली. त्या वेळी त्यांची रॅक डॅलझेल यांच्याशी भेट झाली. त्यांच्या काही सवयी लक्षात राहण्यासारख्या होत्या. ते पान खात, मीटिंग्जमध्येही खात आणि मधूनमधून कचरापेटी शोधून त्यात थुंकतही. ते ॲमेझॉनमध्ये आल्यावर त्यांच्या हाताखाली डेटा वेअर हाउसचे काम पाहणाऱ्या डायन लाय म्हणाल्या, ''कॅल रामन आम्हां सगळ्यांना खूप हसवायचे.''

बेझोस यांचा असा दृढ विश्वास होता की 'डेटा'- माहिती - हा कंपनीचा मूळ गाभा असला पाहिजे, तो पाया मजबूत असला पाहिजे आणि त्याच बळकट पायावर उभी असली तरच कंपनीची कार्यपद्धती यशस्वी होते. रामन यांनी त्यांच्या वॉलमार्टमधील अनुभवाचा सुयोग्य उपयोग करून बेझोस यांचे हे तत्त्व प्रत्यक्षात आणले. त्यांच्या टीमने ग्राहकांना वस्तूंची निवड करायला अनेक गोष्टींचा विचार करण्याची संधी उपलब्ध करून दिली. त्या वस्तूतील कोणता प्रकार, कोणता उत्पादक, कोणते मॉडेल सर्वांत

जास्त प्रचलित, लोकप्रिय आहे, त्या वस्तूचा अन्य किती ग्राहक कोणत्या वेळी शोध घेतात हे ग्राहकाला दिसू लागले, त्याच्या स्वत:च्या खरेदीचा या आधीचा इतिहास त्याला दाखवला जाऊ लागला. रामन यांच्या टीमने वस्तूंच्या किमतींची तुलना करणारे सॉफ्टवेअरही ॲमेझॉनच्या ग्राहकांना उपलब्ध करून दिले. ती तुलना ग्राहकाला आपोआपच दिसू लागे. बेझोस यांची आणखी एक आग्रही मागणी, हट्टच असे की ॲमेझॉनची किंमत सर्व किमतींपेक्षा, ऑनलाइन विक्रेते आणि दुकानातील किमतींपेक्षाही, कमी असली पाहिजे. या तंत्राच्या साहाय्याने हेरगिरी करून स्पर्धकांच्या किमतीही माहीत करून घेतल्या जात आणि बेझोस यांचा हट्ट पुरविला जाई. ॲमेझॉनची किंमत त्याप्रमाणे कमीतकमी असेल अशी खबरदारी घेतली जाई.

ॲमेझॉनच्या खरेदी खात्यातील लोकांना दोन महत्त्वाच्या गोष्टींबद्दल कायम जबाबादार धरले जाई– त्यांच्या अखत्यारीतील वस्तूंचे साठे कधी कमी असता कामा नयेत आणि त्यांच्या किमती कधीही जास्त असता कामा नयेत. किमती स्पर्धेत टिकल्याच पाहिजेत. रामन यांच्या बरोबर अठरा महिने काम केलेल्या डायन लाय म्हणाल्या, ''तसे जर कधी झालेले नाही असे दिसले तर त्या माणसाचे काही खरे नसायचे. रामन स्वत: 'अपराध्या'ला शोधून त्याचा गळा धरायचे! अशा कारणांवरून कायम कंपनीत आरडाओरडा, मारामाऱ्या सुरू असायच्या. त्यातच काही ना काहीतरी तांत्रिक बिघाड असायचा, त्यामुळे माहिती चुकीची असायची. शेवटी प्रकरण बेझोस यांच्यापर्यंत पोहोचायचे, मग वादावादी, उलटसुलट बोलाचाली व्हायची, बेझोस आमच्यावर रागवायचे, चिडायचे, ओरडायचे. सगळा प्रकार भयंकरच असायचा!''

रामन अतिशय भरभर बोलायचे, त्यांचे इंग्लिश भाषेतील उच्चार त्यांच्या मातृभाषेने प्रभावीत होते. ते कधीकधी समान उच्चाराचे चुकीचे शब्द वापरायचे. त्यामुळे त्या अज्ञानातून निर्माण झालेल्या त्यांच्या विनोदांना 'कॅलिझम्स' असे नाव पडले होते. त्यांना लोकांना 'क्रेझी आहात' – 'वेडे आहात'– असे म्हणायचे असले की ते 'स्मोकिंग क्रॅक' हा शब्द वापरीत, ज्याचा अर्थ धूम्रपानात कोकेनसारखा मादक पदार्थ वापरणारे असा होता. ''तुम्ही सगळे जण जे पिता आहात ते मलापण देता का, म्हणजे मला तुम्हांला कसे वाटते आहे ते कळेल,'' असे त्यांना म्हणायचे असले की

त्यात ते 'तुम्हांला कसे वाटते' या अर्थी 'युअर बिझनेस' या शब्दांचा वापर करायचे. ते ॲमेझॉनमध्ये जेमतेम दोन वर्षे टिकले. पण अजूनही कंपनीत लोक त्यांच्याविषयी बोलत असतात.

रामन यांच्या हाताखाली काम करणारे रिटेल डायरेक्टर जेसन गोल्डबर्गर म्हणतात, ''ओह! आमचे कॅल म्हणजे स्पष्टवक्ते, खरे तर फटकळच होते. समोरच्याला काय वाटेल याचा विचार न करता मनातला राग तोंडावर बोलून ओकून टाकायचे. चित्रपटातले नट वाटायचे. कट्रिना या तुफानी वादळाचे संकट येऊन गेल्यानंतर जवळजवळ एका वर्षाने मी गृहोपयोगी उत्पादनांच्या विक्रीचा विभाग हातात घेतला. वादळानंतर लगेचच्या काळात साहजिकपणे वाढलेल्या जनरेटर्सच्या विक्रीचे प्रमाण तोवर कमी झाले होते. पण कॅल यांना ते काही समजत नव्हते, ते आपले जनरेटर्सची मागणी का कमी झाली याचा जाब मला विचारीत राहिले. खरंच, ते एक झपाटलेले व्यक्तिमत्त्व होते.''

ॲमेझॉनमधील कामाची घडी आधीच विस्कटलेली होती, त्यात या आणि अशा अनेक व्यक्ती, त्यांची ये-जा, निरनिराळ्या बऱ्यावाईट घटना यामुळे ती अधिकच विस्कटली. कंपनी आकाराने मोठी झाली की अंतर्गत हेवेदावे, मतभेद, स्पर्धा या गोष्टी वाढू लागतात. दोन्ही बाजूंची हानी करणाऱ्या या गोष्टी 'एस टीम'मध्येही दिसून येऊ लागल्या. विक्रीची जबाबदारी ज्या दोघांमध्ये विभागली गेली होती– ते डिएगो पिएचेंटिनी आणि कॅल रामन यांच्यामधून विस्तव जाईना. रामन यांचे जेफ विल्के यांच्याशीही पटेना. एकदा जेफ विल्के यांच्या कानांवर गेले की रामन त्यांच्या फुलफिलमेंट टीमबद्दल - पूर्तीकार्याच्या टीमबद्दल - टीकात्मक असे काहीतरी बोलले. एका मोठ्या मीटिंगमध्ये विल्के यांनी सगळ्यांच्या समोर रामन यांना विचारले, ''मला असे कळले की तुम्हांला मला काहीतरी सांगायचे आहे, ते तुम्ही इथे सर्वांसमोरच का नाही सांगत?'' मीटिंगमधल्या सगळ्यांनाच शाब्दिक चकमक मारामारीत बदलण्याची शक्यता वाटली. व्हाईस प्रेसिडेंट कम्युनिकेशन्स कॅथी सॅविट यांचेही पिएचेंटिनी यांच्याशी जमेना. बेझोस यांची तत्त्वे पूर्ण आत्मसात केलेले जेसन किलर यांनी 'हुलु' या व्हिडिओ साइटची जबाबदारी स्वीकारली होती, पण त्यांनी ॲमेझॉनला आपल्याकरिता अन्य पर्याय शोधण्यासाठी कित्येक महिन्यांचा वेळ दिला त्यामुळे ते ॲमेझॉनमधेच अडकून पडले होते.

हे एवढे सगळे घडत होते. बेझोस यांना त्यातले काहीच व्यवस्थित हाताळता आले नाही, सांभाळता आले नाही, टाळता आले नाही. स्वतंत्र रंगमंचावर नाटके रंगत होती आणि ते हातावर हात टाकून बसले होते. ते काहीही करू शकत नव्हते किंवा त्यांना काही करायचेच नव्हते. 'एस टीम'चे सदस्य सांगतात की, त्या सगळ्यांचा परिणाम असा झाला की 'एस टीम'मधले वातावरण कायमचेच स्फोटक बनले. प्रत्येकालाच आपले म्हणणे स्पष्टपणे बोलून दाखवण्याची गरज जशी जाणवू लागली तशी बेझोस यांना खूश ठेवण्याची आवश्यकताही प्रतीत होऊ लागली. 'एस टीम'मध्ये राजकारण शिजू लागले.

सर्वांत गाजले ते ऊडी मॅनबेर आणि जेफ होल्डन यांच्यामधील वाद, मतभेद. तरुणपणी कॉम्प्युटरवरील डेटा हॅक करण्यात प्रवीण असलेले, स्वतःला 'द नोव्हा' म्हणवून घेणारे जेफ होल्डन हे तर बेझोस यांचे डी.ई.शॉ कंपनीतले जुने सहकारी होते.

सर्वांत जास्त काळ ॲमेझॉनमध्ये उच्चाधिकारावर असलेले जेफ होल्डन यांचे बेझोस यांच्याशी नातेही सर्वांत जास्त जवळचे होते. 'एस टीम'ला जर ग्रहमालेची उपमा दिली तर जेफ होल्डन हे बेझोस या सूर्याच्या सर्वांत जवळचे बुध हा ग्रह होते. त्यांच्या अधिकाराची कक्षा मात्र सर्वांत मोठी होती आणि साहजिकच ते अनेकांच्या मत्सराचा विषय होते. डाएट सोडा आणि फ्रॅप्युचिनो ही त्यांची आवडती पेये होती. भराभरा बोलायचे आणि मीटिंगमध्ये एका जागी न बसता मीटिंगमधील वातावरणानुसार हळू किंवा जोराजोरात फेऱ्या मारायचे. बेझोस यांच्यासारखेच तेही आक्रमक होते. कोणत्याही गोष्टीचे यशस्वी फलित पाहण्याची त्यांना घाई असायची.

उद्योगवृद्धीच्या दृष्टीने जगभरात नव्या नव्या गोष्टींचा शोध घ्यायचे काम ते करीत असत. त्यांचे पदच 'व्हाईस प्रेसिडेंट वर्ल्डवाइड डिस्कव्हरी' असे होते. त्यांच्याकडील खात्यांची नावेही अर्थपूर्ण होती. पर्सनलाझेशन - वैयक्तीकरण, ऑटोमेटेड मर्कंडायझिंग - स्वयंचलित खरेदी-विक्री, असोसिएट्स - भागीदार किंवा सहकारी, ई-मेल मार्केटिंग - ई-मेलद्वारे जाहिरात, विक्री, वितरण वगैरे. या सर्व खात्यांमध्ये मिळून पाचशे कर्मचारी त्यांच्या हाताखाली काम करीत होते. शिवाय सर्च इंजीनचे काम पाहणाऱ्या खातेप्रमुखांचेही वरिष्ठ तेच होते. मॅनबेर यांना पालो अल्टोला पाठवून 'ए९'चे काम त्यांनाच पाहायला सांगण्याची कल्पनाही होल्डन यांचीच होती. काही

काळानंतर मॅनबेर यांचे काम त्यांना पसंत पडेनासे झाले. ॲमेझॉनच्या साइटवर एका ठिकाणाहून दुसऱ्या ठिकाणी जायला वेळ लागू लागला होता, साइटवरील प्रवासाचा वेग फारच कमी होत होता. साइटवरील शोधांमधील असे त्रासदायक प्रश्न सोडवून ती प्रक्रिया ग्राहकांसाठी सोपी, सोयीची करणे यावर मॅनबेर लक्ष केंद्रित करीत नव्हते. ते दोघे एकमेकांवर अवलंबून होते. साइटवर गेल्यावर ग्राहकाला येणारा अनुभव सुखकर, समाधानकारक, आकर्षक असणे हे होल्डन यांचे लक्ष्य होते आणि मॅनबेर त्यासाठीच्या तंत्रज्ञानाच्या मागे लागले होते.

होल्डन यांचा असंतोष सरतेशेवटी पराकोटीला गेला, 'ए९'कडून काही काम होणार नाही या निष्कर्षाप्रत ते आले आणि त्यांनी स्वतःच सिॲटलमध्ये त्या दिशेने गुप्तपणे प्रयत्न सुरू केले. डॅरेन व्हेनग्रॉफ नावाच्या इंजिनिअरची नेमणूक करून लुसीन आणि सोलर या साधनांचा वापर करून ॲमेझॉनच्या सर्च इंजीनच्या पुनर्रचनेचे काम सुरू केले. काही महिन्यांनंतर त्या प्रयत्नांतून जी एक पद्धती विकसित झाली ती त्यांनी बेझोस यांच्या समोर सादर केली. बेझोस यांनी त्याची चाचणी घेण्यास मंजुरी दिली. होल्डन यांनी त्यांना सांगितले की, ते सोलरवर आधारित सर्च इंजीन विकसित करण्याचे योजित आहेत आणि जर ते काम व्यवस्थित होते आहे, असे दिसले तर हे 'सर्च'चे काम पालो आल्टोहून सिॲटललाच आणणार आहेत. यावर मात्र बेझोस यांनी ''नंतर, विचार करून सांगतो,'' अशी प्रतिक्रिया व्यक्त केली. त्यांनी होल्डन यांचा प्रस्ताव मॅनबेर यांना ऐकवला. अर्थातच मॅनबेर यांना ते त्यांच्या अधिकारातील क्षेत्रावर आक्रमण वाटले.

सर्वच जण अडचणीत आले. बेझोस यांनी होल्डन आणि मॅनबेर या दोघांना या नव्या पद्धतीवर काम करण्यासाठी एक संयुक्त टीम तयार करायला सांगितले. त्यानंतर काय झाले याविषयी निरनिराळे लोक निरनिराळे सांगतात. पण त्यात हा मुद्दा मात्र समान दिसतो की होल्डन आणि मॅनबेर यांचे काही जमले नाही, पटले नाही, ते एकत्र काम करू शकले नाहीत. एकत्र प्रयत्नांच्या प्रगतीचा आढावा घेतल्यावर बेझोस यांनी ते काम पुन्हा 'ए९'टीमच्या हातीच सोपवले. होल्डन अपमानित झाले, त्यांची अर्थातच निराशा झाली. त्यांनी बेझोस यांच्या समोर असेही प्रतिपादन केले की त्यांच्याच लोकांनी त्या कामाची धुरा वाहिली आहे आणि साइटवर शोध घेताना पुनःपुन्हा येणाऱ्या सर्व अडचणी सोडवण्यासाठी तेच कसून काम

करीत आहेत. बेझोस यांनी होल्डन यांना त्यांच्या विचारात भावनांचा भाग जास्त आणि तर्काचा कमी असल्याचे लक्षात आणून दिले.

बेझोस यांनी मॅनबेर यांना झुकते माप दिले असाच होल्डन यांचा समज झाला, ते तो अवमान सहन करू शकले नाहीत आणि त्यांनी ॲमेझॉन सोडून जाण्याची तयारी केली. त्यांनीच निवडलेल्या डॅरेन व्हेनग्रॉफ या इंजिनिअरच्या मदतीने त्यांनी 'पेलागो' नावाची मोबाइल सर्च कंपनी स्थापन केली (ती कंपनी पुढे 'ग्रुपऑन'ने ताब्यात घेतली). होल्डन यांची ही कृती त्यांच्या व बेझोस यांच्या संबंधांत अंतर पाडणारी होती, पण तसे झाले नाही, त्या दोघांची मैत्री अबाधित राहिली. बेझोस यांनी होल्डन यांच्या 'पेलागो'मध्ये गुंतवणूकही केली. होल्डन यांच्या कंपनी सोडण्याने बेझोस यांनी त्यांचा एक सर्वांत जुना सहकारी आणि कंपनीतील एक चतुरस्र नेता गमावला. दिलासा एवढाच होता की मॅनबेर अजून कंपनीत होते.

पण तोही दिलासाही काही काळच उरला. मॅनबेर यांनीही कंपनी सोडायचा निर्णय घेतला.

"दूर अंतरावरील ऑफिस चालवून मुख्य ऑफिसमधील निर्णयप्रक्रियेपासून दूर राहणे मला आवडत नाही," असे मॅनबेर यांचे म्हणणे होते. जे काम ते पालो आल्टो येथे करीत होते त्याच कामाशी संबंधित काम बेझोस यांनी होल्डन यांना सिॲटलमध्ये करायला परवानगी दिली ही गोष्ट त्यांना सर्वांत खटकली होती. कंपनी सोडून ते पुन्हा शैक्षणिक क्षेत्रात जात आहेत आणि स्मरणशक्ती या विषयावर संशोधन करणार आहेत असे त्यांनी बेझोस आणि रॅक डॅलझेल यांना सांगितले. "मी तुम्हांला आपला, ॲमेझॉनचा माणूस मानतो, कंपनी सोडून जाऊ नका," या शब्दांत बेझोस यांनी त्यांना मनवले तेव्हा त्यांनी पुन्हा विचार करण्याचे आश्वासन दिले.

दरम्यान, गुगलमध्ये अगदी सुरुवातीपासून काम करत करत व्हाईस प्रेसिडेंट इंजिनिअरिंग या हुद्द्यावर पोहोचलेले उर्स होल्झो यांना त्यांचे 'सर्च'चे क्षेत्र सोडून देऊन गुगलच्या पायाभूत संरचनेकडे लक्ष पुरवायचे होते. त्यांनी ऊडी मॅनबेर यांना जेवणाचे निमंत्रण दिले आणि त्या वेळी कॉम्प्युटर सायन्समध्ये डॉक्टरेट मिळवलेल्या त्या इस्रायली तज्ज्ञाला "आपण गुगलमधील माझी सर्च इंजिनिअरिंगची जबाबदारी स्वीकाराल का?" असे विचारून आश्चर्याचा धक्का दिला. त्या वेळी मॅनबेर यांनी गंभीरपणे ते हे क्षेत्र सोडायचाच विचार करीत आहेत असे उत्तर दिले; पण काही आठवड्यांनंतर

त्यांनी विचार बदलला आणि गुगलचा प्रस्ताव तरी काय आहे ते जाणून घ्यायला ते तयार झाले. मग जानेवारी महिन्यातील एका दिवशी होल्झो यांनी पालो आल्टोमधल्याच आयल फॉर्नेओ या इटालिअन रेस्टॉरंटमधील प्रायव्हेट रूममध्ये मॅनबेर आणि लॅरी पेज यांची भेट घडवून आणली. भेटीच्या जागी ते दोघेही काही वेळाच्या अंतराने पोहचतील अशी खबरदारी पेज आणि मॅनबेर या दोघांनी घेतली होती. जेवण सुरू असताना सर्जी ब्रिन हेही तेथे आले आणि जेवण संपता संपता गुगलचे सीईओ एरिक श्मिट यांनीही प्रवेश केला. गुगलचे संस्थापक आणि उच्चाधिकारी यांची तेथील उपस्थिती फारच प्रभावीत करणारी होती.

त्या भेटीनंतर फेब्रुवारी महिन्यात मॅनबेर यांना गुगलकडून त्यांच्या सर्च टीमच्या नेतृत्वाची जी 'ऑफर' आली ती असाधारणरीत्या आकर्षक होती. साहजिकच त्यांनी ती स्वीकारण्याचा निर्णय घेतला. त्या वेळी कोणत्याही इंजिनिअरला गुगलमध्ये काम करणे म्हणजे जगातील सर्वांत विस्तृत अशा कार्यक्षेत्रात प्रवेश मिळण्याची आणि एकापेक्षा एक गुणवंत, कुशल अशा तंत्रज्ञांबरोबर काम करण्याची सुवर्णसंधीच होती. गुगलच्या बाजूने ती 'ऑफर' म्हणजे सर्चच्या क्षेत्रातील एक अत्यंत बुद्धिमान व्यक्ती गुगलच्या टीममध्ये आणण्याची आणि त्याच वेळी त्यांच्या एका प्रमुख स्पर्धकाचे त्यांच्या क्षेत्रातील घुसखोरीचे प्रयत्न खच्ची करण्याची उत्तम संधी होती.

आता मॅनबेर यांच्यावर एक कठीण काम येऊन पडले होते. ते म्हणजे ॲमेझॉन सोडून गुगलकडे जाणाऱ्यांची रांग लागलेली असतानाच तेही त्याच रांगेत आहेत हे बेझोस यांना सांगण्याचे काम; पण त्यांनी ते फोनवर केले, उरकलेच. त्यानंतर बेझोस यांची प्रतिक्रिया म्हणजे त्यांच्या वेडाचा, विक्षिप्तपणाचा महाउद्रेक होता असे ॲमेझॉनचे काही कर्मचारी सांगतात. बेझोस वैतागतील, निराश होतील, त्यांना पुन्हा विचार करायला, सोडून न जायला सांगतील असे मॅनबेर यांना वाटले होते. ते म्हणाले, ''होय, जेफ तसेच काहीतरी करतील असे मला अपेक्षित होते; पण त्यांनी तसे काही केले नाही. ते चिडले होते हे नक्की आणि ते माझ्यावर ओरडलेदेखील. मला आता त्यांचे नेमके शब्द लक्षात नाहीत, पण 'नाही, नाही, तुम्ही असे करू शकत नाही,' असे ते सारखे म्हणत होते, एखाद्या लहान मुलाने काहीतरी भयंकर चूक केल्यावर जसे मोठे त्याला रागावतात तसेच काहीसे ते बोलत होते.''

बाकी काही नाही तरी ॲमेझॉन सोडताना बेझोस यांच्यासारखा एक 'जिवाचा मित्र' गमावल्याचे दुःख मात्र मॅनबेर यांना सतावीत होते. त्यांच्यासारखी पार्श्वभूमी आणि आवडीच्या गोष्टी असलेल्या कुठल्याही इंजिनिअरला नाकारताच येणार नाही, असाच गुगलचा सर्चच्या क्षेत्रात काम करण्याचा प्रस्ताव असल्याचे मॅनबेर यांनी बेझोस यांना पटवून सांगण्याचा खूप प्रयत्न केला, पण बेझोस यांना ती बाजू दिसतच नव्हती. ते मॅनबेर यांच्या ॲमेझॉन सोडून गुगलमध्ये जाण्याला 'विश्वासघात, बेइमानी, फितुरी' असेच म्हणत होते. आपल्या एका विशेष अधिकाऱ्याच्या अशा कंपनीतून निघून जाण्याकडे ते दुर्लक्ष तर करू शकत नव्हतेच; ते सहजी स्वीकारूही शकत नव्हते. मॅनबेर म्हणाले, "ते त्यांच्या भावना, त्यात रागच होता, व्यक्त करताना कचरत नव्हते, स्पष्ट शब्दांत बोलत होते आणि मला फार भयंकर वाटत होते. ते माझ्याशी कायमच चांगलेच वागत आले होते, आजवर मला भेटलेल्यांच्यात त्यांच्यासारखे गुरू, मार्गदर्शक, सल्लागार कोणीच नव्हते. अशा माणसाला मी निराश करीत होतो. ते मला कधी माफ करतील की नाही कोण जाणे, बहुतेक नाहीच करणार, पण त्या वेळी माझ्या समोरही सयुक्तिक पर्याय नव्हता. माझा निर्णय झाला होता. मी ॲमेझॉन सोडणारच होतो. माझ्याच क्षेत्रात मी सर्वोच्च स्थानावर पोहोचायचे की एखाद्या नव्या क्षेत्रात पहिल्यापासून सुरुवात करायची या दोन्हींतील निवड होती ती."

काही दिवसांनी बेझोस शांत झाले. त्यांनी शांत डोक्याने पुन्हा एकदा मॅनबेर यांचे मन बदलण्याचा प्रयत्न केला, पण अर्थातच तोवर खूपच उशीर झाला होता. ॲमेझॉन केवळ 'एक विक्रेता' या भूमिकेतून बाहेर येऊन एक 'तंत्रज्ञान कंपनी' अशी तिची ओळख प्राप्त करण्यासाठी ते करीत असलेल्या प्रयासांचे अपेक्षित परिणाम दिसत नसतानाच बेझोस यांना त्यांचे दोन अगदी जवळचे सहकारी आणि तंत्रज्ञ नेते गमवावे लागले होते. 'ए९डॉटकॉम' या साइटवरील जनरल सर्च इंजीन अयशस्वी ठरले होते. मॅनबेर सोडून गेल्यानंतर एका वर्षाच्या आतच ते बंद करावे लागले. त्यांच्या 'ब्लॉक व्ह्यू'ला मागे टाकून त्याची जागा गुगलच्या 'स्ट्रीट व्ह्यू'ने घेतली होती. 'सर्च इनसाइड द बुक' हा उपक्रम लोकांना आवडत होता; पण त्याने काही फार लक्षवेधी परिणाम घडवून आणला नव्हता. उत्तमोत्तम इंजिनिअर्स ॲमेझॉनसारख्या विखारी कंपन्या सोडून देऊन गुगल किंवा तशा सिलिकॉन व्हॅलीमधील इतर इंटरनेट कंपन्यांकडे पळत होते. अशाही परिस्थितीत ॲमेझॉन ही खरोखरच

एक तंत्रज्ञान कंपनी आहे, असे जगाला सिद्ध करून दाखवण्याचा त्यांचा हट्ट बेझोस यांना पूर्ण करायचा म्हणजे काहीतरी नाट्यमय घटना घडणेच आवश्यक होते!

***

डॉटकॉम कंपन्या त्यांच्यावर ओढवलेल्या संकटातून बाहेर पडत असताना वेबचे पुरस्कर्ते, प्रचारक, कॉम्प्युटरविषयक पुस्तकांचे मोठे प्रकाशक टिम ओरॅली यांनी सभा, परिषदांद्वारे 'वेब २'ला लोकप्रियता मिळवून दिली, 'मेकर फेअर'च्या माध्यमातून हार्डवेअरचा छंद असणाऱ्यांचा एक उत्सवही आयोजित केला. ''ॲमेझॉन हट्टाने एक स्वतंत्र वेब डेस्टिनेशन असल्यासारखी वागते आहे,'' असे ओरॅली यांचे मत होते. म्हणूनच बेझोस यांना स्पष्टपणे 'सुनवायला' म्हणून ते २००२ सालच्या सुरुवातीला सिॲटलला आले होते. ते बेझोस यांना म्हणाले, ''ॲमेझॉनने तिच्याकडे जमा झालेली विक्रीविषयक माहिती सर्वांना उपलब्ध केली पाहिजे म्हणजे सर्वच जण तिचा उपयोग करून घेऊ शकतील. उदाहरणार्थ, कोणत्या प्रकारची पुस्तके जास्त खपतात ही माहिती जर पुस्तक प्रकाशकांना कळली तर त्या माहितीच्या आधारे ते पुढील पुस्तकांची निवड जास्त चांगल्या प्रकारे करू शकतील.'' बाह्य जगाला अशा प्रकारची सेवा देण्याचा विचार बेझोस यांनी तोवर मुळीच केलेला नव्हता. ''असे करण्याने ॲमेझॉनला काही फायदा होईल असे मला वाटत नाही,'' असे त्यांनी ओरॅली यांना सुरुवातीला सांगितले.

त्याआधी बरीच वर्षे बेझोस आणि ओरॅली यांचे संबंध सर्वसाधारणपणे सलोख्याचे; पण कधीमधी कारणपरत्वे विरोधाचेही होते. ॲमेझॉनच्या साइटवर ग्राहकांना 'वन क्लिक' ही सोय वापरता येत होती. इतर विक्रेत्यांनी ती वापरायला परवानगी मागितली तेव्हा ॲमेझॉनने ती दिली नाही. तेव्हा म्हणजे २००० सालच्या फेब्रुवारी महिन्यात ओरॅली यांनी त्याविरुद्ध इंटरनेटवरच एक विरोधी मोहीम राबवली होती. (ओरॅली यांनी 'पेटंट पद्धती'वर जोराची टीका केली होती. तसेच त्यांनी 'बाउंटी क्वेस्ट' नावाची एक कंपनी सुरू केली होती. तिने गाशा गुंडाळेपर्यंत कंपन्यांना पेटंट्सना दुर्बल करणाऱ्या दस्तऐवजांसाठी पुरस्कार घोषित करण्याची परवानगी दिली. या त्यांच्या दोन्ही गोष्टींना पाठिंबा देऊन बेझोस यांनी त्या मोहिमेतील हवा काढून घेतली होती.) ओरॅली यांनी एकदा एक ब्लॉग लिहिला होता. त्यात

स्थानिक पुस्तकांच्या दुकानांमधून पुस्तके विकत घेणे पसंत करणाऱ्यांना असा सल्ला दिला होता की, त्यांनी ऑनलाइन पुस्तकांची खरेदी स्वस्तात पडली तरी स्थानिक पुस्तकविक्रेत्यांकडून पुस्तके विकत घेणे बंद करू नये, नाहीतर ते विक्रेते तेथून निघून जातील. हा त्यांचा 'संदेश' देशभरातील कित्येक पुस्तकांच्या दुकानांच्या काउंटरना चिकटवून ठेवलेला होता.

परंतु २००२च्या फेब्रुवारी महिन्यात बेझोस यांना भेटायला येताना ओरॅली यांच्याकडे एक बळकट, तर्कशुद्ध, पटेल असा मुद्दा होता. बेझोस यांनी त्यांचे म्हणणे ऐकून घेतले. ओरॅली यांनी बेझोस यांना त्यांच्या कंपनीने बनवलेले 'ॲमरँक' नावाचे एक 'टूल' दाखवले. ते म्हणाले की, ते टूल दर काही तासांनी ॲमेझॉनची साइट तपासते आणि ग्राहकांनी ओरॅली यांनी प्रकाशित केलेल्या पुस्तकांना आणि इतर पुस्तकांनाही दिलेला दर्जा नोंद करून घेते. परंतु ते टूल 'स्क्रीन स्क्रेपिंग' या तशा जुन्या तंत्रावर आधारित होते आणि खूप गुंतागुंतीचे होते. ओरॅली यांची सूचना अशी होती की ज्याला 'एपीआय टूल्स' - ॲप्लिकेशन प्रोग्रॅमिंग इंटरफेस टूल्स - असे म्हणतात ते तंत्र वापरून ॲमेझॉनने अनेक प्रकारची टूल्स बनवावीत आणि ती सर्वांना उपलब्ध करून द्यावीत म्हणजे त्यांचा वापर करून कोणीही साइटवरील वस्तू, त्यांच्या किमती, त्यांच्या विक्रीची पातळी, क्रमवारी या सर्व गोष्टींविषयी माहिती एकत्र करू शकेल. ॲमेझॉनच्या साइटवरून विविध प्रकारच्या वस्तूंविषयीची वरील माहिती गोळा करून इतर वेबसाइट्सकडून तिचा योग्य वापर केला जावा अशी ओरॅली यांची महत्त्वाकांक्षा होती. ॲमेझॉनसारख्या मोठ्या कंपन्यांनी केवळ स्वत:पुरते न बघता इतरांच्या फायद्याचाही विचार करावा, परोपकाराच्या भावनेतूनही काम करावे असे सांगून ते म्हणाले, ''नवे तंत्रज्ञान आपल्याला काय देईल याबरोबरच इतरांनाही त्याचा कसा उपयोग होईल, त्यांच्या व्यवसायवृद्धीसाठी त्याचा आपण त्यांना कसा उपयोग करून देऊ शकू हा दृष्टिकोन ठेवला पाहिजे.''

ओरॅली यांच्या त्या भेटीनंतर बेझोस यांनी कंपनीतील तीन उच्चाधिकारी रिक डॅलझेल, नील रोझमन आणि कॉलीन ब्रायर यांच्या बरोबर त्या मुद्द्यावर चर्चा करण्यासाठी एक मीटिंग घेतली. १९९९ साली ॲमेझॉनने 'कॉन्व्हर्जन्स' नावाची नव्याने सुरू झालेली 'मोबाइल कॉमर्स'- चलित व्यापार- या क्षेत्रात काम करणारी एक कंपनी ताब्यात घेतली होती. मीटिंगमध्ये रिक डॅलझेल यांनी अशी माहिती दिली की

त्या कंपनीतील रॉब फ्रेडरिक नावाचा एक तरुण इंजिनिअर एपीआय टूल्स हेच तंत्र वापरून कोणालाही ॲमेझॉनच्या साइटवरील आवश्यक माहिती फोन्स किंवा पामपायलट्स (ज्यातूनच पुढे स्मार्ट फोन्सचा विकास झाला) यांसारख्या, ज्यांना 'नॉन पीसी मोबाइल इक्विपमेंट्स' म्हणतात, त्यावर एकत्र करू शकेल असे साधन विकसित करीत आहे. त्या मीटिंगनंतर बेझोस यांनी ओरॅली यांना कंपनीत बोलावून इंजिनिअर्सच्या गटासमोर आणि त्यानंतर सर्व कर्मचाऱ्यांच्या वार्षिक मीटिंगमध्ये कॉम्प्युटरचा इतिहास, त्यापासून घ्यावयाचे बोध आणि एक स्वतंत्र 'प्लॅटफॉर्म' बनण्याचे महत्त्व या विषयांवर त्यांची व्याख्याने आयोजित केली.

बेझोस यांनी कॉलिन ब्रायर यांच्या नेतृत्वाखालची 'असोसिएट्स टीम' आणि कॉन्व्हर्जन्समधील रॉब फ्रेडरिक यांची टीम या दोन्ही एकत्र केल्या आणि त्या टीमवर एपीआय हे तंत्र वापरून इच्छुकांना ॲमेझॉनच्या साइटमधून हवी ती माहिती मिळवण्याची सोय करून देण्याची जबाबदारी सोपवली. त्या टीम्सच्या प्रयत्नांतून विकसित झालेले साधन वापरून इतर वेबसाइट्स ॲमेझॉनच्या कॅटलॉगमधील वस्तू निवडून त्यांचे वर्णन, किमती ही माहिती तर त्यांच्या त्यांच्या वेबसाईट्सवर दाखवायला लागलेच; शिवाय त्यांना ॲमेझॉनच्याच साइटवरील त्या वस्तूंच्या खरेदीच्या प्रक्रियेतील पैसे भरणे, निवडलेल्या अनेक वस्तू बाजूला काढण्यासाठीची 'शॉपिंग कार्ट' वापरणे या सोयीही वापरता येऊ लागल्या. वेबचा अशा रीतीचा मुक्त वापर करण्याची कल्पना बेझोस यांना स्वतःला तर पटली होतीच, पुढले काही महिने ते कंपनीत अनेकांना ती कल्पना पटवूनही देऊ लागले होते. ''आपण अशी साधने सर्वांना उपलब्ध करून दिली पाहिजेत आणि त्यांचा वापर करून त्यांना आपल्याला सुखद आश्चर्याचे धक्के देण्याचीही संधी दिली पाहिजे,'' असा उपदेशही करू लागले होते. पुढे जाऊन ॲमेझॉनने त्या वर्षीच्या उन्हाळ्यात एक 'डेव्हलपर्स कॉन्फरन्स' आयोजित केली. जे बाहेरचे लोक ॲमेझॉनची साइट चोरून वापरत होते, गुप्तपणे माहिती घेत होते अशा 'हॅकर्स'ना बोलावून त्यांना अधिकृत साधनांचा वापर करून उघडपणे साइट वापरायला शिकवले. अशा लोकांचा गट हा ॲमेझॉनचा एक घटक झाला. त्यांच्या माध्यमातून ग्राहक त्रयस्थ विक्रेत्यांशीही जोडले जाऊ लागले. अशी एक निराळीच सेवा देणारे साधन बनवणाऱ्या व त्याच्या उपयोगावर लक्ष ठेवणाऱ्या कॉलिन ब्रायर आणि रॉब फ्रेडरिक्स यांच्या टीमला नाव दिले गेले 'ॲमेझॉन वेब सर्व्हिसेस'.

ही योगायोगाने सापडलेल्या, कंपनीसाठी अत्यंत महत्त्वपूर्ण, लाभदायक, यशाकडे घेऊन जाणाऱ्या मुख्य मार्गाला समांतर जाणाऱ्या एका उपमार्गाची सुरुवात होती.

आज 'ॲमेझॉन वेब सर्व्हिर्सेस'- एडब्ल्यूएस - स्टोअरेज, डेटाबेसेस, रॉ कॉम्प्युटिंग पॉवर यांसारख्या कॉम्प्युटरच्या पायाभूत गोष्टींची विक्री करते. ती सुविधा सिलिकॉन व्हॅलीच्या आणि कॉम्प्युटर क्षेत्रातील तंत्रज्ञांच्या गटाच्या दररोजच्या जीवनाचा अविभाज्य भागच बनली आहे. नवनव्या कल्पना प्रत्यक्षात आणणाऱ्या पिंटरेस्ट, इन्स्टाग्रॅम यांसारख्या तंत्रज्ञांनी धाडसाने सुरू केलेल्या एक-दोन कंपन्या ॲमेझॉनच्या कॉम्प्युटर्सवर जागा आणि सायकल्स भाड्याने घेतात आणि जणू काही जबरदस्त क्षमतेचे सर्व्हर्स त्यांच्या कंपनीच्या आवारातच असल्यासारखे इंटरनेटचा वापर करून त्यांच्या त्यांच्या प्रक्रिया पार पाडतात. नेटफ्लिक्ससारख्या काही बड्या कंपन्याही चित्रपट ग्राहकांपर्यंत पोहोचवण्यासाठी एडब्ल्यूएसचा वापर करतात. परग्रहावरील वाटावी अशी 'क्लाउड' ही संकल्पनासुद्धा एडब्ल्यूएसनेच जगापुढे आणली. ही 'क्लाउड' ही संकल्पना इतकी महत्त्वाची, नुसती उपयुक्तच नाही तर कॉम्प्युटर क्षेत्रातील कोणत्याही नव्या कंपनीसाठी अशी काही अनिवार्य बनली आहे की, तशा कंपन्यांमध्ये भांडवल गुंतवणारे भांडवलाबरोबरच त्या कंपन्यांना 'क्लाउड'ची 'गिफ्ट सर्टिफिकेट्'स देतात. नासा, सेंट्रल इंटेलिजन्स एजन्सी यांसारख्या महत्त्वाचे कार्य करणाऱ्या सरकारी संस्थाही एडब्ल्यूएसच्या प्रतिष्ठित ग्राहक आहेत. ॲमेझॉन एडब्ल्यूएसचे आर्थिक यश गुप्त ठेवीत असली तरी मॉर्गन स्टॅनलेतील विश्लेषकांच्या अंदाजानुसार २०१२ साली एडब्ल्यूएसचे उत्पन्न २२० कोटी डॉलर्स होते.

एडब्ल्यूएस सर्व्हिर्सेसचा उदय आणि उत्कर्ष पाहून काही साहजिक प्रश्न मनात येतात- ऑनलाइन वस्तू विकणाऱ्या कंपनीने अशा एका पूर्णपणे असंबंधित क्षेत्रात का प्रवेश केला? 'ॲमेझॉन वेब सर्व्हिसेस' या नावाने एपीआय टूल्सचा - ॲप्लिकेशन प्रोग्रॅमिंग इंटरफेस टूल्सचा - विकास करणारा गट या अशा उच्चतम तंत्रज्ञानाच्या पद्धतींकडे कसा वळला? या बाबतीत ॲमेझॉनच्या प्रगतीकडे लक्ष ठेवणारे निरीक्षक असे सांगतात की, ॲमेझॉनच्या विक्रीमध्ये चढउतार असायचे. सुट्यांच्या मोसमात अफाट गर्दी उसळायची; पण बाकीच्या वेळात बरीच उसंत असायची. त्या मंदीच्या

काळात कंपनीच्या कॉम्प्युटर्सची क्षमता फारच थोड्या प्रमाणात वापरली जायची. बेझोस यांनी असे ठरवले की ज्यांना अशा क्षमतेची गरज असेल त्यांना ती वापरायला उपलब्ध करून द्यायची. त्यातून हे घडले असावे; परंतु ॲमेझॉनमधील लोक हे निरीक्षण चुकीचे असल्याचे सांगतात. कारण तसे असते तर विशेषत: प्रत्येक वर्षाच्या हिवाळ्यात, ऐन सुट्यांच्या दिवसांत ती क्षमता वापरणाऱ्यांची पंचाईतच झाली असती, कंपनीला त्यांना सर्व्हर्सपासून दूरच ठेवावे लागले असते.

कॉम्प्युटरच्या पायाभूत सुविधा उपलब्ध करून देण्याच्या या उद्योगाची सुरुवात २००३ साली अर्ल व्हर्म्युलेन हे ॲमेझॉनचे चीफ टेक्नॉलॉजी ऑफिसर असताना त्यांनी आधुनिक तंत्रात बसणारी स्वतंत्र; पण एकमेकांशी जुळणाऱ्या भागांची 'गुरुपा' हे नाव दिलेली जी संरचना नव्याने बांधली होती तेथपासून झाली होती. ॲमेझॉनची अंतर्गत कॉम्प्युटर सिस्टिम जरी स्वतंत्र अशा टिकाऊ घटकांमध्ये विभागलेली होती तरी त्यावर काम करणारे सर्व इंजिनिअर्स एकाच टीमचे सदस्य होते आणि ते सिॲटल युनियन स्टेशनजवळच्या एका निराळ्या ऑफिसमध्ये एकत्र बसून काम करीत असत. ॲमेझॉनकडे असलेले सगळे सर्व्हर्स या टीमच्या सक्त निगराणीखाली असत आणि जर कंपनीतील अन्य कोणत्या टीमला, विभागाला त्यांच्या काही नवीन कल्पनांवर काम करायचे असेल तर त्यांना या टीमला त्यांची सर्व्हर्सची गरज पटवून द्यायला लागत असे. ही शिस्त इतकी कडक होती की अनेक प्रॉजेक्ट मॅनेजर्स वैतागत असत. त्या वेळी कंपनीत सॉफ्टवेअर इंजिनिअर म्हणून काम करणारे ख्रिस ब्राऊन म्हणाले, ''कंपनीतली मशिन्स या हार्डवेअरमध्ये 'दादा लोक' असलेल्या खास टीमच्या ताब्यात होती, ते दादागिरी करायचे आणि आम्ही त्यांना शिव्या घालायचो. कारण आम्हांला मुक्तपणे बागडायला, निरनिराळे प्रयोग करून बघायला मोकळे अंगण हवे असायचे.''

बेझोसही या गोष्टीमुळे चिडायचे. पूर्तीकेंद्रांमध्ये पिकर्सना वस्तूंचा शोध वेळ न घालवता घेता यावा यासाठी कॉम्प्युटरची मदत घेऊन ती वस्तू जेथे ठेवलेली असेल त्या शेल्फवरचा आणि ते शेल्फ ज्या रांगेत असेल त्या रांगेच्या कोपऱ्यावरचा दिवा लागण्याची जी सोय केलेली होती त्या पद्धतीमध्ये, त्यासाठीच्या साधनसामग्रीमध्ये सतत सुधारणा करून वस्तू सापडणे फारच वेगाने आणि अचूकपणे होऊ लागले होते. पण त्यासाठी कॉम्प्युटरच्या ज्या वाढत्या सोयींची आवश्यकता पडत असे त्यांची उपलब्धता मात्र पुरेशी

नसायची. ती इतकी बिघडली होती की त्यातील काही नव्या गोष्टींवर काम करणाऱ्या प्रोजेक्ट मॅनेजर्सना 'एस टीम'च्या मीटिंगमध्ये, बेझोस यांच्या आज्ञेप्रमाणे त्यांचे म्हणणे सहा पानांच्या 'निबंधा'द्वारे वारंवार मांडावे लागत असे आणि त्यानंतरच्या चर्चेत त्यांना त्यांच्या कल्पनांची चाचणी घेणे अशक्य होत असल्याची तक्रार करावी लागे. रिक डॅलझेल यांना अशा प्रकारचा एक प्रसंग चांगलाच आठवतो. पर्सनलायझेशन विभागाचे प्रमुख मॅट राउंड यांनी एका मीटिंगमध्ये त्यांच्या प्रोजेक्टची चाचणी घेण्याची त्यांची अक्षमता व्यक्त केली, तेव्हा जेफ बेझोस साहजिकच चिडले; पण त्यांनी त्याचा राग डॅलझेल यांच्यावरच काढला! डॅलझेल म्हणाले, ''मला जेफचा राग झेलायची सवयच झाली होती, पण त्या दिवशीचा त्याचा राग अवाजवी नक्कीच नव्हता. आमच्या लोकांच्या नवनिर्मिती क्षमतेला, कल्पनाशक्तीला आम्ही योग्य खतपाणी घालू शकत नव्हतो. जगातल्या ९९ टक्के कंपन्यांपेक्षा आमची प्रगतीची गती नक्कीच जास्त होती, पण तरीही या अडचणीमुळे आमची गती फारच मंदावत होती.''

१९९० मध्ये कॉम्प्युटरवर खेळता येणारा 'क्रीचर्स' नावाचा एक खेळ कमालीचा लोकप्रिय झाला होता. तो खेळ - खेळाडूंना स्क्रीनवर एका उत्तम आयुष्यासाठी मार्गदर्शन करण्याची संधी देत होता - ज्यांनी शोधून काढला त्या स्टीव्ह ग्रॅन्ड यांचे 'क्रिएशन' नावाचे पुस्तकही खूप गाजत होते. ते पुस्तक बेझोस यांच्या वाचनात आले. त्यात ग्रॅन्ड यांनी लिहिले होते की, इलेक्ट्रॉनिक्समध्ये जसे रेझिस्टर्स, कपॅसिटर्स यासारखे छोटे छोटे घटक एकत्र करून उपकरण तयार होते किंवा मानवाची जडणघडणसुद्धा त्याच्या आनुवंशिक गुण-अवगुणांच्या मिश्रणातून होत असते तसे आर्टिफिशिअल इंटेलिजन्समुळे अनेक बदल घडवता येतात.

ते पुस्तक समजायला खूपच जड आणि अवघड होते; पण तरीही ॲमेझॉनच्या अधिकाऱ्यांच्या 'बुक क्लब'मध्ये त्या पुस्तकावर बरीच चर्चा होऊ लागली होती. ते पुस्तक जे वाचत त्यांना कॉम्प्युटर्स, त्याच्या पद्धती, सुविधा यांबद्दलची अधिक स्पष्ट आणि स्वच्छ माहिती मिळू लागल्यामुळे ते कंपनीतील त्याविषयीच्या परिस्थितीबद्दल त्यांची मतेही तशीच स्पष्ट व स्वच्छपणे मांडू लागले होते. ''ॲमेझॉनचे व्यवस्थापन जर कंपनीतील इंजिनिअर्स, अधिकारी यांच्या मनात, डोक्यात निर्मितिक्षमता, कल्पनाशक्ती जागृत करू इच्छित असेल, त्यांना खतपाणी घालून त्या वाढवू इच्छित

असेल तर त्यांना त्यासाठी काय हवे असेल याबद्दलचे अंदाज व्यवस्थापनाने बांधत बसू नये. कारण ते जुन्या गोष्टींवर आधारित असतील, त्याऐवजी त्यांनी कॉम्प्युटिंगच्या प्रक्रियेच्या रचनेतील प्राथमिक घटक - जसे अणू असतात तसे - निर्माण करावेत, ते त्या लोकांना उपलब्ध करून द्यावेत आणि मग त्यांच्यासाठी मैदान मोकळे सोडून त्यांच्या मार्गातून बाजूला व्हावे.'' अशी मते मांडली जाऊ लागली होती. बेझोस यांचेही मत असेच आणि ठाम झाले होते असे त्या वेळचे लोक सांगतात. बेझोस म्हणत, ''पद्धती विकसित करणारे इंजिनिअर्स, तंत्रज्ञ हे किमयागार असतात. आपले काम त्यांना ती किमया करायला जे जे लागेल ते ते सर्व पुरवणे हेच आहे.''

बेझोस यांनी इंजिनिअर्सशी नुसती चर्चा नाही, विचारमंथन करून त्यांचे लक्ष शक्य असलेल्या सर्व प्राथमिक घटकांकडे वेधले. स्टोअरेज, बॅन्डविड्थ, मेसेजिंग, पेमेंट्स, प्रासेसिंग- यादी वाढतच गेली. या घटकांचे असाधारण महत्त्व माहीत असूनही कंपनीने त्याचा बाऊ न करता यादीमधील प्रत्येक घटकावर काम करून त्या सुविधा विकसित करण्यासाठी टीम्स तयार केल्या.

कंपनीतील इन्फर्मेशन टेक्नॉलॉजी विभागाचे प्रमुख होते ख्रिस पिंकहॅम. ते दक्षिण आफ्रिकेमधून अमेरिकेत आले होते. २००४ सालच्या शेवटी शेवटी त्यांनी कुटुंबासह दक्षिण आफ्रिकेला परत जायचे ठरवले. त्या वेळी 'ए९ टीम' पालो आल्टोतून काम करू लागली होती आणि डॅलझेल तशीच 'डेव्हलपर सेंटर्स'-'विकासकेंद्रे'- स्वित्झर्लंड आणि भारत या दोन देशांत प्रस्थापित करण्यात गुंतले होते. त्यांनी पिंकहॅम यांना असे सुचवले की त्यांना साउथ आफ्रिकेत जायचेच असेल तर त्यांनी कंपनी न सोडता तेथे केपटाउनमध्ये ॲमेझॉनचे विकासकेंद्र सुरू करावे. तेथे कशावर काम करावे यावरही आकार, प्रकार यांचे बंधन न घालता दोघांनी बरीच खुली चर्चा केली. असे ठरले की अशी सुविधा निर्माण करायची ज्यामुळे डेव्हलपरला ते ॲप्लिकेशन ॲमेझॉनच्या सर्व्हरवर चालवता येईल; मग त्याचा प्रकार कोणताही असो! पिंकहॅम आणि त्यांचे सहकारी यांनी त्याचा नीट, सर्व बाजूंनी अभ्यास केला आणि असा प्रस्ताव मांडला की ते नव्याने वापरात आलेल्या 'झेन' या डेटा सेंटरमधील एका सर्व्हरवर अनेक ॲप्लिकेशन्स सहजपणे चालवू शकणाऱ्या सॉफ्टवेअर लेअरचा वापर करतील. पिंकहॅम यांनी त्यांचे सहकारी ख्रिस ब्राऊन यांना त्यांच्या बरोबर दक्षिण आफ्रिकेला यायला राजी केले आणि त्या दोघांनी मिळून केपटाउनच्या इशान्येकडे

भरपूर वायनरीज असलेल्या भागात एका शाळेच्या आणि एका बेघरांच्या वसाहतीजवळ 'कॉन्स्टेन्शिया' नावाच्या अनेक लहान लहान ऑफिसेस असलेल्या इमारतींच्या संकुलात ते विकासकेंद्र सुरू केले. त्यांनी केलेल्या अथक प्रयत्नांमधून 'इलॅस्टिक कॉम्प्युट क्लाउड'ची - 'इसी २' ची - निर्मिती झाली. तो ॲमेझॉन वेब सर्व्हिसेसचा पाया ठरला, त्यानेच वेब २.०चेही सारथ्य केले.

पहिल्या वर्षभरात अधूनमधून सिॲटलमधील तंत्रज्ञांशी फोनवरून केलेली चर्चा सोडली तर 'इसी २' ची निर्मिती पिंकहॅम आणि ब्राऊन यांनी अमेरिकेपासून दूर, निराळ्या खंडामध्ये, स्वतंत्रपणे केली. तेथे दोनच डिजिटल सबस्क्रायबर लाइन्स - आणि त्याही घरगुती उपयोगाच्या - होत्या. त्यावरच काम चालवावे लागे. त्यातच २००५ सालच्या कडक उन्हाळ्यात आफ्रिकेतील दोन अणुभट्ट्यांपैकी एक बंद पडली. त्यामुळे विजेच्या वापरावर बंधने आली असतानाच काम सुरू ठेवावे लागले; पण "मुख्य ऑफिसपासून दूर असण्याचा फायदाच झाला," असे सांगताना पिंकहॅम म्हणाले, "सारख्या चौकशा करणाऱ्या, अधूनमधून लुडबुड करणाऱ्या आमच्या सीईओपासूनही आम्हांला सुटका मिळाली होती. त्यामुळे तो एकांत, ती शांतता फारच उपयुक्त ठरली. सिॲटलमध्ये असताना मी बेझोस यांच्यापासून दूर कसे राहता येईल हेच बघायचो. ते एरवी खरे तर फार गमतीशीर माणूस होते; पण त्यांच्या आवडत्या प्रोजेक्टवर काम करणे मात्र संकटच असायचे. त्यांना सतत फाटे फोडायची आवड होती आणि त्यामुळे सवयही होती."

पिंकहॅम यांना जी सुटका मिळाली ती ॲमेझॉनच्या 'सिंपल स्टोअरेज सर्व्हिस', 'एस ३' वर एकत्रितपणे काम करणाऱ्या दहा-बारा इंजिनिअर्सच्या टीमला, त्यांनी कसोशीने त्यांच्या चौकस आणि सतत मधे मधे करणाऱ्या सीईओंपासून लांब राहण्याचा प्रयत्न करूनसुद्धा मिळू शकली नाही. ती टीम पॅसिफिक मेडिकल सेंटरच्या इमारतीच्या आठव्या मजल्यावरच्या ऑफिसमध्ये बसून दोन वर्षे अखंड काम करीत होती. रोज एकत्र जेवत होती, कामानंतर कधी पत्त्यांचा डाव मांडून मन रमवीत होती. त्या टीमलाही आणि सिॲटलच्या दुसऱ्या टोकाला असलेल्या 'रिअल नेटवर्क्स' या कंपनीतून आलेले अनुभवी तंत्रज्ञ ॲलन ॲटलास यांनाही पिंकहॅम यांच्यासारखे जगाच्या दुसऱ्या टोकाला जाऊन काम करणे जमले नाही.

बेझोस यांना वेब सर्व्हिसेसमध्ये प्रचंड रस होता. 'एस३'चे काम चालले असताना ते नहमी मध्ये पडून चौकशी करीत, तपशिलात शिरून ती पद्धती कसे काम करणार आहे, ती सर्व अपेक्षा पूर्ण करेल की नाही, तिची प्रगती कशी चालली आहे ते जाणून घेत. कुठे काही खटकले तर इंजिनिअर्सना ते साधेसोपे करायला पुन्हा मुळाशी हात घालायला सांगत. ॲलन ॲटलास सांगतात, ''जेफ आले की सुरुवात हसत, मजेत होत असे, त्यांचे गडगडाटी हास्य घुमत असे. पण मग त्यांना काहीतरी उणे सापडे आणि मीटिंगची दिशाच बदलून जाई, वातावरण इतके गरम होई की जिवाची भीती वाटायला लागे. मला तर प्रत्येक मीटिंगनंतर माझी हकालपट्टीच होणार अशी खात्रीच वाटे.''

ते पुढे सांगतात, ''मी सुरुवातीला 'एस३' वर काम करीत होतो, तेव्हा मला बेझोस किती उंचीवरचा, किती दूरवरचा विचार करीत याची कल्पना नव्हती, त्यांची पोहोच माझ्या लक्षातच आली नव्हती.'' त्यांचं स्वप्न होतं की, लाखो स्वस्त आणि दोनशे डॉलर्सच्या मशिन्सचा ढीग लागलेला असावा आणि त्यात विस्फोट होत राहावा व याचा विस्तार करण्यात आपण सक्षम व्हायला हवे. बेझोस त्यांना म्हणाले, ''कोणत्याही खंडाशिवाय हे अनंतापर्यंत विस्तरायला हवं.''

एका मीटिंगमध्ये ॲटलास त्यांना म्हणाले, ''ही सर्व्हिस आपण उपलब्ध केली आणि नंतर जर काही अनपेक्षित वाढीला त्यात जागा करून द्यायची वेळ आली तर काय करायचे याचाही मी विचार करून ठेवला आहे, मी त्यासाठी तयारी करून ठेवली आहे.'' त्यावर बेझोस चिडले. ॲटलास यांच्याकडे झुकून म्हणाले, ''का तुम्ही माझे आयुष्य वाया घालवीत आहात?'' आणि मग ते एकदम मूक चित्रपटांच्या जमान्यातील 'कीस्टोन कॉप्स' या काहीही कामे जमत नसलेल्या पोलिसांचे उदाहरण देऊन ॲटलास यांच्यावर टीकेचा भडिमार करू लागले. ॲटलास सांगतात, ''बाप रे! तसा राग मी आयुष्यात पाहिला नाही, अनुभवला नाही. मी त्यांच्या अपेक्षेला उतरत नव्हतो. असे प्रसंग अनेक वेळा आले. ते फार फार पुढचा विचार करीत.''

'एस ३' पूर्ण तयार होऊन प्रदर्शित करायची वेळ आली तेव्हा तो क्षण साजरा करण्यासाठी ॲटलास यांनी त्यांच्या टीममधील इंजिनिअर्सना सुपरमॅनसारखा पोशाख घालायला दिला. एकच फरक होता, सुपरमॅनच्या पोशाखात त्याच्या छातीवर एस अक्षर असते, एस३च्या टीमच्या

इंजिनिअर्सच्या पोशाखात छातीवर एसच्या पुढे ३ हा आकडा होता- 'एस ३'. त्या पोशाखाचा सर्व खर्च अर्थातच ॲटलास यांना त्यांच्या खिशातूनच करायला लागला होता हे सांगणे न लगे!!

वेब सर्व्हिसेसचा विकास वाढून दोन ठिकाणी होऊ लागला होता- सिॲटल आणि केपटाउन. या प्रोजेक्टसाठी एकच नेता असावा असा विचार करून बेझोस आणि डॅलझेल तो कोण असावा यावर विचार करू लागले. बेझोस यांनी ॲमेझॉनचे चीफ टेक्निकल ऑफिसर अल व्हर्म्युलेन यांचे नाव सुचवले; पण त्यांची एक अडचण अशी होती की ते रोज ओरेगॉनमधील कॉरवॉलिस येथून विमानाने सिॲटलला येत असत आणि दुसरी ही की त्यांना व्यवस्थापनाच्या कामात रस नव्हता. त्यांनी तर 'एस ३' वर प्रत्यक्ष काम करता यावे म्हणून खालची जागा पत्करली, ते ॲटलास यांच्या टीममधले एक इंजिनिअर म्हणून काम करू लागले. डॅलझेल यांनी ॲन्डी जेसी यांच्या नावाची शिफारस केली. तेच ॲन्डी जेसी ज्यांनी कंपनीत आल्या आल्याच, त्या वेळी लोकप्रिय झालेल्या ब्रूमबॉलच्या खेळात कायाकच्या वल्ह्याचा तडाखा, अगदी अनवधानानेच, जेफ बेझोस यांच्या डोक्यावर मारून आपल्या कारकिर्दीची सुरुवात केली होती.

'उच्च तंत्रज्ञानाचे युग म्हणजे कॉम्प्युटर सायन्स या विषयात डॉक्टरेट केलेल्यांचे युग' हे मान्य केले तर कॉम्प्युटर सायन्समधील उच्च तंत्रज्ञानावर आधारित ॲमेझॉन वेब सर्व्हिसेसचे नेतृत्व करायला बफेलो विंग्ज खाण्याची विलक्षण आवड असलेले, न्यू यॉर्क स्पोर्ट्स टीम्सचे चाहते, हार्वर्ड बिझनेस स्कूलचे पदवीधर ॲन्डी जेसी हे अगदीच अयोग्य उमेदवार होते. ते तंत्रज्ञानाचे पदवीधर नव्हते म्हणूनच ॲमेझॉनमधील त्यांचा मार्ग सुरुवातीपासूनच जरासा भरकटला होता, काही वेळा अवघड झाला होता. १९९८ साली ॲमेझॉनने संगीताशी संबंधित गोष्टींची विक्री करावी असे सुचवणारे ॲन्डी जेसीच होते; पण त्या विक्री विभागाचे प्रमुख पद दुसऱ्या कोणाकडे तरी गेल्याची निराशा त्यांनाच पदरी पाडून घ्यायला लागली होती. काही वर्षांनी कंपनीच्या व्यवस्थापनात मोठा बदल करण्यात आला होता तेव्हा पर्सनलायझेशन गटाचे प्रमुख म्हणून जेसी यांची निवड केली गेली होती, पण त्याही वेळेला त्या विभागातील इंजिनिअर्सनी ते 'नॉनटेक्निकल' असल्याची तक्रार करून त्यांचे नेतृत्व नाकारले होते.

त्या वेळी जेसी यांच्यावर एक फारच वैशिष्ट्यपूर्ण जबाबदारी सोपवली गेली. त्यांना सतत बेझोस यांची सावली बनून राहायचे होते. सीईओ ज्या मीटिंग्ज बोलावतील किंवा ज्या अन्य मीटिंग्जना ते जातील त्या सर्व मीटिंग्जना जेसी यांनाही त्यांच्या बरोबरीने हजर राहायचे होते. तंत्रज्ञान क्षेत्रातील कंपन्यांमध्ये ही अशी पद्धत रूढच होती, इंटेल किंवा सन या कंपन्यातही 'सीईओची सावली' हे पद होतेच. बेझोस यांनीही ते पद त्या आधीही कंपनीत अगदी नवीन आलेल्या काही जणांवर सोपवून पाहिले होते – डी.ई.शॉ कंपनीतून आलेले इंजिनिअर जॉन ओव्हरडेक, पुढे 'ॲक्सेप्टडॉटकॉम' ही कंपनी स्थापन केलेले डॅनी शेडर इत्यादी. पण त्या वेळी ते पद पूर्ण वेळाची जबाबदारी म्हणून दिले गेले नव्हते आणि त्या अल्प काळाच्या 'सावल्या' बेझोस यांना सोडून गेल्या होत्या. जेसी या प्रस्तावाने गोंधळले होते, त्यांच्या मनात द्वंद्व सुरू झाले होते. त्या अनुभवाबद्दल बोलताना ते म्हणाले, ''जेफ बेझोस यांच्यासारख्यांच्या सतत जवळ राहून काम करायचे ही कल्पना अतिशय खूश करणारी होती, पण याआधी त्यांच्या 'सावल्यां'चे काय झाले तेही मी बघितलेले असल्यामुळे मी हरखून गेलो नाही. मी अतिशय प्रांजलपणे बेझोस यांनाच विचारले की, ही योजना यशस्वी, दोघांसाठी सुखकारक व्हायला हवी असेल तर काय व्हायला हवे? काय करायला हवे?'' ते म्हणाले, ''तुम्ही मला आणि मी तुम्हांला नीट, पूर्णपणे जाणून घेतले पाहिजे, आपल्यामध्ये एकमेकांविषयी विश्वास निर्माण झाला पाहिजे.'' जेसी यांनी ते पद स्वीकारले आणि पुढील दीड वर्ष ते बेझोस यांच्या बरोबर राहिले, त्यांच्या बरोबर प्रवास केला, दिवसभरातील गोष्टींवर, घटनांवर चर्चा केली. ते करत असताना जेसी यांनी बेझोस यांचे वागणे, बोलणे, विचार करणे या सगळ्यांचा नीट अभ्यास केला. ''ते पद कंपनीच्या प्रमुखाचेच होते; पण प्रमुखपदाचा शिक्का मात्र मारलेला नव्हता,'' असे जेसी यांनी त्यांच्या त्या कामाचे वर्णन केले. आज अशा बेझोस यांची सावली बनून वावरणाऱ्या अधिकाऱ्यांच्या पदाला महत्त्व आहे, 'टेक्निकल ॲडव्हायझर' असे अधिकृत नावही आहे, कंपनीत त्याला मान आहे, त्याचा वावर डोळ्यांत भरणारा, लक्ष वेधणारा असतो आणि अनेक जण त्या पदाची अभिलाषा बाळगून असतात. बेझोस असे म्हणतात, ''असा सर्व गोष्टींमध्ये बरोबरीने असणारा, प्रत्येक गोष्टींच्या बाबतीत केलेल्या विचारात, ठरवलेल्या योजनांमध्ये सहभागी होणारा, त्यानुसार गोष्टी घडतात, लोक त्या अपेक्षित

पद्धतीने, यशस्वीपणे पूर्ण करतात; यावर सतत लक्ष ठेवून असणारा आणि त्या तशा घडवून आणणारा विश्वासू आणि तितकाच कुशल असा माणूस जवळ असणे हा माझा आवाका, माझी कार्यकक्षा वाढवण्याचा उत्तम उपाय असे मी मानतो.''

या 'सावली' या पदभाराचा काळ संपला तशी डॅलझेल यांच्या शिफारशीअनुसार जेसी यांची नेमणूक 'ॲमेझॉन वेब सर्व्हिसेस'च्या - 'एडब्ल्यूएस'च्या - प्रमुखपदी झाली. त्यांच्यावर सर्वप्रथम जे काम सोपवले गेले होते ते होते 'एडब्ल्यूएस'चे 'व्हिजन स्टेटमेंट' - दीर्घकालीन उद्दिष्ट, ध्येय - लिहिण्याचे. अर्थातच ते बेझोस यांच्या नियमाप्रमाणे सहा पानांत बसवण्यासाठी थोडे प्रयत्न करावे लागले. जेसी यांनी ते ध्येयधोरण असे शब्दबद्ध केले : 'डेव्हलपर्स/व्यावसायिक योजक आणि कंपन्या यांना अत्याधुनिक, उच्च दर्जाच्या आणि गरजेअनुसार सहजपणे बदल करून आकार, आवाका, क्षमता लहानमोठी करता येणाऱ्या योजना आखण्यासाठी सुयोग्य, उपयुक्त अशा वेब सर्व्हिसेस उपलब्ध करून देणे.' त्यात ॲमेझॉन जे स्टोअरेज, कॉम्प्युटिंग, डेटाबेसेस, पेमेंट्स, मेसेजिंग यांसारखे प्राथमिक घटक वेब सर्व्हिसेसमध्ये समाविष्ट करणार होती त्यांची यादीही दिली होती. त्या संबंधी बोलताना जेसी म्हणाले, ''वेब सर्व्हिसेसची रचना करताना आम्ही त्यांचे उपभाक्ते वसतिगृहात राहणारे विद्यार्थीही असतील आणि जगातील सर्वांत मोठ्या कंपन्यांमधले तंत्रज्ञही असतील असेच गृहीत धरले होते. आमच्या वेब सर्व्हिसेस एका उत्साही, महत्त्वाकांक्षी व्यक्तीने सुरू केलेल्या लहान लहान कंपन्यांपासून ते चांगले बस्तान बसलेल्या मोठ्या कंपन्यांपर्यंत सर्वांना सारख्याच सहजपणे, त्यांच्या त्यांच्या गरजेअनुसार खेळता येईल असे समतल क्रीडांगण असावे, अशी कल्पना करण्याचा आम्ही प्रयत्न केला होता.''

जेसी, डॅलझेल आणि स्वत: बेझोस या तिघांनी मिळून ॲमेझॉनच्या डायरेक्टर बोर्डासमोर वेब सर्व्हिसेसची योजना सादर केली. साचेबद्ध विचारांच्या सदस्यांच्या सनातनी नकाराने डोके वर काढलेच. प्रश्नांच्या फैरी झडल्या. जॉन डोअर यांनी त्याचे समर्थन 'शंका विचारून, आक्षेप घेऊन हिताची निश्चिती करून घेणे' असे केले. आक्षेप असा होता की कंपनीसमोर नवीन इंजिनिअर्सची नेमणूक करण्यापासून कितीतरी अवघड प्रश्न असताना, कंपनीचा आंतरराष्ट्रीय स्तरावर विस्तार करण्याची जास्त गरज असताना या नव्या उद्योगाकडे का वळायचे?

“कारण कंपनीला त्या विस्ताराची जितकी गरज आहे तितकीच याचीही आहे.” बेझोस यांनी परखड उत्तर दिले, “आपल्या विक्रीक्षेत्राच्या कक्षा वाढवायला वेब सर्व्हिसेस आवश्यकच आहे.” त्या प्रसंगाचा परिणाम जेसी यांना डोअर यांच्या त्या मीटिंगनंतरच्या त्यांच्या जवळ व्यक्त केलेल्या भावनेतून समजला. ते जेसी यांना म्हणाले, “खरंच, मला अशा धाडसी योजनांमध्ये उडी घेऊन गुंतवणूक करणाऱ्या कंपनीबरोबर काम करायला मिळते आहे हे मी माझे भाग्यच समजतो.”

साधारण त्याच काळात बेझोस त्यापूर्वीच्या एका बाबतीत डायरेक्टर बोर्डाने केलेल्या विरोधातून आकार घेतलेल्या एका योजनेवरही काम करीत होते. १९९० सालच्या शेवटी ‘जंगली’ या ‘कंपॅरिझन-शॉपिंग साइट’च्या संस्थापकांनी कोणतीही कटू भावना न ठेवता ॲमेझॉनशी फारकत घेतली तेव्हा पुढेही दोन्ही कंपन्या सतत संपर्कात राहतील, लागेल तेव्हा आपापसांत सहकार्य करतील, या बाबतीत सर्वांचीच सहमती होती. ‘जंगली’च्या आनंद राजारामन आणि वेंकी हरिनारायणन या दोन संस्थापकांनी मिळून त्यांची स्वत:ची ‘कॅम्ब्रियन व्हेंचर्स’ नावाची इंटरनेट या क्षेत्रात काम करणाऱ्यांना ऑफिससाठी जागा, साधनसुविधा, सल्ला, मार्गदर्शन पुरवणारी (इनक्युबेटर) कंपनी सुरू केली होती. बेझोस यांना ॲमेझॉनने त्या कंपनीत गुंतवणूक करायला हवी होती. सहसा बेझोस यांच्या योजनांना विरोध न करणाऱ्या डायरेक्टर बोर्डाने हा त्यांचा प्रस्ताव मात्र नामंजूर केला होता. तेव्हा बेझोस यांनी व्यक्तिश: त्या कंपनीत पैसे गुंतवले होते. त्या निर्णयामुळे अप्रत्यक्षरीत्या ॲमेझॉनची एक वेब सर्व्हिस सुरू झाली. बेझोस यांना निव्वळ विक्रीकेंद्र चालवायचे नसून ते त्याच्या पलीकडे जायचा प्रयत्न करीत होते याची ती आणखी एक स्पष्ट खूण ठरली.

‘कॅम्ब्रियन व्हेंचर्स’ जेव्हा सिलिकॉन व्हॅलीमध्ये सुरू होत होती तेव्हा ‘नॅपस्टर’ या पीयर टु पीयर फाईल शेअरिंग सर्व्हिस देणाऱ्या कंपनीचा मोठा बोलबाला होता. विशेषत: संगीतसाधनांच्या क्षेत्रात तर त्या कंपनीने धमालच उडवून दिली होती. ‘नॅपस्टर’च्या या यशाकडे ‘कॅम्ब्रियन व्हेंचर्स’मधील इंजिनिअर्सचे लक्ष होते. जगभरात पसरलेल्या लोकांना जोडणाऱ्या नेटवर्क्सची ती अमर्याद आणि आश्चर्यात पाडणारी क्षमता त्यांना प्रभावीत करीत होती. केवळ दुसऱ्याजवळचे आपले आवडते संगीत पळवण्यासाठी

तिचा वापर करण्यापेक्षा अधिक काही चांगले, उपयुक्त करण्यासाठी नेटवर्क्स हाताशी धरता येतील का असा विचार ते करू लागले. त्यातून 'प्रोजेक्ट अग्रेय' ('अग्रेय' हा संस्कृत शब्द असून त्याचा अर्थ पहिला, आघाडीचा, अग्रस्थानचा असा आहे) जन्माला आले.

काही प्रश्न, काही समस्या अशा असतात ज्या कॉम्प्युटर सोडवू शकत नाही. असे एक सॉफ्टवेअर तयार करायचे जे इंटरनेटच्या साहाय्याने जगभरातील तसे प्रश्न, तशा समस्या सोडवू शकतील अशा लोकांना एकत्र आणेल अशी कल्पना आकार घेऊ लागली. उदाहरणार्थ, पाळीव प्राण्यांच्या फोटोंचा संग्रह आहे, त्यातील कुठल्या फोटोमध्ये कुत्रा किंवा मांजर आहे हे कॉम्प्युटर सिस्टिम तपासू शकत नाही, पण कोणाही माणसाला ते सहज जमते. कँब्रियन व्हेंचर्समधील अधिकाऱ्यांनी असा विचार केला की, जगभरातील कमी वेतनावर कामे करणाऱ्यांशी समन्वय साधणारी ऑनलाइन सर्व्हिसची बांधणी करावी आणि ती निरनिराळ्या लहानमोठ्या, विविध क्षेत्रांतील कंपन्यांना काही दराने उपलब्ध करून द्यावी. २००१ साली त्यांनी 'हायब्रीड मशीन/ह्युमन कॉम्प्युटिंग अँरेंजमेंट' या नावाने तशा सोयीच्या पेटंटसाठी अर्ज केला.

काही काळानंतर हीच कल्पना 'क्राउड सोर्सिंग' या नावाने सर्वांना माहीत झाली आणि ती अनेकांनी स्वीकारली, वापरली. पण 'प्रोजेक्ट अग्रेय' काळाच्या कितीतरी पुढे होते आणि त्याचमुळे कदाचित त्या वेळी भांडवल गुंतवणाऱ्यांना तिचे महत्त्व नीट समजले नाही. अमेरिका ९/११च्या दहशतवादी हल्ल्यांनी हादरून गेली. त्याच आठवड्यात 'अग्रेय'ची टीम त्यांची ती कल्पना अनेकांसमोर सादर करण्याच्या उद्देशाने न्यू यॉर्कमध्ये गेली होती. परंतु त्या आघातानंतर सर्वच शक्यता मावळल्या आणि ती योजना बासनात बांधून ठेवावी लागली.

त्यानंतर दोन वर्षांनी, २००३ साली राजारामन आणि हरिनारायणन या दोघांनी 'कॅम्ब्रियन व्हेंचर्स' बंद करण्याचा निर्णय घेतला आणि त्यांनी 'कॉस्मिक्स' या नावाने एक नवी कंपनी सुरू करायचे ठरवले. ती कंपनी वेबवर विशिष्ट विषयानुसार माहिती संकलित करून लोकांसाठी उपलब्ध करून देणार होती. कॅम्ब्रियन व्हेंचर्समध्ये बेझोस यांची गुंतवणूक असल्याने ती कंपनी बंद करताना साहजिकच त्यांना बेझोस यांच्याशी त्यांना द्यायच्या परताव्याविषयी चर्चा करणे भागच होते. खरे तर बेझोस

यांच्या एकूण प्राप्तीच्या आणि त्यांच्या जवळील संपत्तीच्या मानाने ती गुंतवणूक अगदीच किरकोळ होती, पण तरीही त्यांनी खूप ताणून धरले, हट्टीपणा केला. राजारामन आणि हरिनारायणन या दोघांनाही त्या दोन महिने चाललेल्या घासाघिशीचे चांगलेच स्मरण आहे. शेवटी बेझोस यांनी जुन्या कंपनीतील गुंतवणुकीच्या बदल्यात नव्या कंपनीमध्ये भागी मागितली. या चर्चेदरम्यान बेझोस यांना 'प्रोजेक्ट अग्रेय'च्या पेटंटविषयी समजले. त्यांनी त्यामध्ये नुसताच रस दाखवला नाही, तो मुद्दा त्यांच्या बरोबरच्या करारात समाविष्ट करायचा आग्रहच धरला. त्याने बोलणी संपू शकतात असे पाहिल्यावर त्या जोडीने ते पेटंट बेझोस यांना विकण्याचे मान्य करून सुटका करून घेतली.

पण त्यांना आनंदाश्चर्याचा धक्का बसला, जेव्हा त्यांनी त्यांचे अग्रेय काही बदलासह अ‍ॅमेझॉनमध्ये विकसित होताना पाहिले. बेझोस यांनी त्याचे नव्याने नामकरण केले- 'मेकॅनिकल टर्क'. अठराव्या शतकात बुद्धिबळ खेळण्याचे एक मशीन वापरले जायचे. त्यात एका खेळाडूची मूर्ती समोर दिसायची, पण आपोआप खेळल्या जातात असा आभास निर्माण केलेल्या खेळी मशीनच्या खालच्या भागात लपून बसलेला एक बुद्धिबळपटू करायचा. त्या मशीनचे नाव 'टर्क' होते. त्यावरून बेझोस यांनी ते नामकरण केले होते. जानेवारी २००४ ते नोव्हेंबर २००५ अशी जवळजवळ दोन वर्षे अ‍ॅमेझॉनमधले दहा-बारा इंजिनिअर्स या 'टर्क'वर काम करीत होते. ते 'जेफ प्रोजेक्ट' होते. त्यामुळे त्यावर काम करणाऱ्या टीमचा प्रमुख वारंवार बेझोस यांना भेटायचा, त्यांच्या ई-मेल्सद्वारे पाठवलेल्या सूचनांचा सतत मारा सहन करायचा, कधीकधी तर मेल रात्री-अपरात्रीही यायच्या.

'टर्क'च्या वापराची सुरुवात अ‍ॅमेझॉनमध्येच करण्यात आली. तिच्या साहाय्याने 'सर्च इनसाइड द बुक' ही सोय ग्राहक कशी वापरीत आहेत याची तपासणी केली जायची, ग्राहक ज्या वस्तूंची चित्रे अ‍ॅमेझॉनच्या साइटवर घालायचे त्यांचीही छाननी केली जायची. त्यात काही अश्लील प्रकार घडत नाहीत याची खबरदारी घेतली जायची. त्याच वेळी 'ए९ टीम'ने 'ब्लॉक व्ह्यू' हे साधन ग्राहकांना दिले होते. 'मेकॅनिकल टर्क' त्यातील चित्रे व्यापारी, विक्रेते यांच्याकडील उत्पादनांशी जुळवून पाहू लागले. या साधनाची उपयुक्तता स्वत: बेझोस त्याचा भरपूर वापर करून, कितीतरी वेळ त्यात घालवून सिद्ध करून दाखवीत असत.

'मेकॅनिकल टर्क' आम जनतेच्या वापरासाठी खुला करण्याची तयारी पूर्ण होत आली तेव्हा अमेझॉनची पीआर टीम - जनसंपर्क विभाग आणि काही कर्मचारी यांनी नावातील 'टर्क' यातून विशिष्ट लोकांशी जुळणारा संदर्भ योग्य वाटत नसल्याचे मत व्यक्त केले. बेझोस यांना जुन्या खेळाशी असलेला संदर्भ आवडला होता; पण त्यांनी निर्णय टीम आणि जनसंपर्क विभागाला विचार करून, चर्चा करून घ्यायला सांगितले. जादूटोण्याशी संबंधित असलेले, अगदी सुरुवातीला ॲमेझॉनच्या नामकरणाच्या चर्चेत प्रथम पुढे आलेले 'कॅडेब्रा' हे नावही विचारात घेतले गेले, पण अखेर "'टर्क' या नावामुळे काही समस्या उद्‌भवली तर मी स्वत: तिची जबाबदारी घेईन," असे सांगून बेझोस यांनी 'मेकॅनिकल टर्क' या नावावरच शिक्कामोर्तब केले.

२००५च्या नोव्हेंबर महिन्यात 'मेकॅनिकल टर्क' प्रसारित करण्यात आले. कॉम्प्युटरच्या आवाक्याबाहेरची, मानवी कौशल्ये आवश्यक असलेली कामे इंटरनेटचे वापर करणारे या साधनाने करू लागले. कंपन्या त्यांना करून हवी असलेल्या कामांची यादी 'मेकॅनिकल टर्क'च्या साइटवर टाकू लागले आणि योग्य लोक त्यासाठी त्या कंपन्यांशी संपर्क साधू लागले, कामे व पैसा मिळवू लागले. यात ॲमेझॉनलाही दहा टक्के मिळू लागले. 'कास्टिंग वर्ड्स' नावाच्या कंपनीने तिचा पहिल्यांदा वापर केला. त्यांना पॉडकास्ट्स - लोकांनी इंटरनेटवर टाकलेल्या ऑडिओ फाईल्स - ऐकून त्या लिहून काढून देणारे लोक हवे होते. ते काम स्वीकारून करून दिलेल्या लोकांना त्यांनी मिनिटाला काही सेंट्सचा मोबदलाही देऊ केला.

'मेकॅनिकल टर्क'च्या माध्यमातून ॲमेझॉनची विक्रीक्षेत्राबाहेरची क्षमता जगासमोर आणण्याची बेझोस यांची महत्त्वाकांक्षा काही प्रमाणात पूर्ण झाली आणि त्यांच्या डोक्यातून निघणाऱ्या विचित्र वाटणाऱ्या, चाकोरीबाहेरच्या, असाधारण अशा कल्पना प्रत्यक्षात आणण्याच्या क्षमतेचा उत्तम पुरावाही जगाला मिळाला. त्यांनी 'न्यू यॉर्क टाइम्स' आणि 'इकॉनॉमिस्ट' यांसारख्या नियतकालिकांना त्या संबंधी मुलाखतीही दिल्या. त्यात त्यांनी 'मेकॅनिकल टर्क'चे वर्णन 'मानवनिर्मित, कृत्रिम बुद्धिमत्ता' असे केले. टर्क या नावाला काही कुठे विरोध झाला नाही; परंतु काही कामगार संघटनांच्या कार्यकर्त्यांनी त्यावर 'जास्त काम, कमी वेतन' आणि 'जागतिकीकरणाची काळी बाजू' अशी टीका केली.

२००७ सालापर्यंत, म्हणजे दोन वर्षांच्या काळात 'मेकॅनिकल टर्क'वर एक लाख कामगारांनी नोंदणी केली होती आणि ते शंभरांहून अधिक देशातील होते. तरीही 'मेकॅनिकलची टर्क'ची ही भरारी बेझोस यांच्या अपेक्षेपेक्षा खूप कमीच होती, निदान तोवर तरी ती त्यांना अपेक्षित उंचीवर पोहोचली नव्हती. त्याचे एक कारण हे होते की कमी मोबदल्यातही काम करायला तयार असणारे किंवा कोणत्याही परिस्थितीत कामाची गरज असलेले कामगार अप्रगत, गरीब देशांत जास्त होते. त्यामुळे 'मेकॅनिकल टर्क' तेथे वेगाने लोकप्रिय झाले असते; पण त्या देशांमध्ये इंटरनेटचा प्रसार मर्यादित होता आणि इंटरनेटशी जोडले गेलेले कॉम्प्युटर्स तर त्या गरजूंपैकी कोणाकडेच नव्हते. 'ॲमेझॉन वेब सर्व्हिसेस'च्या त्यानंतरच्या एकेक सुविधा अनपेक्षित यश मिळवू लागल्या आणि साहजिकच त्याकडे जास्त लक्ष – अर्थसाहाय्य, मानवबळ – पुरवले जाऊ लागले, 'माणसां'कडे कमी. सुरुवातीच्या काळात ॲमेझॉनमध्येही कॉम्प्युटर्सची क्षमता जसजशी वाढत गेली होती तसे पुस्तकांची वर्णने लिहिणारे हात बाजूला झाले होते, मशिन्सचे महत्त्व वाढत गेले आणि माणसांचे कमी होत गेले.

२००६ सालच्या मार्च महिन्यात ॲमेझॉनने 'सिंपल स्टोअरेज सर्व्हिस' उपलब्ध करून दिली. त्यामुळे इतर वेबसाइट्सना, काही नवे करणाऱ्यांना फोटो, कागदपत्रे, लेख, व्हिडिओ गेमप्लेयरची वर्णने वगैरे ॲमेझॉनच्या सर्व्हर्सवर साठवून ठेवता येऊ लागली. परंतु सेवेचा वापर सुरू झाल्यानंतर काही दिवसांतच त्या सेवेकडे कोणी फारसे लक्ष पुरवेनासे झाले, वापरेनासेही झाले. ती सेवा अर्धवट बांधून झालेल्या कुंपणासारखी दुर्लक्षित राहू लागली. त्याबद्दल ॲलन ॲटलास अशी आठवण सांगतात की, एकदा ती सेवा नऊ तास बिघडलेल्या अवस्थेत होती आणि बाहेरच्या कोणालाही ते लक्षात आले नव्हते, कोणाची तक्रारही आली नव्हती. काही महिन्यांनंतर 'इलॅस्टिक कॉम्प्युट क्लाउड'– ईसी २ – सर्वांना वापरून पाहण्यासाठी उपलब्ध झाला. कॉम्प्युटर तंत्रज्ञांना ॲमेझॉनच्या कॉम्प्युटर्सवर त्यांनी विकसित केलेले प्रोग्रॅम्स चालवून पाहता येऊ लागले. या नव्या उपक्रमाचा आरंभ झाला त्या वेळी ख्रिस ब्राऊन दक्षिण आफ्रिकेतून अमेरिकेत आले होते. ते म्हणाले, ''ॲमेझॉनने पहिले सर्व्हर्स अमेरिकेच्या पूर्व किनाऱ्यावरील ग्राहकांना उपलब्ध करून दिले. त्यासाठी उपभोक्त्यांची इतकी गर्दी उसळली

की पहिले कॉम्प्युटर्स पाहता पाहता संपून गेले, पश्चिम किनाऱ्यावरील लोकांसाठी उरलेच नाहीत.''

नव्या कल्पना मूर्त स्वरूपात आणण्यासाठी सुरू झालेल्या लहान लहान कंपन्यांना 'ॲमेझॉन वेब सर्व्हिसेस'ने विशेष आकर्षित केले ते केवळ तिच्या तांत्रिक रचनेमुळे नाही, तर तिच्या आर्थिक रचनेमुळेही. बेझोस यांनी त्या सेवांची आर्थिक रचना वीज कंपन्यांसारखी केली होती. जेवढी वीज वापराल तेवढ्या विजेचे पैसे द्यायचे आणि वीजही हवी तशी कमी वा अधिक वापरायचीही मुभा. तसेच 'एडब्ल्यूएस'चेही होते. बेझोस म्हणायचे, ''मी याची तुलना विजेच्या पुरवठ्याशी करतो. शंभर वर्षे मागे जा. ज्याला वीज हवी असेल त्याला स्वत:पुरता एक लहान वीज प्रकल्प - विद्युतजनित्र - उभा करायला लागायचा, त्याला हवी तेवढी वीज त्यातून निर्माण करायला लागायची. अनेक कारखाने तसे करायचे; पण जेव्हा मोठमोठे पॉवर प्लँट्स अस्तित्वात आले, त्या वेळी त्या कारखान्यांनी विद्युतनिर्मिती बंद केली आणि त्या पॉवर प्लँट्सकडून वीज खरेदी करायला सुरुवात केली. तसे करणेच रास्त असते, सोयीचे असते. आपण कॉम्प्युटर्सची क्षमता आणि सुविधा अशा पद्धतीने उपलब्ध करून दिल्याने तसेच घडते आहे.''

'ॲमेझॉन वेब सर्व्हिसेस'ची सोय अत्यल्प दरात मिळाली पाहिजे यावर बेझोस यांचा कटाक्ष होता. त्यासाठी सुरुवातीला तोटा सहन करायलाही ते तयार होते. या 'इलॅस्टिक कॉम्प्युट क्लाउड'वर म्हणजेच 'इसी२'वर विलेम व्हॅन बिल्जन आणि ख्रिस पिंकहॅम असे दोघे तंत्रज्ञ काम करीत होते. २००६ मध्ये पिंकहॅम आणि त्यानंतर काही महिन्यांनी विलेम व्हॅन बिल्जन कंपनी सोडून गेले. त्यांनी या सुविधेचा दर तासाला पंधरा सेंट्स इतका ठेवावा म्हणजे फायदा-तोटा न होता कंपनीचा खर्च भरून निघेल असे सुचवले होते. 'ईसी२' प्रकाशित होण्याआधी '२एस टीम'ची जी मीटिंग झाली. त्यात बेझोस यांनी तो दर तासाला दहा सेंट्स करण्याचा एकतर्फी निर्णय घेऊन टाकला. विलेम व्हॅन बिल्जन यांनी ''कंपनीला यामुळे फार काळपर्यंत नुकसान सहन करायला लागेल,'' असे सांगितले तर त्यावर 'उत्तम!' असे म्हणून बेझोस यांनी तो विषय थांबवून टाकला.

बेझोस यांचा असा दृढ विश्वास होता की कंपनीची आर्थिक रचना मुळातच अशी केलेली होती आणि तिची स्वाभाविक क्षमता अशी होती की ती अगदी कमी नफा असलेल्या धंद्यातही व्यवस्थित तग धरू शकत

होती. त्यांना असे वाटायचे की आयबीएम, मायक्रोसॉफ्ट, गुगल यांसारख्या कंपन्या ॲमेझॉनच्या बाजारपेठेत धंदा करायला कचरतीलच– कारण त्यामुळे त्यांचा फायदा घटेल. 'ॲमेझॉन वेब सर्व्हिसेस' सुरू झाल्या त्या वेळी 'लेग मॅसन कॅपिटल मॅनेजमेंट'चे गुंतवणूक अधिकारी आणि ॲमेझॉनचे एक प्रमुख शेअरहोल्डर बिल मिलर यांनी बेझोस यांना त्यातील नफ्याचा अंदाज विचारला होता. त्या वेळी ते म्हणाले होते, ''दीर्घ काळाचा विचार केला तर तो नक्कीच फायदेशीर ठरेल.'' नंतर ते असेही म्हणाले की, ''स्टीव्ह जॉब्ज यांनी आयफोनची किंमत ठरवताना जी चूक केली ती त्यांना करायची नाही. ती चूक अशी की त्यांनी आयफोनच्या विक्रीतून इतका जास्त नफा मिळेल अशी त्याची किंमत ठरवली होती की त्याने स्मार्ट फोनच्या निर्मितीचे आकर्षण जबरदस्त वाढले, त्यात नको इतके स्पर्धक उतरू लागले, प्रचंड स्पर्धा सुरू झाली.''

बेझोस यांचे वरील विधान एक उद्योग चालवण्यामागचे 'त्यांचे' असे तत्त्वज्ञान उघड करते– जास्त फायदा हा स्पर्धकांना त्या क्षेत्राकडे आकर्षित करतो, अधिक संशोधन करण्यास, त्याच प्रकारची उत्पादने विकसित करण्यात भांडवल गुंतवायला उद्युक्त करतो, स्पर्धेला उत्तेजन देतो. तेच जर फायदा कमी असेल तर मात्र ग्राहक त्याकडे आकर्षित होतो आणि म्हणूनच ते धोरण समर्थनीय ठरते. (त्यांचे आयफोनविषयीचे म्हणणे बऱ्याच अंशी खरेच ठरले. त्यातील भरघोस नफ्याने स्पर्धकांचा पूरच लोटला. त्याची सुरुवातच गुगलच्या ॲन्ड्रॉइड ऑपरेटिंग सिस्टिमवर चालणाऱ्या स्मार्ट फोनने झाली. पहिला आयफोन ॲपलसाठी आणि ॲपलच्या शेअर होल्डर्ससाठीही प्रचंड फायदेशीर ठरला. ॲमेझॉनची वेब सर्व्हिस मात्र अजूनपर्यंत तरी, तशी लाभदायक ठरलेली नाही.)

बेझोस यांचा विश्वास खरा ठरला. 'एडब्ल्यूएस'च्या सहेतुकपणे ठेवलेल्या कमी दरांचा व्हायला हवा होता तो परिणाम झाला. गुगलचे चेअरमन एरिक श्मिट म्हणाले, ''निदान दोन वर्षे मी ज्या ज्या तंत्रज्ञान क्षेत्रातल्या नव्या उगवत्या कंपन्यांना भेटी दिल्या तिच्या संस्थापकांनी कंपनीतील तंत्रपद्धती ॲमेझॉनचे सर्वर्स वापरूनच बसवलेली होती असे मला दिसून आले. मी आश्चर्यचकितच झालो. अचानक, 'जिकडे जावे तेथे ॲमेझॉन' अशी परिस्थिती निर्माण झाली होती. खरोखर, जेव्हा अशा बहुतांशी नव्याने प्रवास सुरू करणाऱ्या उत्साही तंत्रज्ञांच्या कंपन्या तुमच्या

प्लॅटफॉर्मवरच्या विश्वासाने पहिली पावले टाकताना दिसतात, तेव्हा तो रूढार्थाने नाही; पण फार निराळा आणि महत्त्वपूर्ण असा फायदा असतो!'' मायक्रोसॉफ्टने 'ॲझ्यूर' या अशाच क्लाउड उपक्रमाची सुरुवात २०१० साली केली आणि गुगलने २०१२ साली त्यांच्या 'कॉम्प्युट इंजीन'ची घोषणा केली. श्मिट यांनी या शब्दांत ॲमेझॉनचे कौतुक केले आहे, ''या पुस्तकवाल्या ॲमेझॉनने कॉम्प्युटर सायन्समध्ये प्रवेश केला, ॲनालिटिक्स आत्मसात केले आणि त्यातून एक वैशिष्ट्यपूर्ण सेवा जगाला उपलब्ध करून दिली.''

ॲमेझॉनच्या बुक क्लबमध्ये लोकप्रिय झालेल्या कॉम्प्युटर क्षेत्रातील संशोधक आणि रोबोटिक्समधील तज्ज्ञ स्टीव्ह ग्रँड यांच्या 'क्रिएशन' या पुस्तकात प्रत्येक सजीवाच्या उत्क्रांतीत प्राथमिक घटक आणि त्यांचे योग्य संयोग याविषयी लिहिले होतेच. तशीच- पण बेझोस ज्याची कल्पनाही करू शकले नसते- अशी उत्क्रांती त्यांच्या कंपनीतील इंजिनिअर्सनी करून दाखवली होती. 'इलॅस्टिक कॉम्प्युट क्लाउड'- ईसी २ - आणि 'सिम्पल स्टोअरेज सिस्टिम'- एस ३- यांना एकत्र आणून, म्हणजेच स्टोअरेज आणि कॉम्प्युट या दोन प्राथमिक घटकांना एकत्र आणून, त्यांनी 'ॲमेझॉन वेब सर्व्हिसेस' आणि त्या वापरणाऱ्या तंत्रज्ञानाचे जगच बदलून टाकले होते. आता नव्याने सुरू होणाऱ्या कंपन्यांना प्रयत्नपूर्वक मिळवलेले भांडवल सर्व्हर्स विकत घेण्यात आणि ते चालवायला इंजिनिअर्सची नेमणूक करण्यात खर्च करावे लागेनासे झाले होते. पायाभूत सुविधा व साधने यांच्या किमती 'फिक्स्ड कॉस्ट्स' न राहता 'व्हेरिएबल कॉस्ट्स' झाल्या होत्या, इतकेच नव्हे तर त्यांचे आणि उत्पन्नाचे सम प्रमाण तयार झाले होते. कंपन्यांना नवे नवे प्रयोग करून पाहणे सोपे झाले होते, अगदी कार्यक्षेत्रातील बदलसुद्धा पूर्वीसारखा अवघड, त्रासदायक राहिला नव्हता. त्या फेसबुक, ट्विटर यांसारख्या 'सोशल नेटवर्क्स'मुळे वेगाने वाढणाऱ्या संपर्ककर्त्यांना व्यवस्थित हाताळू शकत होत्या.

हे सगळे घडून यायला, त्याची फळे चाखायला काही वर्षे जावी लागली, त्यावर काम करणाऱ्या सर्वांनाच प्रयत्नांची पराकाष्ठा करावी लागली, अनेक आव्हानांना तोंड द्यावे लागले, तसेच अनेक वेळा पिछेहाटही सहन करावी लागली. 'ईसी २' आणि 'एस ३' येथेच थांबून न राहता ॲन्डी जेसी आणि त्यांचे तंत्रज्ञ सहकारी चार्ली बेल, वेर्नर वॉगेल्स

यांनी 'फ्लेक्झिबल पेमेंट सर्व्हिसस', 'ॲमेझॉन क्लाउड सर्च' यांसारख्या सुविधांची भर घालून स्पर्धक, विरोधक यांना कुठल्या कुठे मागे टाकले. 'ॲमेझॉन वेब सर्व्हिसेस' – 'एडब्ल्यूएस' – पूर्ण विकसित होण्याआधीच, त्यात काही उणिवा असतानाही कंपनीतील सर्व गटांना तिचाच वापर सक्तीचा केला गेला होता तेव्हा इंजिनिअर्समध्ये पुन्हा एकदा काळजीचे वातावरण पसरले होते. जसजशा बऱ्याच नव्या, लहान कंपन्या आणि काही मोठ्या कंपन्यांही एडब्ल्यूएसवर अवलंबून राहू लागल्या तसतसे त्या लहानसहान उणिवा, त्यात क्वचित पडणारा अल्पसा खंड यांचे दूरगामी परिणाम सर्वत्र पसरू लागले, तेव्हा मात्र ॲमेझॉनला स्वत:चे सगळे गुप्त राखण्याचे धोरण सोडून द्यावे लागले, तक्रारकर्त्यांना नीट समजावून सांगावे लागले, ते सांगून त्यांचे समाधान करण्याचे तंत्र चांगले आत्मसात करावे लागले, काही जाहीर स्पष्टीकरणेही द्यावी लागली.

असे जरी असले तरी एकंदरीत 'ॲमेझॉन वेब सर्व्हिसेस' अनेक रीतींनी क्रांतिकारक, परिवर्तनकारक ठरली. तिच्या दोन गुणांनी – स्वस्त आणि सहजी, सतत उपलब्ध – ती हजारो नव्या कंपन्यांच्या उदयाला कारणीभूत ठरली, निर्मितिप्रक्रिया सोपी करणारी सिद्ध झाली. ती नसती तर त्या कंपन्यांपैकी कित्येकींची निर्मिती शक्य झाली नसती. तिच्यामुळे मोठ्या कंपन्यांना 'सुपरकॉम्प्युटर इन क्लाउड' भाड्याने देणे शक्य होऊ लागले आणि केवळ त्यामुळेच फायनान्स, ऑइल ॲन्ड गॅस, आरोग्य, विज्ञान यांसारख्या अनेक क्षेत्रांत नवनवे शोध लागू शकले, असे म्हटले तर ती अतिशयोक्ती होणार नाही की– 'एस ३' आणि 'ईसी २' या पायाभूत सुविधांनी ज्या डॉटकॉम कंपन्या– खरे तर संपूर्ण तंत्रज्ञान उद्योगच– कोसळल्या होत्या त्यांना सावरायला, पुन्हा उभे राहायला मदत केली. 'सन मायक्रोसिस्टिम्स' आणि 'हेलवेट पॅकार्ड' या हार्डवेअर तयार करणाऱ्या मातब्बर कंपन्यांना ॲमेझॉनने मागे टाकले आणि ती पुढे गेली. 'कॉर्पोरेट कॉम्प्युटिंग'च्या क्षेत्रात येणाऱ्या पुढल्या लाटेचे स्वरूपही ॲमेझॉननेच ठरवले.

हे सर्व बदलत असताना एक सर्वांत महत्त्वाची गोष्ट घडत होती– ॲमेझॉनची स्वत:चीच प्रतिमा संपूर्ण बदलून गेली होती. 'जेथे सर्व काही मिळते' हे सिद्ध करायला ॲमेझॉनच्या पूर्तीकेंद्रांमध्ये ज्या काही विविध, अमर्याद गोष्टींचा साठा असायचा त्यात तशा विसंगत वाटणाऱ्या स्पॉट इन्टन्सेस, स्टोअरेज टेट्राबाइट्स यांसारख्या गोष्टीही दिसू लागल्या होत्या.

तोवर ॲमेझॉन हे 'वॉल मार्ट'चे स्पर्धेचे लक्ष्य होते, पण तिच्या नव्या स्वरूपाने वॉल मार्टच काय, सर्वच स्पर्धक कंपन्या गोंधळात पडल्या होत्या. परंतु जगातील अवघड, क्लिष्ट- पण लक्षवेधी, आव्हानात्मक अशा प्रश्नांची, समस्यांची उत्तरे, रहस्यांची उकल शोधण्यासाठी धडपडणाऱ्या इंजिनिअर्स, तंत्रज्ञ, संशोधक यांच्या फौजेला मात्र ॲमेझॉनच्या रूपाने दिलासा मिळाला होता, आधार गवसला होता, मदत मिळाली होती. अशा रीतीने अखेर कित्येक वर्षांच्या धडपडीनंतर, बाहेरच्याच नाही तर अंतर्गत विरोध, द्वेष, वैमनस्य या सगळ्याला तोंड दिल्यानंतर बेझोस यांनी नेहमीच उराशी बाळगलेले स्वप्न प्रत्यक्षात उतरले होते- ॲमेझॉन केवळ विक्रीकेंद्र राहिले नाही, तंत्रज्ञानाचेही केंद्र बनले होते.

८

फियोना

ज्याची सुरुवात स्फोटक पद्धतीने झाली आणि त्याचा अंतही तसाच स्फोटक पद्धतीने झाला अशा इंटरनेटच्या अतिप्राचीन युगातली ही गोष्ट आहे. १९९७ साल होते. मार्टिन एबरहार्ड नावाचा एक उद्योजक आणि त्याचा मित्र मार्क टार्पेनिंग हे दोघे पालो आल्टो येथील एका कॉफी शॉपमध्ये लाटे या कॉफीचे घोट घेत मोबाइल कॉम्प्युटिंग या विषयाच्या खात्रीलायक उज्ज्वल भविष्याविषयी विचार करीत होते, विचारांचे आदानप्रदान चालले होते. 'पाम पायलट' या नावाचा पहिला डिजिटल असिस्टंट बाजारात आला होता आणि सेल फोन्स आकुंचन पावून लोकांच्या खिशात शिरून बसायला तयार होत होते. मार्टिन आणि मार्क हे दोघेही डिस्क ड्राइव्ह तयार करणाऱ्या एका कंपनीत काम करीत होते. ते नुकतेच 'डिस्ककॉन' या नावाच्या एका परिषदेत हजेरी लावून आले होते. तेथे त्यांचे डोके पिकले होते आणि ते त्यातून सुटण्याच्या एखाद्या मार्गाच्या शोधात होते. त्या दोघांमध्ये एक साम्य होते – दोघेही अधाशासारखे भरपूर वाचन करणारे होते.

कॉफीबरोबर चाललेल्या चर्चेतून त्यांच्याच आवडीच्या विषयातील एका कल्पनेने जन्म घेतला– डिजिटल पुस्तके वाचणारा कॉम्प्युटर तयार करणे. १९७०च्या दशकाच्या सुरुवातीला इलिनॉईस प्रांतातील शॅम्पेन येथे 'प्रोजेक्ट गुटेनबर्ग' या नावाने एक सेवाभावी उपक्रम सुरू करण्यात आला होता. त्याचा उद्देश होता जगभरातील पुस्तके डिजिटाइझ करणे आणि ती

वाचकांना त्यांच्या पर्सनल कॉम्प्युटर्सवर उपलब्ध करून देणे. तेव्हापासून तो विषय चर्चेत होता. मार्टिन आणि मार्क यांची कल्पना जरा निराळी होती. त्यांना ई-बुक्सचे पूर्ण पुस्तकालयच लोकांना कोठेही त्यांच्या बरोबरच ठेवता येईल, अशा 'मोबाइल इलेक्ट्रॉनिक डिव्हाइस' - 'फिरते साधन' - या स्वरूपात तयार करायचे होते. त्या कॉफी शॉपमध्येच त्या कल्पनेने आकार घेतला आणि त्याच वर्षीच्या उन्हाळ्यात त्या दोघा वाचनवेड्या संशोधक वृत्तीच्या तंत्रज्ञांनी 'न्युव्होमीडिया' नावाची कंपनी स्थापन केली आणि जगातील पहिला 'ई-रीडर' तयार केला. त्याला नाव दिले- 'रॉकेट ई-बुक' किंवा- नुसतेच 'रॉकेट बुक'.

याच मार्टिन एबरहार्ड यांनी १९८०च्या दशकात एक कॉम्प्युटर नेटवर्किंगची कंपनी स्थापन केली होती. त्या काळात ते बऱ्याच वेळा सिलिकॉन व्हॅलीला भेट देत. (हेच एबरहार्ड काही वर्षांनंतर क्रांतिकारी 'टेस्ला' ही गाडी बनवणाऱ्या कंपनीचे सहसंस्थापकही होते.) आपल्याला जर गुंतागुंतीच्या आणि म्हणूनच थोड्याच लोकांच्या ताब्यात असलेल्या पुस्तक-प्रकाशनाच्या क्षेत्रावर अवलंबून असलेल्या उद्योगात पाऊल ठेवायचे असेल तर खोल खिशांचे गुंतवणूकदार, भांडवलदार आणि काही आधार देणारे विश्वासू मित्र, सहकारी यांची नितांत गरज आहे हे त्यांना कळून चुकले होते. आणि त्यांचा शोध ॲमेझॉन आणि जेफ बेझोस यांच्यापर्यंत येऊन थांबला होता.

१९९७ सालच्या शेवटी शेवटी 'न्युव्होमीडिया' कंपनीचे संस्थापक आणि त्यांचे वकील त्यांच्या 'रॉकेट बुक'चा पहिलाच नमुना बरोबर घेऊन सिॲटलमध्ये गेले. त्यांनी तेथे तीन आठवडे मुक्काम ठोकला आणि त्या काळात ते बेझोस आणि ॲमेझॉनमधील उच्च पदस्थ अधिकारी यांच्याशी बोलणी, चर्चा करीत राहिले. एका स्वस्त दराच्या हॉटेलमध्ये मुक्काम ठोकून, रोज सेकंड ॲव्हेन्यूवरील जुन्या कोलंबिया बिल्डिंगमधल्या ऑफिसमध्ये जाऊन ते ॲमेझॉन त्यांच्या 'न्युव्होमीडिया'मध्ये गुंतवणूक करण्याची शक्यता अजमावत होते, ती प्रत्यक्षात उतरवू पाहत होते. त्याविषयी बोलताना एबरहार्ड म्हणाले, ''बेझोस यांना आमच्या 'रॉकेट बुक'विषयी कुतूहल नक्कीच निर्माण झाले होते आणि त्यांना हेही लक्षात आले होते की, पुस्तकांचे डिजिटल स्वरूपात प्रदर्शन करण्याचे तंत्रज्ञान पुरेसे विकसित झालेले आहे.''

एबरहार्ड यांनी बरोबर आणलेला 'रॉकेट बुक'चा पहिलाच नमुना अगदीच 'कसातरी' होता- बाहेरून हाताने रंग दिलेला आणि आत वापरलेले सॉफ्टवेअरही अगदी प्राथमिक अवस्थेतले. पण तो 'ई-रीडर' काम उत्तम करीत होता. त्याच्या प्रकाशित एलसीडी स्क्रीनवर 'अ‍ॅलीस इन वंडरलॅन्ड' आणि 'टेल ऑफ टू सिटीज' यांसारखी पुस्तके व्यवस्थित दिसत होती, वाचता येत होती. त्या 'ई-रीडर'चे वजन एका पौंडापेक्षा थोडे जास्त होते, आजच्या साधनांच्या वजनांच्या तुलनेत ते थोडे जास्तच होते. मात्र एखादे पेपरबॅक पुस्तक धरावे तसे तो सहजपणे एका हातात धरून स्क्रीनवरील मजकूर वाचता येत होता. मागचा दिवा लागलेला असताना त्यामधील बॅटरी वीस तास चालत होती. म्हणजे बॅटरी आजच्या काळातल्या 'मोबाइल' साधनांमधील बॅटरीइतकीच टिकणारी होती.

ते 'रॉकेट बुक' पाहून बेझोस प्रभावीत तर झालेच होते; पण त्यांना त्यातील काही गोष्टी पटल्या नव्हत्या, पसंत पडल्या नव्हत्या. त्यातील एक ही होती की पुस्तके डाउनलोड करायची असतील तेव्हा वाचकाला तो ई-रीडर त्याच्या कॉम्प्युटरला जोडायला लागायचा. त्याविषयी एबरहार्ड यांनी असे स्पष्टीकरण दिले की वायरलेस हा त्याला पर्याय होता, पण तो फारच खर्चीक होता, रीडरची किंमत चारशे डॉलर्सनी वाढली असती आणि डाटा-प्लॅन्स तर अति महागडे होते. त्यावरील मजकूर आत्ताच्या ई-रीडर्सइतका वाचायला सोपा आणि सोईस्कर राहिला नसता. त्या वेळी 'एमआयटी मीडिया लॅब'ने एक 'ई-इंक' तयार केली होती. ती कमी चमकणारी, प्रखरतेतही कमी अशी शाई होती. एबरहार्ड यांनी ती शाई आणि 'झेरॉक्स' कंपनीचा कागदही वापरून बघितला होता. पण ते तंत्रज्ञान त्यांना विश्वासार्ह वाटले नव्हते आणि शिवाय त्याची किंमतही जास्त होती.

तीन आठवडे भरपूर, उलटसुलट चर्चा झाली. त्यानंतर आणखी एक मोठा अडथळा उभा राहिला. बेझोस यांनी असा मुद्दा उपस्थित केला की, न्युव्होमीडियाला पाठिंबा देणे, तिला यश मिळण्यासाठी मदत करणे म्हणजे 'बार्न्स अ‍ॅन्ड नोबल'सारख्या कंपनीला काही काळातच मध्ये पडून न्युव्होमीडिया विकत घेऊन टाकायला उद्युक्त करणे होय. त्यावरील उपाय त्यांनी असा सुचवला की, दोन कंपन्यांमधील कोणत्याही करारात अ‍ॅमेझॉनला विशिष्ट दर्जा देण्यात यावा आणि गुंतवणूकदारांच्या निवडीच्या बाबतीत अ‍ॅमेझॉनचे मत अखेरचे आणि अनिवार्य समजले जावे, तिला नकाराधिकार

दिला जावा. त्या चर्चेत भाग घेणाऱ्यांमध्ये ॲमेझॉनच्या अमेरिकेतील विक्रीविभागाचे माजी सीनियर व्हाईस प्रेसिडेंट डेव्हिड रिशर हेही होते. ते म्हणाले, ''आम्ही वाचनाच्या क्षेत्राच्या भवितव्याच्या बाबतीत आर्थिक धोका पत्करणार होतो, त्यामुळे त्यात यश मिळण्यासाठी त्या क्षेत्रातील ते नवे साधन मोठ्या प्रमाणात बाजारात येईल, ग्राहकांपर्यंत ते चांगल्या रीतीने पोहोचेल, त्यांना आवडेल, प्रभावीत करेल, विकत घ्यायला लावेल याची खात्री करून घेणे आवश्यकच होते. त्यासाठीचा उपाय होता- निर्णयाचे अधिकार फक्त आमच्याच ताब्यात असणे, कोणीही स्पर्धक नसणे. अन्यथा स्पर्धकांमुळे ग्राहकांना गळती लागली असती.''

ॲमेझॉनच्या त्या अटीला मान्यता देणे म्हणजे भविष्यातील भांडवल-उभारणीच्या संधी गमावणे. हे एबरहार्ड यांना समजत होते आणि अर्थातच अमान्य होते. बेझोस यांनी जी शक्यता व्यक्त केली होती तीच खरी ठरली. जेव्हा बोलणी या मुद्द्यावर अडली आणि काही मार्ग निघणार नाही हे उघड झाले, तेव्हा एबरहार्ड आणि टार्पेनिंग दोघेही तेथून निघून गेले, लगेच विमानाने न्यू यॉर्क गाठून बार्न्स ॲन्ड नोबलच्या लेन आणि स्टीफन या रीजिओ बंधूंना भेटले आणि एका आठवड्याच्या आत दोन कंपन्यांनी हातमिळवणीही केली.बार्न्स ॲन्ड नोबल ही पुस्तकविक्रेती कंपनी आणि पाठोपाठ बर्टल्समॅन ही मातब्बर प्रकाशन कंपनी अशा दोन कंपन्यांनी न्युव्होमीडियामध्ये प्रत्येकी वीस लाख डॉलर्स गुंतवले आणि कंपनीची जवळजवळ अर्धी मालकी कमावली.

असे म्हटले जाऊ लागले की, 'रॉकेट बुक' आणि त्याबरोबरच बाजारात आलेला त्याचा स्पर्धक 'सॉफ्ट बुक' नावाचा ई-रीडर ही काळाच्या फार पुढे असलेली साधने होती आणि डिजिटल रीडिंगला जग अजून तयार नव्हते. परंतु ते पूर्ण सत्य नव्हते. न्युव्होमीडियाने पहिल्याच वर्षी वीस हजार रीडर्स विकले आणि दुसऱ्या वर्षी तो आकडा दुप्पट होण्याच्या मार्गावर होता. कंपनीने अल्पावधीत सर्व मोठ्या प्रकाशकांबरोबर ई-बुक्सच्या प्रकाशनाचे करार करण्याचा पायाच घातला होता. ('ऑथर्स गिल्ड' या लेखक संघटनेने तसे करार हे लेखकांच्या फायद्याचे नाहीत म्हणून त्यांना विरोध केला होता.) १९९९ साली सिस्को या इन्फर्मेशन टेक्नॉलॉजी क्षेत्रातल्या आंतरराष्ट्रीय कंपनीनेही न्युव्होमीडियामध्ये धोरणीपणाने भांडवल गुंतवल्याने कंपनीची विश्वासार्हता दुणावली. रॉकेट रीडरबद्दल उपभोक्त्यांच्या

प्रतिक्रियाही अनुकूल होत्या. टीव्हीवर सर्वांत लोकप्रिय असा कार्यक्रम सादर करणाऱ्या ऑपरा विनफ्रे यांनी स्वत:चे 'ओ' नावाचे मासिक सुरू केले होते आणि त्याच्या पहिल्या अंकात त्यांच्या आवडत्या दहा गोष्टींची यादी प्रसिद्ध केली होती. त्या यादीत रॉकेट रीडरचा समावेश होता. 'वायर्ड' या मासिकानेही रॉकेट रीडरबद्दल एक लेख छापला होता. त्यात लिहिले होते, ''हे साधन ही भविष्याची नांदी आहे!''

या यशाने उत्साहित होत न्युव्होमीडियाने त्यांच्या रीडरच्या वेगवान प्रगतीच्या, विकासाच्या योजना आखल्या. वाढत्या खपाचा फायदा घेऊन एबरहार्डने रॉकेटबुक वाचायला अधिक सोपे करण्यासाठी प्रखर प्रकाशाच्या तंत्रज्ञानाचा वापर करायचे, बॅटरी जास्त काळ टिकेल अशी सुधारणा करण्याचे आणि तरीही किंमतही कमी करण्याचे ठरवले. (१९९९ सालच्या सुट्यांच्या मोसमात रॉकेटबुकच्या सर्वांत साध्या मॉडेलची किंमत १६९ डॉलर्स होती.) त्या वर्षीच्या डिसेंबर महिन्यात 'न्यूजवीक'च्या स्टीव्हन लेव्ही यांना दिलेल्या मुलाखतीत एबरहार्ड म्हणाले, ''आम्ही लवकरच 'फ्रंट सरफेस' या तंत्रज्ञानाचा वापर करू म्हणजे तुम्हांला काचेमागचे वाचावे लागणार नाही.'' एका बाजूला एबरहार्ड जोरदार योजना आखत होते, त्यांच्याविषयी जाहीरपणे बोलत होते, त्यासाठी त्यांना हव्या असलेल्या भरघोस भांडवलाचा शोध घेत होते आणि दुसऱ्या बाजूला 'डॉटकॉमबबल' – डॉटकॉम कंपन्यांमध्ये गुंतवणूक करण्याची धडपड, त्यामुळे स्टॉक मार्केटमध्ये उडवून दिलेला गोंधळ हाताबाहेर जाऊन वास्तव समोर यायला लागल्याने तो फुगा फुटण्याच्या बेतात होता. त्यामुळे भांडवल उभे करण्यास पूर्णपणे प्रतिकूल बनलेली परिस्थिती त्यांना निराश करत होती. लवकरच परिस्थिती इतकी खालावली, बिकट झाली की अखेर फुगा फुटला. २००० सालच्या फेब्रुवारी महिन्यात त्यांनी त्यांची न्युव्होमीडिया ही कंपनी अठरा कोटी सत्तर लाख डॉलर्सच्या शेअर्सच्या व्यवहारात 'जेमस्टार टीव्ही गाइड इंटरनॅशनल' या बरबँकस्थित कंपनीला विकून टाकली. याच जेमस्टार कंपनीने 'रॉकेट बुक'च्या पाठोपाठ 'सॉफ्टबुक'चाही ताबा घेतला.

जेमस्टारची ही खेळी फारच भयंकर ठरली. त्यामागे जेमस्टारचा मुख्य उद्देश होता– खटले चालवून आपल्या पोर्टफोलिओचे शोषण करणे. पण हे नंतर लक्षात आले. कंपनी विकल्यानंतर काही महिन्यांतच एबरहार्ड आणि टार्पेनिंग हे दोघे निराशग्रस्त होऊन जेमस्टारमधून बाहेर पडले. जेमस्टारने

रॉकेट बुक आणि सॉफ्ट बुक या दोन्हींच्या नव्या आवृत्त्या तयार करून बाजारात आणल्या, परंतु कंपनीचा विक्रीबाबतचा अपुरा उत्साह आणि मंद प्रयत्न यांमुळे विक्री कमी-कमी होत गेली आणि २००३ साली जेमस्टारनेच ती पूर्ण थांबवली. ई-बुक्सचे हक्क मिळवण्याच्या सर्व योजना, प्रत्यक्ष हालचाली या ज्यांनी पद्धतशीरपणे घडवून आणल्या होत्या ते जेमस्टारचे सीईओ हेनर युवेन हे पुढे आर्थिक घोटाळ्यात सापडले आणि त्यांनी कंपनी सोडून चीनला पळ काढला.

जेमस्टारच्या अपयशाने केवळ रॉकेट बुक आणि सॉफ्ट बुक या साधनांचा अंत झाला नाही तर 'डिजिटल रीडिंग' ही कल्पनाच मागे पडली, लोकांचा त्यातील रस आटून गेला. 'बार्न्स अॅन्ड नोबल डॉटकॉम' या साइटवरील रॉकेट बुक आणि सॉफ्ट बुकची विक्रीही पूर्णपणे थांबली. त्याच सुमारास पाम पायलट बनवणाऱ्या 'पाम कॉम्प्युटिंग' या कंपनीने तिचा 'ई-बुक' हा विभाग विकून टाकला. अशा रीतीने तोवर मागे पडलेली ई-बुक्स या कल्पनेची वाटचालच खुंटली. सर्वांनीच त्या माध्यमाची आशा सोडली.

बेझोस आणि एबरहार्ड यांच्यात करार होऊ शकला नाही; पण त्यांच्यामधील मैत्री मात्र टिकून राहिली. न्युव्होमीडिया आणि रॉकेट बुक यांच्या बाबतीत घडणाऱ्या सर्व चांगल्या आणि वाईट घडामोडी बेझोस नुसत्याच अलिप्त प्रेक्षकाच्या भूमिकेतून पाहत नव्हते, त्यांच्यावर बारीक लक्ष ठेवून होते, त्यावर त्यांच्या पद्धतीने काही विचार करीत होते. १९९० च्या दशकाच्या शेवटी त्यांनी असे विधान केले की, माझा असा ठाम विश्वास आहे की एक वेळ अशी येईल की बहुसंख्य पुस्तके ही इलेक्ट्रॉनिक माध्यमातीलच असतील. माझ्या हिशेबाने तसे घडायला बराच म्हणजे एका दशकाचा तरी काळ लागेल.

पण बेझोस यांनी जाहीरपणे मांडलेला हिशेब, कदाचित हेतुपूर्वकच, चुकीचा होता. २००४ साली जेव्हा अॅपल कॉम्प्युटर पुन्हा एकदा नव्या जोमाने बाजारात जम बसवायला सरसावला होता, त्याच वेळी बेझोस यांनी अॅमेझॉनची डिजिटल क्षेत्रातील वाटचालीची दिशा, धोरण मनाशी पक्के करून सिलिकॉन व्हॅलीमध्ये अत्यंत गुप्तपणे 'लॅब१२६' अशा रहस्यमय नावाने प्रयोगशाळा म्हणता येईल, असा अॅमेझॉनचा एक विभाग सुरू केला. 'लॅब १२६' मध्ये हार्डवेअरचे हॅकर्स होते. बेझोस यांनी त्यांच्यावर एक कठीण काम सोपवले. त्यांनी अॅमेझॉनचा अतिशय उत्तम, यशस्वी रीतीने

चाललेला पुस्तकविक्रीचा धंदा ई-बुक्स आणि ई-रीडरच्या साहाय्याने बिघडवायचा होता; ग्राहक वाचकांमध्ये ई-बुक्सविषयी, ती ई-बुक्स 'ई-रीडर'वर वाचण्याविषयी कुतूहल, आवड निर्माण करायची होती. ते काम त्यांना असे-तसे करून भागणार नव्हते, बेझोस नावाच्या महाचिकित्सक 'डिझायनर इन चीफ' यांच्या उच्च दर्जाच्या अपेक्षा पूर्ण करेल अशा पद्धतीनेच करायचे होते! ॲमेझॉनची नवी डिजिटल लायब्ररी चांगली समृद्ध करण्यासाठी पुस्तकविश्वाशी संबंध ठेवणाऱ्या सर्व कर्मचारी व अधिकाऱ्यांना प्रकाशकांचा निगुतीने व चिकाटीने पाठपुरावा करून ई-बुकच्या तोवर सुप्त स्थितीत असलेल्या जगात प्रवेश करण्यासाठी त्यांच्या मनाची तयारी करायची होती. नुसते त्यांचे मन वळवायचे नव्हते, त्यांना त्याचे महत्त्व, त्याचे फायदे समजावून सांगून त्यांना त्यासाठी उद्युक्त, प्रवृत्त करायचे होते. खरे तर हे अशक्य कोटीतलेच काम होते आणि त्यातच ते ॲमेझॉनच्या काटकसरीच्या धोरणाशी फारकत न घेता पूर्ण करायचे कर्मकठीण आव्हान होते. अर्थातच त्यात अनेक चुका झाल्या, त्यातल्या काही तर अशा आहेत की, ज्यांचे परिणाम आजही दिसून येत आहेत.

या सर्व कठीण कामाचे, अथक प्रयत्नांचे फलित होते. ॲमेझॉनने सादर केलेला 'किंडल' नावाचा ई-रीडर! पहिले 'किंडल' ॲमेझॉनने २००७ साली जगापुढे सादर केले. त्यानंतर काही आठवड्यांनी बेझोस यांनी एबरहार्ड यांच्या सिलिकॉन व्हॅलीतील घरी फोन केला आणि त्यांना विचारले, ''एबरहार्ड, जे तुम्हांला करायचे होते ते ॲमेझॉनने चांगल्या पद्धतीने केले आहे ना?''

स्टीव्ह जॉब्ज यांच्या हाती 'ॲपल'ची सूत्रे असताना ते त्यांची कंपनी, त्यांच्यावर सोपवलेले चांगले काम सोडून गेलेल्या, विशेषत: दुसऱ्या कंपनीला जाऊन मिळालेल्या लोकांविषयी मनात आकस धरून असत, त्यांना शिव्या घालत असत. परंतु ॲपल सोडून ॲमेझॉनमध्ये गेलेले डिएगो पिएचेंटिनी हे त्याला अपवाद होते. पिएचेंटिनी यांनी तडकाफडकी ॲपल न सोडता त्यांच्या युरोपिअन ऑपरेशन्स विभागाच्या प्रमुख पदासाठी त्यांच्या जागी नवा माणूस शोधायला ॲपलला सहा महिन्यांचा अवधी दिला होता आणि योग्य माणूस मिळाल्यावरच नोकरी सोडली होती म्हणून असेल कदाचित, पण त्यांनी ॲपलऐवजी निवडलेल्या ॲमेझॉनला 'फुटकळ विक्रेती कंपनी'

म्हणून तुच्छ लेखणारे जॉब्ज आणि पिएचेंटिनी यांचे संबंध मात्र नंतरही सलोख्याचे राहिले होते. जॉब्ज यांना ॲमेझॉनकडून काही हवे असले तर ते पिएचेंटिनी यांनाच सांगत असत. २००३ सालच्या सुरुवातीलाच प्रथमच पिएचेंटिनी यांनी जॉब्ज यांना एक मेल पाठवली. त्यात त्यांनी ॲपलसमोर एक प्रस्ताव ठेवला.

त्यावर चर्चा करण्यासाठी ते नील रोझमन, रॉब फ्रेडरिक आणि एच.बी.सीगेल या ॲमेझॉनच्या उगवत्या 'डिजिटल मीडिया' या योजनेवर काम करणाऱ्या टीममधील तिघा तंत्रज्ञांना घेऊन ॲपलच्या कुपरटिनो येथील ऑफिसमध्ये गेले. त्या मीटिंगला स्वत: जॉब्ज हजर राहतील अशी कोणाचीच अपेक्षा नव्हती; पण जॉब्ज यांनी त्यांना सुखदाश्चर्याचा धक्का दिला. ते स्वत: त्यांच्या स्वागताला हजर होते आणि नंतरही बराच वेळ त्यांच्या बरोबर होते.

त्या वेळी ॲपलने संगीतविक्रीच्या क्षेत्रात प्रवेश केला नव्हता. त्यांचे 'आय ट्यून्स' हे सॉफ्टवेअर वापरून लोक त्यांनी एकत्र केलेले संगीत त्यांच्या पर्सनल कॉम्प्युटर्सवर– 'पीसीज'वर – ऐकू शकत होते आणि गाणी त्यांच्या आयपॉड्सवरही घेऊ शकत होते. जॉब्ज यांना त्यांचे 'आय ट्यून्स' हे सॉफ्टवेअर जास्तीतजास्त पीसीजवर वापरले जायला हवे होते. त्यात त्यांना ॲमेझॉनची मदत हवी होती. ॲमेझॉनने शक्य तितक्या पीसी वापरणाऱ्यांकडे संगीताच्या सीडीजचे वितरण करावे, अशी त्यांची इच्छा होती. पिएचेंटिनी आणि त्यांचे सहकारी यांचा प्रस्ताव निराळा होता. तो असा होता– ॲपल आणि ॲमेझॉन यांनी एकत्रितपणे 'डिजिटल म्युझिक फाईल्स'चा साठा करावा आणि त्याची विक्री ॲमेझॉनच्या साइटवरून करावी. म्हणजे आयपॉड असणारे ॲमेझॉनच्या साइटवर त्यांना हव्या त्या फाईल्स विकत घेतील.

मीटिंग्ज झाल्या, चर्चा झाल्या; पण शेवटी फलित काहीच निघाले नाही. चर्चेदरम्यान जॉब्ज यांनी स्वत: कॉन्फरन्स रूममधील फळ्यासमोर उभे राहून ॲपलची बाजू मांडली. म्युझिक अल्बम्स आणि सिंगल ट्रॅक्स असे दोन्ही प्रकार ॲपल थेट 'आय ट्यून्स'द्वारेच विकेल. ॲमेझानच्या प्रतिनिधींनी असे सांगितले की, भल्या मोठ्या डेस्कटॉपमध्ये आणि जे सतत 'अपडेट' करावे लागते, अशा सॉफ्टवेअरमध्ये तसा साठा असण्यापेक्षा तो वेबवर असणे सर्वच दृष्टीने चांगले, सोयीचे ठरेल. जॉब्ज

यांना ते मान्य नव्हते. त्यांच्या भाषेत– त्यांना संगीतप्रेमींना म्युझिक स्टोअर्स ते पोर्टेबल म्युझिक प्लेयर म्हणजे आयपॉड असा सरळ, सोपा आणि सुसंगत संगीताचा अनुभव आणि तोही अगदी कोणत्याही रसिकालाही मिळायला हवा होता. नील रोझमन यांनी त्यांचे मत या शब्दांत नोंदवले : ''जॉब्ज यांना वेबवर पुस्तकांची विक्री करणे हे तर अगदी क्षुल्लक वाटत होतेच, त्याबद्दल तिरस्कारही होताच, शिवाय लोकांना पुस्तकांविषयी प्रेम वाटत असेल असेही त्यांना वाटत नव्हते. त्यांच्या डोळ्यांपुढे आय ट्यून्स स्टोअरच्या ग्राहक–ॲप्लिकेशनचे स्वप्न होते आणि एका टोकापासून दुसऱ्या टोकापर्यंत हा सहज अनुभव का असला पाहिजे हे त्यांनी आम्हांला सांगितले.''

जॉब्ज यांनी आत्मविश्वासपूर्वक असे विधान केले की, संगीतविक्रीच्या बाबतीत ॲपल अगदी अल्प काळातच ॲमेझॉनला मागे टाकेल. आणि त्यांचा आत्मविश्वास खरा ठरला. २००३ सालच्या एप्रिल महिन्यात ॲपलने 'आय ट्यून्स म्युझिक स्टोअर' सुरू केले आणि थोड्याच वर्षांत त्याने ॲमेझॉनलाच नाही तर बेस्ट बाय आणि वॉलमार्टलाही मागे टाकून अमेरिकेत संगीताची सर्वांत जास्त विक्री करायला सुरुवात केली.

ॲमेझॉनला हा धडा मिळाला त्या काळात ॲमेझॉनने डिजिटल क्षेत्रात जे विक्रीचे उपक्रम सुरू केले होते ते यशस्वी होत नव्हते. बेझोस यांनी त्याविषयी सांगितले, ''आमच्या गुंतवणूकदारांना त्या क्षेत्रातील विक्रीचे उत्पन्न सूक्ष्मदर्शकातूनच शोधायला लागत होते.'' ॲमेझॉन लोकांना त्यांच्या पीसीजवर वाचण्यासाठी डाउनलोड करून घेता येतील अशी फक्त मायक्रोसॉफ्ट आणि ॲडोब यांनी ठरवून दिलेल्या आराखड्यातील ई–बुक्स विकत असे. पण त्यांच्या साइटवर असलेले 'ई–बुक स्टोअर' फारसे कोणी उघडतच नव्हते आणि त्यामुळे त्यांची विक्री काही म्हणावी तशी होत नव्हती. ॲमेझॉनची 'लुक इनसाइड द बुक' आणि 'सर्च इनसाइड द बुक' ही साधने नक्कीच डिजिटल रीडिंग लोकप्रिय व्हावे यासाठीच्या प्रयत्नांचाच भाग होते; पण त्यांचा उद्देश मात्र तशा शोधांमुळे ग्राहक ॲमेझॉनच्या साइटवरून अधिकाधिक पुस्तके खरेदी करायला उद्युक्त व्हावेत, त्यांची विक्री वाढावी हाच होता. बेझोस यांनी न्युव्होमीडिया या कंपनीबरोबर जी चर्चा केली होती त्यातून हे स्पष्टच दिसले होते की, ते फार आधीपासूनच डिजिटल माध्यमाचे सामर्थ्य, त्याची अनिवार्यता पूर्णपणे जाणून होते. परंतु

पूर्तीकेंद्रे सतत भरलेली ठेवणे, कंपनीतील तंत्रज्ञानाच्या पायाभूत सुविधांमध्ये सतत सुधारणा करणे या गोष्टींनाच त्यांना नेहमी अग्रक्रम द्यावा लागत होता.

पुढील काही वर्षांतच ॲपलने संगीत क्षेत्रामध्ये वर्चस्व प्रस्थापित केले. 'टॉवर रेकॉर्ड्स' आणि 'व्हर्जिन मेगा स्टोअर' या दुकानांची साखळी असलेल्या बड्या विक्रेत्यांनाही नामशेष केले. (यात त्यांना इंटरनेटवरील 'चाचेगिरी'चा खूप फायदा मिळाला.) ॲपल त्या वेळी सिंगल ट्रॅक्स नव्याण्णव सेंट्सना विकत असे. ''हा तोट्यातला व्यवहार आहे आणि ॲपलने तो केवळ त्यांच्या आयपॉड्सची विक्री वाढावी यासाठी तसाच सुरू ठेवला आहे,'' असे म्हणून बेझोस यांनी 'आय ट्यून्स' हे सॉफ्टवेअर फेटाळूनच लावले होते. ॲपलच्या उद्देशाविषयीचे त्यांचे विधान खरेच होते; पण जेव्हा ॲपलने आयपॉड्सची लोकप्रियता जसजशी वाढत गेली तसा आय ट्यून्सचा वापर त्याच्या पुढच्या म्हणजे 'व्हिडिओ'च्या माध्यमात प्रवेश करण्यासाठी करायला सुरुवात केली, तेव्हा मात्र ॲमेझॉनला ॲपलच्या धोरणांचा गंभीरपणे, खोलवर विचार करणे भाग पडले. नील रोझमन म्हणाले, ''इतर कोणतेही साधन जे करू शकले नाही ते आयपॉड्स कसे करू शकले, त्याला एवढे यश कसे मिळाले यावर आम्ही भरपूर विचारविनिमय केला.''

कित्येक महिन्यांच्या विचारमंथनातून, डिजिटल म्युझिक या क्षेत्रात काहीतरी नवे, डोळ्यांत भरण्याजोगे काय करता येईल याविषयीच्या धोरणांच्या अभ्यासातून, एका क्षणी ते एका कल्पनेपाशी येऊन थांबले. ॲमेझॉनच्या साइटवरून ग्राहक आयपॉड्सही विकत घेत आणि सीडीजही. त्या सीडीजवरील संगीत आयपॉडमध्ये घालूनच आयपॉड्स ग्राहकांना विकायची अशी ती कल्पना होती. परंतु संगीताच्या सीडीजच्या विक्रेत्यांनी तसे करण्यास आक्षेप घेतला. मग 'रापसूडी' नावाची एक कंपनी होती, ती जी सेवा द्यायची त्याचेच अनुकरण करायचे ॲमेझॉनने ठरवले. महिन्याची वर्गणी घेऊन ग्राहकांना ज्यातून ते त्यांच्या पसंतीचे संगीत निवडू शकतील असा प्रचंड मोठा म्युझिक कॅटलॉग उपलब्ध करून द्यायचा, अशी ती सेवा असणार होती. सर्व प्राथमिक तयारी पूर्ण करून २००५ साली त्यांनी त्या सेवेची सुरुवात करायचे नक्की केले. यात ॲमेझॉन मायक्रोसॉफ्टच्या मालकीच्या– ज्याला डिजिटल राइट्स मॅनेजमेंट – डीआरएम – असे म्हटले जात असे – जेनस नावाच्या सॉफ्टवेअरच्या साहाय्याने जे संगीत 'एनकोड'

केले जात असे ते डी-कोड करून वापरणार होते. परंतु या योजनेला ॲमेझॉनमधील काही तंत्रज्ञ, अधिकारी यांनी विरोध दर्शवला. एक तर त्यांच्या मते तो चुकीचा मार्ग होता आणि असे लक्षात आले की ग्राहकांनी याआधी विकत घेतलेल्या आयपॉड्सवर जेनसचा वापर करून एनकोड केलेले संगीत ऐकताच येणार नव्हते. एरिक रिंगेवाल्ड नावाच्या ॲमेझॉनमधील या योजनेवर काम करणाऱ्या एका प्रॉडक्ट मॅनेजरच्या विरोधाची मजल तर 'मरेन पण हे असे काही करणार नाही,' येथपर्यंत गेली. बेझोस ती योजना बाद करून टाकण्यास तयार झाले. प्रयत्न नव्याने सुरू झाले. तेवढ्या काळात ॲपलने डिजिटल म्युझिकच्या क्षेत्रात बरीच आघाडी घेतली. दोन वर्षांनंतर, २००७ साली ॲमेझॉनने 'एमपी३ स्टोअर' ग्राहकांना उपलब्ध करून दिले. त्यात डीआरएमचा संबंध नव्हता. ग्राहक त्यावाचूनच, पैसे खर्च न करता गाणी कॉपी करून घेऊ शकत होते. ॲमेझॉनने ही जी सोय ग्राहकांना देऊ केली होती तीच अल्प काळातच ॲपलनेही दिली आणि पुन्हा ॲमेझॉन डिजिटल म्युझिकच्या क्षेत्रात कायमचे मागे पडले.

बेझोस यांचे सहकारी, स्नेही असे म्हणतात की, ॲमेझॉनची डिजिटल म्युझिकच्या क्षेत्रातील पिछेहाट किंवा तिचे अडखळणे याचे कारण बेझोस यांना कोणत्याच प्रकारच्या संगीताची आवड नसणे, त्यात रस नसणे हे आहे. शाळेत असताना बरोबरीच्या मुलांबरोबर बोलताना आपले संगीताविषयीचे अज्ञान उघडे पडू नये म्हणून बेझोस मियामीतील स्थानिक रेडिओ स्टेशनची कॉल लेटर्स- स्टेशनची तीन-चार अक्षरांची संक्षिप्त नावे - मोठ्या प्रयत्नपूर्वक पाठ करून बोलताना त्यांचा वापर करायचे. ९/११च्या दहशतवादी हल्ल्यानंतर बेझोस आणि ॲमेझॉनमधील काही अधिकारी यांनी 'टार्गेट'च्या मिनियापोलिस येथील ऑफिसेसना भेट दिली होती. त्यांच्या बरोबरचे अधिकारी अशी आठवण सांगतात की, बेझोस यांनी एका ग्राहकोपयोगी वस्तूंच्या दुकानात किमतीत सूट दिलेल्या सीडीजचा एक मोठा गठ्ठा खरेदी केला होता.

स्टीव्ह जॉब्ज बेझोस यांच्या अगदी विरुद्ध होते, त्यांना संगीताची प्रचंड आवड होती. ते बॉब डीलॉनचे, बीटल्सचे फार मोठे, वेडेच म्हटले तरी चालेल, असे चाहते होते. ते तर गायिका, गीतलेखिका, संगीतकार जोन बाएझ हिच्या प्रेमातही पडले होते. जॉब्ज यांचे संगीतप्रेमच ॲपलच्या संगीत क्षेत्रातील यशस्वी धोरणांना कारणीभूत होते. ॲमेझॉनची जी धोरणे

यशस्वी झाली त्यामागेही बेझोस यांचे प्रेम, त्यांच्या आवडीच होत्या. जॉब्ज जितके संगीताचे वेडे होते तितकेच बेझोस पुस्तकांचे वेडे होते. ते केवळ पुस्तकप्रेमीच नव्हते तर ते पुस्तकातील माहिती, विचार, शिकवण ग्रहण करीत, आत्मसात करीत. 'हाऊ बिल्डिंग्ज वर्क' आणि अन्य काही पुस्तकांचे लेखक स्टेवर्ट ब्रॅन्ड अशी आठवण सांगतात की, बेझोस यांनी १९९५ साली खरेदी केलेल्या त्या पुस्तकाची प्रत जेव्हा ब्रॅन्ड यांना दाखवली तेव्हा ब्रॅन्ड चकितच झाले. कारण जवळजवळ प्रत्येक पानावर मजकुराच्या बाजूच्या मोकळ्या जागेत बेझोस यांनी ते पुस्तक वाचताना लिहिलेल्या टिपा दिसत होत्या.

२००४ साली ॲपलने संगीताच्या क्षेत्रात जे वर्चस्व कमावले होते त्याने ॲमेझॉनला पुन्हा एकदा नव्याने आत्मपरीक्षण करण्यास भाग पाडले. ॲमेझॉनच्या त्या वर्षीच्या उत्पन्नात ७४ टक्के वाटा पुस्तके, संगीत आणि चित्रपट यांच्या विक्रीचा होता. ॲपल मिळवत असलेले यश हे स्पष्ट दर्शवीत होते की, 'डिजिटल'चे युग वेगाने येत आहे आणि जर बाजारात आपले स्थान टिकवायचे असेल तर त्यात प्रवेश केलाच पाहिजे, तोही अधिक वेळ न दवडता. डायरेक्टर जॉन डोअर म्हणाले, ''ॲपलच्या आयपॉडने ॲमेझॉनच्या संगीतक्षेत्रातील विक्रीवर केलेला परिणाम आम्हांला आश्चर्यातही पाडत होता, गोंधळातही पाडत होता, ॲपलचा आणि स्वत:चाही राग आणीत होता; पण गंभीरपणे विचार करायलाही लावत होता. आणखी एक भीती मनात डोके वर काढीत होती की, ॲपलने किंवा दुसऱ्या कोणीतरी आम्ही आमचे समजतो त्या पुस्तकांच्या क्षेत्रातही असेच काहीतरी केले तर?

ॲमेझॉनमधील एक प्रमुख गुंतवणूकदार, 'लेग मॅसन' या कंपनीचे चेअरमन बिल मिलर आणि बेझोस यांची जेव्हा जेव्हा भेट व्हायची तेव्हा तेव्हा 'डिजिटलच्या माध्यमात प्रवेश' हा विषय हमखास चर्चिला जायचा. ते म्हणतात, ''मला तर असेच वाटते की ज्या आयपॉडने ॲमेझॉनचे संगीतसाधनांच्या विक्रीचे क्षेत्र वेगाने बळकावले, बेझोस यांना मागून येऊन दणका दिला त्याच आयपॉडने 'किंडल'ची निर्मितीही घडवून आणली. 'डिजिटल'तंत्रज्ञान जगाचा, लोकांचा कब्जा घेणार हे बेझोस यांना खूप आधीपासून लक्षात आले होते; पण त्यांना त्यांचा सीडीजचा धंदा अशा रीतीने खच्ची केला जाईल, अशी अपेक्षा मात्र नव्हती.''

अखेर बेझोस या निष्कर्षाप्रत आले की अ‍ॅमेझॉनला या नव्या डिजिटल युगातही जर पुस्तकविक्रीच्या क्षेत्रात आपले स्थान टिकवायचे असेल तर अ‍ॅपलने आयपॉडच्या निर्मितीपासून विक्रीपर्यंत सर्व काही आपल्या ताब्यात ठेवून त्या जोरावर संगीत क्षेत्र काबीज केले तसेच अ‍ॅमेझॉनने, छापील पुस्तकांच्या विक्रीतील सर्वोच्च पदाचा त्याग करून ई-बुक्सच्या क्षेत्रात प्रवेश करून ते क्षेत्र पूर्णपणे स्वत:च्या नियंत्रणाखाली आणले पाहिजे, त्यात सर्वोच्च पद मिळवले पाहिजे. काही वर्षांनंतर डिएगो पिएचेंटिनी यांनी 'स्टॅन्फोर्ड ग्रॅज्युएट स्कूल ऑफ बिझनेस' येथे एक व्याख्यान दिले. त्यात ते म्हणाले, ''दुसऱ्या कोणीतरी तुम्हांला भक्ष्य करण्याआधी तुमचे तुम्हीच जुने रूप सोडून देऊन नवे रूप धारण करणे केव्हाही चांगले!'' त्यांनी आणखी एक विधान केले, ते म्हणाले, ''आम्हांला कोडॅक व्हायचे नव्हते.'' या विधानाला संदर्भ होता तो कॅमेऱ्याच्या उद्योगातील शंभर वर्षे जुन्या कोडॅक या कंपनीचा. त्या कंपनीने १९७० साली डिजिटल कॅमेऱ्याचा शोध लावला होता. परंतु साध्या कॅमेऱ्याच्या विक्रीमध्ये कंपनी जो प्रचंड फायदा कमावीत होती तो सोडून हे नवे, अजून प्रस्थापित न झालेले उत्पादन बाजारात आणून फायदा कमी होण्याचा धोका पत्करायचे धाडस त्या कंपनीचे अधिकारी दाखवू शकले नव्हते.

२००३ साली, म्हणजे जर्मस्टर कंपनीने 'रॉकेटबुक' जेव्हा बाजारातून काढून घेतले त्याच सुमारास, बेझोस फक्त वाचण्याचे काम करणाऱ्या इलेक्ट्रॉनिक रीडरच्या - 'ई रीडर'च्या - निर्मितीचा गंभीरपणे विचार करीत होते. अगदी अल्प काळ कंपनीत 'चीफ सायंटिस्ट' या पदावर असलेल्या आंद्रेयास वीगॅन्ड यांना त्यांच्या सहकाऱ्यांबरोबरच्या मीटिंग्जमध्ये बेझोस तशा प्रकारच्या साधनाविषयी बोलल्याचे स्पष्ट आठवते. त्यांना त्या वेळी घडलेल्या विनोदाचीही आठवण आहे. बेझोस जेव्हा म्हणाले, ''वाचताना तो रीडर एका हातात धरता आला पाहिजे.'' त्या वेळी वीगॅन्ड यांच्या मनात ''त्या वेळी दुसरा हात कुठले काम करीत असेल?'' असा विचार आला आणि ते जोरात हसले. लहानशा खोलीत मीटिंगमध्ये बसलेले बाकीचेही त्याचा संदर्भ समजून हसले. ते म्हणाले, ''जेफ बिचारे निरागस! एकच हात रिकामा असणे याला दुसरा हात काय करीत असण्याचा संदर्भ असतो हे त्यांच्या लक्षात येणे शक्यच नव्हते.''

अ‍ॅमेझॉनने मायक्रोसॉफ्ट आणि अ‍ॅडोब यांचे आराखडे वापरून तयार केलेल्या पुस्तकांचे 'ई-बुक स्टोअर' नुकतेच सुरू केले होते. पण २००४

साली कंपनीचे व्यवस्थापन ते बंद करायचा विचार करू लागले होते. बेझोस यांचाही त्या बुक स्टोअरवर रागच होता. त्यात साठा कमी त्यामुळे निवडीला वाव कमी होता, ई-बुक्सच्या किमती भरमसाट होत्या आणि ई-बुक पीसीमध्ये किंवा पर्सनल डिजिटल असिस्टंटमध्ये डाउनलोड करून वाचणे हे एक दिव्यच होते; पण काहीच पसंत नसूनही बुक स्टोअर सुरू ठेवण्याविषयी बेझोस आग्रही होते, असे पिएचेंटिनी सांगतात. त्याचे कारण हेच होते की असे काही दोष असले तरी आगामी काही काळातच ई-बुक हाच एकमेव पर्याय उरणार होता याचे त्यांना भान होते.

काही आठवड्यांच्या चर्चेनंतर 'एस टीम'च्या एका मीटिंगमध्ये बेझोस यांनी जाहीर केले की, ॲमेझॉन स्वत:चा - जो फक्त वाचण्याचेच काम करेल आणि शेकडो पाने वाचू शकेल - असा एक इलेक्ट्रॉनिक रीडर विकसित करेल. ती घोषणा धक्कादायक होती. त्यासाठीचे हार्डवेअर विकसित करणे हे अवघड, जटिल आणि खर्चीक काम होते. शिवाय ते काम ॲमेझॉनमध्ये उपलब्ध असणाऱ्या आणि जोपासल्या जाणाऱ्या आवश्यक क्षमतांच्या आवाक्याच्या बाहेरचे होते. निर्णयाला एकत्रितपणे, जोरदार विरोध झाला. विशेषत: जेफ विल्के यांचा विरोध प्रखर होता, कारण एखाद्या गोष्टीचे पहिल्यापासून आणि स्वतंत्रपणे उत्पादन करणे आणि ते बाजारात विकणेही- हे शिवधनुष्य पेलणे किती अवघड असते याचा, त्यासाठी काय काय करावे लागते याचा, त्यातील सर्व कठीण आव्हानांचा, एकंदर उत्पादन क्षेत्राचाच विल्के यांना दीर्घ अनुभव होता. ते म्हणाले, ''माझ्या मते ते काम अवघड होते, चाललेले गाडे विस्कळीत करून टाकणारे होते. ते करताना उपलब्ध सोयी-साधने यांचा योग्य उपयोग झाला असता की नाही याविषयी मी साशंक होतो. प्रकल्प सुरू झाला त्यानंतर मला जे जे वाटत होते ते ते सगळे घडत गेले; पण तरीही कंपनीने त्या सर्व अडचणी, अडथळे यावर मात केली. कारण जेफ बेझोस हे असल्या अल्पकालीन संकटांना भीक घालणारे नव्हते, त्यामुळे त्यांनी ठरवलेल्या आणि स्वीकारलेल्या मार्गावरून विचलित होणारे नव्हते.''

डिएगो पिएचेंटिनी यांनीही विरोध केला होता. १९९०च्या दशकात त्यांनी स्वत: ॲपलमध्ये काम करीत असताना नवनव्या उत्पादनांच्या निर्मितीच्या कळा सोसल्या होत्या. उत्पादनांची गर्दी, त्यासाठी लागणाऱ्या गोष्टींचे प्रचंड साठे, नंतरची त्यांची विल्हेवाट या सगळ्यांचा त्यांनी प्रत्यक्ष

अनुभव घेतला होता. ते म्हणाले, ‘‘बेझोस ज्यात हात घालत होते ते मला आणि माझ्यासारख्या मर्यादित विचार करणाऱ्यांना धोकादायकच वाटत होते.’’

अर्थातच बेझोस यांनी सर्व आक्षेप, विरोध यांच्याकडे दुर्लक्ष केले आणि हे ठासून सांगितले की, ॲपलने जे यश संगीताच्या क्षेत्रात संपादन केले आहे तेच जर ॲमेझॉनला पुस्तकांच्या क्षेत्रात मिळवायचे असेल तर एक उत्तम हार्डवेअर आणि अतिशय सोप्या पद्धतीने वापरता येईल, असे डिजिटल बुक स्टोअर यांचा यथायोग्य संयोग घडवून आणून ग्राहकांच्या एकूण अनुभवावर पूर्ण नियंत्रण मिळवावे लागेल. ते मीटिंगचा समारोप करताना सर्व पदाधिकाऱ्यांना म्हणाले, ‘‘यासाठी आवश्यक असलेली गुणवत्ता आपण आपल्या पद्धतीने बाहेरून मिळवून आणणार आहोत. हे सगळे किती कठीण आहे याची मला पूर्ण कल्पना आहे. आपणही अनुभवातून शिकू!’’

बेझोस यांच्या अशा चाकोरीबाहेरच्या, क्रांतिकारी म्हणता येतील अशा – भन्नाट – कल्पना प्रत्यक्षात उतरवणाऱ्या उच्च पदस्थांना ॲमेझॉनमध्ये ‘जेफ बॉट्स’ म्हटले जायचे. ही जरा उपहासात्मक, गंमतीदार संज्ञा निमूटपणे आज्ञापालन करणे, पूर्ण एकनिष्ठता असणे, आपली उपयुक्तता भरपूर आणि अखंड कामाने सिद्ध करणे हे गुण दाखवणाऱ्या बेझोस यांच्या अनुयायांना दिली जायची. जे काही विशिष्ट लोकांच्या बाबतीत त्या संज्ञेचा वापर करायचे तेव्हा त्यात अशा समर्पित शिष्यांविषयी त्यांना वाटणारा थोडा हेवाही असायचा. हे ‘जेफ बॉट्स’ त्यांच्या नेत्याच्या – बेझोस यांच्या कधीही न संपणाऱ्या इंधनाच्या साठ्यातून ऊर्जा घ्यायचे आणि तिचा वापर करून आवश्यक ते सर्व प्रयत्न करून त्यांच्या संकल्पना साकार करण्यासाठी पडेल ते काम करायचे. त्यांनी बेझोस यांचे उद्योगाविषयीचे तत्त्वज्ञान पूर्ण आत्मसात केलेले होते आणि त्याच्याच आधारे त्यांचे दृष्टिकोन बनवलेले होते. जेफ बेझोस यांचा ‘जेफिझम’ त्यांना मुखोद्गत होता. ते ‘ग्राहक देवो भव’ यासारखी त्यांची आवडती सुवचने ऐकवायचे आणि तेच महत्त्वाचे ध्येय समोर ठेवून काम करायचे. अशा ‘जेफ बॉट्स’ची वार्ताहर म्हणून मुलाखत घ्यायची म्हणजे काहीही अर्थपूर्ण, नवे असे हाती लागायचे नाही. बस्स– ग्राहक, त्याचे महत्त्वाचे स्थान, त्याचे समाधान, त्यासाठीचे अथक प्रयत्न हेच ऐकायला लागायचे. जेफ बॉट्स हे एक वेळ जीव देतील, पण

त्यांना शिकवलेल्या गुप्ततेच्या तत्त्वाला जागून कधीही कंपनीच्या कोणत्यांही उपक्रमाबद्दल, स्पर्धा, स्पर्धक यांबद्दल, कंपनीच्या सेवेतील उणिवा, दोष यांबद्दल चकार शब्दही काढायचे नाहीत.

ॲमेझॉनच्या इतिहासात अनेक 'जेफ बॉट्स'ची नोंद सापडते. पण बोस्टन येथे जन्मलेल्या, डार्टमाउथ कॉलेजमधून आणि स्टॅन्फोर्ड युनिव्हर्सिटी ग्रॅज्युएट स्कूल ऑफ बिझनेसमधून पदव्या मिळवलेल्या, कमालीच्या विश्वासार्ह आणि उत्साही अशा स्टीव्ह केसल यांची सर कोणालाच आलेली दिसत नाही. १९९९ साली ॲमेझॉनच्या वेगवान विस्ताराचा झंझावात ऐन रंगात असताना नेटस्केप या 'ब्राउझर'च्या प्रणेत्या कंपनीत सल्लागार म्हणून काम करणारे केसल ॲमेझॉनमध्ये आले. त्यांची ॲमेझॉनमधील कारकिर्द सुरू झाली ती पुस्तक विक्रीविभागात. त्या वेळी ॲमेझॉन पुस्तक प्रकाशकांशी थेट संबंध प्रस्थापित करण्याच्या प्रयत्नांत होती. ॲमेझॉनच्या साइटवर त्रयस्थ विक्रेत्यांना जुनी पुस्तके विकण्याचीही सोय कंपनीने उपलब्ध करून दिली होती. त्याविषयी प्रकाशक साशंक होते. त्यांच्या नव्या पुस्तकांच्या विक्रीवर त्यामुळे वाईट परिणाम होतो अशी त्यांना भीती होती, ती भीतीही निराधार आहे असे त्यांना पटवण्याचे प्रयत्नही त्या वेळी जोरात होते. असे अनेक संकटांशी कसोशीने झगडत, अनेक आव्हाने पेलत वाटचाल कराव्या लागणाऱ्या बिकट काळात बेझोस यांना स्टीव्ह केसलच्या रूपाने एक विश्वासू योद्धा गवसला होता.

२००४ साली एक दिवस बेझोस यांनी त्यांच्या त्या आवडत्या अनुयायाला ऑफिसमध्ये बोलावले आणि त्याचे पुस्तक विभागातील काम काढून घेतले. त्याचबरोबर त्याच्या सहकाऱ्यांच्या जबाबदारीतूनही त्याला मुक्त केले आणि कंपनीच्या डिजिटल क्षेत्रातील प्रवेशाच्या महत्त्वाकांक्षी योजनेचे नेतृत्व त्याच्या खांद्यावर दिले. त्या दिवसाविषयी केसल म्हणतात, ''मी गडबडलोच. माझी पहिली प्रतिक्रिया अशी होती की, अरे, माझ्याकडे जगातले सर्वांत चांगले काम आहे, मग हा बदल कशाला? पण मग बेझोस यांनी त्या नव्या क्षेत्राबद्दल, त्यातील जबरदस्त आव्हानांबद्दल सांगितले तेव्हा मग मीपण उत्तेजित झालो, उत्साहित झालो.'' बेझोस यांचे याविषयीचेही मत स्पष्ट होते की– दोन भिन्न क्षेत्रांच्या जबाबदाऱ्या एकच माणूस, एकाच वेळी पेलू शकणार नाही. डिजिटलच्या क्षेत्रात शिरून जम बसवायला प्रचंड चिकाटीची, पूर्ण लक्ष एकवटण्याची गरज आहे.

त्या वेळी बेझोस आणि त्यांचे सहकारी यांच्यामध्ये एका पुस्तकाबद्दलची चर्चा जोरात होती. ते पुस्तक होते हार्वर्डमधील प्राध्यापक क्लेटन ख्रिस्टन्सन यांनी लिहिलेले 'द इनोव्हेटर्स डायलेमा'. सर्वांनीच ते पुस्तक वाचले होते, पारायणेच केली होती आणि त्या अनुषंगाने कंपनीच्या धोरणाविषयी काळवेळ विसरून, त्यात बुडून जाऊन चर्चाही केली होती. ख्रिस्टन्सन यांनी त्यात हा विचार मांडला होता की मोठ्या, यशस्वी कंपन्या अपयशी ठरतात याचे कारण त्यांना कोणताच बदल जवळ करायचा नसतो, तो टाळायचा असतो हे नसते, तर त्या बदलामुळे, त्या नव्या उद्योगामुळे जर त्यांच्या उत्तम चाललेल्या उद्योगधंद्याचा जोर काहीसा कमी होणार असेल, त्यांच्या ज्या उद्योगवाढीच्या अल्पकालीन अपेक्षा असतील त्या जरा बाजूला ठेवायला लावणारा असेल तर मात्र तो बदल जरी अत्यंत उज्ज्वल अशा यशाची आशा असलेला असला तरीही तो त्या स्वीकारायला उत्सुक तर सोडाच, तयारच होत नाहीत हे असते. याची अनेक उदाहरणे आहेत. सीअर्स ही कंपनी डिपार्टमेंटल स्टोअर्सच्या उद्योगातून 'डिस्काउंट रिटेलिंग'मध्ये जाऊ शकली नाही, आयबीएम मेनफ्रेम कॉम्प्युटर्सच्या क्षेत्रातून मिनी कॉम्प्युटर्सकडे जाऊ शकली नाही. ख्रिस्टन्सन यांनी लिहिले होते, ''अशा वेळी बदल घडवणाऱ्या कंपनीप्रमुखाचा संभ्रम दूर होऊन, त्याचा पेच सुटून त्याला यशाचा मार्ग तो जेव्हा कंपनीत एक स्वतंत्र, स्वायत्त असा गट तयार करून त्याच्या नेत्यावर त्या बदलासाठी आवश्यक; पण सुरू असलेल्या उद्योगाला कदाचित मारक ठरेल, अशाही तंत्रज्ञानाचा विकास करून त्याच्या पायावर नवा उद्योग उभारण्याची जबाबदारी सोपवतो तेव्हाच होतो.''

बेझोस यांनी ख्रिस्टन्सन यांनी दाखवलेला मार्ग चोखाळायचे ठरवून स्टीव्ह केसल यांना त्यांच्या आधीच्या पुस्तकविक्रीच्या जबाबदारीतून पूर्णपणे मोकळे करून टाकले. त्यांना बेझोस यांनी त्यांचे नवे काम या शब्दांत समजावून सांगितले, ''तुमचे काम आहे तुमच्याच हाताने तुम्ही चालवीत असलेला उद्योगावर गदा आणायची. जे जे छापील पुस्तकांच्या उद्योगात असतील त्या सर्वांचे उद्योग बंद पाडायचे हे उद्दिष्ट मी तुम्हांला देतो आहे.'' त्यांनी हे उद्दिष्ट पूर्ण करण्याची किती घाई आहे हेही केसल यांच्या मनावर बिंबवले. त्यांना हे माहीत होते की, जगाला डिजिटल रीडिंगच्या क्षेत्रात घेऊन जायला ॲमेझॉनने उशीर केला तर त्याचे श्रेय घ्यायला आणि त्याचा फायदाही लुटायला ॲपल आणि गुगल तयारच होते. जेव्हा केसल

यांनी विचारले की, कंपनीच्या इलेक्ट्रॉनिक रीडरचा पहिला नमुना तयार करायची अंतिम मुदत किती आहे, तेव्हा बेझोस त्यांना म्हणाले, ''ती तर याआधीच संपली आहे! तुम्हांला उशीरच झाला आहे!!''

स्वत:ला हार्डवेअरमधले काहीही ज्ञान नाही, ते कोणाकडे मागावे असा कोणी तज्ज्ञ, ज्ञानी कंपनीतही नाही अशा परिस्थितीत सापडलेल्या केसल यांनी सिलिकॉन व्हॅलीत तशा गुणांचा शोध घ्यायला सुरुवात केली. ते ॲपल, पाम इन्कॉर्पोरेशन या कंपन्यांमधील हार्डवेअर क्षेत्रातील तज्ज्ञांना भेटले. त्या काळात इंडस्ट्रियल डिझाइन या क्षेत्रात प्रसिद्धी पावलेल्या 'आयडिओ' या कंपनीतल्या अधिकाऱ्यांनाही भेटले. त्या भेटींमधून त्यांना हे समजले की केवळ डिझायनर्सकडून हे काम पूर्ण होऊ शकणार नाही, त्यासाठी इलेक्ट्रिकल इंजिनिअर्स, मेकॅनिकल इंजिनिअर्स, वायरलेस इंजिनिअर्स आणि आणखी कितीतरी लोकांची गरज पडणार आहे.

एखादा नवा पदार्थ बनवताना त्या पदार्थाची पाककृती, त्यातील कृतींचा क्रम, त्यातील घटकांची प्रमाणे जशी काटेकोरपणे पाळावीत तसे केसल यांनी ख्रिस्टन्सन यांच्या पुस्तकातील आदेश तंतोतंत पाळायचे ठरवले. त्यांनी या प्रकल्पासाठी पालो आल्टोमध्येच 'ए९ टीम'च्या जोडीला आणखी एक गट तयार करायला सुरुवात केली. नेतेपदासाठी त्यांनी पाम इन्कॉर्पोरेशनमधील व्हाईस प्रेसिडेंट या पदावरील ग्रेग झेअर यांना कंपनीत आणले. शांत, सहनशील, लगेच न चिडणाऱ्या आणि जाझ गिटार आपल्या ऑफिसमध्ये ठेवण्याइतकी त्या वाद्याची आवड असणाऱ्या ग्रेग यांच्या पाठोपाठ केसल यांनी 'रिप्ले टीव्ही' या सेट-टॉप बॉक्सेस बनवणाऱ्या कंपनीतील ('टीव्हो' या कंपनीची सुरुवातीची स्पर्धक कंपनी) जतीन पारेख नावाच्या इंजिनिअरना त्यांच्या हाताखाली काम करायला नेमले. नंतर आणखीही काही लोक त्या गटात सामील केले गेले. गटाला काम करायला 'ए९'च्या मुख्य ऑफिसच्या इमारतीतील एक रिकामी खोली दिली गेली. सिलिकॉन व्हॅलीतील उत्तम, कुशल अशा इंजिनिअर्सना मोहात पाडेल, आकर्षित करेल असे एखादे वैशिष्ट्यपूर्ण नाव आपल्या गटाला दिले पाहिजे असा विचार करून ग्रेग झेअर आणि तोवर गटाचे सदस्य झालेल्यांनी तशा नावाचा शोध सुरू केला. बऱ्याच ऊहापोहानंतर नाव ठरले- 'लॅब आय २६'. 'लॅब'- कारण ती एक प्रयोगशाळा असणार होती. आय हे इंग्लिश शब्दातील पहिल्या म्हणजे 'ए' या अक्षराचे द्योतक होते आणि २६ हे झेड

या शेवटच्या अक्षराचे. बेझोस यांची 'ॲमेझॉन म्हणजे सर्व काही मिळण्याचे ठिकाण' ही कल्पना 'ए ते झेड'– 'सर्व काही' – यामधून प्रतीत केली गेली होती– 'वाचक ग्राहकाला ए ते झेड, कोणतेही पुस्तक खरेदी करता येईल असे ॲमेझॉन!'

या गटाला त्यांचे नव्या प्रकल्पावरील काम सुरू करायला आदेश मिळेपर्यंतचा वेळ त्यांनी इंटरनेटशी जोडलेली सेट–टॉप बॉक्स आणि एमपी३ प्लेअरही बनवण्याची शक्यता अजमावून पाहण्यात घालवला. अखेर त्यांना अधिकृतपणे त्यांचे साध्य सांगण्यात आले : 'इलेक्ट्रॉनिक रीडिंग डिव्हाइस.' त्या गटात ग्रेग झेअर यांनी त्यांच्याच आधीच्या कंपनीतून आणलेले टॉम रायन नावाचे सॉफ्टवेअर इंजिनिअर म्हणाले, ''आमच्या समोर एक आदर्श ठेवण्यात आला होता आणि आम्हांला त्या आदर्शापर्यंत पोहोचायला प्राण पणाला लावायला सांगितले होते. तो आदर्श होता 'ॲपल' ही कंपनी.''

पहिले एक वर्ष 'लॅब आय १२६' ने 'ए९'टीमची जागा, तिच्याच साधन–सुविधांवर काम भागवले. जेव्हा ए९ ही सर्च डिव्हिजन पालो आल्टोच्या मध्यवर्ती भागातील अल्मा स्ट्रीटवरील लायटन ॲव्हेन्यूमधल्या एका लॉ फर्मच्या जुन्या ऑफिसमध्ये हलली, तेव्हा त्यातल्या कायदेविषयक पुस्तकांच्या ग्रंथालयात 'लॅब आय १२६'ने बस्तान बसवले. प्रथम त्यांनी त्या वेळी मिळणाऱ्या 'सोनी लिब्रा' यांसारख्या ई–रीडर्सचा अभ्यास केला, त्यावर संशोधन केले. 'सोनी लिब्रा'साठी ट्रिपल ए बॅटऱ्या लागायच्या. त्यांची विक्रीही अगदीच कमी होती. ई–रीडरच्या विक्रीचाही त्यांनी अंदाज घेतला आणि ती वाढवायला भरपूर वाव आहे आणि तुल्यबळ स्पर्धकही कोणी नाही असे निष्कर्ष काढले. ''त्या वेळेपर्यंत कोणीच चांगला ई–रीडर बनवला नव्हता,'' असे जतीन पारेख म्हणाले.

लवकरच आय लॅब १२६ला भरपूर साधनसुविधा पुरवल्या गेल्या. त्या टीमला बेझोस यांच्या कल्पनेच्या भराऱ्यांना मात्र सतत तोंड द्यावे लागत असे. बेझोस यांना ॲमेझॉनचा 'ई–रीडर' वापरायला अगदी सोपा असायला हवा होता, 'घरातल्या आजीलाही त्यावर तिची आवडती पुस्तके वाचता यायला हवीत इतका सोपा.' तो वायफाय नेटवर्क्सवर चालणारा नको होता– कारण मग तसल्या तंत्रज्ञानाशी सख्य नसलेल्यांचे आणि त्याचे सख्य जुळले नसते! तो रीडर पीसीला जोडायला लागता कामा नये अशीही त्यांची अट होती. ही अशी रचना त्याआधी कधीच वापरली गेली नव्हती.

त्यातच बेझोस यांनी असाही हट्ट धरला होता की, ई-रीडर वापरणाऱ्याला त्याला वायरलेस कनेक्शन आहे हे कळता कामा नये, त्यासाठी त्याला पैसेही भरायला लागता कामा नयेत. पारेख यांच्या मते हा अगदी शुद्ध वेडेपणा होता! ते म्हणतात, "खरंच, मला तो वेडेपणा वाटला होता!!"

अशा रीतीने पहिल्या काही महिन्यांतच 'किंडल'च्या निर्मितीची दिशा ठरली. काही वर्षांपूर्वी मार्टिन एबरहार्ड यांना फारच जुन्या पद्धतीची आणि अति महाग वाटली होती ती 'ई-इंक' नावाची पांढऱ्यावर काळ्या रंगात दिसणारी, जरा कमी प्रखरतेची शाईच वापरायची असे झेअर आणि पारेख यांनी ठरवले. या शाईमध्ये कोट्यवधी अतिसूक्ष्म मायक्रोकॅप्सुल्स वापरले जातात. त्यांचा व्यास माणसाच्या केसाइतका लहान असतो. त्यात रंगहीन द्रवामध्ये तरंगणारे पॉझिटिव्हली चार्ज्ड पांढरे कण आणि निगेटिव्हली चार्ज्ड काळे कण असतात. जेव्हा पाझिटिव्ह इलेक्ट्रिक फील्ड अप्लाय होते तेव्हा पॉझिटिव्हली चार्ज्ड पांढरे कण मायक्रोकॅप्सुल्सच्या वर येतात आणि ती जागा पांढरी दिसू लागते. जेव्हा निगेटिव्ह इलेक्ट्रिक फील्ड अप्लाय होते तेव्हा निगेटिव्हली चार्ज्ड काळे कण वर येतात ती जागा काळी दिसू लागते.

त्या शाईचे तंत्र एलसीडी सिस्टिमसारखे नव्हते. ती शाई सूर्यप्रकाशातही व्यवस्थित दिसणारी, बॅटरीच्या शक्तीचा फार कमी वापर करणारी आणि डोळ्यांना जराही त्रासदायक नसणारी होती. या बाबतीत ॲमेझॉन नशीबवान ठरले. ज्याची विकासाची प्रक्रिया दहा वर्षे सुरू होती असे, प्रदीर्घ काळ वाचन करायलाच फक्त सर्वार्थाने योग्य (आणि इतर ठिकाणी वापरासाठी पूर्णतया अयोग्य) अशा शाईचे तंत्रज्ञान त्याच वेळी पूर्णपणे विकसित होऊन वापर करण्यासाठी उपलब्ध झाले होते.

२००४ सालच्या अखेरच्या महिन्यांमध्ये 'आय लॅब १२६' मध्ये सुरुवातीपासून असलेल्या इंजिनिअर्सनी मिळून त्यांच्या या प्रकल्पाला एक सांकेतिक नाव शोधले होते. त्यांचे प्रमुख ग्रेग झेअर यांच्या टेबलावर नील स्टीफन्सन यांनी लिहिलेली 'द डायमंड एज' नावाची एक कादंबरी सतत ठेवलेली असे. त्यातील भविष्यकालीन कथेतील नायक एक इंजिनिअर असतो. त्याची मुलगी शाळेत जात असते. ज्यात मुलांना काही गोष्टी करायला सांगितल्या जातात अशा प्रयोगांचे तिचे एक पाठ्यपुस्तक फार दुर्मिळ असते. आपल्या लाडक्या मुलीसाठी तो ते एके ठिकाणाहून चोरून आणतो आणि तिला देतो- अशी कथा होती. त्या मुलीचे नाव होते

'फियोना'. ई-रीडरवर काम करणाऱ्या इंजिनिअर्सनी त्या कादंबरीतील मुलांना प्रयोग करायला लावणारे पुस्तक म्हणजे त्यांचा ई-रीडर प्रकल्प आणि त्यातल्या मुलीचे 'फियोना' हे ते सर्व मिळून जन्माला घालणाऱ्या ई-रीडर या नव्या अर्भकाचे सांकेतिक नाव- असे ठरवून टाकले. पुढे या फक्त वाचनाचेच काम करणाऱ्या ई-रीडरचे नामकरण करायला सॅन फ्रान्सिस्को येथील ग्राफिक इंजिनिअर आणि मार्केटिंग एक्झिक्युटिव्ह, 'टीव्हो' हे नाव शोधून काढणारे मायकेल क्रोनन यांना कंपनीत पाचारण करण्यात आले. त्यांनी ॲमेझॉनच्या त्या ई-रीडरचे नाव 'किंडल' असे ठेवले. डिजिटल रीडिंगचे क्षेत्र चेतवणारे, उजळून टाकणारे, त्या क्षेत्रात 'आग लावणारे' साधन- 'किंडल'. ते नामही आहे आणि क्रियापदही. तोवर त्यांनी विकसित केलेल्या ई-रीडरला त्यांनीच ठेवलेले 'फियोना' हे नाव 'आय लॅब १२६'च्या सर्व इंजिनिअर्सचे लाडके बनले होते, ते त्या नावाचे भक्तच बनले होते. त्यांनी तेच नाव ठेवण्यासाठी बेझोस यांची खूप मनधरणीही केली. पण त्यांची विनंती मान्य झाली नाही. परंतु एका दृष्टीने स्टीफन्सन यांच्या त्या भविष्यकाळाचा मागोवा घेणाऱ्या कल्पनारम्य कादंबरीतली ज्ञानासाठी तहानलेली मुलगी 'फियोना' ही ॲमेझॉनच्या 'डिजिटल वर्ल्ड'मधील धाडसी, धोकादायक प्रवासाला प्रेरणा, आशीर्वाद देणारी, त्याची रक्षणकर्ती संत बनली.

झेअर आणि त्यांची 'आय लॅब १२६' टीम सॉफ्टवेअरवर काम करीत होती आणि आशियातील उत्पादकांशी संपर्क साधत होती, संबंध जोडीत होती तेव्हाच ॲमेझॉनच्या नव्या ई-रीडरच्या इंडस्ट्रियल डिझाइनचे काम 'पेंटाग्राम' या सॅन फ्रान्सिस्कोस्थित आंतरराष्ट्रीय डिझाइन फर्मला दिलेले होते. पेंटाग्रामचे एक भागीदार रॉबर्ट ब्रुनर आणि ग्रेग झेअर या दोघांनी १९९०च्या दशकात 'ॲपल'मध्ये एकत्र काम केले होते. झेअर यांनीच स्टीव्ह केसल आणि रॉबर्ट ब्रुनर यांची गाठ घालून दिली होती आणि केसल यांना असे सुचवलेही होते की, 'आयडीओ'सारख्या मोठ्या कंपनीपेक्षा पेंटाग्राम अधिक वेगाने, अधिक केंद्रित स्वरूपाचा सहयोग देऊ शकेल. ब्रुनर यांनी त्यांच्या कंपनीतील टॉम हॉब्ज आणि सायमन व्हाईटहॉर्न या दोघा मूळच्या ब्रिटिश इंजिनिअर्सना पेंटाग्रामबरोबर काम करण्याची जबाबदारी सोपवली.

त्या दोघा इंजिनिअर्सनी मुळापासून अभ्यास सुरू केला. सर्वप्रथम वाचन ही कृती अभ्यासासाठी निवडली. वाचक पुस्तक हातात कसे धरतात, पाने कशी उलटतात अशा तपशिलांच्या निरीक्षणापासून त्यांनी सुरुवात केली. त्यांनी स्वत: 'सोनी लिब्रा', त्याही आधीचे रॉकेट बुक असे रीडर्स, कॉम्पॅक कंपनीचा आय पॅक आणि पाम्स कंपनीचा ट्रिओ असे पर्सनल डिजिटल असिस्टंट्स वापरून भरपूर वाचन केले. त्यांनी वाचकांच्या गटांशी चर्चा केली, फोनवरून मुलाखती घेतल्या. ते सिॲटलला जाऊन बेझोस यांच्याशीही प्रत्यक्ष बोलले. त्यांचा उद्देश गेली शेकडो वर्षे चालत आलेल्या, सर्वांनी गृहीत धरलेल्या वाचनपद्धतीचा सर्व बाजूंनी अभ्यास करून, तिचे विश्लेषण करून ती पूर्ण समजावून घेऊन त्यावर आधारित, ती सर्वाधिक सोपी, सोईस्कर कशी केली जाईल, असे ॲमेझॉनच्या रीडरचे डिझाइन बेतणे हा होता. त्याविषयी बोलताना हॉब्ज म्हणाले, ''पुस्तक वाचन या कृतीमागच्या वाचकाला जाणीवही न होणाऱ्या अंतर्गत प्रक्रिया, प्रतिक्रियासुद्धा आम्ही समजून घेण्याचा प्रयत्न करीत होतो.'' त्या संशोधन, निरीक्षण–परीक्षणानंतरचा त्यांचा निष्कर्ष असा होता की, चांगले पुस्तक वाचकाच्या मनात सामावून जाते, तो आणि लेखक एकरूप होऊन जातात, ते पुस्तक त्याच्या हातात उरतच नाही. ''हा निष्कर्षच किंडलच्या रचनेचा पाया होता,'' असे बेझोस यांनी नंतर सांगितले. ते म्हणाले, ''आम्हांलाही किंडलचे अस्तित्व नाहीसे होऊन वाचक, पुस्तक, लेखक आणि लेखकाचे जग यांच्यात पूर्ण एकतानताच निर्माण व्हायला हवी होती.''

पेंटाग्राममधून आलेल्या त्या दोघा इंजिनिअर्सनी दोन वर्षे किंडलवर काम केले. त्या काळात सुरुवातीला दर मंगळवारी सकाळी पालो आल्टो येथील 'ए९'च्या ऑफिसमध्ये आणि नंतर 'आय लॅब १२६'च्या माउंटन व्ह्यू येथील ऑफिसमध्ये स्टीव्ह केसल, ग्रेग झेअर आणि काही काळानंतर त्यांच्या टीममध्ये आलेले पाम कंपनीतील जुने अनुभवी चार्ली ट्रिट्शलर यांच्या बरोबर त्यांची मीटिंग व्हायची. ठरलेल्या कालावधीनंतर ते सिॲटलला जाऊन बेझोस यांचीही भेट घ्यायचे, त्यांना प्रगतीचा अहवाल द्यायचे, अर्थात त्यांनाही तो ॲमेझॉनच्या पद्धतीअनुसार सहा पानांत लिहूनच सादर करायला लागायचा.

कधीकधी मीटिंग्ज तणावपूर्ण व्हायच्या. हॉब्ज, व्हाईटहॉर्न आणि ब्रुनर यांचा असा प्रयत्न होता की किंडलमध्ये जराही गुंतागुंत, क्लिष्टता

नसावी, ते साधे, सरळ, वापरायला सोपे, शक्य तितके कोणाच्याही सहज लक्षातही न येणारे 'हातभर' साधन असावे. बेझोस यांचीही इच्छा तशीच होती; पण त्यांना ते अतिशय वैशिष्ट्यपूर्ण व्हायला हवे होते आणि त्यांचा असाही आग्रह होता की वाचकांना पुस्तकांची नावे वगैरे शोधता येतील, काही टिपा लिहून ठेवता येतील असा त्यात एक की बोर्ड असायला हवा. (ते नेहमी एका दृश्याची कल्पना करायला सांगायचे - 'वॉल स्ट्रीट जर्नल'चा स्तंभलेखक वॉल्ट मूसबर्ग यांच्या बरोबर ते टॅक्सीत बसले आहेत आणि टॅक्सीत बसल्या बसल्या हातातील किंडलवर एक ई-बुक डाउनलोड करीत आहेत.) बेझोस त्या काळात त्यांच्या जवळच्या बॅगेत ब्लॅकबेरी फोन ठेवून फिरायचे. त्यांनी किंडलवर काम करणाऱ्या इंजिनिअर्सना सांगितले होते की, मला हा ब्लॅकबेरी आणि पुस्तक हे दोन्ही किंडलमध्ये एकत्र आलेले पाहिजेत.

असेच एकदा ते सर्व जण सिॲटलला येताना, मुद्दाम की बोर्ड नसलेला किंडल घेऊन आले. बेझोस यांनी तो नमुना पाहून त्यांच्याकडे असा काही कटाक्ष टाकला की त्यांची नजर खालीच वळली. बेझोस म्हणाले, "मला वाटते, याविषयी आपले बोलणे झाले आहे. मी कदाचित चुकत असेन; पण मला तुमच्यापेक्षा जरा जास्त अनुभव आणि अधिकार आहे आणि याविषयी तर मी अगदी ठाम आहे."

त्या मीटिंगबद्दल हॉब्ज म्हणाले, "त्यानंतर ती मीटिंग संपेपर्यंत मी चकार शब्द बोललो नाही!" बेझोस यांना हवा होता तसा की बोर्ड डिझाइन करताना त्यांनी ब्लॅकबेरीसारखी आयताकृती बटणे बनवली आणि त्यांच्या जागा वाचकांची बोटे त्यावरून सहजपणे कशी फिरतील याचा विचार करून ठरवल्या.

'की बोर्ड'प्रमाणेच वायरलेस कनेक्शनबद्दलही मतभेद, वाद झाले. वायरलेसच्या सोयीच्या खर्चाचे गणित कसे सोडवले जाणार आहे हे काही पेंटाग्राममधून आलेल्या इंजिनिअर्सच्या डोक्यात शिरत नव्हते. शेवटी ई-रीडरवर नवे पुस्तक विकत घेताना ग्राहकाला अॅमेझॉन वायरलेसचे पैसे भरायला सांगेल, असे त्यांनी गृहीत धरले. पुस्तकांपर्यंत पोहोचायला 'आय ट्यून्स' 'पीसी'ला जोडावा लागायचा. तीच पद्धत किंडलवर वापरण्याची कल्पना त्यांनी बेझोस यांच्या समोर मांडली. बेझोस म्हणाले, "तुम्ही अशी कल्पना करा की मी विमानतळावर चाललो आहे, मला विमानात वाचायला

एक पुस्तक हवे आहे. मला काय व्हायला हवे आहे? माझ्या किंडलमध्ये त्याचे नाव घातले की ते पुस्तक मला विमानतळावर जाता जाता गाडीतच डाउनलोड करता यायला हवे आहे. कळले?''

''तसे नाही करू शकणार तुम्ही...'' हॉब्ज यांनी जरा चाचरत सांगितले.

''मी काय करू शकेन ते मी ठरवणार!'' बेझोस म्हणाले, ''यातले आर्थिक गणित तुम्हांला न कळणारे आहे, ते मी बघेन. तुम्ही डिझायनर्स आहात, तुम्ही डिझाइन करण्याचे काम करा, त्यातले पैशांचे हिशेब मी बघेन.''

२००६च्या मध्यापर्यंत पेंटाग्रामचे इंजिनिअर्स 'फियोना'वर काम करीत होते. तोवर 'आय लॅब १२६' ने डिझाइन इंजिनिअर्स कामावर ठेवले होते. त्यामुळे पेंटाग्रामकडून काम काढून घेतले गेले. त्यानंतर त्या इंजिनिअर्सना किंडल बाजारात आल्यावरच, इतरांबरोबरच पाहायला मिळाले आणि त्या वेळी त्यांची मन:स्थिती फारच विचित्र, द्विधा झाली, मनात संमिश्र भावना जागा झाल्या. बटणांची नुसती गर्दी झालेली दिसत होती, एकंदर डिझाइन फारच गोंधळात टाकणारे होते. किंडलवर काम केल्यानंतर सायमन व्हाईटहॉर्न यांनी पेंटाग्राममधील नोकरी सोडली आणि ते सगळ्या प्रकाशात असलेल्या कंपन्या सोडून 'कोडॅक'सारख्या जुन्या कंपनीत काम करू लागले. तेथे ते पहिल्या डिजिटल कॅमेऱ्याच्या निर्मितीवर काम करू लागले. टॉम हॉब्ज यांनी त्यांच्या मदतीला व्हाईटहॉर्न यांना तात्पुरत्या करारावर घेतले. त्यांनी दोघांनी मिळून असा वैशिष्ट्यपूर्ण डिजिटल कॅमेरा बनवला ज्यातून घेतलेले फोटोज क्लासिक कोडॅक्रॅमसारख्या ऐतिहासिक शैलीत पाहू शकत होते. ही तर इन्स्टाग्रामसारख्या मोबाइल फोन ॲपची एक झलकच होती. अर्थातच, कोडॅकने हा कॅमेरा बाजारात न आणताच या प्रोजेक्टचा गळाच घोटला.

या दरम्यान, पेंटाग्राम किंडलच्या निर्मितिप्रक्रियेमधून बाहेर पडल्यानंतर, त्याचे काम पूर्ण होऊन किंडल बाजारात यायला तयार झाला होता. परंतु अनेक कारणांनी त्यात विलंब होत गेला. आशियातून जी 'ई-इंक' यायची त्यात तपमानातील आणि हवेच्या आर्द्रतेतील चढउतारामुळे कधीकधी दोष निर्माण व्हायचे. कॉन्ट्रास्ट कमी व्हायचा, सततच्या वापराने ती अस्पष्ट, पुसट व्हायची. किंडलमध्ये 'इंटेल' कंपनीच्या एक्स स्केल मायक्रोप्रोसेसर चिप्स वापरल्या गेल्या होत्या. इंटेलने त्या ॲमेझॉनच्या ऐवजी मार्व्हेल नावाच्या कंपनीला विकून टाकल्या. किंडलमध्ये जी वायरलेसची सोय

होती त्यातील सेल्युलर कॉम्पोनंट्स दोन कंपन्या पुरवायच्या- क्वालकॉम आणि ब्रॉडकॉम. या दोन कंपन्यांमध्ये काहीतरी बेबनाव झाला आणि त्यांनी २००७ साली एकमेकींविरुद्ध दावे दाखल केले. त्या दरम्यान न्यायाधीश नेमके किंडलसाठी आवश्यक असणारे कॉम्पोनंट्स अमेरिकेत आयात करायला परवानगी नाकारणार, अशी शक्यता निर्माण झाली. ही जशी बाहेरची विलंबाची कारणे होती तशी कंपनीत बेझोस यांच्यातील सतत दोष शोधून ते दाखवण्याच्या स्वभावामुळे, वारंवार बदलांची मागणी करत राहण्यामुळेही उशीर होतच होता.

किंडल हा प्रकल्प जगापासून तर पूर्णपणे गुप्त ठेवलाच होता, त्याचा सुगावा ॲमेझॉनमधील इतर कर्मचाऱ्यांनाही लागू दिलेला नव्हता; पण तो इतका रखडू लागला की, कंपनीतही त्याविषयी निरनिराळ्या अफवा पसरू लागल्या. सर्व कर्मचाऱ्यांची जी एक वार्षिक सभा घेतली जात असे ती २००६ सालच्या हिवाळ्यात मूर थिएटरमध्ये आयोजित करण्यात आली होती. त्या सभेत एका कर्मचाऱ्याने उभे राहून विचारले, ''लॅब १२६ काय आहे हे आम्हांला कळू शकेल का?''

''ते उत्तर कॅलिफोर्नियातले आपले एक विकासकेंद्र आहे,'' असे एका वाक्यात उत्तर देऊन बेझोस म्हणाले, ''पुढला प्रश्न.....''

* * *

ग्राहकांनी किंडल वापरून त्याला यशाची संधी मिळायला ॲमेझॉनजवळ हर तऱ्हेच्या ई-बुक्सचा प्रचंड साठा असणे अत्यावश्यकच नव्हे अनिवार्यच होते. त्यांची उपलब्धता मर्यादित असल्यामुळे, ग्राहकाला हवे ते पुस्तक न मिळाल्यामुळे रॉकेट बुक आणि सोनी रीडर कसे अडखळले होते, धडपडले होते हे बेझोस यांनी स्वत: बघितले होते. ई-रीडर आहे; पण वाचायलाच काही नाही अशी स्थिती होती. म्हणूनच त्यांनी किंडलची विक्री सुरू करण्याच्या आधी एक लाख ई-बुक्सचा साठा डाउनलोड करण्यासाठी तयार करून ठेवण्याचे आणि त्या एक लाखापैकी नव्वद टक्के ई-बुक्स 'न्यू यॉर्क टाइम्स'ने 'बेस्ट सेलर्स'म्हणून निवडलेली असली पाहिजेत, असे असाधारण उद्दिष्ट ठरवले होते. तोवर प्रकाशकांनीच त्यांची फक्त सर्वांत लोकप्रिय झालेली पुस्तकेच डिजिटाइज केलेली होती आणि त्यांची एकूण संख्या फक्त वीस हजार होती. पण बेझोस यांनी विविध ग्राहकांच्या आवडी

लक्षात घेऊन, अतिशय विचारपूर्वक निवडलेल्या पुस्तकांनी भरलेले आणि वापरायला खूपच सोपे, सोईस्कर असलेले पुस्तकालय – किंडल स्टोअर – उभारण्याचा संकल्पच सोडला होता. ''ॲमेझॉनकडून ग्राहकांना 'प्रत्येक गोष्ट,' 'जी हवी ती गोष्ट,' 'सर्व काही' मिळाले पाहिजे,'' हे बेझोस यांचे स्वप्न होते आणि त्या संकल्पाची पूर्तता हे त्या स्वप्नाच्या पूर्तीच्या दिशेने टाकलेले एक अतिशय महत्त्वाचे, फार मोठे पाऊल ठरणार होते. त्या स्वप्नपूर्तीसाठी ॲमेझॉनला त्यांच्या जुन्या जुन्या भागीदारांना, अनेक कंपन्यांना – त्यातील काही तर ज्या ॲमेझॉनला विश्वासू मित्र मानत नव्हते त्यांनाही – साम-दाम-दंड-भेद असे सर्व मार्ग वापरून त्यांच्याकडून आवश्यक ते सर्व मिळवायला लागणार होते.

ॲमेझॉनच्या सुरुवातीच्या दिवसांत कंपनी आणि पुस्तकप्रकाशक यांच्यामधले नातेसंबंध अप्रत्यक्ष आणि म्हणूनच कदाचित सलोख्याचे होते, ते तसे राखणे दोघांसाठीही लाभदायक होते. त्या काळात ॲमेझॉन बहुतेक सर्व पुस्तके इन्ग्राम आणि बेकर ॲन्ड टेलर या दोन पुस्तक वितरकांकडूनच घेत असे. अगदी क्वचित, जेव्हा वितरकांकडे एखाद्या पुस्तकाचा साठा नसेल अशाच वेळी ॲमेझॉन मूळ प्रकाशकांकडे जात असे. त्या वेळीही प्रकाशकांशी कधीकधी किरकोळ चकमकी झडत. ॲमेझॉनच्या साइटवर वाचकांना पुस्तकाविषयी मते व्यक्त करण्याची सोय होती. त्याविषयी प्रकाशक नाराज होते. कोणा निनावी वाचकाच्या टिकेमुळे त्यांच्या पुस्तकांच्या विक्रीवर उगीचच विपरीत परिणाम होत असे. ही प्रकाशकांची प्रतिक्रिया बेझोस जाहीरपणे बोलून दाखवत असत. ॲमेझॉनने त्रयस्थ विक्रेत्यांना साइटवर जुनी, वापरलेली पुस्तके विकायची परवानगी दिली होती, त्याविरुद्धही 'ऑथर्स गिल्ड' या लेखकांच्या संघटनेने आणि काही प्रकाशकांनीही तक्रार केली होती.

प्रारंभीच्या काळात ॲमेझॉन प्रकाशकांकडून पुस्तकांविषयीची बरीच 'अलाहिदा' माहिती मागत असे. उदाहरणार्थ : लेखकांच्या खासगी जीवनाविषयीची माहिती- त्यांचे चरित्र, पुस्तकातील विषयाचे वर्णन, मुखपृष्ठांचे डिजिटल फोटोज इत्यादी. बार्न्स ॲन्ड नोबल, बॉर्डर्स किंवा इंग्लंडमधील वॉटरस्टोन्स यांसारखे मोठमोठे पुस्तकविक्रेते नव्या नव्या शाखा उघडून अधिकाधिक मोठे बनत आणि आकार, प्रसार यांच्या बळावर प्रकाशकांकडून पुस्तकांच्या किमतींमध्ये भरगच्च सूट मागत. अशा

मोठ्या विक्रेत्यांना काही प्रमाणात शह द्यायला, काबूत ठेवायला प्रकाशक पुस्तकविक्री वाढत चाललेल्या ॲमेझॉनकडे पाहत असत.

बेझोस आणि त्यांची ॲमेझॉन न्यू यॉर्कपासून खूप दूर असलेल्या सिॲटलमध्ये असूनसुद्धा बेझोस यांनी पुस्तक प्रकाशनक्षेत्रात काही अगदी मोजके; पण खास मित्र जोडले होते. त्यातील एक होते 'टाइम वॉर्नर बुक' ग्रुपचे सीईओ लॅरी कर्शबॉम. ते जेम्स पॅटर्सन यांच्यासारख्या अनेक लेखकांची व्यक्तिगत काळजी वाहणारे प्रकाशक होते. या लॅरी कर्शबॉम यांना ॲमेझॉनच्या उद्दिष्टाचे, त्या दिशेने कंपनी करीत असलेल्या प्रगतीचे एवढे कौतुक होते की, १९९७च्या मे महिन्यात जेव्हा ॲमेझॉनने कंपनीचे शेअर्स आम जनतेला खुले केले, तेव्हा त्यांनी ताबडतोब शेअर्स विकत घेतले होते. त्यानंतर काही महिन्यांनी एका रात्री रुपर्ट मर्डोक यांनी न्यूज कॉर्पोरेशनच्या हार्पर कॉलिन्स या पुस्तक विभागाच्या चीफ एक्झिक्युटिव्ह ऑफिसर या पदावर येऊ घातलेल्या जेन फ्रीडमन यांच्या स्वागतासाठी मॅनहाटनच्या मध्यवर्ती भागात फिफ्टीफोर्थ स्ट्रीटवरील लाल चमड्याचे बूथ्स आणि उड्या मारणाऱ्या गोरिला माकडांची भित्तिचित्रे यांनी सुशोभित केलेल्या मंकी बार नावाच्या हॉटेलात एक पार्टी आयोजित केली होती. त्या रात्री प्रचंड पाऊस पडत होता. त्या पार्टीला जाताना कर्शबॉम यांनी बेझोस यांना त्या धुंवाधार पावसात टाइम लाइफ बिल्डिंगपासून काही अंतर त्यांच्या छत्रीतून नेले होते. त्या पार्टीमध्ये रॅन्डम हाउसचे त्या वेळचे सीईओ अल्बर्टो व्हिटाले, लेखक व प्रकाशक यांच्यामधील दुवा असलेल्या लीन नेस्बिट यांच्यासारख्या साहित्य व प्रकाशन क्षेत्रातील अनेक ख्यातनाम व्यक्ती उपस्थित होत्या. एरवी अशा पार्ट्यांमध्ये न रमणारे, लोकांच्यात न मिसळणारे बेझोस त्या दुर्मिळ संमेलनाचे महत्त्व ओळखून, ज्या क्षेत्राचे रंगरूप ते आणि त्यांची कंपनी पुढील काही वर्षांत कायमचे बदलून टाकणार होती, त्या क्षेत्रातील दैवतासमान ताऱ्यांशी प्रेमाने, आपुलकीने बोलत होते. पुढे, २०११ साली ॲमेझॉनच्या न्यू यॉर्कस्थित प्रकाशन विभागाचे प्रमुख पद स्वीकारणारे लॅरी कर्शबॉम त्या रात्रीविषयी बोलताना म्हणाले, ''ती रात्र अशी दुर्मिळ आणि संस्मरणीय होती की तिचा प्रत्येक क्षण अजूनही माझ्या आठवणीत आहे.'' त्यांनी ही गोष्टही हसून सांगितली, ''...आणि हो, बेझोस अजूनही माझ्या छत्रीचे देणे मात्र लागतात!''

एकविसावे शतक उजाडले तसे ॲमेझॉनने कंपनीचा फायदा वाढवण्यावर लक्ष केंद्रित केले. त्या वेळी पुस्तकाच्या क्षेत्राविषयीच्या तिच्या वृत्तीत बदल घडू लागला. पहिली चार वर्षे संपत आली तेव्हा अमेरिकेत सर्वांत जास्त पुस्तकविक्री ॲमेझॉन करीत होती. साहजिकच तिला प्रकाशकांकडून तर चांगल्या, लाभदायक सवलती मिळत होत्याच; शिवाय इतर सर्व बाबतींतही ॲमेझॉनने तिच्या विक्रमी विक्रीचा आणि तिने कमावलेल्या वर्चस्वाचा जास्तीतजास्त फायदा करून घ्यायला सुरुवात केली होती. या महत्त्वाच्या काळात प्रकाशकवर्गाशी योग्य प्रकारे संबंध प्रस्थापित करून ते तसेच राखण्याचे काम करणाऱ्या लीन ब्लेक या स्वत: ॲमेझॉनमध्ये येण्याआधी मॅकमिलन या प्रकाशन संस्थेच्या 'कॉम्प्युटर बुक' विभागाच्या प्रमुख म्हणून काम करणाऱ्या त्या क्षेत्रातील अनुभवी जाणकार होत्या.

लीन ब्लेक १९९९ साली ॲमेझॉनमध्ये आल्या. त्यांना दिलेले पहिले काम कंपनीला लाभदायक सिद्ध होतील असे संबंध आणि तेही कोणाही मध्यस्थाशिवाय, थेट पुस्तक प्रकाशकांशी जोडणे हे तर होतेच; शिवाय त्यांना पुस्तके प्रकाशकांनी ॲमेझॉनच्या पूर्तीकेंद्राकडे कशी पाठवावीत, त्यांचे पॅकिंग कसे करावे (स्टायरोफोमच्या पीनट्सचा वापर मुळीच करू नये.) याची ठरावीक पद्धत बसवणे हेही होते. त्यांनी ॲमेझॉनच्या पुस्तक खरेदी, पुरवठा या कामांची साखळी मजबूत केली, तिला एक शिस्त आणली. हवी असलेली पुस्तके कोणत्या प्रकाशकाकडे अथवा वितरकाकडे किती आहेत, कोणाकडील किंमत योग्य आहे हे सर्व पाहून कंपनीची आवश्यकता सर्वांत जास्त चांगल्या पद्धतीने पुरवली जाईल, असा पर्याय निवडणारी एक 'ऑटोमेटेड सिस्टिम' तयार करून घेण्याचे कामही त्यांच्याच देखरेखीखाली झाले होते. त्यांनी 'को-ऑप' नावाचा उपक्रमही राबवला. त्यात जे प्रकाशक चांगला मोबदला देऊ करतील त्यांना ॲमेझॉनच्या साइटवरील ग्राहकांच्या चटकन नजरेत भरेल अशी लक्षवेधी जागा जाहिरातीसाठी दिली जात असे. मॅकमिलनमध्ये काम करीत असताना ब्लेक यांनी या अशा दोन्ही बाजूंना फायदेशीर ठरणाऱ्या युक्त्या वापरून कित्येक विक्रेत्यांचा भरघोस फायदा झालेला पाहिला होता. त्याच त्यांनी ॲमेझॉनमध्येही योग्य रीतीने वापरायला सुरुवात केली.

लीन ब्लेक हे एक निराळेच, अपवादात्मक व्यक्तिमत्त्व होते. त्या ब्लॅकबेरी वापरत नसत. त्यांच्या लहान मुलीबरोबर वेळ घालवता यावा म्हणून रोज पाचच्या ठोक्याला ऑफिस सोडून घरी जात असत. १९३६

साली अस्तित्वात आलेला कोणाही उत्पादकाने मोठ्या वितरक-विक्रेत्यांना लहान वितरक-विक्रेत्यांपेक्षा कमी किमतीला उत्पादने विकण्याला प्रतिबंध करणारा 'रॉबिनन्सन-पॅटमन ॲक्ट' त्या वेळीही पाळावा लागत असे. त्याचा भंग न करता मध्यमार्ग काढण्याचे कसब ब्लेक यांना चांगले अवगत होते. ॲमेझॉनच्या अधिकारी या नात्याने त्या प्रकाशक व विक्रेते यांच्यामधील व्यवहाराच्या चर्चेत विक्रेत्याच्या बाजूला बसत असल्या तरी त्यांनी त्याआधी, मॅकमिलनमध्ये असताना टेबलाच्या दुसऱ्या, प्रकाशकाच्या बाजूलाही बसून चर्चा केलेल्या होत्या. त्यामुळे त्यांना दोन्ही बाजूंच्या गरजा माहीत झाल्या होत्या. कधीकधी तर अंतर्गत चर्चेत त्या प्रकाशकांची बाजूही यथार्थ पद्धतीने मांडायच्या. त्या म्हणायच्या, ''माझे आघाडीच्या प्रकाशकांशीही अगदी सकारात्मक संबंध होते. त्यामुळे मी त्यांनीही सतत चांगल्यात चांगले आणि भरपूर काम करावे, असा आग्रह धरीत असे आणि जर कधी त्यांची ॲमेझॉनविषयी काही तक्रार असेल, काही सूचना असतील तर त्याही माझ्या कंपनीने सकारात्मक पद्धतीनेच हाताळाव्यात अशी माझी इच्छा असे, मी तसे प्रयत्नही करत असे.''

पण हा समतोलाचा दृष्टिकोन सांभाळणे ब्लेक यांना कधीकधी फारच अवघड होऊन बसे आणि त्याचे कारण बेझोस यांचा ग्राहकांना सर्वांत कमी किमतीला गोष्टी देण्याचा आग्रह, हट्ट असे. त्यांचे 'सुपर सेव्हर शिपिंग', 'प्राइम' असे उपक्रम ब्लेक आणि त्यांच्या टीमवर पुस्तक प्रकाशकांशी ॲमेझॉनला अनुकूल आणि ॲमेझॉनचा नफा अधिकाधिक वाढवणारे व्यवहार करण्यासाठी अवाजवी दबाव आणीत असत. ॲमेझॉन पुस्तकउद्योगाला भरपूर फायदे मिळवून देते तर त्या उद्योगानेही त्याची भरपूर भरपाई केली पाहिजे, असा बेझोस यांचा रास्त दावा होता. बार्न्स ॲन्ड नोबलसारख्या 'सुपर स्टोअर'मध्ये दीड लाख निरनिराळी पुस्तके विक्रीला ठेवलेली असत, तर ॲमेझॉनच्या साइटवर तोच आकडा दहा लाखांपेक्षाही जास्त असे. ॲमेझॉन विकली न जाणारी पुस्तके प्रकाशक, वितरक, विक्रेते यांना परत करत असे- पण त्यांची संख्या खरेदी केलेल्या पुस्तकांच्या संख्येच्या पाच टक्केही नसे, तेच दुकानांची साखळी असलेल्या कंपन्या विकली गेली नाहीत म्हणून परत करत असलेल्या पुस्तकांची तीच टक्केवारी चाळीस असे! शिवाय त्या कंपन्या परत केलेल्या पुस्तकांची पूर्ण किंमत परत मिळवत. हे तर विक्रीक्षेत्रात असाधारण असेच होते.

तोवर आपले पुस्तक खरेदीचे काम शांतपणे करणाऱ्या ॲमेझॉनमधील खरेदी विभागाला २००४ साली मात्र प्रकाशकांशी युद्ध करण्यासाठीच तयार करण्याचे काम सुरू झाले. बोलणी कशी करायची, वाटाघाटी कशा करायच्या याचे शिक्षण देण्यात येऊ लागले, रॉबिनन्सन पॅडमन कायद्याच्या मर्यादा, त्यातील लवचीकपणा समजावून सांगितला गेला. बेझोस त्यांना प्रकाशकांकडून अपेक्षित असलेल्या तडजोडी करायला लावण्याचा आग्रह धरीत त्या वेळी लीन ब्लेक सतत बेझोस यांना 'प्रकाशक कडक धोरण स्वीकारू शकतात आणि ॲमेझॉनला त्याची झळ लागू शकते,' या धोक्याची जाणीव करून देत होत्या. ब्लेक यांच्या विभागातील सीनियर मॅनेजर एरिक गॉस त्या काळाविषयी सांगतात, ''ती वेळ अशी होती की ॲमेझॉनमधले आम्ही सगळे जण प्रकाशन उद्योगाच्या प्रतिक्रियेची भीतीच बाळगून असायचो. आमची सारी भिस्त आमच्या 'राजदूत' लीन ब्लेक यांच्यावरच असायची. ॲमेझॉनचे आणि पुस्तकउद्योगाचे संबंध अबाधित राखण्याचे श्रेय मी त्यांनाच देईन.''

मोठमोठ्या प्रकाशकांशी बोलताना ॲमेझॉन आक्रमक बनत गेले. मोठ्या खरेदीवर सूट मागू लागले, पैसे देण्याची मुदत वाढवून मागू लागले. ॲमेझॉन पुस्तकांच्या वाहतुकीचे काम जास्त करून 'यूपीएस'ला देत असे. 'यूपीएस'बरोबरचा धंदा वाढावा आणि त्यांच्याकडून दरात कपात आणि अन्य सवलती जास्तीतजास्त मिळाव्यात यासाठी प्रकाशकांनीही पुस्तके यूपीएसतर्फेच पाठवावीत असा आग्रह ॲमेझॉन धरू लागले. ॲमेझॉनच्या साइटवर 'बॅक कॅटलॉग' नावाची एक सुविधा होती. वाचक वाचलेल्या पुस्तकांवरील अभिप्राय साइटवर नोंदवू शकत. आवडलेल्या पुस्तकांची इतरांना शिफारस करू शकत. पुस्तके विकत घेताना ग्राहक वाचक ते अभिप्राय, शिफारशी वाचत, त्यांवर त्यांच्या निवडी ठरवत, निर्णय अवलंबून ठेवत. तशा चांगली मते व शिफारशीप्राप्त पुस्तकांची विक्री साहजिकच प्रचंड वाढत असे. जे प्रकाशक ॲमेझॉनच्या मागण्या मान्य करायला आढेवेढे घेत, नकार देत त्यांची पुस्तके 'बॅक कॅटलॉग'मधून वगळली जात, त्या पुस्तकांबद्दलची ग्राहकांची मते, शिफारशी साइटवर दाखवणे बंद केले जाई. एरिक गॉस म्हणतात, ''ॲमेझॉन ही काय चीज आहे याचा प्रकाशकांना पुरेसा अंदाज आला नव्हता. काही प्रकाशक या 'बॅक कॅटलॉग'च्या परिणामांविषयी अनभिज्ञ असत. त्यामुळे त्यांच्या पुस्तकांची विक्री वाढते हे त्यांना माहीतच नसे.''

स्वत:ची ताकद दाखवण्याचा तो फार सोपा उपाय ॲमेझॉनजवळ होता. प्रकाशक जेव्हा ॲमेझॉनच्या अटी अमान्य करत आणि त्यांची पुस्तके बॅक कॅटलॉगमधून वगळली जात तेव्हा त्याचा परिणाम त्यांच्या पुस्तकांची विक्री थोडीथोडकी नाही, चांगली चाळीस टक्क्यांपर्यंत खाली जाई. ''अशा परिणामांना सामोरे जाऊन नुकसान सोसलेले प्रकाशक साधारण तीस दिवसांच्या आत आमच्याकडे येत आणि चूक कशी सुधारता येईल यावर चर्चा करत,'' असे ख्रिस्तोफर स्मिथ या ब्लेक यांच्या विभागात काम करणाऱ्या एका ज्येष्ठ कर्मचाऱ्याने सांगितले.

बेझोस यांचे कधीच समाधान होत नसे. ते सतत जास्तीचा आग्रह धरत. ''बॅक कॅटलॉगमधील पुस्तकांची भरपूर आणि सातत्याने होणारी विक्री जर कमी झाली तर ज्यांचा धंदाच बसेल, अशा अगदी छोट्या प्रकाशकांकडून पुस्तकांच्या किमतींमध्ये अधिक कपात, व्यवहाराच्या अटींमध्ये जास्त सवलती मागा,'' असा ते ब्लेक यांना वारंवार सांगत. एका मीटिंगमध्ये त्यांनी या आक्रमक धोरणाचे वर्णन 'चित्ता जसा हरणाच्या मागे लागून त्याचा फडशा पाडतो तसे'- अशी उपमा वापरून केले. तेव्हापासून तशा प्रकारच्या भेटी वा चर्चा यांना ब्लेक यांच्या विभागात 'गॅझेल प्रोजेक्ट' (गॅझेल म्हणजे हरीण) असे नाव पडले.

'गॅझेल प्रोजेक्ट'च्या अंतर्गत ब्लेक यांच्या विभागातील लोक प्रकाशक ॲमेझॉनबरोबरच्या धंद्यावर किती प्रमाणात अवलंबून आहे, या निकषावर प्रकाशकांची वर्गवारी करीत आणि सर्वांत जास्त अवलंबून असणाऱ्या प्रकाशकापासून 'चर्चामोहीम' सुरू करत. त्या विभागातील त्या वेळच्या तीन जणांना हे सगळे अजूनही स्पष्ट आठवते आहे. ब्लेक यांचे म्हणणे असे आहे की- बेझोस यांनी ती उपमा केवळ विनोदाने वापरली होती, लोकांनी ते सगळे जरा जास्तच ताणले. कसेही असले तरी त्यात सत्यांश होताच. प्रकाशकांप्रति ॲमेझॉनचा दृष्टिकोन कोरड्या व्यवहाराचा, स्वत:च्या फायद्याचा होता, त्यात ना न्याय-अन्यायाचा विचार होता ना माणुसकीचा. त्यातील तो कठोर, निर्दयीपणा ॲमेझॉनमधील काही कर्मचारी, अधिकारी यांनाही बोचला होता. या चर्चांचा गाजावाजा 'गॅझेल प्रोजेक्ट' या नावाने होऊ लागला तेव्हा तो ॲमेझॉनच्या वकिलांपर्यंतही पोहोचला आणि त्यांनी ते नाव गाळायला लावले, ते बदलून 'स्मॉल पब्लिशर निगोसिएशन प्रोग्रॅम' - 'लहान प्रकाशकांबरोबरील चर्चेचा कार्यक्रम' असे कमी प्रक्षोभक नाव द्यायला लावले.

एके काळी आकार, प्रसार यांच्या बळावर प्रकाशकांकडून पुस्तकांच्या किमतींमध्ये भरगच्च सूट मागणाऱ्या मोठ्या विक्रेत्यांना काही प्रमाणात शह देण्याचा, त्यांना काबूत ठेवायचा पर्याय या दृष्टीने पुस्तकविक्री वाढत चाललेल्या ॲमेझॉनकडे पहाणारे प्रकाशक ॲमेझॉनच्या या बदलत्या धोरणाने जरा घाबरूनच जाऊ लागले होते. ॲमेझॉन नवनव्या मागण्या करत होती आणि त्या अखंड वाढतच होत्या. कोणतीही नवी मागणी ''हे सर्व आम्ही ग्राहकांपर्यंत पोहोचवणार आहोत'' या पालुपदानेच समोर ठेवली जात असे. हळूहळू प्रकाशक ते पालुपद अशुभसूचक असल्याचे ओळखू लागले. परंतु हे मात्र खरे की- ॲमेझॉन तिला मिळणारे फायदे पुस्तके ग्राहकांपर्यंत पोहोचवण्याच्या बाबतीत एकाहून एक आकर्षक योजना सादर करून, किमतीत सवलती देऊ करून ग्राहकांपर्यंत निश्चित स्वरूपात पोहोचवीत असे आणि त्यामुळे दुकानांच्या साखळ्या असणाऱ्या मोठ्या किंवा स्वतंत्र दुकानदारांचे धाबे दणाणत असे, त्यांच्यावरचा दबाव प्रचंड वाढत असे आणि ॲमेझॉनचे सामर्थ्यही!

त्याच सुमारास ॲमेझॉनचे प्रतिनिधी प्रकाशकांना ॲमेझॉनच्या 'सर्च द बुक' या योजनेत त्यांनी प्रकाशित केलेल्या पुस्तकांचा समावेश करण्यास परवानगी द्यावी, यासाठी त्यांच्याकडे खेटे घालत असत. परंतु गुगलने 'कॉपीराइट'चा कायदा झुगारून देऊन, प्रकाशकांची परवानगी न घेताच गुगलच्या साइटवर पुस्तकांचे अंतरंग दाखवायला सुरुवात केली. 'जगभरातील साहित्यसंपत्ती 'ऑनलाइन' शोधातून लोकांना उपलब्ध करावी यासाठी केल्या जाणाऱ्या प्रयत्नांचा एक भाग,' असे गुगलने त्याचे समर्थन केले. २००५ साली 'ऑथर्स गिल्ड' ही लेखक संघटना आणि 'असोसिएशन ऑफ अमेरिकन पब्लिशर्स' ही प्रकाशकांची संघटना या दोन संघटनांनी गुगलविरुद्ध फेडरल कोर्टात खटला दाखल केला. बऱ्याच कथा-उपकथांनी ते अतिशय गुंतागुतीचे नाट्य बरेच रंगले; पण त्यातून काही प्रकाशकांच्या आधीच वाढलेल्या चिंतेत भरच पडली. त्यांना त्यांच्या धंद्याच्या नाड्या अमेरिकेच्या पश्चिम किनाऱ्यावर फोफावणाऱ्या भरपूर आर्थिक बळाच्या इंटरनेट कंपन्यांच्या हाती जाण्याची भीती वाटत होती. कारण त्या कंपन्या पुस्तकविक्रीचे काम साहित्यिक बारकावे टिपून विशिष्ट अल्गोरिदमच्या साहाय्याने करत होत्या.

२००५ सालाच्या सुरुवातीलाच लीन ब्लेक यांनी ॲमेझॉन सोडली. त्यांना अन्य कोणत्या मार्गाने अचानक द्रव्यप्राप्ती झाली होती आणि त्यांनी

त्यांच्या कुटुंबासाठी वेळ द्यायचा निर्णय घेतला होता. त्याविषयी बोलताना त्या म्हणाल्या, ''त्या वेळी ॲमेझॉन आणि पुस्तक प्रकाशक यांच्यामधील संबंधांत फाटाफूट पडल्याचे मला दिसत होते, निदान त्यांना तडा गेल्याचे तरी मला जाणवू लागले होतेच आणि त्यामुळे मी अस्वस्थही झाले होते. जेथे दोन्ही बाजू हा विश्वास बाळगून काम करतात की त्यातून त्या दोघांनाही त्यातून काहीतरी चांगले, अनुकूल असे साधता येणार आहे तेथेच काम करायला मला आवडते. तसे असले म्हणजे नेहमीच बोलणी, वाटाघाटी सौजन्यपूर्ण, मैत्रीच्या वातावरणात होतात.''

ब्लेक यांच्याकडून ज्यांनी सूत्रे घेतली त्यातले काही अधिकारी त्यांच्यासारखे ॲमेझॉनशी संबंधित प्रकाशकांचेही हित पाहणारे, त्यांचीही बाजू मांडणारे नव्हते, त्यांना राजनीतीही अवगत नव्हती, समोरच्याला न दुखवता आपले काम करून घेण्याचे कौशल्य, चातुर्यही नव्हते. ॲमेझॉन सोडायच्या आधी ब्लेक यांनी ॲमेझॉनच्या दागदागिन्यांच्या विक्रीविभागाचा पाया घालणाऱ्या रॅन्डी मिलर यांच्यावर संपूर्ण युरोपातील पुरवठादारांबरोबरच्या व्यवहाराची जबाबदारी सोपवली. ''पुस्तक प्रकाशकांशी बोलण्यात, विशेषत: ॲमेझॉनसाठी अधिक सवलती, दरकपात, फायदेशीर बाबी यांची मागणी करून त्यांना त्रास देण्यातही मला एक प्रकारचा आनंद मिळायचा,'' अशी कबुली मिलर स्वत:च देतात. युरोपची जबाबदारी घेतल्यावर मिलर यांनी, ॲमेझॉन त्या प्रकाशकांना पुस्तकखरेदीपोटी देत असलेली एकूण रक्कम आणि त्यांच्याच पुस्तकांच्या विक्रीतून ॲमेझॉन कमावीत असलेली एकूण रक्कम या दोन निकषांवर, म्हणजेच प्रत्येक प्रकाशकांबरोबरच्या व्यवहारातील ॲमेझॉनला मिळणाऱ्या नफ्याच्या निकषावर आधारित, युरोपिअन प्रकाशकांची एक क्रमवार यादीच बनवली. त्यानुसार ज्यांच्या बरोबरच्या व्यवहारातून कमी फायदा मिळत होता त्या प्रकाशकांच्या मागे किमती कमी करण्याची भुणभुण सुरू केली. त्यासाठी साइटवर त्यांच्या पुस्तकांची जाहिरात कमी करण्याच्या, बॅक कॅटलॉगमधून त्यांची पुस्तके वगळण्याच्या धमक्या देणेही सुरू केले. मिलर आणि त्यांचे सहकारी यांनी या नफावाढीच्या मोहिमेला 'पे ॲन्ड प्ले' असे नाव दिले. 'गॅझेल प्रोजेक्ट' या नावाने जसा ॲमेझॉनचा वकीलवर्ग सावध झाला होता तसा या नावानेही झाला आणि त्या वेळसारखे याही वेळी त्यांनी नाव बदलायला लावले. नवे नाव मिळाले 'व्हेंडर रीअलाइनमेंट'– 'पुरवठादारांशी हातमिळवणी' किंवा 'स्तरबद्धता'.

पुढील एक वर्ष मिलर रॅन्डम हाउस, हॅशेट, आणि हॅरी पॉटर या अफाट लोकप्रियता मिळवणाऱ्या पुस्तकाचे प्रकाशक ब्लूम्सबरी यांच्या युरोपिअन शाखांशी घासाघीस करीत राहिले. त्यांच्या कॅटलॉगमधील काही पुस्तकांना त्यांनी मागितली ती किंमत देऊ केली; पण मग बदल्यात त्यांची पुस्तके 'बॅक कॅटलॉग'मधून – साइटवरील ग्राहकांच्या शिफारशींच्या योजनेमधून – काढून टाकली, प्रवासवर्णनांसारख्या काही पुस्तकांची खरेदी त्या प्रकाशकांच्या स्पर्धकांकडून केली. काही लेखकही 'ॲमेझॉनडॉटकॉम'वर ग्राहक पुस्तकांविषयी जी मते व्यक्त करीत त्यात त्यांनी लिहिलेल्या पुस्तकांच्या बाबतीतील मतांवर लक्ष ठेवून असत, ती नियमितपणे वाचत असत; विक्रीमध्ये त्यांनी लिहिलेल्या पुस्तकांची क्रमवारी इतरांच्या तुलनेत किती आहे हेही पाहत असत. मिलर प्रकाशकांना नमवण्याच्या निरनिराळ्या पद्धती सतत अजमावीत असत. त्यामुळे तसे सजग, संवेदनशील लेखक काळजीत पडत असत. मिलर म्हणाले, ''आम्ही लेखकांना भेटत राहून त्यांच्यापैकी तसे लेखक कोण आहेत याचा शोध घेत असू. त्यामुळे त्यांच्यापैकी कोणाच्या पुस्तकांची विक्री कमी झाली की ते लगेच फोन करणार हे आम्हांला माहीतच असे.''

आधुनिक विक्रीची तंत्रे विकसित होऊन शतक लोटले होते आणि ॲमेझॉननेही तीच तंत्रे आत्मसात केलेली होती. त्यामुळे त्यांच्या युक्ती-पद्धती या काही विशेष, वेगळ्या होत्या असे काही नव्हते. तो धंदा तसा तुटपुंज्या नफ्याचाच होता. पुरवठादारांबरोबरच्या व्यवहाराच्या अटी जेवढ्या चांगल्या, विक्रेत्याला अनुकूल तितका धंद्याचा पाया मजबूत. तसा बळकट पाया तयार केलेला असला की, मग ग्राहकाला कमी किमतीत वस्तू देणे शक्य होत असे.

पुरवठादारांना कमी किमतीची सक्ती करण्याचे तंत्र वापरण्यातले वॉल मार्टचे कौशल्य विशेष लक्षणीय होते. वॉल मार्टचे दुसरे वैशिष्ट्य हे होते की, ते तंत्र वापरून वस्तूंच्या किमती कमी ठेवण्यामागे वॉलमार्ट कायम परोपकाराचा, सामान्यांच्या सोयीचा हेतू ठेवत असे. त्यांना हे पटले होते की– त्याच तंत्रामुळे डायपर्ससारख्या अत्यावश्यक, आरोग्यवर्धक वस्तू मध्यम वा गरीब वर्गातील अमेरिकनांनाही परवडणाऱ्या किमतीत विकता येऊ शकतात. वॉल मार्टने युक्तीप्रयुक्तीने पुरवठादारांना बेंटनव्हील, अर्कान्सास येथे ऑफिसेस उघडायला लावली होती, त्यांच्या उत्पादनांसाठी 'आरएफआयडी – 'रेडिओ फ्रिक्वेन्सी आयडेंटिफिकेशन टॅग्ज' – सारखे

अत्यंत उपयुक्त असे तंत्र वापरायलाही राजी केले होते. त्या कंपनीने असे स्थान मिळवले होते की, ती कंपनी एखाद्या वस्तूची किमत किती- असे पुरवठादाराला विचारत नसे; तर खरेदीदार म्हणून त्याला त्या वस्तूची किती किमत देणार हे सांगत असे. पुरवठादार अवाजवी नफा मिळवतो आहे असे लक्षात आले तर ताबडतोब किमतीत कपात मागत असे.

ॲमेझॉनच्या सुरुवातीच्या काळात सोनी, डिस्ने यांसारख्या मातब्बर कंपन्यांनी ॲमेझॉनला थेट पुरवठा करण्याचे नाकारले होते. त्या वेळी आपण 'डार्विनियन डायनॅमिक'च्या शॉर्ट एन्ड्ला आहोत याची बेझोस यांना जाणीव होती. ते त्या 'खेळा'चे तंत्र स्वानुभवातून शिकले होते. इतक्या वर्षांनंतर पुरवठादार आणि ॲमेझॉन तुल्यबळ झाले होते. काही बाबतींत तर ॲमेझॉनला पुरवठादारांची होती त्याहूनही जास्त गरज पुरवठादारांना ॲमेझॉनची होती.

अशा बदलत्या परिस्थितीत प्रकाशकांनी 'किंडल'साठी जे जे करणे आवश्यक होते ते ते त्यांना करायला लावण्यात ॲमेझॉन यशस्वी झाले.

'किंडल'साठी न्यू यॉर्कमधील प्रकाशकांकडे ॲमेझॉनने जे पहिले दोन दूत पाठवले त्यांनी एक अगदी असंभवनीय असे चित्र उभे केले. त्या दोघांपैकी एक होते ॲमेझॉनमध्ये दीर्घ काळ बिझिनेस डेव्हलपमेंट एक्झिक्युटिव्ह म्हणून कार्यरत असलेले डॅन रोझ. प्रकाशकांना ॲमेझॉनच्या नव्या निराळ्या साहसाची कल्पना देऊन त्यांना त्यात सामील करून घेण्याच्या प्रयत्नांत ते सर्वांत आघाडीवर होते. मध्यम उंची, त्या वेळच्या डॉटकॉम कंपन्यांतील लोकांचे लक्षण समजला जाणारा खाकी पँट आणि गडद निळ्या रंगाचा ऑक्स्फर्ड कंपनीचा शर्ट- असा पोशाख. जगावर लवकरच राज्य करणाऱ्या डिजिटल युगाबद्दल सहजपणे बोलणे, प्रकाशकांना भेटायला जाताना त्यांच्या बरोबर मायक्रोसॉफ्टमधली प्रॉडक्ट मॅनेजरची नोकरी सोडून ॲमेझॉनमध्ये आलेले सहा फूट चार इंच उंची, डोळ्यांत भरणारे शरीरसौष्ठव, गडद रंगाचा सूट, टाय असा पोशाख, समलिंगी आहेत हे सहजपणे लक्षात येण्यासारख्या हालचाली व भाव, पण या सगळ्यांच्या विरुद्ध असे अतिशय सौम्य व मृदू असे वर्तन असलेले जेफ स्टील असत.

२००६ सालच्या पूर्वार्धात या दोघांना उद्दिष्ट दिले गेले होते ते त्या आधीच्या ई-बुक्सच्या लाटेने असंतुलित झालेल्या, डिजिटल पब्लिशिंगच्या

मार्गावर पहिल्या पावलाला ठेच लागलेल्या प्रकाशकांना पुन्हा एकदा त्याच लाटेवर स्वार व्हायला तयार करण्याचे, त्या क्षेत्रातील यशाबद्दलची आशा, उमेद त्यांच्या मनात नव्याने जागृत करण्याचे. पण त्यासाठीचे एक महत्त्वाचे शस्त्र वापरायला मात्र त्यांना मनाई होती. बेझोस यांनी 'किंडल'चा उल्लेखही करायचा नाही अशी आज्ञा दिली होती. त्यांना 'किंडल अंधारातच' राहायला हवे होते.

परिणामी रोझ आणि स्टील या द्वयीला विषय वळणावळणानेच हाताळायला लागत होता. 'सर्च इन्साइड द बुक' ही योजना आणि 'ई-बुक'च्या जगात प्रवेश मिळवताना २००५ साली ॲमेझॉनने ताब्यात घेतलेली 'मोबिपॉकेट' ही 'ई-बुक'च्या क्षेत्रातील फ्रेंच कंपनी यांचे संदर्भ देत ते प्रकाशकांशी बोलत. ॲमेझॉनच्या मालकीच्या 'मोबिपॉकेट'ने निर्माण केलेल्या सॉफ्टवेअरच्या साहाय्याने ॲमेझॉनची ई-बुक्स मोबाइल फोन्स, पीसी, पर्सनल डिजिटल असिस्टंट्स यांवर वाचता येत असत.

पण ई-बुक्सना पुन्हा का चांगले दिवस येणार आहेत हे पुरेसे लक्षात न आल्याने आणि तशी शक्यताही दिसत नसल्याने प्रकाशक काहीही करायला तयार होत नव्हते. काहींनी सोनी, ॲडोब, मायक्रोसॉफ्ट आणि पाम या कंपन्यांच्या रीडर्ससाठी लागणाऱ्या स्वरूपात त्यांची बरीच पुस्तके प्रकाशित केलेली होती, पण त्यांच्या एकूण धंद्याच्या मानाने त्या निराळ्या प्रकारच्या पुस्तकांचा वाटा अगदीच नगण्य होता. आधीच प्रकाशित झालेली पुस्तके डिजिटाइझ करणे यामध्ये त्यांना कायदेशीर अडचणीही दिसत होत्या. १९९० सालच्या आधी प्रकाशित झालेल्या पुस्तकांच्या बाबतीत तर 'डिजिटायझिंग'चे हक्क कोणाकडे असणार हेच स्पष्ट नव्हते. त्यासाठी लेखकांकडे किवा लेखकांच्या एजंट्सकडे जाणे म्हणजे त्यांना पूर्ण कराराचा नव्याने विचार करायला संधी देण्यासारखे आहे, असे प्रकाशकांना वाटत होते आणि तसे करायला ते कमालीचे नाखूश होते.

साहजिकच स्टील व रोझ यांची प्रगती अगदीच धिमी होती. 'एक लाख ई-बुक्स' हे बेझोस यांचे ध्येय आवाक्याच्या कितीतरी बाहेर होते; पण त्यांना दर दोन आठवड्यांनी प्रगतीचा अहवाल देणे हेही त्या दोघांना दुरापास्त वाटत होते. त्यांच्या कामाचे वर्णन जेफ स्टील असे करतात, ''माझे काम म्हणजे लाथा झाडणाऱ्या, तार स्वरात शिव्या घालणाऱ्या प्रकाशकांना नेटाने एकविसाव्या शतकाकडे ढकलत घेऊन जाणे होते! ते

त्याला जरासुद्धा तयार नव्हते हे आम्हांला दिसत असून आम्हांला झगडावे लागत होते.'' अखेर त्या वर्षीच्या उन्हाळ्यात 'आता यापुढे किंडलविषयी गुप्तता पाळून अधिक काही घडू शकेल अशी आशा करण्यात जरासुद्धा अर्थ नाही' ही गोष्ट बेझोस यांना पटवण्यात त्या दोघा लढवय्यांना यश आले. ''त्यांनी एकदा त्यांच्या डोळ्याने किंडल पाहिले ना की ते उत्तेजित होतील. मी खात्री देतो तुम्हांला तशी...'' असे स्टील यांनी बेझोस यांना पुन:पुन्हा सांगितले, तेव्हाही जरा आढेवेढे घेतच, आणि 'प्रकाशक गुप्ततेची शपथ घेतील' या अटीवरच बेझोस यांनी अखेर प्रकाशकांना किंडलचा नमुना दाखवायला परवानगी दिली.

अखेर, उन्हाळ्यानंतर ॲमेझॉनचे प्रतिनिधी गुप्तपणेच; पण सावधपणे किंडल प्रकाशकांना दाखवायला लागले. अजून किंडल उर्फ फियोना तसे प्रथमावस्थेतच होते. ब्लॅकबेरी आणि एखादा कॅल्क्युलेटर यांचा संयोग करून तयार केलेले, फिकट पिवळसर पांढऱ्या रंगाचे हातभर उपकरण. सहसा नीट चालायचे; पण कधीकधी बंदही पडायचे. १९७०च्या दशकात सोनी कंपनीने 'बीटामॅक्स' नावाचा घरात वापरण्याजोगा व्हिडिओ प्लेअर बाजारात आणला होता आणि तो अयशस्वी ठरला होता. तसेच ॲमेझॉनच्या 'ई-बुक रीडर'च्या बाबतीतही होणार असेही काही प्रकाशकांना वाटले. काय आहे यापेक्षा काय नाही- रंग नाही, व्हिडिओ नाही, बॅकलाइट नाही - याकडेच बघणारे बघत होते. पहिले पहिले नमुने वायरलेसलाही जोडता येत नसत. ॲमेझॉनच्या प्रतिनिधींना वायरलेसमुळे काय आणि कसे होईल हे केवळ वर्णन करूनच सांगावे लागे. ते त्यात एसडीकार्ड (सेक्युअर डिजिटल कार्ड) आणि नमुन्याची ई-बुक्स घालून त्याचे प्रात्यक्षिक देत.

या मधल्या रिकाम्या वेळात ॲमेझॉनचे इंजिनिअर्स एक लाख ई-बुक्सचे उद्दिष्ट साध्य करण्यासाठी ई-बुक्स एका वेगळ्या मार्गाने मिळवायचा प्रयत्न करू लागले. 'सर्च इन्साइड द बुक' या योजनेसाठी ॲमेझॉनकडे पुस्तके स्कॅन करून तयार केलेल्या डिजिटल फाइल्स होत्या. त्या किंडलमध्ये वापरता येतील अशा रीतीने बदलून घेण्याच्या योजनेवर ते काम करू लागले होते. त्याला त्यांनी 'टोपाझ' असे नाव दिले होते. तीच योजना एक कमी खर्चाचा पर्याय म्हणून ॲमेझॉनने प्रकाशकांनाही सुचवली. फक्त त्या पद्धतीच्या फायलींतून तयार केलेली ई-बुक्स फक्त किंडलवरच वाचता येणार होती, म्हणजेच त्यांचा वापर मर्यादित राहणार होता. असा ॲमेझॉनवरच अवलंबून

राहण्याचा पर्याय सायमन ॲन्ड शुस्टरसारख्या बड्या प्रकाशकांनी स्वीकारला नाही; पण काही छोटे प्रकाशक त्या योजनेकडे लगेच आकर्षित झाले.

२००७च्या सुरुवातीला किंडल वायरलेसवर कसे चालते याचेही प्रात्यक्षिक ॲमेझॉनचे प्रतिनिधी देऊ लागले. तेव्हा हळूहळू प्रकाशकांना किंडलसारख्या साधनाची सुप्त उपयुक्तता, त्याला लाभू शकणारी लोकप्रियता लक्षात येऊ लागली. कुठलेही पुस्तक केव्हाही ताबडतोब डाउनलोड करून वाचायला उपलब्ध करून देणारे, हातात बाळगता येणारे वाचनाचे साधन वाचकांना काय आणि केवढा आनंद, समाधान देईल, जेथे सोनी आणि इतर काही कंपन्या अपयशी ठरल्या तेथे ॲमेझॉन यश संपादन करू शकेल, या गोष्टीची जाणीव प्रथमच मॅकमिलन या प्रख्यात प्रकाशन कंपनीचे सीईओ जॉन सार्जंट यांना झाली आणि मग हळूहळू आणखी बऱ्याच अन्य प्रकाशकांनाही झाली. ज्या गोष्टीची बेझोस यांना भीती वाटत होती ती अखेर घडलीच. ही पातळी गाठेपर्यंत ॲमेझॉन आणि प्रकाशक यांच्यातच गुप्त ठेवलेली किंडलची वार्ता बाहेर पसरलीच. 'एन्गॅजेट' हा तंत्रज्ञानाला वाहिलेला एक ब्लॉग होता. त्यात सर्वांत प्रथम ॲमेझॉनच्या नव्या ई-रीडरबद्दल लिहिले गेले. नंतर हार्पर कॉलिन्स या आंतरराष्ट्रीय ख्यातीच्या प्रकाशनाच्या वार्षिक समारंभात कंपनीच्या सीईओ व्हिक्टोरिया बार्नस्ले यांनी त्यांनी स्वत: किंडल पाहिलेले आहे आणि ते पाहून त्या अतिशय प्रभावीत झाल्या आहेत, असे जाहीरच केले.

२००६ सालच्या शेवटच्या सुट्यांच्या मोसमात किंडल बाजारात यायचे ठरले होते. पण पुन्हा बेझोस यांचा नवनव्या गोष्टींचा आग्रह आडवा आला. स्टीव्ह केसल आणि त्याची टीम बेझोस यांना दिसलेले दोष काढून टाकण्याचे, त्यांना सुचलेल्या सुधारणा करण्याचे, ई-बुक्सच्या कॅटलॉगमध्ये अधिकाधिक भर घालण्याचे काम करतच राहिली. दरम्यानच्या काळात डॅन रोझ ॲमेझॉन सोडून 'फेसबुक' या नव्या सोशल नेटवर्क कंपनीत गेले. त्यामुळे जेफ स्टील आणि त्यांची टीमही स्टीव्ह केसल यांच्या हाताखाली काम करू लागली. जेफ स्टील यांच्यावर दुहेरी जबाबदारी टाकलेली होती. ते नेहमीच्या पुस्तकांच्या विक्रीविभागाच्या मर्कंडायझिंग डायरेक्टर लॉरा पॉर्को यांच्या हाताखालीही काम करीत होते.

लॉरा पॉर्को या ओहायओ स्टेट युनिव्हर्सिटीच्या पदवीधर. त्यांना लीन ब्लेक यांनी ॲमेझॉनमध्ये आणले होते. कंपनीचे ध्येय साध्य करण्यासाठी चिकाटीने काम करणाऱ्या लॉरा पॉर्को या अतिशय स्पष्टवक्त्या होत्या.

ॲमेझॉनच्या पुरवठादारांकडून कमीतकमी किमतीत पुस्तके घेऊन कंपनीचा नफा वाढवण्याच्या बेझोस यांच्या हट्टाच्या तीव्रतेइतकीच त्यांच्या प्रयत्नांची तीव्रता त्यांनी राखली होती. किंडलच्या टीममध्ये काम करायला लागायच्या आधी पॉर्को यांनी बड्याबड्यांशी पंगा घेऊन विक्रीक्षेत्र गाजवले होते. डिस्ने या मुव्ही स्टुडिओशी वाटाघाटी सुरू असताना त्यांच्यावर दबाव आणण्याच्या उद्देशाने पॉर्को यांनी डिस्नेचे नाव ॲमेझॉनडॉटकॉमच्या साइटवरील शिफारशींच्या यादीतून काही काळासाठी काढून टाकण्यासारखे जालीम उपायही वापरले होते. (ते यशस्वी ठरले नाहीत.) त्यांचे सहकारी असेही सांगतात की, पॉर्को वॉर्नर 'होम व्हिडिओ' या कंपनीच्या अधिकाऱ्यांशी अशा काही पद्धतीने भांडल्या होत्या की, त्यांनी पॉर्को यांना त्यांच्या स्टुडिओत पाऊल ठेवायचीही मनाई केली होती. रॅन्डम हाउसच्या एका अधिकाऱ्याने त्यांना 'टक्कर देणारा एडका'/ 'बददणारा दंडुका' असे नाव दिले होते. त्यांचे सहकारीसुद्धा "एरवी शांत स्वभावाच्या पार्को कंपनीच्या फायद्यासाठी झगडताना डॉक्टर जेकील ॲन्ड मिस्टर हाइड या सुप्रसिद्ध जोडीतल्या हाइड यांचा अवतार धारण करतात," असे म्हणायचे. ख्रिस्तोफर स्मिथही तसेच म्हणतात, "लॉरा अतिशय सज्जन, दयाळू वृत्तीच्या होत्या, पण कंपनीच्या हिताचा प्रश्न आला की हिताला बाधा आणणाऱ्याचे रक्तसुद्धा प्यायला त्या कमी करायच्या नाहीत."

ज्याने किंडलसंबंधीच्या ॲमेझॉनबरोबर सुरुवातीच्या चर्चेत भाग घेतलेला होता, असा प्रकाशन व्यवसायातील एक अधिकारी त्यानंतर काही काळाने ॲमेझॉनमध्ये नोकरीच्या शोधात आला होता. पुस्तक विभागातील काही पदाधिकाऱ्यांनी त्याची मुलाखत घेतली आणि नंतर तो पॉर्को यांच्या समोर आला. पॉर्को यांनी त्याला एकच प्रश्न विचारला, "वाटाघाटी करत असताना तुमचे धोरण काय असते?" त्याने उत्तर दिले, "टेबलाच्या दोन्ही बाजूंकडच्यांचे समाधान साधणे." त्यावर पार्को काय म्हणाल्या ते त्याच अधिकाऱ्याने नंतर सांगितले. त्या म्हणाल्या, "हे तुमचे धोरण ॲमेझॉनच्या धोरणाशी पूर्ण विसंगत आहे. वाटाघाटीत एक बाजू जिंकलीच पाहिजे!" त्या अधिकाऱ्याला अर्थातच नोकरी मिळाली नाही हे सांगणे न लगे!

हा प्रसंग वर्णन केला त्याचा हेतू ॲमेझॉनच्या एका विशिष्ट अधिकाऱ्याकडे बोट दाखवण्याचा नसून ॲमेझॉनचा दृष्टिकोन दाखवण्याचा आहे. त्या काळात ॲमेझॉन म्हणजे 'बेझोस यांनी पोटतिडिकीने जोपासलेल्या

स्वप्नांच्या पूर्तीसाठीचे प्रयत्न' असेच झाले होते. जे कोणी त्या प्रवाहात सामील होऊ शकत नव्हते. त्यांना कंपनीत राहणेच अशक्य होत होते. जे त्यात हिरीरीने भाग घेत, उत्साह दाखवीत ते कंपनीत टिकून राहत होते, त्यांची उत्तम प्रगती होत होती.

पुस्तक विभागातील लीन ब्लेक यांच्या हाताखाली काम करणारे, कंपनीतील 'जेफ बॉट्स'पैकी एक अनुभवी अधिकारी एरिक गॉस यांना त्यांचे 'जेफ बॉट्स'पण सांभाळणे जमेनासे झाले. त्यांच्या आजारी आईची काळजी घेण्याचे कारण पुढे करून त्यांनी ॲमेझॉन सोडली आणि ते नॅशव्हीलला गेले. तेथे त्यांनी ॲमेझॉनची स्पर्धक कंपनी 'मॅगेझिन्सडॉटकॉम' या कंपनीत नोकरी धरली. स्पर्धक कंपन्यांमध्ये नोकरी न करण्याच्या कराराचा भंग केल्याचा आरोप ठेवून ॲमेझॉनने गॉस यांच्या विरुद्ध तक्रार नोंदवली. (न्यायालयात न जाता वाद मिटवला गेला.) म्हणूनच गॉस ॲमेझॉनविषयी संमिश्र भावना व्यक्त करतात. त्यांनी आणि त्यांच्या टीमने अनेक कठीण गोष्टी यशस्वीपणे पार पाडल्या, याचा त्यांना अभिमान वाटतो; परंतु त्याचबरोबर कंपनीचा तिच्या भागीदार, सहकारी कंपन्यांबरोबरच्या व्यवहाराची पद्धत, त्या बाबतचा दृष्टिकोन हा त्यांनी जपलेल्या ख्रिश्चन धर्माच्या तत्त्वांशी न जुळणारा असल्यामुळे त्याचे पालन करणे त्यांना खुपते असे ते म्हणतात. त्या गोष्टीचा त्यांच्यावर इतका मानसिक ताण येत होता की, ॲमेझॉन सोडल्यानंतर जवळजवळ एक वर्ष त्यांना 'पोस्ट ट्रॉमॅटिक स्ट्रेस डिसऑर्डर'चा त्रास होत होता.

किंडलच्या विकासकार्यात आवश्यक त्या गोष्टींविषयी चर्चा करण्यासाठी न्यू यॉर्कमधील प्रकाशकांकडे ॲमेझॉनने जे पहिले दोन दूत पाठवले होते, त्यातील एक पहिलवानी अंगयष्टी; पण मृदू स्वभाव असलेले जेफ स्टील यांनाही ॲमेझॉनची समोरच्याला घेरून टाकणारी आक्रमक वृत्ती आवडेनाशी झाली होती. ते म्हणाले, ''लोकांना धमकावणे, त्यांच्यावर दबाव आणणे मला मुळीच रुचायचे नाही. आपला धंदा वाढवताना काही बाबतीत तडजोड करणे, काही देवघेव, परस्पर हिताचा विचार या गोष्टी आवश्यक असतात. त्या टाळून आक्रमकपणा करण्याने माझे मानसिक स्वास्थ्यच हरपले.'' त्यातच किंडलसाठी डिजिटल डिक्शनरी पुरवणाऱ्या ऑक्स्फर्ड युनिव्हर्सिटी प्रेसबरोबरच्या कराराच्या पुनर्चर्चेच्या वेळी केसल यांच्या बरोबर झालेल्या त्यांच्या भांडणादरम्यान त्यांच्या सहनशक्तीची

मर्यादा संपली. प्रेसबरोबर करार झालेलाच होता. अॅमेझॉनच्या पद्धतीअनुसार केसल त्यातच अॅमेझॉनचा फायदा वाढवणाऱ्या काही जास्त गोष्टींची, काही बदलांची मागणी करण्याचे ठरवीत होते. तेव्हा स्टील यांनी केसल यांना ठामपणे सांगितले की, प्रेसबरोरचा करार योग्य आहे, तो व्यवस्थित पाळलाही जातो आहे तेव्हा आता पुन्हा त्यावर चर्चा करणे व्यवहारनीतीला सोडून होईल. त्या भांडणानंतर काही दिवसांनीच स्टील आणि लॉरा पार्को यांच्यातही वादावादी झाली, दोघांचे आवाज चढले तसे केसल यांनी स्टील यांना ''गाशा गुंडाळून कंपनीतून निघून जा,'' असे फर्मावले. स्टील यांनी कंपनी सोडल्यानंतर लॉरा पॉर्को यांनी किंडलच्या कामातही भाग घ्यायला सुरुवात केली.

त्यानंतरचे काही महिने परिस्थिती तणावपूर्णच राहिली होती. प्रकाशकांकडे केल्या जाणाऱ्या सवलत, सूट, किमतीत कपात अशा मागण्या धमक्यांचे रूप घेऊ लागल्या. जे प्रकाशक अॅमेझॉनच्या अपेक्षेपेक्षा कमी पुस्तके डिजिटाइझ करायची तयारी दाखवीत किंवा त्या कामाला जास्त वेळ लावीत. त्यांना त्यांची पुस्तके साइटवरील सर्च रिझल्ट्समधून काढून टाकली जाण्याचा, त्यांच्या पुस्तकांची ग्राहकांना शिफारस न केली जाण्याचा दम दिला जाऊ लागला. काही वर्षांपूर्वी संगीताच्या क्षेत्रातील कंपन्याही अशाच अॅपलच्या दडपणाखाली भरडल्या गेल्या होत्या. पण त्या वेळी त्यांना मूळ संगीताच्या नकला किंवा चोऱ्या केल्या जाण्याची भीती होती. तशा चोऱ्या वा नकला करणे किंवा पुस्तके ऑनलाइन उपलब्ध करणे हे तितके सोपे नव्हते आणि म्हणूनच पुस्तक-प्रकाशक संगीताच्या क्षेत्रातील कंपन्यांइतके धास्तावलेले नव्हते. त्यांना चाचेगिरीची भीती नव्हती. तेव्हा बेझोस यांनी तशी चाचेगिरी अॅमेझॉनलाच गुप्तपणे करायला लावून प्रकाशकांना घाबरवले.

प्रकाशकांकडून काही गोष्टी करून देण्याची विनंती करायला म्हणून सुरुवात झालेल्या भेटी व चर्चांचा शेवट पालक जसे त्यांच्या मुलामुलींना दरडावतात तशा दम-धमक्यांनी होऊ लागला. ओपरा विनफ्री यांनी त्यांच्या बुक क्लब या कार्यक्रमात गब्रिअल गार्सिया मार्केझ यांनी लिहिलेले 'वन हंड्रेड इयर्स ऑफ सॉलिट्यूड' या पुस्तकाची निवड केली. त्या वेळी असे लक्षात आले की, त्या पुस्तकाचे प्रकाशक रॅन्डम हाउस यांनी त्या पुस्तकाची 'ई-बुक' आवृत्ती तयार केलेली नव्हती. लगेच लॉरा पॉर्को यांनी रॅन्डम हाउसला ई-मेल करून जाब विचारला. ती ई-मेल पोहोचली तेव्हा न्यू

यॉर्कमध्ये मध्यरात्र झालेली होती. ई-मेलमधली भाषा इतकी तिरस्काराने भरलेली आणि प्रक्षोभक होती की- ती मेल लगोलग संपूर्ण कंपनीभर प्रसृत झाली. (रॅन्डम हाउसने 'नॉफ' या नावाखाली प्रकाशित केलेल्या त्या पुस्तकाच्या डिजिटल आवृत्तीचे हक्क पुढले एक वर्ष मिळाले नाहीत.)

विनंत्या, मागण्या, धमक्या या शस्त्रांनी ॲमेझॉनने केलेल्या 'हल्ल्यां'मुळे प्रकाशकांना छिन्नमनस्कतेने ग्रासले. त्यामुळे ॲमेझॉनला घाईने हव्या असलेल्या गोष्टींना उशीर होऊ लागला. पॉर्को आणि त्यांची टीम डिजिटाइझ करून हव्या असलेल्या पुस्तकांच्या लांब लांब याद्या प्रकाशकांकडे पाठवू लागले. त्या मिळायला वेळ लागला तर आरडाओरडा करू लागले. काही पुस्तकांच्या बाबतीत तर प्रकाशकांना टाळून ते सरळ लेखक किंवा लेखकांचे एजंट यांच्याशीही संपर्क साधू लागले. ॲमेझॉनसारख्या जगातील एका फार मोठा विक्रेत्याच्या अशा त्यांना डावलून त्यांच्या महत्त्वाच्या, प्रमुख लेखकांशी थेट बोलण्याने प्रकाशक अस्वस्थ झाले. हे काय आणि कोणामुळे चालले आहे हे प्रकाशक जाणून होते. हे त्यांच्यापैकी एकाच्या या विधानाने लक्षात येते, ''हा जो काही वेडेपणा चालला होता. त्यामागे जेफ बेझोस यांचे 'माझे किंडल माझे ग्राहक व वाचक यांच्या हाती पडेल त्या वेळी त्यावर दहा लाख पुस्तके त्यावर वाचण्यासाठी उपलब्ध असलीच पाहिजेत,' असे अशक्य वाटणारे, वेडे उद्दिष्ट असणार हे मला अगदी उघडपणे समजत होते.''

ॲमेझॉन आणि प्रकाशक हे दोघे दोन भिन्न जगांत वावरत होते. ॲमेझॉनला किंडलच्या रूपात ई-बुक्सचे जग स्पष्ट दिसत होते आणि ते जग प्रकाशकांच्या दृष्टीच्या आवाक्यात यायचे होते. त्यामुळे ते त्याचा घाईघाईने स्वीकार करत नाहीत म्हणून त्यांची खरडपट्टी का काढली जात होती, त्यांना शिक्षा का ठोठावल्या जात होत्या, हे त्यांना समजतच नव्हते. ॲमेझॉनचे प्रतिनिधी भविष्य जाणून होते आणि त्यांच्यावर बेझोस यांचे प्रत्येक पुस्तक डिजिटल स्वरूपात असण्याचे स्वप्न पूर्ण करण्याची सक्ती होती. त्याबरोबरच त्यांना हवा तितका आटापिटा करून ते डिजिटल युगात पहिले पाऊल ठेवल्यावर ॲपल आणि गुगल यांच्यासारख्या सामर्थ्यवान स्पर्धकांना मागे टाकून आघाडीवरच राहायचे होते.

'किंडल'च्या आगमनाविषयी ॲमेझॉनने पाळलेल्या गुप्ततेमुळे प्रकाशकांना चिंतित करणाऱ्या, अस्वस्थ करणाऱ्या या मोहिमेला आणखी

एक असाधारण असा पैलू होता. बेझोस यांनी असे ठरवले होते की सर्व लोकप्रिय पुस्तकांच्या, तसेच नव्याने प्रकाशित होणाऱ्या पुस्तकांच्या डिजिटल आवृत्त्यांची किमत सरसकट एकच असेल आणि त्यासाठी त्यांनी ९.९९ डॉलर्स हा आकडा निवडला होता. या आकड्यामागे कोणताही अभ्यास नव्हता, संशोधन नव्हते, त्यांची ती उत्स्फूर्त निवड होती असे म्हटले जात होते. पण तसे असले तरी त्याला एक संदर्भ होता– ॲपलने त्यांच्या 'आय ट्यून्स'वर एका डिजिटल गीत वा संगीताची किमत ९९ सेंट्स ठेवली होती. दुसरे असे की बेझोस यांची अशी खात्री होती की, नेहमीच्या छापील पुस्तकाच्या किमतीपेक्षा, छपाई, बाइंडिंग, साठा बाळगणे, दूर दूर अंतरावर पाठवणे या कोणत्याच गोष्टींची आवश्यकता नसणाऱ्या ई–बुकची किंमत कमीच असली पाहिजे, अशीच वाचकांची अपेक्षा असणार. ॲमेझॉन मात्र प्रकाशकांकडून ज्या किमतीला छापील पुस्तक विकत घेत असत त्याच किमतीला ई–बुकही घेणार होते. एक विशिष्ट छापील पुस्तक पंधरा डॉलर्सना खरेदी करून ते तीस डॉलर्सना विकले जात असे. त्या हिशेबाने ई–बुक्स ९.९९ डॉलर्सना विकण्यात निश्चितच मोठाच तोटा सहन करायला लागणार होता आणि त्याला बेझोस यांची पूर्ण तयारी होती. कारण त्या वेळी ई–बुक्सच्या निर्मितीच्या बाबतीत अनभिज्ञ असलेले प्रकाशक ई–बुक्सच्या प्रकाशनाला किती कमी खर्च करावा लागतो हे त्यांना अनुभवाने समजू लागले की, त्यांच्या किमती कमी करतील, अथवा त्यांना त्या कमी करायला भाग पाडताच येईल असा त्यांना विश्वास, नव्हे खात्रीच वाटत होती. सुरुवातीला तोटा सोसणे ही त्यांच्या दृष्टीने ॲमेझॉनच्या उज्ज्वल, झगमगत्या भविष्यासाठी ते करत असलेली गुंतवणूक होती. स्टीव्ह केसल म्हणाले, ''ग्राहक हुशार असतो. डिजिटल बुक्सला येणारा खर्च छापील पुस्तकांपेक्षा कमी असणार हे त्याला ओळखता येईलच आणि म्हणूनच डिजिटल पुस्तकाची किंमत छापील पुस्तकापेक्षा कमी असण्याची तो अपेक्षा करेल आणि नंतर मागणीच करेल हे आम्हांला समजत होते आणि ती तशी कमी असणे हा ग्राहकाचा हक्कच आहे याच्याशी आम्हीही पूर्ण सहमत होतो.''

९.९९ डॉलर्स या किमतीने प्रकाशकांना प्रचंड चीड आणली, तरी ९.९९ डॉलर्समध्ये कोणतेही पुस्तक मिळते याचे ग्राहकांना विलक्षण अप्रूप वाटेल याविषयी ॲमेझॉनला बालंबाल खात्री होती. त्या काळात जाड वेष्टणांची पुस्तके वाचकांमध्येही सर्वांत लोकप्रिय होती आणि त्यांच्या

विक्रीतून मिळणाऱ्या भरीव नफ्यामुळे प्रकाशकांनाही प्रिय होती. परंतु इतक्या कमी किमतीत मिळणाऱ्या ई-बुक्समुळे तसल्या पुस्तकांच्या विक्रीवर फार मोठा विपरीत असा परिणाम होणार होता. पुस्तकविक्रेते, दुकानदार यांच्या पायाखालची जमीन सरकणार होती. किमतीमधला जमीन-अस्मानाचा फरक त्यांची दुकाने ओस पाडणार होता, दुकाने न खपलेल्या पुस्तकांनीच भरून राहणार होती. गीत, संगीत यांच्या बाबतीत हाच प्रकार झालेला सर्वांनीच पाहिला होता.

हे सर्व ध्यानात ठेवून ॲमेझॉनने प्रकाशकांपासून ई-बुकची ९.९९ ही किंमत गुप्त ठेवण्याचा निर्णय घेतलेला होता. आणि त्यात निराळे वा वावगेही काही नव्हते. कोणत्याही मालाच्या विक्रीची किंमत आपण कशी ठरवतो हे उत्पादकाला सांगायला विक्रेता कधीच बांधील नव्हता. तसे करण्यानेच उलट बेकायदेशीररीत्या किंमत ठरवण्याची आणि कायद्याचेही लक्ष वेधले जाण्याची शक्यता दुणावली असती. तरीही नव्या क्षेत्रात प्रवेश करताना ॲमेझॉनने प्रकाशकांना आधीपासून विश्वासात घेण्याचा प्रयत्न सुरू केला होता, तरी त्यात 'विक्रीची किंमत' हा मुद्दा सहेतुकपणे गुप्त ठेवला होता. जेफ स्टील म्हणाले, ''किंमत हा विषय कोणाजवळही बोलायचा नाही अशी आम्हांला सक्त ताकीदच होती. ई-बुकची किंमत इतकी कमी ठेवणार हे जर प्रकाशकांना समजले असते तर त्यांच्या उत्पादनाचे अवमूल्यन होणार असेच त्यांना वाटले असते. आम्ही आपले 'किमतीचे काही अजून ठरले नाही,' असेच सांगायचो.''

किंमत या विषयाला हात न घालताही प्रकाशक हळूहळू त्यांच्या प्रकाशनाच्या यादीतील भरपूर पुस्तकांचे डिजिटायझेशन करू लागले. २००७ सालच्या हिवाळ्यापर्यंत ॲमेझॉनकडच्या 'किंडल लायब्ररी'मधील ई-बुक्सची संख्या नव्वद हजारांपर्यंत, म्हणजे बेझोस यांच्या ध्येयाच्या खूपच जवळ पोहोचली होती. किंडल हातात असणे हे बार्न्स ॲन्ड नोबलचे पुस्तकाचे एक अखखे दुकान ग्राहकाच्या हातात असण्यासारखे होणार होते.

अखेर जेव्हा अधिक उशीर न करता 'किंडल'चे उद्घाटन करण्याचे ठरवून बेझोस यांनी प्रेस कॉन्फरन्स बोलावली तेव्हा प्रकाशकांनीही फार मोठ्या संख्येने हजेरी लावली. त्याआधीची दोन वर्षे ॲमेझॉनने त्यांना छळले होते, अगदी 'कुदलले' होते; पण तरीही संपूर्ण पुस्तकप्रकाशन उद्योग तेथे छापील पुस्तकांच्या युगाला मागे ढकलून जग व्यापून टाकणाऱ्या

आश्चर्यकारक डिजिटल युगाच्या अनिवार्य अशा आगमनाचे स्वागत करायला हजर राहिला होता.

१९ नोव्हेंबर, २००७. लोअर मॅनहाटनमधील डब्ल्यू नावाचे हॉटेल. 'किंडल'च्या उद्‌घाटनाचा समारंभ. जेफ बेझोस यांनी मंचावर पाऊल ठेवले तेव्हा समोर काही गर्दीचा डोंब वगैरे उसळला नव्हता, वार्ताहर आणि प्रकाशक मिळून फक्त शंभराच्या आसपास लोक होते. ॲपलच्या नव्या उत्पादनांच्या उद्‌घाटनप्रसंगी लोटणाऱ्या मान्यवरांच्या गर्दीच्या मानाने अगदीच किरकोळ! खाकी पँट आणि निळा स्पोर्ट कोट अशा पोशाखातील बेझोस यांनी त्यांचे 'किंडल' हे पाचशेपन्नास वर्षांपूर्वी जोहान्स गुटेनबर्ग नावाच्या लोहाराने तयार केलेल्या, एका जागेवरून सहजी दुसऱ्या जागी हलवता येणाऱ्या प्रिंटिंग प्रेसचा वारसदार असल्याचे सांगितले. त्यांनी असा प्रश्न विचारला की, जगातील सगळ्यांच गोष्टी डिजिटल होत असताना पुस्तके सर्वांत मागे का राहावीत? पुस्तक ही अशी गोष्ट आहे जी पूर्णपणे उत्क्रांत/विकसित झालेली आहे, तिचा जो हेतू आहे तो ती सर्वार्थाने पूर्ण करीत आहे- मग अशा या पुस्तक नावाच्या गोष्टीत आणखी सुधारणा करणे शक्य आहे का? आणि शक्य असेल तर ती कशी करता येईल?

तीन वर्षे विकासाच्या वाकड्यातिकड्या वाटा तुडवून त्या दिवशी ३९९ डॉलर्स किमतीत जगासमोर आलेल्या किंडलच्या पहिल्या आवृत्तीत निर्मात्यांना अनेक तडजोडी करायला लागल्या होत्या आणि त्याच्या सुरक्षित वाटचालीविषयी त्यांच्या मनात अनेक चिंताही होत्या. सुरुवातीला असे ठरले होते की, त्याचा आकार असा असला पाहिजे की तो वाचकाच्या एका हातात व्यवस्थित मावला पाहिजे, बाहेरून दिसलाही नाही पाहिजे. पण प्रत्यक्षात त्याचा आकार जाडीला वरून खाली कमी कमी होत जाणाऱ्या पाचरीसारखा झाला होता, बटणेही जरा कोनात होती आणि त्यांची बरीच सरमिसळ झालेली होती, हा एक साहसी डिझाइन देण्याचा प्रयत्न होता. बेझोस यांना त्यात टायपिंग आणि पुस्तकवाचन एवढेच फक्त अतिशय व्यवस्थित, वाचकाला सोईस्कर असे व्हायला हवे होते. परंतु 'आय लॅब १२६' टीममध्ये बरेच इंजिनिअर्स 'पाम' कंपनीतून आलेले होते आणि त्यांनी 'पाम पायलट'मध्ये अनेक साधने समाविष्ट केलेली पाहिलेली होती, म्हणूनच त्यांनीही आयत्या वेळी किंडलमध्ये वेब ब्राउझर, एमपी३ प्लेयर

यांसारख्या काही साधनांची भर घातली होती. पण त्यांचा 'एक्सपेरिमेंटल' – प्रायोगिक – असा एक निराळा विभाग केला होता.

आज मागे वळून पाहताना असे म्हणावेसे वाटते की, किंडलच्या पहिल्याच आवृत्तीने बेझोस यांनी उद्घाटनप्रसंगी विचारलेल्या प्रश्नाचे अत्यंत सुखावह असे उत्तर दिले होते. ''कागदाच्या पृष्ठांवर छापलेल्या शब्दांतल्या 'स्थूल स्वरूपातील पुस्तक' या 'पूर्वजा'पेक्षा त्याचे 'किंडल' हे डिजिटल तरुण रूप स्वरूप कितीतरी वरचढ होते. त्याचे वजन केवळ १० औंस होते आणि त्यात एका वेळी २०० पुस्तके साठवण्याची सोय होती. मजकुरासाठी वापरलेली ई-इंक डोळ्यांना त्रास न देणारी होती, त्यात उमटणारी अक्षरे सहजपणे वाचता येत होती. त्याबरोबर विनामूल्य दिलेल्या '३ जी' सेल्युलर नेटवर्कला ॲमेझॉनने 'व्हिस्परनेट' असे नाव दिले होते. त्याच्या साहाय्याने वाचकांना एका क्षणात पुस्तके डाउनलोड करता येत होती. किंडलच्या या पहिल्या आवृत्तीबद्दल उद्घाटनानंतर काही काळातच किंडलच्या टीमचे सदस्य झालेले, ॲमेझॉनमधील एक 'जेफ बॉट' रस ग्रॅन्डिनेटी म्हणतात, ''किंडलच्या जातीतील इतर साधने अपयशी ठरत असताना किंडल इतके यशस्वी झाले याचे कारण, माझ्या मते हे होते की आम्ही त्याच्या बाह्य रूपाकडे लक्ष न देता, ते दिसायला आकर्षक करण्यावर जास्त श्रम न घेता वाचकांना ते वापरायला अगदी सोपे कसे होईल, त्याच्यावर वाचन करणे सर्वांत सोयीचे कसे होईल यासाठी जीवतोड श्रम घेतले होते, वाचकांना जे हवे होते ते त्यांना देण्याचा प्रयत्न केला होता.''

विकासकाळात कमालीची गुप्तता पाळलेल्या किंडलच्या अचानक आगमनाने स्पर्धक अवाक झाले आणि त्याने संपादन केलेल्या असाधारण यशाने त्यांचे धाबेच दणाणले. 'डब्ल्यू' हॉटेलमधील समारंभाच्या काही आठवडे आधी किंडलच्या उद्घाटनाविषयी मी न्यू यॉर्क टाइम्समध्ये एक लेख लिहिला होता आणिबार्न्स ॲन्ड नोबलचे सीईओ स्टीफन रिजिओ यांच्याशी बोललो होतो. रॉकेट बुकसाठी ई-बुक्स प्रकाशित करण्याच्या कटू अनुभवाची रिजिओ आणि त्यांचे बंधू यांची जखम अजून ओली होती. वाचकांनी ई-बुक्स ही संकल्पना पूर्णपणे नाकारलेली आहे असेच त्यांचे मत होते. ते मला म्हणाले, ''छापील पानांच्या पुस्तक वाचनाची सर डिजिटल स्वरूपातील वाचनाला कधीच येणार नाही. पुस्तके एकत्र करायची, ती आपल्या घरात काचेच्या कपाटात ठेवलेली पाहायची, वाटले की काढून

वाचायची हा लोकांचा प्रेमाचा विषय आहे. त्यांच्या मनात ग्रंथ, पुस्तके यांना जे मोलाचे स्थान आहे ते इतर कशालाच प्राप्त होऊ शकणार नाही.''

'किंडल येणार' हे रिजिओ यांच्या कानांवरही आले होते; पण त्या बाबतीतल्या ॲमेझॉनच्या आशावादावियी त्यांना शंका वाटत होती. ''त्या क्षेत्रात पुनर्प्रवेशाची शक्यता निश्चितच आहे, पण आत्तातरी ते क्षेत्र फारच मर्यादित आहे आणि पुढची काही वर्षे तरी ते तसेच राहील असे मला वाटते. ते वाढेल तेव्हा आम्ही तेथे नक्की असू,'' असेही ते म्हणाले.

बार्न्स ॲन्ड नोबलचे ते धोरण, ती खेळी फार चुकीची होती. ॲमेझॉनने ई-बुक्सच्या क्षेत्रात निर्माण केलेले आव्हान स्वीकारून त्या उंचीवर पोहोचताना त्यांच्या नाकी नऊ आले. ॲमेझॉनने जशी किंडलसाठी 'आय लॅब १२६' ही स्वतंत्र टीम तयार केली, तिला निराळे ऑफिस थाटून दिले तसेच बार्न्स ॲन्ड नोबललाही करावे लागले. त्यांनी उत्तर कॅलिफोर्नियात ऑफिस सुरू केले. रॉबर्ट ब्रूनर नावाच्या तंत्रज्ञाला कंपनीत आणले. ब्रूनर आधी ॲपलमध्ये डायरेक्टर इंडस्ट्रियल डिझायनर या पदावर होते. नंतर ते 'पेंटाग्राम' या कंपनीचे भागीदार झाले. पुढे तीही कंपनी सोडून त्यांनी 'ॲम्युनिशन डिझाइन ग्रूप' सुरू केला. ब्रूनर आणि त्यांचे सहकारी यांनी किंडलच्या डिझाइनमध्ये की बोर्डचा समावेश न करण्यावरून बेझोस यांच्याशी वाद घातला होता. त्यामुळे बार्न्स ॲन्ड नोबलच्या 'नूक' असे नाव दिलेल्या ई-रीडरमध्ये ब्रूनर यांनी बटणे असलेला की बोर्ड बाजूला सारून स्पर्शाने क्रियाशील होणारे कंट्रोल पॅड वापरले हे अगदी साहजिकच होते.बार्न्स ॲन्ड नोबलनेही नूकच्या जाहिरातीत 'पुस्तकांना बटणे नसतात!' असे वाक्य घालून त्या बदलाचा अनुकूल असा उपयोग करून घेतला.

किंडलला काही एका रात्रीत प्रचंड यश मिळाले नाही. पण ॲमेझॉनच्या साइटवरील सततच्या, डोळ्यांत भरणाऱ्या जाहिरातींचा परिणाम चांगलाच झाला आणि किंडलचा साठा लवकरच संपणार हे नक्की झाले. किंडलचे उत्पादन किती करायचे हे ठरवण्यासाठी स्टीव्ह केसल यांनी त्याआधीच्या आयपॉडसारख्या इलेक्ट्रॉनिक्स उपकरणांच्या विक्रीच्या वेगाचा, संख्येचा अभ्यास करून २५,००० किंडल्सचे उत्पादन करावयास सांगितले होते. उद्‌घाटनाच्या वेळी विक्रीस ठेवलेले किंडल्स काही तासांतच खपले. त्यानंतरच्या उत्पादनाला इतका दीर्घ काळ लागला होता की, तैवानमधील एका पुरवठादाराने त्यातील वायरलेस व्यवस्थेतील एका महत्त्वाच्या पार्टचा

पुरवठाच थांबवून टाकला होता. मग त्याला पर्याय शोधण्यात काही महिने गेले. पुढील उत्पादन विक्रीसाठी उपलब्ध व्हायला पुढला हिवाळा यावा लागला. साठा पुरेसा झाला तेव्हा बेझोस यांनी ओपरा विनफ्री यांच्या अफाट लोकप्रियता मिळवलेल्या टीव्ही शोमध्ये हजेरी लावली. त्या शोनंतर किंडलचा साठा हां हां म्हणता संपला. बेझोस म्हणाले, ''आम्ही किंडलच्या उत्पादनाची क्षमता ठरवली तेव्हा आपण विक्रीच्या बाबतीत अवाजवी आशा बाळगत नाही ना अशी शंका आम्हांला येत होती, पण आमचे ते नियोजनही चुकीचे ठरले!''

मागणी जास्त आणि उत्पादन कमी अशी स्थिती निर्माण झाली. साहजिकच त्यावरून कंपनीत वादविवाद सुरू झाले. साठा नसतानाही ॲमेझॉनच्या होम पेजवर होणारी त्याची जोरदार जाहिरात जराही थांबवायची नाही. ग्राहक, वाचक यांना त्याबद्दलची माहिती, वापरण्याची सोपी पद्धत याबद्दल माहिती पुरवत राहायचे असा बेझोस यांनी हट्ट धरला. त्या वेळी उत्तर अमेरिकेतील विक्रीविभागाचे प्रमुख असलेले जेफ विल्के यांचे असे मत होते की, ज्याचा पुरवठा करता येत नाही त्याची अशी जाहिरात करणे बरोबर नाही, तो बेजबाबदारपणा आहे. ॲमेझॉनच्या होम पेजवरची मौल्यवान जागा वाया घालवणे आहे. काही काळ विरोधी मते ई-मेल्समधून व्यक्त होत राहिली; पण मग एक दिवस बेझोस यांच्या ऑफिसमध्ये भडका उडाला. त्या प्रसंगाविषयी जेफ विल्के सांगतात, ''आम्ही दोघेही आमच्या आमच्या मतांवर ठाम होतो आणि पाचच मिनिटांत आम्ही हट्टाने पेटून उठलो.'' परंतु ते हेही मान्य करतात की त्यांनाही बेझोस यांचे म्हणणे नंतर पटले. ''पुढे किंडलच्या विक्रीचा ओघ राखायला, वाढवायला हा अल्प काळाचा 'बेजबाबदारपणा' क्षम्य आहे,'' असे त्यांनाही वाटू लागले. दोघांमधल्या वादात बेझोस जिंकले; पण विल्के यांनी त्यांना निदान साइटवर 'सध्या किंडलचा साठा नाही' हे प्रामाणिकपणे जाहीर करायला लावले.

'इनोव्हेटर्स डायलेमा' या त्यांच्या पुस्तकात क्लेटॉन ख्रिस्टन्सन यांनी म्हटले आहे की तंत्रज्ञानातील नवे शोध, नवी साहसे ती करणाऱ्या कंपनीला – आणि संबंधित उद्योगक्षेत्रालाही – सुरुवातीला खूपच क्लेशकारक काळातून जायला लावतात. ॲमेझॉनच्या साहसाने सर्वांत जास्त त्रासातून जायला लागले ते पुस्तक प्रकाशकांना. दोन वर्षे सतत ॲमेझॉन प्रकाशकांना 'डिजिटल व्हा' असे विनवीतही होती आणि धमकावीतही होती. परंतु

प्रकाशकांशी होणाऱ्या भेटीत, चर्चांमध्ये कंपनीने एक रहस्य चुकूनही उघड करून सांगितले नाही, जे बेझोस यांनी डब्ल्यू या हॉटेलातील किंडलच्या उद्‌घाटन समारंभाच्या वेळी केलेल्या चाळीस मिनिटांच्या भाषणात सतराव्या मिनिटाला फोडले : ''न्यू यॉर्क टाइम्स जी पुस्तके 'बेस्ट सेलर्स'म्हणून जाहीर करते ती लोकप्रिय पुस्तके आणि जी नवी प्रकाशने बाजारात येतील ती सुद्धा किंडलवर वाचकांना फक्त नऊ डॉलर्स आणि नव्व्याण्णव सेंट्स देऊन वाचायला मिळणार आहेत.''

त्या समारंभाला उपस्थित असलेले प्रकाशक, त्यांचे प्रतिनिधी, अधिकारी बेझोस यांच्या त्या रहस्यभेदाने पार गोंधळून गेले. ही धक्कादायक किंमत केवळ नव्या ई-रीडरच्या आगमनानिमित्तची खास सूट आहे का? ती फक्त बेस्ट सेलर्सपुरतीच आहे का? असे अनेक प्रश्न त्यांना पडले. समारंभानंतर ॲमेझॉनचे अधिकारीही - त्यांनाही माहीत नव्हते म्हणून की बोलायची परवानगी नव्हती म्हणून - नक्की काय आहे ते सांगू शकले नाहीत. पण लवकरच त्यांना कटू सत्य अधिकृतपणे समजले की ती किंमत तात्पुरती, प्रसंगोपात नव्हती, ॲमेझॉन एक नवे साहस करीत होती. त्या समारंभानंतर बेझोस स्वत: आणि ॲमेझॉनचे प्रतिनिधी 'द चार्ली रोझ शो' या टीव्हीवरील लोकप्रिय कार्यक्रमासारख्या अनेक प्रसिद्ध माध्यमांतून सर्व बेस्ट सेलर्स आणि नवी प्रकाशने यांच्या डिजिटल आवृत्तीच्या ९.९९ डॉलर्स या आकर्षक किमतीचे ढोल बडवीत राहिले. 'पुस्तकाच्या व्यवसायातील क्रांतिकारक बदल' असा डिंगोरा पिटत राहिले. 'द चार्ली रोझ शो'मध्ये कागदविरहित ई-बुक्सविषयी बेझोस म्हणाले, ''असे काही कुठे लिहून ठेवलेले नाही की पुस्तके कायमच झाडांच्या खोडांच्या सालींवर लिहिली जातील!''

अशा रीतीने जेव्हा हे अशुभ वर्तमानच आपले भयंकर भविष्य आहे हे सत्य जेव्हा प्रकाशकांना गळी उतरवून घ्यावे लागले तेव्हा ''आपण फसवलो गेलो आहोत,'' असे म्हणत डोके आपटून घेण्याखेरीज त्यांना पर्यायच उरला नाही. एक चिडलेले प्रकाशक म्हणाले, ''तो भीषण घाव लपवून ठेवून ते आम्हांला महिनोन्‌महिने थापा मारीत, त्यांच्या अखंड मागण्यांनी आम्हांला धोपटीत राहिले. आता आम्ही असे नाही म्हणू शकत की ते चुकीचे करत होते. पण ज्या पद्धतीने करत होते ती निश्चितच चुकीची होती. आम्ही दीर्घ काळ जवळजवळ रोज बोलत होतो, मारामाऱ्या करीत

होतो; पण शेवटचा किमतीचा तो घाव वर्मी बसणार होता याची आम्हांला जराही कल्पना नव्हती!''

प्रकाशन-क्षेत्रातील सहा बड्या प्रकाशन संस्थांपैकी एकीचे प्रतिनिधी म्हणाले, ''खरेच आता असे वाटते की आम्ही विनाचौकशी, विनाअट आमच्या पुस्तकांच्या डिजिटल फाइल्स द्यायला कबूल होण्यात फारच भोळेपणा दाखवला. आता वेळ निघून गेली आहे, पण जर मला इतिहास पुन्हा लिहायची संधी मिळालीच तर मी ॲमेझॉनबरोबरच्या चर्चेत असे म्हणेन की, फार आभारी आहे या संधीबद्दल, किंडल ही कल्पना खरोखरच आवडली मला, पण एक गोष्ट तुम्ही आम्हांला लिहून द्या की तुम्ही पुस्तकांच्या किमती कमी करणार नाही. होडीच्या सुकाणूला टेकून मला झोप लागल्यारखी मी त्यांना होडी हवी तिकडे वळवू दिली ही माझी चूकच झाली!''

'जोरदार खपाची पुस्तके कमी किमतीत' या नव्या घोषणेने सगळेच बदलून गेले. विक्रीचे पारडे डिजिटलच्या दिशेने झुकू लागले. त्यामुळे स्वतंत्र पुस्तकविक्रेते दबावाखाली येऊ लागले, दुकानदार चिंतित झाले. ॲमेझॉनचे सामर्थ्य वाढू लागले. अशी संधी मिळाली की ॲमेझॉन त्याचा फायदा उठवून काय काय करते हे प्रकाशक अनेक वर्षे पाहत होतेच. पुरवठादारांकडून वस्तूंच्या किमतींत अधिकाधिक सूट मिळवायची, ग्राहकांना त्या आणखी कमी किमतीत विकायच्या, शिवाय वस्तू पाठवण्याच्या खर्चात सवलती द्यायच्या, परिणामी खप आणखी वाढवायचा, खप वाढला की पुरवठादारांकडची मागणी वाढवायची आणि किंमत आणखी कमी करायला लावायची- हे चक्र सतत सुरू ठेवायचे. कोणतीही नवी भर पडली की ती या चक्रामध्ये बसायला काही काळ लागायचा. पण किंडलच्या बाबतीत परिणाम फारच लवकर दिसून आला, किंडलची नवी सुधारित आवृत्ती 'किंडल२' २००९ सालाच्या प्रारंभीच वाचकांच्या हाती पडली, 'चित्ता आला आणि हरणे घाबरली, लपली, पळून गेली, काही जखमीही झाली'. नव्या किंडलच्या विक्रमी विक्रीने, त्यामुळे दुखावलेल्यांपैकी काहींनी खेळलेल्या नाट्यमय कायदेशीर कारवायांनी पुस्तकउद्योग पायापासून हलवला.

'स्टॉक मार्केटने कित्येक वेळा फार मोठ्या अडचणीत आणलेली, अगदी झोडपून काढलेली एक डॉटकॉम कंपनी' अशी ॲमेझॉनची ओळख होती, ती बदलली. ती ग्राहकांना देऊ करीत असलेल्या विविध आणि नवनव्या वस्तू, उपकरणे, विक्री करीत असताना ग्राहकाभिमुख तत्त्वांचे ती

करीत असलेले कसोशीचे पालन- या गोष्टींचा समाजावरच नव्हे तर राष्ट्रीय आर्थिक स्थितीवर आणि अत्याधुनिक कल्पना, योजना, उत्पादने जगासमोर येण्यावरही फार मोठा परिणाम होत होता. तिची गणना आता बड्या, बलाढ्य कंपन्यांमध्ये होऊ लागल्याने तिच्या प्रत्येक गोष्टीवर- तिच्या व्यवस्थापनावर, कार्यपद्धतीवर, तिच्या धोरणांवर, पुरवठादार, कंपनीतील काम करणारे कर्मचारी, अधिकारी, तिचे ग्राहक, शासकीय यंत्रणा या प्रत्येकाशी ती कशी वागते, कसे संबंध ठेवते यावर- लोक डोळ्यांत तेल घालून लक्ष ठेवू लागले, त्यावर बरीवाईट मते व्यक्त होऊ लागली, त्यांची छाननी होऊ लागली. 'किंडल'ने- ते विकसित करणाऱ्यांच्या सांकेतिक भाषेतील 'फियोना'ने- ॲमेझॉनला या नव्या पातळीवर आणून ठेवले, कंपनीला कल्पक, सदैव नव्याची प्रवर्तक ही बिरुदे जशी मिळवून दिली तशी विघातक, हिशेबी, आपमतलबी, स्वार्थी, निष्ठुर अशी दूषणेही मिळवून दिली. ॲमेझॉनच्या अशा सर्वच गोष्टी या तिचे सर्वेसर्वा जेफ बेझोस यांच्या अगाध बुद्धीच्या, अफाट महत्त्वाकांक्षांच्या, कमालीच्या स्पर्धक आणि विजिगीषू वृत्तीच्याच द्योतक होत्या आणि त्याच त्या काळात संपूर्ण उद्योगक्षेत्राचा प्राधिलेख बनल्या होत्या!

भाग ३

परमार्थी की स्वार्थी?

१

उत्तुंग भरारी

अॅरिझोनातील फिनिक्स या सर्वांत मोठ्या शहराच्या पूर्वेकडच्या भागातील ॲमेझॉनचे 'फिनिक्स ३' असे नाव दिलेले पूर्तीकेंद्र माणसाच्या पाचही ज्ञानेंद्रियांवर एक जबरदस्त आघात करते. 'इच्छापूर्ती भांडार या ॲमेझॉनच्या ध्येयाचे तेथे साक्षात दर्शन होते. ॲमेझॉनचा कोणताही ग्राहक ज्याची कल्पनाही करू शकणार नाही असे ते दृश्य आहे : सहा लाख पाच हजार चौरस फुटांचा अफाट विस्तार असलेले, अमर्याद निवडीची संधी आणि पराकोटीची कार्यक्षमता या दोन गुणांचे दर्शन घडवणारे जणू एक 'मंदिर'च. आतील शेल्व्हजमध्ये अमर्याद वस्तू अतिशय व्यवस्थितपणे ठेवलेल्या आहेत; पण त्याला काही विशिष्ट क्रम वा संगती नाही. स्टार वॉर्समधील लढवय्या बाहुल्यांच्या शेजारी स्लीपिंग बॅग्ज ठेवलेल्या आहेत आणि एक्सबॉक्स व्हिडिओ गेम्सच्या शेजारी बेगल चिप्स. एका भागात वर व्हिडिओ कॅमेरे लावलेले आहेत, कारण तेथे किमती, मौल्यवान आणि नाजूक गोष्टी ठेवलेल्या आहेत. तेथे रोसेटा स्टोन या सॉफ्टवेअर कंपनीच्या स्पॅनिश भाषा शिकवणाऱ्या सीडीज आहेत, त्यांच्या शेजारी ॲपलचे आयपॉड नॅनो आहेत; पण दोन्हींच्या मधून एक इंपल्स जॅक रॅबिट सेक्स टॉय डोकावताना दिसते. अशा अगदी निराळ्या, एकमेकांशी विसंगत गोष्टी जवळजवळ ठेवण्यात गबाळेपणा किंवा बेशिस्त नाही, बरे का! त्यामागे ॲमेझॉनचे तर्कशास्त्र आहे. ते असे की अशा मांडणीमुळे कर्मचारी दोन एकाच प्रकारच्या वस्तूतली नेमकी चुकीची वस्तू निवडण्याची शक्यता कमी होते. ती माडंणी पाहिल्यावर तसे होणे अशक्यच वाटते.

केंद्रातील प्रत्येक वस्तू, प्रत्येक शेल्फ, वस्तू वाहून नेण्याची प्रत्येक रोलर कार्ट, इतकेच नव्हे तर फोर्क लिफ्ट आणि कर्मचाऱ्यांच्या पोशाखावरील बॅजसुद्धा- या सर्वांना एक बारकोड दिलेला आहे. कॉम्प्युटरमधील एक अदृश्य व्यवस्था कर्मचाऱ्यांच्या हालचालींचा सर्व दृष्टीने सगळ्यांत उत्तम, कार्यक्षम मार्ग ठरवून देते.

केंद्रामधील शेल्व्हज्च्या सर्व रांगांमध्ये सतत हालचाल, कामाची लगबग, कर्मचाऱ्यांचा राबता सुरू असतो; पण तरीही सारे कसे शांत शांत असते. ना गडबड ना गोंधळ, ना आरडाओरडा. आवाज येत असतो, सतत कानांवर पडत असतो, पण तो छपरावर बसवलेल्या एकशेदोन एअरकंडिशनर्सच्या घोंघावण्याचा आणि इकडून तिकडे येत-जात असलेल्या इलेक्ट्रिक कार्ट्स बीप बीप करीत असतात त्याचा. पण या निर्जीव आवाजात एका कर्मचाऱ्याचा आवाज मात्र ऐकू येत असतो. टेरी जोन्स नावाचा हा कर्मचारी वस्तूंनी भरलेली किंवा वस्तू भरायला नेत असलेली रिकामी कार्ट ढकलत नेताना ''कार्ट आली रे, कार्ट आली, बाजूला व्हा, वाट द्या रे तिला...'' असे लयबद्ध आवाजात गात असतो.

तो म्हणतो, ''मी कंपनीचे सर्व कायदे, सुरक्षेचे नियम पाळतो आणि तरीही आयुष्य सुरेल, आनंदी करतो, जगण्यात मजा आणतो.'' २००७ साली हे टेरीचेच गाणे जगभरातील विक्रीक्षेत्रात गायले जात होते : ''ॲमेझॉन आली रे, ॲमेझॉन आली, बाजूला व्हा, वाट द्या रे तिला...''

ॲमेझॉनची ही आगेकूच तिच्या आर्थिक अहवालातील आकडे स्टॉक मार्केटच्या विश्लेषकांच्या लक्षात आणून देऊ लागले ते २००७ सालच्या सुरुवातीपासून. ॲमेझॉनची विक्री वेगाने वाढत होती, ॲमेझॉनच्या साइटचा वापर करून विक्री करणाऱ्या स्वतंत्र विक्रेत्यांच्या विक्रीची लाटही तशीच जोराने झेपावत होती. त्याचा विपरीत परिणाम 'ई बे'सारख्या स्पर्धकांच्या विक्रीवर होऊ लागला होता. उत्सुकता वाढवणारी गोष्ट ही होती की वस्तूंची विक्री वाढत होती तसा त्यांचा साठाही वाढत होता, हेही अहवालातील आकडे सांगत होते. फिनिक्स ३ सारख्या मोठमोठ्या पूर्तीकेंद्रांत कंपनी वस्तूंचा प्रचंड साठा ठेवीत होती. कारण ग्राहक वाढणार, ते भरपूर खरेदी करायला सुरुवात करणार याविषयी कंपनीला जबरदस्त आत्मविश्वास होता.

ॲमेझॉनच्या या 'ऊर्ध्वगमना'ची चाहूल सर्वांत प्रथम लागली ती स्टिफेल निकोलस या आर्थिक गुंतवणुकीचे व्यवहार सांभाळणाऱ्या

बँकेतील स्कॉट डेव्हिट नावाच्या विश्लेषकाला. २००७ सालच्या जानेवारी महिन्यातच त्यांनी ॲमेझॉनच्या शेअर्सवरील 'होल्ड'चा टॅग काढून टाकून 'बाय'चा टॅग लावून टाकला. खरे तर त्यांनी ज्या दिवशी हा बदल जाहीर केला त्याच दिवशी मेरील लिंचच्या सल्लागारांनी झापडे दूर न करता, नेहमीप्रमाणे ॲमेझॉनचा फायदा असमाधानकारक, निराशाजनक असून तो वाढण्याची सुतराम शक्यता नसल्याचा इशारा देऊन टाकला होता. स्कॉट डेव्हिड त्या दिवसाबद्दल सांगतात, "त्या दिवशी आमच्या ऑफिसमधले सगळे मी दिलेला सल्ला वाचून हसले, सगळ्यांनी माझी चेष्टा केली. माझ्या गुंतवणुकीविषयीच्या सल्ल्यातील प्रत्येक मुद्द्याची चिरफाड केली. त्यांच्या दृष्टीने ॲमेझॉन तोट्यात चाललेली एक 'घोटाळा कंपनी'च होती."

ॲमेझॉनमध्ये मात्र गेली सात वर्षे सोसलेल्या हालांची, त्रासांची भरपाई होऊ लागल्याची, चांगली फळे मिळू लागल्याची भावना होती. कंपनीने सुरुवात केलेली 'प्राइम' ही 'दोन दिवसांत वस्तू ग्राहकाच्या हातात पडण्याची' योजना चमत्कार घडवीत होती. कंपनीला आलेले जडत्व दूर करून खरेदी-विक्रीच्या चक्राला गती आणीत होती. कंपनीतील अंतर्गत अर्थव्यवहारांशी संबंधित असलेल्या एका अधिकाऱ्याच्या निरीक्षणानुसार 'प्राइम' योजनेचे सदस्य झालेल्या ग्राहकांची खरेदी सरासरी दुपटीने वाढली होती. त्या वेळी ही गोष्ट नेहमी घडणारी होती की, 'कॉस्टको'सारख्या भांडारात एक बिअरची केस विकत आणायला म्हणून गेलेला ग्राहक बाहेर येताना बिअरच्या केसबरोबरच डीव्हीडीजचा एक गठ्ठा, नऊ पौंड स्मोक्ड हॅम आणि शिवाय फ्लॅट स्क्रीन टीव्हीसुद्धा- एवढे सगळे घेऊन बाहेर यायचा. ॲमेझॉनच्या प्राइम योजनेच्या ग्राहकांचे तसेच होऊ लागले होते! एक वस्तू खरेदी करायला साइट उघडली की तो ग्राहकही 'कॉस्टको'त गेलेल्या ग्राहकासारखा दहा गोष्टी निवडूनच थांबायचा.

...आणि त्या दहा गोष्टी निरनिराळ्या प्रकारांतल्या असायच्या, त्यामुळे सगळ्यांच विक्रेत्यांना हे पटू लागले होते की ॲमेझॉनच्या 'प्राइम' योजने अंतर्गत ग्राहकांनी मागणी नोंदवल्यापासून केवळ दोन दिवसांत जर ती त्यांच्या हातात पडायची असेल तर ॲमेझॉनने त्यांच्या वस्तूंचा भरपूर साठा करून ठेवणे गरजेचेच आहे आणि त्यामुळे त्यांच्या वस्तूंचा ॲमेझॉन करीत असलेला साठा त्यांना उगीचच केलेला, अनावश्यक वाटायचा नाही.

ग्राहकांच्या वाढत्या प्रतिसादामुळे आता ॲमेझॉन हे असे वस्तूंचा प्रचंड साठा ठेवण्याच्या खर्चांसारखे खर्च, कंपनीचा निव्वळ फायदा तसाच ठेवूनही करू शकत होती. विश्लेषक कंपनीचे 'ऑपरेटिंग लीव्हरेज' वाढलेले आहे असे म्हणू लागले होते. तोवर 'सूक्ष्मदर्शकातून पाहायला लागणारा' नफा हळूहळू सामान्यांच्या आणि दूरदृष्टीच्या गुंतवणूकदारांच्या नजरेतही भरू लागला होता. (हे चित्र फार काळ तसेच टिकले नाही, कारण काही वर्षांतच बेझोस यांनी स्ट्रीमिंग व्हिडिओ, टॅब्लेट्स यांसारख्या नव्या क्षेत्रात प्रवेश केल्याने पुन्हा निव्वळ नफा कमी होऊ लागलाच.)

काही थोड्यांच्या नजरेत आलेला हा बदल जगजाहीर झाला तो ॲमेझॉनचा त्या वर्षातील पहिल्या तिमाहीचा अहवाल २४ एप्रिल, २००७ या दिवशी प्रसिद्ध झाला त्यानंतर. त्या तिमाहीत ॲमेझॉनच्या इतिहासात पहिल्यांदाच विक्रीने ३०० कोटींचा पल्ला गाठला होता. ही ३२ टक्क्यांची उडी होती. तोवर नफावाढीची टक्केवारी कधीच २० टक्क्यांच्या वर गेलेली नव्हती आणि उरलेल्या ई-कॉमर्स क्षेत्रात तर ती वाढ सरासरी १२ टक्के होती. यामधून हेच सिद्ध होत होते की, ॲमेझॉन अन्य ऑनलाइन विक्रेत्यांचे ग्राहक तिच्या बाजूला ओढत तर होतीच; पण दुकानांच्या साखळ्या असलेल्या बड्या कंपन्यांच्या दुकानांमध्ये जाऊन वर्षानुवर्षे खरेदी करणारे 'सनातनी' ग्राहकही तिच्याकडे आकर्षित होत होते. २००७ या वर्षात 'प्राइम'ने घडवलेल्या जादूचा परिणाम जसजसा गुंतवणूकदारांच्या नजरेत भरत चालला होता तसतसा ॲमेझॉनच्या शेअरचा भाव वर-वर चालला होता, तो २४० टक्क्यांनी वाढला! तो खाली कोसळला तो त्यानंतरच्या आर्थिक संकटकाळात, जागतिक मंदीच्या काळात.

ॲमेझॉनने जडत्वावर मात करून वेग वाढवला तेव्हा तिची स्पर्धक ई बे ही ऑनलाइन विक्री करणारी कंपनी उद्ध्वस्त होत होती. तिच्या 'ऑनलाइन लिलावा'चे आकर्षण लोप पावले होते. लोकांना सोयीची खरेदी हवी होती, मागवलेले निश्चित आणि लवकर हाती पडणार याची खात्री हवी होती. लिलावात त्यांनी लावलेली बोली सर्वांत कमी ठरली की नाही हे कळून त्यांना हवा असलेला कोब्रा गोल्फ क्लब्जचा सेट हातात पडायला सात दिवस लागलेले ग्राहकांना चालेनासे झाले होते.

तिच्या लिलावाच्या योजनेची लोकप्रियता ओसरली- एवढ्यावर 'ई बे'पुढील समस्या थांबल्या नाहीत. 'ई बे' आणि ॲमेझॉन यांनी विरुद्ध मार्ग

पत्करले होते. ॲमेझॉनने 'ई बे'सारखी स्वतंत्र विक्रेत्यांना त्यांच्याकडच्या वस्तूंची विक्री करण्याची परवानगी देणारी 'ॲमेझॉन मार्केट प्लेस' ही योजना सुरू केली होती. पण त्यांची जाहिरात ॲमेझॉनच्या त्याच प्रकारच्या वस्तूंच्या यादीच्याच 'पेज'वर असायची. त्यामुळे कधीकधी ॲमेझॉनची स्वतःची विक्री कमी व्हायची आणि तोटा वाढायचा; पण तो तोटा ॲमेझॉन सोसत होती. स्वतंत्र विक्रेत्यांना त्यांच्या वस्तूंचा लिलाव करण्यासाठी साइटवर जागा देऊनच ऑनलाइन विक्रीक्षेत्रात प्रवेश करणाऱ्या 'ई बे'च्या हळूहळू हे लक्षात येऊ लागले की, लोकांना किमतीची स्पर्धा नको होती, ॲमेझॉनसारखी वस्तूंची निश्चित किंमतच हवी होती. पण ती कडू गोळी एकदम 'ई बे'च्या पचनी पडली नाही. तिने स्वतंत्र विक्रेत्यांच्या वस्तूंची निश्चित किमतीत विक्री करणारी 'ई बे एक्सप्रेस' नावाची निराळीच साइट सुरू केली. ती सुरू करायलाही ई बेने दोन वर्षे घेतली; परंतु २००६ साली सुरू झालेल्या त्या साइटवर 'रहदारी' इतकी कमी होती की ती साइट ई बेला लवकरच बंद करावी लागली. तेव्हा मग ई बेने वस्तूंचा लिलाव ज्या पेजवर होत असे त्याच पेजवर निश्चित किमतीच्या वस्तूंनाही जागा द्यायला सुरुवात केली, 'ई बे डॉट कॉम'वरच ते पेज दिसायची सोय केली.

त्याच काळात ॲमेझॉनने डिजिटल क्षेत्रात फार मोठी गुंतवणूक केली. त्या क्षेत्रात 'किंडल'सारखे उपक्रम राबवले. पूर्तीकेंद्रांची संख्याही वाढवली आणि त्यांची कार्यक्षमता वाढवण्यावरही तिने लक्ष केंद्रित केले. ई बेने काही उत्तम वाढ होणाऱ्या उद्योगांचा शोध घेतला आणि २००५ साली 'स्काइप' ही फोनसेवा देणारी, २००७ साली 'स्टबहब' ही ऑनलाइन तिकिटे काढून देण्याची सेवा पुरवणारी कंपनी आणि इतरही अनेक विनामूल्य, छोट्या छोट्या जाहिराती देणाऱ्या वेबसाइट्स ताब्यात घेतल्या. पण त्या गर्दीत ई बेने तिची मूळ साइट मात्र दुर्लक्षित होऊ दिली. हळूहळू लोकांना ॲमेझॉनवरील खरेदी आवडू लागली, अनुभव सुखद वाटू लागला आणि ई बेवरील वस्तू शोधण्यासाठी करावे लागणारे प्रयत्न, घ्यावी लागणारी मेहनत, विकत घेतलेली वस्तू त्यांच्यापर्यंत पोहोचण्यासाठी द्यावी लागणारी अवाच्या सव्वा किंमत या सर्वांमुळे लोक वैतागू लागले, नाराज होऊ लागले. अनेक प्रकारच्या अशा ज्या गोंधळांना, ग्राहकांच्या असंतोषाला, असमाधानाला ॲमेझॉनने पद्धतशीर प्रयत्नांनी काबूत आणले त्याच, तशाच गोंधळांनी ई बेला कब्जात घेतले.

२००८ साली ई बेच्या नेतृत्वात बदल झाला. मेग व्हिटमन यांनी कंपनीची धुरा एके काळचे डार्टमाउथ कॉलेजचे उंचपुरे असे, ऐटबाज बास्केटबॉल खेळाडू, बेन ॲन्ड कंपनीचे माजी सल्लागार जॉन डॉनाहो यांच्या खांद्यावर दिली. नव्या पदाचा स्वीकार केल्यानंतर डोनाहो जेव्हा पहिल्यांदा सिॲटलला गेले तेव्हा ते आवर्जून ॲमेझॉनच्या मुख्य ऑफिसमध्ये जाऊन बेझोस यांना भेटले. ती एक सदिच्छा भेट होती. भेटीदरम्यान नवनव्या कल्पना, योजना, कामगारभरती, चांगल्या लोकांची वानवा या व्यावसायिक गोष्टींबरोबरच रोजचा व्यायाम, त्यासाठीचा वेळ, ताणावरील उपाय अशा वैयक्तिक गोष्टींवरही चर्चा झाली. त्या काळात बेझोस नियमित व्यायाम करीत होते आणि नियंत्रित प्रथिनयुक्त आहार घेत होते.

डोनाहो यांनी त्या भेटीत 'ई कॉमर्स' – इंटरनेटच्या माध्यमातून विक्री – या क्षेत्राच्या संस्थापकाविषयी त्यांना वाटणारा आदर असा व्यक्त केला. ''आपल्या अजोड अशा कार्याविषयी मला फार आदर आहे, मला आपले खरोखरच कौतुक करावेसे वाटते. मला आपल्याइतके शांत, थंड राहताच येणार नाही!'' त्यावर बेझोस म्हणाले, ''माझ्या दृष्टीने ॲमेझॉन आणि ई बे हे जग जिंकण्याची लढाई लढायला समोरासमोर उभे राहिलेले योद्धे नाहीतच मुळी! इंटरनेटवरील विक्री अमर्याद वाढवणे, तीच खरेदीची एकमेव पद्धत सिद्ध करणे हे आपले काम आहे. तसे झाले तर त्या विस्तीर्ण अशा क्षेत्रात एकेकच काय पाच-पाच ॲमेझॉन आणि ई बे सुखाने नांदू शकतील!'' त्यांनी याचीही ग्वाही दिली की त्यांनी कधीच ई बेविषयी नकारार्थी उद्‌गार काढलेले नाहीत आणि कधी काढणारही नाहीत. ते म्हणाले, ''या दोन कंपन्या 'एकाचा नफा हा दुसऱ्याचा तोटा' असल्या क्षुद्र तत्त्वावर चालवल्या जातात कोणीही असे समजू नये.''

त्या वर्षी ई बेच्या शेअर्सची किंमत निम्म्याने घसरली आणि जुलै महिन्यात ते घडले जे त्या आधीच्या दहा वर्षांत कधीच घडले नव्हते. ॲमेझॉनच्या शेअरची किमत ई बेच्या शेअरच्या किमतीपेक्षा जास्त झाली. बेझोस यांनी अगदी सुरुवातीला ॲमेझॉनला वेबवरील सर्वांत आघाडीचे विक्रीकेंद्र बनवणे यासारखी जी स्वप्ने बघितली होती त्यातली बरीचशी पूर्ण झाली. ॲमेझॉनच्या साइटवर विकल्या जाणाऱ्या वस्तूंच्या विविधतेला सीमाच उरली नव्हती आणि विक्रीही सर्वाधिक होऊ लागली होती. २००७ सालच्या विक्रीचे उत्पन्न ॲमेझॉनने १४८० कोटी डॉलर्स जाहीर केले होते.

ते त्यांच्या दोन प्रमुख स्पर्धकांच्या उत्पन्नाच्या बेरजेपेक्षाही जास्त होते. बान्स अॅन्ड नोबलचे उत्पन्न होते ५४० कोटी आणि ई बेचे होते ७७० कोटी.

असे सगळे जरी होते तरी बेझोस यांच्या दृष्टीने त्याला तसा काही अर्थ नव्हताच! फिनिक्स ३ मध्ये वस्तूंचा सुकाळ झाला होता, शेल्व्ह्ज भरभरून वाहत होती तरीही बेझोस यांना अॅमेझॉनच्या साइटवरील वस्तूंच्या यादीत कमतरता दिसतच होती. त्या काळातही बेझोस त्यांच्या सहकाऱ्यांना वारंवार हेच सुनावीत होते की, कंपनी २००० कोटींची बनवायची असेल तर कपडे आणि खाद्यपदार्थ यांची विक्री करायचे तंत्र आपल्याला शिकून घ्यायला हवे! २००० कोटींची ही संख्या केवळ कविकल्पना नव्हती. तिला एक विशेष संदर्भ होता. त्या दशकाच्या मध्यावर 'वॉलमार्ट'चे वार्षिक उत्पन्न २००० कोटींवर पोहोचले होते. अॅमेझॉनला त्याच्याही वर पोहोचायचे होते, म्हणून २००० कोटी! मग साइटवरील वस्तूंच्या यादीत भर घालण्यासाठी बेझोस यांनी डॉटकॉम कंपन्यांच्या सुगीच्या काळातही बंद पडलेल्या किराणामाल, वाणसामान लोकांच्या घरी पोहोचवण्याचे काम करणाऱ्या 'वेबव्हॅन' नावाच्या कंपनीचे एक पदाधिकारी डग हॅरिंग्टन यांना कंपनीत आणले. हॅरिंग्टन यांनी आल्या आल्या एक टीम तयार करून त्यांना दीर्घ अनुभव असलेल्या क्षेत्रात उतरायचे म्हणून 'अॅमेझॉन फ्रेश' या नावाने किराणामाल व वाणसामान लोकांच्या घरी पोहोचवण्याच्या सेवेची चाचणी सुरू केली.

खाद्यपदार्थांची भर घालण्याच्या दिशेने हेरिंग्टन यांची नेमणूक करून पहिले पाऊल उचलले त्याच वेळी कपडे, पोशाख या क्षेत्रासाठी त्यातील एक कुशल, अनुभवी व्यक्ती स्टीव्हन गोल्डस्मिथ यांनाही बेझोस यांनी कंपनीत आणले. जीवनावश्यक नसलेल्या; पण समाजात पत वाढवणाऱ्या, चैनीच्या गणल्या जाणाऱ्या वस्तूंची विक्री करणारी 'शॉपस्टॉप' नावाची एक वेबसाइट होती. कपडे, पोशाख विक्रीचे सर्वस्वी नवे, गुंतागुंतीचे, धूर्तपणाची आणि धोरणीपणाची गरज असलेले तंत्र शिकून घेण्याच्या उद्देशाने ती साइट बेझोस यांनी ताब्यात घेतली. त्या वेळी पुस्तके, खेळणी यांव्यतिरिक्त, ज्याला 'हार्ड लाइन्स' म्हटले जाई, अशा गोष्टींच्या विक्रीविभागाचे प्रमुख असलेले रस ग्रॅन्डिनेटी यांनाही गोल्डस्मिथ यांच्या बरोबर कपडे, पोशाख विक्रीचे काम बघायला सांगितले.

एका बाजूला विक्रीच्या वस्तूंची यादी वाढवीत असताना दुसऱ्या बाजूला वाढत्या विस्ताराची काळजी घेण्यासाठी आवश्यक असणारे

व्यवस्थापनाची शैली, पद्धती यांतील बदल, त्याची पुनर्रचना यांवरही बेझोस विचार करू लागले. एवढ्या तेवढ्या कारणांवरून कंपनीतील अधिकारी, कर्मचारी यांचे वाभाडे काढणे, त्यांची 'हजामत' करणे या गोष्टी ते प्रयत्नपूर्वक टाळू लागले. ते लोकाभिमुख व्हायचा प्रयत्न करीत होते. असेही म्हणतात की, त्या वेळी त्यांनी 'लीडरशिप' या विषयाचे शिक्षण घेण्यासाठी एका प्रशिक्षकाचीही नेमणूक केली होती; पण त्याचे नाव, गाव सगळे गुप्त राखण्यात आले होते. या त्यांच्या काही कृतींविषयी कंपनीतील साधनसुविधांमध्ये 'ऑटोमेशन' आणण्याचे काम करीत असलेल्या, 'डायरेक्टर ऑटोमेशन' हे पद भूषविणाऱ्या डायन लाय म्हणतात, ''त्या काळात एक गोष्ट लक्षात येण्यासारखी घडत होती, कंपनीत घडणाऱ्या घटना, नव्या योजना, मीटिंग्ज यांबद्दल आणि अगदी लहानसहान गोष्टींविषयीही कंपनीतील अधिकारी, कर्मचारी काय बोलतात, काय मते व्यक्त करतात, त्यांच्याविषयीही काय बोलतात याची इत्यंभूत माहिती बेझोस यांच्यापर्यंत पोहोचत होती आणि ते ती गंभीरपणे घेत होते.'' त्यांच्याच बरोबर झालेल्या एका संस्मरणीय मीटिंगबद्दल त्या सांगतात, ''त्या दिवशी बेझोस यांनी मला आणि माझ्या टीममधल्या सगळ्यांनाच त्यांच्या नेहमीच्या पार उद्ध्वस्त करून टाकणाऱ्या शैलीत झापले. सर्व जण कसे मूर्ख आहोत हेही सांगितले आणि 'एका आठवड्यानंतर कळेल तुम्ही काय करता आहात ते!' असे म्हणून ते मीटिंगच्या खोलीतून तिरीमिरीत बाहेर जाऊ लागले. पण मध्येच वळले, काहीतरी विचार केल्यासारखे थबकले आणि मग म्हणाले की, पण, छान... छान काम केले आहे तुमच्यातल्या प्रत्येकाने! छान!!''

या बदलांचा परिणाम म्हणून की काय, 'एस टीम'चे काम बरेच सुरळीतपणे चालले होते. काही प्रमाणात दिसू लागलेल्या आपलेपणामुळे टीमच्या सदस्यांमधील कटुता कमी होऊ लागली होती, एकमेकांविषयी विश्वास वाटू लागला होता. जवळजवळ ते संपूर्ण दशक बेझोस यांनी जेफ विल्के, जेफ ब्लॅकबर्न, डिएगो पिएचेंटिनी, चीफ फायनान्शिअल ऑफिसर टॉम स्क्यूटेक आणि जनरल कौन्सिल मिचेल विल्सन या अधिकाऱ्यांबरोबर सलोख्याने काढले.

पण 'एस टीम'मधील एक सर्वांचे आवडते सदस्य मात्र टीममध्ये नव्हते. २००७ सालच्या मूर थिएटरमध्ये साजऱ्या झालेल्या वार्षिक सार्वजनिक समारंभात बेझोस यांनी त्यांचे उजवे हात मानले जाणारे रिक

डॅलझेल यांच्या निवृत्तीची घोषणा केली होती. कंपनीतील इंजिनिअर्सचे ते आवडते ज्येष्ठ अधिकारी त्या समारंभाच्या काही काळ आधीपासून कंपनी सोडून जायच्या विचारात होतेच.

रिक डॅलझेल त्या वेळी पन्नाशीला पोहोचले होते. त्यांचे वजन वाढायला लागले होते. कामापेक्षा कुटुंबाबरोबर जास्त वेळ काढावा असे त्यांना वाटू लागले होते. बेझोस यांनी जेव्हा स्टेजवरच त्यांच्या निवृत्तीची घोषणा केली तेव्हा ते दोघे दीर्घकालीन सहकारी भावनावश झाले, त्यांनी स्टेजवर एकमेकांना मिठी मारली. त्यांच्या कंपनीतील शेवटच्या दिवशी कंपनीतील इंजिनिअर्सनी साउथ लेक युनियन येथील जिलियन्स बारमध्ये एका छोट्या पार्टीत त्यांना निरोप दिला.

त्यांची मुलगी ओरेगॉनमधल्या कॉलेजमध्ये शिकत होती. निवृत्तीनंतर चार महिन्यांनी रिक डॅलझेल यांनी त्यांच्या मुलीला भेटायला जायचे ठरवले तेव्हा त्यांच्या पत्नीने ती, तिचे पती रिक आणि रिक यांचे आईवडील अशा सर्वांसाठी एक खासगी विमान भाड्याने घेतले. ते सर्व जण गाडीत बसले, परंतु गाडी नेहमीच्या विमानतळाकडे न नेता ड्रायव्हर ती बोइंग फील्डजवळच्या एका निराळ्याच खासगी धावपट्टीकडे नेऊ लागला. डॅलझेल यांना काही ओळखीच्या खुणा दिसू लागल्या. काय भानगड आहे हे काही त्यांच्या ध्यानात येईना; पण गाडी शेवटी त्यांना सुपरिचित अशा हँगरमध्ये डासो फाल्कन विमानाशेजारी जाऊन थांबली. त्यांनी विमानात प्रवेश केला आणि त्यांना सुखदाश्चर्याचा धक्का बसला. विमानात स्वत: जेफ बेझोस आणि त्यांचे जुने सहकारी दिसले आणि त्या सर्वांनी एका वेळी ओरडून त्यांचे व त्यांच्या कुटुंबीयांचे स्वागत केले. कंपनीची दीर्घ काळ सेवा करणाऱ्या रिक डॅलझेल यांच्या सन्मानार्थ त्या सर्वांनी हवाई येथे एक पार्टी आयोजित केली होती. नऊ वर्षांपूर्वी शेल कॅफन यांच्या सन्मानार्थ 'शेलेब्रेशन' या नावाने जशी पार्टी दिली होती अगदी तशीच. बेझोस आणि मॅकेन्झी यांनी अॅन्डी जेसी आणि त्यांची पत्नी, डॅलझेल यांचे अॅमेझॉनमधील जुने स्नेही सहकारी ब्रुस जोन्स आणि त्यांच्या अन्य काही मित्रमंडळींनाही आमंत्रित केले होते.

सर्वांची राहण्याची सोय हवाईच्या पश्चिमेकडील कोना या गावातील बंगल्यांमध्ये केली होती. दिमतीला सेवक तर होतेच, दररोज दुपारी चार वाजता खास जपानी सुशी बनवून खिलवणारा खानसामाही हजेरी लावत

होता. रात्री सगळे मिळून मद्य व जेवणाचा आनंद यथेच्छ आणि उशिरापर्यंत उपभोगायचे. एक दिवस सर्व जण व्होल्कॅनो नॅशनल पार्कची हवाई सहल करायला गेले. पण सहल हेलिकॉप्टरमधून नाही, जेटमधूनच केली गेली! त्यावर ब्रूस जोन्स यांची शेरेबाजी अशी होती, ''बेझोसना आता मंदगती हेलिकॉप्टर नाही चालायचे, वेगवान जेटच हवे!''

बेझोस असे होते की, हाताखालच्या लोकांना अगदी पिदवून काम करून घ्यायचे, त्यांना दमवायचे, उच्चाधिकाऱ्यांनासुद्धा त्या काळात अन्य बहुतांशी कंपन्यांमध्ये मिळणाऱ्या सोयी, सुविधा फारच कमी द्यायचे, महत्त्वाची पदे सांभाळणाऱ्या अधिकाऱ्यांनासुद्धा जराही दुःख न व्यक्त करता सहजपणे कंपनी सोडून जायला सांगायचे. पण त्याचबरोबर ते काही वेळेला अगदी खालच्या दर्जाच्या कर्मचाऱ्यांनाही मानाने वागवायचे, सौजन्यपूर्ण वागणूक द्यायचे, मुख्य म्हणजे चांगल्या कामाला दिलखुलास दाद द्यायचे, अनपेक्षितरीत्या कौतुकाचे चार शब्दही ऐकवायचे आणि कधीकधी तशा मोठमोठ्या, बाहेरगावी, छानशा ठिकाणी पार्ट्याही द्यायचे. डॅलझेल यांची ॲमेझॉनमधली कामगिरी तर फारच महत्त्वपूर्ण, लक्षणीय अशी होती. कंपनी निराशाजनक अवस्थेतून चालली होती, अंतर्गत व्यवस्थेमध्ये खूप गोंधळ होते, गुगलसारख्या कंपन्या गुणी इंजिनिअर्स, अधिकारी, कर्मचारी यांना खेचून घ्यायला टपलेल्याच होत्या. अशा परिस्थितीत दहा वर्षे डॅलझेल यांनी कंपनी तारली होती, चालवली होती.

ॲमेझॉन सोडल्यावर काही वर्षे डॅलझेल त्यांच्या कंपनीची वाटचाल लांबून न्याहाळत होते. जेफ बेझोस यांनी आपल्या असाधारण कार्याने 'जगभरातील उद्योग क्षेत्रातले सर्वांत प्रशंसनीय नेते' हे स्थान कसे मिळवले हे पाहत होते. ते म्हणत, ''मी ज्यांच्या हाताखाली काम केले त्या सर्वांपेक्षा काही गोष्टी जेफ बेझोस फारच चांगल्या रीतीने करीत असत. ते कायम सत्याची कास धरीत. अनेक लोक सत्याचे महत्त्व सांगतात, माहात्म्य गातात; पण निर्णय घ्यायची वेळ आली तर त्या परिस्थितीत जे सर्वांत उत्तम असे सत्य असते त्याच्याशी इमान राखत नाहीत.

''दुसरा त्यांचा विशेष म्हणजे केवळ एखादी गोष्ट रूढ आहे, सर्वमान्य आहे म्हणून ते त्याला बांधून राहत नसत. ते नियम पाळायचे तर ते फक्त पदार्थविज्ञानाचे! त्या गोष्टीचे मला सर्वांत आश्चर्य वाटायचे. कारण ते नियम त्यांनाही बदलता यायचे नाहीत तरीही ते ते पाळत. 'जगातले काहीही

विचाराने, चर्चेने बदलता येते,' असे त्यांचे मत होते, अर्थात त्यांचा अपवाद सोडूनच!!''

काहीशा अवघड काळानंतर नव्याने विक्रीचे विक्रम प्रस्थापित करीत असताना, विक्रीच्या यादीत विविध प्रकारांची भर घालत असताना ॲमेझॉनने काही अगदी मोजक्या कंपन्या तिच्या ताब्यात घेतल्या. १९९० च्या दशकाच्या उत्तरार्धात तिने अनेक कंपन्या ताब्यात घेत जाण्याची चूक केली होती, तिची सल कंपनीतल्या सर्वांनाच बोचत होती. क्षणिक ऊर्मीच्या भरात अजून आपले पाय चांगले न रोवलेल्या कंपन्या ताब्यात घेण्यासाठी ॲमेझॉनने कोट्यवधी डॉलर्स खर्च केले होते. असे घाईघाईत, नीट न चावता खाल्लेले कंपनीला पचवता आले नाही. त्या कंपन्यांचे जवळजवळ सगळे प्रमुखही अल्प काळातच ॲमेझॉन सोडून निघून गेले. परिणाम असा झाला की त्यानंतर विलीनीकरण आणि संपादन या दोन्हींच्या बाबतीत ॲमेझॉन अतिशय कर्मठपणे विचार करू लागली, हात राखून निर्णय घेऊ लागली. २००० ते २००८ या कालावधीत ॲमेझॉनने अगदी मोजक्या कंपन्या ताब्यात घेतल्या. त्यात २००४ साली ७.५ कोटी डॉलर्सना घेतलेली 'जोयो' नावाची, साइटवरच वस्तूंची विक्री करणारी चिनी कंपनी होती, २००५ साली घेतलेली 'प्रिंट ऑन डिमांड'– मागणीअनुसार छपाई – ही सेवा देणारी नुकतीच सुरू झालेली 'बुकसर्ज' नावाची कंपनी होती (तिची किंमत गुलदस्त्यात आहे), तसेच २००८ साली ३० कोटी डॉलर्स देऊन घेतलेली 'ऑडिबल' नावाची ऑडिओ बुक्सची कंपनी होती. त्या वेळच्या तंत्रज्ञान उद्योगाला लाभलेल्या उच्च दर्जाच्या मानाने ही गुंतवणूक वा खरेदी तशी किरकोळ होती. तुलनाच करायची झाली तर याच काळात गुगलने 'यू ट्यूब' १६५ कोटींना आणि 'डबलक्लिक' ३१० कोटी डॉलर्सना विकत घेतल्या होत्या.

ॲमेझॉनचे चीफ ऑफ बिझनेस डेव्हलपमेंट जेफ ब्लॅकबर्न म्हणतात, ''१९९० च्या दशकात ॲमेझॉनने या क्षेत्रात जे हात भाजून घेतले त्यामुळे आमच्याकडे एक विशेष सावधगिरीची वृत्ती तयार झाली होती. तिला आम्ही 'बिल्डिंग कल्चर' म्हणायचो. हे सगळ्याच मोठ्या कंपन्यांमध्ये घडतेच. कोणत्याही स्वरूपातील नवीन क्षमता निर्माण करताना कंपनीला निर्णयाच्या अवघड प्रक्रियेला सामोरे जावे लागते. तसे आमचे जेफ बेझोस काहीही नवे

म्हटले की तयारच असायचे. बेझोस यांनी 'उद्योग कसा करायचा' याचे धडे त्या क्षेत्राचे 'बायबल' समजल्या जाणाऱ्या 'गुड टु ग्रेट' या जिम कॉलिन्स या लेखकाच्या पुस्तकातून घेतले आहेत. लेखक जिम कॉलिन्स कंपन्यांचे सल्लागार, मार्गदर्शक म्हणूनही काम करतात. पण ते म्हणतात की, मी फक्त त्याच कंपन्यांना इतर कंपन्या ताब्यात घेण्याविषयी मार्गदर्शन करतो ज्यांनी आपल्या लाभकारी वृत्तांमध्ये पूर्णतः प्रभुत्व मिळवले आहे.

ॲमेझॉनला स्वतःच्या क्षमतेची चांगली समज आली, तिने स्वतःच्या गतीवर चांगले नियंत्रण मिळवले आणि मग तिने आजूबाजूला बघायला सुरुवात केली, थैलीच्या नाड्या जरा ढिल्या सोडल्या. तिला पहिला मोह पाडला तो १९९९ साली निक स्विनमर्न नावाच्या अगदी मृदुभाषी; पण कामाच्या बाबतीत आग्रही, चिकाटीने, नेटाने काम करणाऱ्या उद्योजकाने स्थापन केलेल्या कपडे, पोशाख आणि सर्व प्रकारची पादत्राणे ऑनलाइन विकणाऱ्या 'झॅपोसडॉटकॉम' या कंपनीने. कपडे वा पादत्राणे, विशेषतः पादत्राणे पायांत घालून न बघताच ती वेबवरून खरेदी करणे या अशक्यप्राय वाटणाऱ्या कल्पनेवर आधारित ही कंपनी खरे तर डॉटकॉम कंपन्यांच्या पडझडीत नष्ट होऊन जायची, पण अनेक गुंतवणूकदारांनी नाकारलेल्या या कल्पनेत पैसे गुंतवणारा त्याच्याइतकाच चिकाटीचा सहउद्योजक स्विनमर्न यांना भेटला तो एका तैवानहून स्थलांतरीत झालेल्या जोडप्याचा मुलगा, एक मुरलेला पोकर खेळाडू, स्वतःची 'लिंक एक्स्चेंज' नावाची कंपनी २५ कोटी डॉलर्सना मायक्रोसॉफ्टला विकून टाकलेल्या टोनी शे यांच्या रूपात. टोनी शे यांनी त्यांचे हार्वर्डमधील वर्गमित्र आणि त्यांच्या 'लिंक एक्स्चेंज'मध्ये चीफ फायनान्शिअल ऑफिसर म्हणून काम करीत असलेल्या अल्फ्रेड लीन यांच्या बरोबर 'व्हेंचर फ्रॉग्ज' नावाची एक गुंतवणूक करणारी कंपनी सुरू केली होती. त्या कंपनीतर्फे त्यांनी स्विनमर्न यांच्या 'झॅपोसडॉटकॉम'मध्ये ५ लाख डॉलर्सची गुंतवणूक केली आणि नंतर त्यांनी त्या कंपनीचे सीईओ हे पद स्वीकारले. डॉटकॉम कंपन्या बुडू लागल्या तेव्हा टोनी शे यांनी त्यांच्या 'झॅपोसडॉटकॉम'चा बळी जाऊ न देण्याच्या निर्धाराने स्वतःची काही मालमत्ता विकून, १५ लाख डॉलर्सचे भांडवल घालून कंपनी वाचवली. खर्च वाचवण्याच्या उद्देशाने त्यांनी कंपनी सॅन फ्रॅन्सिस्कोहून लास व्हेगास येथे हलवली. तेथे त्यांना कंपनीने ग्राहकांसाठी चालवलेले कॉल सेंटर चालवायला कर्मचारी मिळणेही सुलभ झाले.

'सिक्कोइया कॅपिटल' नावाची एक गुंतवणूक करणारी, भांडवल पुरवणारी कंपनी होती. तिने टोनी शे यांच्या 'लिंक एक्स्चेंज' या कंपनीला भांडवल पुरवले होते. पण त्या कंपनीने 'झॅपोसडॉटकॉम'च्या पुन:पुन्हा केलेल्या गुंतवणुकीच्या विनंत्या मात्र नाकारल्या होत्या. २००४ साली शे यांनी त्या 'सिक्कोइया कॅपिटल'शी पुन:पुन्हा चर्चा करून तिला 'झॅपोस'मध्ये पैसे गुंतवायला राजी केले आणि ४.८ कोटी डॉलर्सचे भांडवल मिळवले. त्या कंपनीचे भागीदार मिचेल मार्टिझ हे झॅपोसच्या डायरेक्टर बोर्डाचे सदस्यही झाले. लास व्हेगास येथे कंपनीने चांगले पाय रोवले, वेबवरून खरेदी करणाऱ्यांच्या मनात स्थान मिळवले आणि विशेषत: पादत्राणांच्या ऑनलाइन खरेदीच्या बाबतीत झॅपोस हे नाव सर्वतोमुखी झाले.

अमेरिकेत लहान मुलांच्या विनोदी, कल्पनारम्य गोष्टींच्या पुस्तकात 'बिझारो वर्ल्ड' अशी एक संकल्पना असते. त्या जगात सगळेच उलटे असते. जे वरचे ते खाली, जे पहिले ते शेवटचे, जे चूक ते बरोबर. झॅपोस ही ॲमेझॉनचे 'बिझारो वर्ल्ड'होते. काही मोजक्या गोष्टी सोडल्या तर बाकी सगळे उलटे! परंतु शे यांनी मात्र झॅपोस बेझोस यांच्यासारखीच जरा विचित्र, विक्षिप्त वाटणाऱ्या पद्धतीनेच चालवली होती. पण ते बेझोस यांच्यासारखे सगळे गुप्त ठेवीत नसत, त्याबद्दल जाहीरपणे बोलत असत, झॅपोस हे नाव ग्राहकांच्या सतत गळी उतरवीत असत. काही बाबतीत तर शे बेझोस यांच्याही एक पाऊल पुढे होते. झॅपोसमध्ये नव्याने नोकरीला लागणाऱ्याला असे सांगण्यात येत असे की त्याने जर एका आठवड्याच्या आत नोकरी सोडली तर त्याला एक हजार डॉलर्स मिळतील. यामागचा विचार हा की जो तसे एक हजार डॉलर्स मागेल तो नक्कीच कंपनीत यायला योग्य नाही! झॅपोसचे मुख्य ऑफिस लास व्हेगासपासून सोळा मैलावरील हेंन्डरसन या शहरात होते. त्या ऑफिसमध्ये काम करणाऱ्यांना त्यांची क्युबिकल्स भरपूर सजवायला उत्तेजन दिले जात असे. त्या ऑफिसमध्ये आणखी एक विचित्र, पण विशेष अशी पद्धत होती. कोणी ऑफिसमध्ये कामासाठी वा भेट देण्यासाठी आले तर सर्व कर्मचारी त्यांच्या जागांवरून उठून त्या पाहुण्याला नम्रपणे मानाचा सलाम ठोकत असत. असे निराळे, वैशिष्ट्यपूर्ण वातावरण, कार्यपद्धती, संस्कृती जपणाऱ्या कंपनीत काम करायला मिळते आहे याची आठवण ठेवून सर्व कर्मचाऱ्यांनी, ज्येष्ठ व श्रेष्ठ अधिकाऱ्यांनीसुद्धा बाहेरच्या प्रचलित पगाराच्या रकमेपेक्षा कमी रक्कम स्वीकारावी अशी जगावेगळे अपेक्षा शे बाळगत असत.

बेझोस आणि शे यांचे ध्येयवाक्य समान होते : 'ग्राहक देवो भव!' ग्राहकाचा आपल्या कंपनीविषयीचा अनुभव अत्यंत सुखद, समाधानदायी, संस्मरणीयच असला पाहिजे हाच दोघांचाही ध्यास होता. ग्राहक जे खरेदी करेल ते पाच ते सात दिवसांत, कोणतीही फी न आकारता त्याच्यापर्यंत पोहोचवले जाईल असे सांगून झॅपोस प्रत्यक्षात मात्र जास्तीतजास्त, विशेषत: त्याच शहरातच राहणाऱ्या ग्राहकांना दोनच दिवसांत पोहोचवून त्यांना सुखदाश्चर्याचा धक्का देत असे. काही कारणाने ग्राहकाला जर खरेदी केलेली गोष्ट परत करायची असेल तर तो ती एक वर्षापर्यंत कधीही परत पाठवू शकत असे आणि त्या परतीचा खर्चही कंपनीच करीत असे. ग्राहक पादत्राणांच्या चार जोड्या मागवून ती चारही घालून बघून जी त्याच्या पायांना बसेल, त्याला आवडेल ती एक ठेवून घेऊन बाकीच्या तीन परत पाठवून देऊ शकत असे. ''ग्राहकांशी जास्तीतजास्त बोला, त्यांचे प्रश्न सोडवा, अडचणी दूर करा,'' असे सांगून शे सतत कंपनीच्या कॉल सेंटरमधील कर्मचाऱ्यांना तसेच वागायला उत्तेजन देत असत. बेझोस मात्र ॲमेझॉनच्या कॉल सेंटरमध्ये येणारे फोन्स म्हणजे आपली कार्यपद्धती, कर्मचाऱ्यांचे वर्तन यांतील दोष, उणिवा असेच समजत असत. प्रत्येक गोष्ट विकली जात असताना त्याविषयी एकही फोन येणार नाही अशी खबरदारी ते घ्यायला सांगत असत. 'फोनच्या संख्येत घट' हे उद्दिष्टच ते सर्वांना देत. ॲमेझॉनच्या साइटवर विनामोबदला फोन करण्यासाठीचा नंबर शोधणे म्हणजे विस्तृत मोकळ्या जागेत लपवलेली वस्तू शोधण्याच्या खेळासारखेच होते.

झॅपोस विक्रीची नवी नवी शिखरे पादाक्रांत करीत होती. २००१ साली ८६ लाखांची विक्री केलेल्या झॅपोसने २००३ मध्ये ७ कोटींची मजल गाठली आणि २००५ साली कंपनीची विक्री ३७ कोटींवर पोहोचली! शे आणि त्यांचेच अनुकरण करणारे त्यांचे अनुयायी सहकारी यांनी कपडे, पोशाख यांतील महत्त्वाच्या प्रकारांच्या विक्रीत ॲमेझॉनलाही मागे टाकले, ग्राहकांच्या मनात 'एक समर्थ, नियमबद्ध- पण आपल्यासाठी नियम वाकवणारा विक्रेता' असे झॅपोसचे स्थान निर्माण केले. पादत्राणांच्या विक्रीच्या बाबतीत 'नाइके'सारख्या जगप्रसिद्ध उत्पादकाशी घट्ट आणि जवळचे नाते जोडले. प्रथमच आपल्या विक्रीत हात घालून त्यातला मोठा भाग स्वत:कडे वळवून घेण्याची पात्रता असणारा, वेगाने प्रगती, उन्नती साधणारा, त्यासाठी अजूनही भरपूर वाव असलेला, आपली दखल

लावायला लागायला भाग पाडणारा आणि या सगळ्यांसाठी कौतुकास पात्र असणारा 'झॅपोस' हा पहिलाच स्पर्धक बेझोस यांना भेटला.

२००५ सालच्या ऑगस्ट महिन्यात बेझोस यांनी शे यांना एक मेल पाठवली आणि ते लास व्हेगासला येत असल्याचे कळवले आणि त्यांना भेटण्याची इच्छा व्यक्त केली. 'झॅपोस'च्या ऑफिसपासून जवळच असलेल्या 'डबल ट्री' नावाच्या हॉटेलमधील एका खोलीत त्यांची भेट झाली. बेझोस यांच्या बरोबर जेफ ब्लॅकबर्न होते. शे यांच्याबरोबर निक स्विनमर्न, मिचेल मॉर्टिझ आणि नुकतेच चेअरमन आणि चीफ ऑपरेटिंग ऑफिसर या पदांचा भार उचललेले आल्फ्रेड लिन हे तिघे जण होते. ॲमेझॉनमधील 'दोन पिझ्झाज' पद्धत माहीत असलेल्या शे यांनी मुद्दामच प्रत्येकासाठी जवळच्याच एका पिझ्झाजसाठी प्रसिद्ध असलेल्या हॉटेलातून एक पेपरोनी आणि एक जॅलापिनो असे दोन पिझ्झाज मागवले होते. मीटिंग फारच थोडा वेळ चालली आणि मीटिंगमध्ये एक अवघडलेपण होते. झॅपोसच्या प्रतिनिधींचा प्रस्ताव भागीदारीचा होता, बेझोस यांना पूर्ण मालकी हवी होती. शे यांनी स्पष्ट शब्दांत ते एक स्वतंत्र कंपनी उभी करण्यावर ठाम असल्याचे सांगितले. तरीही चर्चेच्या अखेरीस ५० कोटी दिल्यास झॅपोस पूर्ण ताबा देईल असे चित्र दिसू लागले. पण मूळचेच कंजूष असलेल्या बेझोस यांनी खूपच कमी रकमेची अपेक्षा केली होती.

बोली लावण्याच्या खेळी खेळणे सुरू झाले तेव्हा बहुतेक बेझोस यांच्या डोळ्यांसमोर त्याच्या तारुण्यातील बुद्धिबळाचा पट आला असावा. प्याद्यांची रचना प्रतिस्पर्ध्याला अनुकूल दिसत होती. त्या वेळच्या कायद्यानुसार उत्पादकाला त्याच्या उत्पादनांच्या किरकोळ विक्रीची किंमत ठरवण्याची परवानगी नव्हती; परंतु त्यांचे उत्पादन विक्रीसाठी कोणाला द्यायचे, कोणाला नाही हे ठरवण्याचा अधिकार त्यांना होता. ते निर्णय उत्पादक अतिशय विचारपूर्वक घेत असत. नाईके, मेरील या पादत्राणांच्या क्षेत्रातील आघाडीच्या कंपन्या ॲमेझॉनकडे किमतीमध्ये प्रचंड सूट देणारा धोकादायक विक्रेता म्हणून पाहत असत. कारण विशिष्ट ऋतूंसाठी खास डिझाइन वापरून बाजारात आणलेल्या पादत्राणांच्या किमती जास्त ठेवून भरपूर उत्पन्न मिळवायची उत्पादकांची योजना ॲमेझॉन ती पादत्राणेसुद्धा लगेच किमतीत सूट दिलेल्या पादत्राणांच्या यादीत घालून टाकून उधळून टाकत असे. म्हणूनच ते उत्पादक ॲमेझॉनकडे कमीतकमी किमतीत

जास्तीतजास्त ग्राहक आणि विक्रीतील मोठ्यातला मोठा वाटा मिळवायचे ध्येय बाळगताना उत्पादकाच्या हिताचा विचार बिलकूल न करणारा विक्रेता म्हणून पाहत असत. ॲमेझॉनच्या या धोरणामुळेच नावाला मान व महत्त्व असणारे ते मोठे उत्पादक ॲमेझॉनला पादत्राणे विक्रीसाठी द्यायला राजी नसत. पादत्राणे हा प्रकार वेबसाइटवरून फारच कमी प्रमाणात खरेदी केला जात असे हेही त्यामागचे आणखी एक कारण होतेच.

पादत्राणांच्या विक्रीला ॲमेझॉनची वेबसाइट योग्य नसण्याची आणखीही कारणे होती. वस्तूंमधील मोठ्या प्रमाणातील भिन्नता - म्हणजे पादत्राणांचेच उदाहरण घ्यायचे तर त्यात सहा रंग, लांबी-रुंदीप्रमाणे अठरा आकार - ॲमेझॉनच्या साइटवर व्यवस्थित दाखवली जात नसे. साइटवर हे सर्व प्रकार एकाच यादीत घातलेले दिसत असत. त्यामुळे एका आकारातील भिन्न रंग, एका रंगातील भिन्न आकार ग्राहकांना निवडता येत नसत.

ही गुंतागुंतीची समस्या सोडवण्यासाठी बेझोस यांनी एक अगदी असंभवनीय असा उपाय शोधला. त्यांनी फक्त पादत्राणे आणि हॅन्डबॅग्ज या दोनच प्रकारांसाठी अगदी पहिल्यापासून स्वतंत्र अशी एक नवीन साइट तयार करायचे ठरवले. त्या संबंधीची तपशीलवार योजना तयार करून त्यांनी ती डायरेक्टर बोर्डासमोर मंजुरीसाठी ठेवली. त्या वेळी किंडल आणि ॲमेझॉन वेब सव्हिर्सेस या दोन आघाड्यांवर ॲमेझॉन झुंझत होती. त्याच वेळी आणखी एका अव्यवहार्य आणि खर्चीक अशा योजनेला मंजुरी द्यायला बोर्ड कचरत होते. बोर्ड मीटिंगमध्ये चीफ फायनान्शिअल ऑफिसर टॉम स्क्यूटेक यांनी विचारले, ''या नव्या साइटसाठी पैसे किती लागतील?'' बेझोस यांनी त्यांनाच उलटा प्रश्न विचारला, ''तुमच्याकडे किती आहेत?''

२००६ हे संपूर्ण वर्ष कंपनी त्या नव्या साइटच्या योजनेवर काम करीत होती. त्यासाठी जी टीम तयार केली गेली होती त्यातील एका सदस्याच्या म्हणण्यानुसार कंपनीने ३ कोटी डॉलर्स खर्च केले आणि ती डिझाइन करताना 'ॲजॅक्स' या नावाने ओळखल्या जाणाऱ्या 'वेब टूल्स'चा वापर करण्यात आला. या साइटचे नाव सर्व अधिकाऱ्यांनी मिळून 'जावारीडॉटकॉम' असे ठेवायचे जवळजवळ नक्की केले होते, पण ते यूआरएल ज्यांचे होते आणि ज्यांनी ते विकायचे कबूल केले होते. त्यांनी आयत्या वेळी जास्त पैशांची मागणी केली. ते वर्ष संपता संपता, डिसेंबर महिन्यात अखेर ती साइट 'एन्डलेसडॉटकॉम' या नावाने सुरू केली गेली. पहिल्याच दिवशी ग्राहकांना

त्यांच्या मागण्या एका रात्रीत त्यांच्यापर्यंत पोहोचवण्याची आणि वस्तू आवडली नाही तर काहीही पैसे कापले न जाता ती परत करण्याची, तेही विनामूल्य, अशी आकर्षक सवलत जाहीर करण्यात आली. याचा उघड अर्थ असा होता की, प्रत्येक मागणी पूर्ण करताना ॲमेझॉनचा तोटाच होणार होता; पण ती सवलत योजना लास व्हेगासस्थित एका कंपनीवर प्रचंड दबाव आणणार होती. ॲमेझॉनच्या या 'करणी'वर 'झॅपोस'च्या डायरेक्टर्सनी दातओठ खाल्ले; पण एका आठवड्यांनी झॅपोसनेही तशीच, ग्राहकांना त्यांनी खरेदी केलेली वस्तू एका रात्रीत, विनामूल्य त्यांच्यापर्यंत पोहोचवली जाण्याची सवलत योजना जाहीर केली. पण झाले असे की 'एन्डलेसडॉटकॉम'वर मागण्या बोटांवर मोजण्याइतक्याच नोंदवल्या गेल्या, त्यामुळे त्यांना सोसावा लागलेला तोटा नगण्य होता, पण तेच साइट भरपूर वापरली जाऊन त्या तोट्यातील सवलत योजनेअंतर्गत भरपूर मागण्याही नोंदवल्या गेलेल्या त्यांच्या स्पर्धकाला – 'झॅपोस'ला – मात्र भरपूर तोटा सोसावा लागला!

पुढल्या सबंध वर्षात 'एन्डलेसडॉटकॉम' एक स्वतंत्र विक्रीस्थान म्हणून फारच थोडी प्रगती करू शकली. परंतु केनेथ कोल आणि नाईन वेस्ट यांसारख्या फॅशनेबल गोष्टींच्या मोठ्या उत्पादकांना ती आकर्षित करून घेऊ शकली ती त्यावरील ग्राहकांना उपलब्ध असलेल्या अनेक सोयींमुळे. ती साइट एक स्वतंत्र 'सर्च इंजीन'चा आणि त्यातही तिचा वापर करणाऱ्यांसाठी बरेच पर्याय उपलब्ध करून देणाऱ्या सर्च इंजीनचा दर्जा निर्माण करू शकली. त्यावर उत्पादनांचे फोटोज पाहता येत होते आणि एखाद्या फोटोवर जर कर्सर नेला तर तो आकाराने मोठे होण्याची फारच वैशिष्ट्यपूर्ण सुविधा त्यात समाविष्ट केलेली होती. उत्पादक, विशेषत: स्वत:चे व उत्पादनांचे नाव व दर्जा निर्माण केलेले उत्पादक, अनेक गोष्टींचा विचार करून त्यांच्या उत्पादनांच्या किमती निश्चित करीत असत. त्या परस्पर कमी करून त्या उत्पादकांचा राग ओढवून घेऊन, ती भीती वागवीत ॲमेझॉन सतत दोरावरून चालत राहण्याच्या अवघड कसरतीचा धोका पत्करत होती. 'एन्डलेस'वरील किमती या कायम 'झॅपोस'वरील किमतीपेक्षा नेहमीच कमी राहतील याची खबरदारी घेत होती. २००७ सालच्या सुरुवातीला कपडे, पोशाख यांचे उत्पादक त्यांनी ठरवलेल्या किमतीवर कोणी परस्पर सवलती देत नाही ना, यावर बारीक लक्ष ठेवून असताना ॲमेझॉनने त्यांच्या एका रात्रीत

वस्तू ग्राहकाला पोहोचवण्याच्या योजनेत पाच डॉलर्सची सूट जाहीर केली. निराळ्या शब्दांत सांगायचे तर 'एन्डलेसडॉटकॉम'वरून काहीही, कितीही खरेदी करणाऱ्या ग्राहकाला पाच डॉलर्सचे 'इनाम'च जाहीर केले. योजना डोकेबाज होती, छक्केपंजे नव्हते, सगळे पत्ते उघड होते. 'झॅपोस'च्या त्रासात भर घालण्याचा आणखी एक डाव होता. 'एन्डलेस'वर काम करणाऱ्यांची खात्री आहे की हे फक्त आणि फक्त बेझोस यांचेच डोके होते! एवढ्या अडचणी उभ्या करूनही 'झेपॉस'ची प्रगती अबाधित होती, तिची वाढ होतच होती. त्या वर्षी झेपॉसची विक्री ८४ कोटी डॉलर्स झाली आणि २००८ साली तिने शतक झळकावले, १०० कोटींच्या विक्रीची पताका फडकवली. त्या वर्षी झेपॉसने तिची जाहिरात करण्यासाठी वापरलेल्या एका असाधारण पद्धतीकडे कोणीतरी बेझोस यांचे लक्ष वेधले. विमानतळावर सुरक्षा तपासणी चालते तेथे प्रवाशांचे सामान ठेवण्यासाठी जी प्लॅस्टिकची बिन्स वापरली जातात त्याच्या तळावर 'झॅपोस'ने तिचे नाव रंगवून तिची जाहिरात केली होती. ''ते लोक आपल्याही पुढचा, पलीकडचा विचार करीत आहेत!'' ही बेझोस यांची त्यावरील प्रतिक्रिया होती.

त्याच सुमारास 'झॅपोस'मध्ये एक मोठी समस्या उद्‌भवली. तो आर्थिक मंदीचा काळ होता, त्यातच २००८ सालच्या हिवाळ्यात लेहमन ब्रदर्स ढासळली. मंदीची झळ वाढली. त्या वेळी 'झेपॉस' खरेदी-विक्रीचे चक्र सांभाळून उत्पादकांकडची उधारी १० कोटी डॉलर्सच्या घरात राखत असे. आर्थिक संकटाने भांडवल मिळणे दुरापास्त झाले. त्यामुळे तोवर सांभाळलेले ते चक्र बिघडले, व्यवहाराची संपूर्ण घडीच विस्कटली. भांडवलाचा ओघ थांबला, उत्पादकांकडून खरेदी नियमित होईनाशी झाली, साठे कमी होऊ लागले, ग्राहकांनाही मंदीचा फटका बसल्याने विक्रीही कमी झाली. त्यातच ॲमेझॉनची कडवी स्पर्धा. नफा होईनासाच झाला. परिणामी दरवर्षी जोरात होणारी झॅपोसची वाढ दहा टक्क्यांपर्यंत खाली आली. एका रात्रीत वस्तू पोहोचवण्याची योजना मागे घ्यावी लागली. शे यांना नाइलाजास्तव आठ टक्के कामगारांना घरी बसवावे लागले.

त्या वेळच्या परिस्थितीचे वर्णन टोनी शे यांनी त्यांनीच लिहिलेल्या प्रचंड खपाच्या 'डिलिव्हरिंग हॅपीनेस : ए पाथ टु प्रॉफिट्स, पॅशन ॲन्ड पर्पज' या पुस्तकात असे केले आहे : ''त्या काळात सातत्याने ॲमेझॉनकडून झॅपोस ताब्यात घेण्याचे प्रस्ताव येत होते आणि झॅपोसचे गुंतवणूकदारही

त्या प्रस्तावांना अनुकूल होत चालले होते; कारण ते त्यांच्या गुंतवणुकीचा परतावा मिळण्यासाठी उतावीळ झाले होते.'' झॅपोसचे एक डायरेक्टर मिचेल मॉर्टिझ यांचे मत मात्र वेगळे होते. त्यांनी जेव्हा झॅपोसमध्ये पैसे गुंतवले होते तेव्हा त्यांना झॅपोस ही डोक्यापासून पायापर्यंतचे कपडे, पोशाख पुरवणारी एक स्वतंत्र, पब्लिक कंपनी व्हायला हवी होती. पण त्यांनी त्यांच्या 'सिक्कोइया कॅपिटल' या कंपनीने गुंतवणूक केलेली 'ई टॉईज' नावाची कंपनी ॲमेझॉनने दहा वर्षांपूर्वी कशी बंद पाडली ते पाहिले होते. त्यामुळे ॲमेझॉनला दूर ठेवायचे असेल तर झॅपोसला चांगल्या, हुशार इंजिनिअर्सची आणि अत्याधुनिक वितरणकेंद्रांची नितांत गरज आहे हे त्यांना समजत होते. ते म्हणाले, ''आमच्यापुढचे आव्हान कठीण होते आणि आवश्यक तेवढ्या वेगाने परिस्थितीवर मात करणे आम्हांला जमत नव्हते. ते काम खरोखरच फार अवघड होते. संधी आमच्या हातून निसटून चालली होती हे आम्हांलाही कळत होते. नवीन तंत्रज्ञ, इंजिनिअर्स यांची भरती खूपच मंद गतीने होत होती, आमचे इंजिनिअरिंग खाते हवे तेवढे सक्षम नव्हते, बळकट नव्हते आणि आमची सॉफ्टवेअर्सही ॲमेझॉनपेक्षा कमी प्रतीची होती. वातावरण निराशाजनक होते. लास व्हेगास ही जागा जशी सक्षम, कुशल इंजिनिअर्सना आकर्षित करणारी नव्हती आणि पगाराच्या रकमाही जागेचा विचार बाजूला ठेवण्यासारख्या नव्हत्या. आमची स्पर्धा सर्वांत आघाडीवरच्या, यशस्वी म्हणूनच नावाजलेल्या खेळाडूंशी होती आणि त्याच्या भात्यात आम्हांला जखमी करणारे अनेक बाण होते. पण तरीही आम्हांला कंपनी विकायची नव्हती. ते आमच्या दृष्टीने अतोनात लज्जास्पद होते.''

आपली कंपनी सुरू ठेवावी अशी शे यांचीही मनापासून इच्छा होती; पण शेवटी त्यांनाही हे दिसू लागले, हळूहळू पटूही लागले की त्यांच्या झॅपोससाठी ॲमेझॉन हेच सर्वांत चांगले 'घर' ठरेल. त्यांच्या या विचाराला पूरक असा आणखी एक मुद्दा होता. झॅपोसचे लास व्हेगासमधले ऑफिस आणि केंचुकीतले वितरणकेंद्र येथे काम करणाऱ्यांना घरांची विलक्षण टंचाई सहन करावी लागत होती. त्यातच घरांच्या किमतीही कोसळल्या होत्या, त्यामुळे कोणी घरे विकतही नव्हते. त्यांच्या जवळ झॅपोसचे शेअर्स हीच काय ती त्यातल्या त्यात मौल्यवान गोष्ट उरली होती. त्यांना पैशाची फार गरज होती आणि ती कंपनी विकूनच भागवता येणार होती. अखेर झॅपोसच्या

डायरेक्टर बोर्डाने कटू निर्णय घेतला– आणि तो मात्र एकमताने घेतला की झॅपोस अ‍ॅमेझॉनला विकून टाकायची.

त्यानंतर काही महिने झॅपोसचे चेअरमन आणि चीफ ऑपरेटिंग ऑफिसर आल्फ्रेड लीन आणि अ‍ॅमेझॉनचे व्हाईस प्रेसिडेंट कॉर्पोरेट डेव्हलपमेंट पीटर क्राविक यांच्यात अटी, कलमे यांवर चर्चा सुरू राहिल्या. अखेर करार पूर्ण झाला तो सदर्न हायलॅन्ड्स येथील एका गोल्फ कोर्सच्या भोवती उभारलेल्या आलिशान बंगल्यांपैकी टोनी शे यांच्या बंगल्यात. पीटर क्राविक यांच्या बरोबर स्वत: बेझोस उपस्थित होते. 'डबल ट्री' हॉटेलमधल्या खोलीत 'दोन पिझ्झाज'नी सुरू झालेल्या चर्चेचा शेवट शे यांच्या बंगल्याच्या अंगणात स्वत: शे यांनी बनवलेल्या बर्गर्सनी झाला. काही आठवड्यांनंतर युरोपला जाताना बेझोस यांनी विमानातच 'झॅपोस'च्या कर्मचाऱ्यांना उद्देशून केलेल्या एका छोट्याशा भाषणाचा व्हिडिओ तयार केला. त्यात ते म्हणाले, ''विचार करणे, लक्ष देणे, महत्त्व देणे, वेळ देणे, काळजी करणे या गोष्टींच्या बाबतीत जेव्हा स्पर्धक आणि ग्राहक यांच्यामध्ये निवड करायचा प्रश्न येतो तेव्हा आम्ही नेहमीच ग्राहकाचीच निवड करतो.'' काही वर्षे झॅपोसबरोबर चालवलेली स्पर्धा लक्षात घेऊन ते त्यांच्या प्रसिद्ध 'जेफीझम'मधले एक भोळसटपणाचा आव आणलेले वाक्यही बोलले, ''आमचे स्पर्धक काय करतात याकडे आम्ही लक्ष ठेवतो; पण त्यात आमची शक्ती खर्च करीत नाही.''

या सगळ्या प्रकाराने अ‍ॅमेझॉनमधल्या काही अधिकाऱ्यांची मान त्यांच्या नेत्याविषयीच्या आदराने लवली, सावजाच्या सतत पाठीमागे राहून ते सावज प्रयत्नपूर्वक ताब्यात घेण्यात त्यांच्या नेत्याने – बेझोस यांनी – मिळवलेल्या यशावर विश्वास बसत नसल्यासारखी हालत राहिली. त्या अधिकाऱ्यांच्या अंदाजानुसार या शिकारीसाठी दोन वर्षे 'एन्डलेसडॉटकॉम'चे शस्त्र परजले गेले होते. त्या शस्त्रामुळेच आणि खर्च केलेल्या १५ कोटी डॉलर्समुळेच ती शिकार हाती लागली होती. आर्थिक मंदीच्या काळानंतर जी फारच महागात पडली असती. ती स्पर्धक कंपनीची मालकी मिळवण्याची लढाई कमी खर्चात जिंकता आली होती. टोनी शे, आल्फ्रेड लीन आणि मिचेल मॉर्टिझ हेही ती लढाई चांगल्याच जोमाने, जोराने लढले. खरे तर ते द्वंद्वयुद्ध बरोबरीने सुटले असेच म्हणावे लागेल. ज्या रकमेवर तह झाला ती ९० कोटींची रक्कम बेझोस यांनी ठरवलेल्यापेक्षा खूपच जास्त होती. शिवाय झॅपोसच्या डायरेक्टर बोर्डाने रोख रकमेऐवजी तेवढ्या किमतीच्या शेअर्सची

मागणी केली. हा करार पूर्ण झाला त्या २००९ सालच्या नोव्हेंबर महिन्यात ॲमेझॉनच्या शेअरची किंमत आकाशाला भिडून त्याच्याही वर पोहोचली होती. त्यामुळे ज्या झॅपोसच्या अधिकारी, कर्मचारी, गुंतवणूकदारांनी शेअर्स ठेवले होते त्यांना खजिनाच गवसला! या कंपनीवर ताबा मिळवताना ॲमेझॉनला अनेक धडे शिकायला मिळाले, शिकायला लागले. पुढे इंटरनेटच्या क्षेत्रातील 'अपस्टार्ट' कंपन्यांशी व्यवहार करताना ॲमेझॉनने मिळालेली ती शिकवण नीट लक्षात ठेवून उपयोगातही आणली.

२००७ सालच्या डिसेंबर महिन्यात सुरू होऊन २००९ सालच्या जुलै महिन्यापर्यंत जगाला झाकळून टाकणारा आर्थिक मंदीचा काळ एका अर्थाने ॲमेझॉनसाठी वरदानच ठरला. एक तर त्याच काळात झॅपोस तिच्या कब्जात आली. मोठमोठ्या दुकानांच्या साखळ्या असलेल्या कंपन्यांच्या दुकानांमधील विक्री पार कमी झाली होती, अधिकाऱ्यांना कंपन्या कशा वाचवायच्या याची काळजी पडली होती. जमाखर्चाची तोंडमिळवणी करण्याच्या मागे लागलेल्या अनेक विक्रेत्यांना त्यांच्याकडच्या कामगारांना कामावरून कमी करावे लागले होते, दुकानातील मालाचे प्रकार कमी करावे लागले होते, ग्राहकांना पुरवल्या जाणाऱ्या सोयीसुविधांमध्ये बरीच काटछाट करावी लागली होती; पण बेझोस मात्र त्याच वेळी ॲमेझॉनच्या साइटवरील विक्रीच्या वस्तूंच्या यादीत नवनवी भर घालत होते, वितरणाचा वेग वाढवीत होते. ही जी ॲमेझॉनमध्ये उत्क्रांती घडवली जात होती, विविधता आणली जात होती, बाकीच्या ऑनलाइन विक्रेत्यांसाठी एक शक्तिशाली स्पर्धेची तटबंदी तयार केली जात होती. ते सर्व आर्थिक आणीबाणीच्या आवरणाखाली झाकून राहिले, झाकून ठेवता आले. भेलकांडणारी जागतिक अर्थव्यवस्था ही सर्व विक्रेत्यांना घाबरवून सोडणारी, ग्राहकांना खर्च करू न देणारी चेटकीण ठरली, ॲमेझॉनकडे कोणीच बोट दाखवले नाही.

आधीच जरा अशक्त असलेल्या देशभरातील सर्व विक्रेत्यांना आर्थिक मंदीने कायमचे संपवून टाकलेच, पण काही ऐतिहासिक ठरलेली उत्पादने, त्यांची गाजणारी नावेही नाहीशी केली. 'सर्किट सिटी' ही इलेक्ट्रॉनिक्स उपकरणे व साधने यांची विक्री करणारी देशातील सर्वांत मोठी कंपनी होती. व्हर्जिनिया प्रांतातील रिचमंड येथील या कंपनीची देशभरात ७०० दुकाने होती, वार्षिक विक्री १२०० कोटींची होती. ती कंपनी 'कमिशन सेंटर्ड

सेल्स' या पद्धतीचा वापर करीत होती. १९९०च्या दशकातल्या बदलाने ती पद्धती ढासळवून टाकली. बेस्ट बाय, वॉल मार्ट, कॉस्टको यांसारख्या कंपन्यांनी, ज्याला 'बिग बॉक्स स्टोअर्स' म्हणतात अशी प्रचंड मोठ्या एकमजली इमारतीमध्ये, ५०,००० चौरस फुटांपेक्षाही जास्त क्षेत्रफळाची, ग्राहकांच्या गाड्या उभ्या करण्याची सोय असलेली स्टोअर्स शहराशहरांत, गावागावांत सुरू केली. तेथे काउंटर्स, ग्राहकांना वस्तू दाखवणारे, देणारे विक्रेते वगैरे तोवर दुकानांमधून नेहमी आढळणाऱ्या गोष्टी बंद करून ग्राहकांनी दुकानातील सर्व भागांत स्वत:च हिंडून, निवड करून हव्या त्या वस्तू हव्या तेवढ्या घेऊन दुकानाच्या पुढील भागात असणाऱ्या 'चेकआउट काउंटर्स'पर्यंत आणून तेथील माणसाकडून त्यांचे बिल तयार करून घेऊन, पैसे भरून वस्तू घेऊन जाण्याची नवी पद्धत अवलंबिली. ग्राहक टेलिव्हिजन सेटसुद्धा शेल्फमधून काढून घेऊन स्वत:च, किंवा फारच जड वाटला तर अगदी कमी पगारावर ठेवलेल्या हिंडत्या-फिरत्या सेवकांपैकी एखाद्याच्या मदतीने पुढे चेकआउट काउंटरपर्यंत आणून घरी घेऊन जाऊ शकू लागले. इलेक्ट्रॉनिक्स स्टोअर्समध्ये पर्सनल कॉम्प्युटर्सची - पीसीजची - मागणी वाढू लागली होती; पण 'सर्किट सिटी' भरपूर नफा देणाऱ्या कॉम्प्युटर्सच्या ऐवजी ग्राहकांना अपेक्षित असलेल्या कमी किमतीतले पीसीज बाजारात आणायला तयार नव्हती. १९९०च्या दशकातील परिस्थितीमुळे विचलित झालेल्या सर्किट सिटीमधील काही पदाधिकाऱ्यांनी रिचमंडमध्येच वापरलेल्या गाड्या विकणारी 'कारमॅक्स' नावाची कंपनी आणि नंतर दहा कोटी डॉलर्सपेक्षाही जास्त भांडवल घालून डिव्हीडीज भाड्याने देणारी 'डीआयव्हीएक्स' ही कंपनी सुरू केली.

त्यानंतर ॲमेझॉनने पार टोकाला जाऊन 'सेल्फ सर्व्हिस' ही असाधारण पद्धत आणली. पुन्हा सर्किट सिटी या विघातक पद्धतीने हादरली. सर्किट सिटीने २००१ ते २००५ ॲमेझॉनला तिची वेबसाइट चालवायला परवानगी दिली होती; पण त्यानंतर तिला तिची इंटरनेटवरील उपस्थिती भक्कम करणे जमले नाही. तसेच ग्राहकांच्या गरजा, त्यांच्या निवडींचे निकष, आवडीनिवडी या गोष्टींचे महत्त्व समजून घेऊन त्यांच्याशी जवळिकीचे संबंध प्रस्थापित करणेही जमले नाही. यालाच रिक डॅलझेल 'बेझोस यांनी धर्मासारखे स्वीकारलेले सत्य' म्हणत आणि तेच सर्किट सिटी झिडकारत राहिली. संपूर्ण जगालाच ज्या वेळी आर्थिक मंदीने ग्रासले होते, त्या

काळात या कंपनीलाही भांडवलाची गरज होती; पण भांडवलांचे प्रवाह पार आटले होते. बेझोस ज्याला बायबल समजत त्या 'गुड टु ग्रेट' या पुस्तकात ज्या कंपनीचा गौरवपूर्वक उल्लेख केला गेला होता त्याच 'सर्किट सिटी' या कंपनीला तिचा तोट्यात चालणारा उद्योग बंद करायची वेळ आली, तेथे काम करणाऱ्या चौतीस हजार कर्मचाऱ्यांना घरी बसावे लागले.

त्यानंतर थोड्याच वर्षांनंतर पुस्तकाच्या क्षेत्रातील बलाढ्य कंपनी 'बॉर्डर्स'पण तशीच अधोगतीला गेली.

लुईस आणि टॉम बॉर्डर्स या दोघा भावांनी १९७०च्या दशकाच्या अगदी सुरुवातीला पुस्तकांची विक्री किती, कशी होते, त्यावरून त्यांचा साठा किती ठेवला पाहिजे, अशी काही माहिती सतत घेणारी एक पद्धत विकसित केली होती आणि त्यानंतर लगेचच १९७१ साली, त्यांनीच 'बॉर्डर्स' ही कंपनी स्थापन केली. १९९२ साली ते दोघे बॉर्डर्स बंधू त्या कंपनीतून बाहेर पडले आणि ती कंपनी 'के. मार्ट'ने ताब्यात घेतली; पण लगेचच तिला स्वतंत्र कंपनीचा दर्जा दिला. १९९०चे संपूर्ण दशक 'बॉर्डर्स'ने अमेरिकेतील निरनिराळ्या शहरांतील व गावांतील शॉपिंग सेंटर्समध्ये अनेक मजल्यांची भव्य दुकाने तर उघडलीच; तिने इंग्लंड, ऑस्ट्रेलिया, सिंगापूर या देशांतही पाय पसरले. १९९२ साली असलेली २२.४८ कोटी डॉलर्सची विक्री २००२ साली ३०४ कोटींवर नेली.

परंतु दुर्दैवाने बॉर्डर्सची तत्त्वप्रणालीही 'सर्किट सिटी'सारखीच संकुचित होती. एकामागून एक नवी दुकाने उघडायची, केवळ जुन्या-नव्या दुकानांच्या विक्रीच्या वाढीवर लक्ष केंद्रित करायचे, 'बान्स अॅन्ड नोबल'सारख्या स्पर्धकांवर सर्व बाजूंनी हल्ला चढवून त्यांच्यावर कुरघोडी करण्याच्या योजना आखायच्या एवढेच ती कंपनी करत राहिली. वॉलस्ट्रीटच्या सर्व अपेक्षा तिमाही अहवालात पूर्ण करण्याच्या बाबतीत अत्यंत कर्तव्यदक्ष राहणारी ती कंपनी ग्राहकांच्या बाबतीत मात्र तिचे कर्तव्य विसरली. हे सर्व करत असताना ग्राहकांच्या बदलत्या आवडीनिवडींचा अंदाज तिला आला नाही. तिच्या जुन्या विचारपद्धती, धोरणे यांमध्ये योग्य वेळी इंटरनेटचा प्रवेश होऊच शकला नाही, ना त्यासाठी भांडवल मिळाले- ना कुशल इंजिनिअर्स. दुकानांसाठीच सर्व अर्थबळ व मनुष्यबळ पुरवत राहून 'सर्किट सिटी'प्रमाणे 'बॉर्डर्स'नेही काही काळ अॅमेझॉनला त्यांची पुस्तके ऑनलाइन विकायला परवानगी दिली. त्याचे नाव गुप्त ठेवण्याच्या अटीवर 'बॉर्डर्स'मधील एका

पदाधिकाऱ्याने असे विधान केले की, सुरुवातीला ॲमेझॉन एक कॅटलॉग होती – 'लँड्स एन्डचे संस्करण.' पण आता ही भावना बम्पर स्टिकरसाठी उपयुक्त आहे.

२०११ साली बंद पडलेली ही कंपनी तिच्या शेवटच्या दहा वर्षांत ऑनलाइन विक्रीतील वेगवान वाढ, 'किंडल'सारख्या आधुनिक साधनांचे आगमन, अधिकाधिक ग्राहक वाचकांनी दुकानात जाणे, छापील पुस्तके वाचणे या दोन्ही गोष्टींना बाजूला सारून आधुनिक पद्धती व साधने या दोन्ही गोष्टींना दिलेला अग्रक्रम यांमुळे फार मोठे नुकसान सोसू लागली होती. त्यातच जागतिक आर्थिक मंदीची भर पडली. 'सर्किट सिटी'प्रमाणेच 'बॉर्डर्स'लाही त्यांच्या खर्चात पुरेशा वेगाने कपात करणे जमले नाही; कारण त्यांच्या दुकानांच्या भाडेपट्टीचे करार पंधरा–वीस वर्षे मुदतीचे होते. बॉर्डर्सच्या सीईओने त्या वेळची वस्तुस्थिती वर्णन करताना म्हटले आहे, "खरे तर ज्या वेळी बॉर्डर्सने दिवाळखोरी जाहीर केली, त्या वेळी आमच्या स्टोअर्सपैकी अर्धीअधिक स्टोअर्स उत्तम चालत होती, फायदाही मिळवून देत होती– पण उरलेल्या, चुकीच्या, अयोग्य, गैरसोयीच्या ठिकाणी असलेल्या, प्रचंड तोट्यात चाललेल्या स्टोअर्सचे भाडेकरार रद्द करून टाकायला आमच्या जवळ पुरेसे पैसे नव्हते, आर्थिक मंदीमुळे त्यासाठी बाहेरून भांडवल उभे करणेही शक्य नव्हते." अखेर १०,७०० कर्मचाऱ्यांना बेकार करून बॉर्डर्सने धंदा बंद केला.

दुकानांच्या साखळ्या असलेल्या या अशा कंपन्यांप्रमाणेच अमेरिकेत सर्वांत मोठ्या विक्रेत्यांच्या यादीत वरून दुसऱ्या स्थानावर असलेल्या 'टार्गेट' या कंपनीने मात्र केवळ तिचे मिनियापोलिस येथील मुख्य स्टोअर्स आणि तिचे एक वितरणकेंद्र बंद करून आर्थिक मंदीतही तग धरली. टार्गेटनेही २००१ साली त्यांच्या ऑनलाइन विक्रीची जबाबदारी ॲमेझॉनवर सोपवली होती, परंतु दोघांचे काही जमले नाही, नाते जुळले नाही, संयुक्त योजनांना अवाजवी विलंब होत गेला. 'टार्गेट'चे काम पाहणारे ॲमेझॉनचे अधिकारी फैजल मुसाद म्हणाले, "टार्गेटसाठी साधनसुविधा जमवायला आम्हांला पुरेशी संसाधने मिळाली नाहीत. 'अग्रक्रम ॲमेझॉनला, टार्गेट वगैरे सगळे नंतर...' या आमच्या धोरणाचा तो परिणाम होता!"

पाच वर्षांनंतरही ऑनलाइन विक्रीसाठी स्वतःची साइट तयार करण्याची क्षमता कंपनीत नाही ही वस्तुस्थिती मान्य करून २००६ साली टार्गेटने,

पूर्ण समाधानी नसूनही, ॲमेझॉनबरोबरच्या कराराची मुदत पुन्हा पाच वर्षांसाठी वाढवली. नवा करार सही झाल्यानंतर मात्र स्वतः बेझोस यांनी मिनियापोलिसला जाऊन रॉबर्ट अलरिच आणि जेराल्ड स्टॉर्च या दोघा टार्गेटच्या अधिकाऱ्यांची भेट घेतली. तेथे त्यांनी त्या दोघांसमोर जे सादरीकरण केले ते पाहू-ऐकू इच्छिणाऱ्या टार्गेटच्या कोणत्याही कर्मचाऱ्याला तेथे हजर राहण्याची परवानगी देण्यात आली होती. त्या वेळी 'टार्गेटडॉटकॉम' ही साइट चालवणारे डेल निट्श्के म्हणाले, ''त्या दिवशी मला श्रोते, प्रेक्षक जमवावे लागले, हॉल रिकामा राहू नये म्हणून मला लोकांच्या हातापाया पडून तेथे आणावे लागले. मी त्यांना सांगितले की, अरे बाबांनो, ही कंपनी जागतिक पातळीवरची स्पर्धक ठरणार आहे, तिच्यावर लक्ष हे ठेवलेच पाहिजे!''

टार्गेटला हे माहीत होते की ॲमेझॉनवर अवलंबून राहणे धोक्याचे होते आणि ते परावलंबित्व लवकरात लवकर संपुष्टात आणून वेबवर स्वतःचे स्वतंत्र स्थान निर्माण करणे अत्यावश्यक होते. तशी तयारी करून २००९ साली खूप उशिराने त्यांनी ॲमेझॉनला त्यांचा निर्णय कळवला आणि दोन वर्षांनी कराराची मुदत संपल्यावर तो कायमचाच रद्द करून टाकला. कराराचा अंत कडवटपणे झाला; पण आयबीएम आणि ओरॅकल यांच्या मदतीने चालवलेली टार्गेटची स्वतःची वेबसाइट काही धडपणे चालली नाही. २०११ सालच्या सुटीच्या ऐन मोसमात ती साइट पाच-सहा वेळा बंद पडली. कंपनीच्या ऑनलाइन डिव्हिजनच्या प्रेसिडेंटनी राजीनामा दिला.

ॲमेझॉन 'ई कॉमर्स'च्या क्षेत्रात जे वर्चस्व प्राप्त करीत होती त्याने त्या क्षेत्रात सर्वांत नुकसान सहन करीत होती ती अर्कान्सासमधली बेंटनव्हीलस्थित वॉलमार्ट ही कंपनी. दुकानांमधून विक्रीचे उच्चांक गाठणाऱ्या वॉलमार्टची १९९९ सालापासून सिलिकॉन व्हॅलीच्या उत्तरेकडील ब्रिसबेन येथून चालवली जाणारी वेबसाइट मात्र ऑनलाइन विक्रीच्या क्षेत्रात फारच तोकडी प्रगती करू शकली होती. ऑनलाइन विक्रीच्या बाबतीत ती ॲमेझॉनच्या कितीतरी मागेच होती. ॲमेझॉनला गाठणे हेच तिला अतिशय अवघड पडत होते त्यामुळे तिला मागे टाकणे हे तर अशक्य कोटीतलेच होते. कित्येक वर्षे पिछाडीला राहूनही तिची वेबसाइट ॲमेझॉनला चालवायला देण्याचा मोह वॉलमार्टने आवरून धरला होता. आर्थिक मंदीनंतर मात्र वॉलमार्टने तातडीने इंटरनेट या विक्रीच्या माध्यमाचा, तिच्या वेबसाइटचा नव्या ऊर्जेने, सर्व शक्ती पणाला लावून वापर करायचे ठरवले.

२००९ सालच्या सप्टेंबर महिन्यात मी न्यू यॉर्क टाइम्ससाठी 'कॅन ॲमेझॉन बी द वॉलमार्ट ऑफ द वेब?'– 'ॲमेझॉन वेबवरची वॉल मार्ट बनू शकते का?'– या शीर्षकाचा एक लेख लिहिला होता. लेखाच्या शीर्षकाने बेंटनव्हीलमध्ये खळबळ माजली होती. ते शीर्षक, त्यातील तुलना वॉलमार्टला झोंबली होती. लेख प्रसिद्ध झाल्यानंतर काही आठवड्यांनी 'वॉलमार्टडॉटकॉम'चे चीफ एक्झिक्युटिव्ह राऊल वास्केझ यांनी वॉल स्ट्रीट जर्नलला सांगितले, ''जर 'वेबवरची वॉलमार्ट' कोणी असेलच ती फक्त आणि फक्त 'वॉलमार्टडॉटकॉम'च असू शकते! 'सर्वांत मोठी आणि जास्तीत जास्त रहदारी असलेली वेबसाइट' हेच आमचे ध्येय आहे.'' शत्रूने खोडी काढल्यावर जसा एखादा देश त्याच्यावर जोरदार लष्करी कारवाई करतो, तसेच काहीसे डिवचल्या गेलेल्या वॉलमार्टने केले. स्टीफन किंग, डीन कूंझ यांसारख्या लोकप्रिय लेखकांच्या दहा नव्या पुस्तकांच्या किमती वॉलमार्टने कमी करून दहा डॉलर्सवर खाली आणल्या. ती घोषणा वॉलमार्टच्या साइटवर प्रसृत झाल्यापासून काही तासांतच ॲमेझॉननेही त्या पुस्तकांच्या किमती दहा डॉलर्सवर आणल्याचे जाहीर केले. वार–प्रतिवार सुरू झाले. वॉलमार्टने किमती दहावरून नऊ डॉलर्सवर उतरवल्या, ॲमेझॉननेही तसेच केले. 'वॉलमार्टडॉटकॉम' सुरू झाली त्या वेळेला वॉलमार्ट खपणाऱ्या वस्तूंच्या किमती कमी करून आपल्यावर दबाव आणेल अशी ॲमेझॉनमधील अधिकाऱ्यांना सतत धास्ती वाटत असे; पण दहा वर्षांनंतर तशा किमतीच्या लढाईला तोंड द्यायची कुवत ॲमेझॉनमध्ये निर्माण झाली होती.

दोन पहिलवानांमधील ही कुस्ती पुढील एक महिना सुरू राहिली, 'जशास तसे' घडत राहिले. दोन राज्यांमध्ये सुरू झालेल्या त्या युद्धात तिसऱ्या राज्याने प्रवेश केला– 'टार्गेट' रिंगणात उतरली. तीनही कंपन्यांनी डीव्हीडीज, व्हिडिओ गेम कन्सोल्स, मोबाइल फोन्स यांचीच नव्हे तर पंचेचाळीस वर्षांपूर्वी बाजारात आलेले लहान लहान केक गरम करणारे हासब्रो कंपनीचे 'इझी–बेक ओव्हन' नावाच्या एका खेळण्यासकट कितीतरी गोष्टींच्या किमती कमी करण्याचा धडाकाच लावला. अनेक लोकप्रिय पुस्तकांच्या किमतींमध्ये तीनही विक्रेत्यांनी प्रचंड सूट जाहीर केली, त्या वेळी 'अमेरिकन बुकसेलर्स असोसिएशन' या स्वतंत्र पुस्तक विक्रेत्यांच्या संघटनेने 'यूएस डिपार्टमेंट ऑफ जस्टिस'कडे तक्रार नोंदवली की, या बड्या विक्रेत्यांच्या आपापसांतल्या स्पर्धेमुळे संपूर्ण पुस्तकउद्योगाला धोका निर्माण झाला आहे.

अजूनही त्यांच्या तक्रारीवर सरकारी खात्याने काहीही कारवाई केलेली नाही.

* * *

२००९ सालच्या फेब्रुवारी महिन्यात ॲमेझॉनने न्यू यॉर्कमधल्या मॉर्गन लायब्ररी ॲन्ड म्युझियमच्या तळघरातील प्रेक्षागृह आरक्षित केले. कंपनीला 'किंडल २'ची घोषणा करण्याच्या समारंभाची तयारी करायची होती. 'किंडल' उर्फ 'फियोना'ची पुढली आवृत्ती 'किंडल २' उर्फ 'ट्युरिंग' ('फियोना'सारखेच इंजिनिअर्सनी 'डायमंड एज' या पुस्तकातील एका किल्ल्याच्या नावावरून ठेवलेले नाव) तयार झाला होता. 'किंडल १'सारखा त्याच्या जाडीत फरक नव्हता, जाडी जरा कमीच झाली होती, तो दिसायला अधिक नीटनेटका दिसत होता. बटणांची मांडणी व्यवस्थित केलेली होती, कुठल्याच बाबतीत अतिशयोक्ती टाळलेली होती. या वेळी उत्पादनातील सर्व अडचणीही सोडवल्या गेल्या होत्या. पण कंपनीला अजून आपल्या नव्या उत्पादनाचा उद्घाटन समारंभ सुरळीतपणे कसा पार पाडायचा ते मात्र अवगत झाले नव्हते. आदल्या रात्री कंपनीच्या समारंभाच्या जागेवर झालेल्या चाचणीच्या वेळी कम्युनिकेशन विभागातल्या लोकांनी बेझोस यांच्या बऱ्याच शिव्या खाल्ल्या होत्या. अनेक चुका होत्याच, ते जेथे उभे राहून बोलणार होते त्याच्या मागच्या मोठ्या पडद्यावर ते दाखवणार असलेल्या स्लाइड्सही स्पष्ट दिसत नव्हत्या, जरा धूसर दिसत होत्या. ते वैतागले होते. हताश होऊन म्हणाले, ''मला कळत नाही, तुम्हां लोकांना उत्तम दर्जा काय असतो हेच माहीत नाही का? त्या दर्जाचे काम तुम्हांला करताच येत नाही!''

ॲमेझॉनने किंडलचा हात धरून डिजिटल विश्वात प्रवेश केला होता, किंडलने ॲमेझॉनमध्ये फार मोठा बदल आणला होता. आता 'किंडल २' पुस्तक प्रकाशनाचे विश्व बदलून टाकणार होता, जगभरातील लोकांच्या वाचनाच्या पारंपरिक पद्धतीत क्रांती घडवून आणणार होता. किंडलने स्वत:ची खास ओळख निर्माण केलेलीच होती, त्यातच त्याच्या दुसऱ्या आवृत्तीत अनेक उत्तमोत्तम सुधारणा केल्या गेल्या होत्या आणि ही नवी आवृत्ती पहिल्या दिवसापासून मुबलक प्रमाणात उपलब्धही होती. त्यामुळे किंडल २ कडे ग्राहक-वाचक लगेच आणि फार मोठ्या प्रमाणात आकर्षित झाले. वाचकांना एक अतिशय सोयीचा, सोपा इलेक्ट्रॉनिक रीडर आणि

तोही अगदी परवडणाऱ्या किमतीला देण्याचे बेझोस यांचे स्वप्न 'किंडल २'ने पूर्णत्वाला नेले. तोवर नूक आणि आयपॅड बाजारात आलेले नव्हते. त्यामुळे अमेरिकेतील डिजिटल रीडिंगचे नव्वद टक्के क्षेत्र ॲमेझॉनच्या 'किंडल २'ने काबीज केले.

किंडलच्या माध्यमातून ॲमेझॉन ई-बुक्सच्या क्षेत्रात 'एकाधिकारशाही' गाजवीत होते आणि त्यामुळे मोठमोठ्या प्रकाशकांना धास्ती वाटू लागली होती. ॲमेझॉनबरोबरच्या व्यवहाराच्या दहा वर्षांच्या अनुभवाने पुरवठादार हे शिकले होते की प्रकार कोणताही असो, ॲमेझॉन तिचे विक्रीच्या क्षेत्रातील निर्विवाद सामर्थ्य वापरताना कोणाचा मान, स्थान, प्रतिष्ठा यांचा विचार करीत नसे, ते सामर्थ्य वापरून कमीतकमी किमतीला वस्तू पदरात पाडून घेत असे, स्वतःचा फायदा अबाधित राखून किमतीत तिला मिळालेली सूट ग्राहकापर्यंत पोहोचवीत असे. या सर्व व्यवहारात जर कोणत्याही कारणाने कंपनीच्या नफ्यात जरा जरी तूट आली तरी त्यावरील ॲमेझॉनची प्रतिक्रिया तीव्र असे, कठोर असे. एक प्रतिष्ठित फ्रेंच प्रकाशनसंस्था हॅशेट लिव्हर आणि ॲमेझॉन यांच्यामध्ये देवघेवीच्या बाबतीत काही मतभेद झाले होते, ते बरच ताणले गेले होते, विकोपालाच गेले होते. किंडल २ बाजारात आले. त्यानंतर ॲमेझॉनच्या इंग्लंडमधील शाखेने या फ्रेंच प्रकाशकाची लोकप्रिय पुस्तकेही साइटवर विकण्याचे बंद करून टाकले. ती पुस्तके ग्राहक-वाचकांना ॲमेझॉनच्या साइटवरून जे स्वतंत्र विक्रेते विक्री करीत असत त्यांच्याकडून विकत घ्यावी लागत होती.

ॲमेझॉनने जी सरसकट सर्वच पुस्तकांची - भरपूर खप असलेल्या आणि नव्याने प्रकाशित होणाऱ्या पुस्तकांचीसुद्धा - किंमत ९.९९ डॉलर्स इतकी कमी जाहीर करून टाकली होती. त्यामुळे तर प्रकाशक फारच त्रासलेले होते. हे असले 'स्टंट्स' उत्पादकांना नेहमीच रात्रंदिवस छळणारे असतात, त्यांनाही काहीतरी तीव, कठोर प्रतिक्रिया द्यायला भाग पाडणारे असतात. अशीच प्रतिक्रिया म्हणून 'नाइके' या पादत्राणांच्या बड्या उत्पादकाने त्याची पादत्राणे ॲमेझॉनच्या 'एन्डलेसडॉटकॉम' या साइटवर विक्रीसाठी द्यायला नकार दिला होता. डिजिटल पुस्तकांची छपाई आणि वितरण यासाठी छापील पुस्तकांच्या मानाने खूपच कमी खर्च येत असे या वस्तुस्थितीचा विचारच त्या पुस्तकांच्या इतक्या कमी किमतीच्या मागे होता, पण हा जो तंत्रबदल करावा लागला होता त्याला आलेल्या खर्चाचा

विचार त्यात केला गेला नव्हता. डिजिटल पुस्तके आणि तीही इतक्या कमी किमतीत उपलब्ध झाल्याचा फार मोठा फटका अन्य विक्रेते, पुस्तकाचे दुकानदार यांना सहन करावा लागत होता; पण ॲमेझॉनची विक्री मात्र त्यामुळे प्रचंड वाढत होती, तिनेच पुस्तक विक्रीक्षेत्राचा ताबा घेतला होता. या सापळ्यातून सुटण्याचे बरेच मार्ग प्रकाशकांनी शोधले. २००९ सालच्या मध्यावर हार्पर कॉलिन्स आणि हॅशेट लिव्हर या दोन प्रकाशकांनी यावर एक उपाय करून बघितला. त्यांनी काही नव्या पुस्तकांची छापील आवृत्ती प्रकाशित होऊन काही महिने उलटेपर्यंत त्यांची डिजिटल आवृत्ती प्रकाशित केलीच नाही. पण यावर वाचकांनीच नाराजी व्यक्त केली आणि तीही त्या पुस्तकांविषयी वाईट अभिप्राय ॲमेझॉनच्या साईटवर नोंदवून!

प्रकाशक ॲमेझॉनवर नाराज होण्याचे, रागावण्याचे आणखीही एक कारण घडले. ॲमेझॉनने त्याच वर्षी 'किंडल डिजिटल टेक्स्ट प्लॅटफॉर्म' नावाची एक योजना सुरू केली. (पुढे ती 'केडीपी' या नावाने ओळखली जाऊ लागली.) या योजनेखाली लेखक स्वतःच त्यांची पुस्तके 'यू.एस.किंडल स्टोअर'च्या माध्यमातून डिजिटल स्वरूपात प्रसिद्ध करू शकायचे. लवकरच त्या योजनेची व्याप्ती अमेरिकेच्या बाहेर, परदेशापर्यंत पोहोचवली गेली. एवढेच नाही तर या योजनेअंतर्गत विकल्या गेलेल्या पुस्तकांच्या मागे लेखकांना सत्तर टक्के मानधनही मिळू लागले. या योजनेकडे 'ॲमेझॉनचा प्रकाशन क्षेत्रातील प्रवेश' या दृष्टीने पाहिले जाऊ लागले. सुरुवातीला तरी या योजनेत फक्त सर्वस्वी अनोळखी, अज्ञात लेखकच होते.

अशा पद्धतीने विक्रेत्यांनी प्रकाशनक्षेत्रात आक्रमण करणे हे त्या आधीही घडले होते.बार्न्स अॅन्ड नोबलनेही स्वतःची प्रकाशनसंस्था सुरू केली होती. पण ॲमेझॉनने प्रकाशन आणि विक्री या दोन्ही क्षेत्रांत मारलेली मुसंडी जबरदस्त होती. सर्वत्र यशस्वी ठरलेल्या किंडलमुळे ई-बुक्सचे प्रकाशन स्वतःच करून आणि 'क्रिएटस्पेस' या नावाने सुरू केलेल्या 'मागणीअनुसार छपाई' योजनेद्वारा ग्राहकाने 'ॲमेझॉनडॉटकॉम' या साइटवर मागणी नोंदवली की ते पुस्तक छापून त्याला पुरवून ॲमेझॉनने प्रकाशन, छपाई, विक्री या सर्वच क्षेत्रांतील बड्या व्यावसायिकांना हादरवून टाकले होते. या योजनांद्वारे ॲमेझॉन लेखक, त्यांचे एजंट्स यांच्याशी थेट संबंध जोडण्याचे प्रयत्न करताना दिसत होते. त्याच काळात ॲमेझॉनने रॅन्डम हाउस या फार मोठ्या प्रकाशनसंस्थेतील एक उच्चाधिकारी डेव्हिड नेगर यांना कंपनीत आणून त्यांना

किंडलच्या टीममध्ये स्थान दिले. ॲमेझॉनच्या या सर्व कृती 'प्रकाशनाच्या पटावरील सर्व घरांवर ॲमेझॉनचीच निर्विवाद मालकी असली पाहिजे,' या जेफ बेझोस यांच्या गगनचुंबी महत्त्वाकांक्षेतून घडवल्या जात होत्या हे सहज लक्षात येत होते. त्यातलाच एक भाग म्हणून ॲमेझॉनने 'ॲमेझॉन एनकोअर' ही योजना सुरू केली. या योजनेअंतर्गत लेखक त्यांची आधी प्रकाशित झालेली पुस्तके किंडलवर ई-बुक्सच्या स्वरूपात पुनर्प्रकाशित करू शकत. ती योजना सुरू झाल्यावर डब्लिन येथील पुस्तक संपादनाचे काम करणारे ओईन पर्सेल यांनी त्यांच्या ब्लॉगमध्ये म्हटले होते, ''ॲमेझॉन आज अशा पातळीवर पोहोचली आहे की ती तिच्या कोणत्याही योजना कितीही मोठ्या प्रमाणावर राबवू शकते. या 'एनकोअर' योजनेमुळे लेखक आणि त्यांचे एजंट्स हे तर दोन्ही हातांनी त्यांचे ईप्सित साध्य करून घेऊ शकतातच, पण तेवढेच नाही, या 'एनकोअर'द्वारा ॲमेझॉनने लेखन, प्रकाशन, वितरण, वाचन या संपूर्ण क्रियाचक्रावरच पूर्ण नियंत्रण मिळवले आहे.''

ॲमेझॉनच्या या योजना-मोहिमांनी प्रकाशकांची अशी खात्री पटली की त्यांच्या माना फाशीच्या फंद्यात अडकवल्या जात आहेत. हा विषय प्रकाशनजगतात गंभीर चर्चेचा विषय बनला. त्या सगळ्यांचा परिपाक घडला तो होता युरोपिअन युनियन आणि यूएस डिपार्टमेंट ऑफ जस्टिस यांनी पुस्तक प्रकाशक आणि ॲपल यांच्या विरुद्ध दाखल केलेला, परिस्थिती ढवळून टाकणारा, सर्वांनाच गोंधळात टाकणारा, गुंतागुंतीचा, पेचात अडकवणारा, नाट्यमय असा अविश्वासाचा खटला- आणि त्या अनुषंगाने हजारो कायदेशीर कागदपत्रे, कित्येक आठवडे न्यायालयात चाललेले साक्षीपुरावे.

२००९ या संपूर्ण वर्षात अमेरिकेतील पेंग्विन, हॅशेट, मॅकमिलन, हार्पर कॉलिन्स, रॅन्डम हाउस आणि सायमन ॲन्ड शुस्टर या आघाडीच्या सहा प्रकाशनसंस्थांचे प्रमुख मधूनमधून एकत्र येत राहिले, त्यांना भेडसावणाऱ्या समस्येवर, अडचणीत आणणाऱ्या आपत्तीवर फोनवर, ई-मेलद्वारे आणि न्यू यॉर्कमधील पंचतारांकित हॉटेल्समधील खासगी डायनिंग रूम्समध्ये भेटून, मीटिंग्ज घेऊन चर्चा करीत राहिले आणि वर या त्यांच्यातील 'संदेशवहना'चे कोणतेही पुरावे मागे उरणार नाहीत याची कसून खबरदारीही घेत राहिले- असा आरोप डिपार्टमेंट ऑफ जस्टिसने केला होता. पुढे जाऊन त्यांनी असाही दावा केला की, या सर्व कृती एका फसवणुकीच्या बेकायदेशीर कारस्थानाचा भाग होता. प्रकाशकांनी असा खुलासा केला की त्यांच्यामधील 'संदेशवहन'

ॲमेझॉनविषयी बोलण्यासाठी नव्हते, त्यात त्यांच्या क्षेत्रातील समस्या, प्रश्न यांवर चर्चा होत होत्या. पण तसे नसून ते सर्व जण ॲमेझॉनला, ॲमेझॉनच्या ई-बुक्सच्या किमती अविश्वसनीय वाटाव्या इतक्या कमी - ९.९९ डॉलर्स - ठेवण्याच्या धोरणाला लक्ष्य करीत होते, असे सरकारी पक्षाचे म्हणणे होते. (न्यायालयातील कागदपत्रांत प्रकाशक ज्या प्रश्नावर चर्चा करीत होते त्या प्रश्नाचा उल्लेख 'द ९.९९ प्रॉब्लेम' असा केलेला आहे.)

जस्टिस डिपार्टमेंटच्या फाइल्समधील नोंदींप्रमाणे प्रकाशन व्यावसायिक या निष्कर्षाप्रत पोहोचले होते की, ॲमेझॉनने प्राप्त केलेल्या वर्चस्वामुळे त्यांच्या क्षेत्रात निर्माण झालेला असमतोल नाहीसा करण्यासाठी त्यांच्या व्यवसायाने एकत्र येऊन ॲमेझॉनच्या विरोधात कडक कारवाई करणे अत्यावश्यक, नव्हे अनिवार्य होते. त्यासाठी अजूनही ॲमेझॉनच्या एकूण पुस्तकविक्रीतील ६० टक्के विक्री ही त्यांच्या व्यवसायाच्या निर्मितीतूनच होते- या त्यांना अनुकूल असलेल्या वस्तुस्थितीचा योग्य तऱ्हेने वापर हाच एकमेव मार्ग होता. त्यासाठी त्यांनी विविध पर्यायांचा विचार केला होता, असे न्यायालयातील नोंदी दर्शवितात. त्यात एकत्रितपणे ई-बुक्स प्रकाशनाच्या प्रकल्पाची सुरुवात हाही एक पर्याय होता. २००९ सालच्या हिवाळ्यात ॲपल ही कंपनी आणि तिचे कर्करोगग्रस्त प्रमुख स्टीव्ह जॉब्ज यांच्या रूपाने एक देवदूत अवतरला.

ॲमेझॉनशी भांडण करायला जॉब्ज यांच्या जवळ एक त्यांचे स्वत:चे कारण होते. त्यांच्या ॲपलने जे केले होते- ॲपलच्या 'आय ट्यून्स'ने डिजिटल संगीताच्या क्षेत्रात जी एकाधिकारशाही स्थापन केली होती. तिचा फायदा घेऊन स्टीव्ह जॉब्ज यांनी पॉडकास्ट्स, टेलिव्हिजन शोज, चित्रपट या क्षेत्रातही हातपाय पसरले होते. तसेच ॲमेझॉनच्या 'किंडल'नेही डिजिटल पुस्तकांच्या क्षेत्रात केले होते, तशीच मक्तेदारी मिळवली होती आणि तिचा उपयोग तीही इतर डिजिटल माध्यमात प्रवेश मिळवण्यासाठी करू शकत होती. त्या वेळेला स्टीव्ह जॉब्ज 'आय पॅड' या त्यांच्या 'मास्टरस्ट्रोक'च्या तयारीत होते. 'आय पॅड'साठी त्यांना डिजिटल माध्यमातील सर्व पर्याय उपलब्ध करून हवे होते आणि म्हणूनच ॲपलचे अधिकारी पुस्तक-प्रकाशकांनाही भेटू लागले होते.

त्या वर्षीच्या हिवाळ्यात ॲपलतर्फे 'आय ट्यून्स'चे प्रमुख एडी क्यू आणि उपप्रमुख कीथ मोअरर (योगायोग असा की हे ॲमेझॉनचे माजी

अधिकारी होते.) यांनी प्रकाशक कंपन्यांच्या अधिकाऱ्यांशी ज्या चर्चा केल्या त्यातून अ‍ॅमेझॉनने निर्माण केलेला 'द ९.९९ प्रॉब्लेम' सुटण्याची, पुस्तके विकणाऱ्या दुकानांवरील दबाव काही प्रमाणात कमी होण्याची, तसेच अ‍ॅमेझॉनने प्रचंड खपाच्या आणि नव्याने प्रकाशित होणाऱ्या पुस्तकांची पार तळाला नेलेल्या किमतीची बरोबरी न करता अ‍ॅपलला 'ई-रीडिंग'च्या क्षेत्रात प्रवेश करता येण्याची शक्यता निर्माण झाली. 'आय पॅड'साठी ज्या प्रकारचे 'ई-बुक' लागणार होते ते प्रकाशकांना स्वत:च विकता येणार होते आणि त्यांच्या किमतीही त्यांच्या त्यांना, त्यांना परवडणाऱ्या - १२ ते १५ डॉलर्स - ठेवता येणार होत्या. 'आय फोन'वरील निरनिराळ्या गोष्टींच्या बाबतीत अ‍ॅपल जशी एक ३० टक्के कमिशन घेणारी मध्यस्थ म्हणून असायची तशीच ती ई-बुक्सच्या खरेदी-विक्रीतही राहणार होती. या व्यवस्थेला 'एजन्सी मॉडेल' असे म्हटले जायचे. यात अ‍ॅपलची एक अट मात्र अशी होती की प्रकाशकांखेरीजचे विक्रेते, दुकानदार ती ई-बुक्स त्या ठरलेल्या किमतीपेक्षा कमी किमतीत विकणार नाहीत. डिपार्टमेंट ऑफ जस्टिसच्या म्हणण्यानुसार हा असा एकदा व्यवहार ठरला आणि प्रत्यक्षात आला की, प्रकाशकांना अ‍ॅमेझॉनलाही त्याच अटींवर व्यवहार करायला भाग पाडता येणार होते. कंपनीअंतर्गत ई-मेल्समध्ये आणि त्यांचे चरित्रकार वॉल्टर आयझॅक्सन यांना पाठवलेल्या ई-मेलमध्ये स्टीव्ह जॉब्ज यांनी या अ‍ॅपलच्या कृतीचे वर्णन 'अ‍ॅपलने उचललेले हे पाऊल म्हणजे एक स्वसंरक्षणाची अमोघ चाल होती,' या शब्दांत केले आहे. त्यांनी 'ऐकिडो मूव्ह' ('ऐकिडो' हा स्वसंरक्षणाच्या जपानी मार्शल आर्टचा एक प्रकार आहे.) हा शब्द वापरला आहे.

या एकंदर प्रकरणाबद्दल प्रकाशकांनी एकत्रित अशी नाही; पण स्वतंत्रपणे प्रतिक्रिया व्यक्त केल्या आहेत. त्यांनी म्हटले आहे, ''आम्ही हे 'एजन्सी मॉडेल' स्वीकारताना अ‍ॅमेझॉनच्या सततच्या वर्चस्वाचा विचार केला, त्या कंपनीची दुसऱ्याचा विचार न करण्याची, आपले म्हणणे खरे करण्याची वृत्ती, तिचा कठोर, निर्दयी दृष्टिकोन विचारात घेतला. ही आमची निवडही काही पूर्ण सुखावह, क्लेशविरहित होती असे नाही. नेहमीच्या व्यवहारात विक्रेत्यांनी एकदम मोठ्या प्रमाणावर - होलसेल - खरेदी केली तर आम्ही किमतीत ५० टक्के सवलत देतो. त्याप्रमाणे मिळणाऱ्या पैशांपेक्षा ई-बुक्सच्या विक्रीत आम्हांला कमीच पैसे मिळणार होते. एक प्रकाशक

मला म्हणाले की, तसे बघायला गेले तर हे एजन्सी मॉडेल जास्त खर्चीक होते; पण जरा लांबवरचा आणि स्वतंत्रपणे विचार केला तर त्यात इतर, ज्याला धोरणात्मक म्हणता येतील असे जे फायदे होते ते इतके पटणारे होते की आम्हांला तोच मार्ग योग्य वाटला.''

या मार्गावरील वाटचालीत सहा प्रकाशकांपैकी एक प्रकाशक – रॅन्डम हाउस – सामील झाला नाही. रॅन्डम हाउसचे प्रमुख मार्कस डोल यांना एजन्सी मॉडेलप्रमाणे मिळणारी किंमत बरोबर वाटत नव्हती. त्यांनी जी सुरू होती तीच – होलसेल – पद्धत, निदान काही काळ तरी, सुरू ठेवण्याचा निर्णय घेतला. मग ॲपलनेही तिच्या नवीन 'आय बुक स्टोअर'मध्ये रॅन्डम हाउसची प्रकाशने विकायला नकार दिला.

ॲपलने २७ जानेवारी, २०१० या दिवशी सॅन फ्रान्सिस्को येथील 'येर्बा ब्यूना सेंटर फॉर द आर्ट्स'मध्ये वार्ताहर आणि काही मोजके निमंत्रित यांच्या उपस्थितीत 'आय पॅड'चे उद्घाटन केले. प्रकृती बिघडलेल्या अवस्थेतील स्टीव्ह जॉब्ज यांच्या अखेरच्या काही थोड्या जाहीर समारंभांपैकी तो एक मंत्रमुग्ध करून टाकणारा प्रसंग होता. एक बुद्धिमान, कुशल, धडाडीचे उद्योजक म्हणून स्टीव्ह जॉब्ज यांच्याविषयी जेफ बेझोस यांना जसा नितांत आदर होता, तशीच एक कट्टर प्रतिस्पर्धी म्हणून खुन्नसही होती. त्या समारंभानंतर वॉलस्ट्रीट जर्नलचे वार्ताहर वॉल्टर मॉसबर्ग यांनी स्टीव्ह जॉब्ज यांना असा प्रश्न विचारला की, जर ॲमेझॉन कमी किमतीत ई–बुक्स विकते आहे तर कोणी ती ॲपलकडून का विकत घेईल? त्याला स्टीव्ह जॉब्ज यांनी दिलेले उत्तर म्हणजे ॲपल व प्रकाशक यांच्या विरुद्धच्या अविश्वास ठरावाच्या नियंत्रकांना दाखवलेला लाल बावटाच होता. ते म्हणाले, ''नाही, नाही, किमती सारख्याच असतील.'' म्हणजे सर्व प्रकाशनसंस्था संगनमताने काम करीत आहेत असेच ते सुचवीत होते. ते म्हणाले, ''प्रकाशक समाधानी नसल्यामुळे त्यांनी ॲमेझॉनला पुस्तके विकत देणे थांबवलेले आहे.''

ॲपलबरोबरच्या 'एजन्सी मॉडेल' पद्धतीनेच व्यवहार करण्याचा आपला निर्णय प्रकाशकांनी ई–मेलद्वारे अथवा फोन करून ॲमेझॉनला कळवला. फक्त मॅकमिलनचे सीईओ जॉन सार्जंट हे तोच निर्णय कळवायला स्वत: विमानाने सिॲटलला गेले. 'किंडल' टीमच्या अधिकाऱ्यांबरोबर – ज्यात लॉरा पॉर्को, रस ग्रॅन्डिनेटी, डेव्हिड नेगर हे उपस्थित होते – वीस मिनिटांची

तणावपूर्ण मीटिंग झाली. सार्जंट यांनी सांगितले की, ॲमेझॉनबरोबरच्या व्यवहाराच्या सर्व अटी, नियम आधीचेच राहतील, होलसेल प्राइसिंग लागू होईल, फक्त ॲमेझॉनला ई-बुक्स प्रकाशित झाल्यावर लगेच मिळणार नाहीत, काही महिन्यांनंतर मिळू लागतील. अर्थात त्यांचा तो निर्णय कोणालाच आवडला नाही. तत्क्षणी योग्य ती बटणे दाबली गेली आणि ॲमेझॉनच्या साइटवरून 'मॅकमिलन'ची छापील आणि इलेक्ट्रॉनिक्स माध्यमातील पुस्तके काढून घेतली गेली. वाचकांना मॅकमिलन प्रकाशनाची छापील पुस्तके फक्त साइटवरील स्वतंत्र विक्रेत्यांकडूनच विकत घेता येणार होती. किंडलसाठी योग्य अशा पुस्तकांच्या आवृत्त्या मात्र साइटवरून पूर्ण नाहीशा झाल्या. ती स्थिती जानेवारीत प्रत्येक आठवड्याच्या अंती तशीच राहिली. ज्यांना ॲमेझॉन आणि प्रकाशक यांच्यामधील या वादाची, ताणतणावांची, 'चित्त्याने केलेल्या हरणांच्या शिकारी'ची कल्पना नव्हती त्यांना या शत्रुत्वपूर्ण कृतीने धक्का बसला. त्या वेळी इंटरनॅशनल क्रिएटिव्ह मॅनेजमेंटच्या साहित्यविभागाचे डायरेक्टर स्लोन हॅरीस म्हणाले, ''मला तर वाटते की त्या वेळी प्रत्येकाला 'आपण सुरामारी बघतो आहोत,' असेच वाटले. पण आपण तर अणुयुद्धापर्यंत पोहोचलो, असे वाटू लागले आहे.''

ॲमेझॉनच्या या प्रकाशकांविरुद्धच्या मारामारीत लेखक आणि वाचक-ग्राहक भरडले जात आहेत, अशी खरमरीत टीका होऊ लागल्यावर ॲमेझॉन नरमले. किंडलची टीम आणि जेफ बेझोस यांनी संयुक्तपणे 'ॲमेझॉन पब्लिक फोरम'वर एक संदेश प्रसारित केला : ''ॲमेझॉन आणि मॅकमिलन यांच्यामधील तीव्र मतभेद आणि त्याचे गांभीर्य आम्ही मॅकमिलनच्या पुस्तकांची विक्री थांबवून व्यक्त केले आहे. या संदेशाद्वारे आम्ही आपणां सर्वांना हे सांगू इच्छितो की, आम्ही शरणागती पत्करून मॅकमिलनच्या अटी आणि त्यांच्या ई-बुक्सच्या आमच्या मते विनाकरण जास्त असलेल्या किमती मान्य केल्या आहेत, त्या केवळ याचसाठी की त्यांची पुस्तके, ज्यांच्यावर पूर्णपणे त्यांचाच अधिकार आहे, तुम्हां वाचकांना वाचायला मिळावीत. किंडल हा ॲमेझॉनच्या उद्योगाचा एक भाग आहे तसाच तो एक ध्येयवादी उपक्रम आहे. त्या ध्येयाचा मार्ग सोपा असेल अशी आशा आम्ही कधीच बाळगली नव्हती!''

हे सर्व प्रदर्शन केले तरी मान्य केलेले 'एजन्सी मॉडेल' किंडलला जास्तच फायदेशीर ठरले. कारण या सगळ्या प्रकारामुळे ॲमेझॉन

ई-बुक्सच्या किमती वाढवू शकले आणि ई-बुक्सच्या विक्रीच्या क्षेत्रात मक्तेदारी मिळवू शकले. या वाढत्या पुस्तकविक्रीचा आणखी एक फायदा झाला. मुळात किंडलच्या किमती ॲमेझॉनला कमी करता आल्या. दोन वर्षांपेक्षाही कमी कालावधीत सर्वांत स्वस्त किंडल ई-रीडर फक्त ७९ डॉलर्सना मिळू लागला होता.

हे असे सर्व घडत असताना ॲमेझॉन काही स्वस्थ बसली नव्हती. तिने सगळ्यांनाच आपापल्या जास्त किमती लादू दिल्या नाहीत. सबंध वर्षात कंपनीने अनेक जोरदार हालचाली केल्या. कपडे-पोशाख विभागातले काम सोडून किंडलच्या टीममध्ये घेतलेले रस ग्रॅन्डिनेटी आणि रॅन्डम हाउसमधून आलेले डेव्हिड नेगर या दोघांनी 'हाउटन मिफलर'सारख्या, फार मोठेही नाहीत आणि फार लहानही नाहीत अशा प्रकाशकांकडे चकरा मारायला सुरुवात केली. तेथील अधिकाऱ्यांनी असे सांगितले की ॲमेझॉनच्या प्रतिनिधींनी त्यांना दम दिला की, 'एजन्सी मॉडेल' त्यांच्यासाठी नाही आणि जर त्यांनी तसे काही केले तर ॲमेझॉन त्यांच्या पुस्तकांची विक्री बंद करेल. ॲमेझॉनने लेखक व त्यांचे एजंट्स यांच्याशी संधान बांधून, प्रकाशकांना मध्ये न आणता ई-बुक्स प्रकाशित करण्याच्या त्यांच्या उपक्रमावर भर द्यायला सुरुवात केली आणि त्यामुळे प्रकाशकांच्या रागात, नाराजीत भर पडायला सुरुवात झाली. हे सत्र बरीच वर्षे तसेच सुरू राहिले.

ॲमेझॉनची ई-बुक्सचे प्रकाशन व विक्री यांवरील पकड ढिली करण्यासाठी, तिच्या वर्चस्वाला शह देण्यासाठी ॲपल आणि प्रकाशनसंस्था यांनी उचललेले पाऊल त्यांनाच अडचणीत घेऊन गेले. न्यायालयातील कागदपत्रांनुसार असे समजते की, मॅकमिलनच्या सीईओंनी त्यांच्या भेटीत सांगितलेल्या अटींनी बिथरलेल्या ॲमेझॉनने दुसऱ्याच दिवशी फेडरल ट्रेड कमिशन आणि यूएस डिपार्टमेंट ऑफ जस्टिस यांच्याकडे 'व्हाइट पेपर'- घडलेल्या घटना, झालेली चर्चा, तिचे निष्कर्ष वगैरेचा अहवाल - पाठवून त्यात असा संशय व्यक्त केला की प्रकाशक आणि ॲपल मिळून ई-बुक्सच्या किमतींविषयी काहीतरी बेकायदेशीर कारस्थान रचत आहेत.

त्यानंतर त्या दोन्ही कायद्यांच्या रक्षकांनी जो काही गदारोळ उठवला, ज़ी काही आग भडकवली त्याची ठिणगी पेटवण्याचे आणि त्यात तेल ओतण्याचे काम मुख्यत: ॲमेझॉननेच केले असा गाढा संशय प्रकाशनसंस्थांच्या अधिकाऱ्यांनी व्यक्त केला. परंतु शोध घेणाऱ्या सरकारी

अधिकाऱ्यांना बहुधा अशा कोणत्याच चिथावणीची गरज नव्हती. आधीपासून प्रकृतिअस्वास्थ्याने ग्रासलेले स्टीव्ह जॉब्ज २०११ सालच्या ऑक्टोबर महिन्याच्या पाच तारखेला मृत्यू पावले; पण त्याआधी त्यांनीच त्यांच्या बोलण्यातून, जाहीर वक्तव्यांमधून, कृतींमधून ॲपल आणि पाच प्रकाशनसंस्था यांच्यासाठी पुरेसा खोल खड्डा खणून ठेवलेला होता. चरित्रलेखक वॉल्टर आयझॅक्सन यांनी स्टीव्ह जॉब्ज यांच्या चरित्रात त्यांच्याच तोंडची वाक्ये उद्धृत केली आहेत : ''ॲमेझॉनने सगळेच बिघडवून टाकले होते. ॲपलचा पुस्तकक्षेत्रात प्रवेश होण्याआधीच काही पुस्तकविक्रेत्यांनी ॲमेझॉनने प्रकाशित केलेली पुस्तके विकणे बंद करायला सुरुवात केली होती. आम्ही प्रकाशकांना सांगितले की आम्ही 'एजन्सी मॉडेल' स्वीकारू. पुस्तकांची किंमत तुम्ही ठरवाल, आम्हांला आमचे तीस टक्के मिळतील आणि हो, ग्राहकांना थोडी जास्त किंमत मोजावी लागेल, पण शेवटी तेच तर तुम्हांला हवे आहे!''

स्टीव्ह जॉब्ज यांचे प्रकाशकांच्या हेतूंना पाठिंबा देणारे बोलणे, वागणे अविश्वासाचा आरोप करणाऱ्यांच्या दृष्टीने सदोष होते, कायद्याचे उल्लंघन करणारे होते. ग्राहकांना जास्त किंमत मोजायला लावण्याचे ॲपल व प्रकाशनसंस्था यांचे हे संयुक्त प्रयत्नच अविश्वासाच्या आरोपाचे मूळ ठरले. जस्टिस डिपार्टमेंटने ११ एप्रिल, २०१२ या दिवशी ॲपल आणि पाच प्रकाशक यांच्याविरुद्ध 'ई-बुक्स'च्या किमती वाढवण्याचे कारस्थान रचल्याच्या आरोपाखाली खटला दाखल केला. प्रकाशकांनी जबाबदारी नाही; पण तडजोड स्वीकारली. ॲपलने मात्र ''आम्ही काहीही अनुचित, अयोग्य, चुकीचे केलेले नाही, ॲपलचा हेतू डिजिटल माध्यमातील पुस्तकांचे विक्रीक्षेत्र वाढावे हाच आहे,'' असा दावा केला.

ॲपलविरुद्धच्या खटल्याची सुनावणी जून महिन्यात मॅनहाटन येथील न्यायालयात झाली. ती सतरा दिवस चालली. जिल्हा न्यायाधीश डेनिस कोट यांनी ॲपलला जबाबदार धरले. ॲपलने प्रकाशकांशी खलबते करून किमतींमधील स्पर्धा टाळून किमती वाढवायचा कट रचला आणि 'शर्मन ॲंटिट्रस्ट ॲक्ट'च्या सेक्शन १चा भंग केला असा निकाल दिला. ॲपलने अपील करण्याचा निश्चय केला. हे पुस्तक छपाईसाठी गेले तेव्हा या सगळ्या प्रकाराने झालेल्या नुकसानीबद्दलच्या खटल्याची सुनावणी २०१४ सालात होणार असल्याचे जाहीर झाले होते.

ई-बुक्स आणि त्यांच्या किमती यांचे हे युद्ध जाहीररीत्या न्यायालयातही खेळले जात होते आणि पुस्तकखरेदी-विक्रीच्या क्षेत्रातही. परंतु आर्थिक मंदीची पायातली बेडी सैल होत होत निखळून पडल्यावर ॲमेझॉनची जी नव्या जोमात, वेगवान वाटचाल सुरू झाली होती त्यात ही लढाई काही अडसर आणू शकली नाही.

२००९ सालच्या सुरुवातीला आर्थिक मंदीचे धुके विरू लागले तसे ॲमेझॉनच्या मंदावलेल्या वाढीचे प्रमाण पुन्हा मूळ पदावर आले आणि पुढील दोन वर्षांत ते शतपटीत वाढू लागले. ॲमेझॉनच्या शेअर्सची किंमत २३६ टक्क्यांनी वाढली! ॲमेझॉन जगभरातील लोकांच्या नजरेत भरू लागली, तिचे सामर्थ्य जाणवू लागले. विशेषत: 'ॲमेझॉन प्राइम' आणि 'ॲमेझॉन वेब सर्व्हिसेस' या माध्यमांतून ग्राहकांच्या विविध प्रकारच्या मागण्यांची अपवादात्मक सक्षमतेने पूर्तता करून ग्राहकांना दिले जाणारे समाधान, ही ॲमेझॉनची वैशिष्ट्यपूर्ण कामगिरी सर्वांचेच लक्ष वेधून घेऊ लागली. ॲमेझॉनची उपस्थिती व प्रगती अमेरिकेपुरती न राहता युरोप आणि आशिया खंडांतही प्रतीत होऊ लागली. ई-बुक्सच्या वादाने किंडलला प्रसिद्धी मिळवून दिली आणि हे नवे साधन पुस्तकक्षेत्र लवकरच काबीज करणार हे गुंतवणूकदारांनाही समजू लागले. ॲपलच्या 'आय ट्यून्स'ने रेकॉर्ड्स विकणाऱ्या दुकानांचे काय करून ठेवले होते हे पाहिलेल्यांना तेच किंडल पुस्तकांच्या दुकानांचे करणार याचा अंदाज येऊ लागला. स्टॉक मार्केटच्या सर्वच विश्लेषकांनी एकमताने ॲमेझॉनच्या शेअर्सना वर चढवले, म्युच्यूअल फंडांचे मॅनेजर्सही गुंतवणुकीसाठी ॲमेझॉनचे नाव सुचवू लागले. सर्व जाणते, तज्ज्ञ, सल्लागार यांनी प्रथमच ॲमेझॉनला गुगल आणि ॲपलच्या पंगतीत नेऊन बसवले. आता ॲमेझॉनचे नाव 'हो...आणि ॲमेझॉन...' असे न घेतले जाता गुगल व ॲपल यांच्या बरोबरीने घेतले जाऊ लागले. ॲमेझॉनने उत्तुंग भरारी घेतली होती!

१०

लाभदायक विश्वास

जगभरात आर्थिक पिछेहाट सुरू झाली तरीही आपल्या वाढीने, प्रगतीने, विक्रीक्षेत्रातील आघाडीने ॲमेझॉन सतत सामान्य लोकांच्या डोळ्यांत भरत होती, तशीच टीकाकारांच्याही. तिचे अस्तित्व प्रकर्षाने जाणवत होते; पण ते नेहमीच कौतुकास्पद, स्तुतिपर नव्हते. २०१०-२०११ या दोन वर्षांत राज्याचा विक्रीकर न भरणे, दोन कंपन्या ताब्यात घेताना काही अयोग्य पद्धतींचा वापर करणे, आपल्याच पुरवठादार पुस्तक-प्रकाशकांशी त्यांच्या पुस्तक-प्रकाशनाच्या क्षेत्रात शिरून स्पर्धा करणे, त्यांच्या पुस्तकांच्या किमतींबद्दलच्या धोरणांबद्दल अनादर दाखवणे, अशाही गोष्टींमुळे ती चर्चेचा विषय बनली होती. दुसऱ्यांच्याच नव्हे तर स्वत:च्या नजरेतसुद्धा एक किरकोळ ऑनलाइन विक्री करणारी कंपनी इतकेच स्थान असलेली ॲमेझॉन 'एका रात्रीत' म्हणावे इतक्या अल्पावधीत स्वत:च्या कायदे-नियमांनुसार चालणारी आणि इतरांनाही चालायला भाग पाडणारी, नुसती बलाढ्य नाही तर एक घमेंडखोर कंपनी बनली होती.

कंपनीवरील टिकेला उत्तर देताना लोकांना गोंधळात, भ्रमात, कोड्यात, पेचात टाकणारी विधाने करण्याचे कसब बेझोस (आणि ज्यांना कंपनीतर्फे जाहीर वक्तव्ये करण्याचे अधिकार देण्यात आलेले होते असे काही मोजके 'जेफ बॉट्स' यांनी) आत्मसात करून घेतले होते. बेझोस तर ''माझ्या कंपनीने तर तिच्याविषयी कायम काही ना काही गैरसमज पसरत राहणार हे आता अध्याहृतच धरले आहे, तशी मनाची तयारीच केली

आहे,'' असेच विधान करीत. जपानी जिजुत्सू या स्वसंरक्षणाच्या नि:शस्त्र पद्धती शिकवणाऱ्या खेळातील एखादी खेळी शोभावी तसे बेझोस ''हे आमचे विरोधक, टीकाकार आम्हांला, आमच्या कंपनीला समजूनच घेत नाहीत,'' हे पालुपद घोळवीत. त्यांचा आणखी एक आवडता 'वाग्बाण' होता : ''ॲमेझॉन ही परमार्थी कंपनी आहे, स्वार्थी नाही.'' ते या वाक्यात 'मिशनरी' आणि 'मर्सिनरी' हे दोन शब्द वापरीत. हे दोन विरुद्ध अर्थाचे शब्द वापरून तयार केलेले वाक्य ॲमेझॉनचे माजी डायरेक्टर जॉन डोअर यांनी त्यांचे सहकारी रॅन्डी कमिसर यांनी २००१ साली लिहिलेल्या 'द मॉंक ॲन्ड द रिड्ल' या उद्योगविषयक तत्त्वज्ञान समजावून सांगणाऱ्या पुस्तकातून घेतले होते. मिशनरी हे सज्जन, सन्मार्गी, नैतिक ध्येयाने प्रेरीत असतात, हे जग आहे त्याहून चांगले बनवण्याचे सत्कार्य करीत असतात; तर मर्सिनरी हे स्वार्थी असतात, पैशांच्या मागे धावत असतात, सत्तेची लालसा धरून असतात, त्यांच्या मध्ये येणाऱ्या कोणालाही पायाखाली तुडवायला मागेपुढे पाहत नाहीत. बेझोस स्वत: तरी त्यांची ॲमेझॉन कंपनी या दोनपैकी कोणाच्या पंथातील आहे, याविषयी नि:शंक होते. ''मी कधीच मर्सिनरींचे ध्येय, त्यांचे मार्ग स्वीकारणार नाही, मिशनरींचाच हात धरून जाईन,'' असेच ते म्हणत. ते पुढे अशी जोड देत, ''...पण फार मोठा विरोधाभास हा आहे की शेवटी मिशनरींजवळच मर्सिनरींपेक्षा जास्त संपत्ती येते.''

कंपनीचे अधिकृत प्रवक्ते मात्र असल्या शब्दजंजाळात पडत नसत, साधी-सोपी विधाने करीत. मतभेद, टीका, वाद यांच्या बाबतीत त्या त्या विषयानुसार काय बोलायचे, कोणते मुद्दे मांडायचे, कोणते तपशील पुरवायचे, कोणते टाळायचे, कंपनीच्या आक्रमक, सक्तीच्या धोरणांविषयी कसे मौन राखायचे हे सर्व आधीच ठरवून पुन:पुन्हा तेच तेच बोलत असत. ऐकणाऱ्यांना त्यांचे बोलणे सयुक्तिक वाटत असे आणि त्यातून ॲमेझॉनची त्या विशिष्ट विषयाच्या बाबतीतील बाजू जाहीरपणे मांडली जात असे. ही अशी वेळ मारून नेणारी वक्तव्ये ॲमेझॉनला लोकांच्या शोधक, व्यवच्छेदक नजरांपासून वाचवीत असत, जाहीर टीकेच्या माऱ्यातून सोडवीत असत.

जगाला भोवलेला आर्थिक मंदीचा शाप ॲमेझॉनच्या बाबतीत मात्र वरच ठरला; पण त्या काळात अमेरिका, युरोप येथील स्थानिक शासनाच्या तिजोऱ्या मात्र रिकाम्या पडू लागल्या होत्या आणि त्यामुळे विक्रीकर

वसुलीला विशेष महत्त्व प्राप्त झाले होते. तो कर कायद्याच्या चौकटीत राहून चुकवणे हा ॲमेझॉनचा खर्च वाचवण्याचा परिणामकारक उपाय होता. ती सुटका करून घेण्याच्या पापात बरेच भागीदार असायचे, कोणीच सरळ वागायचे नाही; पण ॲमेझॉनचा 'रोजचा', 'वेळ मारून नेणारा' आडमार्ग दीर्घकालीन फायद्याचा राजमार्ग सिद्ध होत होता.

२००७ सालच्या अखेरीच्या काळात न्यू यॉर्क राज्याचे गव्हर्नर इलियट स्पिट्झर यांनी राज्याचा महसूल कोट्यवधी डॉलर्सनी वाढवण्यासाठी 'करदाता' आणि 'करपात्र' यांच्या व्याख्या अधिक व्यापक करण्याचा प्रस्ताव मांडला. त्यानुसार तोपर्यंत वस्तूंच्या किमतींवर ५ ते १० टक्के विक्रीकर लावण्यातून ॲमेझॉनला मिळणारी सूट रद्द होण्याची, घोर चिंतेत टाकणारी शक्यता निर्माण झाली. ॲमेझॉनने कंपनीच्या कामाच्या जागा, तिच्या मुख्यालयाचे ठिकाण यांची निवड करातील सुटकेच्या सोयीचाच निकष लावून केलेली होती. ती सोय संपणार होती.

सुदैवाने स्पिट्झर यांच्या प्रस्तावाने सुरुवातीलाच आपटी खाल्ली. पहिल्याच दिवशी त्यांनी तो मागे घेतला, जेव्हा त्यांच्या लोकप्रियतेची रेटिंग कमी होऊन तीव्र प्रतिक्रिया उमटल्या. त्यांच्याच 'बजेट डायरेक्टर'ने 'राज्याचे रहिवासी हा प्रस्ताव म्हणजे करवाढीचे विधेयक समजतील तेव्हा तो जाहीर करू नये,' असा सल्ला त्यांना दिला. परंतु परिस्थिती अशी होती की न्यू यॉर्क राज्याच्या अंदाजपत्रकात ४३० कोटी डॉलर्सची तूट होती आणि ती भरून काढणे नितांत गरजेचे होते, त्यामुळे पुढल्या वर्षाच्या फेब्रुवारी महिन्यात स्पिट्झर यांनी तोच प्रस्ताव पुन्हा पुढे आणला. पण एका महिन्यातच स्पिट्झर वेश्याव्यवसायाशी संबंधित एका निंदास्पद प्रकरणात गोवले गेले आणि त्यांची राजकीय कारकिर्दच संपुष्टात आली. त्यांची जागा घेतलेल्या डेव्हिड पीटर्सन यांनी तो प्रस्ताव उचलून धरला, राज्याची राजधानी आल्बनी येथे तो विधेयकाच्या स्वरूपात विधानमंडळात मांडला आणि एप्रिल महिन्यात ते विधेयक 'न्यू यॉर्क लॉ' म्हणून मंजूरही झाले.

१९९२ साली सुप्रीम कोर्टाने 'क्विल विरुद्ध कॅरोलीना' या खटल्याच्या निकालात असे म्हटले होते की जे विक्रेते प्रत्यक्षात - म्हणजे दुकान अथवा ऑफिस या स्वरूपात - राज्यात स्थित असतील त्यांनीच प्रत्यक्षात केलेल्या विक्रीवर विक्रीकर वसूल करावा. मंजूर केलेल्या विधेयकात या निकालाची दखल घेतली गेलेली नव्हती. (कायद्यानुसार ऑनलाइन विक्रीवरही कर

लागू होता; पण तो ग्राहकांनीच भरायचा होता.) 'द न्यू यॉर्क लॉ'मध्ये असे म्हटले होते की, जी संलग्न वेबसाइट ग्राहकांना ऑनलाइन विक्रेत्यांपर्यंत पोहोचवते ती वेबसाइट ही त्या विक्रेत्यांची एजंट असते म्हणजेच तो विक्रेता त्या संलग्न अवस्थेत प्रत्यक्षच उपस्थित असतो. न्यू यॉर्कमध्ये 'यांकीज फॅन' नावाची एक साइट आहे. तिचे माजी मॅनेजर जो टोरे यांनी लिहिलेल्या आठवणींचे एक पुस्तक आहे. त्या साइटवर क्लिक केले की त्या ग्राहकाला 'अॅमेझॉनडॉटकॉम'वरून ते पुस्तक खरेदी करता येते आणि यांकीज फॅनला त्याचे पैसे मिळतात. म्हणजेच सिअॅटलस्थित अॅमेझॉन यांचे ते न्यू यॉर्कमधील अधिकृत दुकानच होते आणि 'न्यू यॉर्क लॉ'प्रमाणे अॅमेझॉनने त्या पुस्तकाच्या राज्यांतर्गत सर्व खरेदींवर ग्राहकांकडून विक्रीकर वसूल करणे क्रमप्राप्त होते.

ही गोष्ट काही अॅमेझॉनला रुचली नाही. तो 'न्यू यॉर्क लॉ' २००८ सालच्या उन्हाळ्यापासून लागू झाला. अॅमेझॉन आणि 'ओव्हरस्टॉकडॉटकॉम' ही आणखी एक ऑनलाइन विक्रेती कंपनी- दोन्ही त्या कायद्याच्या विरोधात राज्य न्यायालयात गेल्या. पण खटला हरल्या. 'प्रत्येक राज्यातील भिन्न भिन्न करपद्धती, करसंकलनाच्या पद्धती फारच गुंतागुंतीच्या आहेत आणि त्याचे पालन अव्यवहार्य आहे,' अशी तक्रार अॅमेझॉनने जाहीरपणे केली. अॅमेझॉनचे ग्लोबल पब्लिक पॉलिसी विभागाचे व्हाईस प्रेसिडेंट पॉल माइझ्नर हे कंपनी जो सरकारच्या करपद्धती आणि करवसुली खात्यांविरुद्ध लढा लढत होती, त्या लढ्यातील कंपनीचे प्रतिनिधी व प्रवक्ते होते. त्यांनी या बाबतीत असे वक्तव्य केले : ''सध्या आपल्या देशात हिमवर्षावानंतर बर्फ बाजूला करणे, डासांचा नायनाट करणे यांसारख्या क्रिया धरून सात हजार चारशे क्रिया करपात्र आहेत!''

अॅमेझॉन कित्येक वर्षे नाना युक्त्या-प्रयुक्त्या करून ग्राहकांकडून विक्रीकर वसूल करण्याचे टाळत आली होती. ज्या विविध राज्यांमध्ये कंपनीची पूर्तीकेंद्रे किंवा लॅब १२६सारखी ऑफिसेस होती तेथे तेथे ती केंद्रे किंवा ती ऑफिसेस या कंपनीच्या संपूर्ण मालकीच्या दुय्यम अंगभूत कंपन्या- उपकंपन्या - असून त्यांचे स्वतंत्र उत्पन्न नसल्याचे जाहीर करून 'प्रत्यक्ष उपस्थिती'च्या कायदेशीर व्याख्येतून कंपनीने त्यांची सुटका करून घेतली होती. उदाहरणार्थ, नेवाडा राज्यातील फर्नले येथील पूर्तीकेंद्र 'अॅमेझॉनडॉटकॉम एनव्हीडीसी इनकॉर्पोरेशन' या नावाची उपकंपनी म्हणून काम करीत होते. जर कायदेशीरपणे सूक्ष्म छाननी झाली असती तर या

पळवाटा उघडकीला येण्याची संभावना होती, परंतु ॲमेझॉनने त्या त्या राज्यात उद्योग सुरू करण्याआधी राज्यसरकारशी चर्चा केली होती. राज्यात उद्योगाची उभारणी, अनेक लोकांना काम मिळण्याची संधी अशा विधायक गोष्टी पुढे करून झुकते माप मिळवले होते. विक्रीकराच्या वसुलीतून सुटका ही बेझोस यांच्या दृष्टीने फार मोठी धोरणात्मक गोष्ट होती, तत्त्वासाठीच्या लढाईतील जीत होती. त्यासाठीच्या आग्रहातून उदारमतवादी दृष्टिकोन असलेल्या कंपनीची व तिच्या संस्थापकांची ग्राहकांविषयीची कळकळ दिसून येत होती. त्यांनी २००८ सालच्या शेअर होल्डर्सच्या मीटिंगमध्ये असे म्हटले होते की, राज्ये ज्या सोयीसुविधा, सवलती पुरवतात त्यातल्या कशाचाच आम्हांला काहीही फायदा होत नाही. मग जर ती राज्ये आमच्यासाठी काहीच करत नाहीत तर आम्ही त्यांचे करवसुलीचे एजंट म्हणून काम करणे हे काही योग्य नाही.

कर वसूल न करणे ही गोष्ट ग्राहकांसाठी फार फायदेशीर आहे, असे बेझोस यांचे स्पष्ट मत होते. करवसुली करावी लागली तर किमती वाढवणे आले आणि तसे करणे हे बेझोस यांना कधीही पसंत न पडणारे होते, राग आणणारेही होते. त्यामुळे करवसुलीच्या परिणामांनी ते चिंतित होणे अगदीच स्वाभाविक होते. इंटरनेटवरील खरेदी-विक्री हीसुद्धा जेव्हा 'न्यू यॉर्क लॉ' अंतर्गत विक्रीकराच्या अमलाखाली आली त्यानंतरच्या तीन महिन्यांत ॲमेझॉनची न्यू यॉर्क राज्यातील विक्री १० टक्क्यांनी कमी झाली, अशी माहिती कंपनीच्या आर्थिक व्यवहारांशी संबंधित असलेल्या एका अधिकाऱ्याने दिली.

कडक थंडीची लाट पसरावी तसा 'न्यू यॉर्क लॉ' इतर राज्यांतही पसरू लागला. पैशांची कमतरता असलेल्या इलियॉनिस, नॉर्थ कॅरोलीना, हवाई, ऱ्होड आयलंड आणि टेक्सास या राज्यांनीही न्यू यॉर्कचाच कित्ता गिरवला. संलग्न असलेल्या वेबसाइट्स या विक्रेत्यांची प्रत्यक्ष उपस्थिती असल्याचे जाहीर करून आडवळणाने ऑनलाइन विक्रेत्यांना करवसुलीत अडकवले. 'ओव्हरस्टॉकडॉटकॉम'ने न्यू यॉर्कमध्ये ज्या कठोर मार्गाचा अवलंब केला होता तोच मार्ग ॲमेझॉनने वापरला. त्या सर्व राज्यांमधील संलग्न वेबसाइट्सशी संबंध तोडून टाकले. त्यांच्या बरोबरची विक्रीव्यवस्था बंद करून टाकली. तशा वेबसाइट्स जास्त करून ब्लॉगर्स आणि ज्यांना अशा विक्रीमधून कमिशन मिळते, असे उद्योजक चालवतात. एका बाजूला

कंगाल राज्यसरकारे आणि दुसऱ्या बाजूला कायद्यातील उघड पळवाटेचा फायदा उठवायला टपलेला बडा ऑनलाइन विक्रेता अशा कोंडीत सापडल्याचे लक्षात आल्यावर ते वेबसाइट्स चालवणारे भडकले.

या विक्री कराविरुद्धच्या लढाईचे चटके अशा संलग्न वेबसाइट्सनाच बसत होते, असे नाही. ॲमेझॉनमधील वदिम सीपिन नावाचे एक इंजिनिअर बऱ्याच वेळा त्यांच्या कॅनडातील क्युबेक येथील घरातून काम करायचे. ज्या वेळी इलियट स्पिट्झर विक्रीकरविषयक विधेयक मांडायचा विचार करीत होते, त्या वेळी ॲमेझॉनचे वकील चिंतेत पडले होते. त्यांनी खबरदारी म्हणून सरकारला कंपनीचे देशातील व परदेशांतील अस्तित्व आणि तेथील कर्मचारी यांबद्दल काही माहिती दिली होती. असे समजते की सीपिन यांच्या मॅनेजरने त्यांना असे सांगितले की त्या माहितीमध्ये असे जाहीर केले आहे की, कंपनीचा कोणीही कर्मचारी कॅनडात राहत नाही. त्यामुळे सीपिन जे काम घरून करतात त्याचे सर्व पुरावे नाहीसे करणे गरजेचे आहे. न्यायालयातील कागदपत्रांमध्ये अशीही नोंद सापडते की, त्यांच्यात अशीही चर्चा झाली की ॲमेझॉन कोट्यवधी डॉलर्सच्या भानगडीत सापडेल. आपला एक जरी कर्मचारी कॅनडात असल्याचे सापडले तरी ते अमेरिकन आणि कॅनेडिअन कायद्यांचे उल्लंघन ठरेल.

''माझे काम काही तपासले जायचे नाही,'' अशी समजूत करून घेऊन सीपिन यांनी त्यांचे काम, त्यांनी केलेली काही मूल्यांकने लपवण्याचा, नष्ट करण्याचा प्रयत्न केला नाही. सीपिन असे सांगतात की त्यावरून त्यांच्या मॅनेजर्सनी त्यांना इतका त्रास द्यायला सुरुवात केली की शेवटी ते आजारी पडले (सततची डोकेदुखी आणि डोळ्यांपुढे अंधेरी येणे) आणि त्यांनी वैद्यकीय कारणांसाठी रजा घेतली. २०१० साली त्यांनी किंग काउंटी सुपिरिअर कोर्टात ॲमेझॉनविरुद्ध खटला दाखल केला. कामावर ठेवताना कायदे-नियम समजावून सांगण्याच्या बाबतीत केलेला हलगर्जीपणा, चुकीच्या कारणांसाठी कामावरून हकालपट्टी, करारभंग, मानसिक पीडा असे आरोप त्यांनी कंपनीवर ठेवले. ते खटला हरले. न्यायाधीशांनी हे मान्य केले की, त्यांच्या मानसिक व शारीरिक स्थिती बिघडण्याशी त्यांच्या कामाचाच संबंध आहे; पण वादीने केलेले आरोप कंपनीने त्यांना नुकसान भरपाई द्यावी किंवा कंपनीविरुद्ध न्यायालयीन कारवाई करावी इतके बळकट नाहीत, असा निकाल त्यांनी दिला.

कर्मचाऱ्यांनी 'चुकीच्या कारणांवरून कामावरून काढून टाकले' हा आरोप ठेवणे ही गोष्ट ॲमेझॉनसारख्या कंपन्यांच्या बाबतीत नेहमीच घडत असते. परंतु सीपिन यांनी दाखल केलेल्या खटल्याच्या मुळाशी ॲमेझॉनच्या विक्रीकराविषयीची बेकायदेशीर धोरणे होती आणि खटल्याच्या तपासणीत कंपनी त्यासाठी वापरीत असलेल्या पद्धती, ठेवीत असलेल्या नोंदी अशा सर्व अंतर्गत गोष्टी बाहेर आल्या. त्या बाबतीतले कंपनीने घालून दिलेले नियम, कार्यपद्धतींचे तक्ते, आलेख अशी कितीतरी कागदपत्रे सिॲटलच्या मध्यवर्ती भागातील थर्ड ॲव्हेन्यू येथे असलेल्या किंग काउंटी सुपीरिअर कोर्टात दाखल करावी लागली. त्या सर्वांवरून वेगाने आणि मोठ्या प्रमाणावर बदलणाऱ्या करपद्धतींमुळे पिळवटल्या गेलेल्या, स्वत:च्या धोरणांशी शक्यतो तडजोड न करता त्यांच्याशी जुळवून घेणाऱ्या कंपनीचे एक निराळेच; पण वेधक चित्रच उभे राहिले.

नव्या परिस्थितीशी सामावून घेण्यासाठी अनेक विचित्र असे नियम, पद्धती अस्तित्वात आणल्या गेल्या. कोणत्याही विक्रीशी संबंधित कोणत्याही जाहीर कार्यक्रमात, प्रदर्शनात भाग घेणे, तेथे उपस्थित राहणे यासाठी कोणालाही पूर्व परवानगी आवश्यक ठरवली गेली, बाहेर कोठेही असताना ॲमेझॉनच्या वेबसाइटवर एखाद्या वस्तूच्या, उत्पादनाच्या विक्रीवाढीच्या संदर्भातील, त्याच्या जाहिरातींसाठी केल्या जाणाऱ्या कोणत्याही गोष्टींमध्ये भाग न घेणे, ते टाळणे सक्तीचे केले गेले. कोणीही कर्मचारी, अधिकारी कोणत्याही प्रसार माध्यमांशी बोलू शकत नव्हता, वैयक्तिक ब्लॉगही लिहून प्रसिद्ध करू शकत नव्हता. प्रवासाला गेल्यावर कोणतीही प्रॉपर्टी भाड्याने देऊ शकत नव्हता, कंपनीच्या कॉम्प्युटर्सवरून ॲमेझॉनच्या साइटवरची वस्तू खरेदी करू शकत नव्हता. ज्या कंपनीला, विक्रेत्याला ॲमेझॉनच्या साइटवर तिच्या उत्पादनाची जाहिरात करायची असेल तो विक्रेता किंवा ती कंपनी जर सिॲटलच्या हद्दीत असेल तरच ॲमेझॉनच्या सिॲटल ऑफिसमधील कर्मचारी वा अधिकारी त्याच्या बरोबरचे करार सही करू शकत होता.

कंपनीतील निरनिराळ्या विभागांची रचना, त्यांची कार्यकक्षा, आपापसांतील संबंध या सर्व गोष्टी तोवर काही अगदी रेघा आखून त्यात बंदिस्त केलेल्या नव्हत्या. त्या तशा केल्या गेल्या. त्यांना स्वतंत्र नावे, अस्तित्व दिले गेले. ॲमेझॉनच्या उत्तर अमेरिकेतील विक्रीविभागातील कर्मचारी जर

कामानिमित्त प्रवास करीत असेल तर त्याला तो 'ॲमेझॉनडॉटकॉम'साठी काम करतो असे न सांगता 'ॲमेझॉन सर्व्हिसेस' या नावाच्या कंपनीसाठी काम करतो असे सांगायच्या सूचना दिल्या गेल्या. तसे दाखवणारी 'बिझनेस कार्ड्स'ही त्यांना देण्यात आली. एका सूचनापत्रावरून असेही दिसते की कर्मचारी अधिकारी यांना नेमके कोणत्या शब्दांत त्यांची ओळख सांगायची हेही लिहून दिले होते. ते असे होते : ''तुम्ही कोणत्याही प्रदर्शनात गेला असताना जर कोणी प्रसार माध्यमांच्या प्रतिनिधीने तुमची चौकशी केली तर तुम्ही 'मी 'ॲमेझॉन सर्व्हिसेस'मध्ये आहे, 'www.amazon.com' ही वेबसाइट चालवणारा कर्मचारी आहे, 'इंटरनेटवरून विक्री'च्या क्षेत्रात काम करतो, त्या संदर्भातील प्रश्न सोडवतो, सेवा देऊ करतो. मी येथे आत्ता उद्योगक्षेत्रातील नव्या गोष्टी, नव्या पद्धती यांविषयी जाणून घेण्यासाठी आलो आहे' असे सांगायचे.''

सिॲटलमधील कंपनीच्या मुख्यालयात काम करणाऱ्यांना अमेरिकेचे नकाशे दिले गेले होते. त्यात राज्यांना विशिष्ट रंग दिले होते. मिशिगनसारख्या हिरव्या रंगात रंगवलेल्या राज्यात प्रवास करण्यावर कोणतेही बंधन नव्हते; परंतु केशरी रंगाच्या कॅलिफोर्नियासारख्या राज्यात जायचे असेल तर विशेष परवानगी घेणे आवश्यक होते. ते त्या राज्यात किती काळ राहतात याची कंपनीचा कायदाविभाग नोंद ठेवीत असे. लाल रंगात रंगवलेल्या टेक्सास, न्यू जर्सी, मॅसॅच्युसेट्स यांसारख्या काही राज्यांत जाताना जाणाऱ्यांना सतरा प्रश्न असलेली एक प्रश्नपत्रिका भरून द्यावी लागत असे. त्यावरून त्या प्रवासामुळे कंपनीला विक्रीकर वसुली करायला लागणार अथवा नाही याची शहानिशा केली जात असे. (त्यातील सोळावा प्रश्न होता : तुमच्या जवळ लॉटरी अथवा तत्सम पैसे मिळण्याच्या योजनेचे तिकिट आहे का?) त्या प्रश्नपत्रिकेतील माहितीवरून कंपनीचे वकील तो प्रवास एक तर रद्द करून टाकीत किवा ती विशिष्ट परिस्थिती, कोणत्या विशिष्ट पद्धतीने हाताळायची याविषयी राज्यसरकारकडून एक खासगी आज्ञापत्र मिळवीत असत.

त्या वेळचे ज्येष्ठ अधिकारी सांगतात की, कंपनीत ते जे काही बदल घडत होते, नवे नियम, पद्धती तयार होत होत्या त्यांच्याविषयी, ते बरोबर-चूक आहेत नाहीत, त्यावर कर्मचाऱ्यांची काय प्रतिक्रिया आहे, त्यांच्या कंपनीविषयीच्या नीती-अनीतीविषयीच्या कल्पनांना धक्का पोहोचतो आहे का? या संबंधी कंपनीत कोणामधेही, काहीही चर्चा, बोलणे होत नसे.

बस्स, ग्राहकांना कमीतकमी किमतीत वस्तू विकायची या कंपनीच्या मूलतत्त्वाची पूर्तता करण्यासाठी विक्रीकराच्या नियमांचे योग्य रीतीने पालन अथवा त्यांना मुरड घालण्याची 'कायदेशीर' पद्धत, त्या बाबतीतील कंपनीचे धोरण – असे त्या सगळ्यांचे समर्थन होते. २०१० सालाच्या सुरुवातीला कंपनीतील कर्मचाऱ्यांना 'कर' या विषयावर एक अंतर्गत मेमो दिला गेला होता, जो वदिम सीपिन याने दाखल केलेल्या दाव्याच्या नोंदींमध्येही समाविष्ट केला गेला होता, त्यात एक वाक्य असे होते : 'बऱ्याच राज्यांचा आर्थिक दृष्टिकोन खूपच संकुचित, संदिग्ध असतो, उद्वेगजनक असतो. ती राज्ये करदात्यांच्या मागे आधीपेक्षा जास्त आक्रमकतेने लागतात. नुकतेच ॲमेझॉनला न्यू यॉर्क आणि टेक्सास या राज्यांबरोबर जे अनुभव आले ते वाढत्या धोक्याच्या वेळेवर मिळालेल्या आणि अतिशय संबद्ध अशा सूचनाच आहेत. म्हणूनच त्यांच्याशी संबंधित गोष्टींवर कंपनीने बारीक लक्ष ठेवून असणे हे फार महत्त्वाचे आहे.'

त्याच वर्षी, २०१० सालातच, ॲमेझॉनवर गुदरलेल्या संकटाच्या धोक्याच्या संभावनेने सावध झालेल्या वॉल मार्ट, टार्गेट, बेस्ट बाय, होम डेपो आणि सीअर्स या सर्व कंपन्या त्यांची परंपरागत स्पर्धा, शत्रुत्व सगळे बाजूला ठेवून अगदी अपवादात्मक परिस्थितीत एकत्र आल्या, त्यांनी त्यांच्या सर्व शक्ती एकवटल्या. त्यांनी संयुक्तरीत्या 'अलायन्स फॉर मेन स्ट्रीट फेअरनेस' या नावाच्या नव्याने स्थापन झालेल्या, लोकांना प्रभावीत करणाऱ्या भाषेत स्वतःला सादर करणाऱ्या संघटनेने, एखाद्या कुटुंबाने चालवलेल्या लहान लहान दुकानांची संस्कृती, परंपरा जतन करण्याची आवश्यकता, त्याचे असाधारण महत्त्व जगासमोर आणून ते पटवून देणाऱ्या संस्था-संघटनेला पाठिंबा जाहीर केला. त्या संघटनेने त्यांच्या कार्याचा जोरदार प्रसार करणाऱ्या, त्यांच्या कार्याचा संबंधितांवर प्रभाव पाडणाऱ्या, पुरेसा आर्थिक पाठिंबा असणाऱ्या पुरस्कर्त्यांची एक भरमक्कम टीमच तयार केली. टीमने एक आधुनिक तंत्राची वेबसाइट तयार केली. वृत्तपत्रे, मासिके आणि टेलिव्हिजन या माध्यमांद्वारे संघटनेला, तिच्या हेतुकार्याला प्रसिद्धी देण्याची एक पद्धतशीर, सुनियोजित मोहीमच सुरू केली. वर दिलेल्या बड्या कंपन्यांचे सीईओज त्या मोहिमेवर सतत लक्ष ठेवून होते. त्या मोहिमेतील दोन स्वयंसेवकांनी सांगितले की, वॉलमार्टचे सीईओ माइक ड्यूक यांनी त्या

दोघांना विक्रीकराविरुद्धच्या लढाईची वार्ता वेळोवेळी त्यांना कळवायला सांगितले होते.

अधिकाधिक राज्यांत वाढत जाणाऱ्या विक्रीकराच्या व्याप्तीविरुद्ध ॲमेझॉन सर्व शक्तीनिशी, आक्रमकतेने झुंज देत होती. साम, दाम, दंड, भेद- सर्व मार्गांचा वापर करीत होती. 'दाम' होते ते मुख्यतः राज्यातील लोकांना कामे, नोकऱ्या देण्याचे. २०११ साली टेक्सास राज्याच्या विधानमंडळाने राज्यातील ऑनलाइन विक्रेते आणि वितरक यांना विक्रीकर वसुलीची सक्ती करणारे विधेयक पारीत केले. त्या वेळी ॲमेझॉनने त्या राज्यातील डलास शहराच्या बाहेरील पूर्तीकेंद्र बंद करण्याचा, तेथे काम करणाऱ्या शेकडो कामगारांना बेकारीला तोंड द्यायला लावण्याचा, कंपनीच्या राज्यातील विस्ताराच्या काही योजना रद्द करण्याचा धाक सरकारला घातला. ती मात्रा लागू पडली. राज्याचे गव्हर्नर रिक पेरी यांनी त्यांच्या अधिकारात विधेयक नामंजूर केले. साउथ कॅरोलिना येथेही ॲमेझॉनने तसेच तंत्र वापरले. विधेयक पूर्णपणे रद्द करता आले नाही; पण त्यात एक सूट अशी मिळाली की, ॲमेझॉन विक्रीकर वसूल करणार नाही, खरेदी केलेल्या ग्राहकांना ई-मेल पाठवून त्या ग्राहकांनी सरकारला विक्रीकर भरायचा असल्याची सूचना देईल, आठवण करीत राहील. टेनेसी या राज्यातही विधेयक रद्द करता आले नाही, पण राज्यात तीन ठिकाणी कंपनीची पूर्तीकेंद्रे बांधण्याच्या आश्वासनावर ते लांबणीवर टाकणे शक्य झाले.

निरनिराळ्या राज्यांमध्ये अशा चकमकी चाललेल्या असताना बेझोस यांनी अशा सूचनेचे समर्थन करायला सुरुवात केली की, देशभरात विक्रीकर वसुलीचा एकच, पण अत्यंत सुलभ, सोपा असा कायदा करून तो संपूर्ण ई-कॉमर्स इंडस्ट्रीला – इंटरनेटच्या माध्यमातून विक्री करणाऱ्या उद्योगाला – लागू केला जावा. (त्या वेळी वॉशिंग्टन डीसी येथील राजकीय परिस्थिती अगदी अपवादात्मक अशी होती, ज्यामुळे कोणतेही विधेयक सर्वसंमत होणे कठीण, जवळजवळ अशक्यच झाले होते.) २०११ साली मी बेझोस यांची एक मुलाखत घेतली होती. त्यात त्यांनी मला सांगितले होते : ''मी माझ्या ग्राहकांना असे सांगू शकतो की, आम्हांला विक्रीकर वसूल करणे आवश्यक नाही, आपल्या देशाच्या संविधानामध्ये असे स्पष्टपणे नमूद केलेले आहे की, कोणतेही राज्य त्या राज्याबाहेरच्या विक्रेत्याला विक्रीकर वसूल करण्याची सक्ती करू शकत नाही आणि एका राज्यामधून दुसऱ्या

राज्यामध्ये होणाऱ्या खरेदी-विक्रीमधे हस्तक्षेपही करू शकत नाही; पण तरीही आम्ही आपण होऊन ते करणार आहोत- तर ते समर्थनीय ठरणार नाही. ग्राहक त्याला विरोध करतील आणि ते बरोबरही असेल. या बाबतीत एक तर संविधानात बदल करायला लागेल किंवा मग केंद्रीय पातळीवर सामाइक कायदा करावा लागेल.''

२०१२ साली हा लढा एका नाट्यमय स्थितीला पोहोचला. टेक्सास, साउथ कॅरोलिना, पेनसिल्व्हिनिया आणि टेनेसी या राज्यांमध्ये ॲमेझॉनने त्या प्रत्येक राज्यात कंपनीची पूर्तीकेंद्रे उघडण्याचे आश्वासन देऊन आणखी काही वर्षे विक्रीकर वसुली न करण्याची सूट मिळवली. सर्वांत जास्त लोकसंख्या असलेल्या कॅलिफोर्निया राज्यामध्ये तो कायदा मंजूर होणे थांबवू शकण्याची, निदान लांबणीवर टाकू शकण्याची ॲमेझॉनची अपेक्षा जेव्हा पूर्ण झाली नाही, तेव्हा कंपनीने त्याविरुद्ध लढा देण्यासाठी कंबर कसली. कायदा लागू झाला तशी ॲमेझॉनने तो रद्द करावा, असे लोकमत असल्याचे सिद्ध करण्याची एक मोहीम सुरू केली. त्यासाठी लोकांच्या सह्या गोळा केल्या, रेडिओवर कायदाविरोधी प्रतिक्रिया देणारी भाषणे, जाहिराती, घोषणा यांची व्यवस्था केली. या सगळ्या कारवायांसाठी ॲमेझॉनने ५२ लाख ५० हजार डॉलर्स खर्च केले. ती मोहीम यशस्वी करायला, हेतुसिद्धीपर्यंत पोहोचवायला ॲमेझॉनला ५ कोटींपेक्षा जास्त रक्कम पणाला लावावी लागेल असा अंदाज त्या वेळी राजकीय निरीक्षकांनी व्यक्त केला होता.

हा अशा पद्धतीचा लढा खर्चीक होणार, त्यात अनेक कटू प्रसंगांना तोंड द्यावे लागणार. राग, निराशा सहन करावी लागणार, क्वचित तो हिंसक वळणही घेणार हे लक्षात येऊ लागलेलेच होते. 'द अलायन्स फॉर मेन स्ट्रीट फेअरनेस' या संघटनेने गुप्तपणे ॲमेझॉनच्या विरोधात जाहिराती द्यायला सुरुवात केली. वृत्तपत्रांचे संपादक, लोकप्रिय ब्लॉग्जचे लेखक यांनीही बड्या- 'बिग बॉक्स'- स्टोअर्सची बाजू घेतली. डॉटकॉमचा फुगा फुटला त्या काळातही आपल्या ब्लॉग्जच्या माध्यमातून त्या क्षेत्रातील लोकांचा उत्साह टिकवून ठेवणारे, 'वेब'चे महत्त्व जागते ठेवणारे टिम ओ रॅली यांनीही त्यांच्या पद्धतीने ॲमेझॉनचे पाय खेचले. स्वतःच्या दूरदृष्टीचा, लांबच्या भविष्याचा विचार करण्याचा अभिमान असणाऱ्या, तो सतत बोलून दाखवणाऱ्या बेझोस यांना टिम ओ रॅली यांनी असा चिमटा काढला, 'विक्रीकर वसुली टाळण्याचा ॲमेझॉनचा प्रयत्न हे अमेरिकन

उद्योगजगतालाच ग्रासणाऱ्या दीर्घ दृष्टीने विचार न करण्याच्या शापाचे द्योतक आहे, त्याच दोषाचे एक दु:खद उदाहरण आहे.' ॲमेझॉनमधील कर्मचारी, अधिकारी यांना हे उघडपणे दिसू लागले होते की, त्यांच्या कंपनीला 'खलनायक' ठरवले जात होते. त्याच काळात ॲमेझॉन 'किंडल फायर' या किंडलच्या नव्या रूपातील आवृत्तीच्या साहाय्याने ॲपलच्या टॅब्लेटच्या महत्त्वाकांक्षी उत्पादनाला बाजारात टक्कर देत होती. अशा वेळी अन्य काही कारणाने कंपनीचे नाव बद्नू होणे, अयोग्य कारणांसाठी ते लोकांपुढे येणे हे कंपनीच्या हिताचे नाही, परवडणारे नाही असे अनेक सहकारी, अधिकारी यांनी बेझोस यांच्या लक्षात आणून दिले.

परिणामी, त्या वर्षीच्या हिवाळ्यात ॲमेझॉनने पवित्रा बदलला, सामोपचाराचे धोरण स्वीकारले. मतांची, सह्यांची मोहीम बंद केली. सरकारशी बोलणी करून सॅन फ्रॅन्सिस्को आणि लॉस एंजेलिस या शहरांच्या बाहेर कंपनीची पूर्तीकेंद्रे बांधण्याच्या आश्वासनाच्या बदल्यात विक्रीकर वसुलीच्या कायद्याची अंमलबजावणी त्या वर्षीचा ख्रिसमसच्या सुट्यांचा मोसम संपेपर्यंत केली जाणार नाही, असे सरकारकडून कबूल करून घेतले. लवकरच ॲमेझॉनचे व्हाईस प्रेसिडेंट, ग्लोबल पब्लिक पॉलिसी आणि कंपनीच्या करपद्धती, करवसुली याविरुद्धच्या लढ्यातील कंपनीचे प्रवक्ते पॉल माइझ्नर यांनी 'सिनेट कॉमर्स सायन्स ॲन्ड ट्रान्सपोर्टेशन कमिटी'समोर ॲमेझॉनचा विक्रीकर वसुलीच्या कायद्याला पाठिंबा दर्शवला. ॲमेझॉनला त्या लढ्यात बेस्ट बाय, टार्गेट, वॉल मार्ट यांसारख्या शत्रुपक्षातील दिग्गजांच्या पंक्तीत जाऊन बसावे लागले. आता करवसुलीविरुद्धच्या लढ्यात तिच्या लहान लहान दुकानदारांना, घर चालवण्यासाठी घरच्या घरीच काहीबाही हस्तकलेच्या कच्चीकारीसारख्या वस्तू करून त्या विकणाऱ्या बायकांना संरक्षण देण्याचा प्रयत्न करणारी ॲमेझॉनची स्पर्धक कंपनी ई बे ही एकटीच लढत राहिली. पन्नासपेक्षा कमी कर्मचारी असणाऱ्या किंवा वार्षिक विक्री एक कोटी डॉलर्सपेक्षा कमी असलेल्या विक्रेत्या कंपनीला विक्रीकरातून सुटका मिळावी, अशी मागणी ई बे करीत होती. कायदा ती सवलत वार्षिक विक्री दहा लाख डॉलर्सपेक्षा कमी असलेल्या कंपनीला देत होता. हे पुस्तक लिहिले जात असताना केंद्रीय विक्रीकर संकलन विधेयकाला काँग्रेसच्या अपर आणि लोअर या दोन्ही चेंबर्सनी मान्यता दिलेली नव्हती.

राज्यांमधील कायद्यांमुळे अ‍ॅमेझॉन फार मोठ्या फायद्याला मुकत होती, पण दूरदृष्टी वापरून बुद्धिबळाचे डाव खेळणारे बेझोस त्याची भरपाई अन्य मार्गांनी करीत होते. कंपनीची नव्याने उभारलेली पूर्तीकेंद्रे धोरणीपणाने शहरापासून कमीतकमी अंतरावर बांधली होती. त्यामुळे ग्राहकांना दुसऱ्या दिवशी किंवा त्याच दिवशीसुद्धा त्यांनी मागवलेल्या वस्तू पोहोचवणे सहजी शक्य होत होते. 'अ‍ॅमेझॉन फ्रेश' या गृहोपयोगी गोष्टी पुरवणाऱ्या शाखेचे काम अधिक सुलभ होत होते, दिवसभरात ताज्या वस्तूंचा पुरवठा जास्त प्रमाणावर करता येत होता. अ‍ॅमेझॉनने आणखी एका नव्या उपक्रमाची चाचणी सुरू केली. सहजी लक्ष वेधून घेणाऱ्या केशरी रंगाची, छोटे छोटे अनेक लॉकर्स असलेली बंद कपाटे सुपरमार्केट्स, औषधांची दुकाने, 'रेडिओ शॅक'सारख्या जागोजागी असणाऱ्या दुकानात ठेवली गेली. ग्राहकांना त्यांनी मागवलेल्या गोष्टी त्यांच्या घराऐवजी अशा, त्यांना सोईस्कर असलेल्या जागच्या लॉकर्समधून काढून घ्यायची सोय अ‍ॅमेझॉनने उपलब्ध करून दिली.

राज्यांमागून राज्ये ऑनलाइन विक्रेत्यांची करमुक्त विक्रीची सवलत काढून घेत असताना, तोवर पडद्याआड राहून अ‍ॅमेझॉनची करविषयक धोरणे ठरवणारे, त्या धोरणांचे रचनाकार, ऐंशी लोकांच्या भल्या मोठ्या करखात्याचे प्रमुख रॉबर्ट कंफर्ट प्रकाशात आले. कंफर्ट हे प्रिन्स्टनचे माजी विद्यार्थी होते. ते २००० साली अ‍ॅमेझॉनमध्ये काम करू लागले होते. दहा वर्षे ते पुस्तकातून वर्णन केलेल्या अनेक युक्त्या-प्रयुक्त्या प्रत्यक्षात आणीत होते. कित्येक नव्या क्लृप्त्या शोधून काढून कंपनीवरील कराचे ओझे कमी करीत होते. त्यांनी युरोपमध्ये एक अभिनव असा, बराच वादग्रस्त ठरलेला करबचतीचा मार्ग शोधला होता. युरोपमधील लॅक्झेंबर्ग या देशात सर्वांत कमी कर आकारला जात होता. कंफर्ट यांनी अ‍ॅमेझॉनची युरोपमधली संपूर्ण विक्री ही लॅक्झेंबर्गमधून केली गेल्याचे दाखवून करात विक्रमी बचत साधली. परंतु या सर्व रहस्यमय कारवाया २०१२ साली युरोपमधील राजकारण्यांच्या लक्षात आल्या आणि त्यांच्या प्रचंड क्रोधाग्नीत अ‍ॅमेझॉनच नाही तर कायदेभंग करणाऱ्या गुगलसकट अमेरिकेतील अनेक कंपन्या होरपळून निघाल्या.

या आगीची धग पोहोचायच्या आधीच, २०१२ सालाच्या सुरुवातीलाच रॉबर्ट कंफर्ट यांनी निवृत्ती जाहीर केली. (त्यांनी 'ग्रॅन्ड डची

ऑफ लॅक्झेंबर्ग' हे त्या देशातील सिॲटलचे परराष्ट्रीय वकील हे एक फारसे अधिकार नसलेले, केवळ मानद असे पद स्वीकारले.)

त्या वेळी इतिहासात प्रथमच ऑनलाइन विक्रेते आणि ऑफलाइन – दुकानांच्या माध्यमातून विक्री करणारे – विक्रेते लढाईच्या मैदानावर समोरासमोर उभे ठाकले होते. ॲमेझॉनवरही प्रथमच तसे युद्ध खेळण्याची वेळ आलेली होती.

* * *

ॲमेझॉनमध्ये काही निवडक माणसांचा एक गट गुप्तपणे कार्यरत होता. त्याचे नाव होते 'कॉम्पीटिटिव्ह इंटेलिजन्स', जे बहुधा जेम्स बाँडच्या चित्रपटांवरून सुचले असावे. तो गट कंपनीच्या अर्थखात्यात २००७ सालापासून टिम स्टोन आणि जेसन वॉर्निक या दोन जुन्या जाणत्या अधिकाऱ्यांच्या नेतृत्वाखाली काम करीत होता. हा गट स्पर्धक कंपन्यांकडून मोठ्या प्रमाणावर विविध वस्तू खरेदी करीत असे आणि त्या वस्तूंची गुणवत्ता, त्या वस्तू मिळायला लागलेला वेळ, कंपनी पुरवीत असलेल्या सेवेचा, खरेदीच्या संपूर्ण अनुभवाचाच दर्जा काळजीपूर्वक तपासून पाहत असे. त्यांचे काम त्यातील दोष काढण्याचे नसून त्यात ॲमेझॉनपेक्षा काय चांगले, निराळे सापडते ते शोधून त्याविषयीचा अहवाल एका उच्चपदस्थ कमिटीला देणे हे होते. त्या कमिटीत स्वत: जेफ बेझोस, जेफ विल्के, डिएगो पिएचेंटिनी यांचा समावेश होता. ती कमिटी मग त्या अहवालातून कंपनीची गुणवत्ता, कार्यक्षमता वाढवणाऱ्या गोष्टी, स्पर्धेत पुढे राहण्यासाठी आवश्यक असलेले बदल हेरून त्यांची अंमलबजावणी तातडीने करून घेत असे.

२०००च्या दशकाच्या अखेरीस हा गट एका स्पर्धक कंपनीच्या कामगिरीवर लक्ष ठेवून होता. त्या कंपनीचे नावही उच्चारायला फारच कठीण होते– 'क्विड्सि.' (हा लॅटिन शब्द असून त्याचा इंग्लिशमध्ये 'व्हॉट इफ' – मराठीत 'जर का...' – असा अर्थ होतो.) ग्रामर स्कूलमधील मार्क लोअर आणि विनित भरारा या दोन मित्रांनी २००७ साली स्थापन केलेली न्यू जर्सी येथील ही विचित्र नावाची कंपनी विशेषत: स्त्रियांमध्ये फार लोकप्रिय होती. तिच्या वेबसाइटचे नाव 'डायपर्सडॉटकॉम' असे होते. वृद्ध, अपंग, रुग्ण अशांची रात्रंदिवस सेवा करणाऱ्यांना आवश्यक असणाऱ्या गोष्टी अगदी विनासायास पुरवण्याचे काम ती कंपनी करीत होती. २००८ मध्ये

कंपनीने नुकतेच पालक बनलेल्यांना त्यांच्या लहान मुलांना सांभाळण्यासाठी आवश्यक असणाऱ्या बेबी वाइप्स, इन्फंट फॉर्म्युला, स्ट्रोलर्स – आणि कपडेसुद्धा – विकायला सुरुवात केली होती.

रडणाऱ्या लहान मुलांना बरोबर घेऊन दुकानांमध्ये जाऊन खरेदी करणे हा केवढा उपद्व्याप असतो हे माहीत असूनही ॲमेझॉननेही ‘डायपर्सडॉटकॉम’नंतर जवळजवळ वर्षभर डायपर्स विकायला सुरुवात केली नव्हती, तशीच वॉलमार्टडॉटकॉम आणि टार्गेटडॉटकॉमही त्या प्रकारच्या गोष्टींच्या विक्रीकडे विशेष लक्ष पुरवत नव्हते. डॉटकॉम कंपन्यांच्या मंदीचे मळभ ज्या काळात इंटरनेटवरच्या विक्रीक्षेत्रावर चांगलेच पसरलेले होते, त्या काळात तशा प्रकारच्या मोठ्या आकाराचे, हाताळायला कठीण असे ‘हगीज स्नग ॲन्ड ड्राय’चे जंबो पॅक्स ग्राहकांना घरपोहोच पाठवण्यात, त्यांच्या दारात पोहोचवण्यात काहीच फायदा कमावता येणार नाही असेच विक्रेत्यांना वाटत होते.

मार्क्स लोअर आणि विनीत भरारा यांनी मात्र त्यांची वितरणपद्धती लहान मुलांसाठी लागणाऱ्या गोष्टींसाठी योग्य ठरेल, अशी तयार करून घेतली. क्विड्सि कंपनीच्या वितरणकेंद्रांची रचना, मांडणी बोईंग कंपनीचे माजी ऑपरेशन्स मॅनेजर स्कॉट हिल्टन यांनी केलेली होती. तेथे त्यांनी एक असे सॉफ्टवेअर तयार केले होते, जे ग्राहकांनी मागवलेल्या गोष्टी आणि त्यासाठी आवश्यक अशी उपलब्ध असलेली लहानात लहान पॅकिंग बॉक्स यांची जोडी लावून देत असे. (त्या केंद्रात २३ निरनिराळ्या आकारांच्या पॅकिंग बॉक्सेस होत्या.) त्यामुळे वजन कमीतकमी होत असे आणि साहजिकच पाठवण्याचा खर्चही. (ॲमेझॉन इतक्या विविध प्रकारच्या वस्तू विकत असे की ग्राहकाने निवड केलेल्या वेगवेगळ्या प्रकारच्या गोष्टी एकत्रित पॅक करताना बॉक्सचा आकार लहानात लहान ठेवणे शक्य होत नसे.) क्विडसि कंपनीने तिच्या वितरणकेंद्रांच्या जागा लोकसंख्या जास्त असलेल्या भागाजवळच्या निवडल्या होत्या. त्यामुळे तिला देशातील साठ टक्क्यांहून अधिक भागातील ग्राहकांना रात्रीतल्या रात्रीत वस्तू पाठवण्याची हमी देता येत असे, ती पूर्ण करता येत असे आणि तेही कमीतकमी खर्चात शक्य होत असे. ‘क्विडसि’च्या संस्थापकांनी कंपनी सुरू करताना ॲमेझॉनच्या कार्यपद्धतीचा काळजीपूर्वक अभ्यास केला होता, ते बेझोस यांना दैवतासमान मानीत, आपापसांत बोलताना त्यांना ‘सेन्सई’ – जपानी मार्शल आर्ट शिकवणारे शिक्षक – ‘युद्धकला शिकवणारे गुरू’– असे संबोधत.

एखादी जादू घडावी तसे आपल्या मुलासाठी डायपर्स घराच्या दारात येऊन पडलेले पाहून आया एक तर कमालीच्या खूश होऊ लागल्या आणि दुसरे म्हणजे इतक्या प्रभावीत होऊ लागल्या की, 'डायपर्सडॉटकॉम'चे कौतुक त्यांच्या सगळ्या मैत्रिणी, ओळखीचे लोक यांच्या जवळ आवर्जून करू लागल्या. या कार्यक्षमतेचा, कौतुकाचा आणखी एक परिणाम दिसू लागला. 'फेसबुक'ला पाठिंबा देणाऱ्या 'ॲक्सेल पार्टनर्स' यांसारख्या अनेक व्हेंचर कॅपिटल फर्म्स लोअर आणि भरारा यांनी ॲमेझॉनच्या 'शस्त्रागारा'तील उणीव अचूक हेरून एक उत्तम असा उद्योग सुरू केला आहे हे ओळखून या जाणिवेने 'क्विडसि'मध्ये जोरदार गुंतवणूक करू लागल्या. 'ॲक्सेल पार्टनर्स'नी पाच कोटींहून अधिक गुंतवणूक केली. याच सुमारास जेफ बेझोस आणि ॲमेझॉनची बिझिनेस डेव्हलपमेंट टीम यांचे लक्ष क्विडसि आणि तिची वेबसाइट 'डायपर्सडॉटकॉम'कडे गेले. वॉलमार्टनेही त्यांची दखल घेतली.

या माजलेल्या खळबळीविषयी ॲमेझॉन, वॉलमार्ट आणि क्विडसि या तीनही कंपन्यांमधील अधिकारी, अधिकृत प्रतिनिधी यांपैकी कोणीही काहीही बोलायला नकार दिला. अन्य कंपन्यांचे विलीनीकरण, त्या ताब्यात घेणे या बाबतचे निर्णय घेणारे ॲमेझॉनचे अधिकारी जेफ ब्लॅकबर्न एवढेच म्हणाले की, क्विडसि ही कंपनीही झपोससारखीच तिच्या स्वतंत्र अस्तित्वाविषयी आग्रही आहे, कडक आहे; पण कार्यक्षेत्राविषयी मात्र लवचीक आहे. मात्र ॲमेझॉनने डायपर्सच्या विक्रीक्षेत्रात पुढे जे काही केले त्याचे नियोजन कंपनीने आधीपासून केलेले होते, त्यात 'क्विडसि'शी स्पर्धा करण्याचा काहीही संबंध नव्हता.

अधिकृत माहितीअभावी या 'सुरस आणि चमत्कारिक कथे'ची पुढील बांधणी ही तीनही कंपन्यांमधील संबंधित कर्मचारी, अधिकारी यांच्या आठवणींवर केली आहे. त्यांनी त्यांची नावे उघड न करण्याच्या हमीवरच ही माहिती दिली आहे. कारण या कंपन्यांमध्ये गुप्ततेचा करार अतिशय कडकपणे पाळावा लागतो, त्या बाबतीत ॲमेझॉन व वॉलमार्ट यांचे सामर्थ्य भीती उत्पन्न करणारे आहे आणि त्यामुळेच कोणीही बोलायला मुळात तयारच नसते, जे बोलतात त्यांच्या मनात परिणामांविषयी धास्ती असते. उघडपणे बोलले तर अगदी कायदेशीर कारवाईपर्यंत मजल जाईल हे त्यांना माहीत असते.

२००९ साली जेफ ब्लॅकबर्न यांनी क्विडसिच्या संस्थापकांना जेवणाचे निमंत्रण देऊन त्यांची भेट घेतली. त्या भेटीत त्यांनी इंटरनेटवरून केल्या जाणाऱ्या विक्रीच्या क्षेत्रातील अग्रणी ॲमेझॉन लवकरच क्विडसि ज्या गोष्टींच्या विक्रीमध्ये कार्यरत आहे, त्या क्षेत्रात प्रवेश करण्याची तयारी करीत असल्याची सूचनावजा धमकी दिली आणि त्या नवागतांना त्यांची नवजात कंपनी ॲमेझॉनला विकून टाकण्याचा गंभीरपणे विचार करावा असेही अप्रत्यक्षपणे सुचवले. लोअर आणि भरारा यांनी स्पष्टच सांगून टाकले की, त्यांना स्वतंत्रच राहायचे आहे. तरीही भेटीच्या शेवटी ब्लॅकबर्न त्यांना म्हणाले, ''जर तुमचा विचार बदलला तर मला फोन करा.''

त्या भेटीनंतर ब्लॅकबर्न यांनी दिलेल्या धमकीचे परिणाम दिसू लागले. ॲमेझॉनने डायपर्सची विक्री तर सुरू केलीच, लगेचच डायपर्स आणि लहान मुलांना आवश्यक असणाऱ्या इतरही गोष्टींच्या किमती ३० टक्क्यांनी खाली उतरवल्या. क्विडसि लक्ष ठेवून होतीच. ॲमेझॉनच्या हेतूविषयी खात्री करण्यासाठी त्यांनी किमतींमध्ये काही विशिष्ट बदल केले तर त्यांना ॲमेझॉनच्या साइटवर नेमके त्या बदलांचेच प्रतिसाद पाहायला मिळाले. म्हणजेच ॲमेझॉनची शोधक व भेदक नजर 'डायपर्सडॉटकॉम'वर रोखलेलीच होती.

ॲमेझॉनने केलेले वार क्विडसिने, निदान सुरुवातीला तरी, चांगले परतवले. किमती आणखी कमी करत न जाता त्यांनी तोवर कमावलेल्या पालक, माता यांच्या विश्वासाच्या बळावर, तोंडी प्रचारावर विक्री सुरू ठेवली. त्यांच्या जवळ असलेल्या कौशल्याचा वापर करून त्यांनी आणखी दोन वेबसाइट्स सुरू केल्या- घरात लागणाऱ्या गोष्टींसाठी 'सोपडॉटकॉम' आणि मेकअप, सौंदर्य प्रसाधने यांसाठी 'ब्युटीबारडॉटकॉम'. परंतु काही काळानंतर शक्तिशाली प्रतिस्पर्ध्याला टक्कर देऊन उभे राहणे तिला कठीण होऊ लागले. शून्यातून वर आलेल्या क्विडसिने काही वर्षांतच तीस कोटींच्या वार्षिक विक्रीचा उत्तुंग पल्ला गाठला होता; पण ॲमेझॉनने तिच्याच 'होमग्राउंड'वर केलेल्या जोरदार आक्रमणासमोर ती हतबल ठरू लागली. उत्पन्न घटू लागले. गुंतवणूकदारांचा रोख बदलला, भांडवल मिळेनासे झाले. पब्लिक कंपनी होण्याइतकी मजल गाठता आली नाही. लोअर आणि भरारा कोंडीत सापडले. कंपनी विकायचा विचार इच्छेविरुद्ध करायची वेळ ॲमेझॉन त्यांच्यावर आणीत होती.

याच सुमारास वॉल मार्टही ॲमेझॉन त्यांच्या विक्रीक्षेत्रावर करीत असलेला कब्जा टाळून आपले स्थान कसे टिकवावे याच विवंचनेत होती, त्यावरील उपायांच्या शोधात होती. त्यासाठी तिच्या 'ऑनलाइन डिव्हिजन'मध्ये काही खांदेपालट करण्याचाही विचार करीत होती. तोच विचार अमलात आणून वॉलमार्टचे व्हाईस चेअरमन एडवार्डो कॅस्ट्रो-राईट यांनीच स्वत: त्या डिव्हिजनचा पदभार स्वत:च्या खांद्यावर घेतला. त्यांनी पहिला फोन केला तो 'डायपर्सडॉटकॉम'च्या मार्क लोअर यांना, ती कंपनी ताब्यात घेण्याविषयीचा प्रस्ताव त्यांच्या समोर ठेवण्यासाठी! लोअर यांनी त्यांच्या कर्मचाऱ्यांच्या अनेक वर्षांच्या उत्तम कामासाठी त्यांनी कबूल केलेल्या; पण न देऊ शकलेल्या बोनसची रक्कम धरून - 'झॅपोसइतका पैसा'- ९० कोटी डॉलर्सची मागणी केली. वॉलमार्टने ती तत्त्वत: मान्य केली आणि त्यासाठी आवश्यक ते संशोधन, कायदेशीर बाबींचा अभ्यास वगैरे तयारी सुरू केली. वॉलमार्टचे सीईओ माइक ड्यूक यांनी 'डायपर्सडॉटकॉम'च्या न्यू जर्सी येथील पूर्तीकेंद्राला प्रत्यक्ष भेटही दिली. परंतु वॉलमार्टने बेंटनव्हीलहून जो अंतिम प्रस्ताव पाठवला, त्यात क्विडसिने मागणी केलेल्या रकमेपेक्षा खूपच कमी रक्कम कळवली होती.

तो प्रस्ताव बारगळल्यावर लोअर यांनी ॲमेझॉनला फोन केला. २००६ सालच्या सप्टेंबर महिन्यात लोअर आणि भरारा या दोघांनी सिॲटलला जाऊन जेफ बेझोस यांना क्विडसि विकत घेण्यासाठी राजी करण्याचा प्रयत्न केला. सकाळी त्यांची आणि बेझोस यांची मीटिंग सुरू असतानाच ॲमेझॉनने केलेली घोषणा प्रसार माध्यमांमध्ये प्रसारित होत होती : ॲमेझॉनने 'ॲमेझॉन मॉम' नावाची नवी सेवा सुरू केली होती. त्याचा फायदा घेणाऱ्या नव्या पालकांना एक गोड भेट देण्यात आली होती : एक वर्षभर ॲमेझॉनच्या 'प्राइम' या योजनेखाली त्यांनी मागवलेल्या वस्तू कोणताही मोबदला न घेता दोन दिवसांच्या आत घरपोहोच मिळणार होत्या. (या योजनेत सहभागी होण्यासाठी एरवी ७९ डॉलर्स फी आकारली जात असे.) एवढेच नव्हे तर त्यांनी जर 'सबस्क्राइब ॲन्ड सेव्ह' या दर महिन्याला नियमितपणे डायपर्स मिळण्याच्या योजनेत नाव नोंदवले तर आधीच किमतीत सूट दिलेल्या डायपर्सच्या किमतीत आणखी ३० टक्के सवलत दिली जाणार होती. ही घोषणा ऐकल्यावर क्विडसिचे अधिकारी ती बातमी, 'ॲमेझॉन मॉम'ला मिळणाऱ्या प्रतिसादाविषयीची माहिती त्यांच्या प्रमुखांना

फोन करून कळवण्याचा कसोशीने प्रयत्न करीत होते. त्यांच्या प्रयत्नांना यश आले नाही ते काही कोणत्या अपघाताने, अडचणीने, बिघाडाने नाही. त्यांचे प्रमुख त्या वेळी ॲमेझॉनच्या ऑफिसमधल्या खोलीत मीटिंगमध्ये बसलेले होते, ते ज्यांच्याशी चर्चा करीत होते, तेच बाहेर चाललेल्या झंझावाताविषयी अनभिज्ञ होते.

त्याच महिन्यात क्विडसिला तिने ग्राहकांना देऊ केलेल्या एक सवलतीवर मात करण्यासाठी ॲमेझॉन कसे प्रचंड नुकसान ओढवून घेत आहे, याचा आणखी एक अनुभव घेता आला. क्विडसिच्या 'डायपर्सडॉटकॉम'ने 'पॅंपर्स'च्या डायपर्सच्या एका पॅकची किमत ४५ डॉलर्स जाहीर केली. 'ॲमेझॉनडॉटकॉम'ने ताबडतोब तोच पॅक ३९ डॉलर्सना देऊ केला. म्हणजे 'ॲमेझॉन मॉम'च्या ज्या ग्राहकांनी 'सबस्क्राइब ॲन्ड सेव्ह' या योजनेत नाव नोंदवले असेल त्यांना तो पॅक तीस डॉलर्सपेक्षा कमी किमतीत पडणार होता. क्विडसिच्या अधिकाऱ्यांना प्रोक्टर ॲन्ड गॅम्बल या पॅंपर्सच्या उत्पादक कंपनीच्या किमती, त्यांचे वितरणाचे दर या सर्व गोष्टी माहीत होत्या. त्यानुसार केलेल्या हिशेबानुसार त्यांच्या असे लक्षात आले की ॲमेझॉनला या त्यांच्या अविचारी योजनेमुळे तीन महिन्यांच्या कालावधीत फक्त डायपर्सच्या विक्रीत सुमारे १० कोटी डॉलर्सचे नुकसान सहन करावे लागणार होते आणि ते ॲमेझॉन क्विडसिला शह देण्यासाठी सोसणार होती!

ॲमेझॉनमधील आतल्या वर्तुळात मात्र या योजनांना बेझोस यांनी 'ग्राहकाला आनंद, सुख समाधान देण्याच्या कंपनीच्या दीर्घकालीन उद्दिष्टाच्या दिशेने टाकलेले एक पाऊल, ॲमेझॉनचा अशा प्रकारच्या एकदा वापरून टाकून देण्याच्या गोष्टींच्या, उपभोग्य वस्तूंच्या विक्रीच्या क्षेत्राच्या बांधणीचा आणखी एक टप्पा' असे समर्थन दिले होते. क्विडसि विकत घेण्याच्या बाबतीत बेझोस यांनी बिझनेस डेव्हालपमेंट व्हाईस प्रेसिडेंट पीटर क्रावीक यांना एका रकमेची मर्यादा घालून दिली होती; पण त्याबरोबर असेही बजावले होते की, कोणत्याही परिस्थितीत वॉलमार्टबरोबरची स्पर्धा हरता कामा नये.

लोअर व भरारा यांच्याशी झालेल्या चर्चेअनुसार ॲमेझॉन तीन आठवडे क्विडसिच्या आर्थिक विवरणाचा अभ्यास करू शकणार होती आणि त्यानंतर प्रस्ताव सादर करणार होती. त्याप्रमाणे त्या मुदतीच्या अखेर क्रावीक यांनी क्विडसिला ५४ कोटी डॉलर्स ही रक्कम कळवली. ''ही जास्तीतजास्त, अगदी

ओढून ताणून ठरवलेली किमत आहे,'' असेही कळवले. दोघांमध्ये काय चाललेले आहे यावर वॉलमार्टची घारीसारखी नजर असणार हे ओळखून क्रावीक यांनी निर्णय घेण्यासाठी क्विडसिला फक्त अठ्ठेचाळीस तासांची मुदत दिली. त्या मुदतीत जर होकार दिला नाही तर दोन कंपन्यांमधील स्पर्धा सुरू राहील, असा इशाराही दिला.

या स्पर्धेत वॉल मार्टचे पारडे तसेही जरा जड होते. क्विडसिला पाठिंबा देणाऱ्या 'ॲक्सेल पार्टनर्स' या व्हेंचर कॅपिटल फर्मचे भागीदार जिम ब्रेअर वॉलमार्टच्या डायरेक्टर बोर्डावर होते. पण तरीही वॉलमार्ट मागेच पडले. वॉलमार्टने आधी देऊ केलेल्या रकमेत वाढ करून ६० कोटी केल्याचे क्विडसिला कळवेपर्यंत क्विडसिने ॲमेझॉनच्या अटी मान्य केल्या होत्या, फक्त पक्का होकार कळवून त्यावर शिक्कामोर्तब करायचे बाकी होते. त्या अटींमध्ये व्यवहार पूर्ण होईपर्यंत क्विडसिमध्ये त्या मुदतीत घडणाऱ्या सर्व घटना ॲमेझॉनला कळल्या पाहिजेत अशीही अट होती. त्यामुळे वॉलमार्टचे सीईओ माइक ड्यूक यांनी कोणत्याही परिस्थितीत कंपनी ॲमेझॉनला न विकता त्यांचा ६० कोटींचा प्रस्ताव मान्य करण्याची गळ क्विडसिच्या डायरेक्टर बोर्डाला जिम ब्रेअर यांच्या मार्फत घातली आहे, ही वार्ताही ॲमेझॉनपर्यंत पोहोचलीच.

लगेच ॲमेझॉनच्या अधिकाऱ्यांनी दबाव वाढवला. क्विडसिचे संस्थापक ज्यांना आदराने 'सेन्सई' म्हणत त्यांना बेझोस यांचा धाक घातला. वॉलमार्टकडे गेल्यास बेझोस डायपर्सच्या किमती शून्यावर आणायलाही कमी करणार नाहीत, असा दम भरला. क्विडसिच्या डायरेक्टर बोर्डाची मीटिंग भरली. अशी चर्चा झाली की ॲमेझॉनने जी मुदत दिली आहे ती उलटून दिली जावी आणि त्यानंतर वॉलमार्टशी बोलणी करावीत; पण डायपर्सच्या भावयुद्धात बेझोसची ई-कॉमर्समधली साम-दाम-दंड-भेद नीती वापरण्याची हिंमत माहीत असल्याने घाबरलेल्या क्विडसिला अशी चिंता सतावू लागली की, वॉल मार्टसोबत सौदा करताना काही गडबड झाली तर आपली स्थिती असुरक्षित होईल. अखेरीस क्विडसिने ॲमेझॉनबरोबरच राहायचे ठरवले ते केवळ अशा भीतीपोटीच. ८ नोव्हेंबर २०१० रोजी दोन कंपन्यांमधील झालेला करार जाहीर करण्यात आला.

मधल्या काळात ॲमेझॉनने ग्राहकांना देऊ केलेली 'ॲमेझॉन मॉम' ही सेवा केवळ क्विडसिला कोंडीत पकडून त्यांना ॲमेझॉनचाच प्रस्ताव

स्वीकारायला भाग पाडण्याची चाल होती हे बहुतेकांनी ओळखले होतेच; पण ज्यांच्या मनात त्याविषयी शंका होती तिचे निरसनही ॲमेझॉनने करारानंतर जे केले त्याने झालेच.

क्विडसि ताब्यात आल्यानंतर एका महिन्याने ॲमेझॉनने ती सेवा कोणाही नव्या ग्राहकाला देण्याचे बंद केले. परंतु जेव्हा दोन कंपन्यांमधील कराराची फेडरल ट्रेड कमिशन मंजुरीपूर्वीची तपासणी करू लागले तेव्हा, म्हणजे ती सेवा बंद केल्यानंतर काही आठवड्यांतच ॲमेझॉनने ती - त्यातील सवलती काही प्रमाणात कमी करून - पुन्हा सुरू केली.

या दोन कंपन्यांमधील हा व्यवहार फेडरल ट्रेड कमिशनने जरा जास्तच खोलात जाऊन तपासला. तपासणी साडेचार महिने सुरू होती आणि ती नेहमीची पातळी ओलांडून वरच्या पातळीवर - सेकंड रिक्वेस्ट फेजवर - पोहोचली होती. त्यासाठी कंपन्यांना जरा जास्त माहिती पुरवावी लागली होती. त्या तपासणीकार्याशी संबंधित असलेल्या कमिशनच्या एका अधिकाऱ्याच्या मते त्या तपासणीदरम्यान बरेच 'लाल बावटे' उभारले गेले होते. एका विशिष्ट, मर्यादित क्षेत्रात कडवी स्पर्धा करणाऱ्या दोन कंपन्या एकत्र आल्या- त्या क्षेत्रात उच्च स्थान मिळवलेल्या एका लहान; पण महान कंपनीचा अंत झाला! कमिशनची मंजुरी अखेर मिळाली त्याला एक कारण हे होते की, या विलीनीकरणामुळे कुठल्याही क्षेत्रात मक्तेदारी निर्माण झालेली नव्हती. कॉस्टको, टार्गेट यांसारख्या कितीतरी कंपन्या- त्यात ऑनलाइन विक्रेत्या कंपन्याही होत्या आणि दुकानांमधून विक्री करणाऱ्याही होत्या- तोवर डायपर्स वगैरे गोष्टी सर्रास विकू लागल्या होत्या.

होय, बेझोस पुन्हा एकदा जिंकले होते. नुकतेच डोके वर काढणारा - बरेच वर काढणारा - एक स्पर्धक नष्ट झाला होता, पूर्तीकेंद्रांमधील उतू जाणाऱ्या शेल्व्ह्जमध्ये, 'हवी ती प्रत्येक गोष्ट मिळणाऱ्या' त्यांच्या भांडारात आणखी काही गोष्टींची भर पडली होती. 'झॅपोस'प्रमाणेच क्विडसिलाही ॲमेझॉनमध्ये राहून (न्यू जर्सीमधून) स्वतंत्रपणे काम करायची मुभा दिली गेलेली होती. लवकरच तिने 'वॅगडॉटकॉम' या नावाखाली पाळीव प्राण्यांना लागणाऱ्या गोष्टी आणि 'योयोडॉटकॉम' या नावाखाली खेळणी विकायला सुरुवात केली. एका विशिष्ट प्रकारातील उत्पादने विकण्यात ॲमेझॉनसारख्या बड्या कंपनीशी दमदार स्पर्धा करण्याची पात्रता असणाऱ्या कल्पक उद्योजकांच्या टीमला आपल्या ताब्यात घेण्याची सुवर्णसंधी वॉलमार्टने

गमावली होती. आणि तीच संधी बेझोस यांनी त्यांच्या नेहमीच्या पद्धतीने, जराही दयामाया न दाखवता, स्वत:चे म्हणणे खरे करून, प्रतिस्पर्ध्याला हार मानायला लावून साधली होती, कंपनीतील सर्वांनाच पुन्हा एकदा अवाक व्हायला भाग पाडले होते. या लढ्याचे जवळून निरीक्षण करता आलेला एक अधिकारी म्हणाला, ''जिंकण्यासाठी ते संपूर्ण मैदानाला आग लावण्यासही सज्ज होते.''

* * *

'ॲमेझॉन काय करेल' याची धास्ती केवळ न्यू जर्सी, लास व्हेगास आणि अमेरिकेतील इतर भागांतच पसरलेली होती असे नाही. जर्मनीतही ती होती. डसलडॉर्फ आणि कोलोन यांच्यामध्ये झोलिंगन नावाचे औद्यागिक शहर आहे. ते अत्यंत उच्च दर्जाच्या रेझर्सच्या - वस्तरे आणि चाकू, सुऱ्या यांच्या - उत्पादनासाठी प्रसिद्ध आहे. या शहराला लोहारकामाचा दोन हजार वर्षांचा इतिहास आहे. वुस्टॉफ नावाच्या कुटुंबाच्या सात पिढ्या गेली दोनशे वर्षे येथेच हाच उद्योग करीत आहेत. आज 'वुस्टॉफ' कंपनीने बनवलेले चाकू-सुऱ्या जगभरात प्रसिद्ध पावलेल्या आहेत. हे शहरच संपूर्ण युरोपमधले सुरे-चाकू निर्मिती उद्योगाचे सर्वांत मोठे, नावाजलेले केंद्र आहे. वुस्टॉफ कुटुंबातील वुल्फगँग वुस्टॉफ १९६० साली अमेरिकेत गेले. तेथे बरोबर त्यांच्या कंपनीने बनवलेल्या चाकू-सुऱ्यांनी भरलेली बॅग घेऊन त्यांनी बसमधून प्रवास करीत अमेरिकेतील शहरा-गावांची त्यांच्या उत्पादनांशी ओळख करून दिली. चाळीस वर्षांनंतर त्यांच्या भावाचा नातू हेराल्ड वुस्टॉफ यांनी कंपनीची सूत्रे हाती घेतली आणि सहाशेहून अधिक दुकाने आणि ऑनलाइन विक्रीही करणाऱ्या विल्यम्स सोनोमा, मेसी यांसारख्या कंपन्यांना वुस्टॉफ निर्मित चाकू-सुऱ्या विकायला सुरुवात केली. २००० सालच्या आरंभापासून त्यांनी 'ॲमेझॉनडॉटकॉम'लाही पुरवठा सुरू केला.

गेल्या पन्नास वर्षांच्या कालावधीत वुस्टॉफने उत्तम गुणवत्तेच्या जोरावर बाजारात फार वरचे स्थान कमावले आहे. 'कंझ्युमर रिपोर्ट्स' या ग्राहकोपयोगी कार्य करणाऱ्या संस्थेकडून, 'कुक्स इलस्ट्रेटेड' यासारख्या मासिकांकडून त्यांच्या चाकू-सुऱ्यांची वारंवार वाखाणणी केली गेली आहे. स्वयंपाकघरात वापरली जाणारी आठ इंचाची 'हॉलो ग्राउंड' या प्रकारची 'वुस्टॉफ'ची सुरी हाय कार्बन स्टीलची बनवलेली असते, ते स्टील लेझर

किरणांनी तपासून घेतलेले असते आणि म्हणूनच त्याच आकाराच्या अन्य उत्पादकांच्या सामान्य दर्जाच्या सुऱ्या टार्गेटसारख्या दुकानात २० डॉलर्सला मिळत असून, वुस्टॉफच्या त्याच आकाराच्या वर वर्णन केलेल्या खास, सुरीची किमत १२५ डॉलर्स असते. शेकडो वाकबगार, कुशल कामगार काम करत असलेला कारखाना, सर्वोच्च दर्जाची गुणवत्ता या गोष्टी सांभाळायच्या म्हणजे किंमत वाढतेच; पण वुस्टॉफला स्पर्धा करावी लागते ती सामान्यांच्या नजरांना सारख्याच दिसणाऱ्या, अगदीच कमी किमतीत मिळणाऱ्या, कामचलाऊ उत्पादनांबरोबर.

गुणवत्तेला सर्वांत जास्त महत्त्व देणाऱ्या, त्यासाठी किमती जास्त ठेवणाऱ्या वुस्टॉफचे कमी किमतीसाठी जंग जंग पछाडणाऱ्या ॲमेझॉनशी असलेले पाच वर्षांचे संबंध, जगभरातील इतर अनेक अशा उत्पादकांप्रमाणेच, सतत तणावाचेच राहिले. चाकू-सुऱ्यांच्या किमतीवरून चाकू-सुऱ्या घेऊनच भांडायचे काय ते बाकी उरले होते.

कायद्याप्रमाणे विक्रेत्यांनी आपले उत्पादन किती किमतीला विकावे हे ठरवण्याचा अधिकार उत्पादकांना नसतो. पण विक्रेते ठरवण्याचा असतो. त्यांच्याकडे आणखी एक साधन असते ते म्हणजे 'एमएपी' - मिनिमम ॲडव्हर्टाइझ्ड प्राइस - ठरवण्याचे. त्यांच्या उत्पादनाची कमीतकमी किंमत किती जाहीर केली जावी हे ते ठरवू शकतात. उदाहरणार्थ, वॉलमार्टच्या सर्व दुकानांमधून, त्यांच्या जाहिरातींमधून, पत्रकांमधून ते ज्या किमती जाहीर करतील त्या उत्पादकांनी ठरवलेल्या 'एमएपी'पेक्षा जास्तच असाव्या लागतात. ऑनलाइन विक्रेत्यांची त्यांच्या साइटवरील एखाद्या उत्पादनाचे 'पेज' हीच त्याची जाहिरात, माहितीपत्रक असते. त्यावर त्यांना एमएपीची मर्यादा सांभाळावीच लागते. अन्यथा उत्पादकांचा क्रोध तर ओढवून घ्यावा लागतोच; पण उत्पादक एमएपीपेक्षा कमी किंमत दाखवलेल्या उत्पादनाचा पुरवठा कमी करू शकतात, पूर्ण थांबवूही शकतात - हो, धोकाही पत्करावा लागतो.

पहिली काही वर्षे ॲमेझॉननेही वुस्टॉफच्या चाकू-सुऱ्या विकताना गुणवत्तेला महत्त्व देणाऱ्या त्या जर्मन उत्पादकांच्या उत्पादनांच्या प्रचंड किमतीचा मान राखला. ग्राहकांची संख्या वाढत होती, विक्री वाढत होती तशी ॲमेझॉन वुस्टॉफकडील मागणीही वाढवीत होती. भागीदारी चांगली चालली होती. पुरवठा चांगला, विक्री चांगली, बिलेही वेळेत चुकवली जात

होती. लवकरच ॲमेझॉन ही वुस्टॉफची उत्पादने सर्वांत जास्त विकणारी दोन क्रमांकाची कंपनी बनली. पहिले स्थान विल्यम्स सोनोमाकडे होते. परंतु ॲमेझॉनकडले किमतीचा तुलनात्मक अभ्यास करणाऱ्या 'प्राइसिंग बॉट' या सॉफ्टवेअरमध्ये सुधारणा होत गेल्या, ते अधिकाधिक सक्षम होत गेले आणि त्याच्या निरीक्षणानुसार वुस्टॉफच्या उत्पादनांच्या किमती ॲमेझॉनच्या साइटवर उतरवण्यात आल्या, एमएपीची मर्यादा ओलांडू लागल्या. १२५ डॉलर्स किमतीची 'ग्रॅन्ड प्रिक्स' ही बड्या बड्या खानसाम्यांची आवडती सुरी ॲमेझॉन १०९ डॉलर्सना विकू लागली. वुस्टॉफला त्याच्या नावाची 'किंमत' उत्पादनाच्या किमती इतक्या कमी करून उतरवायची नव्हती. शिवाय त्यांच्या उत्पादनापैकी, थोडेथोडके नाही, चांगले २५ टक्के उत्पादन लहान लहान स्वतंत्र दुकानदारांच्या दुकानांमधून विकले जात होते. त्या दुकानदारांना किमती अशा ॲमेझॉनइतक्या कमी ठेवणे शक्यच नव्हते, परवडणारे नव्हते आणि वुस्टॉफलाही त्यांच्याकडची विक्री कमी होणे परवडणारे नव्हते. अशा परिस्थितीत वुस्टॉफने ॲमेझॉनला एमएपीचा बावटा दाखवणे उचित समजले. वुस्टॉफची अमेरिकेतील कंपनी 'वुस्टॉफ-ट्रायडंट अमेरिका' हिचे सीएफओ रीने अरनॉल्ड यांनी ॲमेझॉनला सांगितले, ''मी त्या माझ्या निष्ठावान लहान दुकानदारांना नाही सोडू शकत, त्यांनीच आम्हांला एवढे नाव मिळवून दिले आहे. ते जसे ग्राहकांना आमची उत्पादने प्रत्यक्ष दाखवून, त्यांची गुणवत्ता, क्षमता, त्यांचे उपयोग, त्यांचे फायदे त्यांना समजावून सांगून ती त्यांना विकत घ्यायला लावतात तसे तुम्ही नाही करू शकत!''

मतभेद वाढू लागले, शेवटी २००६ साली वुस्टॉफने ॲमेझॉनला उत्पादने देणे बंद केले. अरनॉल्ड म्हणाले, ''आमच्यासाठीही तो निर्णय खूपच क्लेशकारक होता. विक्रीत एकदम - निदान काही काळासाठी तरी - फार मोठी घट होणार होती. पण आमचा आमच्या नावावर - आम्ही कमावलेल्या नावावर - विश्वास होता. आमच्या वितरक, विक्रेत्यांपेक्षा तर नक्कीच जास्त होता.'' अशा रीतीने २००९ सालापर्यंत, वुस्टॉफने तिच्या निर्णयाचा फेरविचार करेपर्यंत, म्हणजे तीन वर्षे ॲमेझॉनच्या 'सर्व काही मिळणाऱ्या' भांडारातून, तिच्या पूर्तीकेंद्रांच्या शेल्व्हज्वरून, वुस्टॉफची उत्पादने गायब झाली होती.

वुस्टॉफ आणि ॲमेझॉन यांच्यामधील या लढाईसारख्या - वस्तू बनवणारे उत्पादक आणि वस्तू विकणारे विक्रेते यांच्यामधील लढाईसारख्या -

अनेक प्रकारच्या लढाया शतकानुशतके होत आल्या आहेत. ग्राहकांना दररोज कमीतकमी किमतीत वस्तू देण्याच्या ध्येयाने झपाटलेल्या आणि थेट विक्री आणि त्रयस्थ विक्रेत्यांना विक्रीक्षेत्र उपलब्ध करून देऊन होणारी विक्री यांची मोठ्या हिकमतीने, चातुर्याने सांगड घालणाऱ्या ॲमेझॉनने तर अशा लढाया एका नव्या, अत्यंत 'हिंसक' पातळीवर नेऊन ठेवल्या. वॉल मार्टचे संस्थापक सॅम वॉल्टन यांच्याप्रमाणेच ॲमेझॉनचे संस्थापक जेफ बेझोस यांनीही त्यांच्या कंपनीचे उद्दिष्ट हेच निश्चित केले होते : 'उत्पादक ते ग्राहक यांच्यामध्ये जी साखळी असते त्यातील सर्व प्रकारचे कमकुवत दुवे, उणिवा, दोष, अकार्यक्षमता दूर करून ग्राहकांना जे हवे ते कमीतकमी किमतीमध्ये त्यांना मिळवून देणे.' एमएपीसारखे कायदे, नियम हे या क्षेत्रातील गतकालीन, प्राचीन, निरर्थक तंत्रांचे अवशेष आहेत, आपली अकार्यक्षमता, आपली सुमार गुणवत्ता लपवून आपले खिसे मात्र जराही हलके होऊ नयेत यासाठी उत्पादकांनी शोधलेल्या, चातुर्याने जोपासलेल्या युक्त्या-प्रयुक्त्या आहेत, असेच ॲमेझॉनमधील अधिकाऱ्यांचे स्पष्ट मत आहे. म्हणूनच तशा नियमातून त्यांनी पळवाटाही शोधून काढल्या आहेत. त्यातील एक तंत्र आहे किमती दडवून ठेवणे. जेव्हा ॲमेझॉन एमएपीपेक्षाही कमी किमतीला वस्तू विकणार असते, तेव्हा साइटवरील पेजवर त्या वस्तूची किंमत आधी दिसतच नसते. ग्राहक जेव्हा ती वस्तू त्याच्या खरेदीच्या यादीत घालतो तेव्हाच त्याला तिची - नियमबाह्य कमी - किंमत दिसते.

ॲमेझॉनकडे जे तंत्रज्ञान, साधने आहेत त्यांच्या साहाय्याने एखादी वस्तू एखादा मोठा विक्रेता ॲमेझॉनच्या किमतीपेक्षा कमी किमतीत विकत असेल तर ते ॲमेझॉनच्या सॉफ्टवेअरला लगेच कळते आणि त्या वस्तूची किमत साइटवर त्या कमी किमतीइतकीच दिसू लागते. ही क्षमता आणि पहिल्या दिवसापासून 'ग्राहकदेवाला कमीतकमी किमतीत त्याला हवे ते देणे' या तत्त्वाचे झपाटलेपण यापोटीच ॲमेझॉन असे असभ्य, आक्षेपार्ह मार्गही अवलंबते. याबद्दल जेफ विल्के म्हणतात, ''स्पर्धकांच्या किमती जाणून घेऊन त्यांच्याशी आपल्या किमती जुळवून घेऊन वस्तू ग्राहकाला सर्वांत कमी किमतीला मिळवून देणे, आणि तसे 'सर्वांत कमी किमतीत वस्तू मिळण्याचे ठिकाण म्हणजे ॲमेझॉन' हा पक्का विश्वास ग्राहकांच्या मनात निर्माण करणे हेच आमचे ध्येय आहे आणि ते नक्कीच फक्त आणि फक्त ग्राहकांच्या फायद्याच्याच विचारावर आधारित आहे; या आमच्या

धोरणाशी सगळेच सहमत नाहीत, बऱ्याच जणांना ते मान्यही नाही हे आम्हांला माहीत आहे; पण ॲमेझॉन या बाबतीत सातत्य राखते, त्यापासून कधीच ढळत नाही हे तरी सगळ्यांना मान्य आहे. उत्पादकांनी आता ही गोष्ट समजून घेतली पाहिजे की, ग्राहकांना एखाद्या वस्तूची कमीतकमी किंमत बाजारात किती आहे हे सांगायला ॲमेझॉनच लागते असे नाही, ती सोय आता इंटरनेटनेच ग्राहकांना उपलब्ध करून दिली आहे.''

विल्के पुढे म्हणतात, ''जे पुरवठादार, उत्पादक अशा मुद्द्यांवरून ॲमेझॉनपासून दूर जातात ते कमी-जास्त काळानंतर निश्चितपणे परतही येतात. अखेरीस ग्राहकांचा सर्वांत जास्त विश्वास ॲमेझॉनवर बसलेला आहे. ॲमेझॉनच सर्वांत जास्त आणि अचूक माहिती पुरवणारा विक्रेता, वस्तू वापरल्यावर त्या संबंधीची ग्राहकांची मते इतरांसाठी उपलब्ध करणारा विक्रेता, निवडीला जास्तीतजास्त वाव देणारा विक्रेता ठरलेला आहे. तेव्हा जेथे तुमची वस्तू विकत घ्यायला ग्राहकांची कमी नाही, जेथे तुमच्या उत्पादनाबद्दल तुम्ही ग्राहकांना उपयुक्त माहिती देऊ शकता तेथे उपस्थिती पक्की करण्याची संधी कोणता उत्पादक गमावेल?''

ॲमेझॉनशी संबंध ठेवताना सावधगिरी बाळगणाऱ्या उत्पादकांमध्ये इंग्लंडमधील व्हॅक्युम क्लीनर्स बनवणारी 'डायसन' ही एक कंपनी होती. बरीच वर्षे 'डायसन'ने ॲमेझॉनच्या साइटवरून त्यांच्या उत्पादनांची विक्री केली- अनेक वेळा एमएपीचा भंग केल्याचे लक्षात येऊनही केली. शेवटी एक दिवस सहनशक्ती संपलेले कंपनीचे संस्थापक सर जेम्स डायसन स्वत: त्यांचा राग व्यक्त करण्यासाठी ॲमेझॉनच्या ऑफिसमध्ये येऊन दाखल झाले. त्यांच्या बरोबर व्यवहार करणारे खरेदी खात्याचे ज्येष्ठ मॅनेजर केरी मॉरिस यांनी त्यांचे स्वागत केले. ''सर डायसन यांनी त्यांनी आमच्या कंपनीवर टाकलेल्या विश्वासाचा आम्ही भंग केला असा आरोप केला,'' असे मॉरिस यांनी त्या भेटीविषयी सांगितले. परिणामी 'डायसन'ने २०११ साली ॲमेझॉनला त्यांचे व्हॅक्युम क्लीनर्स विकायला देणे बंद केले. त्यांनी मंजुरी दिलेल्या काही त्रयस्थ विक्रेत्यांमार्फत काही थोड्या प्रमाणात विक्री सुरू राहिली, तेवढीच. गेल्या काही वर्षांत, जे 'डायसन'ने केले तेच 'सोनी'ने केले, 'ब्लॅक ॲन्ड डेकर'नेही केले. 'ॲपल'ही ॲमेझॉनला चांगलेच ताब्यात ठेवते, लगाम सतत खेचूनच ठेवते. ॲपलकडून ॲमेझॉनला फक्त

आयपॉड्सचा आणि तोही नियंत्रित, पुरवठा केला जातो, आयपॅड्स आणि आयफोन्स मुळीच पुरवले जात नाहीत!

अनेक कंपन्यांच्या ॲमेझॉनशी असलेल्या अशा विभिन्न प्रकारच्या ताणतणावांच्या मुळाशी ॲमेझॉनवरून होणारी गगनभेदी विक्री आहे. ॲमेझॉन स्वतंत्र विक्रेत्यांना तिच्या साइटवरून त्यांना हव्या त्या गोष्टींची विक्री करायची सोय उपलब्ध करून देते. तशा विक्रेत्यांमार्फत होणाऱ्या विक्रीचे प्रमाण २०११ साली साइटवरून झालेल्या एकूण विक्रीच्या ३६ टक्के होते आणि ते २०१२ साली ३९ टक्के झाले. कंपनीने दिलेल्या माहितीअनुसार जगभरातील दोन कोटींहून अधिक विक्रेते 'ॲमेझॉन मार्केट प्लेस'वर विक्री करतात आणि त्यांच्या २०११ या वर्षात झालेल्या एकूण विक्रीमध्ये २०१२ साली ४० टक्क्यांची वाढ झाली आहे. हा या पद्धतीचा व्यवहार कंपनीलाही सर्वांत जास्त फायदेशीर ठरतो; कारण कंपनी त्या विक्रीवर ६ ते १५ टक्के कमिशन घेते आणि त्या विक्रेत्यांना येणारा खरेदीचा खर्च, त्या वस्तूंचा साठा सतत राखण्याचा खर्च यात कंपनीचा काहीही सहभाग नसतो.

स्क्रीझोफ्रेनिया - छिन्नमनस्कता - हा मानसिक रोग झालेल्यांचे विचार, भावना, कृती यांमध्ये फारकत पडते. ॲमेझॉन मार्केट प्लेसवरून विक्री करणाऱ्या अनेक विक्रेत्यांच्या ॲमेझॉनबरोबरच्या संबंधात तसेच काहीसे होऊ लागते. विशेषत: जे विक्रेते एखादी विशेष, ज्याची ग्राहकांना सतत गरज भासत राहते, अशी वस्तू किंवा काही विशिष्ट ग्राहकांना आवश्यक असणारी गोष्ट विकत नसतात त्यांच्या बाबतीत असे घडतेच. त्रयस्थ, स्वतंत्र विक्रेते काय विकतात आणि त्यांच्या कोणत्या गोष्टी वेगाने विकल्या जातात, कोणत्या गोष्टींच्या खरेदीत ग्राहक विशेष उत्साहित, उल्हसित असतो यावर ॲमेझॉनचे हेर बारीक लक्ष ठेवून असतात. अशा गोष्टी मग ॲमेझॉन स्वत: विकू लागते. ॲमेझॉनला विक्रीवर कमिशन देऊन आणि मागणी जास्त असलेल्या, वेगाने आणि भरपूर विक्री होणाऱ्या गोष्टी कोणत्या हे आयते दाखवून देऊन ॲमेझॉन मार्केट प्लेसवरील तसे विक्रेते त्यांच्याच अत्यंत भीतिदायक अशा स्पर्धकाची शक्ती वाढवीत असतात.

'फिगलीव्हजडॉटकॉम' ही लंडनस्थित कंपनी स्त्रियांची अंतर्वस्त्रे आणि पोहोण्याचे पोशाख विकते. त्याबरोबरच ती इंग्लंडमधील 'शॉक ॲब्सॉर्बर' या नावाच्या, विशेषत: खेळाडू स्त्रियांमध्ये लोकप्रिय असलेल्या, ब्रेसियर्सही विकते. २००३ साली मिचेल रॉस नावाचे त्या कंपनीचे चीफ एक्झिक्युटिव्ह

होते. या कंपनीकडे ॲमेझॉनचे आधीपासून लक्ष होतेच. अमेरिकेत प्रवेश मिळविण्याच्या उद्देशाने कंपनीने 'ॲमेझॉन मार्केट प्लेस'चे माध्यम वापरायचे ठरवले. नव्या विक्रीक्षेत्रातील प्रवेश धूमधडाक्यात करण्यासाठी मिचेल रॉस यांनी एक असाधारण असा कार्यक्रम ठरवला. 'शॉक ॲब्सॉर्बर'ची ब्रॅन्ड ॲम्बॅसडर होती सुप्रसिद्ध टेनिस खेळाडू ॲना कार्निकोव्हा. ती आणि जेफ बेझोस या दोघांमध्ये टेनिसचा – अर्थातच एकतर्फी – प्रदर्शनीय सामना खेळला जाण्याची अफलातून योजना मिचेल रॉस यांनी आखली आणि ती सिॲटलमधील ग्रॅन्ड सेंट्रल टर्मिनलमधील व्हॅन्डरबिल्ट हॉल येथे २२ ऑगस्ट २००३ रोजी अमलातही आणली.

अशा रीतीने वाजत–गाजत अमेरिकेत प्रवेश केलेल्या 'फिगलीव्ह्जडॉटकॉम'ने काही वर्षे ॲमेझॉन मार्केट प्लेसवरून विक्री केली; परंतु २००८ च्या अखेरीस त्यांनी ती खेदपूर्वक थांबवली. तोवर ॲमेझॉनडॉटकॉम स्वत:च 'शॉक ॲब्सॉर्बर'च्या विविध प्रकारच्या ब्रेसियर्स आणि पोहण्याचे पोशाख प्रचंड प्रमाणावर विकू लागली होती. 'फिगलीव्ह्जडॉटकॉम'वरील विक्री मात्र जवळजवळ संपुष्टात आली होती. मिचेल रॉस यांनी २००६ मध्येच फिगलीव्ह्ज सोडली आणि २००७ मध्ये 'ई–कॉमर्स' ही इंटरनेटच्या माध्यमातून विक्री करण्याबाबत सल्ला देणारी कंपनी स्थापन केली. त्यांनी म्हटले आहे, ''जेथे ग्राहकांना निवडीला फार कमी वाव असतो तेथे तुम्हांला विक्रीच्या जागांसाठी स्पर्धा करावी लागते आणि जेथे ग्राहकांना निवडीला अमर्याद वाव असतो तेथे त्यांचे लक्ष वेधून घेण्यासाठीच्या स्पर्धेत उतरावे लागते. त्यासाठी दुसऱ्यांची उत्पादने विकून भागत नाही, त्यापेक्षा अधिक काही करावे लागते.''

जे विक्रेते 'ॲमेझॉन मार्केट प्लेस'वरून प्रचंड विक्री करू शकत असतात तेदेखील अत्यंत दक्षता बाळगून असतात. 'ग्रीनकबर्ड्स' नावाची कंपनी पर्यावरणपोषक धुण्याची पावडर, पाळीव प्राण्यांचे खाद्य वगैरे गोष्टींची विक्री करते. ॲमेझॉनमार्फत विक्री करून या कंपनीने साठ लोकांना कामावर ठेवण्याइतकी प्रगती केली. तरीही तिचे संस्थापक जोश नेबलेट म्हणतात, ''ॲमेझॉन मार्केट प्लेसची धाव शून्यावर आहे. त्यांची कंपनी सतत कमीतकमी किमती ठेवणे आणि साइटवर एखाद्या वस्तूचा एकमेव विक्रेता असणे – याला 'बाय बॉक्स'चा दर्जा मिळवणे असे म्हणतात – या दोन बाबतींत अन्य विक्रेते आणि ॲमेझॉनशीही स्पर्धा करीत असते. किमतींची भयंकर स्पर्धा किमती तर

खाली नेतेच, बरोबर नफाही खाली नेते, तो संपवतेच. मग 'ग्रीनकबर्ड्स'लाही तग धरून राहण्यासाठी ॲमेझॉनसारखेच व्हावे लागते. नेबलेट म्हणाले, ''आम्हांला नवनव्या, जास्त खपणाऱ्या गोष्टी मिळवाव्या लागल्या, इतरांकडे मिळणारच नाहीत अशा खास गोष्टी फक्त आमच्याकडेच राहतील यासाठी खटपटी कराव्या लागल्या आणि कंपनी 'लीन ऑर्गनायझेशन' असेल - म्हणजे कंपनीत काहीही अनावश्यक, अवाजवी, निरुपयोगी असणार नाही याची कसून काळजी घेऊन सर्व साधने ग्राहकाभिमुखच असतील - यावर लक्ष ठेवावे लागले. मी कायम या सगळ्यांकडे एखाद्या खेळाचा कसोटी सामना खेळावा तसे पहातो आणि तो सर्व ताकद, कसब पणाला लावून कसा खेळता येईल यावर लक्ष केंद्रित करतो.''

तरीही जेफ विल्के म्हणतात तसे, ''काही कंपन्या ॲमेझॉनवरून विक्री करायची नाही असे ठरवून दूर जातात, पण त्याही अखेर परत येतातच; कारण ॲमेझॉनचे २० कोटी ग्राहक आणि अति वेगवान विक्री यांचे आकर्षण त्यांना ओढून आणतेच!'' ॲमेझॉनमधले कर्मचारी, अधिकारी तर साइटवरून स्वतंत्रपणे विक्री करणे याला एक 'व्यसन'च म्हणतात - मादक पदार्थाचे न सोडता येणारे व्यसन! विक्री वाढू लागली की विक्रेत्यांना एक उन्मादच चढतो, ते हवेत तरंगू लागतात. मग त्याचे व्यसनच लागते आणि व्यसनाचे पर्यवसान स्वनाशात होते. कारण ॲमेझॉन नफ्याचे लचके तोडत असते आणि मग किमतींची लढाई खेळू लागते. व्यसनी माणसाला हे कळत असते की मादक पदार्थांचे सेवन करू नये; पण ते थांबू शकत नाहीत. ॲमेझॉनच्या खरेदीखात्यातील एक माजी अधिकारी केरी मॉरिस म्हणतात, 'ते ॲमेझॉनच्या साईटवरील विक्रीच्या व्यसनाला दूर ढकलू पाहतात, शिव्या घालतात, रडगाणी गातात, धमक्या देतात आणि अखेरीस साइटवरची विक्री बंद करतात.''

परंतु वुस्टॉफ या चाकू-सुऱ्या तयार करणाऱ्या जर्मन उत्पादकाच्या बाबतीत ॲमेझॉनला त्या कंपनीच्या मिनतवाऱ्या कराव्या लागल्या. अखेर, ते सांगतील त्याच किमतीला त्यांची उत्पादने विकली जातील, अशा ॲमेझॉनच्या आश्वासनानंतर, तीन वर्षांच्या खंडानंतर, २००९ मध्ये, वुस्टॉफने पुन्हा त्यांची उत्पादने ॲमेझॉनच्या साइटवर विक्रीसाठी दिली. काही काळ बरा गेला, पण लागलेल्या व्यसनापासून ॲमेझॉनही फार काळ दूर राहू शकली नाही. पुन्हा किमती खाली येऊ लागल्या. बारा सुऱ्या-चाकूंच्या

एका सेटची एमएपी १९९ डॉलर्स होती, ती एक दिवस साइटवर १७९ दाखवावयास सुरुवात झाली. साहजिकच, वुस्टॉफच्या स्वतंत्र विक्रेत्यांच्या तक्रारींचा रीघ अरनॉल्ड यांच्याकडे ओघ लागला. त्यांच्याकडच्या २० टक्के जास्त किमतीचा विक्रीवर परिणाम होऊ लागला. ग्राहक त्या दुकानदारांना किंमत कमी करायला सांगू लागले किंवा मग ॲमेझॉनच्या साइटवरून सेट खरेदी करू लागले. अरनॉल्ड आणि त्यांचे सहकारी यांना जाणीव होऊ लागली की तो दिवस फार लांब नव्हता. ज्या दिवशी ते त्यांचे सर्व जुने दुकानदार विक्रेते किमती कमी करून टाकतील आणि तशाच कमी किमतीची मागणी वुस्टॉफकडेही करतील. वुस्टॉफला नफ्यावर पाणी सोडावे लागेल. वर्षानुवर्षे नफ्याचे गणित व्यवस्थित सांभाळणारी त्यांची जर्मनीमधील उत्पादनाची अर्थव्यवस्था काम करेनाशी होईल!

अरनॉल्ड यांच्या तक्रारीला ॲमेझॉनच्या मर्कन्डायझिंग मॅनेजर केव्हिन बेट्स यांनी जुनीच रेकॉर्ड ऐकवली. स्वतंत्र विक्रेत्यांसाठीची ॲमेझॉन मार्केट प्लेस आणि ॲमेझॉनची स्वतःची साइट यावरील जी सर्वांत कमी किंमत दिसली तिच्याशी वुस्टॉफच्या उत्पादनांच्या किमती जुळवून घेतल्या जात आहेत! जे विक्रेते किमती अवाजवी कमी ठेवीत होते ते वुस्टॉफचे मान्यताप्राप्त विक्रेते नव्हते, ही गोष्ट अरनॉल्ड यांनी बेट्स यांच्या लक्षात आणून दिली आणि ॲमेझॉनने त्यांच्या किमती ग्राह्य धरून किमती कमी करू नयेत, असे बजावले. ''ॲमेझॉन तर नेहमीच कमीतकमी किंमतच लावणार- ते आम्हांला करावेच लागते,'' असे उत्तर केट्स यांनी दिले.

अरनॉल्ड चिडले, वैतागले. तेही 'ॲमेझॉन मार्केट प्लेस' या ॲमेझॉनच्या स्वतंत्र, त्रयस्थ विक्रेत्यांच्या साइटवर, त्यावरील अनेक अनोळखी, आगापिछा नसलेल्या विक्रेत्यांवर तेही लक्ष ठेवून होते. त्यातच 'ग्रेट डील्स नाउ ऑनलाइन' या लांबलचक नावाचा एक विक्रेता होता. तो फक्त वुस्टॉफचीच उत्पादने विकत होता. अरनॉल्ड यांना त्याच्याविषयी काहीही माहिती नव्हती आणि ॲमेझॉनही त्याच्यापर्यंत पोहोचायची कोणतीही वाट दाखवीत नव्हती. अरनॉल्ड म्हणाले, ''बहुधा कोणाकडेतरी पडून राहिलेला साठा त्या विक्रेत्याच्या हाती लागला असावा किंवा तो 'बेड, बाथ ॲन्ड बियॉन्ड' यांसारख्या एखाद्या नावाजलेल्या कंपनीच्या वितरणकेंद्रात काम करीत असावा आणि तेथील साठ्यावर त्याने हात मारला असावा. एरवी कोणा ग्राहकाने अशा विक्रेत्याला त्याचे क्रेडिट कार्ड दिले नसते; पण तो

ॲमेझॉनच्या साइटवर असल्यामुळे कोणी त्याच्यावर संशय घेत नसावे, विश्वास ठेवीत असावे.'' अरनॉल्ड यांच्या मते ॲमेझॉनची स्वत:ची अशी 'मार्केट प्लेस'च अशा संशयास्पद विक्रेत्यांना किमती कोणत्याही पातळीवर नेऊन पैसे मिळवायची संधी देऊन आणि तिचा उपयोग किमती त्यांच्या स्वत:च्या साइटवरही एमएपीच्या खाली न्यायला करून घेत होती.

दोन वर्षे असा मनस्ताप आणि आर्थिक नुकसान सहन केल्यानंतर २०११ मध्ये वुस्टॉफने पुन्हा एकदा ॲमेझॉनबरोबरचे संबंध तोडून टाकले. ॲमेझॉनसारख्या नावाजलेल्या विक्रीक्षेत्रातील कंपनीशी फारकत घेण्याचा निर्णय दुसऱ्यांदा घेण्याच्या निर्णयाचे स्पष्टीकरण त्यांच्या वरिष्ठांना देणे सोपे व्हावे म्हणून रीने अरनॉल्ड यांनी खुद्द हेराल्ड वुस्टॉफ यांनाच जर्मनीहून ॲमेझॉनच्या अधिकाऱ्यांबरोबर मीटिंगसाठी सिॲटलला आणले. चाळिशी ओलांडलेल्या, पांढऱ्या, कुरळ्या केसांच्या, मित्रत्व दर्शविणारे स्मितहास्य चेहऱ्यावर विलसत असणाऱ्या हेराल्ड वुस्टॉफ यांचे आणखी एक वैशिष्ट्य असे होते की, हातात वुस्टॉफ कंपनीचा चाकू किंवा सुरी नाही असा त्यांचा एकही फोटो प्रसिद्ध झालेला नव्हता!

ॲमेझॉनच्या ऑफिसमधील मीटिंगला केव्हिन बेट्स यांच्या बरोबर त्यांचे वरिष्ठ, 'हार्ड लाइन' या सदरात येणाऱ्या स्वयंपाक, जेवण यासाठी लागणाऱ्या साधन-उपकरणांच्या खरेदी-विक्री क्षेत्राचे डायरेक्टर डॅन जॉय हेही होते. स्वत: वुस्टॉफ त्यांचा पुन्हा एकदा ॲमेझॉनबरोबरचे संबंध तोडण्याचा निर्णय ऐकवण्यासाठी ऑफिसमध्ये आले आहेत, याचे दोघांनाही आश्चर्य वाटले. पण तरीही ॲमेझॉनने पवित्रा मात्र आक्रमकच घेतला. ''कंपनीने पुरवठा थांबवला तर आम्ही वुस्टॉफच्या चाकू-सुऱ्या अनधिकृत विक्रेत्यांकडून घेऊ,'' असे त्यांनी सांगितले. अरनॉल्ड यांना हेही आठवते आहे की, ॲमेझॉनच्या अधिकाऱ्यांनी वुस्टॉफ यांना असेही बजावले की, कोणीही ग्राहक ज्या ज्या वेळी ॲमेझॉनच्या साइटवर वुस्टॉफचे नाव शोधेल त्या त्या वेळी त्याला जे. ए. हेन्कल्स या जर्मनीतील झोलिंगन येथील आणि व्हिक्टोरिनॉक्स या स्विस आर्मी नाइव्हज बनवणाऱ्या कंपन्यांसारख्या वुस्टॉफच्या स्पर्धक कंपन्यांच्या जाहिराती दिसतील, अशी व्यवस्था ॲमेझॉन करेल.

ॲमेझॉनचा हा कडवा पवित्रा पाहून अरनॉल्ड आणि वुस्टॉफ यांना धक्काच बसला; पण ते त्यांच्या पुरवठा थांबवण्याच्या निर्णयावर ठाम राहिले. अरनॉल्ड म्हणाले, ''किमती निम्म्यावर नेऊन कोणीही वुस्टॉफ उत्पादनांची

जोरदार विक्री करू शकेल, ते तर सोपेच आहे. आमची उत्पादने कमी किमतीत विकून कोणीही काही वर्षे 'सुकाळ' अनुभवू शकेल; पण दोनतीन वर्षांनी तसे विक्रेते दोनशे वर्षांचा उज्ज्वल इतिहास असलेल्या कंपनीचा राग ओढवून घेतील, तो टोकाला नेतील. आम्हांलाही आमचे नाव, आमची ख्याती सर्वांत महत्त्वाची आहे, ती आम्हांला टिकवायची आहेच. आमच्या निर्णयाचा हाच पाया आहे. आम्ही पुन्हा एकदा ॲमेझॉनला पुरवठा करणे बंद करून टाकत आहोत.''

त्यानंतरच्या वर्षीच्या वसंत ऋतूमध्ये शिकागो येथे स्वयंपाकघर आणि बाथरूममध्ये वापरल्या जाणाऱ्या साधनांचे – उपकरणांचे – एक प्रदर्शन भरले होते. तेथे एमएपीचे सर्रास उल्लंघन, अनधिकृत, रहस्यमय अशा त्रयस्थ विक्रेत्यांची मोडीच्या भावातील विक्री अशाच समस्यांवरून ॲमेझॉनशी वाकडे धरलेल्या, त्यामुळेच त्रासलेल्या, संबंध तोडून टाकलेल्या अनेक पुरवठादार, उत्पादकांनी अरनॉल्ड यांची भेट घेऊन सहानुभूती व्यक्त केली. त्या काळातही ॲमेझॉनने प्रतिस्पर्धी उत्पादकांच्या जाहिराती दाखवण्याचा धाक वुस्टॉफला घालणे सुरूच ठेवले होते. २०१२ सालच्या मध्यावर ॲमेझॉनच्या खरेदी खात्यातील एका अधिकाऱ्याने वुस्टॉफमधील एका कर्मचाऱ्याला फितवून त्याच्या करवी दुबईला जाणारा चाकू-सुऱ्यांचा एक मोठा पेटारा ॲमेझॉनकडे वळवून घेतला. तो ॲमेझॉनला दीड महिना पुरला. वर्षाच्या शेवटी शेवटी ॲमेझॉनच्या प्रतिनिधीने पुन्हा एकदा वुस्टॉफचे मन वळवायचे प्रयत्न सुरू केले. निर्णयाच्या पुनर्विचाराची गळ घातली. वुस्टॉफने जराही प्रतिसाद दिला नाही. पण तरीही अनपेक्षित असे घडतच राहिले : ग्राहकांना वुस्टॉफच्या चाकू-सुऱ्या मिळतच राहिल्या, अगदी निवडीला वावसुद्धा मिळत राहिला आणि तोही फक्त काही मोजक्या त्रयस्थ अनधिकृत विक्रेत्यांकडे आणि ॲमेझॉनच्या स्वतःच्या साइटवरही! २०१० या वर्षात ॲमेझॉनने 'वेअरहाउस डील्स' नावाची एक शाखा सुरू केली होती. तिची एक साइटही उघडली होती. ती शाखा वापरलेल्या वस्तू, डागडुजी, दुरुस्त्या करून नव्यासारख्या बनवलेल्या वस्तू खरेदी करून त्या ॲमेझॉन मार्केट प्लेसवरून किंवा 'वेअरहाउसडील्सडॉटकॉम' या साइटवर विकत असे. या शाखेच्या एका अधिकाऱ्याने या शाखेचे उद्दिष्ट 'जगातील सर्वांत मोठा 'लिक्विडेटर' बनणे' हे असल्याचे सांगितले. 'लिक्विडेट करणे' म्हणजे बंद पडलेल्या, त्या वाटेवर असलेल्या, डबघाईला आलेल्या कंपन्या, विक्रेते

यांची वासलात लावणे. त्यात त्यांच्याकडे पडलेल्या वस्तूही ताब्यात घेणे समाविष्ट होते. अशा वस्तूंची जाहिरात 'नव्यासारख्या' किंवा 'नव्याइतक्या चांगल्या' अशी केली जात असे. उदाहरणार्थ, भोवती घट्ट गुंडाळलेले प्लॅस्टिकचे आवरण एका ठिकाणी किंचित फाटलेले डायपर्सचे पॅकेज. अशा वस्तूंच्या बाबतीत अर्थातच अॅमेझॉनला एमएपीचा नियम बंधनकारक नसे!

हे पुस्तक लिहिले जात असताना अॅमेझॉनच्या 'वेअरहाउस डील्स'वर ग्राहकाला वुस्टॉफच्या साठ निरनिराळ्या उत्पादनांमधून त्याला हवे ते निवडता येत होते आणि शिवाय किमतींमध्ये प्रचंड सूटही मिळत होती. स्वतंत्र, त्रयस्थ विक्रेते, ज्यांच्यात वुस्टॉफचे अधिकृत विक्रेतेच जास्त होते, वुस्टॉफच्या चाकू-सुऱ्यांचा त्यांच्या जवळचा साठा अॅमेझॉनच्या पूर्तीकेंद्रांमध्येच ठेवत आणि त्यामुळे त्यांचा समावेश 'अॅमेझॉन प्राइम' या योजनेतही होत असे. थोडक्यात, उत्पादकांनी पाठ फिरवली, भागीदार दूर गेले तरी अॅमेझॉनने हिकमतीने उभारलेली तिची कार्यपद्धती तिच्या 'प्रत्येक गोष्ट मिळणाऱ्या भांडारा'च्या पूर्तीकेंद्रातील शेल्व्ह्ज कधीच रिकामी पडू देत नव्हती.

***

डॉटकॉम कंपन्यांचा फुगा फुटल्यानंतरच्या अस्वस्थतेच्या, चिंताग्रस्त काळात, ज्या वेळी वुस्टॉफच्या चाकू-सुऱ्यांची विक्री सुरळीतपणे 'अॅमेझॉनडॉटकॉम'वर चाललेली होती त्या काळात जेफ बेझोस एका संभाव्य प्रतिस्पर्ध्याच्या हालचालींवर बारीक लक्ष ठेवून होते. त्याचे नाव होते- 'नेटफ्लिक्स'. त्या काळात अॅमेझॉन ग्राहकांकडे वस्तू ज्या कार्डबोर्डच्या बॉक्समध्ये पाठवीत असे त्या बॉक्समध्ये अन्य कंपन्यांच्या कागदांवर छापलेल्या जाहिराती ठेवून त्याही ग्राहकांपर्यंत पोहोचवण्याचे काम त्या कंपन्यांकडून योग्य तो मोबदला घेऊन करीत असे- जास्तीची कमाई! एकदा बेझोस यांच्याच घरी आलेल्या अॅमेझॉनच्या बॉक्समध्ये असलेली तसली जाहिरात बेझोस यांच्या हाती पडली. त्या दिवशीच्या मीटिंगमध्ये ते ती जाहिरात हातात फडफडवीतच आले. डीव्हीडीज भाड्याने देणाऱ्या कंपनीची - 'नेटफ्लिक्स'ची - ती जाहिरात होती. अॅमेझॉनच्या त्या जाहिरात विभागाच्या अधिकाऱ्यांबद्दल ते अत्यंत त्रासलेल्या आवाजात म्हणाले, ''या आपल्या अधिकाऱ्यांच्या दृष्टीने आपलीच कंपनी गाळात घालणे फारच सोपे आहे की, त्यासाठी त्यांना थोडे कष्ट घ्यावे लागतात?''

'नेटफ्लिक्स'ची वेगवान दौड बेझोस यांना चांगलीच अस्वस्थ करीत होती. डोळ्यांत भरणारी लाल रंगाची पाकिटे आणि 'लेट फी स्लेइंग डीव्हीडी बाय मेल प्रोग्रॅम'- डीव्हीडी परत करायला उशीर झाला तरी जादा फी न आकारता डीव्हीडी मिळण्याची योजना - यांच्या साहाय्याने नेटफ्लिक्स ग्राहकांशी छान प्रेमाचे, जवळिकीचे संबंध प्रस्थापित करीत होती आणि बहुसंख्य ग्राहकांना ज्यांचे जबरदस्त आकर्षण होते त्या चित्रपटांच्या क्षेत्रात बळकट स्थान मिळवीत होती. ॲमेझॉनच्या बिझनेस डेव्हलपमेंट विभागातील एका अधिकाऱ्याने अशी माहिती दिली की, नेटफ्लिक्सच्या सुरुवातीच्या काळात बेझोस यांचे खास दूत नेटफ्लिक्सचे सीईओ रीड हेस्टिंग्ज यांची अनेक वेळा भेट घ्यायचे; पण नेहमी हाच निरोप घेऊन यायचे की त्यांना कंपनी विकण्यात जराही रस नाही, तो विचारसुद्धा त्यांना क्लेशकारक वाटतो! परंतु स्वत: हेस्टिंग्ज मात्र असे सांगतात की, नेटफ्लिक्सचा ताबा मिळवण्याचा ॲमेझॉनने कधीच गंभीरपूर्वक विचार केला नाही. त्याचे कारण ते असे सांगतात की ॲमेझॉनचे विक्रीचे क्षेत्र, तिची कार्यपद्धती, पायाभूत सुविधा आणि नेटफ्लिक्सच्या डीव्हीडीज भाड्याने देण्याच्या उद्योगाच्या गरजा - लहान लहान, पण भरपूर पूर्तीकेंद्रे, डीव्हीडीज ग्राहकांकडे पाठवणे, त्यांनी परत पाठवलेल्या स्वीकारणे यासाठीची व्यवस्था - यात जमीन-अस्मानाचा फरक होता. ते म्हणाले, ''ॲमेझॉनने माझ्या कंपनीचा ताबा मिळवण्यासाठी जोरदार प्रयत्न करण्यात काहीच अर्थ नव्हता; कारण त्यामुळे तिच्या सामर्थ्यात काहीच भर पडली नसती.''

डीव्हीडीजची विक्री, त्या ग्राहकांकडे पाठवणे हा उद्योग फार काळ चालणार नाही ही गोष्ट जशी सगळ्यांनाच जाणवत होती, तशी ती ॲमेझॉनमधील अधिकाऱ्यांनाही कळून चुकली होती. पण तो उद्योग पुढे जसा आकार घेईल, त्याचे बदललेले स्वरूप जे असेल त्यासाठी तरी आपण आधीपासून तयार असले पाहिजे, अशा विचाराने ॲमेझॉनने तोच उद्योग - जेथे नेटफ्लिक्सने अजून प्रवेशही केलेला नव्हता तेथे - इंग्लंड आणि जर्मनीमध्ये - सुरू केला. परंतु तेथे जे स्थानिक प्रतिस्पर्धी होते ते ॲमेझॉनच्या अपेक्षेपेक्षा बरेच जास्त प्रगत होते आणि तेथे नवीन ग्राहक मिळणेही अवघड होते. २००८ सालच्या फेब्रुवारी महिन्यात ॲमेझॉनने हार मानली आणि तो उद्योग युरोपभरात पाय पसरलेल्या 'लव्हफिल्म' नावाच्या बड्या स्पर्धक कंपनीला ९ कोटी डॉलर्सचे शेअर्स आणि ३२ टक्के मालकीच्या बदल्यात विकून टाकला. ''ॲमेझॉनच्या

मते त्या उद्योगाला फारसे भविष्य नव्हते आणि आम्ही ज्यांना तो उद्योग विकला ते मात्र त्याचा कायापालट करणार असे लक्षात येत होते,'' असे जेफ ब्लॅकबर्न यांनी सांगितले. 'लव्हफिल्म' ही नेटफ्लिक्सच्या धर्तीवर काम करणाऱ्या अनेक लहान लहान उद्योगांची मोट बांधून मोठ्या सावधपणे पण महत्त्वाकांक्षेने उभी केलेली एक मोठी कंपनी होती. तिने इंग्लंड व जर्मनी या दोन देशांत भाड्याने डीव्हीडीज देण्याच्या व्यवसायाचा व्याप इतका काही वाढवला होता की, अनेक गुंतवणूकदारांना – ज्यात व्हेंचर कॅपिटल फर्म्ससुद्धा होत्या – तिने आकर्षित केले होते, तिचे एक मोठे डायरेक्टर बोर्ड होते आणि मोठ्या कंपनीतल्याप्रमाणे तिच्या धोरणांविषयी, प्रवासाच्या दिशेविषयी कंपनीतील लोकांची परस्परविरोधी मतेही होती. ॲमेझॉन लव्हफिल्मची सर्वांत मोठी शेअरधारक कंपनी झाली होती. त्यानंतर 'आर्ट्स अलायन्स' नावाच्या युरोपिअन व्हेंचर कॅपिटल फर्मने जेव्हा त्यांच्याकडचे दहा टक्के शेअर्स ॲमेझॉनला विकून टाकले तेव्हा तर ॲमेझॉनची कंपनीवरील पकड अधिकच घट्ट झाली. ॲमेझॉनचे युरोपातील काम, तिचे आर्थिक व्यवहार पाहणारे अधिकारी ग्रेग ग्रीली यांची लव्हफिल्मच्या डायरेक्टर बोर्डावर नेमणूक झाली. ॲमेझॉन तिच्या नेहमीच्या धोरणानुसार कंपनीच्या कामकाजात प्रत्यक्ष भाग न घेता बारीक निरीक्षण मात्र करीत राहिली, त्यातून शिकत राहिली आणि योग्य संधीची वाट पाहत राहिली.

घरी बसून व्हिडिओ या माध्यमाचा वापर करण्याचा कल २००९ सालच्या सुरुवातीपासून चित्रपटांकडे झुकला. डीव्हीडीज पोस्टाने घरी पाठवण्याची पद्धत बंदच झाली. नेटफ्लिक्सप्रमाणेच लव्हफिल्मनेही या नव्या 'व्हिडिओ ऑन डिमांड' या पद्धतीचा वापर करण्याची तयारी सुरू केली. तिने वॉर्नर ब्रदर्ससारख्या चित्रपटनिर्मितीतील कंपन्यांशी चित्रपट ग्राहकांना घरी उपलब्ध करण्यासाठीचे करार केले. त्यांच्या चित्रपटांच्या याद्या 'सोनीज प्ले स्टेशन ३'सारख्या साधनावर पाहण्याची सोय केली. परंतु एवढ्या मोठ्या बदलासाठी कंपनीला आणखी भांडवल हवे होते. त्यासाठी तिने त्याच वर्षी 'जेफरीज' या इनव्हेस्टमेंट बँकेला ते काम दिले आणि गुंतवणूक अथवा ताबा अशा प्रस्तावांचा विचार करायला सुरुवात केली.

प्रस्ताव 'सिल्व्हर लेक पार्टनर्स'सारख्या भांडवल पुरवणाऱ्या खासगी कंपन्यांकडून आले, परंतु सर्वांत महत्त्वपूर्ण प्रस्ताव देणारी ठरली 'गुगल'ही कंपनी. 'सर्च जायंट' म्हणून ओळखल्या जाणाऱ्या त्या कंपनीतील

अधिकाऱ्यांचा एक गट २००९ सालच्या उन्हाळ्यापासूनच फक्त लव्हफिल्मच नव्हे तर नेटफ्लिक्ससुद्धा ताब्यात घेऊन तिच्या मूळच्या जाहिरात उद्योगात त्याच्याशी असंबंधित असे एक नवे क्षेत्र समाविष्ट करण्याच्या योजनेवर काम करीत होता. निकेश आरोरा आणि डेव्हिड लावी हे गुगलचे दोन बिझनेस डेव्हलपमेंट अधिकारी त्या वर्षभरात दोन्ही कंपन्यांमधील योग्य अधिकाऱ्यांना अनेक वेळा भेटलेही होते. या संबंधी माहिती असलेल्या तिघा अधिकाऱ्यांनी अशी माहिती दिली की, गुगलने लव्हफिल्मच्या खरेदीचा एक प्राथमिक प्रस्तावही तयार केला होता ज्यात २० कोटी पौंड्स – म्हणजे सुमारे ३० कोटी डॉलर्स – देण्याची तयारी दर्शविली होती. परंतु गुगलची एक उपकंपनी 'यू ट्यूब'नेच या प्रस्तावाला विरोध केला. कंपनीच्या अंतर्गत वर्तुळात अशीही भीती व्यक्त करण्यात येऊ लागली होती की, कॉम्प्युटर माध्यमातून व्हिडिओ प्रसारणाचा उद्योग करणारी फारतर एक कंपनी ताब्यात घेता येईल, दोन्ही नाहीत.

हा एक मोठा प्रस्ताव बारगळल्यामुळे लव्हफिल्मची जादा भांडवलाची गरज अपूर्णच राहिली. तेव्हा २०१० सालच्या उन्हाळ्यात कंपनीने आयपीओचा मार्ग अवलंबायचे ठरवले. पण त्याच वेळी ॲमेझॉन पुढे आली, तिने लव्हफिल्म विकत घेण्याचा इरादा व्यक्त केला. सगळेच बदलले!

आपल्या उद्योगावर बारीक लक्ष ठेवणाऱ्या ॲमेझॉनच्या अधिकाऱ्यांच्या नजरेतून त्यांच्या इलेक्ट्रॉनिक्स उपकरणांच्या साठ्यामधून ब्ल्यू रे प्लेअर्स आणि व्हिडिओ गेम्सचे कन्सोल्स यांची झपाट्याने होणारी आणि सतत वाढती विक्री सुटलेली नव्हती. तशा गोष्टींची नुसती विक्री करत राहणे पुरेसे नाही, त्या उद्योगातच पडले पाहिजे– अशी जाणीव त्यांना त्याआधीच झाली होती. 'ॲमेझॉन अनबॉक्स' या नावाने एक 'व्हिडिओज डाउनलोड स्टोअर' सुरूही झाले होते. परंतु त्यातील पद्धती बरीच गुंतागुंतीची होती. चित्रपट पाहायचा म्हणजे चित्रपटाचा पूर्ण व्हिडिओ आधी पीसीवर किंवा टीव्ही सेटअप बॉक्सेसवर डाउनलोड करून घ्यायला लागायचा. त्यानंतर 'ॲमेझॉन व्हिडिओ ऑन डिमांड' नावाची एक सुधारित आवृत्तीही ॲमेझॉनने बाजारात आणली होती; पण तेवढे पुरेसे नव्हते. लव्हफिल्म जे तंत्र वापरीत असे (ज्यात डाउनलोड ही प्रक्रियाच नव्हती) तेच यशस्वी आणि लोकप्रिय ठरणार हे स्पष्ट दिसत होते. त्या वेळी ॲमेझॉन ऑनलाइन व्हिडिओच्या व्यवहारात ॲपल आणि हुलु या दोन कंपन्यांच्या बरीच मागे होती. लव्हफिल्म ताब्यात

आली तर ॲमेझॉनला युरोपमध्ये तरी या क्षेत्रातील स्पर्धेत सुरक्षित स्थान मिळेल हेही तितकेच स्पष्ट दिसत होते. या बाबतीत लव्हफिल्मचे एक डायरेक्टर, लंडनच्या 'बाल्डर्टन कॅपिटल' या व्हेंचर कॅपिटल फर्मचे माजी भागीदार धर्मेश मिस्त्री म्हणाले, ''लवकरच हे लक्षात आले की ॲमेझॉन या व्यवहाराकडे केवळ आर्थिक दृष्टीने पाहत नव्हती, त्यामागे कंपनीच्या उद्योगाशी, भविष्याशी संबंधित असे धोरण होते. त्यांना त्या विशेष क्षेत्रावर पकड हवी होती.''

आता नवी कंपनी ताब्यात घ्यायची होती म्हटल्यावर ॲमेझॉनच्या लक्षणीय अशा हालचाली, हिकमती, उचापती, डावपेच हे सगळे दिसू लागले - जे झॅपोस आणि क्विडसिच्या संस्थापकांनी पाहिले होते, अनुभवले होते तसेच! प्रथम ॲमेझॉनने अतिशय समजूतदारपणाच्या, शहाणपणाच्या काही गोष्टी लक्षात आणून दिल्या : एक- लव्हफिल्मला तिची अतिश्रीमंत आणि महत्त्वाची प्रतिस्पर्धी कंपनी 'बीस्कायबी'- ब्रिटिश स्काय ब्रॉडकास्टिंग किंवा स्काय लिमिटेड - ही यशस्वी होण्यामागच्या गोष्टी काय आहेत हे शोधून काढून त्या - तंत्रज्ञान, त्याचा वापर, कार्यपद्धती - आत्मसात करायलाच हव्यात आणि त्यासाठी तिला कोट्यवधी डॉलर्सची गरज पडणार आहे. दोन- आवश्यक ते करून त्या प्रतिस्पर्धी कंपनीला आणखी पुढे जाण्यापासून रोखण्याची गरज आहे. तीन- हीच गोष्ट नेटफ्लिक्स जेव्हा युरोपमध्ये प्रवेश करेल तेव्हा तिच्या बाबतीतही करावी लागेल. चार- लव्हफिल्मने युरोपमध्येच अडकून न राहता, तेथील लोकांच्या नजरेत भरण्यासाठी धडपड न करता, त्यांच्या 'आयपीओच्या आधी भरपूर नफा कमावला पाहिजे,' असल्या अपेक्षांकडे लक्ष न देता दीर्घकालीन यशावर लक्ष केंद्रित केले पाहिजे. मग हे सगळे साध्य करायचे असेल तर सर्वांत उत्तम मार्ग हा ''ॲमेझॉनकडे मालकी देऊन टाकणे,'' हा आहे, असेही सांगितले. या अतिशय आवश्यक, उपयुक्त, लव्हफिल्मच्या फायद्याच्या आणि व्यवहार्य वाटणाऱ्या गोष्टी म्हणजे मुख्यत: अमेझॉनचा फायदा समोर ठेवून खेळलेल्या 'बेझोस शैली'च्या धोरणी खेळी होत्या. त्यातून बेझोस यांची 'स्वत:च्या फायद्यावरील निष्ठा'च प्रतीत होत होती.

या दरम्यान ॲमेझॉनला लव्हफिल्मचा आयपीओ थांबवण्याचा एक मार्ग सापडला. जर कंपनीचे शेअर्स जनतेसाठी खुले करायचे असतील तर

कंपनीला तिच्या 'बायलॉज' किंवा 'आर्टिकल्स ऑफ असोसिएशन'मध्ये - अंतर्गत नियम, पद्धती यांमध्ये - तसे सर्वसंमतीने बदल करून घ्यावे लागतात. कंपनीचा सर्वांत मोठा शेअरहोल्डर या अधिकारात ॲमेझॉन तसे बदल करणे थांबवू शकत होती, तिचा नकाराधिकार वापरू शकत होती. बोर्डाचे अनेक सदस्य आणि अन्य माहीतगार लोकांच्या म्हणण्यानुसार ॲमेझॉनने आयपीओच्या ठरावाला मान्यता न देण्याचे, तिच्या जवळचा नकाराधिकार वापरणार असल्याचे जाहीरपणे सांगितले. त्यामुळे फार मोठी अडचण निर्माण होणार होती. संभाव्य गुंतवणूकदार मागे हटणार होते.

लव्हफिल्मचे अधिकारी कायदेशीर सल्ला घेण्यासाठी, चर्चा करण्यासाठी, यातून मार्ग काढण्यासाठी वकिलांना वारंवार भेटू लागले. कंपनी विकत घेऊ इच्छिणारे आणखी कोणी आहेत का, मालकीसाठी स्पर्धा सुरू करून काही उपयोग होईल का हे पाहू लागले. पण यश आले नाही. ॲमेझॉनची पकड घट्ट होती हे सर्वांच्याच लक्षात आले होते.

लव्हफिल्म ही युरोपमधील एक चांगली प्रतिष्ठित, सर्वतोमुखी नाव असलेली, स्वतःची अशी ओळख असलेली सामर्थ्यवान कंपनी होती. तरीही ॲमेझॉनने सुरुवात अगदी खालच्या, १५ कोटी पौंडांच्या बोलीने केली. वाटाघाटी सुरू झाल्या. लांबत गेल्या. ॲमेझॉनने प्रत्येक मुद्दा 'लावून धरला'. व्यवस्थापनाला भरपाई, मालमत्तेवरील कर, विमा अशा प्रत्येक बाबतीत वादविवाद केले. आपल्या म्हणण्याबद्दलचा ठामपणा, हट्टच म्हणावा असा आग्रहीपणा ह्या गोष्टी पाहून लव्हफिल्मची वकीलमंडळी आश्चर्यचकित झाली. वाटाघाटी सात महिने सुरू होत्या. अखेर २०११ सालच्या जानेवारी महिन्यात कंपनी संपादनाची कारवाई पूर्ण झाली, जाहीर झाली. ॲमेझॉनने २० कोटी पौंड्स म्हणजे सुमारे तीस कोटी डॉलर्स, म्हणजेच 'गुगल'च्या प्रस्तावित रकमेइतकेच पैसे दिले. परंतु फरक हा होता की मधल्या दीड वर्षाच्या कालावधीत लव्हफिल्मच्या वर्गणीदारांच्या संख्येत लक्षणीय वाढ झाली होती आणि त्यांच्या डिजिटल कॅटलॉगमध्ये भरपूर चित्रपटांची भर पडलेली होती.

आता युरोपमध्ये प्रगतीची शिखरे गाठायला ॲमेझॉनचे पाय घट्ट रोवले गेले होते आणि आपल्या लिव्हिंग रूमसाठी प्रयत्नही केले होते. लव्हफिल्म विकत घेतल्याची घोषणा केल्यानंतर एका महिन्याने कंपनीने अमेरिकेत 'ॲमेझॉन प्राइम' या दोन दिवसांत वस्तू घरपोहोच मिळण्याच्या

योजनेच्या सदस्यांसाठी व्हिडिओ डाउनलोड करायला न लागता ग्राहकांना त्यांच्याकडच्या पीसी, टीव्ही वगैरे माध्यमांवर चित्रपट, टीव्ही शोज पाहता येण्याची (व्हिडिओ स्ट्रीमिंगची) मोफत सेवा सुरू केली. या योजनेखाली उपलब्ध असणारे चित्रपट, शोज यांची यादी पुढील काही वर्षे सतत वाढतच राहिली; कारण ॲमेझॉनने सीबीएस, एनबीसी युनिव्हर्सल, व्हायाकॉम, पैसे भरून पाहता येणारी एपिक्स ही टीव्ही वाहिनी यांसारख्या अनेक कंपन्यांशी लेखी करार केले.

ही जी 'प्राइम इन्स्टंट व्हिडिओ' सेवा उपलब्ध करून दिली गेली त्याचे बेझोस यांनी असे समर्थन केले की, जेव्हा ग्राहक आधीपेक्षा कमी प्रमाणात डीव्हीडी खरेदी करत होते, त्या वेळी ७९ डॉलर्सची ही सेवा पूरक होती. पण या योजनेने ॲमेझॉनला आणखी एक फार मोठा फायदा मिळवून दिला. ज्या सेवेसाठी नेटफ्लिक्सचे रीड हेस्टिंग्ज आणि त्यांचे सहकारी महिन्याला ५ ते ८ डॉलर्स वसूल करीत होते तीच सेवा ॲमेझॉन तिच्या प्राइम योजनेच्या सदस्यांना मोफत देत होती. त्यामुळे बलाढ्य प्रतिस्पर्धी कंपनीवरचा दबाव वाढला आणि 'प्रत्येक गोष्ट जेथे मिळतेच' त्या ॲमेझॉनच्या एका महत्त्वाच्या विभागाच्या ग्राहकांना ती तिच्या बाजूला वळवायला असमर्थ ठरू लागली. ॲमेझॉनही तिच्या 'प्राइम इन्स्टंट व्हिडिओ' सेवा योजनेखाली ग्राहकांना हव्या त्या स्वरूपात चित्रपट, टीव्ही शोज उपलब्ध करू लागली- आणि तेही फक्त एक बटण दाबून!

'त्यांना जे हवे ते निवडण्याची अमर्याद संधी मिळेल इतक्या अनंत प्रकारच्या गोष्टी, सेवा ग्राहकांना देणे' हे जेफ बेझोस यांनी घेतलेले व्रतच होते; पण त्याहीपेक्षा त्यांना महत्त्वाचे वाटायचे ते त्या सर्व गोष्टी ग्राहकांना सर्वांत स्वस्त दरात, कमीतकमी पैशात देणे. पण हे त्यांचे ध्येय त्यांना नियंत्रित न करता येणाऱ्या, आधीच अनेक तक्रारी, कटकटी निर्माण झालेल्या पुस्तक-प्रकाशनाच्या क्षेत्रात मात्र साध्य करता यायचे नाही. २०११ सालच्या प्रारंभीच्या काळात तर ॲमेझॉन त्या बाबतीत पूर्ण अक्षम बनली. अमेरिकेतील सर्वांत मोठी पुस्तक-प्रकाशन कंपनी 'रॅन्डम हाउस'ने इतर सर्व मोठ्या प्रकाशकांना हाताशी धरून 'एजन्सी प्राइसिंग' ही एकच पद्धती सगळीकडे वापरात आणली. त्यानुसार प्रकाशकांना ई-बुक्सच्या किमती ठरवण्याचे सर्वाधिकार प्राप्त झाले होते आणि त्या किमतीवर ते सरसकट सर्व विक्रेत्यांना ३० टक्के

कमिशन देऊ लागले होते. ॲमेझॉनच्या प्रतिनिधींनी 'होलसेल' पद्धतीसाठी रॅन्डम हाउसच्या प्रतिनिधींना अगदी जंग जंग पछाडले; पण त्यांचे प्रयत्न व्यर्थ गेले. जगातील सर्वांत मोठ्या ग्रंथांपैकी काहींच्या बाबतीत ग्राहकांच्या समाधानातील महत्त्वाच्या भागावर - परवडणाऱ्या अथवा कमीतकमी किमतींवर - नियंत्रण ठेवणे बेझोस यांच्याही हाताबाहेर गेले.

परिणाम असा झाला की, बार्न्स अॅन्ड नोबलचे 'नूक', ॲपलचे 'आय बुक स्टोअर', कॅनडातील टोरांटो येथील नुकतीच पाय रोवीत असलेली 'कोबो' यांसारख्या कंपन्यांबरोबरची कडवी स्पर्धा आणि त्यातच कमीतकमी किमतीचे शस्त्र हातून काढून घेतले गेलेले- अशा प्रतिकूल परिस्थितीत २०१० साली ई-बुक्सच्या एकूण विक्रीपैकी ९० टक्के विक्री करणाऱ्या ॲमेझॉनला २०१२ साली फक्त ६० टक्के विक्री करता आली. त्यावर इन्ग्राम कंटेंट ग्रुपचे माजी चीफ स्ट्रॅटेजी ऑफिसर जेम्स ग्रे यांनी अशी टिप्पणी केली, ''सर्वच प्रकाशकांनी किमतीच्या बाबतीत स्वीकारलेल्या समान धोरणामुळे पुस्तकविक्रीच्या क्षेत्रात सर्वांनाच समान संधी मिळाली. तोवर कमी किमतीच्या जोरावर मुसंडी मारणाऱ्या ॲमेझॉनवरही तेच धोरण लादले गेले आणि त्यामुळे तिच्या अधिकाऱ्यांवर दातओठ खात, हात चोळत बसण्याची वेळ आली.''

या यशाने आलेल्या निष्क्रियतेमुळे प्रकाशक डिजिटल स्वरूपाच्या क्षेत्रात शक्य असलेले नवनवे प्रयोग करून पाहण्याचे कष्ट घेत नाहीत, असे ॲमेझॉनला प्रकर्षाने वाटत होते. उदाहरणार्थ, किंडल २ मध्ये ॲमेझॉनने एक नवी, असाधारण अशी कल्पना अमलात आणून दाखवली होती. त्याचे वर्णन 'टेक्स्ट टु स्पीच' असे केले होते. यात किंडलवर दिसणारे पुस्तक रोबोच्या - पुरुष अथवा स्त्री रोबोच्या - आवाजात वाचले जाण्याची अफलातून सोय होती. ऑथर्स गिल्ड या लेखक संघटनेचे प्रेसिडेंट रॉय ब्लाउंट ज्युनिअर यांनी न्यू यॉर्क टाइम्सच्या संपादकीयात 'लेखकांना लिखाणाच्या हक्कांबद्दलचे पैसे मिळतात; पण वाचनाच्या (ऑडिओ राइट्स) हक्कांबद्दलचे दिले जात नाहीत' असा निषेध नोंदवला होता. ॲमेझॉनने माघार घेऊन प्रकाशक व लेखक यांना काही पुस्तकांच्या बाबतीत तरी तसे हक्क देण्याची विनंती केली. बऱ्याच जणांनी ती नाकारली.

त्यामागे प्रकाशकांचा 'ॲमेझॉनच्या म्हणण्याप्रमाणे न वागण्याचा' हट्ट दिसत होता. तेव्हा ॲमेझॉनने नियमावली नव्याने लिहिण्याचे ठरवले. न्यू

यॉर्कमधल्या, गेल्या दोन शतकांतील प्रचंड खपाच्या, पुस्तकउद्योगाच्या पोटापाण्याचे साधन बनलेल्या, ख्यातनाम लेखकांच्या उत्तमोत्तम पुस्तकांचे संस्करण व पुनर्प्रकाशन करण्याचे – जे 'इम्प्रिंट' या नावाने ओळखले जाते– ते काम ॲमेझॉनने हाती घेतले.

२०११ सालच्या एप्रिल महिन्यात, म्हणजे रॅन्डम हाउसने 'एजन्सी मॉडेल' प्रमाणित केल्यानंतर एका महिन्याने ॲमेझॉनमध्ये नवी माणसे शोधून आणून त्यांना कंपनीत प्रवेश देण्याचे काम करणारा जो विभाग होता त्याच्या प्रमुख महिला अधिकाऱ्याने न्यू यॉर्कमधील प्रकाशकांकडे संपादनाचे काम यशस्वीपणे करणाऱ्या अनुभवी लोकांना ई–मेल्स पाठवल्या. त्यात लिहिले होते, ''ॲमेझॉनला तिने हाती घेतलेले इम्प्रिंटचे काम सुरू करून ते व्यवस्थित चालवणारा संपादक हवा आहे. त्याने वाचकांना आवडतील अशा काल्पनिक आणि वास्तव, दोन्ही प्रकारच्या साहित्याचे हक्क मिळवून ते पुनर्प्रकाशित करून जास्तीतजास्त वाचकांपर्यंत पोहोचवणे, त्यांचा खप वाढवणे अपेक्षित आहे. या कामासाठी कधीही पैशांची कमतरता भासणार नाही. इम्प्रिंटचे यश हे ॲमेझॉनच्या उद्योगाच्या कक्षा रुंदावण्यात, उंचावण्यात परिणत होणार आहे.'' या ई–मेल्सना म्हणावा तसा प्रतिसाद मिळाला नाही. लोकांनी नम्रपणे नकार कळवले. त्या ई–मेल्स कोणाला पाठवाव्यात याबद्दलचे मार्गदर्शन अनेक लेखकांचे एजंट म्हणून काम करणारे, 'टाइम वॉर्नर बुक ग्रूप'चे सीईओ लॅरी कर्शबॉम यांनी केले होते. तेव्हा किंडलचे व्हाईस प्रेसिडेंट जेफ बेल यांना लॅरी कर्शबॉम यांनाच ती जबाबदारी स्वीकारण्याची विनंती करण्याची कल्पना सुचली आणि त्यांनीही ''हा विचार माझ्याही मनात घोळत होताच,'' असा प्रतिसाद दिला.

त्या वेळी सदुसष्ट वयाचे असलेले लॅरी कर्शबॉम अत्यंत विश्वासू, प्रसिद्धी पावलेले आणि सर्वांचेच प्रेम संपादन केलेले पुस्तकप्रेमी होते. मोठमोठी, सामान्यांच्या संस्कृतीशी जवळीक साधणारी पुस्तके बरोबर ओळखण्याची एक सहज प्रेरणा कर्शबॉम यांच्यात होती. तसेच प्रचंड मोठ्या, 'विशाल' म्हणता येईल अशा कंपनीच्या विस्तृत जगात टिकून राहण्याचे कौशल्यही त्यांना अवगत होते. २००० साली जेव्हा एओएल– अमेरिका ऑनलाइन – टाइम वॉर्नर बुक ग्रूप ताब्यात घेणार होती तेव्हा त्यांनी सर्व कर्मचारी, अधिकारी यांना 'आय हार्ट एओएल' असे छापलेले

टी-शर्ट्स घालायला लावले होते आणि ते सर्व जण पियानोभोवती उभे राहून नॅटली कोल हिचे 'अनफरगेटेबल' हे गाणे गात असल्याचा व्हिडिओ तयार केला होता (कंपनीने नुकतेच नॅटली कोल हिचे आत्मचरित्र प्रकाशित केले होते). पुस्तक उद्योगातल्या कोणाच्याही आधी 'ई-बुक्स' ही कल्पना सुचलेले - त्यावर प्रयोग करण्यात बराच पैसाही खर्च केलेले - तेच एक व्यक्ती होते.

कर्शबॉम यांनी लेखकांचे एजंट म्हणून काम करण्यासाठी २००५ साली एओएल टाइम वॉर्नर ग्रूप सोडला होता. पुस्तक प्रकाशनक्षेत्र त्यांनी ज्या वातावरणात त्या वेळी सोडले होते त्यापेक्षा अगदी निराळ्या वातावरणात त्यांनी पुन्हा त्याच क्षेत्रात प्रवेश केला होता. ॲमेझॉनविषयी कमालीचा द्वेष, वैरभाव, खुन्नस हा त्या क्षेत्राचा वास्तव असा स्थायी भाव झाला होता. त्यामुळेच त्यांचे जुने सहकारी त्यांना 'दुष्ट शत्रूला जाऊन मिळालेला, फितूर' समजू लागले होते आणि ते त्यांचे ते मत, कधीकधी तर अगदी स्पष्ट शब्दांत, त्यांनाही ऐकवायला कमी करीत नव्हते.

कर्शबॉम म्हणायचे, ''अशी निंदा मला सहन करायला लागायची. पण आम्ही जे काम करीत होतो त्यावर माझा पूर्ण विश्वास होता आणि ते काम सर्वांनाच उपयुक्त ठरणार आहे, अशी भरती येणार आहे जी सगळ्यांच्याच नौका तरून नेणार आहे हे मला मनापासून पटले होते.'' २००३ सालीबार्न्स ॲन्ड नोबल या आघाडीच्या पुस्तकविक्रेत्या कंपनीने स्टर्लिंग ही प्रकाशनसंस्था ताब्यात घेतली त्या वेळी पुस्तकजगतात उठलेल्या नकारात्मक प्रतिक्रियेची ते आठवण करून देत, म्हणत, ''त्या वेळीही एक बलाढ्य पुस्तविक्रेता वाचकांवर सत्ता गाजवणार अशी भीती व्यक्त झालीच होती. उद्याचा सूर्य उगवतो की नाही अशी काळजी वाटेपर्यंत मजल गेली होती, पण दुसऱ्या दिवशी चांगला टळटळीत सूर्य उगवलाच होता!'' ॲमेझॉनविषयी ते म्हणत, ''आम्हांला खूप आणि मोठे काम तर करायचे होतेच, पण आम्हांला याची जाणीव होती की हजारो प्रकाशक आहेत आणि लक्षावधी पुस्तके! त्यामुळे आम्ही 'पुस्तकक्षेत्र काबीज करणार आहोत' असे म्हणणे म्हणजे जरा अतिशयोक्तीच ठरणार होती!''

ॲमेझॉनमधील सर्वच वरिष्ठांचा सूर असाच नमताच होता. २०१२ साली मी 'बिझनेस वीक'साठी 'ॲमेझॉन पब्लिशिंग'वर एक पहिल्या पानावर छापला जाणारा लेख लिहिला होता. त्या वेळी मी जेफ बेझोस

यांच्याशी बोललो होतो. तेही मला म्हणाले होते, ''हा आमचा पुस्तक प्रकाशन व्यवसाय म्हणजे आमची घरातली प्रयोगशाळा आहे, जेथे आम्ही लेखक आणि वाचक यांना एकत्र आणण्याच्या नवनव्या, रोचक पद्धतींचा शोध घेत असतो, त्यामध्ये निरनिराळे प्रयोग करून पहात असतो. आम्हांला काही रॅन्डम हाउस, सायमन ॲन्ड शुस्टर किंवा हार्पर ॲन्ड कॉलिन्स बनायचे नाही. मला माहीत आहे, लोकांना माझ्या या बोलण्यावर विश्वास ठेवणे जड जाणार आहे, पण तेच खरे आहे.''

''यामध्ये आपण नष्ट होऊन जाऊ, अशी व्यर्थ भीती प्रकाशकांनी मनात बाळगली आहे,'' असे स्पष्ट विधान ॲमेझॉनमधील अधिकारी करीत. ते म्हणत, ''पेपरबॅक पुस्तके, किमतीमध्ये सवलती देणारी सुपरस्टोअर्स यांसारख्या बदलांना विरोध करणे, त्यांचा प्रतिकार करणे हे त्यांचे, या उद्योगाचेच लक्षण बनले आहे.'' त्यांना जेव्हा या विषयावरील प्रश्नांना सामोरे जायची वेळ येई तेव्हा ते बदलते पवित्रे घेत. कधी आक्रमक बनत तर कधी तटस्थतेचे धोरण स्वीकारत. प्रसार माध्यमे नको इतके महत्त्व देत आहेत- असे म्हणत तर कधी कधी नको इतकी स्पष्टीकरणे देत काही वेळा प्रकाशकांचीच काळजी खरी असल्याचे आणि तेही फुगवून सांगत. ॲमेझॉनच्या 'ऑडिबल' या उपकंपनीचे संस्थापक आणि चीफ एक्झिक्युटिव्ह डोनाल्ड कॅट्झ म्हणाले, ''पूर्वीच्या काळी दर आठवड्याला आइसमनकडून बर्फ विकत घेऊन अन्नपदार्थ टिकवले जाण्याची पद्धत अमेरिकन संस्कृतीचा अविभाज्य भाग होती. पण जेव्हा रेफ्रिजरेटर्सचा शोध लागला तेव्हा त्या आइसमनना काय वाटले असेल हा विचार नाही कोणाच्या मनात आला, कोणी त्यावर लेखही लिहिले नाहीत.''

पण प्रकाशकांच्या मनातली भीती भडकून उठत असे ती खुद्द जेफ बेझोस यांच्या तोंडच्या शब्दांच्या ठिणग्यांनी. ॲमेझॉनचे संस्थापक सतत ही गोष्ट ऐकवीत असत की, जे स्वत:ला प्रसार माध्यमांचे 'रखवालदार' म्हणवून घेतात त्यांच्याबद्दल मला जराही आदर नाही. त्यांच्या उद्योगांचे साचे हे डिजिटल युगाची चाहूलही लागली नव्हती, त्या ॲनालॉग युगात बनलेले आहेत. त्या वेळी ते पुस्तकात काय समाविष्ट केलेले आहे त्याची तपासणी, परीक्षण व्यक्तिनिष्ठ दृष्टिकोनातून करीत आणि लोकांना काय आवडेल, लोक त्यातले काय पैसे खर्चून विकत घेऊन वाचतील हेही तेच आणि त्याच पद्धतीने ठरवीत. आता गरज आहे ती नव्या, नवनिर्मितीच्या

युगाची, जेथे कोणालाही त्याला वाटेल ते निर्माण करता आले पाहिजे, त्यासाठी श्रोते, प्रेक्षक, वाचक शोधता आले पाहिजेत आणि त्या निर्मितीचे मूल्यमापन, आर्थिक परिणामांसकट, त्या श्रोते, प्रेक्षक, वाचकांवरच सोडले पाहिजे.'' त्यांनी २०११ साली शेअरहोल्डर्सना लिहिलेल्या पत्रात असे म्हटले होते की, अगदी सद्हेतू बाळगणारे रखवालदारसुद्धा नवे विचार, नवी निर्मिती यांचा वेग, आवेग कमी करतात. जेव्हा आवार खुले असते, स्वत:चे, स्वतंत्र असते त्या वेळी अगदी अशक्य वाटणाऱ्या कल्पनांनाही स्थान लाभते, त्या पारखून पाहिल्या जाऊ शकतात– कारण ते थांबवणारा, संशयित नजरेने बघणारा, शंका घेणारा, 'हे कधीच नाही होणार' असा नाट लावणारा रखवालदार नसतो. आणि मग काय होते माहीत आहे? त्यातल्या कितीतरी कल्पना यशस्वी होतात, प्रत्यक्षात उतरतात आणि त्यातील वैविध्याचा उपयोग कोणाला होतो? त्यांचा लाभार्थी कोण ठरतो? समाज, संपूर्ण जग.

हे पत्र प्रसिद्ध झाल्यानंतर काही आठवड्यांनी बेझोस यांनी न्यू यॉर्क टाइम्सच्या थॉमस फ्रीडमन यांना सांगितले, ''मला ठिकठिकाणचे रखवालदार काढून घेतल्याचे दिसून येते आहे.'' बेझोस यांच्या या अशा आत्मविश्वासाविषयी साशंकता वाटत असेल तर फ्रीडमन यांनी त्या मुलाखतीत साकारलेल्या प्रकाशनाच्या दुनियेत फक्त लेखक–ग्रंथप्रसिद्धीच्या संपूर्ण मानधनाचे एकमेव अधिकारी, ॲमेझॉन आणि वाचक एवढेच होते हे लक्षात घेण्यासारखे आहे.

''अखेर सगळे कसे स्वच्छ, स्पष्टपणे उघड्यावर, प्रकाशात आले...'' असे उद्गार एका एजंटने काढले.

मात्र या सगळ्या प्रकाराला ग्रंथजगताचा पूर्णपणे थंड असा प्रतिसाद होता. त्याने ॲमेझॉनचा प्रकाशनाच्या क्षेत्रातील प्रवेश पूर्णपणे नाकारला.बार्न्स ॲन्ड नोबल आणि बहुतेक सर्व स्वतंत्र पुस्तकविक्रेते यांनी ॲमेझॉनने प्रकाशित केलेली पुस्तके विक्रीला ठेवायला नकार दिला. न्यू यॉर्कमधील प्रसार माध्यमांनी आणि पुस्तक–प्रकाशन व्यवसायातील बड्या धेंडांनी कर्शबॉम आणि त्यांची संपादकांची जमा होत असलेली फौज यांचे मुहूर्ताचे प्रयत्न चेष्टेवारी नेले, त्यांची उघडउघड टवाळीच केली. अमेरिकन चित्रपटक्षेत्र व टेलिव्हिजन जगतातील चतुरस्र अभिनेत्री, निर्माती, दिग्दर्शक पेनी मार्शल ह्यांनी लिहिलेल्या आठवणींच्या पुस्तकाच्या प्रकाशनाचे हक्क

ॲमेझॉनने ८ लाख डॉलर्स देऊन मिळवले होते. त्या पुस्तकाची फार टर उडवली गेली आणि त्याची विक्रीही फार झाली नाही.

तरीही ॲमेझॉन ई-बुक्सच्या संदर्भात प्रयोग करीत राहिली, लेखक आणि प्रकाशक यांची सहनशक्ती ताणत राहिली. 'किंडल सिंगल' असा एक प्रकार नव्याने सुरू केला. त्यात एक दीर्घ कथा किंवा कादंबरीकार वाचायला मिळत असे. 'प्राइम लेन्डिंग लायब्ररी' सुरू केली. त्यात 'प्राइम'च्या ज्या सदस्यांकडे किंडल असेल त्यांना महिन्याला एक डिजिटल बुक मोफत वाचायला मिळायची सोय होती. या योजनेखाली ई-बुक्सची एक यादी वाचकांसाठी उपलब्ध करून दिली जायची. ॲमेझॉनने धोरणीपणाने मोठ्या, बलाढ्य प्रकाशकांची पुस्तके त्या यादीत समाविष्ट करण्याचे टाळले, फक्त मध्यम दर्जाच्या प्रकाशकांचीच काही पुस्तके त्यांची परवानगी न घेता समाविष्ट करून टाकली. स्पष्टीकरण असे दिले की, ती पुस्तके फार मोठ्या संख्येत खरेदी केलेली असल्यामुळे त्यांची किंमत ॲमेझॉन ठरवू शकते, जी शून्यही असू शकते. या प्रकाराने अपूर्व असा गोंधळ माजला, खळबळ उडाली. 'ऑथर्स गिल्ड'ने त्यावर 'पैशांचा माज', 'श्रीमंतीचा निष्ठुर वापर' अशा शब्दांत टीका केली. ॲमेझॉनने माघार घेतली.

बेझोस, कर्शबॉम आणि त्यांचे चेले या सर्वांनी त्यांच्या न्यू यॉर्कमधील टीमला आरंभीच ज्या आव्हानांना तोंड द्यावे लागले, काही प्रमाणात अपयशही सहन करावे लागले; त्यावर फार गंभीरपणे विचार न करता, ते सर्व बाजूला सारून त्यांच्या यशाचे मूल्यमापन लांबच्या भविष्यातील टीमच्या कामगिरीवर करायचे असे ठरवले. जेथे ॲमेझॉनने 'इम्प्रिंट'च्या जागी नवीन पुस्तकांच्या प्रकाशनाचे प्रयत्न सुरू केले असतील, जेथे इलेक्ट्रॉनिक पुस्तकांनीच प्रकाशनक्षेत्राचा ताबा घेतला असेल आणि जेथे बार्न्स ॲन्ड नोबलसारखे विक्रेते त्यांच्या त्या वेळच्या रूपात नसतील, त्यांनीही त्यांचे रूप बदलले असेल, अशा भविष्याची तयारी ते सर्व जण करू लागले. त्या काळात एकटे ॲमेझॉन स्वतःच्या बळकट पायांवर उभे असेल, कोणातरी ऐऱ्यागैऱ्या लेखकांची नाहीत तर ज्यांच्या नावाला मान आहे, अशा ख्यातनाम लेखकांचीही पुस्तके प्रकाशित करीत असेल आणि पुन्हा एकदा लॅरी कर्शबॉम हेच सर्वांत प्रसिद्ध आणि कदाचित एकमेव - प्रकाशक न्यू यॉर्क शहरामध्ये उरलेले असतील असे चित्र रंगवले जात होते. २०१३ सालच्या ऑक्टोबर महिन्यात लॅरी कर्शबॉम यांनी ॲमेझॉनमधून

प्रस्थान ठेवण्याचे जाहीर केले तरीही कंपनीने तिची प्रकाशन-शाखा प्रकाशन व्यवसायाच्या जन्मस्थानी- न्यू यॉर्क शहरातच उभी करून मोठी करायची, असे ठरवले.

* * *

२०११ हे वर्ष ॲमेझॉनसाठी वादग्रस्त वर्ष ठरले होते. विक्रीकर, कंपन्यांचा ताबा, एमएपी, इलेक्ट्रॉनिक बुक्सचे अर्थकारण अशा कितीतरी बाबतींत कंपनी मतभेद, विरोध, वाद यांच्या भोवऱ्यात अडकली होती. त्या वर्षाची अखेरही त्या परिस्थितीला साजेशीच झाली. ॲमेझॉनने ग्राहकांना त्यांच्या स्मार्ट फोनवर वस्तूंच्या किमतींची तुलना करणे शक्य होईल असे एक ॲप तयार केले होते. त्या ॲपमध्ये वस्तूंची किमत ज्या बारकोडच्या स्वरूपात दिलेली असते त्या बारकोडचा स्मार्ट फोनच्या साहाय्याने फोटो काढून तिची तुलना, तिथल्या तिथे, त्याच वस्तूच्या ॲमेझॉनच्या किमतीशी करता येण्याची सोय होती. ॲमेझॉनच्या किमती कशा सर्वांत कमी असतात हे ग्राहकांच्या मनावर बिंबवण्याचा तो एक परिणामकारक प्रयत्न होता. ॲमेझॉनने डिसेंबर महिन्यात या ॲपची जोरदार जाहिरात, पण जरा गलथानपणे- करावयास सुरुवात केली. त्यातच १० डिसेंबरला कंपनीने 'जो ग्राहक त्या ॲपचा वापर करून एखादी वस्तू दुकानात खरेदी करायच्या ऐवजी ऑनलाइन खरेदी करेल त्याला १५ डॉलर्सची सूट मिळेल,' अशी एक सनसनाटी योजना जाहीर केली. या योजनेत वस्तूंचे काही विशिष्ट प्रकार वगळलेले होते, तरीही या योजनावर टिकेची झोड उठली.

सिनेटर ऑलिम्पिया स्नो यांनी ही योजना 'स्पर्धाविरोधी' असल्याचे जाहीर केले आणि ती 'आमच्या समाजातील लोकांना उपजीविकेचे साधन पुरवणाऱ्या प्रमुख उद्योगक्षेत्रावर हल्ला आहे,' अशीही टीका केली. ओरेगन राज्यातील पोर्टलॅन्ड येथील 'पॉवेल बुक्स'मध्ये काम करणाऱ्या एका कर्मचाऱ्याने फेसबुकवर 'ऑक्युपाय ॲमेझॉन' असे एक पेज सुरू केले. ''हे ॲप मूलत: मोठमोठ्या दुकानंमधील किमतींची तुलना करण्यासाठी बनवलेले आहे,'' असे बचावात्मक स्पष्टीकरण ॲमेझॉनने दिले; पण त्याचा काही परिणाम झाला नाही. टीकाकारांची गर्दी वाढू लागली. 'ॲमेझॉनने तिच्या ग्राहकांतर्फे स्पर्धकांच्या किमतीची हेरगिरी चालवलेली आहे,' 'एकेका कुटुंबाने चालवलेल्या लहान लहान दुकानांची विक्री स्वत:कडे

वळवण्याचे हे कपट-कारस्थान आहे'- एक ना दोन, टिकेच्या फैरी झडू लागल्या. कादंबरीकार रिचर्ड रूसो यांनी न्यू यॉर्क टाइम्समध्ये एक जहाल संपादकीय लिहिले होते. त्यात ते म्हणतात, ''ॲमेझॉनचे किमतींची तुलना करणारे ॲप म्हणजे दुष्टावा, उद्धटपणा याचे द्योतक आहे असे मी मानत होतो- पण त्यात खूप काहीतरी विक्षिप्त असा वेंधळेपणा आहे, ते चुकीच्या पायावर रचलेले आहे असेही माझ्या लक्षात आले आहे.''

या ॲपविरुद्धची आग त्या मानाने लवकर विझली. पण त्यातून एक फार मोठा प्रश्न उभा ठाकला. ॲमेझॉनकडे 'एक सर्जनशील, ग्राहकांसाठी नवनवे, मूल्यवर्धन करणारे उपक्रम राबवणारी, त्यांच्या आनंदासाठी, समाधानासाठी काम करणारी कंपनी' म्हणूनच पाहिले जात राहील की आता तिच्याकडे 'इतर कंपन्या, स्थानिक उद्योगधंदे, संस्था यांच्या खात्यांमधून आधीच सोन्याचा मुलामा असलेल्या आपल्या तिजोरीत पैसे ओढून घेण्याचे काम थंडपणे, अविरतपणे करणारी बलशाली कंपनी' म्हणून पाहिले जाईल?

या विरोधाच्या वातावरणाच्या काळात जेफ बेझोस हेही त्याच प्रश्नावर विचार करीत होते. जेव्हा कंपनीने दहा कोटी डॉलर्स वार्षिक उत्पन्नाची मजल पार केली, तेव्हा त्यांच्या मनात हाच प्रश्न घोळत होता की, आता लोकांच्या मनात कंपनीविषयी भीती वा धाक निर्माण न होऊ देता त्यांना कंपनीविषयी प्रेम, आपलेपणा वाटावा यासाठी काय करता येईल? आपल्या मनातील कंपनीविषयीचे विचार लिहून काढून ते त्यांच्या खास 'एस टीम'च्या सदस्यांमध्ये वाटणे ही त्यांची पहिल्यापासूनची सवय होती. या प्रश्नाबाबतचेही त्यांचे विचार लिहिलेले एक मोठे टिपण एस टीमच्या एका कंपनीच्या बाहेर झालेल्या मीटिंगमध्ये त्यांनी सर्व उच्च पदस्थ अधिकाऱ्यांना दिले. नाव न जाहीर करण्याच्या अटीवर त्यातील एकाने ते मला दाखवले. त्या टिपणाला नाव दिले होते 'ॲमेझॉनडॉटलव्ह'. त्यांनी स्थापन केलेल्या कंपनीने स्वत:चे कोणते, कशा प्रकारचे चित्र जगासमोर उभे करावे, जगाने त्यांच्या कंपनीकडे कसे पाहावे याबद्दलच्या त्यांच्या अपेक्षा त्यांनी निरनिराळ्या प्रकारे त्यात व्यक्त केल्या होत्या. त्यात बेझोस यांची तत्त्वे, त्यांची नीतिमूल्ये, त्यांचे निश्चय व निर्धार जसे प्रकट होतात तसेच त्यांना ज्याविषयी पुरेशी स्पष्टता नव्हती, निश्चितता नव्हती अशाही काही गोष्टी डोकावतात.

त्यांनी लिहिले होते : ''काही मोठ्या कंपन्या चाहत्यांचा एक वर्गच निर्माण करतात, ग्राहक त्या कंपन्यांवर प्रेम करतात, त्यांना पसंत करतात,

त्यांची प्रशंसा करतात, कौतुक करतात. ॲपल, नाइके, डिस्ने, गुगल, होल फुड्स, कॉस्टको, अगदी यूपीएससुद्धा. या सगळ्या मोठमोठ्या कंपन्या भिन्न भिन्न कारणांनी, भिन्न भिन्न गोष्टींसाठी त्यांच्या ग्राहकांना, कमी-अधिक प्रमाणात- पण, आवडतात. तेच वॉलमार्ट, मायक्रोसॉफ्ट, गोल्डमन सॅक्स आणि एक्झॉनमोबिल या कंपन्यांच्या बाबतीत मात्र ग्राहकांच्या मनात प्रेम, जवळीक यांपेक्षा एक प्रकारची भीती असते, असे मला मनापासून वाटते.''

बेझोस यांनी त्यांच्या वरील विधानात दुसऱ्या प्रकारच्या कंपन्यांबद्दलच्या ज्या भीतीच्या भावनेचा उल्लेख केला होता, तिच्या मागे त्या कंपन्या स्वतःच्या फायद्यावर लक्ष केंद्रित करतात असे, कदाचित चुकीचे किंवा गैरसमजातून झालेले, मत असावे असेही म्हटले होते. मायक्रोसॉफ्टवर टिकेची झोड उठली, त्या वेळी कंपनीच्या उत्पादनांचा सातत्याने वापर करणारे त्या टीकेच्या विरोधात, कंपनीला पाठिंबा देण्यासाठी मोठ्या संख्येने आणि ठामपणे उभे ठाकले नाहीत, याबद्दल त्यांनी आश्चर्य व्यक्त केले होते आणि त्यावर ''ते कंपनीची उत्पादने व सेवेविषयी समाधानी नसतील,'' असेही म्हटले होते. पुढे लिहिले होते, ''यूपीएस ही काही फारशी कल्पक कंपनी नाही; परंतु त्यांची स्पर्धक यूएस पोस्टल सर्व्हिस ही ग्राहकांची पर्वा न करणारी, सरकारी अलिप्तपणा असलेली सेवा असल्याचा यूपीएसला नक्कीच फायदा मिळतो. वॉलमार्टसमोर निराळेच आव्हान आहे, तिचे स्पर्धक शहरा-गावांतील लहान लहान दुकानांशी जवळिकीच्या नात्याने जोडल्या गेलेल्या अगणित ग्राहकांच्या रूपात असतात.''

ही जी काही मते त्यांनी मांडली होती, जे साधे-सरळ निष्कर्ष काढले होते त्याने त्यांचे स्वतःचेच समाधान न झाल्याचे त्यांनी पुढील लिहिण्यातून दर्शविले होते. काही कंपन्यांना प्रेम का मिळते आणि काहींच्या बाबतीत भीती का व्यक्त केली जाते, याचे त्यांनी त्यांची विश्लेषणात्मक मर्मज्ञता वापरून परीक्षण केले होते. ते असे होते :

''उद्धटपणा चांगला नसतो.''

''आपल्यापेक्षा लहान असलेल्यांना, दुबळे असलेल्यांना हरवण्यात मोठेपणा नसतो.''

''सतत हात धुवून मागे लागणे बरोबर नसते.''

''लहान असणे चांगले असते.''

''जिंकणे तर उत्तमच असते.''

''नम्रता हवीच.''

''आपल्यापेक्षा मोठ्यांना, आपली पर्वा नसणाऱ्यांना हरवणे चांगले असते.''

''बळाच्या जोरावर मात करणे चांगले नाही.''

''स्पर्धकांचा अति विचार करणे वाईट.''

''दुसऱ्यांची शक्ती वाढवणे, त्यांना अधिकार देणे चांगले.''

''आपले सर्वस्व केवळ कंपनीसाठीच पणाला लावणे बरोबर नाही.''

''नेतृत्वगुण असणे केव्हाही चांगलेच.''

''निष्ठा हवीच.''

''प्रामाणिक स्पष्टवक्तेपणा चांगला.''

''लोकांची हीन अभिरुची पोसणे वाईट असते.''

''दांभिकपणा वाईट.''

''खरेपणा, सच्चेपणा असला पाहिजे.''

''मोठी स्वप्ने पाहावीत, महत्त्वाकांक्षा बाळगाव्यात.''

''अनपेक्षित घडण्याची अपेक्षा ठेवावी/अनपेक्षितही चांगले असते.''

''नीतिमत्ता आणि नि:स्वार्थीपणा हे दोन गुण सर्वोत्तम.''

''केवळ स्वार्थ आणि तोही अनीतीच्या मार्गाने साधलेला, सर्वांत वाईट असतो.''

त्यापुढील कागदावर एक तक्ता होता. डावीकडच्या पहिल्या उभ्या रकान्यात नम्रता, विश्वसनीयता, धोका पत्करण्याची तयारी, महत्त्वाकांक्षा यांसारखे सतरा गुण एकाखाली एक लिहिलेले होते. पुढे अगदी वरच्या ओळीत एका रकान्यात एक अशी बारा मोठ्या कंपन्यांची नावे लिहिलेली होती. खाली त्या कंपन्यांचे पहिल्या रकान्यातील गुणांच्या बाबतीतील मूल्यमापन केलेले होते. त्यांनी खाली काही टिपा लिहिल्या होत्या, त्यात ते मूल्यमापन पूर्णपणे वैयक्तिक, त्यांच्या स्वत:च्या मतांनुसार केलेले होते अशी नोंद केलेली होती. परंतु त्या 'ॲमेझॉनलव्हडॉटकॉम'या टिपणाच्या शेवटी त्यांनी काही निष्कर्ष दिले होते ते मात्र ॲमेझॉन ही कंपनी त्या बारा कंपन्यांच्या

तुलनेत सर्वांत श्रेष्ठ ठरावी यासाठी काय केले पाहिजे, काय टाळले पाहिजे हे सांगणारे होते. केवळ नम्रता, विश्वासार्हता किंवा ग्राहकाला अग्रक्रम एवढेच पुरेसे नाही. जगज्जेती कंपनी म्हणवून घेण्यापेक्षा संशोधक वृत्तीची, सतत नव्याचा ध्यास घेणारी, त्यासाठी अवघड लढे देणारी कंपनी- अशी प्रतिमा निर्माण करणे आवश्यक आहे, अतिशय महत्त्वाचे आहे. त्यांनी लिहिले होते, ''या कंपन्यांपैकी चार कंपन्या ग्राहकांच्या फारशा आवडीच्या नाहीत; पण त्यांचा पिंड संशोधकाचा आहे. दुर्दैवाने त्यांची ती संशोधक वृत्ती, नावीन्यातील त्यांची आघाडी दुर्लक्षित राहते, त्यांच्या नव्या गोष्टी, उपक्रम, योजना यांची दखल घेतली जात नाही. तात्पर्य असे की तसे नुसते असून चालत नाही, कंपनीची ती वैशिष्ट्ये इतरांच्या, ग्राहकांच्या लक्षात येणे, ते त्यांच्या लक्षात आणून देणे हे सर्वांत महत्त्वाचे आहे.''

या टिपणाचा समारोप त्यांनी असा केला होता, ''या आजच्या आपल्या मोकळ्या वातावरणातल्या मीटिंगचा शेवट या टिपणामधील विषयाचा सखोल, व्यापक अभ्यास करण्याचे काम आपण आपल्या एका विचारी व्हाईस प्रेसिडेंटवर सोपवण्याने करू या. त्या अभ्यासातून आपली कंपनी ग्राहकांच्या व इतरांच्याही पसंतीच्या, आवडत्या कंपन्यांच्या रांगेत जाऊन बसावी यासाठी नेमके काय काय केले पाहिजे हे आपल्या समोर येणे अधिक सुलभ, शक्य होईल. मला वाटते हे झाले पाहिजे, तसे होणे योग्य आणि म्हणूनच अत्यावश्यक आहे.''

११

प्रश्नचिन्हांचे राज्य

'प्रत्येक गोष्ट जेथे मिळेल असे भांडार', 'जे हवे ते मिळेल असे भांडार', ही जी कल्पना मनात धरून जेफ बेझोस आणि डेव्हिड शॉ या दोघांनी ॲमेझॉन या कंपनीची स्थापना केली होती आणि जेफ बेझोस आणि शेल कॅफन यांनी तिला चालना दिली होती त्या कल्पनेच्या स्थापनेला वीस वर्षे पूर्ण होत असताना प्रत्यक्षात अवतरलेली, पूर्ण झालेली दिसू लागली होती. तिला प्राप्त झालेले दृश्य रूप जगासमोर आलेले होते. कंपनी कोट्यवधी नव्या आणि जुन्या गोष्टी विकत होती, त्यात सतत नव्या गोष्टींची भर पडत होती, निराळे प्रकार भांडारात येत होते, ग्राहकांकडे जात होते. २०१२ आणि २०१३ या दोन वर्षांत औद्योगिक साधने, उपकरणे, उच्च दर्जाचे कपडे पोशाख, मद्य या नव्या प्रकारांनी यादीत प्रवेश केला होता. गजबजलेल्या 'ॲमेझॉन मार्केट प्लेस' या साइटवर हजारो स्वतंत्र विक्रेत्यांची 'दुकाने' उघडली गेली होती. कंपनीच्या जोमाने वाढणाऱ्या 'वेब सर्व्हिसेस' या सेवेचा फायदा हजारो तंत्रज्ञान संस्था, शैक्षणिक संस्था, विद्यापीठे, निरनिराळ्या कंपन्या, सरकारी प्रयोगशाळासुद्धा घेऊ लागल्या होत्या. परंतु संस्थापक जेफ बेझोस यांचा असा दृढ विश्वास होता की अजूनही विविधता आणणे बाकी होते, इंटरनेटवरून विकता येतील अशा गोष्टींना सीमाच नव्हती!

अगणित वस्तू विकणाऱ्या, अमर्याद क्षेत्रे काबीज केलेल्या, दशदिशांत पसरलेल्या या अफाट कंपनीचे विरुद्ध टोक– एका माणसाने चालवलेले, निवडीला जराही वाव नसलेले, फक्त एकाच उच्च, अत्याधुनिक प्रकारातील

निवडक गोष्टींचा मर्यादित संग्रह असलेले, उत्पादक अथवा दुकानाच्या नावावर नाही- तर दुकानाच्या मालकाच्या व्यक्तिमत्त्वाच्या सामर्थ्यावर चालणारे लहानसे दुकान - शोधायचे असेल तर ते तुम्हांला ॲरिझोना राज्याची राजधानी फिनिक्सच्या जवळच, उत्तरेला असलेल्या ग्लेन्डेल या शहरात पाहायला मिळेल. त्या दुकानाचे नाव आहे 'रोडरनर बाइक सेंटर'.

दुकानाचे नाव भारदस्त असले तरी दुकान लहानच आहे. वॉलमार्टच्या एका ग्रोसरी स्टोअरपासून काही अंतरावर, 'हॉट क्रुझ सलॉन ॲन्ड स्पा'च्या शेजारी, बूट, चपला जशा लांबट चौकोनी बॉक्समध्ये विकत मिळतात तशा; पण अर्थातच मोठ्या आकाराच्या या दुकानात बीएमएक्स प्रीमिअम सायकली आणि जायंट, हॅरो, रेडलाइन या कंपन्यांच्या ओबडधोबड रस्त्यांवर चालवायला उपयुक्त अशा दणकट मोटारसायकली विकत मिळतात. या कंपन्या अशा आहेत की ज्या वेबसाइट्सवर त्यांची उत्पादने विकत नाहीत, किमतीत भरपूर सूट देणाऱ्या दुकानांमध्येही विकायला ठेवत नाहीत आणि विक्रेत्यांची निवड मोठ्या काळजीपूर्वक करतात. त्यांनी निवडलेल्या या दुकानाची जागा फिनिक्सच्याच भागात तीन वेळा बदलली आहे; पण तरीही याच दुकानातून वर्षानुवर्षे खरेदी करणाऱ्या ग्राहकांची संख्या खूप मोठी आहे.

एका अशाच जुन्या ग्राहकाने या दुकानाविषयीच्या ऑनलाइन अभिप्रायात लिहिले आहे, ''हे दुकान चालवणारा म्हातारा माणूस कायम दुकानात असतोच. त्याला त्याची सायकली आणि मोटारसायकली विकणे, त्या दुरुस्त करून देणे, त्यांचे सर्व्हिसिंग करून देणे अशी सगळीच कामे मनापासून आवडतात हे लगेच लक्षात येते. तुम्ही विकत घ्यायला गेलात ना की तो तुमची छान बडदास्त ठेवतो, काळजी घेतो. मी माझी बाइक ज्यांच्या ज्यांच्याकडून सर्व्हिसिंग करून घेतो त्यात हा दुकानदार सर्वांत कमी पैशात सर्व्हिसिंग करून देतो. कधीकधी तर फक्त ३० डॉलर्स घेतो. खरंच, वेडा आहे तो म्हातारा!!''

दुकानाच्या खिडकीजवळ एक लाल रंगाचे पोस्टर आहे आणि त्याच्यावर हाताने 'लेअवे फॉर द हॉलिडेज' असे लिहिले आहे. जगभरात अनेक दुकाने आहेत जी तीस तीस वर्षे त्याचे मालक प्रेमाने, मायेने, निगुतीने चालवीत आहेत, त्यावर त्यांचे कुटुंब पोसत आहेत. हे दुकानही तसेच आहे. या दुकानाच्या बाबतीत अपवाद एवढाच आहे की हे

दुकान ॲमेझॉनचा विरुद्ध दिशेतील अगदी शक्तिशाली ध्रुव आहे. आणि त्याचा पुरावा दुकानाच्या दर्शनी भागातील काउंटरच्या शेजारी, दिव्यांच्या झगमगीत प्रकाशात लॅमिनेट केलेल्या वर्तमानपत्रातल्या कात्रणाच्या रूपात एका फ्रेममध्ये झळकतो आहे. त्यात प्रामुख्याने एक फोटो दिसतो आहे. फोटोत युनिसायकलच्या पॅडल्सवर पाय ठेवून सीटवर पाठमोरा बसलेला पण मान मागे, कॅमेऱ्याकडे वळवलेली, एक हात सीटवर आणि दुसरा हात एखाद्या नटाच्या तोऱ्यात बाजूला उंचावलेला आणि संपूर्ण लक्ष सायकल चालवण्यावर केंद्रित केल्याचा भाव चेहऱ्यावर असलेला, ताठ वर उभे राहिलेल्या, एका उंचीत कापलेल्या केसांचा एक सोळा वर्षांचा तरुण दिसतो आहे. फोटोच्या खाली लिहिले आहे– 'शहरातील युनिसायकल क्लबमधील सर्वांत निष्णात खेळाडू'.

२०१२ सालच्या शेवटी शेवटी एक दिवस मला या दुकानाच्या काउंटरच्या मागे जेफ बेझोस यांचे जन्मदाते पिता टेड जॉर्गेन्सन उभे असलेले सापडले. मी आधी न कळवता अचानक त्यांच्या समोर जाऊन उभा राहिलो होतो. त्यांची प्रतिक्रिया काय असेल याचे अनेक अंदाज मी बांधले होते; पण मी ज्याची अगदी कमी शक्यता धरली होती तेच प्रत्यक्षात घडले : जेफ बेझोस कोण हे त्यांना माहीत नव्हते. ॲमेझॉनडॉटकॉम नावाच्या कंपनीबद्दल ते पूर्ण अनभिज्ञ होते. मी त्यांना जे सांगितले त्यावर त्यांचा जराही विश्वास बसलेला दिसला नाही, ते कमालीचे गोंधळात पडल्याचे दिसले. जगातील सर्वांत श्रीमंत म्हणून गणल्या जाणाऱ्या, एका ख्यातनाम कंपनीच्या सीईओचे ते पिता आहेत हे त्यांनी सुरुवातीला साफ नाकारले.

पण मग मी जेव्हा जॅकलीन गाईज यांचे आणि त्या दोघांच्या, बालवयातच म्हणता येईल अशा, विवाहानंतर त्यांनी जन्म दिलेल्या जेफ्री नावाच्या मुलाचा उल्लेख केला तेव्हा त्यांच्या चेहऱ्यावर सर्व काही आठवल्याचा, एक प्रकारचा ओळखीचा भाव प्रकटला आणि त्याबरोबरच त्या आठवणींनी झालेल्या दु:खाचाही. भूतकाळाची पूर्ण जाणीव होत असतानाच त्यांनी विचारले, ''तो जिवंत आहे?''

''आपला मुलगा पृथ्वीवरील सर्वांत यशस्वी व्यक्तींपैकी एक आहे,'' असे सांगून मी जेफ बेझोस यांचे इंटरनेटवरील काही फोटो दाखवले आणि पंचेचाळीस वर्षांच्या प्रदीर्घ कालावधीनंतर एका पित्याने त्याचा

सुपुत्र डोळ्यांनी पाहिला. त्यात अविश्वासही होता, आनंदही होता, अनेक भावनांच्या लाटा उचंबळून आल्या होत्या.

त्या रात्री मी टेड आणि त्यांची पत्नी लिंडा या दोघांना एका हॉटेलमध्ये जेवायला घेऊन गेलो. तेथे त्यांच्या तोंडून त्यांची उर्वरित जीवनकथा ऐकायला मिळाली. बेझोस कुटुंबीय १९६८ साली अल्बुकर्कहून ह्युस्टनला स्थलांतरीत झाले तेव्हा टेड यांनी जॅकलीन आणि त्यांचे वडील या दोघांनाही ते बेझोस कुटुंबीयांपासून दूर राहतील असे वचन दिले होते. टेड त्यानंतरही अल्बुकर्कमध्येच राहिले, 'युनिसायकल रँग्लर्स' या त्यांच्या ग्रूपमध्येच राहून युनिसायकलवरील खेळांचे प्रयोग करीत, लहानमोठी कामे करीत राहिले. त्यांनी काही काळ रुग्णवाहिकेचा ड्रायव्हर म्हणून आणि काही काळ वेस्टर्न इलेक्ट्रिक नावाच्या स्थानिक कंपनीत इलेक्ट्रिशिअन म्हणूनही काम केले.

टेड यांच्या विसाव्या वर्षी त्यांच्या रँग्लर्स क्लबचे आश्रयदाते आणि मॅनेजर लॉईड स्मिथ यांनी हॉलिवूड येथे नवे सायकलींचे दुकान उघडायचे ठरवले. टेड त्यांना त्या कामात मदत करायला म्हणून त्यांच्या बरोबर हॉलिवूडला गेले. नंतर ते ट्युसॉन येथे जाऊन काम शोधू लागले. १९७२ साली एका दुकानातून सिगरेट्स खरेदी करून बाहेर आले असताना त्यांच्यावर हल्ला झाला, हल्लेखोरांनी लाकडी फळीने त्यांच्या जबड्यावर दहा वार करून त्यांना जखमी केले.

१९७४ साली ते फिनिक्स येथे आले. त्यांनी मद्यपान सोडले. पुन्हा लग्न केले. या कालावधीत त्यांची पहिली पत्नी, त्यांचा मुलगा या सर्व गोष्टींशी त्यांचा संबंध पूर्णपणे तुटला. त्यांची पहिली पत्नी जॅकलीन यांचे नवे आडनावही ते विसरले. आयुष्याचे ते पर्व पूर्ण विस्मृतीत गेले. त्यांच्या मुलाशी संपर्क ठेवण्याचा, त्याच्या प्रगतीचा मागोवा घेण्याचा कोणताही मार्ग त्यांच्या जवळ उरला नव्हता. ''जॅकलीन आणि जेफ्री यांच्याशी संपर्क न ठेवण्याच्या वचनाचेही माझ्यावर बंधन होतेच,'' असेही ते म्हणाले.

त्यांच्या दुकानाच्या आधीच्या मालकाला धंद्यातून बाहेर पडायचे होते. टेड यांनी एकेक सेंट जमवून त्या पैशातून ते दुकान त्या मालकाकडून १९८० साली विकत घेतले. तेव्हापासून ते ते दुकान चालवीत होते. त्यांना दुकान बऱ्याच वेळा एका ठिकाणाहून दुसऱ्या ठिकाणी हलवावे लागले, शेवटी ते फिनिक्सच्या उत्तरेकडच्या भागात, न्यू रिव्हर माउंटन्सजवळच्या त्या जागेत आले. मधल्या काळात त्यांनी दुसऱ्या लग्नाच्या पत्नीलाही घटस्फोट दिला

होता. लिंडा यांच्याशी त्यांची पहिली भेट त्यांच्या या दुकानातच झाली. पहिल्या भेटीची वेळ आणि ठिकाणही ठरले. परंतु लिंडा तेथे त्या वेळी गेल्याच नाहीत. टेड यांनी त्यांना पुन्हा भेटीस बोलावले तेव्हा मात्र त्या गेल्या, भेटल्या. त्यांनी लग्न केले. मी त्यांना त्या रात्री भेटलो त्या वेळी त्यांच्या लग्नाला पंचवीस वर्षे पूर्ण झाली होती. लिंडा यांनी मला सांगितले की टेड त्यांचे पूर्वायुष्य - जॅकलीन, जेफ्री, आधीचे त्यांचे विवाह आणि त्यांच्या हातून तारुण्यात घडलेल्या अनेक चुका - यांबद्दल लिंडा यांच्याशी बऱ्याच वेळा बोलले आहेत, त्याबद्दल पश्चात्तापही व्यक्त केला आहे.

लिंडा आणि टेड यांना मूल नव्हते. लिंडा यांना त्यांच्या त्याआधीच्या पतीपासून झालेली चार मुले होती. त्या चारही जणांना टेड यांचाच, त्यांच्या सावत्र पित्याचाच जास्त लळा होता. परंतु टेड यांनी त्या चार जणांनाही जेफ्रीबद्दल कधीच, काहीच सांगितले नव्हते. ''ते अनावश्यक होते, त्याचा काही उपयोगही नव्हता,'' असे ते म्हणाले. त्यांच्या दृष्टीने ती एक 'कायमची बंद झालेली वाट' होती. त्यांच्या त्या मुलाबद्दल कधीच काहीच समजणार नाही, ऐकायला मिळणार नाही, बोलायलाही लागणार नाही याची त्यांना खात्रीच होती.

मी भेटलो त्या वेळी टेड यांचे वय एकोणसत्तर होते. त्यांना एम्फिसेमा नावाचा हृदयविकार होता; पण काम थांबवायच्या विचाराचाही तिटकारा होता. ते म्हणाले, ''मला काम सोडून घरी टेलिव्हिजनसमोर बसून कुजायचे नाही.'' मला टेड यांचा स्वभाव स्नेहपूर्ण वाटला, माझा त्यांच्या बरोबरचा वेळ खेळीमेळीच्या वातावरणात गेला. लिंडा यांनीही टेड खूपच कनवाळू असल्याचे सांगितले. (जेफ बेझोस जास्तकरून त्यांच्या आईसारखे दिसतात, विशेषत: दोघांच्या डोळ्यांभोवतालच्या भागात खूपच साम्य आहे, पण त्यांचे नाक आणि कान मात्र त्यांच्या वडिलांसारखे, टेड यांच्यासारखे असल्याचे मला जाणवले.) टेड यांचे दुकान ॲमेझॉनच्या चार पूर्तीकेंद्रांपासून तीस मैलांपेक्षा कमी अंतरावर आहे, पण त्यांनी जेफ बेझोस यांना टेलिव्हिजनवर बघूनही कधी ओळखले नाही, ॲमेझॉनविषयी कुठे काही छापून आले तरी वाचले नाही. त्यांच्या दृष्टीने ते 'खाते' कायमचे बंदच झाले होते. ''माझा मुलगा कुठे आहे, काय करतो, काही करतो की नाही, एवढेच नाही तर तो जिवंत आहे की नाही हेही मला आजवर माहीत नव्हते,'' असे ते म्हणाले. त्यांच्या मुलाची बाल्यावस्थेतील प्रतिमा त्यांच्या स्मृतीत कोरलेली होती, तीच त्यांनी पन्नास वर्षे मनात वागवली होती.

''माझा मुलगा काहीही काम करीत असू दे, कुठेही स्थायिक झालेला असू दे, मला त्याच्याशी पुन्हा संबंध प्रस्थापित करायची इच्छा होती,'' असे मात्र ते म्हणाले. पण ते त्यांच्या पहिल्या लग्नाच्या अपयशाबद्दल स्वत:ला दोष देतात. त्या मुलाच्या आयुष्यात कधीही न डोकावण्याचे वचन देण्याची वेळ त्यांच्यावर आली होती, याची त्यांना एवढ्या दीर्घ कालावधीनंतरही शरम वाटते, असेही कबूल करतात. म्हणतात, ''मी पती आणि पिता दोन्ही जबाबदाऱ्या पेलायला नालायक होतो. मीच, मीच सर्वस्वी अपराधी आहे. मी या कशासाठीही जॅकीला कधीच, जराही दोष देणार नाही.'' खेद, खंत या ज्या भयकारक शत्रूंपासून दूर राहण्यासाठी जेफ बेझोस यांनी कसोशीचे प्रयत्न केले, तेच शत्रू त्यांच्या जन्मदात्यालाही आयुष्यभर छळत होते.

त्या रात्री जेवणानंतर मी जेव्हा त्या जोडप्याचा निरोप घेतला तेव्हा ते धक्क्यातून सावरलेले नव्हते, खंतावलेलेच होते. ''यातले काहीही लिंडाच्या मुलांना सांगणार नाही,'' असेच ते दोघे मला म्हणाले. त्यांच्या समोर जी कथा उलगडली होती ती खरोखरच अविश्वसनीय वाटणारीच होती!

परंतु काही महिन्यांनंतर, २०१३ सालच्या सुरुवातीला एक दिवस मला फोन आला. बोलणाऱ्याने डॅरीन फाला असे नाव सांगितले. हनीवेल कंपनीत सीनियर प्रोजेक्ट मॅनेजर म्हणून काम करणारे फाला फिनिक्स येथेच राहत होते. ते लिंडाच्या चार मुलांपैकी एक होते. ते ही नोकरी लागेपर्यंत टेड व लिंडा यांच्याबरोबरच राहत होते.

ते मला म्हणाले की, त्याआधीच्या शनिवारी दुपारी टेड यांनी सर्व कुटुंबीयांची एक मीटिंग बोलावली होती. (डॅरीन फाला यांच्या पत्नीने ते, त्यांचा मुलगा किंवा मुलगी यांच्याविषयी सांगणार असा अचूक अंदाज वर्तवला असे फाला यांनी फोनवर सांगितले.) अतिशय नाट्यमय रीतीने टेड व लिंडा या दोघांनी अशक्य वाटणारी वस्तुस्थिती सर्वांना कथन केली.

''हृदय पिळवटून टाकणारी आणि अश्रू गाळायला लावणारी,'' असे फाला यांनी त्या मीटिंगचे वर्णन केले. म्हणाले, ''माझी बायको मला भावनाहीन म्हणते; कारण तिने मला कधीच रडलेले बघितलेले नाही. टेडही तसेच, पण शनिवारी त्यांचे एक अगदी निराळेच रूप पाहायला मिळाले. त्यांना भावना आवरत नव्हत्या आणि दु:ख, खेद आणि खंतही! खरंच, व्याकूळ झाले होते ते!''

टेड जॉर्गेन्सन यांनी बेझोस कुटुंबीयांशी संपर्क साधण्याचे प्रयत्न करण्याचे ठरवले होते. ते जेफ आणि त्यांची आई या दोघांना पत्र पाठवणार होते आणि फाला त्यांना त्या पत्रांचे निरनिराळे मसुदे लिहून देऊन मदत करणार होते. त्यांनी ती पत्रे अखेर फेब्रुवारी महिन्यात पोस्टाने आणि ई-मेलद्वारे पाठवलीही; परंतु त्यांना जेफ बेझोस यांच्या प्रतिसादासाठी पाच महिने वाट पाहावी लागली. गतकाळापेक्षा भविष्याकडे जास्त लक्ष देण्याच्या स्वभावाच्या जेफ बेझोस यांचे प्रदीर्घ काळापूर्वी आयुष्यातून वगळल्या गेलेल्या जन्मदात्याच्या बाबतीतील हे मौन आश्चर्य वाटण्यासारखे किंवा अनपेक्षित नव्हतेच.

त्या दिवशी फोनवर फाला यांनी जेफ बेझोस यांच्या त्यांनी घेतलेल्या शोधाबद्दल बोलताना मला अपेक्षित अशा त्यांच्या वैशिष्ट्याचेच - गडगडाटी हास्याचेच - नेमके वर्णन केले. ते म्हणाले की, त्यांनी बेझोस यांची इंटरनेटवरील अनेक भाषणे, मुलाखती पाहिल्या; पण त्या सगळ्यांत टीव्हीवरील 'द डेली शो विथ जॉन स्टेवर्ट' या कार्यक्रमातील त्यांचे गडगडाटी हास्यच फाला यांच्या कायम स्मरणात राहिले.

...पण त्याचे आणखी एक खास कारण होते. तसेच हास्य फाला यांनी त्यांच्या लहानपणी त्यांच्या घरात अनेकदा ऐकलेले होते. जेफ बेझोस यांचे ते हास्य 'वडिलोपार्जित' होते! फाला म्हणाले, ''बस, तेच हसणे! जेफ यांचे ते हसणे तंतोतंत वडिलांसारखे आहे!''

* * *

''जेफ बेझोस यांनी वडिलांची मेल वाचली होती यात शंकाच नाही,'' असे त्यांचे सहकारी सांगतातच. 'जेफॲटॲमेझॉनडॉटकॉम' या त्यांच्या सुप्रसिद्ध ई-मेल ॲड्रेसवर आलेल्या मेल्स ते त्यांच्या खासगी मदतनिसांकडून वाचून घेतात. कंपनीतील अनेक कुप्रसिद्ध घटनांची सुरुवात त्या ॲड्रेसवर आलेल्या, जास्त करून ग्राहकांनी स्वत:हून पाठवलेल्या मेल्स जेव्हा जेफ यांच्या फक्त एका प्रश्नचिन्हासह संबंधित विभागप्रमुखांकडे येतात तेव्हाच होते! ते प्रश्नचिन्ह म्हणजे त्या प्रमुखासाठी एक टाइमबॉम्बच असतो!!

ॲमेझॉनमध्ये विविध कारणांमुळे उद्‌भवलेल्या अंतर्गत प्रश्न, समस्या, भानगडी, घडलेल्या चुका यांना गंभीरतेचा एक दर्जा दिला जातो- 'सिव्हिरिटी

कोड'. त्यांचे 'सेव (सिव्हिरिटीच्या स्पेलिंगमधील पहिली तीन मुळाक्षरे) १ ते ५' असे वर्गीकरण केले जाते. 'सेव ५' म्हणजे किरकोळ, इंजिनिअर्सनी दिवसभराच्या कामात सोडवून टाकण्यासारखे प्रश्न आणि 'सेव १' म्हणजे पार गदारोळ! तातडीने हालचाल, बरेच पेजर्स कार्यरत. (ॲमेझॉनमध्ये अजूनही काही इंजिनिअर्सना पेजर्स दिले जातात). 'सेव १' वेगाने सोडवले जावेच लागतात, शिवाय बेझोस यांच्या 'उच्चस्तरीय एस टीम'चा एक सदस्य जातीने त्याचा आढावा घेत असतो.

या प्रतवारीखेरीज वर उल्लेख केलेल्या- 'बेझोस यांचे प्रश्नचिन्ह' लेवून आलेल्या ई-मेल्सना एक निराळाच अपवादात्मक दर्जा मिळतो. तशी 'प्रश्नचिन्हांकित' ई-मेल- खलिताच- ज्याला येतो तो तत्क्षणी हातातले सर्व काम सोडून त्याच्या मागे धावतो. काही तासांत त्याला ते मुळात का घडले यामागचे कारण, त्याविषयीचे स्पष्टीकरण आणि त्यावरील उपाय हे सर्व लिखित स्वरूपात तयार करावे लागते. मग तो 'दस्तऐवज' त्याच्या वरच्या सर्व पातळींवरच्या अधिकाऱ्यांकडून तपासला जातो. चौकशी, प्रश्नोत्तरे होतात, आवश्यक वाटले तर बदल होतात आणि सर्व काही होऊन तो 'खबरनामा' दस्तूरखुद्द बेझोस यांच्या समोर सादर केला जातो. बेझोस यांचे प्रश्नचिन्ह उमटलेल्या ई-मेल्स अशा सर्व स्तरांमधून तावून सुलाखून निघतात. मुळात ग्राहकांचा आवाज कंपनीत ऐकवला जावा, त्यावर त्वरित योग्य ती कारवाई व्हावी, पुन्हा ती चूक, तो दोष घडू नये, त्यातून कंपनीच्या कार्यपद्धतीतील काही संभाव्य उणिवाही दूर केल्या जाव्यात, हाच बेझोस यांचा त्या 'प्रश्नचिन्हा'मागचा हेतू असतो.

२०१० सालच्या उत्तरार्धात असाच एक संस्मरणीय प्रसंग घडला. ॲमेझॉनच्या साइटवर 'सेक्शुअल वेलनेस' या विभागातील 'ल्युब्रिकंट' या प्रकारातील उत्पादनांचा नुसता शोध घेतलेल्या ग्राहकांना, त्यांनी काहीही खरेदी केली नसूनसुद्धा, त्यातील काही जेल्स आणि अन्य काही उत्पादने संभोग सोपा, सुखद कशी करतात हे सांगणाऱ्या वैयक्तिक ई-मेल्स पाठवल्या गेल्याचे बेझोस यांच्या लक्षात आले. त्या तशा ई-मेल्स नेहमीप्रमाणे फक्त बेझोस यांच्या प्रश्नचिन्हांसह मार्केटिंग विभागाकडे पोहोचल्या, पण ते चिन्ह किती रागाने त्यावर उमटले असेल, बेझोस किती प्रचंड चिडले असतील हे मार्केटिंगमधील सर्वांच्याच लक्षात आले. तशा ई-मेल्समुळे आपण साइटवर काय पाहतो, काय शोधतो यावर कोणीतरी लक्ष ठेवते आहे हे ग्राहकांना

लज्जास्पद आणि म्हणूनच राग आणणारे ठरते आणि म्हणून तशा ई-मेल्स कधीही पाठवल्या जाता कामा नयेत हा बेझोस यांचा त्या प्रश्नचिन्हरूपाने घेतलेल्या आक्षेपाचा अर्थ व आदेश होता.

एरवी बेझोस रागावले, चिडले की- ''पाच मिनिटे काही बोलू नका,'' असे म्हणायचे, मग तो राग खरेच एखाद्या वेगवान झंझावातासारखा निघून जायचा आणि ते शांतही व्हायचे. परंतु जेव्हा ग्राहकांच्या सेवेत काही गलथानपणा झाला असेल तेव्हा मात्र तसे व्हायचे नाही. वरील प्रसंगात मार्केटिंगमधील ई-मेल्स हाताळणाऱ्यांना परिस्थिती किती नाजूक आणि स्फोटक आहे याचा अंदाज आला होता. त्यांनी घाईघाईने स्पष्टीकरण तयार केले. कंपनीत आधी एकच मार्केटिंग विभाग होता, तोच सर्व प्रकारच्या वस्तूंचे वितरण, विक्री यांची काळजी घेत असे. पुढे काही प्रकारच्या वस्तूंसाठी एक-असे त्यात उपविभाग केले गेले. ग्राहक साइटवर काय पाहतात, कोणत्या प्रकारच्या वस्तूंमध्ये रस दाखवतात; पण खरेदी न करता तसेच पुढे जातात यावर लक्ष ठेवून त्यांना त्या वस्तूंविषयी अधिक, उपयुक्त माहिती देऊन त्यांना खरेदीसाठी उद्युक्त करण्यासाठी मार्केटिंगमधील संबंधित उपविभागाने त्या ग्राहकांना ई-मेल्स पाठवण्याची पद्धत रूढच होती. तशा ई-मेल्समुळे दोलायमान ग्राहक कंपनीच्या फायद्याचा निर्णय घेतो आणि त्या उपायाने लक्षावधी डॉलर्सची विक्री वाढते, असा अनुभव होता. परंतु संभोग हा विषय, ल्युब्रिकंट्स हा प्रकार हे जरा नाजूक, जास्तच वैयक्तिक विषय होते आणि त्या बाबतची ई-मेल सभ्यपणाच्या मर्यादेचे उल्लंघन होती. त्या विषयीचे स्पष्टीकरण मात्र संबंधित अधिकाऱ्याला पाठवावे लागले नाही, कारण त्याआधीच बेझोस यांनी त्या विषयावर चर्चा करण्यासाठी एक मीटिंगच बोलावली.

जेफ विल्के, डग हेरिंग्टन, टाइम इन्कॉर्पोरेशन या कंपनीतून ॲमेझॉनमध्ये येऊन वर्ल्डवाइड मार्केटिंग विभागाचे व्हाईस प्रेसिडेंट झालेले स्टीव्हन शुअर आणि आणखीही काही अधिकारी आणि संबंधित कर्मचारी जरा आधीच मीटिंगला येऊन गंभीर चेहऱ्यांनी वाट पाहत बसले होते. झरझर चालत सहजपणे जेफ आत आले. नेहमीप्रमाणे ''हेलो, एव्हरीबडी...'' अशी सुरुवात केली आणि म्हणाले, ''मग... स्टीव्ह शुअर ल्युब्रिकंट्सबद्दल ग्राहकांना ई-मेल्स पाठवत आहेत तर...''

ते बसलेही नव्हते. उभ्याउभ्याच त्यांनी या वाक्याबरोबर शुअर यांच्या नजरेशी नजर भिडवली. त्यांचे डोळे आग ओकत होते. ते म्हणाले, ''ई-मेल्स

पाठवण्याचा चॅनल बंद करा... ताबडतोब... आपल्या ग्राहकांना एकही ई-मेल न पाठवताही आपण दहा हजार कोटींची कंपनी उभी करू शकतो!''

अशी सुरुवात झालेली चर्चा अधिकाधिकच गरम होत गेली. समोरासमोर आरोप, प्रत्यारोप, ठाम विधाने, वादविवाद ही ॲमेझॉनमध्ये रुजलेली संस्कृतीच आहे. तिचे अध्वर्यू स्वत: बेझोस हेच आहेत. जेव्हा प्रत्येकाचे विचार बाहेर पडतात, त्याचे म्हणणे समोर येते; वादावादी, मारामारी होते, गोळीबार होतो तेव्हाच खरे समोर येते, सत्य कोणते ते समजते- असा बेझोस यांचाच गाढा विश्वास आहे. त्या दिवशीच्या मीटिंगमध्ये जेफ विल्के आणि त्यांचे सहकारी यांनी असे मत मांडले की, ल्युब्रिकंट्स हा काही फार खासगी प्रकार नाही, ते दुकानांमधून उघड्यावर ठेवलेले असतात, लोक काही लपून खरेदी करीत नाहीत, तेव्हा ज्याचा फार बाऊ करावा असा काही तो प्रकार नाही. त्यांनी हेही नजरेस आणून दिले, पुराव्यांनिशी सिद्ध केले की तशा ई-मेल्सचा परिणाम वाढत्या विक्रीतून स्पष्ट दिसलेला आहे. पण तरीही बेझोस यांनी ''ते काही मला समजत नाही, ग्राहकांचा विश्वास महत्त्वाचा आहे, तो न गमावणे, अधिकाधिक कमावणे हे कंपनीचे उत्पन्न वाढवण्यापेक्षा शेकडो पटींनी जास्त महत्त्वाचे आहे,'' असेच बजावले. म्हणाले, ''माझ्या ग्राहकांच्या विश्वासाबरोबर खेळण्यापेक्षा, त्याची परीक्षा बघण्यापेक्षा मी कंपनीचे उत्पन्न, तिचा नफा कमी करून घ्यायला तयार आहे.'' त्यांनी एकदम विचारले, ''इथल्या कोणी जाऊन तो ई-मेल्सचा चॅनेल बंद करायला हवा आहे?''

मीटिंगचा शेवट एका तडजोडीने झाला. काही प्रकारची उत्पादने - वैयक्तिक आरोग्य, स्वत:ची काळजी, संभोगासारखे खासगी विषय यांच्याशी संबंधित उत्पादने- ई-मेल्स पाठवण्याच्या उपक्रमातून वगळण्यात आली. शिवाय या प्रकारच्या ई-मेल्स पाठवल्या जाण्याआधी त्या संवेदनाशील उत्पादनांविषयी नाहीत, ग्राहकांच्या वैयक्तिक बाबींमध्ये दखल देणाऱ्या नाहीत, सभ्यतेच्या मर्यादांना धक्का लावणाऱ्या नाहीत याची खात्री करून घेण्यासाठी तपासल्या जातील असेही ठरले. पुढील प्रश्नचिन्हांकित ई-मेलपर्यंत ई-मेल्सचा चॅनेल कार्यरत राहिला.

या प्रसंगाने ॲमेझॉनमधील कार्यपद्धतीमधला विरोध, विसंगती प्रकाशात आली. तंत्रज्ञान अजून अविकसित होते त्या काळात साइटवर कंपनीतील काही लेखकांनी लिहिलेला मजकूर ग्राहकांना दिसायचा,

वाचायला मिळायचा- पण तो काही प्रगल्भ संपादकांच्या परीक्षणातून गेल्यावरच साइटवर प्रसिद्ध व्हायचा. साइटवरील प्रत्येक गोष्ट नव्याने सुरू करण्यासाठी किंवा काढून टाकण्यासाठी कंपनीत एक आखीव-रेखीव पद्धत, एक नियमावली होती. तरीसुद्धा त्यांना छेद देणाऱ्या काही प्रसंग, घटना घडायच्या, खूप महत्त्वाच्या ठरायच्या, धोरणांमध्ये बदल घडवायच्या. अगदी एका ग्राहकाची नाखुशी, एकाची नाराजी- बेझोस तिला फार मोठ्या समस्येचे रूप द्यायचे, त्यांच्या 'प्रश्नचिन्हा'ने कंपनीतील सर्व दर्जाच्या अधिकाऱ्यांना धारेवर धरले जायचे.

कंपनीतील बरेच कर्मचारी या प्रकाराला 'नसती कटकट' समजायचे; पण ते त्याला निर्ढावलेले होते. कंपनीतील सर्व कर्मचाऱ्यांची एकत्रित अशी एक वार्षिक मीटिंग व्हायची, ती ऑफिसच्या बाहेर कुठेतरी व्हायची. २०११ सालापासून ती सिॲटलमधील 'की एरिना' नावाच्या सतरा हजार लोकांची बसण्याची सोय असलेल्या अतिभव्य अशा बास्केटबॉल स्टेडियममध्ये व्हायची. तशा एका मीटिंगमध्ये एका कर्मचाऱ्याने याच संबंधात असा प्रश्न विचारला होता की, एका प्रश्नचिन्हासाठी एवढी बोंबाबोंब का करतो आपण?

''कारण आपल्या ग्राहकांची प्रत्येक, अगदी लहानातली लहान गोष्टसुद्धा आपल्यासाठी अत्यंत महत्त्वाची असते, म्हणून.'' जेफ विल्के यांनी त्या प्रश्नाला असे उत्तर दिले होते. ते म्हणाले, ''आपण त्या प्रत्येक गोष्टीच्या तळाशी जातो; कारण ती आपल्याला आपल्या कार्यपद्धती, आपले नियम, धोरणे यांबद्दल काही ना काही सांगत असते. आपल्याकडे 'ऑडिट' होते ना, तेच काम हे ग्राहकांचे संदेश करीत असतात. त्यातून फार मौल्यवान् माहिती आपल्यापर्यंत पोहोचत असते.''

ॲमेझॉनमध्ये 'विकेंद्रीकरणा'चे तत्त्व पाळले जाते. कर्मचारी, अधिकारी यांना स्वतंत्रपणे निर्णय घेण्याचे स्वातंत्र्य असते. परंतु ज्याने ग्राहकांना, अगदी एखाद्या ग्राहकाला त्रास होईल, असमाधान वाटेल अशी गोष्ट तिथल्या तिथे थांबवण्याचे काम बेझोस डोळ्यांत तेल घालून करतात. वर वर्णन केलेला 'ल्युब्रिकंट्स'संबंधीच्या ई-मेल्सचा प्रसंग घडून गेल्यानंतर जवळजवळ वर्षभर बेझोस 'ई-मेल्सचा चॅनेल तपासणे' ही वैयक्तिक जबाबदारी समजून ती नियमितपणे पार पाडत होते. त्या खात्यातील सर्व कर्मचारी, अधिकारी 'नजरकैदेत' होते. कंपनीप्रमुखांच्या कडक निगराणीखाली त्यांना ओशाळवाणे वाटत होते.

असे काही ओरखडे उठायचे, जखमाही व्हायच्या, कधी ताण वाढायचा कधी दबाव. एखाद्या स्फोटक प्रसंगाने मन:स्थिती बिघडायची. पण असे सगळे जरी असले तरी ॲमेझॉनमधील जुने कर्मचारी ''ॲमेझॉनमधील दिवस हे आमच्या कामाच्या कालावधीतील सर्वांत फलदायी, आनंद, समाधान देणारे दिवस होते,'' असे मनापासून सांगतात. ''आमचे सगळे सहकारी स्मार्ट होते, काम आव्हानात्मक असायचे, खातेबदल खूप वेळा व्हायचे, त्यामुळे नवे शिकायच्या संधी मिळायच्या,'' असे म्हणतात. पाच वर्षे विक्रीखात्यात काम केलेले फैजल मसूद म्हणतात, ''तिथे काम करणे किती अवघड होते हे प्रत्येक जण पूर्ण जाणून होता आणि तरीही तिथे काम करायला उत्सुक होता. कल्पकता, नवे उपक्रम यांची रेलचेल होती. मी तर रोज काहीतरी नवे शिकायचो. मीपण कल्पना मांडल्या, त्या प्रत्यक्षात आणल्या, काही तशा भारी गोष्टींच्या पेटंट्ससाठी अर्जसुद्धा केले. सतत एखादा अटीतटीचा सामना खेळल्यासारखे, जीवघेण्या स्पर्धेचे वातावरण असायचे.''

सगळेच कंपनीच्या बाजूने बोलणारे नाहीत. काही राग, चीडही व्यक्त करतात. बेझोस म्हणतात, ''ज्यांना नव्या गोष्टींचा पाया रचायचा असतो, ज्यांना नव्या गोष्टी शोधायच्या असतात, त्यासाठी अभ्यासपूर्वक संशोधन करायचे असते, त्यांना माझ्या कंपनीचे जबरदस्त आकर्षण वाटते. पण काही जुने लोक कंपनीत 'अधिकारशाही' असल्याची, फार मोठी कंपनी असली की असते, तशी 'नोकरशाही' असल्याची तक्रार करतात. नुकत्याच सुरू झालेल्या कंपनीसारखे सतत काहीतरी नवे करायला लागते, सगळे वेगाने करावे लागते, घाई सततचीच, एकाच गोष्टीसाठी कधी दोन-दोन वेळा तर कधी दुप्पट प्रयत्न करावे लागतात, माहिती पोहोचण्यात विलंब होतो, गोंधळ होतो, एकमेकांतली देवाणघेवाण बरोबर होत नाही. त्यामुळे गोष्टी नीट होत नाहीत, अवघड होतात.'' ''ॲमेझॉनमध्ये ज्यांचे बरे चालते ते विरोधी वातावरणातसुद्धा, भांडणे, वादावादी, संघर्ष यांना सतत तोंड देत नेटाने पुढे जाणारे असतात,'' असेही बेझोस म्हणतात. 'सर्वांनुमताने गोष्टी करणे' याला बेझोस 'सामाजिक संलग्नता' असा बोजड शब्द वापरतात आणि त्या संकल्पनेचा अत्यंत तिरस्कार करतात. त्यांच्या हाताखाली काम करणाऱ्यांनी 'दीर्घ काळ एकत्र केलेली आकड्यांतली, टक्केवारीच्या स्वरूपातली, विविध भागांतली तपशीलवार माहिती आणि कामाचे प्रचंड वेड यांच्या बळकट आधारावर, लढाया लढतात तसे प्रगतीचे टप्पे पार केले पाहिजेत' असे

त्यांना वाटते. त्यांनी नेतृत्वाची अ‍ॅमेझॉनची चौदा तत्त्वे तयार केलेली आहेत. त्यातही हाच त्यांचा दृष्टिकोन प्रतीत झालेला दिसतो. ती सर्व तत्त्वे, कंपनीची अमूल्य अशी मूल्ये कंपनीत नव्याने येणाऱ्यांच्यात बाणवली जातात आणि अनेक वेळा, अनेक कारणांनी त्यांवर चर्चाही केली जाते.

कणा ताठ ठेवा; असहमती प्रकट करा आणि कामाविषयी निष्ठा बाळगा.

> एखादा निर्णय जर पटला नाही तर नेत्याने त्या निर्णयाला आदरपूर्वक आव्हान दिले पाहिजे, मग तसे करणे कितीही गैरसोयीचे असले, दमछाक करणारे असले तरीही त्याने मागे हटता कामा नये. नेत्याच्या स्वतःच्या काही गाढ, पक्क्या श्रद्धा असतात, त्यांच्यामध्ये विलक्षण चिकाटी असते. बहुमत अथवा एकमत यांच्या दबावाखाली येऊन ते कधीच तडजोड स्वीकारीत नाहीत. एकदा का निर्णय घेतला की मग तो तडीला नेण्यासाठी ते सर्वस्व पणाला लावतात.

मतांना आणि विरोधालाही वाव देणारी, मतांचा आणि विरोधाचाही आदर करणारी, मनमोकळी संस्कृती काही जणांना आवडते आणि तसे लोक इतर कोठे परिणामकारकपणे काम करू शकत नाहीत. ते अ‍ॅमेझॉन सोडतात, पण तेथेच परतही येतात. व्यावसायिक लोकांना एकमेकांत माहितीची देवाणघेवाण करता येणारी 'लिंक्डइन' नावाची एक साइट आहे. त्या साइटवर अ‍ॅमेझॉन सोडून देऊन पुन्हा तेथेच नोकरी धरलेले बरेच लोक आहेत. अशा लोकांना कंपनीत 'बूमरँग' म्हणतात.

पण काही अ‍ॅमेझॉन सोडून जाणारे तेथील संस्कृतीला 'ग्लॅडिएटर संस्कृती' म्हणतात आणि तेथे परतत नाहीत. (प्राचीन रोमन संस्कृतीत प्रचंड जनसमुदायासमोर दोन कसलेले योद्धे समोरासमोर – प्रतिस्पर्ध्याचा प्राण जाईपर्यंत – युद्ध खेळायचे. त्यांना ग्लॅडिएटर म्हणत.) काही जण तर दोन वर्षेही टिकत नाहीत. २०११ साली जेनी डिबल नावाच्या एक महिला मार्केटिंग खात्यात मॅनेजर म्हणून काम करीत होत्या. त्यांनी कंपनीत काही सोशल मीडिया टूल्सचा वापर सुरू करण्याचा अयशस्वी प्रयत्न केला होता. त्यांचा अनुभव असा की त्यांचे वरिष्ठ त्यांच्या कल्पना ऐकून घेण्यास फारसे

राजी नसत. कामाचे अमर्याद तासही त्यांना कुटुंबाकडे लक्ष देण्याच्या दृष्टीने गैरसोयीचे होत. त्यांनी पाच महिन्यांतच कंपनी सोडली. त्या म्हणतात, ''ॲमेझॉन म्हणजे कॉर्पोरेट कंपनी होऊ पाहणारी 'स्टार्टअप' कंपनी आणि 'स्टार्टअप' राहू पाहणारी कॉर्पोरेट कंपनी होती. तिथले वातावरण मुळीच मित्रत्वाचे, स्नेहपूर्ण नव्हते.''

तेथे राहणेच फक्त काहींना रुचत नाही असे नाही, कंपनी सोडून जाणेही काहींना त्रासदायक होते. कंपनी सोडल्यानंतर जर एखाद्या स्पर्धक कंपनीत नोकरी धरली तर कारारभंगाची नोटीस, कारवाईचा दम देणारे पत्र पाठवायलाही ॲमेझॉन कमी करीत नाही. कंपनीत 'जीवघेण्या स्पर्धेचे वातावरण असायचे' असे म्हणणाऱ्या, वर उल्लेख केलेल्या, फैजल मसूद यांना २०१० साली ॲमेझॉन सोडून तिची स्पर्धक कंपनी ई बेमध्ये नोकरी धरल्यावर तसाच अनुभव आला. त्यांना ॲमेझॉनने नोटीस पाठवलीच. (ई बेने प्रकरण आपसात मिटवले). कंपनी सोडणाऱ्या लोकांच्या अशा सततच्या ओघाचे कंपनीला काही सोयरसुतक नसते. तिची 'स्टॉक प्राइस' एकीकडे सतत वाढते आणि त्यामुळे नवनवे, गुणवंत, प्रज्ञावंत कंपनीकडे आकर्षित होतच राहतात. २०१२ या वर्षात ॲमेझॉनमध्ये त्याआधीच्या वर्षातल्या कर्मचाऱ्यांची संख्या ५७ टक्क्यांनी वाढून, 'फुल टाइम' आणि 'पार्ट टाइम' मिळून एकंदर ८८,४०० झाली होती.

कंपनीतील कर्मचाऱ्यांना कंपनीकडून मिळणारा एकूण मोबदला- पगार, भत्ते, बोनस, काही अप्रत्यक्ष स्वरूपातील मिळकती, सोयी-सवलती- अशा रीतीने ठरवला जातो की ज्यामुळे कंपनीवर कमीतकमी बोजा पडेल; परंतु कर्मचारी कंपनीतील प्रतिकूल परिस्थितीतही काम करीत राहण्याची संभावना जास्तीतजास्त राहील. नवीन आलेल्या कर्मचाऱ्याला त्याचे कंपनीतील पद, काम यानुसार बाहेरच्या उद्योगक्षेत्रातील त्याच पद व कामासाठी मिळणाऱ्या सरासरी मूळ पगाराशी जुळणारा पगार, काम स्वीकारले की दोन वर्षांच्या कालावधीत हप्त्याहप्त्याने दिली जाणारी काही अतिरिक्त रक्कम - सायनिंग बोनस - आणि चार वर्षांच्या कालावधीनंतर काही मर्यादित शेअर्स- अशा स्वरूपात मोबदला दिला जातो. गुगल, मायक्रोसॉफ्ट यांसारख्या तंत्रज्ञान क्षेत्रातील कंपन्या त्यांच्या कर्मचाऱ्यांना जे शेअर्स देतात ते चार वर्षांच्या कालावधीत समान प्रमाणात देतात. ॲमेझॉन मात्र तसे करीत नाही. पहिल्या वर्षी ५ टक्के, दुसऱ्या वर्षी १५ टक्के, आणि

पुढील दोन वर्षे प्रत्येक सहा महिन्यांनी २० टक्के- अशा वाढत्या प्रमाणात शेअर्स देते. कार्यकालाच्या प्रमाणात मिळकत वाढत नेण्याच्या या पद्धतीने कंपनी याची खात्री करून घेत असते की, कर्मचारी त्या वाढीव कमाईच्या आशेने सतत भरपूर काम करीत राहील आणि समुद्रकिनाऱ्यावरील सिलिकॉन व्हॅलीकडे आकर्षित होणार नाही.

पन्नास किंवा त्याहून अधिक कर्मचारी असलेल्या खात्याच्या प्रमुखावर त्या कर्मचाऱ्यांच्या कार्यक्षमतेवर लक्ष ठेवून, त्याची नोंद आलेखाच्या स्वरूपात ठेवून, खालच्या भागातील सर्वांत अकार्यक्षम असलेल्यांना काढून टाकून कार्यक्षमतेचा तो आलेख कायम नियंत्रणात ठेवण्याची जबाबदारी असते. असे सततचे परीक्षण आणि त्याचे होणारे अनुकूल-प्रतिकूल-विपरीत परिणाम यांमुळे कर्मचारी घाबरलेल्या अवस्थेत, दडपणाखाली काम करीत असतात. अशा परिस्थितीत जेव्हा एखाद्या कर्मचाऱ्याला कार्यक्षमतेची उच्च श्रेणी प्राप्त होते, प्रशंसेचे, कौतुकाचे चार शब्द ऐकायला मिळतात, उत्तम काम केल्याची या ना त्या प्रकारे पावती मिळते; तेव्हा सगळ्याच कर्मचाऱ्यांच्या मनात एकच समान भावना उभारून येते ती महदाश्चर्याची! मॅनेजर्स अशी प्रशंसा करण्याच्या बाबतीत, कोणाला चांगले म्हणण्याच्या बाबतीत इतके कमालीचे कंजूष असतात की, त्यांच्या हाताखालचे लोक कामावरून काढून टाकले जाण्याची तयारी ठेवूनच रोज काम करत असतात.

कर्मचाऱ्यांना काही सोयी-सवलती किंवा अनपेक्षित असा बोनस या गोष्टी ॲमेझॉनमध्ये अपवादानेच घडतात. ही कंजूषपणाची परंपरा १९९० पासून चालत आलेली आहे. त्या वर्षी कर्मचाऱ्यांना कंपनीतर्फे बसचे पासेस काढून दिले जावेत, अशी एक कल्पना मांडली गेली होती. परंतु ती बेझोस यांनी मान्य केली नाही. तसे पासेस त्यांच्या जवळ आयते असले की ते जास्त वेळ काम करणार नाहीत, घड्याळाकडे पाहून लवकर काम संपवून बस गाठून घरी जातील, असे कारण त्यांनी दिले होते. अलीकडे मात्र कर्मचाऱ्यांना ओआरसीए कार्ड्स देण्यात आली आहेत, ती वापरून ते सिॲटलमधील सार्वजनिक वाहतुकीच्या वाहनांमधून मोफत प्रवास करू शकतात. कंपनीच्या साउथ लेक युनियन येथील ऑफिसमध्ये गाड्या पार्क करण्यासाठी कर्मचाऱ्यांना २२० डॉलर्स भरावे लागतात, कंपनी त्यापैकी १८० डॉलर्स त्यांना परत देते.

काटकसर हा ॲमेझॉनच्या संस्कृतीचा पायाभूत घटक आहे आणि त्याचे पुरावे कंपनीत जागोजागी दिसून येतात. त्यांच्या पहिल्या-

वहिल्या ऑफिसमधील टेबल बेझोस यांनी स्वत: बनवले होते. ते फिकट रंगाच्या लाकडाचे होते. आजही ऑफिसमधील कॉन्फरन्स रूम्स तशाच लाकडाच्या, एकमेकांना लावून ठेवलेल्या 'डोअर डेस्क्स'नी 'सजलेल्या' असतात. ऑफिसमध्ये व्हेन्डिंग मशिन्स आहेत आणि तेथे कर्मचाऱ्यांना स्वत:ची क्रेडिट कार्ड्स वापरावी लागतात. कंपनीतील जेवणघरातही अन्नपदार्थांच्या किमतीतला जराही भार कंपनी उचलत नाही. नवा कर्मचारी कंपनीत कामाला लागला की त्याला एक बॅकपॅक मिळतो. त्यात एक पॉवर ॲडाप्टर, एक लॅपटॉप डॉक आणि नव्याने आलेल्या त्या कर्मचाऱ्याला उपयुक्त अशी काही माहिती असलेल्या कागदांची फाईल- या गोष्टी असतात. कंपनी असे कुठे आणि किती पैसे वाचवता येतील याच्या सतत शोधात असते आणि वाचवलेला प्रत्येक पैसा वस्तूंच्या कमी किमतीच्या स्वरूपात ग्राहकांपर्यंत कसा पोहोचवला जाईल याच्या पाठीमागे असते. हे कंपनीचे 'मितव्यया'चे तत्त्वही बेझोस लिखित नेतृत्वाच्या चौदा तत्त्वांमध्ये समाविष्ट केलेले आहे.

काटकसर

> ज्या गोष्टींचे आपल्या ग्राहकांच्या दृष्टीने काही महत्त्व नाही त्या गोष्टींवर खर्च न करण्याचा कंपनी सतत प्रयत्न करते आणि करत राहणार. हे काटकसरीचे धोरण आपल्याला अडचणींवर लवकरात लवकर आणि जास्तीतजास्त शहाणपणाने, सुज्ञपणे मात कशी करायची ते शिकवते, तशाच पद्धतीचे वळण पाडते. ते आपल्याला स्वयंपूर्ण, स्वावलंबी, आत्मनिर्भर बनवते आणि नवीन गोष्टी शोधण्यास प्रवृत्त करते. कर्मचाऱ्यांची संख्या, खर्चाचा व्याप किवा अनिवार्य खर्चाचा आकडा यांसाठी काही जादा गुण मिळत नाहीत.

या अशा सगळ्या गोष्टी बेझोस यांच्याच डोक्यातून निघालेल्या आहेत. दोन दशकांचा काळ ॲमेझॉनला अगदी कमी नफा आणि वर जगाने सतत दाखवलेला अविश्वास, व्यक्त केलेला संशय यांतून मार्ग काढण्यातच घालवावा लागला. त्या काळाने बेझोस यांना जे शिकवले त्यातूनच या तत्त्वांनी आकार घेतला. तीच त्यांची 'उद्योगतत्त्वे' बनली आणि ॲमेझॉनची

मूलतत्त्वेही! ॲमेझॉन ही सर्वस्वी बेझोस यांच्या मेंदूतून निघालेल्या संकल्पनेच्या भोवती उभारलेली इमारत आहे. त्यांच्यातील कल्पकतेला आणि धडाडीला जास्तीतजास्त उत्तुंग आणि स्वैर भरारी घ्यायला मिळालेले आभाळ आहे. याविषयी मी जेफ विल्के यांच्याशी चर्चा केली, तेव्हा त्यांनीही यालाच दुजोरा दिला. ते म्हणाले, ''जेफ प्रत्येक अनुभवातून शिकत गेले. तसेच आमच्यासारख्या काही कौशल्ये असलेल्यांना त्यांनी कंपनीत आणले आणि त्यांच्याकडचे ज्ञान, अनुभव यांतूनही ते शिकले. त्यातील योग्य ते रंग निवडून त्यांनी त्यांच्या मनातील चित्रात भरले. आता कंपनीतल्या लोकांनी शक्य तेवढा बेझोस यांच्यासारखाच विचार करणे अपेक्षित आहे.''

...आणि तसे होतेही. कंपनीतील उच्च पदस्थ अधिकारी नेहमीच बेझोस यांच्या वर्तनाचा आदर्श समोर ठेवतात. २०१२ सालच्या हिवाळ्यात मी डिएगो पीएचेंटिनी यांच्या बरोबर सिॲटलच्या कॅपिटल हिल भागातील त्यांच्या आवडत्या 'ला स्पिगा' नावाच्या इटालिअन रेस्टॉरंटमध्ये जेवायला गेलो होतो. 'जेवणाचे बिल मीच देणार,' असा त्यांनी आग्रह धरला. बिल दिल्यावर जेव्हा पावती आली तेव्हा त्यांनी ती वर धरून अगदी नाटकी पद्धतीने फाडून टाकली आणि ते म्हणाले, ''या जेवणाचे पैसे कंपनी भरणार नाही.''

ॲमेझॉन बेझोस यांच्या तालावर चालते. कंपनीतल्या सर्व प्रथा, पद्धती, रीतिरिवाज हेही त्यांच्याच विचारांतून, वेळ जराही वाया न घालवता त्यांचा जास्तीतजास्त उपयोग करून घेण्याच्या त्यांच्या अंगात भिनलेल्या सवयींतून घडलेल्या आहेत. ते स्वतः जातीने वर्षातून दोन वेळा संपूर्ण कंपनीच्या कार्याचा आढावा घेतात. त्याला 'ऑपरेटिंग रिव्ह्यू' असे म्हटले जाते. पहिल्या सहामाहीचा आढावा 'ओपी१' या नावाने, उन्हाळ्यात घेतला जातो आणि दुसरा सुट्यांच्या मोसमानंतर 'ओपी२' या नावाने घेतला जातो. कंपनीतील सर्व टीम्स महिनोन्‌महिने या 'ओपीज'साठी प्रचंड कष्ट घेतात, त्यांनी केलेले काम आणि त्यांच्या भावी योजना यांचे वर्णन करणारा सहा पानांचा अहवाल तयार करतात. या ओपीजमध्ये बेझोस यांना आणि त्यांच्या एस टीमला अगणित विषय हाताळावे लागतात. त्यात जरा सोपेपणा यावा म्हणून काही वर्षांपूर्वी या ओपीजच्या पद्धतींचे परिष्करण करण्यात आले. आता सादर केल्या जाणाऱ्या अहवालांच्या शिरोभागी त्या खात्यातील किंवा गटातील निर्णय कोणत्या तत्त्वांवर आधारित

आहेत, कोणत्या तत्त्वांच्या आधारे त्याची वाटचाल वेगाने, कोणाच्याही देखरेखीशिवाय होणार आहे ती तत्त्वे लिहिलेली असतात. त्यांना 'टेनेट्स' असे म्हणतात.

बुद्धिबळातील निष्णात खेळाडू जसा एकाच वेळी अनेक सामने खेळतो तसेच बेझोस यांच्या समोरही अनेक बुद्धिबळांचे पट, ते सगळेच त्यांना एकाच वेळी व्यवस्थित दिसू शकतील, सर्वच सामन्यांकडे ते व्यवस्थित लक्ष पुरवू शकतील, अशा रीतीने मांडलेले असतात.

अर्थात काही पटांवरील खेळांना इतर पटांवरील खेळांपेक्षा जरा जास्त लक्ष आवश्यक ठरते. कंपनीचे ॲमेझॉन वेब सर्व्हिसेस, व्हिडिओ स्ट्रीमिंग यांसारखे जे त्यातल्या त्यात नवे उपक्रम आहेत, त्यांकडे बेझोस जास्त लक्ष देतात. किंडल आणि किंडल फायर यांच्याकडे तर फारच. (कंपनीतील एका जुन्या अधिकाऱ्याने तर असा टोमणा मारला की, मला नाही वाटत किंडल बिल्डिंगमध्ये बेझोस यांच्या परवानगीशिवाय कोणी पादूसुद्धा शकेल!) या विभागांमध्ये एकंदरीतच वातावरणात प्रचंड तणाव असतो; काम आणि घर, कुटुंब यांचा समतोल फारच बिघडलेला असतो, अर्थातच पारडे कामाकडेच पूर्ण झुकलेले असते.

विभागांतर्गत कामाचा, प्रगतीचा आढावा त्या त्या विभागांचे मॅनेजर्स साधारणपणे दर आठवड्याला घेतात आणि तो जास्त करून मंगळवारी घेतात. कंपनीच्या दृष्टीने महत्त्वाचे असलेले उपक्रम, त्यांची प्रगती यांविषयीची माहिती स्प्रेडशीटच्या स्वरूपात समोर ठेवली जाते. असल्या मीटिंग्जमध्ये ग्राहकांची मते, त्यांच्या बाबतीतील काही 'कथा' अशा गोष्टींना स्थान नसते. तेथे फक्त आकडे बोलतात. काय हवे तसे, योजनेअनुसार चालले आहे, काय बिघडलेले आहे, अडखळते आहे, ग्राहकांचा प्रतिसाद कसा आहे आणि या सगळ्यांवरून एकंदरीत कंपनी कशी वाटचाल करते आहे ते बोलक्या आकड्यांमधून कळते.

अर्थातच या मीटिंग्ज गंभीरही असतात, तणावपूर्णही असतात. आरडाओरडा, राग, धमक्या सगळे चालते. कंपनीच्या बऱ्याच विभागांचे जनरल मॅनेजर म्हणून चार वर्षे काम केलेले डेव्ह कॉटर म्हणतात, "या मीटिंग्ज एक तर लोकांना खूप घाबरवून टाकणाऱ्या असतात, आणि दुसरे म्हणजे एक्झिक्युटिव्ह टीमचा चांगला प्रभाव पाडणाऱ्या असतात. समोरचे आकडे जे सांगत असतात त्याकडे लोकांना लक्ष द्यायला ती टीम भाग

पाडते, काही गोष्टी त्या प्रकारे कशा आणि का घडल्या याबद्दलच्या प्रत्येक प्रश्नाचे उत्तर द्यायला लावते. ॲमेझॉन ही इतकी प्रचंड मोठी कंपनी आहे की हा फक्त आकडेवारीवरच विश्वास ठेवण्याचा आणि आकड्यांचेच ऐकण्याचा मार्गच उगाचच कोणाच्यातरी चूक बरोबर मतांवर आधारित, निरुपयोगी, बिनबुडाच्या चर्चा करून भरकटण्यापेक्षा त्वरित आणि योग्य निर्णयापर्यंत पोहोचवतो. पद्धतशीर प्रक्रियांमधून गोळा केलेली, तयार झालेली आकडेवारी कधीच खोटे सांगत नाही, पथभ्रष्ट करीत नाही.''

या विभागीय आकडेवारीच्या साप्ताहिक समीक्षांची परिणती दर बुधवारी जेफ विल्के हे घेत असलेल्या 'बिझनेस रिव्ह्यू' मीटिंग्जमध्ये होते. ॲमेझॉनच्या नियमितपणे आणि गंभीरपणे पाळल्या जाणाऱ्या शिरस्त्यांपैकी या मीटिंग्ज हा एक महत्त्वपूर्ण शिरस्ता आहे. या मीटिंगला विक्रीक्षेत्रातील साठ मॅनेजर्स एका खोलीत एकत्र जमतात. त्यांच्या विभागाविषयीचे काही दोष, उणिवा, तक्रारी यांचे परिशीलन करतात, 'इन्व्हेंटरी टर्न्स'– वस्तूंचा साठा किती कालावधीत किती वेळा विकला गेला, परत भरला गेला यांची मोजणी – ही एक महत्त्वाची आकडेवारी तपासतात, पुढील मागणीच्या अंदाजांबद्दल चर्चा करतात आणि कंपनीतील निरनिराळ्या विभागांमध्ये माहितीची देवाणघेवाण, गुंतागुंतीच्या विषयांवरील चर्चा बरोबर, हवी तशी चालली आहे की नाही, त्याचे अपेक्षित परिणाम दिसत आहेत अथवा नाहीत याची छाननी करतात.

या साप्ताहिक मीटिंग्जना बेझोस स्वत: उपस्थित नसतात; पण त्यांचे अस्तित्व मात्र जाणवत राहते. जे कंपनीत सगळीकडेच, सततच जाणवत असते. 'ल्युब्रिकंट्स'च्या बाबतीतील ई-मेल्समुळे उद्‌भवलेली आणीबाणी संपूर्णपणे त्यांच्या अखत्यारीत होती. त्यानंतर अशा ई-मेल्स पाठवल्या जाऊ नयेत, त्या एका कडक तपासणीमधून जाव्यात यासाठीच्या प्रयत्नांवर त्यांनी बारीक लक्ष ठेवले होते. त्या काळात ई-मेल्सचा आवाका, त्यांचे परिणाम यांविषयी त्यांनी नव्याने, व्यापक दृष्टिकोनातून विचार केला. २०११ सालच्या अखेरीअखेरीस त्यांना एक नवी निराळी कल्पना सुचली.

'व्हीएसएलडॉटकॉम' नावाची एक साइट आहे. त्या साइटवर रोज वेबवर प्रसृत होणाऱ्या चटकदार, सांस्कृतिक वगैरे क्षेत्रातील संमिश्र अशा गोष्टी एकत्रितपणे वाचायला मिळतात. बेझोस हे त्या साइटचे चाहते आहेत. दुसरी एक साइट आहे 'कूल टूल्स' नावाची. 'वायर्ड'

या मासिकाचे संपादक केव्हिन केली हे त्या साइटवर तंत्रज्ञानाविषयीची आणि काही उत्पादनांविषयीची निवडक आणि नेमकी माहिती देतात; काही सूचना, सल्लेही देतात. टीकाटिप्पणी करतात. या दोन्ही साइट्स ई-मेल्सच्या स्वरूपात असतात. त्या ई-मेल्समध्ये लांबण लावलेली नसते, त्या थोडक्यात पण अतिशय व्यवस्थितपणे लिहिलेल्या असतात आणि माहितीपूर्ण असतात. या दोन साइट्सवरील ई-मेल्स वाचून, त्यांच्या स्वरूपाने प्रभावीत होऊन बेझोस यांना अशी कल्पना सुचली की, ॲमेझॉननेही एकामागे एक नीरस, इकडून तिकडून मिळवलेल्या माहितीवर आधारित, ग्राहकांना आकर्षित करणाऱ्या अनियमित ई-मेल्स पाठवण्यापेक्षा दर आठवड्याला एक सुरचित, निवडक शब्दांत, उपयुक्त माहिती देणारी, काळजीपूर्वक लिहिलेली एकच, जरा विस्तृत अशी ई-मेल - एक वृत्तांकन - ज्याला त्यांनी 'डिजिटल मॅगझिन' असे नाव दिले - सर्वांसाठीच साइटवरून पाठवावी. त्यांनी मार्केटिंग विभागाचे व्हाईस प्रेसिडेंट स्टीव्ह शुअर यांना या कल्पनेवर काम करून एक निश्चित स्वरूपाची योजना तयार करायला सांगितले.

शुअर यांनी एक टीम तयार केली आणि बेझोस यांनी सुचवलेल्या कल्पनेवर दोन महिने काम करून एक कच्चा आराखडा बनवला. त्यावर बेझोस यांनी त्यांना काही सूचना केल्या, एक दिशा दिली. दहा वर्षांपूर्वी तोवर साहित्यिक भाषेत ग्राहकांशी आपलेपणाने संवाद साधणारा 'एडिटोरियल ग्रूप'- संपादन विभाग - आणि इंटरनेटच्या तंत्रज्ञानाने कुरघोडी केल्यावर नव्याने पी१३एन या नावाने ओळखला जाणारा 'पर्सनलायझेशन ग्रूप'- 'वैयक्तीकरण विभाग' या दोन 'शेजारी' विभागांमधील कडाक्याच्या स्पर्धेने आणि ॲमाबॉट या संगणकावरील 'एका क्लिकने चमत्कार घडवणाऱ्या' प्रोग्रॅमने तो सुरेल, ग्राहकांच्या मनापर्यंत पोहोचणारा कंपनीचा आवाज बंद केला होता. बेझोस यांना या मेलच्या नव्या रूपाच्या माध्यमातून दहा वर्षांपूर्वी ॲमेझॉनने गमावलेला तिचा तो मूळ, जिवंत वाटणारा आवाज परत आणून तो ग्राहकांपर्यंत पोहोचवायचा होता.

त्यानंतर २०११ सालचे शेवटचे आणि २०१२ सालचे सुरुवातीचे महिने या काळात शुअर यांची टीम बेझोस यांच्या समोर त्या वृत्तांकनाची अनेक रूपे मांडत राहिली. त्यातील एक ख्यातनाम व्यक्तींच्या मुलाखतीतील प्रश्नोत्तरांचे होते, तर दुसरे वस्तूंविषयीच्या ऐतिहासिक, पारंपरिक कथा,

रूपके, किस्से यांचे होते. ती योजना काही तडीस गेली नाही. काही प्रायोगिक वृत्तांकनांना ग्राहकांचा प्रतिसाद समाधानकारक मिळाला नाही. परंतु त्याच्याशी संबंधित असलेल्यांना एवढे नक्की आठवते की तो अनुभव पराकोटीचा त्रासदायक, कंटाळवाणा झाला होता. त्या काळात ॲमेझॉन प्रसार माध्यमांना, वृत्तपत्रांना 'प्रेस रिलीज' म्हणजे कंपनी, तिची सेवा, मिळणाऱ्या वस्तू यांविषयी माहिती देणारा मजकूर प्रसिद्धीस देत असे. एका मीटिंगमध्ये त्या टीमने ते वृत्तांकन तशाच 'प्रेस रिलीज'च्या रूपात सादर केले. बेझोस ते एकेक पान उलटत वाचत असताना सर्व जण ताणाखाली होते. मागे न टेकता, अगदी खुर्चीच्या कडेवर बसून, अवाक्षर न काढता, श्वास रोधून त्यांच्या प्रतिक्रियेची वाट पाहत बसले होते. दोन पानेही उलटली नसतील, अचानक बेझोस यांनी ते कागद दोन्ही हातात धरले आणि टर्रकन फाडून टाकले. ''हे असे होते... मी आत्ताच कंटाळलो!'' टीमने शेवटचा प्रयत्न म्हणून आणखी एक कल्पना मांडली. ती बेझोस यांना पटली असावी असे दिसले. ती अशी होती की, त्या त्या वेळी ज्या वस्तू काही कारणाने चर्चेत असतील, प्रसिद्धी पावल्या असतील- जसे १६०५ साली इंग्लंडमध्ये हाउस ऑफ लॉर्ड्स उडवून देण्याच्या कटातील गुंडांनी वापरलेले मुखवटे 'गाय फॉक्स मास्क्स' तीनशे वर्षांनंतर पुन्हा एकदा त्या वेळच्या एका चित्रपटामुळे प्रचंड प्रसिद्धी पावलेले होते, किंवा ग्रॅमी ॲवॉर्ड मिळवल्यामुळे ॲडल नावाच्या गायकाच्या गाण्यांच्या सीडीज प्रचंड लोकप्रिय झाल्या होत्या- अशा काही गोष्टी निवडून त्यांची माहिती द्यायची. हे असे वृत्तांकनाचे रूप ज्यांनी लिहून काढले होते, त्या लेखकांना बेझोस यांनी एक सूचनाही केली, ''त्याची शीर्षके खूप आकर्षक, काहीशी विनोदी असली पाहिजेत.'' पण नंतर मात्र ते म्हणाले, ''छे:, हे अगदीच वाईट लिहिले आहे. तुम्ही जर इंटरनेटवर ब्लॉग लिहिणारे असाल तर उपाशी रहाल, तुमचे ब्लॉग्ज कोणीच वाचणार नाही.''

अखेरीस बेझोस यांनी शुअर यांच्याकडे मोर्चा वळवला. कंपनीच्या इतिहासात अनेक वेळा, अनेक कारणांमुळे मार्केटिंगचे व्हाईस प्रेसिडेंट असलेले अधिकारी हे टीकेचे, रागाचे, घालून-पाडून बोलण्याचे लक्ष्य बनलेले होतेच. त्या वेळी शुअर यांची पाळी होती.

''स्टीव्ह, काय चालले आहे? गेल्या तीन महिन्यांत मला काहीच का पाहायला मिळाले नाही या योजनेवर?''

''मला कोणीतरी चांगला संपादक शोधून आणखी काही मसुदे तयार केले पाहिजेत...''

''हे फारच हळू चालले आहे. तुम्हाला वाटत नाही का की काहीतरी चांगले व्हावे?''

''हो हो, वाटते तर!''

''हे... हे फार गुंतागुंतीचे झाले आहे... एकदम साधे, सुटसुटीत बनवा याला... आणि जरा लवकर...''

२०१२ हे वर्ष आणि २०१३ चे पहिले सहा माहिने हा काळ 'अधिक वेगाने गेलेला काळ' असे वर्णन करण्याजोगाच होता. या काळात ॲमेझॉनच्या शेअर्सच्या किमती ६० टक्क्यांनी वाढल्या. कंपनीचे एकंदर २३७ प्रेस रिलीज प्रसिद्ध झाले, म्हणजे प्रत्येक दोन दिवसांनी १.६- अशा घोषणा केल्या जात होत्या. तोवर कंपनीने बऱ्याच राज्यांत विक्रीकर वसूल करायला सुरुवात केली होती. त्यामुळे कंपनीला विक्रीकराच्या संकलनक्षेत्राचा विचार न करता पूर्तीकेंद्रे आणि ग्राहक सेवा केंद्रे कुठेही उघडणे शक्य होत होते. म्हणूनच त्या काळात कंपनीने जगभरात डझनभर केंद्रे उघडली. पूर्तीकेंद्रात काम करणाऱ्या कामगारांच्या जागी 'रोबोट्स' आणण्यासाठी बोस्टन येथील 'किवा सिस्टिम्स' नावाची एक कंपनी ७७.५ कोटी डॉलर्स, तेही रोख देऊन ताब्यात घेतली. कपडे, पोशाख या क्षेत्रात जोरदार मुसंडी मारण्यासाठी 'मायहॅबिटडॉटकॉम' या नावाची स्वतंत्र, खास त्याचसाठीची वेबसाइट सुरू केली. औद्योगिक आणि वैज्ञानिक साधनसामग्री यासाठी 'ॲमेझॉन सप्लाय' नावाचे नवे भांडार खोलले.

जाहिरातदारांना ॲमेझॉनच्या ग्राहकांपर्यंत पोहोचता यावे यासाठी त्यांना कंपनीच्या सर्व वेबसाइट्स आणि साधने यावर जाहिराती देता येण्याच्या सोयीचा आणखी विस्तार केला. बिझनेस डेव्हलपमेंट चीफ जेफ ब्लॅकबर्न यांच्या नेतृत्वाखाली चालवल्या जाणाऱ्या या जाहिरातींच्या योजनेतून कंपनीला प्रचंड नफा मिळत होता. त्यातूनच ग्राहकांना आकर्षित करणाऱ्या, ॲमेझॉनशी बांधून टाकणाऱ्या वस्तूंच्या किमती कमीतकमी ठेवणे, त्या ग्राहकांच्या दारात मोफत पोहोचवणे यांसारख्या योजना राबवणे शक्य होत होते आणि कंपनीला तिच्या कार्यपद्धतीत सुधारणा करण्यासाठी आवश्यक ते कॉम्प्युटर हार्डवेअर तयार करावयास लागणारे भांडवल कधी कमी पडत नव्हते.

ॲपल, गुगल या प्रतिस्पर्धी कंपन्यांपेक्षा ॲमेझॉन डिजिटल क्षेत्रातही लक्षणीय कामगिरी करीत होती, वेगाने हात पाय पसरत होती. नवनवे चित्रपट, टेलिव्हिजन शोज यांसाठी कोट्यवधी डॉलर्स खर्च करून मोफत उपलब्ध होणाऱ्या 'प्राइम इन्स्टंट व्हिडिओ कॅटलॉग'मधील यादीत वेगाने आणि प्रचंड भर घालत होती आणि ॲमेझॉन प्रकाशन विभागातर्फे खास किंडलसाठी योग्य अशी पुस्तकेही प्रकाशित करीत होती. हे तर सहजी सिद्ध होऊ शकत होते की, ॲमेझॉनच्या दोन प्रमुख प्रतिस्पर्धी कंपन्या ॲपल आणि गुगल यांचे त्या काळात सुसाट प्रगती करणाऱ्या डिजिटल जगातील स्थान वरचे होते. त्यांच्याकडे त्या क्षेत्रातील ज्ञान, कौशल्य, सर्व प्रकारचीच साधनसामग्री जास्त होती, वरच्या दर्जाची होती. ते ओळखून बेझोस तडजोडीचे, नरमाईचे धोरण स्वीकारून होते. ग्राहकांनी ॲमेझॉनच्या साइटवरून खरेदी केलेले संगीत ते ॲपल आय पॅड किंवा गुगल टॅब्लेट वापरून त्यावर ऐकू शकत होते, ॲमेझॉनने किंडलसाठी प्रकाशित केलेली पुस्तके खरेदी करून तीही प्रतिस्पर्धी कंपन्यांच्या साधनांवर वाचू शकत होते.

२०१२ सालच्या हिवाळ्यात सॅन्टा मोनिका येथील एका हँगरमध्ये – विमान ठेवण्याच्या जागेत – शेकडो वार्ताहर जमले होते. त्या समारंभात बेझोस यांनी किंडल फायर टॅब्लेट्सच्या काही नव्या आवृत्त्यांचे उद्घाटन केले. त्यात किंडलची आय पॅडच्या आकाराची मोठी आवृत्तीही होती आणि ११९ डॉलर्स किमतीचा 'किंडल पेपरव्हाइट' नावाचा प्रकाशमान स्क्रीनचा, फक्त वाचनच करता येणारा ई-रीडरही होता. त्या समारंभानंतर मला दिलेल्या मुलाखतीत बेझोस त्या साधनांचा संदर्भ देऊन म्हणाले, ''मला खात्री आहे की आम्ही असेच पुढे पुढे जात राहू. सुधारित, आधुनिक आवृत्त्या सादर करीतच राहू. त्याच सुधारणेच्या, आधुनिकतेच्या, प्रगतीच्या वाटेवरील एक फार मोठे पाऊल आम्ही आज टाकले आहे.''

त्याच आठवड्याच्या सुरुवातीला जस्टिस डिपार्टमेंटने 'एजन्सी प्राइसिंग'च्या बाबतीत मोठ्या प्रकाशकांविरुद्ध जे अविश्वासाचे खटले दाखल केले होते, त्यातील तीन प्रकाशकांबरोरच्या कराराला फेडरल जज्ज यांनी मान्यता दिली होती. (तपासणीत दोषी सापडलेल्या आणखी दोन प्रकाशकांबरोबरचे करार पुढील काही महिन्यांत झाले.) ॲमेझॉन नव्या आणि प्रचंड खपाच्या ई-बुक्सच्या किमतींमध्ये सूट देऊ शकत होती. मी त्याविषयी बेझोस यांना विचारले; पण ते त्यांच्या यशाविषयी फारसे

बोलायला राजी दिसले नाहीत. ''आता आम्हांला ग्राहकांना कमी किमतीत पुस्तके देता येतील याचा आम्हांला आनंद आहे,'' एवढेच ते म्हणाले.

त्याच वर्षीच्या डिसेंबर महिन्यात ॲमेझॉनने लास व्हेगास येथील सॅन्ड्स एक्स्पो सेंटरमध्ये 'ॲमेझॉनवेबसर्व्हिसेस'च्या सर्व ग्राहकांची एक परिषद बोलावली होती. परिषदेत ॲमेझॉनचे दोन अधिकारी ॲन्डी जेसी आणि वर्नर व्होगेल्स क्लाउड कॉम्प्युटिंगच्या भविष्याविषयी बोलले. ते ऐकायला सहा हजार डेव्हलपर्स – वेब सर्व्हिसेसचा वापर करणारे – उपस्थित होते. 'एंटरप्राइझ कॉम्प्युटिंग'– सर्व क्षेत्रातील उद्योग, कंपन्या यांच्या कार्यपद्धतीतील माहिती तंत्रज्ञानाचा वापर – या विषयाचा पाया रचणारी कंपनी म्हणून ॲमेझॉनचा अनपेक्षित उदय झालेला आहे, याचा त्या परिषदेला जमलेला तो प्रचंड समुदाय हा एक भक्कम पुरावाच होता. परिषदेच्या दुसऱ्या दिवशी स्वत: बेझोस मंचावर आले. एक दुर्मिळ अशी गोष्ट त्या दिवशी घडली. व्होगेल्स यांच्या बरोबरच्या चर्चेच्या स्वरूपात ते प्रथमच त्यांच्या 'क्लॉक ऑफ द लाँग नाउ' या नावाने पुढील दहा हजार वर्षे अखंड आणि अचूक वेळ दाखवणाऱ्या एका अतिविराट अशा, पूर्णपणे यांत्रिक पद्धतीने चालणाऱ्या घड्याळाची निर्मिती आणि त्याची त्यांच्याच मालकीच्या टेक्सासमधील जमिनीवरील बांधणी या प्रकल्पासारख्या पूर्णत: वैयक्तिक पातळीवरील प्रकल्पांविषयी प्रकटपणे बोलले. ते म्हणाले, ''मानवाने जर प्रदीर्घकालीन विचार केला तर जे एरवी साध्य करणे अशक्य वाटते, असेही बरेच काही मानवाला साध्य करता येते. या तत्त्वाचे या घड्याळाची संकल्पना, त्याची निर्मिती हे फार महत्त्वाचे असे प्रतीक आहे. कोणताही मोठा प्रकल्प वा छोट्या–मोठ्या योजना, सर्वच बाबतींत त्याच्या पूर्ततेचा काळ, त्यासाठीचा वेळ हा महत्त्वाचा असतो... फार फार महत्त्वाचा असतो. जाता जाता आणखी एक मुद्दा – आपण या ग्रहावरील माणसे ही तंत्रज्ञानाच्या बाबतीत अधिकाधिक आधुनिक होत चाललो आहोत आणि यात मानवजातीलाच फार मोठा, भयंकर धोका संभवतो आहे. मला असे वाटते की आपण सर्वांनीच मानवजातीच्या भविष्याचा, फार दूरवरच्या भविष्याचा विचार करायला हवा. मी उल्लेख केलेले घड्याळ हे त्याचेच एक प्रतीक आहे आणि मला वाटते, अशा प्रतीकांमध्ये फार फार सामर्थ्य असते.''

एकदा बोलायला लागल्यावर बेझोस यांच्या बोलण्यात 'जेफिझम' येणे अपेक्षितच होते. तसेच झाले. खास त्यांच्या विचारांना त्यांच्या

शैलीतल्याच वाक्यांनी भरती आली. दूरवरच्या विचारांबरोबरच, मोठ्या अपेक्षांबरोबरच अपयशाला, निराशेला सामोरे जाण्याची- कीर्ती, प्रसिद्धीबरोबरच अविश्वासाला, गैरसमजांना तोंड द्यायची तयारी ठेवणे- असे विषय येऊ लागले. वाटले, आता सिॲटलमधील 'सोडो' ('साउथ ऑफ किंगडम'चे संक्षिप्त रूप) या औद्योगिक वसाहतीतील 'कलर टाइल' नावाच्या दुकानाच्या इमारतीच्या खालच्या बिनखिडक्यांच्या तळघरातील दोनशे चौरस फूट क्षेत्रफळाच्या खोलीतल्या ॲमेझॉनच्या पहिल्या 'वेअर हाउस'मधील बेझोस यांच्या आठवणींमध्ये - 'जेफिझम'मध्ये - कायम स्थान मिळवलेल्या 'पॅकिंग टेबल्स'चा, ती टेबल्स पहिल्यांदा तेथे आली त्या अविस्मरणीय प्रसंगाचाही उल्लेख येणार! वाटले, हे आता ती कथाही सांगणार की काय?

ती कथा जुनी झाली होती; परंतु बेझोस यांची त्या तशा प्रसंगांमधून मनात मूळ धरलेली तत्त्वे, त्या तत्त्वांची कास धरण्याचा, त्यांचे पालन करण्याचा, करवण्याचा त्यांचा आटापिटा हे नवे, ताजे होते. स्टीव्ह जॉब्ज यांच्या प्रमाणेच जेफ बेझोस यांनीही त्यांचे कर्मचारी, गुंतवणूकदार, त्यांच्याविषयी, कंपनीविषयी शंका घेणारे लोक या सर्वांना हळूहळू त्यांचे विचार बदलायला लावून त्यांच्या स्वत:च्याच तत्त्वज्ञानाचा स्वीकार करायला लावला होता. कोणत्याही गोष्टीमध्ये सुधारणा ही करता येतेच. कधीकधी पूर्ण माहीतगार असलेल्या, ज्ञानी व्यक्तीला जे दोष, उणिवा दिसत नाहीत, लक्षात येत नाहीत, ते एखाद्या नवागताला, पहिल्यांदा ती गोष्ट पाहणाऱ्याला, वापरणाऱ्याला लक्षात येतात. साधे, सोपे उत्तर, उपाय किंवा तोडगा हे सर्वांत चांगले असतात. या अशा पायाभूत गोष्टी पुन:पुन्हा सांगणे, संधी मिळताच त्यांचा पुनरुच्चार करणे यात एकसुरीपणा नसतो, ते रटाळ नसते, चऱ्हाट नसते, ते अत्यंत विचारपूर्वक ठरवलेले धोरण असते. ते सहेतुक असते, उद्देशपूर्ण असते. बेझोस यांचे एक स्नेही डॅनी हिल्स म्हणाले, ''आमच्यासारखे जे असतात ते गुंतागुंतीची, क्वचित परस्परविरोधीसुद्धा, उद्दिष्टे, ध्येय यांचा असा काही संकर करून ठेवतात की ऐकणाऱ्यांचा पार गोंधळ उडतो, आम्हांला नेमके काय हवे आहे, त्यासाठी त्यांना काय करायचे आहे हेच त्यांना समजत नाही. परिणामी त्यांची काहीच मदत होत नाही. जेफ यांचे असे कधीच होत नाही. त्यांना काय हवे आहे, ते कोणत्या मार्गांनी हवे आहे याविषयी त्यांचे विचार स्वच्छ,

स्पष्ट असतात, ते तितक्याच स्पष्टपणे इतरांना समजावून सांगू शकतात. त्यांच्यामधील सातत्य, सुसंगती, सुसंबद्धता कधीच बिघडत नाही.''

ते पुढे म्हणाले, ''इंटरनेटचा वापर करणाऱ्या अगदी सुरुवातीच्या कंपन्यांपेक्षा ॲमेझॉन ही इतकी निराळी, नजरेत भरणारी कंपनी का आहे याचा जर तुम्ही विचार केलात तर तुमच्या असे लक्षात येईल की तिचे संस्थापक जेफ बेझोस यांनी अगदी सुरुवातीपासूनच त्यांच्या या दूरदृष्टीचाच वापर तिच्या स्थापनेत, उभारणीत आणि ती चालवतानाही डोळसपणाने, हेतुपुरस्सर केला होता. त्यांच्या डोळ्यांसमोर कित्येक दशकांचा प्रवास सुस्पष्ट होता. आपण जर स्थिर मनाने, पाय घट्ट रोवून, त्या दीर्घ काळाचा विचार करीत काम केले तर आपण हा उद्योग तशी कित्येक दशके चालवू शकणार आहोत, त्यात बरेच काही मिळवू शकणार आहोत– हा आत्मविश्वास हेच त्यांचे, त्यांच्या कंपनीचे तत्त्वज्ञान होते.''

* * *

२०१२ साली ॲमेझॉनचे तिच्या सिॲटलमधील साउथ लेक युनियन डिस्ट्रिक्टमधील नव्या ऑफिसच्या इमारतीत स्थलांतरण पूर्ण झाले होते. त्याच वर्षी कंपनीच्या बाबतीत आणखी एक बदल घडून आला. पण तो बाहेर कोणाला कळण्याआधी कंपनीच्या कर्मचाऱ्यांच्या लक्षात आला. नवीन जागेत जेथे कंपनीचे नाव लिहिलेले फलक होते त्यांवर, इतर ठिकाणीही, अगदी कर्मचाऱ्यांना दिल्या जाणाऱ्या मग्ज, टी–शर्ट्स यावरही कंपनीचे नाव 'ॲमेझॉन' एवढेच लिहिलेले होते, त्यापुढील 'डॉटकॉम' ही अक्षरे नाहीशी झाली होती. आता कंपनी 'ॲमेझॉनडॉटकॉम' नव्हती, नुसतीच 'ॲमेझॉन' झाली होती. एवढी वर्षे तिच्या नावातील 'डॉटकॉम' हे बेझोस यांच्या आग्रहामुळेच टिकून ठेवले गेले होते. कंपनीचा वेब ॲड्रेस सर्वांच्या मनात, स्मरणात ठसावा, नावातूनच लक्षात राहावा अशी त्यामागची बेझोस यांची, रास्त अशीच, कल्पना होती; परंतु एवढ्या कालावधीत कंपनीने क्लाउड सर्व्हिसेस, हार्डवेअर यांसारख्या इतक्या विविध नव्या नव्या गोष्टी निर्माण केल्या होत्या, सेवांची व्याप्ती इतकी वाढवली होती की ते मूळ नाव कालबाह्य ठरू लागले होते. २०१२ सालच्या मार्च महिन्यात साइटवरील कंपनीच्या नावातील 'डॉटकॉम' जाऊन ते नाव अधिकृतपणे 'ॲमेझॉन' असे लहान केले गेले. हा बदल फारच थोड्यांच्या लक्षात आला.

सतत बदल हे ॲमेझॉनचे लक्षणच होते. पण ते काही गोष्टींच्या बाबतीत लागू नव्हते. त्या मात्र तशाच राहिल्या होत्या. त्यातली ही एक : २०१२ सालच्या नोव्हेंबर महिन्यातील एक थंड, आर्द्र अशी मंगळवारची सकाळ. नऊ वाजले होते. सिॲटलच्या साउथ लेक युनियनच्या जवळच्या टेरी ॲव्हेन्यू आणि रिपब्लिकन स्ट्रीट यांच्या कोपऱ्यावरील ॲमेझॉनच्या उच्च अधिकाऱ्यांची ऑफिसेस असलेल्या कंपनीच्या 'डे वन नॉर्थ' या इमारतीच्या दारात एक होंडा मिनिव्हॅन येऊन उभी राहिली. ड्रायव्हर सीटच्या शेजारच्या सीटवर बसलेल्या जेफ बेझोस यांनी बाजूला झुकून त्यांच्या पत्नीचे चुंबन घेऊन तिला निरोप दिला, ते दार उघडून खाली उतरले आणि नेहमीच्या आत्मविश्वासाने आणखी एका दिवसाची सुरुवात करायला इमारतीत शिरले.

२००० साली बेझोस जेव्हा प्रथमच वॉलमार्टचे सीईओ ली स्कॉट यांना भेटायला गेले होते तेव्हा त्यांच्या भोवतीच्या सुरक्षारक्षकांचे जाळे पाहून आश्चर्यात पडले होते. पण २०१२ सालात बेझोस यांचे आयुष्यही त्या वेळे इतके साधे, सरळ, सोपे राहिले नव्हते. अगदी काळ्या रंगाच्या सेडान गाड्यांच्या रांगा लावायची गरज भासली नव्हती; पण कंपनीच्या आर्थिक अहवालातील माहितीअनुसार त्यांच्या व्यक्तिगत आणि त्यांच्या कुटुंबीयांच्या सुरक्षेसाठी कंपनी वर्षाला १६ लाख डॉलर्स खर्च करीत होती.

ॲमेझॉनच्या गगनचुंबी यशाचा परिणाम बेझोस यांच्या दैनंदिन जीवनावरही झाला होता. ते अनेक प्रकारांनी गुंतागुंतीचे बनले होते. पण त्यातूनही सकाळी गाडीतून उतरताना जे दृश्य दिसले तेवढा वैयक्तिक खासगीपणा त्यांनी कसोशीने जपला होता. त्यांचे कुटुंबीय ड्रायव्हर्स ठेवू शकत होते, लिमोझिन्स आणि खासगी विमानेही खरेदी करू शकत होते. आता जुनी ॲकॉर्ड गाडी राहिली नव्हती, त्याहून मोठ्या आकाराची; पण फार भपकेदार नसलेली होंडा मिनिव्हॅन वापरू लागले होते. त्या 'त्यांच्या' गाडीतून मॅकेन्झी चारही मुलांना शाळेत पोहोचवीत होती आणि पतीला ऑफिसलाही सोडत होती.

हा साधेपणा कुटुंबाने जपला असला तरी आता त्यांची सांपत्तिक स्थिती मात्र तशी साधी, सामान्य राहिली नव्हती. २५०० कोटी डॉलर्सचे वैयक्तिक उत्पन्न असलेले जेफ बेझोस त्या वेळी अमेरिकेतील सर्वांत श्रीमंत व्यक्तींच्या यादीत वरून बाराव्या स्थानावर होते.

बेझोस यांच्या कौटुंबिक आयुष्याचा खासगीपणा प्रयत्नपूर्वक जपलेला आहे; पण तरीही तो जगाच्या कुतूहलपूर्ण नजरांपासून पूर्णपणे लपवून ठेवणे शक्य नाही. मेडिना या श्रीमंत, उच्चभ्रू लोकांच्या आलिशान बंगल्यांच्या वसाहतीतील बेझोस यांचा बंगला बिल आणि मेलिंडा गेट्स यांच्या घरापासून जवळच आहे. ५.२३ एकर जमिनीवरील त्यांच्या हवेलीचे २०१० साली नूतनीकरण केले गेले आहे. त्यातील दोन इमारतींमध्ये विभागलेल्या केवळ निवासस्थानांचे क्षेत्रफळ २९,००० चौरस फूट आहे. त्यात नोकर-चाकरांच्या राहण्याच्या जागा आणि बोटहाउस धरलेले नाही. बेझोस यांनी 'ॲमेझॉन प्राइम'ची बांधणी करणाऱ्या टीमची पहिली मीटिंग त्या परिसरातील बोट हाउसमध्येच घेतली होती.

या प्रमुख निवासस्थानाखेरीज बेझोस कुटुंबाच्या मालकीची आस्पेन, बेव्हर्ली हिल्स आणि न्यू यॉर्क येथेही घरे आहेत. शिवाय टेक्सासमध्ये २,९०,००० एकरांचा भूभाग असून तेथे रॅन्च - गोसंपादनमळा - आहे. शिवाय त्याच भूमागात 'ब्ल्यू ओरिजिन' कंपनीचीही जागा आहे. तेथून लवकरच रॉकेट्स अवकाशात भराऱ्या घेऊ लागतील. सिॲटलमधील त्यांच्या बंगल्यापासून जवळच मॅकेन्झी यांची एक शयनगृह असलेली सदनिका आहे. ती त्यांनी लिखाणाच्या कामासाठी एकांत मिळावा म्हणून घेतली आहे. त्यांनी दोन कादंबऱ्या लिहिल्या आहेत. 'ट्रॅप्स' नावाची त्यांची कादंबरी २०१२ साली प्रकाशित झाली आहे. प्रसिद्धिपराङ्मुख असलेल्या मॅकेन्झी यांनी 'व्होग' या मासिकाला दिलेल्या दुर्मिळ मुलाखतीत स्वत:ला 'विशेष प्रकारची लॉटरी विनर' म्हणवून घेतले आहे. पतीच्या अननुभूत अशा यशाचा संदर्भ देऊन त्यांनी म्हटले आहे, ''पतीच्या यशाने, श्रीमंतीने माझे आयुष्य अनेक प्रकारे समृद्ध, यशस्वी झाले आहे, पण मी जी लॉटरी जिंकले आहे असे म्हणते- ती निराळी आहे. त्यातला एक भाग आहे माझे आईवडील. शिक्षणावर कमालीची श्रद्धा असलेल्या माझ्या पालकांनी मी लेखिका होणार यावर पुरता विश्वास व्यक्त केला, त्या संबंधी कधीच शंका घेतली नाही. दुसरा भाग आहे मी ज्यांच्यावर मनापासून प्रेम करते ते माझे पती. या दोन गोष्टींनी मी घडले आहे, तीच माझी ओळख आहे.''

बेझोस आणि मॅकेन्झी या दोघांजवळ वेळेचे व्यवस्थापन करण्याचे कौशल्य अपार आहे. अनेक लहानमोठ्या, विविध प्रकारच्या योजना

निरनिराळ्या स्थानांवरून कार्यवाहीत आणत असताना ते दोघे त्यांच्या स्वत:साठी, त्यांच्या वैयक्तिक जबाबदाऱ्या पार पाडण्यासाठी पुरेसा वेळ देतातच. ॲमेझॉन ही त्यांची कंपनी आणि त्यांचे कुटुंब या खेरीज बेझोस त्यांची दुसरी कंपनी 'ब्ल्यू ओरिजिन' आणि त्यांची एक व्हेंचर कॅपिटल फर्म 'बेझोस एक्स्पिडिशन' यांनाही वेळ देतात. 'ब्ल्यू ओरिजिन'साठी त्यांचा आठवड्यातील बुधवारचा दिवस राखून ठेवलेला असतो. त्यांच्या व्हेंचर कॅपिटल फर्मने 'ट्विटर', 'उबेर' ही टॅक्सीसेवा पुरवणारी कंपनी, 'बिझनेस इन्सायडर' ही वार्ता प्रकाशित करणारी, साइट चालवणारी कंपनी, 'रिथिंक रोबोटिक्स' ही रोबोज तयार करणारी कंपनी– अशा कंपन्यांमध्ये आर्थिक गुंतवणूक केलेली आहे. २०१३ सालच्या ऑगस्ट महिन्यात 'वॉशिंग्टन पोस्ट' या वृत्तपत्राची मालकीही बेझोस यांच्याकडे आली आहे. ते म्हणाले, ''आता मी या ऐंशी वर्षे जुन्या वृत्तपत्राला माझ्या नव्याच्या शोधाच्या आणि त्यासाठी नाना प्रयोग करून पाहण्याच्या वेडाच्या साहाय्याने नवजीवन देणार आहे.'' बेझोस यांची आर्थिक गुंतवणूक असलेल्या 'रिथिंक रोबोटिक्स' या कंपनीचे आणि त्या कंपनीत लवकरच लोकांच्या खिशाला परवडणाऱ्या किमतीतल्या रोबोजचे उत्पादन सुरू करण्याच्या योजनेचे जनक, एमआयटीमधील रोबोटिक्सचे प्राध्यापक रॉडनी ब्रुक्स म्हणतात, ''जेथे इन्फर्मेशन टेक्नॉलॉजीचा वापर करून सद्य:स्थितीत अनुकूल असा बदल घडवता येण्याची संधी, शक्यता असेल अशा ठिकाणी गुंतवणूक करणे बेझोस पसंत करतात. ते स्वत: प्रत्येक गोष्टीत भाग घेऊ शकतात असे नाही; पण जेव्हा अवघड समस्या उभ्या राहतात, गोंधळात पडायला होते अशा वेळी त्यांच्याशी चर्चा करणे खूपच उपयुक्त, फायद्याचे ठरते. त्यांच्याकडे प्रश्न घेऊन गेले की त्यांची त्या प्रश्नांची उत्तरे खरोखरच ऐकण्यासारखी असतात.''

बेझोस यांच्या टेक्सासमधील जमिनीवर उभारण्यात येणाऱ्या 'क्लॉक ऑफ द लाँग नाउ' या प्रचंड घड्याळाच्या उभारणीच्या कामातील प्रगतीचा आढावा दर तीन महिन्यांनी होणाऱ्या मीटिंगमध्ये – जिला ती उभारणी करणाऱ्या इंजिनिअर्सनी 'टिक्स' (ठोके) असे सार्थ नाव दिले आहे – घेतला जातो. त्या मीटिंग्जचा अहवाल बेझोस नियमितपणे पाहतात. ते काम ज्या फाउंडेशनतर्फे चालते त्या 'लाँग नाउ' फाउंडेशनचे सहसंस्थापक स्टेवार्ट ब्रॅन्ड म्हणतात, ''बेझोस यांचे बारीकसारीक तपशिलाकडे लक्ष असते आणि घड्याळाच्या रचनेच्या बाबतीत तर ते अगदी खोलात शिरतात. आणखी

एका गोष्टीविषयी ते विशेष जागरूक असतात, ती म्हणजे योजनेसाठी होणारा खर्च योग्य आणि योग्य दिशेने होतो आहे की नाही.''

बेझोस आणि मॅकेन्झी या दोघांनी 'बेझोस फॅमिली फाउंडेशन'ची स्थापना केली आहे. ते फाउंडेशन शैक्षणिक कार्यासाठी मदत देते, अनुदान देते. देशातील तरुणांना अन्य गरीब देशांतील किंवा आपत्तिग्रस्त देशातील मुलांना मदत करायला प्रवृत्त करते, त्या उद्देशाने केल्या जाणाऱ्या कार्याला आर्थिक साहाय्य पुरवते. पती-पत्नी दोघे व्यक्तिगतरीत्या फाउंडेशनच्या कामात भाग घेतात. हे फाउंडेशन बेझोस यांची आई जॅकी आणि वडील माइक बेझोस चालवतात. बेझोस यांचे बंधू मार्क बेझोस आणि बहीण ख्रिस्तिना पुअर हे दोघे फाउंडेशनचे डायरेक्टर्स आहेत. फाउंडेशनचे कार्यालय ॲमेझॉनच्या मुख्य ऑफिसपासून जवळच आहे. या लोकोपकारी फाउंडेशनच्या कामातही ॲमेझॉनची विक्षिप्त शैली दिसते. कॉन्फरन्स रूममध्ये जेव्हा जेव्हा मीटिंग असते तेव्हा तेव्हा टेबलाभोवतीच्या खुर्च्यांमधील एका खुर्चीत एक चिंध्यांपासून बनवलेली बाहुली ठेवलेली असते. ती बाहुली ज्या गरीब विद्यार्थ्यांना फाउंडेशन मदत करते त्यांचे प्रतिनिधित्व करते- अशी त्यामागची कल्पना आहे. या कल्पनेचे ॲमेझॉनमधील मीटिंग्जमध्ये ग्राहकांचे प्रतिनिधित्व करण्यासाठी एक खुर्ची रिकामी ठेवण्याच्या बेझोस यांच्या कल्पनेशी साधर्म्य आहे की नाही!

बेझोस यांच्या कुटुंबीयांमधील नात्यांची वीण अगदी घट्ट आहे. त्यांच्यामधील संबंध असाधारण वाटावे इतके दाट आणि प्रेमाचे आहेत. पण कधीकधी जुन्या विसरलेल्या वा तुटलेल्या नात्यांचा इतिहास समोर येतो. २०१३ सालच्या जून महिन्यातल्या एका बुधवारी मध्यरात्री, अखेर पाच महिन्यांच्या विलंबानंतर, बेझोस यांनी तशाच एका गतेतिहासाला प्रतिसाद दिला. त्यांचे जन्मदाते पिता टेड जॉर्गेन्सन यांच्याकडून आलेल्या ई-मेलला उत्तर पाठवले. स्वत: टेड इंटरनेट वापरीत नसत. त्यामुळे सर्व संदेशवहन त्यांचा सावत्र मुलगा डॅरीन फाला यांच्या मार्फत होत होते. बेझोस यांचे उत्तर अगदी थोडक्यात पण भावनापूर्ण, खोलातून आलेले, हृदयस्पर्शी वाटेल असे होते. तरुण वयात त्यांच्या जन्मदात्या आईवडिलांना जे कठीण, कठोर निर्णय घ्यावे लागले त्याविषयी बेझोस यांनी सहानुभूती व्यक्त केली होती. परंतु त्यांचे बालपण सुखात, आनंदात गेले हेही नमूद केले होते. त्यांनी लिहिले होते की त्यांच्या मनात टेड जॉर्गेन्सन यांच्याविषयी

कोणतीही अढी नाही आणि टेड यांनी जे घडले त्याविषयी, ओढवलेल्या परिस्थितीविषयी जराही खेद वा खंत बाळगू नये. शेवटी त्यांनी त्यांच्या लहानपणीच दुरावलेल्या जन्मदात्या पित्याला मनःपूर्वक सदिच्छा दिल्या होत्या, त्यांचे शुभ चिंतन केले होते.

* * *

जेफ बेझोस यांचा जगाकडे पाहण्याचा दृष्टिकोन, त्यांचे जीवनाविषयीचे तत्त्वज्ञान तुम्ही नीट समजवून घेतलेत आणि मग ॲमेझॉनच्या गेल्या दोन दशकांतील यश-अपयशाचा धांडोळा घेतलात तर कंपनीच्या भविष्याची कल्पना करणे सोपे जाईल. मनात उठणाऱ्या पुढील प्रत्येक प्रश्नाचे उत्तर होकारार्थीच असेल.

ॲमेझॉन तिच्या 'प्राइम' योजनेच्या सदस्य ग्राहकांना मागणीच्या दुसऱ्याच दिवशी आणि तेही मोफत, त्यांनी मागवलेल्या वस्तू त्यांना पोहोचवायला लागेल का? उत्तर 'होय' असेच असेल. प्रत्येक भागात ॲमेझॉनचे इतके ग्राहक असतील की प्रत्येक शहरा-गावाच्या अगदी जवळ पूर्तीकेंद्र उभारणे व्यवहार्य होईल, कंपनीला ते सहज शक्य होईल. ऑनलाइन शॉपिंगच्या प्रक्रियेमधील सर्वच्या सर्व गैरसोयींची काळजी घेऊन ती प्रक्रिया सरळ, सोपी, व्हावी आणि ग्राहकांच्या मागण्या लवकरात लवकर पुरवल्या जाव्यात, सर्व प्रकारच्या सेवा त्यांना त्वरित आणि सहजी उपलब्ध व्हाव्यात हेच ध्येय, उद्दिष्ट बेझोस यांनी कायम बाळगले आहे, ते पूर्ण होईलच.

ॲमेझॉन एक दिवस तिच्या स्वतःच्याच ट्रक्स वितरणासाठी वापरेल का? याचेही उत्तर 'होय' असेच आहे. सॅन फ्रॅन्सिस्को, लॉस एंजेलिस आणि न्यू यॉर्क या शहरांमध्ये तर आजही ती स्वतःच्या ट्रक्सचा वापर करते आहे आणि जसजसे अन्य भागांतील ग्राहकांची संख्या वाढत जाऊन कंपनीला यूपीएस किंवा फेडरल एक्सप्रेस यांच्यावर अवलंबून राहण्यापेक्षा कंपनीच्या ट्रक्सची संख्या वाढवणे, त्यांचाच सर्वत्र वापर करणे आर्थिकदृष्ट्या सोयीचे होईल तसतसे तेही ती करेलच.

आज ॲमेझॉनची 'ॲमेझॉन फ्रेश' ही रोजच्या वापरातील गृहोपयोगी वस्तू व किराणामाल यांची विक्री व वितरणाची सोय सिॲटल आणि लॉस एंजेलिस आणि सॅन फ्रॅन्सिस्कोमधील काही भाग एवढ्यापुरतीच मर्यादित आहे. ती अन्य शहरांत सुरू होईल का? होय- जेव्हा भाजीपाला, फळे

यांसारख्या फार काळ न टिकणाऱ्या गोष्टी योग्य रीतीने साठवणे आणि त्यांचे वेळेवर वितरण करणे यासाठीची अगदी निर्दोष, परिपूर्ण आणि आर्थिकदृष्ट्या लाभदायक अशी तंत्रे कंपनी पूर्णपणे आत्मसात करेल, तेव्हा तसे होईलच. गृहोपयोगी वस्तू, किराणामाल आणि कपडे, पोशाख यांच्या विक्री व वितरणाच्या शास्त्रावर ॲमेझॉन जोवर निर्विवाद प्रभुत्व मिळवीत नाही तोवर ती वॉलमार्टइतकी मोठी होऊ शकणार नाही, हे बेझोस स्वत:च पूर्ण जाणून आहेत.

मोबाइल फोन्स किंवा इंटरनेटशी जोडलेल्या घराघरांतील टेलिव्हिजन सेट टॉप बॉक्सेस ॲमेझॉन कधीतरी पुरवू शकेल का? याचेही उत्तर 'होय' असेच आहे. हे पुस्तक जेव्हा प्रथम प्रकाशित झाले तेव्हा म्हणजे २०१४ साली या दान्ही सोयी उपलब्ध झालेल्याच आहेत. आता ज्यायोगे ग्राहकांना ॲमेझॉनच्या स्पर्धक कंपन्यांच्या कोणत्याही सेवांवर – हार्डवेअरवर – अवलंबून राहायलाच लागणार नाही, अशा ग्राहकांकडची उपकरणे ज्या ज्या सोयींशी जोडलेली असतात त्या सर्व सोयी ॲमेझॉनलाच ग्राहकांना पुरवायच्या आहेत.

सध्या जगातील दहा देशांमध्ये ॲमेझॉनची विक्रीची साइट कार्यरत आहे. आणखी काही देशांत ती साइट सुरू होईल का? 'होय.' ॲमेझॉनचे, बेझोस यांचे अंतिम उद्दिष्ट 'प्रत्येक गोष्ट प्रत्येक ठिकाणी, सर्व काही सर्व ठिकाणी विकणे,' हेच आहे. उदाहरणार्थ, ज्या वेळी रशियामध्ये वितरणाची पुरेशी आणि कार्यक्षम अशी साधनसामग्री, सुविधासोयी विकसित होतील, क्रेडिट कार्डचा वापर व्यवस्थित करता येऊ लागेल त्या वेळी ॲमेझॉन तेथेही लगेच ई-कॉमर्स स्टोअर, डिजिटल सर्व्हिसेस सुरू करेल, गरज पडली तर त्यासाठी तेथील काही कंपन्याही ताब्यात घेईल, किंडल आणि किंडल फायरने सुरुवात करेल. तिने २०१२ साली ब्राझीलमध्ये आणि २०१३ साली भारतात असेच केलेले आहे.

ॲमेझॉन कायमच उत्पादने उत्पादकांकडून विकतच घेत राहील का? याचे उत्तर मात्र 'नाही' असे आहे. एक वेळ अशी येईल की काही गोष्टी पूर्तीकेंद्रांतच होऊ लागतील. '३ डी प्रिंटिंग' हे एक असे तंत्रज्ञान विकसित होत आहे, ज्यात मायक्रोवेव्हच्या आकाराची मशिन्स प्लॅस्टिक साच्यातून ओढून काढून त्याचे डिजिटल मॉडेलसारखे आकार बनवतात. बेझोस यांना या जुन्याचा नाश करून नवनिर्मिती करणाऱ्या क्रांतिकारी

तंत्रज्ञानाचे विलक्षण वेड आहे. तशा तंत्रज्ञानाचा योग्य वापर त्यांचे एकूण विक्रीप्रक्रियेची किंमत कमी करण्याचे उद्दिष्ट साध्य करण्यात मोलाचे कार्य बजावतो. या तंत्रज्ञानाच्या दिशेने अ‍ॅमेझॉनने पहिले पाऊल २०१३ साली उचललेलेच आहे. ३ डी प्रिंटर्स आणि त्याच्याशी संबंधित गोष्टी पुरवणारी स्वतंत्र साइट सुरू केलेलीच आहे!

अविश्वासाचे ठराव दाखल करणारे अधिकारी अ‍ॅमेझॉनचे सामर्थ्य वाढलेले पाहून कंपनीची तपासणी करायला येतील का? या प्रश्नाचे उत्तर माझ्या मते तरी 'होय, शक्य आहे' असे आहे. कंपनी पुस्तके आणि इलेक्ट्रॉनिक्स या दोन गोष्टींच्या विक्रीक्षेत्रात नवनवी क्षितिजे काबीज करीत, मक्तेदारी प्राप्त करण्याच्या मार्गावर आहे. तिचे स्पर्धक कुठल्याकुठे, कानाकोपऱ्यांत ढकलले गेलेले आहेत; पण याआधीही विक्रीकर आणि ई-बुक्सच्या किमती या दोन बाबतींत वाद निर्माण झालेले आहेत आणि कंपनी कायदा वाकवून त्याच्याच बाजूने कशी राहिली, तो स्वतःच्या बाजूने कसा वापरून घेतला हे आपण बघितले आहे. १९९० साली मायक्रोसॉफ्ट या कंपनीविरुद्धच्या अविश्वास ठरावाच्या खटल्यात मायक्रोसॉफ्टला जे अपयश स्वीकारावे लागले होते, त्या खटल्याने मक्तेदारीचा माज कंपनीला संपवू शकतो हा जो धडा मायक्रोसॉफ्ट शिकली होती, तोच धडा गुगलही शिकली आहे, तसा तो अ‍ॅमेझॉनही शिकली आहे.

ही केवळ उत्कट स्वप्ने नव्हेत की स्वप्नांचा ज्वरही नव्हे. या अपेक्षित अशाच गोष्टी आहेत, नव्हे त्या अनिवार्य, अटळच आहेत. जेफ बेझोस नेहमी जसे वागतात तसेच वागणार, हे अगदीच सोपे भाकीत आहे. ते नेहमीच वेगाने पुढे जाण्याचा प्रयत्न करणार, कंपनीच्या कर्मचाऱ्यांकडून नेहमीच जास्तीतजास्त काम करून घेणार, धाडसी निर्णय घेणार, जे नवे - मग ते लहान असो वा मोठे - त्याच्या मागे लागणार आणि हे सगळे त्यांच्या एकमेव ध्येयाच्या पूर्तीसाठी करणार. अ‍ॅमेझॉनच्या बाबतीत त्यांनी पाहिलेल्या विशाल स्वप्नांच्या पूर्तीसाठी करणार; 'प्रत्येक गोष्ट जेथे मिळेल असे भांडार, नव्हे- प्रत्येक गोष्ट जेथे मिळेल अशी कंपनी' घडवणार.

अ‍ॅमेझॉन - आजवर झाली नाही अशी कंपनी. तिच्याविषयी उत्सुकता वाटते, कुतूहल वाटते, आकर्षण वाटते; पण तिचे रूप फसवे आहे असेही वाटते. - आणि ही तर तिची सुरुवात आहे! ती मिशनरीही आहे आणि मर्सिनरीही! - निःस्वार्थी, परोपकारी, नीतिवानही आहे आणि स्वार्थी,

लाभार्थी, फायद्यासाठी काहीही करणारी, नीतीलाही बाजूला सारणारीही आहे. पण हे असे दुहेरी, परस्परविरोधी असणे हे उद्योगक्षेत्राच्या, मानवी संबंधांच्या क्षेत्राच्या इतिहासात ताकदीचे, सामर्थ्याचे लक्षण असल्याचेच दिसून आले आहे. ॲमेझॉनने तिच्या साइटवरील 'वन क्लिक' ही सेवा तिच्या बार्न्स ॲन्ड नोबलसारख्या बलशाली प्रतिस्पर्ध्यांपासून सुरक्षित राहावी यासाठी त्या सेवेचे पेटंट घेतले होते. त्यावरून वाद, वादळ उठले. त्या वेळी सर्वसाधारणपणे सलोख्याचे; पण कधीमधी कारणपरत्वे विरोधाचेही संबंध असलेल्या टिम ओरॅली यांनी बेझोस यांना भेटून जेव्हा ती सेवा सर्वांना खुली करायला सांगितले तेव्हा बेझोस यांनी त्यांना "असे करण्याने ॲमेझॉनला एक फार मोठा फायदा होईल असे मला वाटत नाही," असे स्पष्ट शब्दांत सुनावले होते. ते म्हणाले होते, "आम्हांला लहान लहान फायद्यांचा एक दोर वळावा लागेल."

ॲमेझॉन आजही तो दोर वळते आहे. तो तसा बळकट दोर वळणे आणि त्याला धरून नवनव्या उंची गाठणे हेच त्या कंपनीचे भविष्य आहे. जे आहे त्याविषयीचे असमाधान आणि नव्याची, बदलाची, प्रगतीची, मोठे होण्याची, आधिक्याची अदम्य आस तिच्या संस्थापकाच्या तनमनात आहे आणि तीच कंपनीच्या पुढील वाटचालीत प्रतीत होत राहणार आहे. बेझोस यांच्या अत्युच्च ध्येयाचेच दर्शन घडत राहणार आहे. आणि जोवर एक तर बेझोस यांच्या वाटेत पार करायला काही उरणारच नाही किंवा ते स्वत: तरी निराळी वाट धरतील, तोवर हे असेच सुरू राहणार आहे.

उपसंहार

गुरुवार, २१ नोव्हेंबर २०१३. दुपारचे दोन वाजले होते. स्टॅन्फोर्ड युनिव्हर्सिटीच्या वृक्षराजीने बहरलेल्या रम्य परिसरातील प्राचीन बायझंटाइन शैलीतील घुमटांनी आच्छादलेल्या स्टॅन्फोर्ड मेमोरिअल चर्चमध्ये मोठा जनसमुदाय जमला होता. कोणाच्या प्रेमळ मैत्रीण तर कोणाच्या सदैव आठवणीत राहणाऱ्या सहकारी, काहींच्या कुटुंबाच्या सदस्य, पर्यावरणाच्या दक्ष रक्षक, ॲमेझॉनडॉटकॉमच्या पहिल्या चीफ फायनान्शिअल ऑफिसर जॉय कवी यांना अंतिम निरोप देण्यासाठी ते सर्व जण तेथे आलेले होते. जॉय कवी यांचे दोन महिन्यांपूर्वी झालेल्या एका अपघातात दु:खद निधन झाले होते.

त्या दिवशी जॉय कवी सायकलवरून पालो आल्टोच्या नैर्ऋत्येकडील स्काय लाइन बुलेवाड या दोन्ही बाजूंना हिरवेगार वृक्ष असलेल्या रस्त्यावरून चालल्या होत्या. समोरून येणारी माझदा मिनिव्हॅन अचानक डाव्या बाजूला वळली आणि जॉय कवी यांच्यावर आदळली. हेल्मेट घातले असूनही व्हॅनच्या एका बाजूवर त्यांचे डोके इतक्या जोराने आपटले की, त्या जागच्या जागी मृत्यू पावल्या. दारुण योगायोग असा की ती मिनिव्हॅन 'ऑन ट्रॅक' या कंपनीची होती जी स्थानिक कंपनी ज्या काही विक्रेत्यांच्या वस्तू ग्राहकांना पोहचवण्याचे काम करीत होती, त्यात ॲमेझॉनचाही समावेश होता.

जमलेले सर्वच जण भावाकुल झाले होते. प्रसंग हृदय हेलावून टाकणारा होता. वुडसाइडच्या भागातले रहिवासी, जॉय कवी यांचे स्नेही, मित्र, पालकवर्ग- जमलेल्या प्रत्येकाच्या मनात त्यांची एक प्रतिमा होती. ममताळू, साहसप्रिय, कुशल संयोजक आणि कितीतरी. त्यांच्या कुटुंबाच्या एका जवळच्या मैत्रिणीने 'ॲमेझिंग ग्रेस' ही प्रार्थना म्हटली. अनावर

अश्रूंमुळे तिला ती नीट म्हणताही आली नाही. कवी यांनी काही काळ 'नॅचरल रिसोर्सेस डिफेन्स कौन्सिल'च्या कोषाध्यक्ष म्हणून काम केले होते, त्या कौन्सिलच्या प्रेसिडेंट फ्रॅन्सिस बाइनकी त्या प्रसंगी बोलल्या. म्हणाल्या, ''पर्यावरणाचे रक्षण करण्यासाठीच्या प्रयत्नांसाठी कवी यांच्यापाशी असलेल्या अमर्याद शक्तींचा खजिना आपण वापरायला हवा. त्यांच्या बरोबर काम करणे म्हणजे अशा क्षेत्रात पाऊल ठेवण्यासारखे, जिथे भाग्यवान माणसे हवेत उडू लागतात.''

काही जण कवी यांच्या ॲमेझॉनमधील करकिर्दीविषयीही बोलले. कंपनीच्या चीफ फायनान्शिअल ऑफिसर असलेल्या कवी मोठी स्वप्ने पूर्ण करण्यासाठी सर्व काही पणाला लावण्याच्या प्रारंभीच्या कसोटीच्या काळातील जेफ बेझोस यांच्या एक सबल सहकारी होत्या. 'प्रत्येक गोष्ट मिळणारे भांडार' उभारताना, वितरणकेंद्रांमधील शेल्व्हज भरताना त्यांच्या हाताला हात लावून काम करणाऱ्यांपैकी त्या एक होत्या. मॉर्गन स्टॅनले कंपनीच्या माजी विश्लेषक आणि त्या वेळच्या एक व्हेंचर कॅपिटॅलिस्ट मेरी मीकर या कवी यांच्याविषयी बोलताना म्हणाल्या, ''मला १९९८ साल आठवते आहे. कवींनी त्या वेळी अति व्याज असणाऱ्या जंकबाँड्स माध्यमातून ५५० मिलियन डॉलर्सचे कर्ज उभारले होते. ते किती मोठे धाडस होते, केवढी भीती होती, धास्ती होती हे त्यांना पूर्ण माहीत होते. इतके की त्यांनी ते धाडस करताना बेझोस हे देशाबाहेर सुरक्षित असतील अशीच वेळ निवडली.''

या प्रसंगी स्वत: बेझोस त्यांच्या पत्नी मॅकेन्झी यांच्या सोबत उपस्थित होते. ते बोललेही. त्यांच्या कंपनीतील वागणुकीवरून, त्यांच्या हाताखाली काम करणाऱ्या अधिकाऱ्यांना हा प्रश्न कायमच पडलेला असे की, ते अधिकारी कंपनीसाठी काय काय करतात, त्यांचे योगदान काय व किती आहे याची ध्येयप्रेरित, झपाटलेल्या बेझोस यांना कितपत माहिती असेल? पण त्या दिवशीच्या त्यांच्या भाषणात ते कवी यांच्या तीन वर्षांच्या कारकिर्दीबद्दल जे आणि जसे बोलले त्यावरून सर्वांनाच त्या प्रश्नाचे उत्तर मिळाले. त्यांनी कवी यांच्या कामातील बारकाव्यांचाही कौतुकाने उल्लेख केला. शेवटी ते म्हणाले, ''जॉय यांच्या बाबतीत असे म्हणता येईल की त्या ज्या दिसत होत्या त्याच्या पलीकडे त्या कितीतरी होत्या! अत्यंत विचारी आणि त्यातही दूरदृष्टीने विचार करणाऱ्या होत्या. अतिशय धीट, धाडसी होत्या.''

ते पुढे म्हणाले, ''मी आणि जॉय नेहमी भविष्यातील दिवसांबद्दल बोलायचो. ते दिवस ज्या दिवशी दोघेही नातवंडांबरोबर बसून त्यांना आपल्या ॲमेझॉनची कथा ऐकवीत असू!'' भरल्या गळ्याने ते म्हणाले, ''मला अजूनही ते दिवस यायला हवे आहेत!!''

सुखदु:खांनी भरलेल्या त्या कडू-गोड प्रसंगी ॲमेझॉनच्या वीस वर्षांच्या प्रदीर्घ प्रवासातील विविध अविस्मरणीय घटनांचे साक्षीदार असलेले अनेक अधिकारी, कर्मचारी त्या चर्चमध्ये उपस्थित होते. त्या वेळच्या एस टीमचे सदस्य जेफ विल्के, ॲन्डी जेसी, जेफ ब्लॅकबर्न, रस ग्रॅन्डिनेटी हे तर होतेच, शिवाय काही माजी अधिकारीही होते. १९९०च्या दशकात विक्रीक्षेत्राच्या पहिल्या लक्षणीय विस्ताराचे नेतृत्व करणारे डेव्हिड रिशर, कवी कंपनी सोडून गेल्यावर अल्प काळ सीएफओ पद ग्रहण केलेले वॉरेन जेन्सन, दहा वर्षांहून अधिक काळ ॲमेझॉनचे चीफ इन्फर्मेशन ऑफिसर असलेले प्रचंड शक्तिवान, माजी लष्करी रेंजर रिक डॅलझेल हेही तेथे होते.

चर्चमधील अंत्यसंस्कारांनंतर काही निवडक लोक स्टॅन्फोर्ड फॅकल्टी क्लबमध्ये एका खासगी कार्यक्रमासाठी जमले. तेथेही पुन्हा आठवणींना उजाळा मिळाला. तो समारंभ साडेसहाला संपणार होता; पण आठवणी संपेनात, भावना शमेनात. एरवी वेळेविषयी अतिशय जागरूक असणारे बेझोसही जुन्या सहकाऱ्यांबरोबर जुन्या आठवणींमध्ये अगदी रंगून गेले, अखेरपर्यंत थांबले. त्यांच्या भावनांचा तो अपवादात्मक उमाळा पाहून अनेक कर्मचारी अचंबित झाले.

एक अधिकारी असा होता की, त्याने बऱ्याच वर्षांपूर्वी ॲमेझॉन सोडली होती आणि त्याने बेझोस यांना अप्रिय असलेली गोष्ट केली होती, इंटरनेटवरच व्यापार करणाऱ्या स्पर्धक कंपनीत नोकरी धरली होती. त्याने अशी आठवण सांगितली की, त्या समारंभात बेझोस यांनी आपण होऊन त्याच्या जवळ जाऊन त्याला मिठी मारली!

त्या अधिकाऱ्याची पत्नी त्याच्या बरोबर होती. तिने नवऱ्याकडून ॲमेझॉनमधील ज्येष्ठ अधिकाऱ्यांच्या तणावपूर्ण मीटिंग्जविषयी बरेच ऐकले होते. तिला तर धक्काच बसला. डोळ्याने पाहूनही तिने अविश्वासाने पतीला विचारले, ''बेझोसनी तुला मिठी मारली?''

जॉय कवी यांना अपघात होऊन त्यांचा मृत्यू होण्याच्या बऱ्याच आधी, २०१३ सालच्या जानेवारी महिन्यात त्यांच्याकडून मला एक लांबलचक ई-मेल आली होती. त्या सुमारास मी या पुस्तकातील काही प्रकरणे लिहिली होती. माझे लिखाण कसे उतरते आहे याविषयी मी साशंक होतो. त्या त्याच वेळी स्टीव्ह जॉब्ज यांचे वॉल्टर आयझॅक्सन यांनी लिहिलेले चरित्र वाचत होत्या आणि साहजिकच कोणाची भीडभाड न ठेवणारे, स्पष्टवक्ते म्हणून प्रसिद्ध असलेले ॲपलचे संस्थापक आणि ॲमेझॉनचे संस्थापक यांच्या नेतृत्वशैलीचा तुलनात्मक विचार करीत होत्या.

त्यांच्या दुःखद मृत्यूनंतर त्यांची ती मेल मी बाहेर काढली, पुन्हा एकदा वाचली आणि पुन्हा एकदा त्यात प्रकट होणारा त्यांचा विचारीपणा आणि भाषाकौशल्य यांनी प्रभावीत झालो. ती मेल काही गोष्टींचा संदर्भ नीट लागावा म्हणून संपादित करून येथे उद्‌धृत करीत आहे :

हेलो ब्रॅड,

''तुमचे लिखाण कसे सुरू आहे? मी आताच स्टीव्ह जॉब्ज यांचे चरित्र वाचायला घेतले आणि मला तुमच्या पुस्तक लिखाणाची (आणि जेफ बेझोस यांचीही) आठवण झाली.''

त्या दोघांसारखे जगावेगळे करायला, त्यांच्याइतक्या उंचीवर पोहोचायला काय करावे लागत असेल हाच विचार माझ्या मनात येतो आहे. हे नक्कीच की त्यासाठी कमालीची इच्छाशक्ती पणाला लावण्याची, पूर्ण लक्ष केंद्रित करण्याची नितांत आवश्यकता असते; पण या दोघांकडे पाहिले की वाटते- त्याबरोबरच सर्वानुमत, एकमत, बहुमत, सभ्य, शांत असे वर्तन, सौम्य असा स्वभाव या व्यवस्थापनासाठी आवश्यक समजल्या जाणाऱ्या गोष्टींशी पूर्ण फारकत घेण्याचीही गरज असते. मला नेहमीच या गोष्टीची आठवण होते की जेफ किती वेगाने आणि किती परिणामकारक पद्धतीने कामे करायचे. इतरांना बरे वाटावे, सोईस्कर पडावे म्हणून त्यांनी कधी त्यांच्या त्या पद्धतीत काडीचाही बदल केला नाही, त्यांच्या मनातल्या कल्पनांविषयीही कधी तडजोड केली नाही.

मला कंपनीच्या सुरुवातीचे दिवस आठवतात. आपल्याला काय करायचे आहे, काय मिळवायचे आहे याबद्दल पूर्ण नि:संदिग्धता. अंतिम उद्दिष्ट, कुठपर्यंत पोहोचता येईल याची जाणीव, ज्यांची जोपासना करायची ती मूल्ये, पाळायची तत्त्वे – सगळे कसे स्पष्ट, स्वच्छ. म्हणूनच आजच्या ॲमेझॉनकडे मी पाहते ना तेव्हा मला मधल्या काळात आमच्यामध्ये झालेली संभाषणे, चर्चा आठवतात. त्या वेळची त्यांनी बाळगलेली उद्दिष्टे आणि आजची ॲमेझॉन यांच्यामध्ये अगदी सरळ रेघ ओढता येईल. वाटेत पावले डगमगली, वळणे चुकली; पण ब्रॅंड, मी तरी अशी संस्थापकाच्या सुरुवातीच्या कल्पनांशी शंभर टक्के प्रामाणिक राहून एवढा अमर्याद पसारा मांडलेली कंपनी बघितलेली नाही. असे वाटते, त्यांनी एका लक्ष्यावर नेम धरून धनुष्यातून बाण सोडला आणि त्या बाणाच्याच वाटेने ते त्या लक्ष्यापर्यंत पोहोचले.

मला सांगा, विचार करायला लागले तर ॲमेझॉनच्या वयाची, तेवढ्या वयात एवढा प्रचंड विस्तार झालेली; वेगाने, धिटाईने, नावीन्यासाठी धडपडत, त्यासाठी धोका पत्करत आणि दूरवरच्या भविष्याकडे लक्ष ठेवून प्रगतीची वाटचाल करणारी दुसरी कुठली कंपनी डोळ्यांसमोर येते का? उद्दिष्ट स्पष्ट, त्यावर एकाग्र चित्त, महत्त्व कशाला– तेही ठरलेले हे सगळे जेफ यांचे गुण खरोखरच असाधारण असेच आहेत आणि त्यांच्याच बळावर आहे, त्यात समाधान न मानता कंपनी अधिकाधिक पुढे जाते आहे. आणखी एक– हे नेत्याचे गुण त्यांच्या कंपनीतील निष्ठावान सेनेमध्येही उतरले आहेत.

आगामी काळाची पावले ओळखून त्यांनीच सहेतुकपणे कंपनीच्या बांधणीतच, ती पुढे नेणाऱ्या अनुयायांच्या रक्तातच ते सर्व गुण, नव्हे 'गुणसूत्रे' रुजवली आहेत आणि त्यामुळे संपूर्ण कंपनी त्यांचेच लक्ष्य समोर ठेवून वाटचाल करते आहे. त्यांनी नेहमीच उज्ज्वल भविष्य नजरेसमोर ठेवले आणि भविष्याची गरज ओळखून त्याला आवश्यक ते बदल स्वत:मध्ये करायला तयार असणारे सहकारी जमवले.

त्यांच्यात घडण, उभारणी, विकास करण्यासाठी आवश्यक असलेले विचार रुजवले, गुण जोपासले. ग्राहकांना अग्रक्रम देणे, त्यांचा विश्वास, भरवसा, त्यांचा आनंद, त्यांचे समाधान या गोष्टींना सर्वांत जास्त महत्त्व देणे हे ज्यांना पटले होते; जे दूरदृष्टीने विचार करू शकत होते, लांबवरचे पाहू शकत होते, जे धीट आणि धाडसी आहेत, कल्पक, सर्जनशील आहेत असेच लोक त्यांनी कंपनीत आणले.

जेफ आणि त्यांची टीम रोजच त्यांचे उद्दिष्टच जगले आणि त्यांच्या बोलण्या-वागण्यातून, विचार-कृतीतून त्यांनी त्याचाच आदर्श उभा केला. स्वत:चा विचार, संपत्ती, मालमत्ता हे विषय कधीच चर्चिले गेले नाहीत, नव्हे विचारातच घेतले नाहीत. मी आजकाल अशा कंपन्या पाहत असते, जिथे संचालक मंडळ आणि शीर्ष व्यवस्थापन यांच्या डोक्यात बाहेर पडण्याचा विचार प्रामुख्याने असतो. हे तर स्पष्ट आहे की, या निर्णयाचा परिणाम अत्यंत कनिष्ठ कर्मचाऱ्यावरही होतो. आपण खरंच उत्तम गोष्टी निर्माण करतो की त्या तशा दिसाव्यात यासाठी प्रयत्न करतो?

मी ॲमेझॉनमध्ये काम करीत असतानाही कंपनीचे उद्दिष्ट आणि कंपनीची मूल्ये, तत्त्वे या गोष्टी अगदी स्पष्ट, लख्ख असायच्या आणि मी त्या काळातील आमच्या चर्चा, त्यातून घेतले जाणारे निर्णय या गोष्टींचा विचार करते तेव्हा मला असे जाणवते की, तसे नसते तर आम्हीही लहानसहान निर्णयही किती निराळे घेतले असते! आज कंपनीत दहा हजार लोक काम करीत आहेत, पण तरीही माझी खात्री आहे, आजही परिस्थिती तशीच आहे, त्या दहा हजार लोकांनाही कंपनीचे उद्दिष्ट आणि कंपनीची मूल्ये, तत्त्वे या गोष्टी तितक्याच स्पष्ट, लख्ख आहेत आणि ते सर्व जण सर्व निर्णय त्याच निकषांवर घेत आहेत. मी तर या गोष्टीवर मोठी पैजही लावायला तयार आहे. मला आठवते, याची सुरुवात नवीन माणसे कामावर घेण्याच्या प्रक्रियेपासूनच व्हायची. ज्यांना पद, किताब, अधिकार, प्रतिष्ठा, त्या सर्वांचे जगात, समाजात प्रदर्शन करणाऱ्या गोष्टी, सुरक्षितता किंवा पैसे, मोबदला या गोष्टींमध्ये

जास्त रस असायचा; त्यांकडे जास्त लक्ष असायचे- ते लोक 'प्राथमिक तपासणी'त बरोबर बाजूला पडायचे.

जेफ यांच्या बरोबर काम करणे किती कठीण आहे- या विषयांवर आम्हां अधिकाऱ्यांमध्ये नेहमी चर्चा व्हायची. पण माझ्यासारखे जे असतात- ज्यांना अशी उद्दिष्टे बाळगणे, ती आत्मसात करणे, त्यावर लक्ष केंद्रित करून त्यांच्या पूर्ततेसाठी काम करणे, त्यासाठी आपली वाट बदलणे मान्य असते, आवडते आणि जे ॲमेझॉनच्या बांधणीत तन-मन ओतून, पूर्ण आत्मीयतेने काम करू इच्छितात- त्यांना जेफ यांच्या बरोबर काम करायला निश्चितच आवडते. इतका दीर्घ काळ जेफ यांनीही तशा सर्वस्व पणाला लावून काम करणाऱ्या निष्ठावंतांची जबरदस्त टीम सतत जवळ बाळगली आहे. आम्ही जे काही करीत होतो ते पूर्ण विश्वासाने, निष्ठेने करत होतो आणि ज्या शक्यता समोर दिसत होत्या त्या पूर्ण करायला, तशी आशा, अपेक्षा करायलासुद्धा, आमचे सर्वोत्तम, जिवापाड प्रयत्न आवश्यक आहेत हे आम्हांला पूर्णपणे पटलेले होते. आणि आमच्या समोर जेफ होते; ज्यांना त्यांचा वैयक्तिक स्वार्थ ही गोष्ट माहीतच नव्हती. राजकारण येत नव्हते, समोर फक्त आणि फक्त ॲमेझॉन आणि तिला जगवणारे तिचे ग्राहक दिसत होते, त्यांच्या कल्याणाचाच काय तो विचार होता आणि कृतीही होती.

स्टीव्ह जॉब्जचे चरित्र वाचताना याच विचाराला बळकटी मिळते आहे की, ज्यांना असे कार्य करायचे आहे ज्यासाठी कमालीचा धीटपणा, धाडसीपणा, तडफ, त्वरित आणि कठोर निर्णय घेण्याची क्षमता आणि गरज या गोष्टी आवश्यक, नव्हे अनिवार्य असतात- त्यांच्या स्वभावात, वर्तनात - कधी जरा जास्तच उग्रता धारण करणारी - एक प्रकारची तीव्रता, प्रखरता येणेही साहजिकच असते. जे उद्योगक्षेत्रातली मळलेली वाट चालले आहेत, ठरीव साच्याच्या योजनांवरच प्रामुख्याने ज्यांनी काम केले आहे त्या सर्वांना हे स्वभावविशेष, हे टोकाचे वर्तन विचित्र, अतार्किक वाटते. इतरांचे सोडा, मला माझ्या

स्वत:बद्दलही प्रश्न पडू लागले आहेत. मीही कधी माझ्या मर्यादा पूर्ण ओळखल्या नाहीत, तसा प्रयत्न केला नाही. याचे कारण हेही असू शकेल की, ॲमेझॉनमधील फार मोठी उद्दिष्टे समोर असलेला, तीव्र असा कार्यकाळ सोडला तर मी कधीच माझ्या मतांनुसार, विचारांनुसार, इतरांचा विचार न करता मोकळेपणाने जगले नाही.

अतिशय प्रभावी, समर्थ, धमक आणि धडाडी असलेले असे जे हाताच्या बोटांवर मोजता येणारे संस्थापक-उद्योजक आहेत त्यांच्यापैकी जेफ हे एक आहेत. आणि हो, आजची ॲमेझॉन हीही फारच प्राथमिक अवस्थेत आहे, अजून बरेच काही बाकी आहे!

खूप साऱ्या सदिच्छा,

जॉय.

या पुस्तकाच्या प्रकाशनाच्या आसपासच्या काळात, २०१३ सालच्या ऑक्टोबर महिन्यात ॲमेझॉन आणि जेफ बेझोस सतत प्रसिद्धीच्या वलयात होते. सप्टेंबर महिन्यात कंपनीने नवे किंडल बुक रीडर आणि किंडल फायर टॅब्लेटचे अनेक प्रकार बाजारात आणले. काही आठवड्यांनंतर कंपनीने अशी घोषणा केली की, युनायटेड पोस्टल सर्व्हिसेच्या सहकार्याने ते रविवारच्या सुटीच्या दिवशीसुद्धा वस्तू ग्राहकांना पोहोचवतील. सुटीच्या दिवशी वस्तू घरी येणे हे ग्राहकांच्या दृष्टीने फारच सोईस्कर होते आणि म्हणूनच ती घोषणा कमालीची परिणामकारक ठरली. रविवारी वितरण म्हणजे एका अर्थी बेझोस एक छोटे पोस्ट ऑफिसच उघडत होते आणि ते ॲमेझॉनच्या वितरणकार्यातील दोन मोठे भागीदार यूपीएस आणि फेडेक्स यांच्यावर एक प्रकारचा दबाव आणणारेच ठरणार होते.

त्या घोषणा विरत असतानाच कंपनीने तिच्या किराणामाल व गृहोपयोगी वस्तू विक्रीच्या 'फ्रेश' या शाखेचे पंख लॉस एंजेलिस आणि सॅन फ्रॅन्सिस्को येथेही पसरले. म्हणजे ॲमेझॉन लवकरच संपूर्ण अमेरिकेत ती सेवा सुरू करून सेफवे आणि वॉलमार्ट या दोन बलशाली स्पर्धकांशी टक्कर देणार हे उघड होते. नोव्हेंबर महिन्यात कंपनीने 'ॲमेझॉन सोअर्स' नावाची योजना सुरू केली. याच्या अंतर्गत स्वतंत्र विक्रेते किंडल ई-रीडर्स

आणि टॅब्लेट्स विकू शकणार होते आणि त्यामुळे जी ई-बुक्सची विक्री होईल त्यावर त्यांना १० टक्के कमिशन मिळणार होते. ॲमेझॉनने ज्या पुस्तक विक्रेत्यांच्या विक्रीवर गदा आणली होती ते विक्रेते या नव्या योजनेकडेही संशयित नजरेनेच पाहत होते. वॉशिंग्टन डीसी येथील 'पॉलिटिक्स ॲन्ड प्रोज बुक स्टोअर'चे मालक ब्रॅडले ग्रॅहॅम यांनी 'पब्लिशर्स वीकली'ला दिलेल्या मुलाखतीत त्या योजनेची तुलना जर्मन विद्वान फॉस्ट याने 'सैतानाला अमर्याद ज्ञान आणि अमर्याद भौतिक सुखे मागितली होती आणि त्याच्या बदल्यात स्वत:चा आत्मा देऊन सैतानाची गुलामी स्वीकारली होती,' या प्राचीन कथेतील 'फाउस्टियन बारगेन' या नावाने शतकानुशतके प्रसिद्ध असलेल्या 'सौद्या'शी केली होती.

त्या नव्या वर्षाची सुरुवातही बेझोस यांच्याविषयीच्या एका सनसनाटी बातमीने झाली. ती बातमी कोणत्याही प्रकारे ॲमेझॉनशी संबंधित नव्हती. ४ जानेवारी रोजी गॅलापगोज आयलंडजवळील समुद्रात चाललेल्या एका खासगी विहारनौकेतून इक्वेडोरियन नेव्हीच्या हेलिकॉप्टरने जेफ बेझोस यांना उचलून त्यांच्याच खासगी जेट विमानात बसवले आणि ते विमान अमेरिकेला आणले गेले. या सर्व धाडसी घटनांच्या मुळाशी वैद्यकीय आणीबाणी होती – किडनी स्टोन्स. ही घटना सर्वतोमुखी झाल्यानंतर बेझोस यांनी एका ई-मेलद्वारे वार्ताहरांना एक निवेदन दिले. त्यात त्यांनी म्हटले होते : ''गॅलापगॉज-फाइव्ह स्टार्स, किडनी स्टोन्स-झिरो स्टार्स!''

याच काळात ॲमेझॉनच्या इतिहासावर कळस चढवणारी घटना घडली: सीबीएस या टीव्ही चॅनेलवरील '६० मिनिट्स' या गाजलेल्या, लोकप्रिय कार्यक्रमात बेझोस यांची पंधरा मिनिटांची मुलाखत प्रसारित झाली. ती मुलाखत अनेक दृष्टींनी वैशिष्ट्यपूर्ण होती. त्यात आशावाद, आदर्शवाद, काही प्रमाणात अवास्तवताही होती. सुट्यांच्या मोसमातील जोरदार ऑनलाइन खरेदी ज्या दिवशी सुरू होते तो सोमवार 'सायबर मंडे' या नावाने प्रसिद्ध आहे. त्याच्या एकच दिवस आधी, १ डिसेंबर या दिवशी, बेझोस यांची ती मुलाखत प्रसारित झाली. त्यात 'जेफिझम'ची – कंपनीमध्ये वा इतरत्र बोलताना त्यांच्याकडून वारंवार वापरल्या जाणाऱ्या त्यांच्या खास अशा सकारात्मकता फुलवणाऱ्या कल्पना, सुभाषितांसारखी वाक्ये यांची– खैरात होती. मुलाखतकार चार्ली रोझ यांनी जेव्हा त्यांना 'आजच्या ॲमेझॉन'ची व्याख्या करायला सांगितले तेव्हा ते म्हणाले, ''ॲमेझॉन

म्हणजे भव्य, उत्तुंग कल्पना, नव्या नव्या योजना, ज्या फक्त आणि फक्त ग्राहकांच्या आनंद व समाधानासाठी राबवल्या जातात. ॲमेझॉनचा केंद्रबिंदू आहे ग्राहक.''

पुढच्या प्रश्नात त्यांना असे विचारण्यात आले की, पुस्तकउद्योगाच्या जगतात ॲमेझॉनविषयी तीव्र अशा द्वेषाची भावना का आहे? तेव्हा ते अगदी सहजपणे म्हणाले, ''चार्ली, इंटरनेटने सगळेच उद्योग विस्कळीत, नव्हे मोडकळीसच आणले आहेत आणि त्यामुळे त्याबद्दल तक्रार करणे स्वाभाविकच आहे. एवढेच की तक्रार करणे हे योग्य धोरण नव्हे.''

''या मुलाखतीच्या शेवटी प्रेक्षकांसाठी एक अकल्पित असे फार मोठे आश्चर्य सादर केले जाईल,'' असे बेझोस यांनी आधीच जाहीर केले होते. त्याप्रमाणे बेझोस मुलाखतकार रोझ यांना घेऊन एका काळोख असलेल्या खोलीत शिरले- आणि मग उजळलेल्या प्रकाशात प्रेक्षकांना दिसले ते दोन एरियल ड्रोन्स. त्यांना आठ रोटर्स होते, त्यांना 'ऑक्टोकॉप्टर्स' असे नाव होते. पहिले आश्चर्य ओसरतानाच बेझोस यांनी सांगितले की हे ड्रोन्स पाच पौंडांपेक्षा कमी वजनाची पॅकेजेस ॲमेझॉनच्या पूर्तीकेंद्रांमधून उचलून पंधरा मिनिटांच्या आत ग्राहकांच्या दारात पोहोचवण्याचे काम करणार आहेत. ते असेही म्हणाले की, तुम्हांला हे 'सायन्स फिक्शन' वाटेल, पण ते तसे नाही, हे प्रत्यक्षात येणारच!''

हे ड्रोन्स आकाशभ्रमण करून कसे पॅकेजेस पोहोचवतात हे दाखवणारा एक व्हिडिओ यू-ट्यूबवर प्रकाशित झाला आणि तो जवळजवळ दीड कोटी लोकांनी पाहिला. तरीही हेवा वाटणाऱ्या, द्वेषी वृत्तीच्या लोकांनी 'सिक्स्टी मिनिट्स' या कार्यक्रमावर ॲमेझॉनचा एवढा 'उंची' प्रचार, आणि तोही ऐन ऑनलाइन खरेदीचा वार्षिक सुट्यांचा मोसम सुरू होण्याच्या आदल्या दिवशीचा मुहूर्त गाठून, केल्याबद्दल टीकेची झोड उठवलीच. अशा प्रकारे ड्रोनचा वापर करून वस्तू पोहोचवायची क्षमता प्रत्यक्षात आणायला तंत्रज्ञानालासुद्धा अजून बरीच वर्षे लागतील, आणि त्याला कायदाही परवानगी देणार नाही असेही मुद्दे निघाले. लोक तर अशीही चर्चा करीत होते की पिस्तूल-बंदुकीतून गोळी सोडल्यासारखे ड्रोन्स हवेत 'मारले' जातील आणि मग ते वाटेत कोणाच्या तरी डोक्यावर आदळतील, त्याला जखमी करतील किंवा सोसाट्याच्या वाऱ्याने अथवा जोराच्या पावसाने ते भरकटतील, पडतील. जॉर्जिया इन्स्टिट्यूट ऑफ टेक्नॉलॉजी येथील

मोबाइल रोबोट लॅबोरेटरीचे डायरेक्टर रोनाल्ड अर्किन म्हणाले, "दिवस चांगला असेल तर ते ड्रोन्स चांगले चालतील असे मला वाटते. अॅमेझॉनला त्यांच्या भविष्यातील अशा धाडसी प्रयत्नांसाठीही अनुकूल हवामान लाभू दे अशी मी सदिच्छा व्यक्त करतो."

या अशा उलटसुलट मतांच्या वावटळीत अॅमेझॉनमधील जुने-नवे कर्मचारी, अधिकारी खात्रीपूर्वक सांगतात की, ही ड्रोनच्या साहाय्याने वस्तू ग्राहकांपर्यंत लवकरात लवकर पोहोचवण्याचा दिवसेंदिवस वाढत जाणाऱ्या विक्रीमुळे अवघड होत जाणारा प्रश्न सोडवण्याची कल्पना अगदी खरी होती. ग्राहकांनी मागवलेल्या वस्तू एका बॉक्समध्ये एकत्र करून त्याच्याकडे पाठवण्याची युक्ती काम करीत नव्हती, कारण 'अॅमेझॉन प्राइम' या ग्राहकांनी मागवलेल्या वस्तू दोन दिवसांच्या आत, कोणताही मोबदला न घेता पोहोचवण्याच्या योजनेचे सदस्य एका वेळी बऱ्याच वस्तूंची योजनाबद्ध खरेदी करण्याच्या भानगडीत न पडता वाटले की, मनात आले की, एकेक वस्तूही खरेदी करू लागल्याने कंपनीच्या वितरणव्यवस्थेवर प्रचंड ताण पडत होता.

आपल्या धाडसी, काहीशा धोकादायक कल्पना प्रत्यक्षात उतरवायला तंत्रज्ञानाला वेठीला धरणे हे बेझोस यांचे वैशिष्ट्यच होते, ती त्यांची ताकद होती. त्याचा पुरेपूर उपयोग त्यांनी विक्रीच्या बाबतीत केला तसाच पुढे किंडलच्या माध्यमातून पुस्तक प्रकाशनक्षेत्रात उतरल्यावरही केला. शहरावरील आकाशात पॅकेजेस घेऊन इष्ट स्थळी निघालेल्या काळ्या ड्रोन्सची फौज अॅमेझॉनच्या वाढत्या वितरणखर्चाला आळा घालू शकली असती आणि 'अॅमेझॉन प्राइम'च्या सदस्यांची खरेदीची अवेळीची लहान-मोठी भूकही भागवू शकणार होती. आधीच वाहनांनी भरलेल्या शहरातील रस्त्यांवरच्या धोकादायक ट्रक्सची महागडी वाहतूकही ड्रोन्सच्या आकाशभ्रमणाने कमी होऊ शकणार होती.

अशी महत्त्वाकांक्षी स्वप्ने पाहणे हे अॅमेझॉनच्या - बेझोस लिखित - नेतृत्वाच्या चौदा कलमी तत्त्वांमध्ये समाविष्ट केलेलेच होते :

मोठा विचार करा :

संकुचित, मर्यादित विचार करणे म्हणजे जे घडू शकेल असे आपल्या अल्प मतीला वाटते, जेथपर्यंत आपल्या कल्पनेची उंची पोहोचते त्याचीच अपेक्षा करणे, तेच घडेल असे

> सीमित भाकीत करणे. नेते धाडसीपणाने दिशा दाखवतात, परिणामकारक पद्धतीने वाट दाखवतात आणि त्या दिशेने वाटचाल करून उद्दिष्टपूर्तीची स्फूर्ती देतात. त्यांचे विचार, त्यांची विचारपद्धती निराळी असते. ग्राहकाला उत्तम सेवा कशी पुरवता येईल, त्याला आनंद व समाधान कसे देता येईल याच्या सर्व जवळच्या-लांबच्या वाटा, आडवाटासुद्धा ते धुंडाळतात.

ती मुलाखत, तो व्हिडिओ यामुळे ऐन सुट्यांच्या मोसमातील खरेदीच्या मुहूर्तावरच ॲमेझॉनचे नाव लोकांसमोर आले, त्यांच्या मनातील ॲमेझॉनची प्रतिमा झळाळून उठली. जनसंपर्क वाढवण्याचे ते एक फार प्रभावी साधन ठरले.

ॲमेझॉनने किंडल फायर टॅब्लेट्समध्ये एक नवी सुविधा उपलब्ध करून दिली होती. टॅब्लेट वापरणाऱ्याला ॲमेझॉनच्या 'कस्टमर सर्व्हिस टीम'चा सदस्य स्क्रीनवर दिसू शकत असे आणि त्या सदस्याशी त्याला व्हिडिओ चॅट करता येत असे. ॲमेझॉनच्या तंत्रज्ञांनाही वेब कॅमवरून बोलताना ग्राहकांच्या टॅब्लेटशी संपर्क साधता येत असे, दूरवरूनच त्याला काही गोष्टी समजावून सांगता येत असत; अडचण असली तर ती सोडवता येत असे, त्यासाठी गरज पडली तर चित्र, आकृत्याही काढता येत असत. ही नावीन्यपूर्ण, असाधारण अशी सोय हा ग्राहकांच्या सेवेतील एक फार मोठा, महत्त्वाचा आणि परिणामकारक टप्पा ठरला. त्या योजनेचे फार जोरदार स्वागत झाले, तिचे 'मे डे' असे नामाभिधानही केले गेले. ॲमेझॉनने ही तिची योजना टेलिव्हिजनवरील एका लक्षवेधी जाहिरातीने सर्व दिशांना पोहोचवली. त्या जाहिरातीत ॲमेझॉनच्या कस्टमर सर्व्हिस टीमचे प्रतिनिधित्व एका सुंदर, आकर्षक तरुणीने केले होते. आपल्या स्मितहास्याने प्रेक्षकांची मने काबीज करणाऱ्या त्या सुंदरीचे नाव 'ॲमी' असे ठेवण्यात आले होते. नंतरही तोच हसरा चेहरा किंडल फायर टॅब्लेट्स वापरणाऱ्यांशीही बोलू लागला!

ही 'मे डे'ची रम्य कथा ॲमेझॉनच्या वॉशिंग्टन राज्यातील केनोविक या शहरातील ॲमेझॉनच्या कस्टमर कॉल सेंटरमधील कनिष्ठ कर्मचाऱ्यांसाठी मात्र तेवढी सुखावह ठरली नाही.

याकिमा, स्नेक आणि कोलंबिया या नद्यांच्या 'त्रिवेणी संगमा'वर वसलेल्या शेतीप्रधान भागातील, 'ट्राय सिटीज' म्हणून ओळखल्या जाणाऱ्या

तीन शहरांपैकी सर्वांत दाट लोकसंख्येचे शहर म्हणजे केनोविक. ॲमेझॉनने २००५ साली वॉलमार्टची एक इमारत विकत घेऊन, तिचे नूतनीकरण करून त्यात छोटी छोटी शेकडो क्युबिकल्स आणि ऑफिसेस तयार करून तेथे हे कॉल सेंटर सुरू केले. या सेंटरमध्ये कायमस्वरूपी पाचशे लोक काम करतात आणि सुट्यांच्या दिवसांपुरती, जेव्हा ग्राहकांच्या फोन्सची संख्या वाढते तेव्हा, कर्मचाऱ्यांची संख्या ही वाढून हजारावर जाते.

या कर्मचाऱ्यांना ते कामाला लागतात त्या वेळी तासाला ११ डॉलर्स इतका पगार मिळतो. त्या पगारातील काही भाग शेअर्सच्या स्वरूपात चार वर्षांच्या कालावधीत दिला जातो. हे कर्मचारी सतत ग्राहकांचे फोन घेत असतात. ॲमेझॉनच्या कोट्यवधी ग्राहकांपैकी तीन टक्के ग्राहक या कॉल सेंटरला फोन करतात. काही चौकशी करतात, काही तक्रार करतात, काही अडचणी सांगतात, त्या सोडवून घेतात. काही जण अकारणच जरा स्नेहपूर्ण, आपलेपणाचा स्वर ऐकण्यासाठीसुद्धा फोन करतात.

कंपनीच्या पूर्तीकेंद्रातील कष्टाची कामे करणाऱ्यांप्रमाणेच हे कॉल सेंटरचे कर्मचारीही कंपनीतील 'आकडेवारी' या, ज्याला कंपनीत 'मेट्रिक्स' हे नाव दिलेले आहे त्या, हुकूमशहाचा जुलूम सहन करतात. प्रत्येक कर्मचारी तासाला किती कॉल्स घेतो, कॉल्स सरासरी किती वेळ चालतात याची सतत मोजणी, त्याची नोंद आणि त्यावर आधारित त्यांच्या 'कार्यक्षमते'चे मूल्यमापन अशी पद्धत बराच काळ सुरू होती. मध्येच त्यात आणखी एक सर्वांत महत्त्वपूर्ण घटक वाढवला गेला, 'ग्राहकाचे समाधान'. त्यासाठी प्रत्येक कॉलनंतर कॉल करणाऱ्या ग्राहकाला कंपनीकडून एक ई-मेल पाठवली जाऊ लागली आणि त्यात ग्राहकाला खालील प्रश्न विचारला जाऊ लागला आणि त्याचे उत्तर मागवण्यात येऊ लागले. ते उत्तर हा कर्मचाऱ्यांच्या 'कार्यक्षमते'च्या मूल्यमापनातील महत्त्वाचा घटक झाला.

''मी आपला प्रश्न समाधानकारकरीत्या सोडवला का?''

'होय.'

'नाही.'

ग्राहकांकडून येणाऱ्या 'होय' वा 'नाही' या उत्तरांच्या प्रमाणाची काही लक्ष्ये ठरवली गेली आणि त्यांच्या पूर्ततेच्या टक्केवारीवरून कॉल सेंटरमधील कर्मचाऱ्यांची कार्यक्षमता मोजली जाऊ लागली. (परंतु कर्मचाऱ्यांना ग्राहकांना ई-मेलमधील प्रश्नाला उत्तर देण्याची अथवा 'होय' असे उत्तर

देण्याची विनंती करण्याची परवानगी नव्हती, मनाईच होती. तसे करणे हा अक्षम्य गुन्हा धरला जात असे, असे केनोविकमधील कॉल सेंटरच्या कर्मचाऱ्यांनी सांगितले.) जो कर्मचारी तळाच्या पंधरा टक्के कर्मचाऱ्यांमध्ये गणला जाई त्याला 'पीआयपी' या योजनेत – 'परफॉर्मन्स इम्प्रुव्हमेंट प्लॅन'मध्ये – कार्यक्षमता वाढवण्याच्या सुधारणा योजनेत – सहभागी केले जात असे. त्यानंतरही त्याच्या कॉलबद्दलच्या 'होय' अशा उत्तराचे प्रमाण वाढले नाही तर मात्र त्याला नोकरी गमवावी लागे.

'एक अयोग्य, अन्याय्य पद्धत' असे अनेक कर्मचाऱ्यांनी या मूल्यमापन पद्धतीचे वर्णन केले. त्यांचे म्हणणे असे की ज्या तांत्रिक अडचणी, चुका त्यांच्यामुळे घडत नाहीत किंवा ज्या दुरुस्त करणे हेही त्यांच्या हातात नसते, अशा चुकांसाठी त्यांना शिक्षा दिली जाते. आणखी एक– काही ग्राहकांना हे माहीत असते की त्यांनी 'नाही' असे उत्तर देणे हा ॲमेझॉनचे लक्ष वेधून घेऊन सेवा अधिक चांगली मिळवण्याचा मार्ग आहे म्हणून ते प्रश्न सुटला असला तरीही 'नाही' असे उत्तर देतात आणि निरपराध कर्मचाऱ्यांना मात्र विनाकारण शिक्षा भोगायला लागते. या कॉल सेंटरमध्ये आठ वर्षे काम करणाऱ्या त्रिशा पॉवर्स म्हणतात, ''तेथे काम करणे अतिशय तणावपूर्ण असते. त्यांची कार्यक्षमतेची मानके फार म्हणजे फारच उच्च आहेत.''

ॲमेझॉनच्या त्याच सेंटरमध्ये साडेचार वर्षे काम करून ॲमेझॉनमधील नोकरी सोडून दुसरीकडे गेलेले ट्रॉय ईटन म्हणतात, ''मी व्होरायझन आणि नंतर क्वेस्ट या कंपन्यांच्या कॉल सेंटर्समध्ये कामे केली आहेत. ॲमेझॉनमध्ये असताना मला अनेक वेळा घरी पाठवले जायचे आणि मग तपासणीत मी निर्दोष असल्याचे सिद्ध झाल्यावर परत बोलावले जायचे. ॲमेझॉन ही 'ॲमेझिंग' कंपनी आहे, पण कंपनीच्या कॉल सेंटरमध्ये काम करणे म्हणजे एक अग्निदिव्य आहे!''

ॲमेझॉनमधील काही कर्मचारी असा दावा करतात की, कंपनी कामाच्या मूल्यमापनाच्या 'फूटपट्टी'चा वापर विशेषत: चार वर्षे पूर्ण झालेल्या कर्मचाऱ्यांच्या बाबतीत जास्त कडकपणे करते; कारण ती सुरुवातीला ठरलेल्या पगारात वाढ होण्याची आणि नव्याने शेअर्स देण्याची वेळ असते. डेनीस मायनर नावाच्या एक स्त्री कर्मचारी केनोविक कॉल सेंटरमध्ये काम करीत होत्या. चार वर्षे काम केल्यानंतर ग्राहकांच्या ई-मेलमध्ये त्यांच्या सेवेविषयीच्या प्रश्नाला फार वेळा 'नाही' हे उत्तर आल्याने त्यांना पीआयपी

योजनेत सहभागी करून घेतले गेले, त्यानंतर काही काळानंतर ग्राहकाला परवानगीशिवाय ई-मेल पाठवल्याच्या किरकोळ चुकीबद्दल त्यांना सरळ कामावरून काढून टाकण्यात आले. त्या म्हणाल्या, ''त्या मधल्या काळात माझ्या उत्तम कामाबद्दल ग्राहकांनी प्रशंसोद्गार काढलेले मी माझ्या कानांनी ऐकलेले होते.''

मायनर यांचे या बाबतीत असे निरीक्षण आणि त्यातून बनलेले मत आहे की, ॲमेझॉन हे चांगलेच जाणून आहे की त्यांच्या कंपनीत काम मिळवायला शेकडो अर्जदार रांग लावून आहेत आणि म्हणूनच कंपनी ज्येष्ठ कर्मचाऱ्यांना किंवा काही कारणाने त्रासलेल्या कर्मचाऱ्यांना बढत्या किंवा पगारवाढ देण्याऐवजी त्यांना बाहेरचा रस्ता दाखवणे पसंत करते. ''हे अगदी गंमतशीर आहे की, मी किंवा माझ्यासारखे चार वर्षे नोकरी झालेले लोक हे कंपनीचे 'फायरिंग'चे लक्ष्य असतात!''

कंपनीच्या 'मे डे' या योजनेबाबतची वार्ता जगभरात प्रसृत होण्याच्या काही दिवसच आधी ती केनोविकच्या कॉल सेंटरच्या कर्मचाऱ्यांना समजली. ती योजना कंपनीत मात्र 'सिक्रेट स्क्विरल' – 'गुप्त खार' या नावाने प्रसारित केली गेली होती. त्यासाठी कॉल सेंटरमधील कर्मचाऱ्यांना स्वयंसेवक म्हणून नाव नोंदवण्याची सूचनाही केली गेली होती. परंतु काम काय, स्वयंसेवकांकडून अपेक्षा काय- हे काहीच स्पष्ट केले नव्हते. फक्त 'नाव नोंदवलेत तर एक इतिहास घडवाल,' असे आमिष मात्र दाखवण्यात आले होते. त्या वेळी त्याच्याशी संबंधित असलेल्या सहा अधिकाऱ्यांनी अशी माहिती दिली की, स्वयंसेवक म्हणून कोणीही नाव दिले नाही. काही धाडसी कर्मचाऱ्यांनी 'काय भानगड आहे' याचा शोध घेण्याचा प्रयत्न केला आणि जेव्हा ती भानगड काय ते कळले तेव्हा त्यांनी माघार घेतली.

नव्या टॅब्लेट्सची घोषणा सप्टेंबर महिन्यात झाली आणि नोव्हेंबर महिन्यापासून त्यांची प्रत्यक्ष विक्री सुरू झाली. प्रसारित झालेल्या 'मे डे' योजनेला कितपत प्रतिसाद मिळेल याविषयी उत्पादनक्षमता ठरवणाऱ्या अधिकाऱ्यांना काहीच कल्पना करता येत नव्हती. तरीही त्याबद्दलची जाहीर घोषणा झाल्यानंतर सिॲटलच्या मुख्य ऑफिसमधून असा फतवा काढण्यात आला की केनोविक आणि केंचुकीतील विंचेस्टर येथील नव्या कॉल सेंटर्समधील सर्व कर्मचाऱ्यांनी 'मे डे' या योजनेचे प्रशिक्षण घ्यायचे आहे. त्या दोन्ही कॉल सेंटर्समधील कर्मचाऱ्यांच्या टेबलावर एक जास्तीचा

कॉम्प्युटर मॉनिटर आणि एक वेब कॅम ठेवण्यात आला. कॉल सेंटर्सच्या भिंतींवर टेलिव्हिजनवरील जाहिरातीतील 'ॲमी'चा गोड हसरा चेहरा दाखवणारी पोस्टर्स लावण्यात आली. प्रत्येक पोस्टरच्या खाली लिहिले होते, 'येथे तुम्ही असू शकाल!'

कॉल सेंटरमधील अधिकाऱ्यांच्या मते या सर्व प्रकाराबद्दल केनोविकमधील कर्मचारी उदासीन तर होतेच; शिवाय कॉल सेंटरमध्ये जो 'व्हॉइस ऑफ द असोसिएट्स' असा कर्मचाऱ्यांना त्यांचे म्हणणे जाहीरपणे मांडण्याची संधी देणारा एक फलक लावलेला– असे त्यावर कर्मचाऱ्यांनी त्यांचे आक्षेपसुद्धा नोंदवले होते. त्यांनी व्यवस्थापनासमोर त्यांचे काही मुद्दे मांडून चर्चा करण्यासाठी आपापसांत काही कर्मचाऱ्यांचा एक गटही तयार केला होता. तक्रारींचा काही उपयोग झाला नाही. या तक्रार करणाऱ्यांमध्ये असलेले ग्राहकसेवा प्रतिनिधी म्हणून कॉल सेंटरमध्ये तीन वर्षे काम करणारे निक मेकफॅडन म्हणाले, ''कॉल सेंटरमधील कोणालाच ग्राहकांना त्यांचा चेहरा दाखवायचा नव्हता, कारण एक तर त्यांना भीती वाटत होती, दुसरे म्हणजे त्यांची जीवनशैलीच निराळी होती. बऱ्याच जणांनी टॅटू काढून घेतले होते, कान टोचून घेतले होते, केसही निराळ्याच पद्धतींनी वाढवले होते. थोडक्यात त्यांना फोनवरचा आवाज म्हणूनच ग्राहकांशी संपर्क ठेवणे पसंत होते, सोपे वाटत होते.''

त्याच कॉल सेंटरमध्ये पन्नास वर्षांच्या, येल युनिव्हर्सिटीतून फाइन आर्ट्सची मास्टर्स डिग्री घेतलेल्या शॅरीन आल्स्चुलर नावाच्या एक बाई काम करीत होत्या. त्यांचा अनुभव तर फारच वाईट होता. त्या म्हणाल्या, ''मी कॉल सेंटरमधले काम पत्करले, कारण मला कोणाच्याही समोर जायचे नव्हते. माझ्या मनातले माझ्या चेहऱ्यावर फार स्पष्टपणे दिसते! म्हणून मी पोकरसुद्धा खेळत नाही!!'' त्या खूप जाड होत्या, बेढब होत्या आणि त्यांना कधी कधी भीती, चिंता यांचे झटकेही यायचे.

त्यांनी त्यांच्या अधिकाऱ्यांना सांगितले की, या 'मे डे' प्रकारामुळे त्यांची प्रकृती बिघडू शकते. परंतु वरिष्ठांनी त्यांना सांगितले की तुम्हांला प्रशिक्षण घ्यावेच लागेल, नाहीतर तुम्हाला सक्तीच्या रजेवर पाठवण्यात येईल आणि त्या दिवसांचा पगारही मिळणार नाही. वरिष्ठांबरोबरच्या आणि मानव संसाधन विभागाच्या अधिकाऱ्यांशीही त्यांच्या मीटिंग्ज झाल्या, शब्दांच्या फैरी झडल्या, वाद झाले, आवाज वाढले. त्यांनी असेही सांगितले की

काही मीटिंग्जमध्ये ताण इतका वाढला की, त्यांनी त्यांच्या झटके आले की, घ्यायच्या गोळ्यासुद्धा त्यांच्या प्रमुखांदेखत तोंडात टाकल्या. अखेर एका दयाळू अधिकाऱ्याला त्यांची दया आली आणि त्यांना प्रशिक्षणातून सुटका मिळाली. पण तोवर त्यांची मन:स्थिती कमालीची बिघडली होती. आपल्याला कामावरून काढून टाकणार या कल्पनेने त्यांना ग्रासून टाकले होते. अखेर २०१४ सालच्या फेब्रुवारी महिन्यात, 'मे डे'शी संबंधित कारणावरून नाहीच, दुसऱ्याच कुठल्यातरी करारभंगाचे कारण पुढे करून त्यांना कामावरून काढण्यात आले.

शॅरीन आल्ट्युलर या चार वर्षांहून थोडा कमी काळच कंपनीत नोकरी करीत होत्या. त्या म्हणाल्या, ''त्यांची तत्त्वे भारी कडक! 'मान्य असो वा अमान्य, काम चोख केलेच पाहिजे!' असे त्यांचे तत्त्व. पण मुळात अमान्य असणे हेच त्यांना चालायचे नाही, आवडायचे नाही. खरे तर त्यांचे एकच तत्त्व होते– 'मी सांगेन तसे करा!' माझ्या श्रेणीच्या कर्मचाऱ्यांकडे काही नव्या गोष्टी, कल्पना असू शकतील अशी अपेक्षाही त्यांनी कधी केली नाही, त्या नसणारच अशीच त्यांची धारणा, नव्हे खात्रीच असली पाहिजे असेच मला वाटत आले.''

त्याच वर्षीच्या मार्च महिन्यात कंपनीच्या शेअर होल्डर्सच्या नावाने लिहिलेले जेफ बेझोस यांच्या सहीचे पत्र प्रसिद्ध झाले. त्यात 'मे डे'चे भरपूर गुणगान केलेले होते. ''सर्वांनाच आवडतील, पसंत पडतील अशा नवनव्या गोष्टी ॲमेझॉन शोधून सतत ग्राहकांना देत असते. त्या सवयीच्या होऊन जातात, तेव्हा तशा नव्यानव्याची अपेक्षा करणे हेही ग्राहकांच्या सवयीचे होऊन जाते आणि तसे सतत देत राहणे हे ॲमेझॉनच्या सवयीचे!' असे लिहून त्यांनी 'मे डे'च्या अजब परिणामांचे वर्णन केले होते. 'या योजनेद्वारे ग्राहकांना प्रत्यक्ष सल्ला देणाऱ्या 'ॲमी'ना रसिक ग्राहकांकडून विवाहाचे पस्तीस प्रस्ताव आले आहेत. ६४८ प्रेमिकांनी त्यांच्यासाठी प्रेमगीते गायली आहेत, १०९ ग्राहकांनी त्यांच्याकडे बाहेरून पिझ्झा मागवायला मदत मागितली आहे.''

बेझोस यांनी या पत्राचा शेवट ''किती छान, हो ना?'' असा केला होता.

सिॲटलमधील सेव्हन्थ ॲव्हेन्यू आणि वेस्टलेक ॲव्हेन्यू नॉर्थ यांनी तयार झालेला त्रिकोण 'द डेनी ट्रँगल' या नावाने प्रसिद्ध आहे. त्या ठिकाणी

ॲमेझॉनचे भविष्य एका भव्य इमारतीतून साकार होत आहे. ॲमेझॉन तेथे ३३ लाख चौरस फूट क्षेत्रफळाचा एक प्रशस्त आणि गगनचुंबी परिसर विकसित करीत आहे. येथील इमारतीला अगदी सुरुवातीच्या काळात कंपनीचे शुभ चिन्ह समजल्या गेलेल्या, कंपनीच्या मीटिंग्जमध्येही उपस्थिती लावणाऱ्या, पण आता या जगात नसलेल्या कंपनीतल्या अनेकांच्या लाडक्या 'रूफस' नावाच्या वेल्श कॉर्गी जातीच्या कुत्र्याचे नाव दिले आहे- 'रूफस २.०'. या नव्या मुख्य ऑफिसच्या परिसराच्या मध्यभागी तीन भले मोठे काचेचे घुमट उभारण्यात येणार आहेत. संपूर्ण पारदर्शक अशा या घुमटांमधून आतील बाजू झाडे, वेली, हिरवळ यांनी हिरवीगार झालेली दिसेल.

आजपर्यंत ॲमेझॉनची जी काही ऑफिसेस बांधली गेली, विकसित केली गेली त्यांना बेझोस यांच्या कमालीच्या, जरा अतिच, काटकसरीची मर्यादा पाळावी लागली होती. परंतु हे नवे ऑफिस अपवाद ठरणार आहे. हे ॲमेझॉनचे मुख्यालय ॲपल, फेसबुक, गुगल या तंत्रज्ञानाच्या क्षेत्रातील आघाडीच्या, बड्या कंपन्यांच्या ऑफिसेसना तोडीस तोड असेल. या स्थितीत एखाद्या साध्यासुध्या, सामान्य इमारतीत असणे ॲमेझॉनला साजेसे ठरणार नाही ही गोष्ट आता बेझोस यांनाही समजून चुकली आहे, पटली आहे.

या इमारतीत काम करणारे कर्मचारी आणि बाहेरून येणारे पाहुणे तिच्या आश्चर्यकारक अशा वास्तुकलेने, अनोख्या सौंदर्याने स्तंभित होऊन जाणे, त्यांचे डोळे दिपून जाणे अगदीच शक्य आहे, पण त्यांची मने कंपनी आणि तिचे संस्थापक यांच्याबद्दलच्या आदराने भरून जातील का? प्रभावीत होतील का?

कोणत्याही कंपनीचे 'चारित्र्य' जोखणे ही फार अवघड गोष्ट आहे. ॲमेझॉनने तिच्या सेवेने गेली दोन दशके तिच्या निष्ठावंत ग्राहकांना पूर्ण समाधान दिले आहे. जॉय कवी यांनी दाखवून दिल्याप्रमाणे ग्राहकांचे समाधान हे काही विशिष्ट तत्त्वांचे कडवे पालन करून, सतत नावीन्यावर भर देऊन, ग्राहकाला केंद्रस्थानी ठेवून, उद्योगाच्या वाढीसाठी, विकासासाठी जे आवश्यक असते तेवढेच गाळून घेऊन बाकीच्या अनावश्यक गोष्टी टाळून, बाजूला ढकलून मिळवले आहे- कंपनीने पर्वा केली ती फक्त या गोष्टींची - ग्राहक सुखी समाधानी आहे की नाही? ते पुन:पुन्हा आपल्याकडेच येतील की नाही? 'मी आपला प्रश्न समाधानकारकरीत्या सोडवला का? 'होय/नाही'.

कंपनीचे हे धोरण कोणाच्याही कल्पनेबाहेर यशस्वी ठरले आहे. आज ॲमेझॉनमध्ये १,२४,००० लोक काम करतात आणि २०१५ साली

कंपनीची विक्री दहा हजार कोटी डॉलर्सपेक्षा आणि ग्राहकांची संख्या वीस कोटींपेक्षा जास्त होणार आहे. बहुसंख्य ग्राहक अॅमेझॉनवरून खरेदी करणे किती साधे आणि सोपे आहे हे अगदी जाहीरपणेसुद्धा सांगायला तयार होतील. कंपनीच्या शेअर्सच्या किमती मात्र गुंतवणूकदारांना मधूनमधून अस्वस्थ करतात. २०१४ सालच्या पूर्वार्धातच त्या कंपनीच्या 'निस्तेज' नफ्यामुळे पसरलेल्या चिंतेमुळे २० टक्क्यांनी खाली गेल्या होत्या; परंतु कंपनीचे 'नफा कमी, चालेल; पण ग्राहकांना हव्या असलेल्या वस्तूंच्या किमती कमीच हव्यात,' हे धोरण आणि अलीकडे क्लाउड कॉम्प्युटरच्या क्षेत्रात चाललेली तिची वेगवान घोडदौड या दोन गोष्टींमुळे जगभरातील अन्य अनेक उद्योगांची सद्य:स्थिती विस्कळीत होत आहे.

अॅमेझॉनच्या या यशोगाथेला एक दुसरी बाजूही आहे. २०१४ सालच्या दुसऱ्या तिमाहीत अॅमेझॉन अमेरिका, युरोप येथील सर्व मोठ्या प्रकाशकांशी (त्यात या पुस्तकाचे प्रकाशक लिट्ल अॅन्ड ब्राउन अॅन्ड को. यांची मालक कंपनी 'हॅशेट' हीही होती.) ई-बुक्सच्या किमतींवरून आक्रमक होऊन मारामाऱ्या करीत होती. त्या काळात अशी हजारो ई-बुक्स होती- जी ग्राहकांना अॅमेझॉनच्या साइटवर मिळणे अशक्यप्राय होऊन बसले होते. त्या काळात प्रसिद्धीस दिलेल्या निवेदनात अॅमेझॉनने ई-बुक्सच्या किमतींसंबंधीच्या वाटाघाटीत ती ग्राहकांचीच बाजू लढवीत आहे, त्यांच्या हितासाठीच प्रयत्न करीत आहे, असे समर्थन केले होते. परंतु तिच्या 'रणनीती'वर लेखक आणि निरीक्षक यांनी अशीच टीका केली की, अॅमेझॉन ज्याच्या हिताच्या गोष्टी करते आहे त्या ग्राहकांनाच तिच्या कारवायांमुळे त्रास सहन करावा लागतो आहे.''

कंपनीच्या स्वत:च्या पूर्तीकेंद्रांमध्येही कंपनीची कीर्ती काही फारशी उज्ज्वल नाही. २०१३ आणि पुन्हा २०१४ साली कंपनीच्या जर्मनीतील पूर्तीकेंद्रांमधील कर्मचाऱ्यांनी पगारवाढीसाठी दाराबाहेर निदर्शने केली होती. २०१३ साली डेलवेअर राज्यातील मिडलटाउन येथील पूर्तीकेंद्रातील सत्तावीस तंत्रज्ञांनी नवीन माणसे कामावर घेणे आणि कामावरील कर्मचाऱ्यांच्या बढत्या याविषयीच्या कंपनीच्या धोरणांविषयीच्या स्पष्टीकरणाची मागणी करताना 'इंटरनॅशनल असोसिएशन ऑफ मशिनिस्ट्स अॅन्ड एअरोस्पेस वर्कर्स' या बाह्य संघटनेचे सभासदत्व घेण्याचा प्रयत्न केला होता. त्या बाबतीत कामगारांनी सांगितले की, कंपनीतील कामगारांना उपस्थित राहणे सक्तीचे

असलेल्या 'ऑल हॅन्ड्स' मीटिंगमध्ये त्यांच्या मॅनेजर्सनी त्या असोसिएशनचे सभासदत्व स्वीकारण्याच्या विरोधात मतदान करावे, यासाठी त्यांच्यावर प्रचंड दबाव आणला होता. कंपनीच्या प्रवक्त्याने असे निवेदन दिले की, त्या सत्तावीस जणांनी केलेल्या मतदानात २१ विरुद्ध ६ अशा मताधिक्याने असोसिएशनचे सभासदत्व न घेण्याचा प्रस्ताव मंजूर झाला. कर्मचाऱ्यांना ॲमेझॉनच्या व्यवस्थापनाशी बोलायला कोणत्याही मध्यस्थांची गरज वाटत नाही हेच त्यावरून सिद्ध झाले. व्यवस्थापन आणि कर्मचारी यांच्यामध्ये थेट संबंध असणे हेच त्यांच्या गरजा ओळखणे, त्या योग्य पद्धतीने पूर्ण करणे यासाठीचा सर्वांत परिणामकारक उपाय आहे.

ॲमेझॉनमधील कार्यपद्धती, कंपनीची संस्कृती यांवर 'ग्राहका'चा जबरदस्त, गैरवाजवी ठरावा इतका पगडा असल्याचे दिसून येते. कंपनीच्या 'ग्राहकाबरोबर एकनिष्ठ असणे,' या अविचल धोरणाची फळे तिच्याशी एकनिष्ठ राहणाऱ्या ग्राहकांना वरचेवर चाखायला मिळतात. ज्या विक्रेत्यांना ॲमेझॉनची दादागिरी सहन होत नाही ते स्वतंत्रपणे विक्री करायला मोकळेच असतात. त्यांना कंपनी काही अडवीत नाही. आपल्याला नीट वागवले जात नाही, आपल्यावर अन्याय होतो आहे, असे ज्या कर्मचाऱ्यांना वाटते त्यांना कंपनी सोडून जायची पूर्ण मुभा असते आणि तसे कित्येक जण सोडून जातातही. काही जण कंपनीच्या कठोरपणाच्या पहिल्या अनुभवानंतरच नोकरी सोडतात. कित्येक विक्रेत्यांनी ॲमेझॉनसमोर माघार घेऊन ॲमेझॉनचा आदर्श समोर ठेवून आकार कमीतकमी ठेवून कार्यक्षमता जास्तीतजास्त वाढवण्याचे कसून प्रयत्न सुरू केले आहेत. त्यामुळे ॲमेझॉनशी विरोध पत्करलेले पुरवठादार आणि ॲमेझॉनवर नाखूश असलेले कामगार यांना इतरत्र फारच मर्यादित संधी उपलब्ध असल्याचे लक्षात येते.

थोडक्यात काय, आपखुशीने वा नाखुशीने त्यांना 'ॲमेझॉनच्या युगा'तच राहावे लागले. आणि ही तर 'ॲमेझॉनयुगा'ची सुरुवात आहे. 'युगान्त' तर दृष्टिपथात नाहीच, तो नसतोच!

–ब्रॅड स्टोन

सॅन फ्रॅन्सिस्को, कॅलिफोर्निया

२०१४.

ऋणनिर्देश

'ॲमेझॉन'विषयी पुस्तक लिहायचे असे मी कित्येक वर्षे घोकत होतो आणि माझे स्नेही, मित्र, माझे कुटुंबीय, माझे सहकारी यांचे मोलाचे, सक्रिय असे साहाय्य आणि बळकट पाठिंबा मिळाला नसता तर अजूनही मी तेच घोकत बसलो असतो.

"आता आणखी पुढे ढकलणे पुरे, पुस्तकाचा एक निश्चित, विस्तृत प्रस्ताव लगेच करून द्या," असे माझ्या एजंट पाइलर क्वीन यांनी मला दोन वर्षांपूर्वी 'बजावले'च! आणि त्यानंतर त्या या पुस्तकाच्या लिखाणाच्या, पर्यायाने माझ्या मागेच लागल्या. अतिशय चिकाटीने त्यांनी पुस्तकाच्या लिखाणाचा पाठपुरावा केला. पुस्तक व्यवसायाचे टीकाकार असे म्हणतात की, हल्ली प्रकाशक पुस्तकांच्या प्रकाशनापूर्वी त्याच्यावर जे संस्कार करावे लागतात, जे संपादकीय परिश्रम घ्यावे लागतात, ते पुरेसे काळजीपूर्वक घेत नाहीत. परंतु लिटल, ब्राउनचे संपादक जॉन पार्सले यांनी त्या टीकाकारांचे म्हणणे पूर्णपणे खोटे ठरवले! त्यांच्या बरोबरच रेगन आर्थर, मायकल पाएश, जॉफ शॅन्डलर, निकोल ड्यूई, फियोना ब्राऊन, फिमेला मार्शल, ट्रेसी रो आणि मलिन व्हॅन युलर-होगन या लिटल, ब्राउनमधील मंडळींनीही या पुस्तकनिर्मितीच्या प्रक्रियेमध्ये अत्यंत उत्साहाने; पण तितक्याच व्यावसायिक कौशल्याने भाग घेतला त्याबद्दल मी त्यांचाही फार फार आभारी आहे.

ॲमेझॉनच्या पब्लिक रिलेशन्स विभागातले क्रेग बर्मन आणि ड्र्यू हर्डनर यांचे तर माझ्यावर फार मोठे ऋणच आहे. मुख्य म्हणजे ते कंपनीचे अगदी खंबीर - हट्टीच म्हणावेत असे - कंपनीची बाजू प्रभावीपणाने मांडणारे अधिवक्ते आहेत. पण त्यांनी कंपनीचा प्रदीर्घ इतिहास, कंपनीबद्दलच्या अगणित गोष्टी एका पुस्तकाच्या आवाक्यात, मर्यादेत

आणि तेही नेमकेपणाने बसवण्याची गरज आणि अनिवार्यता ही नेटकेपणाने ओळखली. जेफ विल्के, डिएगो पिएचेंटिनी, ॲन्डी जेसी, रस ग्रॅन्डिनेटी, जेफ ब्लॅकबर्न आणि स्टीव्ह कॅसल या ॲमेझॉनच्या अधिकारिवर्गाने माझ्याशी बोलण्यासाठी वेळ काढला, त्याबद्दल त्यांचा आणि अर्थातच जेफ बेझोस यांनी कंपनीचे हे सर्व आधिकारी, अन्य स्नेही आणि त्यांच्या बेझोस कुटुंबाचे सदस्य या सर्वांशी वारंवार बोलण्याची परवानगी दिली, त्याबद्दल त्यांचाही मी मन:पूर्वक आभारी आहे.

या पुस्तकाच्या लिखाणाची २०१२ आणि २०१३ ही दोन वर्षे मी जास्त काळ सिॲटलमध्येच मुक्काम ठोकून होतो. तेथील कुटुंबांनी माझे फारच आपलेपणाने स्वागत केले. विशेषत: निक आणि एमिली विंगफील्ड या जोडप्याने त्यांच्या घरातील मोकळी खोली मला राहायला दिली, त्यामुळे मी फारच आरामात राहू शकलो, त्यांच्या बीॲट्रीस आणि मिलर या दोघा मुलांबरोबर सकाळी ब्रेकफास्टच्या वेळी ट्रिव्हियल परसूट स्टार वॉर्स खेळून दिवसाची सुरुवात अगदी निर्व्याज, निरागस अशा आनंदाचा उपभोग घेत करू शकलो. स्कॉट पिनिझोटो आणि अलि फ्रँक या दोघांनीही माझा अनेक वेळा उत्तम पाहुणचार केला.

जिल हॅझेलबेकर, शेरनाझ डेव्हर, डानी ड्यूडेक, ॲन्ड्र्यू कोव्हॅक्स, क्रिस्टीना ली, टिफनी स्पेन्सर, ख्रिस प्राउटी, मार्गिट वेनमॅचर्स या सर्वांनी मला सिलिकॉन व्हॅलीमध्ये खूप मदत केली. 'ॲमेझॉनडॉटकॉम' या नावाआधीच्या पर्यायांचा शोध घेण्याच्या कामी 'डोमेन टूल्स'च्या सूझन प्रॉसर यांनी साहाय्य केले. डी.ई.शॉ कंपनीतील दिवसांबाबतची माहिति पिंजून काढण्याचा मार्ग माझा कोलंबियातला जुना वर्गबंधू मित्र चार्ल्स अरडाई याने दाखवला. ॲमेझॉन ही काय 'चीज' आहे, काय 'कोडे' आहे याचा शोध कितीतरी पत्रकार घेत असतात. मी त्यांच्यापैकी मॉर्गन स्टॅन्लेचे स्कॉट डेव्हिस, चॅनेल ॲडव्हायझरचे स्कॉट डेव्हिट आणि शॉप रनरच्या फियोना डायस यांचा अभ्यास, त्यांची मते, विचार, विश्लेषण यांवर सर्वांत अधिक अवलंबून राहिलो.

खरोखरच गांभीर्याने केल्या जाणाऱ्या उद्योगक्षेत्रातील अभ्यासू पत्रकारितेला एक साजेसा मंच प्रदान करून- शिवाय या पुस्तकासारख्या महत्त्वाकांक्षी प्रकल्पांना बळकट आधार देणाऱ्या 'ब्लूमबर्ग बिझिनेस वीक'मध्येच मीही आश्रय शोधला. जोश टीरंगेल, ब्रॅड वुईनर्स, रोमेश

रत्नेसर, एलन पोलॉक आणि नॉर्मन पर्लस्टाईन यांनी मला भक्कम पाठिंबा दिला आणि मीही त्या पाठिंब्याचा पुरेपूर - जरा जास्तच - फायदा करून घेतला. मी जे लिहिले होते त्यांचे पहिले वाचन माझे संपादक जिम ॲले यांनी केले आणि त्यांनी ते अतिशय काळजीपूर्वक केले. पुस्तकासाठीचे फोटोज जमवायला फारच कमी वेळ मिळाला. तेवढ्या कमी वेळात ते एकत्र करण्याच्या कामी मला डायना सूर्यकुसुम यांची भरपूर मदत झाली. ॲमेझॉनची ही कथा कथन करणे हे फार आव्हानात्मक काम होते आणि आव्हान चांगलेच टोकदार होते. कोणाशीतरी नुसती चर्चा पुरेशी नव्हती, त्यातील बरेवाईट प्रांजलपणे सांगणारे, वेळीच मला विरोधही करून चांगला परिणाम साधणारे कोणीतरी हवे होते. ती भूमिका माझा मित्र ॲशली व्हान्स याने चोख बजावली.

मी माझ्या या सर्व पत्रकार मित्रंचेही आभार मानतो : स्टीव्हन लेव्ही, एथन वॉटर्स, ॲडम रॉजर्स, जॉर्ज ॲन्डर्स, डॅन मॅगेन, निक बिल्टन, क्लेअर केन मिलर, डॅमन डार्लिन, जॉन मॉरकॉफ, जिम ब्रुनर, ॲलन डॉइट्रशमन, टॉम गाईल्स, डग मॅकमिलन, ॲडम सॅटेरियानो, मोटोको रिच, आणि पीटर बरोज. निक सँचेझ यांनी बहुमोल असे संशोधन केले, प्रयत्नपूर्वक माहिती गोळा केली. रेनो येथील युनिव्हर्सिटी ऑफ नेवाडामधील जर्नालिझम प्रोग्रॅममधील मॉर्गन मॅसन यांनी नेवाडामधील फर्नले येथील ॲमेझॉनच्या पूर्तीकेंद्रातील कर्मचाऱ्यांच्या मुलाखती आयोजित करून दिल्या.

हे पुस्तक लिहिताना मी बराच काळ गुप्त असायचो, माहिती गोळा करीत, लोकांना भेटत इकडे-तिकडे हिंडत असायचो, म्हणजेच घरात नसायचो. जो थोडा वेळ घरी असायचो तेव्हाही हरवलेलाच असायचो. माझ्या कुटुंबीयांनी माझी 'नसलेली उपस्थिती' आणि 'असलेली अनुपस्थिती' दोन्ही सहन केल्या आणि मदतीला तर कधीच नाही म्हटले नाही. माझे आईवडील कॅरोल ग्लिक आणि रॉबर्ट स्टोन यांनी सतत पाठीवर - आणि डोक्यावरही - हात ठेवला. जोश क्रॅफचिन, मिरियन स्टोन, डेव्ह स्टोन, मोनिका स्टोन, जॉन स्टोन, स्टीव्ह स्टोन या सर्वांनी मला गरज पडेल तेव्हा माझ्याशी चर्चा केल्या, मते दिली; पटलेले, आवडलेले आणि न पटलेलेही आणि न आवडलेलेही प्रामाणिकपणे आणि स्पष्टपणे सांगितले; सूचनाही केल्या. माझे बंधू ब्रायन स्टोन, एरिक स्टोन, बेका झ्ॉलर स्टोन, लुवॅन

स्टोन यांनी ते नेहमीच माझी स्फूर्तिस्थाने, आधारस्थाने असल्याचे पुन्हा एकदा सिद्ध केले.

माझ्या जुळ्या मुली कालिस्टा आणि इझाबेला यांना तर 'आमच्या डॅडींचे पुस्तक' याचाच अभिमान होता, कौतुक होते. त्याने मला खूप चांगले काहीतरी करायची प्रेरणा दिली. अशी इच्छा करतो की हे पुस्तक इतपत इतिहास घडवेल की त्या दोघी पुस्तके वाचण्याइतक्या मोठ्या होईपर्यंत विस्मरणात जाणार नाही, ते टिकून राहील, चर्चेत राहील.

आणि सर्वांत शेवटी- टिफनी फॉक्स, ज्यांच्या प्रेमळ आधाराशिवाय मी ही अवघड शर्यत पूर्णच करू शकलो नसतो.

परिशिष्ट :

जेफ बेझोस यांची ग्रंथसूची

ॲमेझॉनच्या निर्मितीत, तिची संस्कृती, तिची धोरणे, तिची तत्त्वे यांच्या जडणघडणीत पुस्तकांचा फार मोठा सहभाग आहे. तशी 'ग्रंथांनी घडलेली' ॲमेझॉन समजून घेण्यासाठी कंपनीतील अधिकारी, कर्मचारी यांना जी पुस्तके जेफ बेझोस पुरस्कृत करतात आणि तेही वाचतात, अशी ही बारा पुस्तके :

१) द रिमेन्स ऑफ द डे - लेखक : काझुओ इशिगुरो (१९८९)
ही एक कादंबरी आहे- ज्यात एक बटलर युद्धकाळात ग्रेट ब्रिटनमधील राजघराण्यात काम करतानाच्या त्याच्या आठवणी मोठ्या खेदपूर्वक सांगतो. बेझोस म्हणतात, ''काल्पनिक कादंबऱ्यांमधून सत्य घटनांपेक्षा जास्त शिकायला मिळते असे माझे मत आहे.''

२) सॅम वॉल्टन : मेड इन अमेरिका - लेखक : सॅम वॉल्टन (जॉन हुए यांच्या साहाय्याने) (१९९२)
हे वॉलमार्टच्या संस्थापकांचे आत्मचरित्र आहे. यात सॅम वॉल्टन यांनी कमी किमतीत विक्री करण्याचे तंत्र विशद करून सांगितले आहे. तसेच मितव्यय, काटकसर, कृतीवर भर, विविध नव्या नव्या गोष्टी करून पाहणे, आणि मुख्य म्हणजे त्यात अनेक चुका होतील- याविषयीही मनाची तयारी करणे ही मौलिक अशी तत्त्वेही समजावून सांगितली आहेत. बेझोस यांनी या सर्व तत्त्वांना ॲमेझॉनच्या संस्कृतीत फार महत्त्वाचे, अग्रस्थान दिलेले आहे.

३) मेमोज फ्रॉम द चेअरमन – लेखक : ॲलन ग्रीनबर्ग (१९९६)

लेखक ॲलन ग्रीनबर्ग हे बेअर स्टर्न्स नावाच्या, आता अस्तित्वात नसलेल्या, इन्व्हेस्टमेंट बँकेचे चेअरमन होते. ते त्यांच्या कार्यकाळात बँकेतील कर्मचाऱ्यांना 'मेमोज'द्वारा संदेशपर लिखाण पाठवीत असत– त्यांचा हा संग्रह आहे. त्यात त्यांनी बँकेची पायाभूत मूल्ये, बँक पाळत असलेली तत्त्वे पुनःपुन्हा सांगितली आहेत. काटकसर, खर्चात बचत आणि वर्तनात नम्रता यांवर भर दिला आहे. या पुस्तकात हे सर्व संदेश एक काल्पनिक तत्त्वज्ञ देतो असे दाखवले आहे. या संदेशांमधून जे शहाणपण शिकवले गेले आहे, तेच १९९७ सालापासून दरवर्षी ॲमेझॉनतर्फे तिच्या शेअर होल्डर्सच्या नावाने जे एक पत्र प्रसारित केले जाते, त्यात डोकावलेले दिसते.

४) द मिथिकल मॅन–मंथ – लेखक : फ्रेडरिक पी. ब्रुक्स, ज्युनियर. (१९७५)

या पुस्तकात कॉम्प्युटर क्षेत्रातील एक प्रभावी संशोधक एक असाधारण, अनपेक्षित असे विधान करतात की, गुंतागुंतीची सॉफ्टवेअर प्रोजेक्ट्स हाताळायला इंजिनिअर्सच्या मोठमोठ्या गटांपेक्षा लहान लहान गट अधिक परिणामकारक ठरतात. ॲमेझॉनमध्ये ज्या दहांपेक्षा कमी सदस्य असलेल्या 'टू पिझ्झा टीम्स' तयार केल्या जातात, त्यामागे ब्रुक्स यांचे हेच मत आहे.

५) बिल्ट टू लास्ट : सक्सेसफुल हॅबिट्स ऑफ व्हिजनरी कंपनीज – लेखक : जिम कॉलिन्स आणि जेरी आय. पोरस (१९९४)

काही कंपन्याच यशस्वी का होतात हे स्पष्ट करून सांगणारे व्यवस्थापन शास्त्रावरचे हे फार प्रसिद्ध असे पुस्तक आहे. कंपनीचा पायाभूत असा ध्येयवाद असणे, तिची काही पायाभूत मूल्ये, तत्त्वे असणे आणि त्यांच्याशी प्रामाणिक राहणे हे त्या कंपन्यांना यशस्वितेच्या वाटेवर नेते. जे कर्मचारी ती तत्त्वे, ध्येये स्वीकारतात तेही कंपनीबरोबर यशस्वी होतात, त्यांची भरभराट होते. बाकीचे कंपनीमधून विषाणूंसारखे बाहेर टाकले जातात.

६) गुड टु ग्रेट : व्हाय सम कंपनीज मेक द लीप.... ॲन्ड अदर्स डोन्ट. – लेखक : जिम कॉलिन्स (२००१)

कंपनीच्या पुढील विकासावर प्रभाव पाडणारे हे पुस्तक प्रकाशित होण्याआधी त्याच्याविषयी त्याचे लेखक जिम कॉलिन्स हे ॲमेझॉनमधील अधिकाऱ्यांशी प्रत्यक्ष बोलले होते. प्रत्येक उद्यागक्षेत्राचे काही कठोर असे वास्तव असते. ते वास्तव कंपनीच्या व्यवस्थापनाने स्वीकारले पाहिजे, आपली शक्ती, आपले कौशल्य, प्रावीण्य कशात आहे ते ओळखले पाहिजे.

७) क्रिएशन : लाइफ ॲन्ड हाउ टु मेक इट – लेखक : स्टीव्ह ग्रॅन्ड (२००१)

एक व्हिडिओगेम डिझायनर असे विधान करतो की, जर पायाभूत घटकांचा एक संच व्यवस्थित तयार केला तर त्याच्या साहाय्याने पायापासून सुरुवात करून विश्लेषण करण्याची, इतर यंत्रणांबरोबर संपर्क साधण्याची, त्यांना सूचना देण्याची विलक्षण क्षमता असणाऱ्या कॉम्प्युटर यंत्रणेची उत्तम बांधणी करता येते. 'ॲमेझॉन वेब सर्व्हिसेस' या 'क्लाउड' ही संकल्पना लोकप्रिय करणाऱ्या योजनेच्या निर्मितीत व विकासात या पुस्तकाचे फार मोठे योगदान होते, त्याचाच मुख्य प्रभाव होता.

८) द इनोव्हेटर्स डायलेमा : द रिव्होल्युशनरी बुक दॅट विल चेंज द वे यू डू बिझनेस – लेखक : क्लेटन एम. क्राइस्टेन्सन (१९९७)

या 'बिझनेस बुक'मध्ये सांगितलेली मूलतत्त्वे ॲमेझॉनने आत्मसात केली आणि किंडल व ॲमेझॉन वेब सर्व्हिसेसच्या निर्मितीत त्यांचा वापर केला. त्या तत्त्वांचे त्यात फार मोलाचे साहाय्य झाले. अशा तत्त्वांवर आधारित जे तंत्रज्ञान असते, ज्या नव्या कल्पना, योजना असतात त्या जगात, समाजात फार मोठे बदल घडवणाऱ्या, जे चाललेले असते ते विस्कळीत करून टाकणाऱ्या, सामान्यांना सुरुवातीला सहजी 'पचायला' अवघड असतात; त्या कंपनीच्या मूळ उद्योगावर प्रतिकूल परिणाम करू शकतील, ग्राहकांना दूर घालवू शकतील अशी भीती कंपनीला वाटते. आणि म्हणूनच सामान्य कंपन्या तशा 'महाग पडू शकणाऱ्या' योजनांना हात घालायला, त्या ग्राहकांसमोर आणायला कचरतात, घाबरतात, तयार होत नाहीत. क्राइस्टेन्सन या पुस्तकात हे पटवून देतात की, तशा 'विस्कळीत करणाऱ्या',

'पचायला अवघड' अशा योजनांना हात न घालणे हेच उलट जास्त महाग पडू शकते.

९) द गोल : ए प्रोसेस ऑफ ऑनगोइंग इंप्रुव्हमेंट - लेखक : एलियाहू एम. गोल्डरॅट आणि जेफ कॉक्स (१९८४)

उत्पादनाच्या, निर्मितीच्या शास्त्राचे मूलसिद्धांत ज्यात एका कादंबरीच्या स्वरूपात समजावून सांगितलेले आहेत ते हे पुस्तक. प्रत्येक कंपन्यांच्या कारभाराच्या काही मर्यादा असतात, काही बंधने असतात. ती नेमकी आणि पूणपणे ओळखून त्यांचाच उपयोग कंपनीच्या फायद्यासाठी, प्रगतीसाठी करून घेता येईल अशा पद्धतीने कारभाराची, कार्यपद्धतीची, विभागांची, अधिकारांची रचना करायचा हे पुस्तक सल्ला देते, तसे करायला प्रोत्साहित करते. ' द गोल' हे पुस्तक जेफ विल्के आणि त्यांची टीम यांनी, विशेषत: पूर्तीकेंद्रांच्या उभारणीत, अक्षरश: बायबलसारखे - भक्तिभावाने - वापरले.

१०) लीन थिंकिग : बॅनिश वेस्ट अ‍ॅन्ड क्रिएट वेल्थ इन युअर कॉर्पोरेशन - लेखक : जेम्स पी. वोमॅक आणि डॅनियल टी. जोन्स (१९९६)

जगभरात यशस्वी ठरलेल्या जपानमधील टोयोटा या कंपनीने स्थापित केलेले उत्पादनाचे तत्त्वज्ञान, उत्पादनाचे सिद्धांत असे सांगतात की, ज्यामुळे ग्राहकांचे समाधान होते, त्यांना त्यांनी खर्च केलेल्या पैशांचा पूर्ण मोबदला मिळाला, असे वाटते त्याच गोष्टींवर लक्ष केंद्रित करावे, बाकी सगळ्या गोष्टींचे पद्धतशीरपणे उच्चाटन करावे. हेच या पुस्तकात प्रतिपादन केलेले आहे.

११) डेटा ड्रिव्हन मार्केटिंग : द फिफ्टीन मेट्रिक्स एव्हरीवन इन मार्केटिंग शुड नो - लेखक : मार्क जेफरी (२००७)

ग्राहकांचे समाधान, कंपनीच्या मार्केटिंग विभागाची कार्यक्षमता यांचे मूल्यमापन करण्यासाठी त्या संबंधात नेमकी कोणती माहिती, आकडेवारी गोळा करावी याचे मार्गदर्शन करणारे आणि फक्त त्या 'प्रत्यक्ष' माहितीचाच उपयोग करून ते मूल्यमापन करावे असे प्रतिपादन करणारे हे पुस्तक आहे. ॲमेझॉनमधील सर्वांना तशा माहितीवरच, आकडेवारीवरच अवलंबून राहण्याची सक्ती

केलेली होती. माहिती अपुरी असेल, त्यात काही कमतरता असेल तर त्यांनी ती दृष्टोत्पत्तीस आणून द्यावी, नाहीतर ते काम त्यांचे सहकारी करतील, अशा सूचना दिलेल्या होत्या.

१२) द ब्लॅक स्वान : दि इम्पॅक्ट ऑफ द हायली इम्प्रॉबेबल - लेखक : नसीम निकोलस तालेब (२००७)

हा विद्वान लेखक असे सांगतो की, लोकांना त्यांच्या आजूबाजूला चाललेल्या गोंधळात इतके आणि असे काही गुंतवून ठेवले जाते की अनपेक्षित, ज्यांचा आधी काहीच अंदाज येऊ शकत नाही अशा घटनांच्या बाबतीत ते पूर्ण अनभिज्ञ - आंधळेच - बनतात आणि मग त्याचे परिणाम फार मोठ्या प्रमाणात, फार खोलवर होतात. प्रयोगशीलता आणि अनुभवसिद्ध ज्ञान स्पष्ट कथेलाही हरवते.